ഇന്ത്യൻ കമ്യൂണിസ്റ്റ് പാർട്ടിയുടെ ചരിത്രം

1920 – 1964

Indian Communist Partiyude Charithram
1920 - 1964
Politics

Translation
G Vijayakumar

CHINTHA PUBLISHERS
Thiruvananthapuram

First Edition
April 2022

Second Impression
June 2022

Published & Typesetting
Chintha Publishers, Thiruvananthapuram

Cover Design
Being designs, Thiruvananthapuram

Cover Painting
Chittaprosad Bhattacharya

ISBN : 978-93-93468-95-6

CO - 3099 / 6007

₹ 390

Email: chinthapublishers@gmail.com
Website: www.chinthapublishers.com

A version is available at National Libraries
Kolkata, Mumbai, Chennai and Delhi

Distribution
DESHABHIMANI BOOKHOUSE
H O Thiruvananthapuram 695035

Branch
Head Office Kunnukuzhi • Statue Thiruvananthapuram
KSRTC Bus Terminal Thampanoor • Saphalyam Complex Thiruvananthapuram
KSRTC Bus Station Alappuzha • KSRTC Bus Station Ernakulam
Machingal Lane Thrissur • IG Road Kozhikode
Mavoor Road Kozhikode • NGO Union Building Kannur
Central Bus Terminal Complex Thavakkara Kannur

ഇന്ത്യൻ കമ്യൂണിസ്റ്റ് പാർട്ടിയുടെ ചരിത്രം
1920 – 1964

പരിഭാഷ

ജി വിജയകുമാർ

ചിന്ത പബ്ലിഷേഴ്സ്
തിരുവനന്തപുരം-695 035
വില : ₹ 390

ജി വിജയകുമാർ

സംസ്ഥാന സർക്കാർ സർവ്വീസിൽ പത്തുവർഷം – സർവ്വേ വകുപ്പ് ജീവനക്കാരനായിരുന്നു. ഇക്കാലത്ത് കേരള എൻ ജി ഒ യൂണിയൻ സംസ്ഥാന സെക്രട്ടറി. *കേരള സർവ്വീസ്* മാസികയുടെ എഡിറ്റർ. ഇപ്പോൾ ചിന്ത വാരികയുടെ പത്രാധിപ സമിതി അംഗം.

കൃതികൾ : *ആണവക്കരാർ അടിമത്തത്തിലേക്കുള്ള കാൽവെപ്പ്, അറബ് വസന്തം മുതൽ വാൾസ്ട്രീറ്റ് പിടിച്ചെടുക്കൽ വരെ, ക്യൂബ സോഷ്യലിസത്തിന്റെ പാതയിൽ തന്നെ, മാധ്യമ നുണകളുടെ പെരുമഴക്കാലം, വധശിക്ഷ ഭീകരത യാക്കൂബ് മേമൻ, ഹ്യൂഗോ ഷാവേസും ഇരുപത്തിയൊന്നാം നൂറ്റാണ്ടിലെ സോഷ്യലിസവും, ലാറ്റിനമേരിക്കൻ ജനകീയ ചരിത്രം, ചുവന്ന സൂര്യന്റെ ഉദയാസ്തമയം, ഒക്ടോബർ വിപ്ലവം.*

പരിഭാഷകൾ: കാൾ മാർക്സിന്റെ *ഗോഥാ പരിപാടിയെക്കുറിച്ചുള്ള വിമർശനം*, ചെഗുവേരയുടെ *മോട്ടോർ സൈക്കിൾ ഡയറി*, മാർക്സ് & എംഗൽസ് ജീവചരിത്രക്കുറിപ്പ്, അന്റോണിയോ ഗ്രാംഷിയുടെ *തത്ത്വശാസ്ത്രത്തിന്റെ പഠനം*, അൽത്തൂസറിന്റെ *മൂലധനത്തിനൊരു മുഖവുര*, പ്രഭാത് പട്നായിക്കിന്റെ *മുതലാളിത്തത്തിന്റെ പ്രതിസന്ധിയും സോഷ്യലിസത്തിന്റെ ഭാവിയും.*

വിലാസം : ദീപ്തി, TC 20/1884(17)
ARA -E 40, തമലം
പൂജപ്പുര P O
തിരുവനന്തപുരം 695 012

ഫോൺ : 9446383414

ഇ- മെയിൽ : vijayan.chintha@gmail.com

ഉള്ളടക്കം

പ്രസാധകക്കുറിപ്പ്

ഇന്ത്യൻ കമ്യൂണിസ്റ്റ് പ്രസ്ഥാനം ഒരു നൂറ്റാണ്ടു പിന്നിട്ടിരിക്കുന്നു. 1920 ഒക്ടോബർ മാസം 17 ന് താഷ്കന്റിൽ വെച്ചാണ് ഇന്ത്യൻ കമ്യൂണിസ്റ്റ് പാർട്ടി ഔദ്യോഗിക രൂപം കൈക്കൊള്ളുന്നത്. ബ്രിട്ടീഷ് സാമ്രാജ്യത്വത്തിനെതിരായ കൊളോണിയൽ വിരുദ്ധ പോരാട്ടങ്ങളിൽ തുടങ്ങിയതാണ് ഇന്ത്യൻ കമ്യൂണിസ്റ്റ്പ്രസ്ഥാനത്തിന്റെ രാഷ്ട്രീയ പോരാട്ട ചരിത്രം. സ്വാതന്ത്ര്യാനന്തര ഇന്ത്യയിൽ പാർലമെന്റിനകത്തും പുറത്തും നടത്തിയ എണ്ണമറ്റ പ്രക്ഷോഭങ്ങളിലേക്ക് ആ ധീര ചരിത്രം നീണ്ടു കിടക്കുന്നു.

1920 മുതൽ 1964 വരെയുള്ള കാലയളവിൽ കമ്യൂണിസ്റ്റ് പാർട്ടിയുടെ ചരിത്രത്തിലെ സുപ്രധാന സംഭവവികാസങ്ങളും, ഏറ്റെടുത്തു നടത്തിയ പ്രക്ഷോഭ സമരങ്ങളും, ത്യാഗോജ്ജ്വല അദ്ധ്യായങ്ങളും ഓർത്തെടുക്കുകയാണ് ഈ പുസ്തകത്തിലെ കുറിപ്പുകൾ. ഈ അരനൂറ്റാണ്ടുകാലം ഏറെ പ്രധാനപ്പെട്ടതാണ്. കമ്യൂണിസമെന്ന ആശയത്തിന് ഇന്ത്യൻ മണ്ണിൽ ബീജാവാപം നല്കാനും, അതിന്റെ പ്രവർത്തനങ്ങൾ ജനങ്ങളിലേയ്ത്തിക്കാൻ പറ്റിയ സംഘടന രാജ്യമെമ്പാടും കെട്ടിപ്പടുക്കാനും, കൊളോണിയൽ വിരുദ്ധ ഫ്യൂഡൽ വിരുദ്ധ പ്രക്ഷോഭങ്ങൾ ഏറ്റെടുത്തു നടത്താനും നടത്തിയ ആദ്യകാല ശ്രമങ്ങൾ അതീവ നിർണ്ണയകമായിരുന്നു. സാമൂഹികമായ അടിച്ചമർത്തലുകൾക്കെതിരെ നടന്ന മുന്നേറ്റങ്ങളിൽ അണിചേരുവാനും വൻതോതിലുള്ള തൊഴിലാളി കർഷകപ്രക്ഷോഭങ്ങൾ നടത്തുവാനും ഇക്കാലയളവിൽ കഴിഞ്ഞു. അതോടൊപ്പം പാർലമെന്ററി രംഗത്തേക്ക് പ്രവർത്തനങ്ങൾ വ്യാപിപ്പിക്കുവാനും ഒരു പൊതുതിരഞ്ഞെടുപ്പിലൂടെ അധികാരത്തിലെത്തുവാനും കഴിഞ്ഞു. ഇക്കാലയളവിൽ രാഷ്ട്രീയ നയസമീപനങ്ങളെ

സംബന്ധിച്ച് പാർട്ടി നടത്തിയ തീക്ഷ്ണമായ ചർച്ചകളും സംവാദങ്ങളും ആശയപരമായ വ്യക്തതകൾ കൈവരിക്കുവാനും ഇന്ത്യൻ സാഹചര്യങ്ങൾക്കനുയോജ്യമായ വിപ്ലവ പാത രൂപപ്പെടുത്താനും സഹായിച്ചു. കമ്യൂണിസ്റ്റു പാർട്ടിയുടെ ചരിത്രവും പ്രവർത്തനങ്ങളും മനസ്സിലാക്കാൻ ശ്രമിക്കുന്ന ഏതൊരാൾക്കും വളരെ വിലപിടിച്ചതായിരിക്കും ഈ ഗ്രന്ഥം. പീപ്പിൾസ് ഡെമോക്രസിയിൽ വന്ന കുറിപ്പുകളാണ് ഈ ഗ്രന്ഥത്തിന്റെ ആധാരം.

ചിന്ത പബ്ലിഷേഴ്സ്

ഇന്ത്യൻ രാഷ്ട്രീയത്തിന്റെ സിദ്ധാന്തത്തിലും പ്രയോഗത്തിലും കമ്യൂണിസ്റ്റുകാരുടെ സംഭാവന

ഇ എം എസ്

ഒന്നാം ലോകയുദ്ധത്തിന് മുൻപ് പ്രവർത്തനമാരംഭിച്ച ഇന്ത്യയിലെ ദേശീയവിപ്ലവകാരികൾ 1920 കളുടെ ആദ്യമായിരുന്നു കമ്യൂണിസ്റ്റുകാരായി മാറിയത്. പരസ്പരം സമ്പർക്കം പുലർത്തിയിരുന്ന രണ്ടുഘടകങ്ങൾ അവരെ സ്വാധീനിച്ചിരുന്നു:

ഒന്നാമത്, ദേശീയ പ്രസ്ഥാനത്തിനുള്ളിൽ ഒന്നാം ലോകയുദ്ധത്തിന്റെ കാലത്തും അതിന് തൊട്ടുമുൻപും മിതവാദികളായ നേതാക്കളും വിപ്ലവകാരികളായ അണികളും തമ്മിൽ ഉയർന്നുവന്ന സമരത്തിന്റെ അനുഭവം.

രണ്ടാമത്, ലോകമാസകലമുള്ള വിപ്ലവകാരികളെ എന്നപോലെ ഇന്ത്യൻ വിപ്ലവകാരികളെയും 1917 നവംബറിലെ റഷ്യൻ തൊഴിലാളി വർഗ്ഗ വിപ്ലവം ആവേശംകൊള്ളിച്ചു. ഒട്ടേറെ ഇന്ത്യൻ വിപ്ലവകാരികൾ ലോകത്തിലെ ആദ്യത്തെ തൊഴിലാളിവർഗ്ഗ വിപ്ലവത്തിന്റെ നാട്ടിലേക്ക് ഏറക്കുറെ ഒരു തീർത്ഥയാത്ര തന്നെ നടത്തി. ബുദ്ധിമുട്ട് നിറഞ്ഞ ഇത്തരമൊരു സംരംഭം ഏറ്റെടുക്കാത്തവർ ബോംബെയിലും കൽക്കത്തയിലും മദ്രാസിലും യു പി–പഞ്ചാബ് മേഖലയിലും ചെറിയ കമ്യൂണിസ്റ്റ് ഗ്രൂപ്പുകൾക്ക് രൂപംനല്കി.

''സി പി ഐ'' താഷ്കന്റിൽ രൂപീകരിക്കപ്പെട്ടു

നിരവധി യൂറോപ്യൻ രാജ്യങ്ങളിലും അമേരിക്കയിലും കാനഡയിലും മറ്റും പോയി പ്രവാസികളായി കഴിഞ്ഞിരുന്ന ഇന്ത്യൻ വിപ്ലവകാരികളെയും റഷ്യൻ വിപ്ലവം സ്വാധീനിച്ചു. അവരിൽ ചിലർ താഷ്കന്റ് എന്ന സോവിയറ്റ് നഗരത്തിൽ കമ്യൂണിസ്റ്റ് പാർട്ടി ഓഫ് ഇന്ത്യ എന്ന പേരിൽ പാർട്ടി സംഘടിപ്പിക്കുന്നതിനു മുൻകൈയടുത്തു. ഇന്ത്യക്ക് പുറത്തുവ

ച്ചാണ് രൂപീകരിക്കപ്പെട്ടതെങ്കിലും നാട്ടിലുള്ള നിരവധി യുവ ഇന്ത്യൻ കമ്യൂണിസ്റ്റുകാരെ വിദ്യാഭ്യാസം ചെയ്യിക്കുന്നതിൽ ഈ പുതിയ സംഘടന ഒരുപാട് കാര്യങ്ങൾ ചെയ്തു. സ്വന്തം നാട്ടിൽ ജീവിക്കുകയും പ്രവർത്തിക്കുകയും ചെയ്തിരുന്ന കമ്യൂണിസ്റ്റുകാരുടെ നിരവധി കൊച്ചുകൊച്ചു ഗ്രൂപ്പുകൾക്ക് മാർക്സിസം–ലെനിനിസത്തിൽ ആദ്യമായി സൈദ്ധാന്തികവും പ്രായോഗികവുമായ വിദ്യാഭ്യാസം നല്കിയത് ആ സംഘടനയായിരുന്നു. അതുകൊണ്ട് പിന്നീട് ''കമ്യൂണിസ്റ്റ് പാർട്ടി ഓഫ് ഇന്ത്യ ആയി മാറിയതിന്റെ ആദ്യ അടിത്തറയായി താഷ്കന്റ് കമ്മിറ്റിയെ കണക്കാക്കാവുന്നതാണ്.

എന്നാൽ, ഇതിന് ഒരു പ്രധാന പോരായ്മയുണ്ട്. താഷ്കന്റ് കമ്മിറ്റി സ്വയം കമ്യൂണിസ്റ്റ് പാർട്ടി ഓഫ് ഇന്ത്യ എന്ന് വിളിക്കുന്നുണ്ടെങ്കിലും അതു പ്രവർത്തിച്ചിരുന്നത്, അതിന്റെ ഓഫീസ്, രാജ്യത്തിനുപുറത്തായിരുന്നു. ഈ കാരണത്താൽ, ഇന്ത്യൻ കമ്യൂണിസ്റ്റുകാരിൽ ഒരുവിഭാഗം താഷ്കന്റിൽ രൂപീകരിക്കപ്പെട്ട സംഘടനയെ കമ്യൂണിസ്റ്റ് പാർട്ടി ഓഫ് ഇന്ത്യയുടെ അടിത്തറയായി കണക്കാക്കിയിരുന്നില്ല. ആയതിനാൽ അവർ യു പിയിലെ കാൺപൂർ നഗരത്തിൽ ഇന്ത്യൻ കമ്യൂണിസ്റ്റുകാരുടെ പരസ്യമായ ഒരു സമ്മേളനം ചേരാൻ തീരുമാനിച്ചു. അങ്ങനെ കാൺപൂരിൽ നിയമ വിധേയമായി പ്രവർത്തിക്കുന്ന കമ്യൂണിസ്റ്റ് പാർട്ടി ഓഫ് ഇന്ത്യ രൂപീകരിക്കുകയുമുണ്ടായി. ചിലരുടെ അഭിപ്രായത്തിൽ ഇതാണ് യഥാർത്ഥത്തിൽ കമ്യൂണിസ്റ്റ് പാർട്ടി ഓഫ് ഇന്ത്യയുടെ അടിത്തറ; കാരണം ഇത് രൂപീകരിക്കപ്പെട്ടതും പ്രവർത്തിച്ചതും രാജ്യത്തിനുള്ളിലാണ്.

എന്നാൽ താഷ്കന്റ് സംഘടനയ്ക്കോ അതിന്റെ കാൺപൂർ പിൻഗാമിക്കോ ബ്രിട്ടീഷ് ഭരണാധികാരികളുടെ രൂക്ഷമായ അടിച്ചമർത്തലുകൾ കാരണം നിയമവിധേയമായി പ്രവർത്തിക്കാൻ കഴിഞ്ഞില്ല. കാൺപൂരിൽ രൂപീകരിക്കപ്പെട്ട കമ്യൂണിസ്റ്റ് പാർട്ടി ഓഫ് ഇന്ത്യയുടെ നേതൃനിരയിലുള്ള സഖാക്കളെയും ഒപ്പം ഒട്ടേറെ കമ്യൂണിസ്റ്റ് സഹയാത്രികരെയും മീററ്റ് ഗൂഢാലോചനക്കേസിൽ ഉൾപ്പെടുത്തി; 1929 ന്റെ ആരംഭം മുതൽ 1934 അവസാനംവരെ ആ കേസ് നിലനിന്നിരുന്നു. മീററ്റ് ഗൂഢാലോചന കേസിലെ കുറ്റാരോപിതർ ജയിൽ മോചനം നേടിയശേഷം മാത്രമാണ്, നിയമവിരുദ്ധമായി പ്രവർത്തിച്ചിരുന്ന കമ്യൂണിസ്റ്റ് പാർട്ടി ഓഫ് ഇന്ത്യയുടെ ഔപചാരികമായി രൂപീകരിക്കപ്പെട്ട കേന്ദ്ര കമ്മിറ്റിയും പൊളിറ്റ് ബ്യൂറോയും പ്രവർത്തനം ആരംഭിച്ചത്. അങ്ങനെ താഷ്കന്റ് കമ്മിറ്റിയും കാൺപൂർ കമ്മിറ്റിയും കമ്യൂണിസ്റ്റ് പാർട്ടി ഓഫ് ഇന്ത്യയുടെ തുടർച്ചയായ നേതൃത്വത്തിന്റെ മുൻഗാമികളാണ്.

താഷ്കന്റ് കമ്മിറ്റിയുടെയും കാൺപൂർ കമ്മിറ്റിയുടെയും പ്രവർത്തനങ്ങളും ഒപ്പം വർക്കേഴ്സ് ആൻഡ് പെസന്റ്സ് പാർട്ടിയുടെ (കാൺപൂരിൽ രൂപീകരിക്കപ്പെട്ട കമ്യൂണിസ്റ്റ് പാർട്ടി ഓഫ് ഇന്ത്യയെക്കാൾ കുറച്ചുകൂടി വിപുലമായ സംഘടനാസംവിധാനം) രാജ്യവ്യാപകമായ സംഘടനയുമാണ് 1934 ൽ രൂപീകരിക്കപ്പെട്ട 'കമ്യൂണിസ്റ്റ് പാർട്ടി ഓഫ്

ഇന്ത്യയുടെ അഖിലേന്ത്യാ കേന്ദ്രത്തിന്റെ 1930 കൾ വരെയുള്ള സംഘടനാപരമായ അടിത്തറ.

അങ്ങനെ ആറുദശകത്തിലേറെയായി കമ്യൂണിസ്റ്റ് പാർട്ടി ഓഫ് ഇന്ത്യയുടെ തുടർച്ചയായുള്ള നേതൃത്വം പ്രവർത്തിച്ചുവരികയാണ്. സാമാന്യം ദീർഘമായ ഒരു കാലയളവിനുള്ളിൽ പാർട്ടി വളരെയേറെ പുരോഗതി നേടിയിട്ടുണ്ട്. ഇന്ന് സി പി ഐ (എം), സി പി ഐ മാർക്സിസ്റ്റ്-ലെനിനിസ്റ്റ് എന്നു വിശേഷിപ്പിക്കപ്പെടുന്ന മറ്റു നിരവധി രാഷ്ട്രീയ ഗ്രൂപ്പുകൾ എന്നിങ്ങനെ വിഭജിക്കപ്പെട്ടിട്ടാണെങ്കിലും ഇന്ത്യൻ രാഷ്ട്രീയത്തിൽ കമ്യൂണിസ്റ്റുകാർ പരിഗണിക്കപ്പെടേണ്ട ഒരു ശക്തിയാണ്.

25 സംസ്ഥാനങ്ങളിൽ മൂന്നെണ്ണത്തിൽ -കേരളം, പശ്ചിമബംഗാൾ, ത്രിപുര – സി പി ഐ (എം) ഉം സി പി ഐയും ആർ എസ് പിയെയും ഫോർവേഡ് ബ്ലോക്കിനെയും പോലെയുള്ള മറ്റു മാർക്സിസ്റ്റ് ഗ്രൂപ്പുകളും നയിക്കുന്ന ഗവൺമെന്റുകളാണുള്ളത്. കേന്ദ്രത്തിലും രണ്ടുപ്രധാന ബൂർഷ്വാ രാഷ്ട്രീയ വിഭാഗങ്ങളായ കോൺഗ്രസിനെയും ബി ജെ പിയെയും അധികാരത്തിൽനിന്ന് അകറ്റി നിർത്തുകയെന്ന കാഴ്ചപ്പാടോടെ ലിബറൽ ബൂർഷ്വാ സംഘടനകളും മാർക്സിസ്റ്റ്-ലെനിനിസ്റ്റ് ഗ്രൂപ്പുകളും പരസ്പരം സഹകരിക്കുന്ന ഒരു ഗവൺമെന്റാണ് നിലവിലുള്ളത്.

കേന്ദ്രത്തിനുപുറമെ, തമിഴ്നാട്, ആന്ധ്ര, കർണ്ണാടകം, ബിഹാർ, ആസ്സാം, ജമ്മു-കാശ്മീർ എന്നീ സംസ്ഥാന ഗവൺമെന്റുകളെയും ഈ കൂട്ടുകെട്ടാണ് നയിക്കുന്നത്. അങ്ങനെ ഇന്ത്യയിലെ 25 ൽ 9 സംസ്ഥാനങ്ങളിൽ മാർക്സിസ്റ്റ്-ലെനിനിസ്റ്റുകൾ പങ്കാളികളായ ഗവൺമെന്റുകളാണുള്ളത്. ആയതിനാൽ കേന്ദ്ര-സംസ്ഥാന ഭരണത്തിൽ ഇന്ത്യൻ കമ്യൂണിസ്റ്റുകാരുടെ പൊതുരാഷ്ട്രീയ സ്വാധീനം അവഗണിക്കാനാവാത്തവിധം സ്പഷ്ടമാണ്.

എണ്ണത്തിന്റെ കാര്യത്തിൽ ഇന്ത്യൻ രാഷ്ട്രീയരംഗത്ത് മാർക്സിസ്റ്റ് -ലെനിനിസ്റ്റുകൾ ന്യൂനപക്ഷമാണെങ്കിലും ഇന്ത്യൻ രാഷ്ട്രീയത്തിൽ അതിന്റെ സ്വാധീനം ഇന്ത്യൻ മാർക്സിസ്റ്റ്-ലെനിനിസ്റ്റുകൾ കൈയാളുന്ന തിരഞ്ഞെടുപ്പ് കരുത്തിനേക്കാൾ വളരെ വലുതാണ്. കാരണം, മറ്റു രാഷ്ട്രീയഗ്രൂപ്പുകളിൽ നിന്നു വ്യത്യസ്തമായി മാർക്സിസ്റ്റ്-ലെനിനിസ്റ്റുകൾ ഇന്ത്യൻ രാഷ്ട്രീയത്തിന്റെ സിദ്ധാന്തത്തിലും പ്രയോഗത്തിലും വേറിട്ട സംഭാവന നല്കിയിട്ടുണ്ട്. ഇന്ത്യൻ രാഷ്ട്രീയത്തിന്റെ സിദ്ധാന്തത്തിലും പ്രയോഗത്തിലും മാർക്സിസം-ലെനിനിസത്തിന്റെ സ്വാധീനം എങ്ങനെ ഉയർന്നുവന്നുവെന്ന് വിശദീകരിക്കാനാണ് ഈ ലേഖനത്തിൽ ശ്രമിക്കുന്നത്.

ആദ്യകാല പ്രത്യയശാസ്ത്ര പ്രവർത്തനത്തിന്റെ മഹത്തായ പൈതൃകം

1920 കളുടെ തുടക്കത്തിൽത്തന്നെ, കമ്യൂണിസ്റ്റുപാർട്ടി ഓഫ് ഇന്ത്യ എന്ന് സ്വയം വിശേഷിപ്പിച്ചിരുന്ന താഷ്കന്റ് ഗ്രൂപ്പിന്റെ നേതാക്കൾ ഇന്ത്യയുടെ സമ്പദ്ഘടനയെയും രാഷ്ട്രീയസംവിധാനത്തെയും തത്ത്വചിന്ത

യെയും മറ്റും പഠിക്കുന്നതിന് വലിയ സംഭാവന നല്കിയിട്ടുണ്ട്. താഷ്കന്റ് ഗ്രൂപ്പ് പ്രസിദ്ധീകരിച്ചിരുന്ന ആനുകാലിക പ്രസിദ്ധീകരണങ്ങളിലെ നിരവധി ലേഖനങ്ങളിൽ, അക്കാലത്തെ മുഖ്യരാഷ്ട്രീയ സംഭവ വികാസങ്ങളെ മാർക്സിസ്റ്റ്–ലെനിനിസ്റ്റ് വിശകലനത്തിന് വിധേയമാക്കിയിരുന്നു.

കമ്യൂണിസ്റ്റുകാരനായി മാറിയ മുൻ ഇന്ത്യൻ ദേശീയ വിപ്ലവകാരി എം എൻ റോയി താഷ്കന്റ് ഗ്രൂപ്പിന്റെ ജേണലിൽ എഴുതിയ ഒരുകൂട്ടം ലേഖനങ്ങൾ ഇന്ത്യയിലെ അന്നത്തെ രാഷ്ട്രീയ സംഭവവികാസങ്ങളെ മാർക്സിസ്റ്റ്–ലെനിനിസ്റ്റ് വിശകലനത്തിന് വിധേയമാക്കിയിരുന്നു. വർഗ്ഗീയ പ്രശ്നം സംബന്ധിച്ച ചർച്ചയിൽ അദ്ദേഹത്തിന്റെ സംഭാവനകളും, മഹാത്മാഗാന്ധി പ്രതിഭാസത്തെക്കുറിച്ചുള്ള അദ്ദേഹത്തിന്റെ വിശകലനവും ഇന്ത്യൻ കമ്യൂണിസ്റ്റുകാർക്ക് വളരെയേറെ പ്രയോജനപ്രദമായിരുന്നു.

നിസ്സഹകരണ–ഖിലാഫത്ത് പ്രസ്ഥാനങ്ങൾ പിൻവലിക്കപ്പെട്ടതിനെ തുടർന്ന് പൊട്ടിപ്പുറപ്പെട്ട വർഗ്ഗീയകലാപങ്ങളെക്കുറിച്ചുള്ള അദ്ദേഹത്തിന്റെ വിശകലനം മുഖ്യമായ ഒരു സാമൂഹ്യ–രാഷ്ട്രീയപ്രശ്നത്തെക്കുറിച്ചുള്ള പഠനത്തിൽ വലിയ സംഭാവനയാണ് നല്കിയത്. ബ്രിട്ടീഷ് വാഴ്ചക്കാലത്തെ ഇന്ത്യയുടെ സാമ്പത്തിക–രാഷ്ട്രീയ–പ്രത്യയശാസ്ത്ര സ്ഥിതിയെക്കുറിച്ചുള്ള മാർക്സിസ്റ്റ്–ലെനിനിസ്റ്റ് വിശകലനത്തിന്റെ തുടക്കമായിരുന്നു, വാസ്തവത്തിൽ അദ്ദേഹത്തിന്റെ *ഇന്ത്യ പരിവർത്തനത്തിൽ* (*India in Transition*) എന്ന ഗ്രന്ഥത്തിന്റെ ഉള്ളടക്കം.

ഇതേ പ്രവർത്തനം നടത്തിയ മറ്റൊരു വിദേശ സഖാവായിരുന്നു രജനി പാം ദത്ത്; ബ്രിട്ടീഷ് കമ്യൂണിസ്റ്റുകാരനായ അദ്ദേഹം എഴുതിയ *പ്രതിമാസക്കുറിപ്പുകൾ* (*Notes of the Month*) സാർവ്വദേശീയ സംഭവവികാസങ്ങളെയും ഇന്ത്യയിലെ ദേശീയ രാഷ്ട്രീയ സംഭവവികാസങ്ങളെയുംകുറിച്ചുള്ള അതാത് മാസത്തെ വിശകലനമായിരുന്നു. അദ്ദേഹത്തിന്റെ *ഇന്ത്യ ഇന്ന്* (*India Today*) എന്ന ശീർഷകത്തിലുള്ള ഗ്രന്ഥം റോയിയുടെ ഇന്ത്യ പരിവർത്തനത്തിൽ'' എന്നതിന്റെ സഹോദര ഗ്രന്ഥമാണ്. ഈ രണ്ടുഗ്രന്ഥങ്ങളുമാണ് ഇന്ത്യയുടെ അടിസ്ഥാന സാമൂഹ്യ–സാമ്പത്തിക–സാംസ്കാരിക–രാഷ്ട്രീയപ്രശ്നങ്ങളിൽ മാർക്സിസ്റ്റ്–ലെനിനിസ്റ്റ് സിദ്ധാന്തം പ്രയോഗിക്കാനുള്ള പാഠപുസ്തകങ്ങളായി കരുതപ്പെട്ടത്.

റോയിയും ദത്തും നടത്തിയ ഇത്തരത്തിലുള്ള പ്രത്യയശാസ്ത്രപരമായ പ്രവർത്തനത്തിനൊപ്പം ഇന്ത്യയിലെ സഖാക്കൾ നടത്തിയ ദൈനംദിന രാഷ്ട്രീയ–സംഘടനാപ്രവർത്തനവുമാണ് പിന്നീട് കേന്ദ്ര കമ്മിറ്റിയോടും പൊളിറ്റ് ബ്യൂറോയോടുംകൂടി നിലവിൽവന്ന സംഘടിതവും കേന്ദ്രീകൃതവുമായ കമ്യൂണിസ്റ്റുപാർട്ടി ഓഫ് ഇന്ത്യക്ക് പ്രത്യയശാസ്ത്രപരമായ അടിത്തറ നല്കിയത്.

ഇന്ത്യൻ സാഹചര്യങ്ങളിൽ മാർക്സിസം–ലെനിനിസം പ്രയോഗി

ക്കുകയും മാർക്സിസ്റ്റ്–ലെനിനിസ്റ്റുകൾ നടത്തിയ രാഷ്ട്രീയവും സംഘടനാപരവുമായ വിപ്ലവപ്രവർത്തനത്തിന്റെ അനുഭവംകൊണ്ട് മാർക്സിസം–ലെനിനിസത്തെ സമ്പുഷ്ടമാക്കുകയും ചെയ്ത ഈ പ്രത്യയശാസ്ത്രപ്രവർത്തനത്തിന്റെ പാരമ്പര്യമാണ് 1934–35 മുതൽ (അപ്പോഴാണ് കേന്ദ്ര കമ്മിറ്റിയും പൊളിറ്റ് ബ്യൂറോയും നിലവിൽ വന്നത്; അതുമുതലാണ് തുടർച്ചയായി പ്രവർത്തനം നടത്താൻ കഴിഞ്ഞതും) ഇന്ത്യൻ കമ്യൂണിസ്റ്റുകാർ മുന്നോട്ടുകൊണ്ടുപോകുന്നത്. സി പി ഐ (എം) ലും സി പി ഐയിലും മറ്റു മാർക്സിസ്റ്റ്–ലെനിനിസ്റ്റ് ഗ്രൂപ്പുകളിലുമായി നില്ക്കുന്നവർ ഇന്ന് അഭിമാനപൂർവ്വം പരിപോഷിപ്പിക്കുന്നതും മുന്നോട്ടുകൊണ്ടുപോകുന്നതും ഈ മഹത്തായ പാരമ്പര്യത്തെയാണ്.

കമ്യൂണിസ്റ്റ് പാർട്ടി ഓഫ് ഇന്ത്യ എന്ന് സ്വയം വിശേഷിപ്പിച്ച താഷ്കന്റ് ഗ്രൂപ്പിന്റെ രൂപീകരണം മുതൽ ഇന്നുവരെയുള്ള സുദീർഘമായ ഈ കാലഘട്ടത്തിൽ ഇന്ത്യൻ കമ്യൂണിസ്റ്റുകാർ നല്കിയ പ്രമുഖ സംഭാവനകൾ എന്തെന്ന് വിശദമാക്കാനാണ് ചുവടെ ചേർക്കുന്ന ഖണ്ഡികകളിൽ ശ്രമിക്കുന്നത്.

1920 കളുടെ തുടക്കംമുതൽ തന്നെ തന്റെ കൃതികളിൽ എം എൻ റോയി വർഗ്ഗീയലഹളകളുടെ പ്രശ്നങ്ങളിൽ ശ്രദ്ധ കേന്ദ്രീകരിക്കുന്നുണ്ട്; അതിനെ വർഗ്ഗസമരവുമായി ബന്ധിപ്പിക്കുന്നുമുണ്ട്. വർഗ്ഗീയമായ ചേരിതിരിവിനുള്ള ഏകമറുമരുന്ന് വർഗ്ഗ ഐക്യമാണെന്ന് അദ്ദേഹം ചുണ്ടിക്കാണിക്കുന്നുണ്ട്; അതിനർത്ഥം സാമ്രാജ്യത്വത്തിനെതിരായ പോരാട്ടത്തിൽ എല്ലാ ജാതികളിലും സമുദായങ്ങളിലും ഉൾപ്പെടുന്ന അദ്ധ്വാനിക്കുന്ന ജനങ്ങളെ ഒരുമിച്ച് കൊണ്ടുവരികയെന്നാണ്; എല്ലാ ജാതികളിലും സമുദായങ്ങളിലും ഉൾപ്പെടുന്ന ധനികരും ഒന്നായി നില്ക്കലാണ്. റോയി തന്റെ ലേഖനങ്ങൾ എഴുതി ഏഴ് പതിറ്റാണ്ടിലേറെക്കാലം കഴിഞ്ഞ ശേഷവും ഈ തത്ത്വം ഇപ്പോഴും പ്രസക്തമാണ്. മർദ്ദകവർഗ്ഗങ്ങൾക്കെതിരായ സമരങ്ങളിലൂടെയുള്ള വർഗ്ഗ ഐക്യമാണ് വർഗ്ഗീയ പ്രശ്നത്തിനുള്ള ഒരേയൊരു പരിഹാരം.

ഹിന്ദുത്വത്തിൽനിന്നും ഇസ്ലാമിക് റിപ്പബ്ലിക്കിൽനിന്നും ക്രിസ്ത്യൻ ഭരണത്തിൽനിന്നും മറ്റും എന്നപോലെ ഏതെങ്കിലും പ്രത്യേക ജാതിയുടെ ഭരണത്തിൽനിന്നും വ്യത്യസ്തമായ ഒരു ജനാധിപത്യ റിപ്പബ്ലിക്കിനെ ഉയർത്തിക്കാണിക്കേണ്ടതുണ്ട്; അതിന് ഏതു ജാതിയിൽപ്പെട്ടവരായാലും ഏതുമതത്തിൽ വിശ്വസിക്കുന്നവരായാലും എല്ലാ സ്ത്രീ–പുരുഷന്മാരെയും ഭരണവർഗ്ഗങ്ങളിലെ എല്ലാ ജാതിസമുദായ വിഭാഗങ്ങളിലും ഉൾപ്പെടുന്ന ചൂഷകവർഗ്ഗങ്ങൾക്കെതിരായ സമരത്തിൽ ഒരുമിച്ചു കൊണ്ടുവരേണ്ടതാണ്.

രണ്ട് പതിറ്റാണ്ടിനുശേഷം പാകിസ്ഥാൻ വാദം പ്രചരിപ്പിച്ച മുഹമ്മദാലി ജിന്നയുടെ ദ്വിരാഷ്ട്ര സിദ്ധാന്തത്തെ എതിർക്കുന്നതിനായി കോൺഗ്രസ് ഉൾപ്പെടെയുള്ള മറ്റു മതനിരപേക്ഷ ശക്തികളുമായി ചേരുന്നതിന് കമ്യൂണിസ്റ്റുകാർക്ക് അടിത്തറയായത് ഇതാണ്. എന്നാൽ കോൺഗ്രസ്

ഇന്ത്യയെന്ന ഒറ്റരാഷ്ട്രം എന്ന ആശയമാണ് ഉയർത്തിപ്പിടിച്ചത്; കമ്യൂണിസ്റ്റുകാർ ചൂണ്ടിക്കാണിച്ച ഭാഷയുടെയും സംസ്കാരത്തിന്റെയും അടിസ്ഥാനത്തിൽ വിഭജിതമായ കോടിക്കണക്കിനാളുകൾ അധിവസിക്കുന്ന ഇന്ത്യ എന്ന ആശയത്തെ കോൺഗ്രസ് തിരസ്കരിക്കുകയാണുണ്ടായത്; ഒരൊറ്റ ഭാഷാ–സാംസ്കാരികവിഭാഗം അധിവസിക്കുന്ന പ്രദേശത്തെ, ഇന്ത്യൻ രാഷ്ട്രത്തിന്റെ മഹാഐക്യത്തിനുള്ളിലെ ദേശീയത എന്ന ആശയത്തെ കോൺഗ്രസ് അംഗീകരിച്ചിരുന്നില്ല. അവിഭാജ്യമായ ഇന്ത്യൻ രാഷ്ട്രത്തിനുള്ളിൽ വേറിട്ട ദേശീയതയായി ഒരു പ്രത്യേക ഭാഷാ–സാംസ്കാരിക വിഭാഗം അധിവസിക്കുന്ന പ്രദേശത്തെ കണക്കാക്കുകയാണെങ്കിൽ മാത്രമേ ഇന്ത്യയുടെ രാഷ്ട്രീയമായ ഐക്യത്തെ സംരക്ഷിക്കാനാവൂ എന്നാണ് നമ്മുടെ ഭാഗത്തുനിന്ന് ചൂണ്ടിക്കാണിക്കപ്പെട്ടത്. ഈ അർത്ഥത്തിലാണ് 1940 കളിൽ കമ്യൂണിസ്റ്റുകാർ ഇന്ത്യയെ ബഹുദേശീയരാഷ്ട്രമെന്ന് വിളിച്ചത്. മറ്റു വാക്കുകളിൽ പറഞ്ഞാൽ, കമ്യൂണിസ്റ്റുകാർ നിർവ്വചിച്ച ബഹുദേശീയ ഇന്ത്യ ഒരു രാഷ്ട്രമെന്ന നിലയിൽ ഇന്ത്യയുടെ ഐക്യത്തിനു വിരുദ്ധമല്ല, മറിച്ച് പൂരകമാണ്.

അതുകൊണ്ടാണ് 1951 ൽ അംഗീകരിച്ച അവിഭക്ത കമ്യൂണിസ്റ്റ് പാർട്ടി ഓഫ് ഇന്ത്യയുടെ പരിപാടിയും 1964 ൽ അംഗീകരിച്ച സി പി ഐ (എം) ന്റെയും സി പി ഐയുടെയും പരിപാടിയും മലയാളികൾ, ബംഗാളികൾ, തമിഴർ, ആന്ധ്രാക്കാർ, കർണ്ണാടകക്കാർ, പഞ്ചാബികൾ എന്നിങ്ങനെയുള്ള ഓരോ സാംസ്കാരിക–ഭാഷാ ഗ്രൂപ്പിനും സാദ്ധ്യമായേടത്തോളം പരമാവധി സ്വയംഭരണ സംസ്ഥാനം അനുവദിക്കണമെന്ന് ആവശ്യപ്പെട്ടത്.

ഇന്ത്യൻ രാഷ്ട്രീയത്തിന്റെ സ്വഭാവത്തിനും ഉള്ളടക്കത്തിനും ഇന്ത്യൻ കമ്യൂണിസ്റ്റുകാർ നല്കിയ വേറിട്ട സംഭാവന ഇതാണ്. ഏകീകരിക്കപ്പെട്ട ഇന്ത്യൻ രാഷ്ട്രത്തിനുള്ളിൽ വേറിട്ട ദേശീയതകളായി ഭാഷാപരമായും സാംസ്കാരികമായും നിർവ്വചിക്കപ്പെട്ട സംസ്ഥാനങ്ങളുടെ ബഹുസ്വരത ഉണ്ടെങ്കിൽ മാത്രമേ ഇന്ത്യയുടെ തകർക്കാനാവാത്ത ഐക്യം കാത്തുസൂക്ഷിക്കാൻ കഴിയൂ. ഇത്തരത്തിൽ വ്യക്തമായ ഒരാശയം മുന്നോട്ടുവയ്ക്കാൻ മറ്റൊരു രാഷ്ട്രീയപാർട്ടിക്കും കഴിയുന്നില്ല. ആയതിനാൽ ഇന്ത്യയുടെ രാഷ്ട്രീയ ചിന്തയുടെ സിദ്ധാന്തത്തിനും പ്രയോഗത്തിനും മാർക്സിസ്റ്റ്–ലെനിനിസ്റ്റുകാർ നല്കിയ വിലപ്പെട്ട സംഭാവനയാണിത്.

കാർഷിക വിപ്ലവം–സ്വാതന്ത്ര്യത്തിനുമുൻപും ശേഷവും

നിയമവിരുദ്ധമായി പ്രവർത്തിച്ചിരുന്ന കമ്യൂണിസ്റ്റ് പാർട്ടി ഓഫ് ഇന്ത്യ 1930 കളിൽ പ്രസിദ്ധീകരിച്ച ആദ്യത്തെ പരിപാടിപരമായ പ്രസ്താവന ദേശീയ വിപ്ലവവും കാർഷിക വിപ്ലവവും തമ്മിലുള്ള പരസ്പരബന്ധത്തിലേക്ക് ശ്രദ്ധ ക്ഷണിച്ചിരുന്നു. കോടിക്കണക്കിനുവരുന്ന കർഷകജനസാമാന്യത്തെ തൊഴിലാളിവർഗ്ഗത്തിന്റെ നേതൃത്വത്തിലുള്ള ഉ

ശിരൻ പ്രസ്ഥാനത്തിലേക്ക് ആകർഷിക്കാൻ കഴിയുന്ന വിപ്ലവമാർഗ്ഗത്തിലൂടെ മാത്രമേ ഇന്ത്യയുടെ സ്വാതന്ത്ര്യം കൈവരിക്കാനാകൂ.

അക്രമരാഹിത്യം, ജനങ്ങളുടെ സ്വത്തിന്റെ ''ട്രസ്റ്റി''കളാണ് ബൂർഷ്വാ–ഭൂപ്രഭുവർഗ്ഗങ്ങൾ എന്നിങ്ങനെയുള്ള മഹാത്മാഗാന്ധിയുടെ നേതൃത്വത്തിലുള്ള ദേശീയ പ്രസ്ഥാനത്തിലെ ബൂർഷ്വാ നേതൃത്വത്തിന്റെ ആശയങ്ങൾക്കെതിരായിരുന്നു ഇത്. ആയതിനാൽ, ഈ ഗാന്ധിയൻ സങ്കല്പനങ്ങൾക്കെതിരെ പ്രത്യയശാസ്ത്രപരമായ സമരം നയിക്കുന്നതിനൊപ്പം വ്യാവസായികത്തൊഴിലാളികളെയും കർഷകത്തൊഴിലാളികളെയും പണിയെടുക്കുന്ന കർഷകരെയും എല്ലാ വിഭാഗം അദ്ധ്വാനിക്കുന്ന ജനവിഭാഗങ്ങളെയും ബൂർഷ്വാ ഭൂപ്രഭു അടിച്ചമർത്തലിനെതിരെ സംഘടിപ്പിച്ചുകൊണ്ടുള്ള സാമൂഹിക–രാഷ്ട്രീയ സമരങ്ങൾ നടത്തിക്കൊണ്ട് മുന്നോട്ടുപോകാൻ കമ്യൂണിസ്റ്റ് പാർട്ടി ഓഫ് ഇന്ത്യക്ക് കഴിഞ്ഞു. ഇതായിരുന്നു ബൂർഷ്വാസിയുടെ പിന്തുണയുള്ള കോൺഗ്രസിന്റെ വലതുപക്ഷ നേതൃത്വത്തെയും കോൺഗ്രസുകാരായ സാധാരണ സ്ത്രീ പുരുഷന്മാരെയും തമ്മിൽ വേർതിരിക്കുന്ന രേഖ.

കോൺഗ്രസ് സംഘടനയ്ക്കുള്ളിൽ 1930 കളുടെ മദ്ധ്യത്തിൽ വ്യക്തമായ ഒരു ഇടതുപക്ഷ ഗ്രൂപ്പ് ഉയർന്നുവന്നു. വലതുപക്ഷ നേതൃത്വത്തിനെതിരായ അതിന്റെ സമരം 1939 ൽ കോൺഗ്രസ് അദ്ധ്യക്ഷ സ്ഥാനത്തേക്കുള്ള തിരഞ്ഞെടുപ്പിൽ അതിന്റെ പാരമ്യത്തിലെത്തി. ആ തിരഞ്ഞെടുപ്പിൽ മത്സരിച്ച ഇടതുസ്ഥാനാർത്ഥി സുഭാഷ് ചന്ദ്രബോസ്, ഒരു പ്രസ്താവന പുറപ്പെടുവിച്ചു. അതിൽ അദ്ദേഹം ഇന്ത്യയിലെ അധികാര കൈമാറ്റത്തിനു ബ്രിട്ടീഷ് ഭരണാധികാരികളുമായി കോൺഗ്രസിന്റെ വലതുപക്ഷ നേതൃത്വം ഒത്തുതീർപ്പിനു ശ്രമിക്കുകയാണെന്ന് ആരോപിച്ചു. ഇത് ദേശീയ താല്പര്യത്തിനു വിരുദ്ധമാണെന്നും അദ്ദേഹം പറഞ്ഞു. ബ്രിട്ടീഷ് സാമ്രാജ്യത്വത്തിനെതിരായി ദേശീയമായി ബഹുജന സമരമാണ് വേണ്ടത്; താൻ ആ നയത്തിനുവേണ്ടിയാണ് തിരഞ്ഞെടുപ്പിൽ മത്സരിക്കുന്നത് എന്നും അദ്ദേഹം പറഞ്ഞു.

കോൺഗ്രസ് അദ്ധ്യക്ഷ സ്ഥാനത്തേക്കുള്ള തിരഞ്ഞെടുപ്പിൽ ഇടതുപക്ഷ സ്ഥാനാർത്ഥി മുന്നോട്ടുവച്ച നയത്തിനു സാധാരണക്കാരായ കോൺഗ്രസുകാരിൽ ഭൂരിപക്ഷത്തിന്റെയും പിന്തുണ ഉണ്ടായിരുന്നു. ആയതിനാൽ കോൺഗ്രസ് അദ്ധ്യക്ഷനായി ബോസ് തിരഞ്ഞെടുക്കപ്പെട്ടു. എന്നാൽ ബൂർഷ്വാ നേതൃത്വം ഗൂഢാലോചനയിലൂടെ കോൺഗ്രസ് പ്രസിഡന്റ് സ്ഥാനത്തുനിന്നും ബോസിനെ പുറത്തുചാടിച്ചു; കോൺഗ്രസിൽനിന്നുതന്നെ അദ്ദേഹത്തെ പുറത്താക്കുന്നിടത്തേക്ക് അതെത്തി.

1940 കളിൽ സാമ്രാജ്യത്വവിരുദ്ധ സമരത്തിന്റെ രണ്ടു രൂപങ്ങൾ സംഘടിപ്പിക്കപ്പെട്ടതിന്റെ പശ്ചാത്തലം ഇതായിരുന്നു – മഹാത്മാഗാന്ധിയുടെ നേതൃത്വത്തിൽ കോൺഗ്രസ് നയിച്ച ക്വിറ്റിന്ത്യാ സമരവും സുഭാഷ്ചന്ദ്രബോസ് നയിച്ച ഇന്ത്യൻ നാഷണൽ ആർമിപ്രസ്ഥാനവും. ഇതിൽ ക്വിറ്റ് ഇന്ത്യാസമരം പ്രത്യക്ഷത്തിൽ ഒരു ഉശിരൻ സമരമായിരുന്നു;

അത് ദശലക്ഷക്കണക്കിന് ഇന്ത്യക്കാരെ ഉശിരൻ സമരരൂപങ്ങളിലേക്ക് ആകർഷിച്ചു. രണ്ടാമത്തേത്, സുഭാഷ്ചന്ദ്രബോസിന്റെ നേതൃത്വത്തിൽ ഇന്ത്യൻ നാഷണൽ ആർമിയുടെ (ഐ എൻ എ) രൂപീകരണത്തിനിടയാക്കി, ഐ എൻ എയ്ക്ക് പിന്തുണ നല്കിയിരുന്ന ജപ്പാനിലെ സൈനിക ഭരണാധികാരികളുമായി അദ്ദേഹം ഒരു കരാറിൽ ഏർപ്പെടുകയുണ്ടായി.

കമ്യൂണിസ്റ്റ് പാർട്ടി ഓഫ് ഇന്ത്യക്ക് ഇതിൽ രണ്ടിനെയും പിന്തുണയ്ക്കാൻ കഴിയുമായിരുന്നില്ല; കോൺഗ്രസ് നേതൃത്വം ക്വിറ്റ് ഇന്ത്യാസമരം സംഘടിപ്പിച്ചത് അധികാരം കൈമാറുന്നതിന് ബൂർഷ്വാനേതാക്കളുമായി പരസ്യമായ കൂടിയാലോചനയ്ക്ക് ബ്രിട്ടീഷ് ഭരണാധികാരികൾക്കുമേൽ സമ്മർദ്ദം ചെലുത്താനുള്ള തയ്യാറെടുപ്പിന്റെ നീക്കമായിരുന്നു. ഐ എൻ എയെ സംബന്ധിച്ചിടത്തോളം അതിന്റെ നേതാക്കൾക്ക് യാഥാർത്ഥ്യമായും സാമ്രാജ്യത്വവിരുദ്ധ വികാരം ഉണ്ടായിരുന്നെങ്കിലും ബ്രിട്ടീഷ് ഭരണാധികാരികളുമായി ശത്രുത ഉണ്ടായിരുന്ന ജാപ്പനീസ് സാമ്രാജ്യത്വമേധാവികളുടെ നിർദ്ദേശപ്രകാരമുള്ള ഒരു പ്രസ്ഥാനമായിരുന്നു അതെന്നാണ് കമ്യൂണിസ്റ്റ് പാർട്ടി ഓഫ് ഇന്ത്യ കണക്കാക്കിയത്.

ആയതിനാൽ കമ്യൂണിസ്റ്റ് പാർട്ടി ഓഫ് ഇന്ത്യ ഈ രണ്ട് പ്രസ്ഥാനത്തിൽനിന്നും വിട്ടുനിന്നു. എന്നാൽ യുദ്ധത്തിന്റെ അവസാനമായപ്പോൾ പാർട്ടി സ്വന്തം നിലയിൽ ശക്തവും രണോത്സുകവുമായ ബഹുജനസമരങ്ങളിൽ ഏർപ്പെട്ടു. വ്യാവസായികത്തൊഴിലാളികളുടെ സമരങ്ങളുടെ വേലിയേറ്റവും ബംഗാളിലെ തേഭാഗ പ്രക്ഷോഭത്തെയും പുന്നപ്ര – വയലാർ സമരത്തെയും ഹൈദരാബാദിലെ തെലങ്കാന സമരത്തെയും മദ്രാസിലെ തെലുങ്ക് ജില്ലകളിലും മലബാറിലും, മഹാരാഷ്ട്രയിലെ താനെ ജില്ലയിലും പഞ്ചാബിലെ പല ജില്ലകളിലും മറ്റുമായി രാജ്യത്തിന്റെ നാനാഭാഗങ്ങളിൽ പൊട്ടിപ്പുറപ്പെട്ട കർഷകപ്രക്ഷോഭങ്ങളെയുംപോലുള്ള ഉശിരൻ കർഷകപ്രസ്ഥാനങ്ങളും ഇതിന്റെ ഭാഗമായിരുന്നു. വ്യാവസായികതൊഴിലാളികളുടെ പണിമുടക്കുകളുടെ വേലിയേറ്റത്തിനൊപ്പം ഗവൺമെന്റ് ജീവനക്കാർ ഉൾപ്പെടെയുള്ള ഇടത്തരം ജീവനക്കാർ, വിദ്യാർത്ഥികൾ, യുവജനങ്ങൾ, വനിതകൾ എന്നീ വിഭാഗങ്ങളെല്ലാം അണിനിരന്ന കരുത്തുറ്റ വിപ്ലവമുന്നേറ്റമായിരുന്നു യുദ്ധാനന്തര മാനങ്ങളിൽ നടന്നത്. അതുകൊണ്ടുതന്നെ, ക്വിറ്റ് ഇന്ത്യാപ്രസ്ഥാനത്തോടും ഐഎൻഎ പ്രസ്ഥാനത്തോടുമുള്ള എതിർപ്പുമൂലം സാമ്രാജ്യത്വവിരുദ്ധരായ ബഹുജനങ്ങളിൽനിന്നും ഒറ്റപ്പെട്ടുനിന്നിട്ടും, കമ്യൂണിസ്റ്റ് പാർട്ടി ഓഫ് ഇന്ത്യ യുദ്ധാനന്തര കാലത്ത് വിപ്ലവമുന്നേറ്റങ്ങളുടെ നേതൃനിരയിലേക്ക് വന്നു.

എന്നാൽ, കമ്യൂണിസ്റ്റ് പാർട്ടി ഓഫ് ഇന്ത്യ സാമാജ്ര്യത്വ വിരുദ്ധ പ്രസ്ഥാനത്തിലെ തീർത്തും ദുർബ്ബലമായ ശക്തിയായിരുന്നു; പൊതുവെ കോൺഗ്രസാണ് സാമ്രാജ്യത്വ വിരുദ്ധപ്രസ്ഥാനത്തെ നയിച്ചിരുന്നത്. ആയതിനാൽ പിന്നീട് ക്വിറ്റ് ഇന്ത്യ പ്രസ്ഥാനത്തിലും ഐ എൻ എ

പ്രസ്ഥാനത്തിലും നേതൃത്വം വഹിച്ചതുമൂലം ലഭിച്ചപേരും പെരുമയും ഉപയോഗിച്ച് കോൺഗ്രസും ഗവൺമെന്റും തമ്മിലും കോൺഗ്രസും ലീഗും തമ്മിലും ആരംഭിച്ച ഒത്തുതീർപ്പ് കൂടിയാലോചനകളുടെ അടിത്തറയായി വമ്പിച്ച യുദ്ധാനന്തര ജനകീയ മുന്നേറ്റങ്ങളെ മാറ്റാൻ കോൺഗ്രസിനു കഴിഞ്ഞു. ഈ ത്രിമുഖ കൂടിയാലോചനകൾ ആത്യന്തികമായും ബ്രിട്ടീഷ് ഭരണാധികാരികളെ, ''വിഭജിക്കുക, ഇന്ത്യ വിടുക'' എന്ന മുസ്ലീം ലീഗിന്റെ മുദ്രാവാക്യം പ്രാവർത്തികമാക്കാൻ പ്രാപ്തരാക്കുകയാണുണ്ടായത്. ഈ കൂടിയാലോചനകൾ അവസാനിച്ചത്, ഹിന്ദു ഭൂരിപക്ഷമുള്ള ഇന്ത്യൻ യൂണിയനിൽ കോൺഗ്രസ് നേതാക്കൾക്കും മുസ്ലീം ഭൂരിപക്ഷമുള്ള പാകിസ്ഥാനിൽ ലീഗ് നേതാക്കൾക്കും അധികാരം കൈമാറുന്നതിലാണ്. ഉശിരൻ ബഹുജനപ്രക്ഷോഭങ്ങളിൽ ചിലതെല്ലാം കമ്യൂണിസ്റ്റു പാർട്ടി ഫലപ്രദമായി നേതൃത്വം നല്കിയവയാണ്; നാലുവർഷക്കാലം നീണ്ടുനിന്ന തെലങ്കാനസമരവും റോയൽ ഇന്ത്യൻ നേവിയിലെ നാവികരുടെ ബോംബെ കലാപവുമെല്ലാം അക്കൂട്ടത്തിലുള്ളതാണ്; എന്നാൽ തൊഴിലാളിവർഗ്ഗവും അതിന്റെ പാർട്ടിയും ഉശിരൻ ബഹുജനസമരങ്ങളെ അഖിലേന്ത്യാടിസ്ഥാനത്തിലുള്ള വിപ്ലവമുന്നേറ്റമായി വികസിപ്പിക്കാൻ വേണ്ടത്ര കരുത്താർജ്ജിച്ചിരുന്നില്ല എന്നതിനാൽ ബൂർഷ്വാസിക്ക് ഈ വിപ്ലവ മുന്നേറ്റങ്ങളെ വഞ്ചിക്കാൻ കഴിഞ്ഞു.

(1997 ൽ പ്രസിദ്ധീകരിച്ച Documents of the Indian Communist Movement-ൽ ഉൾപ്പെടുത്തപ്പെട്ട ആമുഖ ലേഖനത്തിൽനിന്ന്)

സാഹചര്യങ്ങളുടെ മൂർത്തമായ വിശകലനമാണ് വിപ്ലവത്തിന്റെ കാതൽ

ഹർകിഷൻസിങ് സുർജീത്

കൊളോണിയൽ, അർദ്ധ കൊളോണിയൽ ഭരണത്തിലായിരുന്ന മറ്റേതൊരു രാജ്യത്തെയും കമ്യൂണിസ്റ്റു പ്രസ്ഥാനത്തിന്റെ അത്രതന്നെ പഴക്കമുള്ളതാണ് ഇന്ത്യയിലെ കമ്യൂണിസ്റ്റു പ്രസ്ഥാനവും. മുതലാളിത്തത്തിൽനിന്ന് സോഷ്യലിസത്തിലേക്കുള്ള പരിവർത്തനത്തിൽ ഒരു പുതുയുഗം സാദ്ധ്യമാക്കിയ, വലിയ ചരിത്രപ്രാധാന്യമുള്ള സംഭവമായ ഒക്ടോബർ വിപ്ലവത്തിന്റെ സ്വാധീനത്തിലാണ് ഇന്ത്യയിലെ കമ്യൂണിസ്റ്റുപ്രസ്ഥാനവും വികസിച്ചത്. ദേശീയ വിമോചന സമരങ്ങൾക്ക് ദൃഢമായ പിന്തുണ നല്കുന്ന ലെനിന്റെ പ്രഖ്യാപനം ലോകമാസകലമുള്ള ദേശീയ വിമോചനത്തിനായി പൊരുതുന്ന ജനങ്ങളുടെ ശ്രദ്ധയാകർഷിച്ചു. 1919 ൽ കമ്യൂണിസ്റ്റ് ഇന്റർനാഷണൽ രൂപീകരിച്ചതും സാമ്രാജ്യത്വവാഴ്ചയിൽ കോളനി രാജ്യങ്ങളിലെ ജനങ്ങളുടെ ദുരിതമയവും നിഷ്ഠുരവുമായ അവസ്ഥ തുറന്നുകാണിക്കുന്നതും തൊഴിലാളിവർഗ്ഗത്തിനും കർഷക ജനതയ്ക്കും സുപ്രധാന പങ്ക് നല്കിക്കൊണ്ട് എല്ലാ ദേശാഭിമാനി ശക്തികളെയും കൂട്ടി യോജിപ്പിച്ച് സമ്പൂർണ്ണ സ്വാതന്ത്ര്യത്തിനായി പൊരുതണമെന്ന് ആഹ്വാനംചെയ്യുന്നതുമായ ലെനിന്റെ കൊളോണിയൽ തീസിസ് ഇന്റർനാഷണലിന്റെ രണ്ടാം കോൺഗ്രസ് അംഗീകരിച്ചതും ദേശീയ വിമോചന പ്രസ്ഥാനത്തിന് പുതിയ ഊർജ്ജവും കരുത്തും പ്രദാനംചെയ്തു. സാമ്രാജ്യത്വ രാജ്യങ്ങളിലെ തൊഴിലാളിവർഗ്ഗം വിമോചനത്തിനായി പൊരുതുന്ന ജനങ്ങളുമായി ഇരുകൂട്ടരുടെയും താല്പര്യസംരക്ഷണത്തിന് ഐക്യമുണ്ടാക്കണമെന്ന് ഈ തീസിസ് ആഹ്വാനം ചെയ്തു. കോളനി രാജ്യങ്ങളിലെയും അർദ്ധകോളനി രാജ്യങ്ങളിലെയും പോരാട്ടങ്ങളിൽ കൊളോണിയൽ തീസിസ് ഒരു പുതിയ അദ്ധ്യായമായി മാറി. സാമ്രാജ്യത്വത്തിനെതിരായ സമരത്തിന് എന്നപോലെ സോഷ്യലിസത്തിനായുള്ള സമരവുമായി അതിനെ ബന്ധിപ്പിക്കുന്നതിനും കൊളോണിയൽ തീസിസ് പുതിയൊരു പ്രോത്സാഹനം നല്കി.

സാമ്രാജ്യത്വത്തെ വിശകലനംചെയ്തുകൊണ്ട് ലെനിൻ എത്തിച്ചേർന്ന നിഗമനം, വികസിത മുതലാളിത്ത രാജ്യങ്ങളിൽ മാത്രമേ സോഷ്യലിസ്റ്റ് വിപ്ലവം വിജയിക്കുകയുള്ളൂ എന്നത് ശരിയല്ലെന്നാണ്. സാമ്രാജ്യത്വ ശൃംഖല ഏറ്റവും ദുർബ്ബലമായിട്ടുള്ള പിന്നോക്ക രാജ്യങ്ങളിലും സോഷ്യലിസ്റ്റ് വിപ്ലവം സാദ്ധ്യമാണെന്ന് അദ്ദേഹം തറപ്പിച്ചു പറഞ്ഞു. തുടർന്നുള്ള സംഭവങ്ങൾ ലെനിന്റെ ധാരണ ശരിവയ്ക്കുന്നതായിരുന്നു. ദേശീയ വിമോചന സമരത്തിന്റെ നേതൃത്വം തൊഴിലാളിവർഗ്ഗത്തിന് കൈവശപ്പെടുത്താൻ കഴിയുന്നിടങ്ങളിലെല്ലാം ബൂർഷ്വാ ജനാധിപത്യ വിപ്ലവത്തിന്റെ കടമകൾ പൂർത്തീകരിക്കാൻ തൊഴിലാളി വർഗ്ഗത്തിന് കഴിയുന്നുവെന്ന് മാത്രമല്ല, ശാസ്ത്രീയ സോഷ്യലിസത്തിന്റെ ആശയങ്ങളാൽ മാർഗ്ഗദർശനം നല്കപ്പെടുന്ന തൊഴിലാളിവർഗ്ഗത്തിന് സോഷ്യലിസ്റ്റ് വിപ്ലവത്തെ വിജയത്തിലേക്ക് നയിക്കാനും കഴിഞ്ഞിട്ടുണ്ട്. ചൈനയും വിയത്നാമും കൊറിയയും തുടർന്ന് ക്യൂബയും ഈ അവകാശവാദത്തെ സാധൂകരിക്കുന്നു.

ലോകത്തെ വിവിധ ദേശീയ വിമോചന സമരങ്ങളുടെ വിജയത്തിൽ മഹത്തായ ഒക്ടോബർ വിപ്ലവം ശ്രദ്ധേയമായ പങ്കുവഹിച്ചിട്ടുണ്ട്. ഫാസിസത്തിനുമേലുള്ള വിജയമാണ് ലോകത്തിന്റെ മുഖച്ഛായ മാറ്റിയത്; അതിന്റെ സ്വാധീനത്തിലാണ് കോളണി രാജ്യങ്ങളിലെ ജനങ്ങളുടെ സമരം പുതിയ ഉയരങ്ങൾ കൈവരിച്ചത്; ലോകത്തുടനീളം സാമ്രാജ്യത്വത്തിന്റെ നേരിട്ടുള്ള ഭരണത്തിന് അറുതിവരുത്തിയതും അതിന്റെ ഫലമായാണ്.

സോവിയറ്റ് യൂണിയന്റെ ശിഥിലീകരണത്തെയും കിഴക്കൻ യൂറോപ്യൻ രാജ്യങ്ങളിലെ പിന്നോട്ടുപോക്കിനെയും തുടർന്ന് സോഷ്യലിസത്തിന് തിരിച്ചടിയേറ്റതിന്റെ അനന്തരഫലമായി സാമ്രാജ്യത്വവും അതിന്റെ കൂലിയെഴുത്തുകാരും അഴിച്ചുവിട്ട ഭീകരമായ കടന്നാക്രമണം സോഷ്യലിസത്തിന്റെയും അതിന്റെ ആശയങ്ങളുടെയും ചരമക്കുറിപ്പെഴുതുന്ന വിധമായിരുന്നു; മാനവചരിത്രത്തിന്റെ പരിണാമത്തിലെ അവസാനഘട്ടം മുതലാളിത്തമാണെന്നായിരുന്നു അവർ ഉദ്ഘോഷിച്ചത്. ഹ്രസ്വകാലത്തിനകംതന്നെ, വെറും അഞ്ചുവർഷംകൊണ്ടുതന്നെ ഈ ആവേശത്തള്ളിച്ചകളെല്ലാം പൊളിച്ചടുക്കപ്പെട്ടു.

മുതലാളിത്തം വീണ്ടും ഒരിക്കൽക്കൂടി അഗാധമായ പ്രതിസന്ധിയിൽ അകപ്പെട്ടു. കൂടുതൽ ലാഭം കുന്നുകൂട്ടുന്നതിനും ചൂഷണം തീവ്രമാക്കുന്നതിനും മുതലാളിത്തം ഉപയോഗിച്ച ശാസ്ത്ര–സാങ്കേതിക രംഗങ്ങളിൽ ദ്രുതഗതിയിലുള്ള മുന്നേറ്റങ്ങളുണ്ടായിട്ടും മുതലാളിത്ത രാജ്യങ്ങളിൽ ദാരിദ്ര്യവും തൊഴിലില്ലായ്മയും വർദ്ധിച്ചുകൊണ്ടിരുന്നു. നേരെമറിച്ച്, ഉല്പാദനശക്തികളുടെ വികാസത്തിന് അനുയോജ്യമായ പരിഷ്കരണപ്രക്രിയയിലൂടെ സോഷ്യലിസ്റ്റ് രാജ്യങ്ങൾ അതത് രാജ്യങ്ങളിൽ പ്രാരംഭഘട്ടത്തിലെ പ്രയാസങ്ങൾ തരണംചെയ്യുകയും മുന്നേറുകയുമാണ്.

കഴിഞ്ഞകാല പിശകുകളിൽനിന്ന് പാഠങ്ങൾ ഉൾക്കൊണ്ടുകൊണ്ട് സാർവ്വദേശീയ കമ്യൂണിസ്റ്റ് പ്രസ്ഥാനം സ്വന്തം ശക്തികളെ പുനഃസം

ഘടിപ്പിക്കുകയാണ്. തൊഴിലാളിവർഗ്ഗം അതിന്റെ പാർട്ടിയുടെ, കമ്യൂണിസ്റ്റുപാർട്ടിയുടെ, പിന്നിൽ അതിന്റെ അന്ത്യം സംബന്ധിച്ച പ്രഖ്യാപനങ്ങളെയെല്ലാം നിരാകരിച്ചുകൊണ്ട് വീണ്ടും അണിനിരക്കുകയാണ്. ഈ തിരിച്ചടികൾ സംഭവിച്ചത് സിദ്ധാന്തത്തിലെ തെറ്റുമൂലമല്ലെന്നും മറിച്ച് ഓരോ രാജ്യത്തും നിലനില്ക്കുന്ന മൂർത്തമായ സാഹചര്യങ്ങളിൽ ശാസ്ത്രീയ സോഷ്യലിസത്തിന്റെ സിദ്ധാന്തം പ്രയോഗിക്കുന്നതിലെ വക്രീകരണങ്ങളും വ്യതിയാനങ്ങളും മൂലമാണെന്നും തൊഴിലാളി വർഗ്ഗത്തിന് ബോദ്ധ്യപ്പെട്ടിരിക്കുന്നു.

രാജ്യത്തിനകത്തും പുറത്തുമുള്ള പ്രസ്ഥാനത്തിന്റെ അഭ്യുദയകാംക്ഷികളെ വേദനിപ്പിക്കുന്ന ഒരു ചോദ്യമുണ്ട്–ചില പ്രധാനപ്പെട്ട മുൻ കോളനികളിലും മുൻ അർദ്ധകോളനികളിലും വിജയംവരിക്കാൻ കഴിഞ്ഞിട്ടും, 1920 ൽ രൂപീകരിക്കപ്പെട്ട കമ്യൂണിസ്റ്റുപാർട്ടി ഓഫ് ഇന്ത്യക്ക് സോഷ്യലിസ്റ്റ് വിപ്ലവം എന്ന ലക്ഷ്യം സാക്ഷാൽക്കരിക്കാൻ കഴിയാത്തത് എന്തുകൊണ്ടാണ്? ആത്മസമർപ്പണത്തിന്റേയോ ത്യാഗത്തിന്റേയോ അഭാവമല്ല കാരണം. ഇക്കാര്യത്തിൽ ഇന്ത്യൻ കമ്യൂണിസ്റ്റുകാർക്ക് അഭിമാനപൂർവ്വം ഉയർത്തിപ്പിടിക്കാൻ കഴിയുന്ന റിക്കാർഡാണുള്ളത്. ദേശീയ വിമോചനത്തിനായും തൊഴിലാളിവർഗ്ഗത്തിന്റേയും കർഷക ജനതയുടെയും അദ്ധ്വാനിക്കുന്നവരായ മറ്റു ജനകോടികളുടെയും താല്പര്യങ്ങൾ സംരക്ഷിക്കുന്നതിനായും ഇന്ത്യയിലെ കമ്യൂണിസ്റ്റുകാർ അളവറ്റ ത്യാഗങ്ങളാണ് സഹിച്ചിട്ടുള്ളത്. സമ്പൂർണ്ണ സ്വാതന്ത്ര്യമെന്ന മുദ്രാവാക്യം ആദ്യം ഉയർത്തിയത് അവരാണ്. കടുത്ത ത്യാഗങ്ങളുടെ മൂർത്തമായ ഉദാഹരണങ്ങൾ അവർ പ്രദാനംചെയ്തിട്ടുണ്ട്. വിപ്ലവകാരികളിൽ മഹാഭൂരിപക്ഷത്തെയും സ്വന്തം അണികളിലേക്ക് കൊണ്ടുവരാൻ അവർക്ക് കഴിഞ്ഞിരുന്നു; ഇന്ത്യയിലെ വിപ്ലവപ്രസ്ഥാനത്തിന്റെ മികവുറ്റ പാരമ്പര്യങ്ങളെയാണ് അവർ പ്രതിനിധാനംചെയ്യുന്നത്.

മുമ്പുചോദിച്ച ചോദ്യത്തിനു മറുപടി നല്കുന്നതിന്, നമ്മുടെ രാജ്യത്ത് നിലനില്ക്കുന്ന മൂർത്തമായ സാഹചര്യങ്ങളിൽ മാർക്സിസം–ലെനിനിസം എന്ന ശാസ്ത്രം പ്രയോഗിക്കുന്നതിൽ ഇന്ത്യൻ കമ്യൂണിസ്റ്റുകാർക്ക് സംഭവിച്ച പരാജയത്തെ വിശകലനംചെയ്യേണ്ടതുണ്ട്. പല തരത്തിലുള്ള അപഭ്രംശങ്ങൾക്കും വ്യതിയാനങ്ങൾക്കും അവർ ഇരയായിട്ടുണ്ട്. കമ്യൂണിസ്റ്റുപ്രസ്ഥാനത്തിന്റെ രേഖകളുടെ സമാഹാരത്തിന്റെ പ്രസിദ്ധീകരണം കമ്യൂണിസ്റ്റുകാർ കൈവരിച്ച നേട്ടങ്ങളെയും വിജയങ്ങളെയുംകുറിച്ച് മനസ്സിലാക്കുന്നതിനും വിലയിരുത്തുന്നതിനും നമ്മെ പ്രാപ്തരാക്കുന്നതിനൊപ്പം ദേശീയ വിമോചന സമരത്തിന്റെ നേതൃത്വം ഏറ്റെടുക്കുന്നതിനും തുടർന്ന് ബൂർഷ്വാ ഭൂപ്രഭുവാഴ്ചയ്ക്കെതിരായ പോരാട്ടത്തിൽ വിജയം വരിക്കുന്നതിനും കഴിയാത്തതിലെ വീഴ്ചകളിൽ നിന്നും പാഠങ്ങൾ ഉൾക്കൊള്ളാനും നമ്മെ പ്രാപ്തരാക്കും. ഈ വോള്യങ്ങളിൽ ഉൾപ്പെടുത്തപ്പെട്ടിട്ടുള്ള രേഖകളുടെ സൂക്ഷ്മപരിശോധനയും പഠനവും അന്തിമമായി ബ്രിട്ടീഷുകാർ അധികാരം കൈമാറിയതിനിടയാക്കിയ സംഭവങ്ങളെക്കുറിച്ച് ശരിയായി ഉൾക്കൊള്ളുന്നതിന് വായനക്കാരെ പ്രാപ്തരാക്കും. 1947 നു തൊട്ടുമുൻപുള്ള വർഷങ്ങളിലുണ്ടായ യുദ്ധാ

നന്തര മുന്നേറ്റം ഒട്ടേറെ സമരങ്ങളുടെ നേതൃത്വം ഏറ്റെടുക്കുന്നതിലേക്ക് തൊഴിലാളിവർഗ്ഗത്തെ നയിച്ചിരുന്നു. ഐ എൻ എ തടവുകാരുടെ മോചനത്തിനായുള്ള സമരങ്ങൾ, തെലങ്കാന സായുധ സമരം, ബോംബെയിലെ നാവികരുടെ കലാപം, ഒട്ടനവധി തൊഴിലാളി–കർഷക സമരങ്ങൾ –ഇവയെല്ലാംതന്നെ ബ്രിട്ടീഷ് സാമ്രാജ്യവാദികളെ ഭയപ്പെടുത്തി. അവർ കോൺഗ്രസുമായും മുസ്ലീംലീഗുമായും വിലപേശി ധാരണയിലെത്തി.

നാം ഉൾക്കൊള്ളേണ്ട പാഠം, മനുഷ്യൻ മനുഷ്യനെ ചൂഷണംചെയ്യുന്നതിൽനിന്നും മാനവരാശിയെ മോചിപ്പിക്കുന്നതിനും അങ്ങനെ ഉല്പാദനശക്തികളെ കെട്ടഴിച്ചുവിടുന്നതിനും കഴിയുന്ന ഒരേയൊരു ശാസ്ത്രമാണ് മാർക്സിസം–ലെനിനിസം എന്നതാണ്. ഓരോ രാജ്യത്തും നിലനില്ക്കുന്ന സാഹചര്യങ്ങൾക്കനുസരിച്ചും ഉല്പാദനശക്തികളുടെ വികാസത്തെ അടിസ്ഥാനപ്പെടുത്തിയും അവിടെ നിലനില്ക്കുന്ന ശാക്തിക ബലാബലത്തിനനുസരിച്ചുമാണ് ഈ ശാസ്ത്രത്തെ പ്രയോഗിക്കേണ്ടത്. സാർവ്വത്രികമായി പിന്തുടരാൻ കഴിയുന്ന ഏതെങ്കിലുമൊരു മാതൃക നിലവിലില്ല. ഓരോ രാജ്യത്തിനും തങ്ങളുടെ ലക്ഷ്യം കൈവരിക്കുന്നതിന് അതാതിടത്ത് നിലനില്ക്കുന്ന ഭൗതിക സാഹചര്യങ്ങളെ അടിസ്ഥാനപ്പെടുത്തി സ്വന്തം മാതൃക വികസിപ്പിച്ചെടുക്കേണ്ടതുണ്ട്.

ഈ പശ്ചാത്തലത്തിൽ മാത്രമേ, ഇന്ത്യയിൽ കമ്യൂണിസ്റ്റുപ്രസ്ഥാനത്തിന്റെ ഉദയവും വളർച്ചയും സംബന്ധിച്ച് വർഗ്ഗബന്ധങ്ങളെയും പിന്നിട്ട കാലങ്ങളിൽ സംഭവിച്ച സാമൂഹിക പരിവർത്തനങ്ങളെയും വസ്തുനിഷ്ഠമായി വിശകലനംചെയ്യുന്നതിനെ അടിസ്ഥാനമാക്കി കൃത്യമായ വിലയിരുത്തൽ നടത്താൻ കഴിയൂ. പുരാതനകാലംമുതൽ ഇന്ത്യൻ സമൂഹത്തിലുണ്ടായ മാറ്റങ്ങളെക്കുറിച്ചാകെ, ചില ദിശാസൂചനകളൊഴികെ, ഇവിടെ പ്രതിപാദിക്കേണ്ട ആവശ്യമില്ല; അത് സാദ്ധ്യവുമല്ല. ചരിത്രത്തിൽ ഭൗതികവാദത്തെ അവതരിപ്പിച്ചുകൊണ്ട് വസ്തുനിഷ്ഠമായ വിശകലനത്തിന്റെ അടിത്തറ മാർക്സ് പ്രദാനംചെയ്തിട്ടുണ്ട്; തീർത്തും വിഭിന്നങ്ങളായ എല്ലാ സാമൂഹ്യബന്ധങ്ങളെയും ഭൗതികവും പ്രത്യയശാസ്ത്രപരവുമായ ബന്ധങ്ങളായി വിഭജിച്ചിട്ടുമുണ്ട്; ഭൗതികബന്ധങ്ങൾ പ്രത്യയശാസ്ത്രപരമായ ബന്ധങ്ങൾക്കുമേൽ രൂപപ്പെടുത്തപ്പെട്ടിട്ടുള്ള ഉപരിഘടനയാണ്. സാമൂഹ്യബന്ധങ്ങളുടെ സംവിധാനത്തെയാകെ ബാധിക്കുന്ന സാമൂഹിക ജീവിതത്തിലാണ് വർഗ്ഗവിഭജനം നടക്കുന്നത്; വർഗ്ഗ ശത്രുത ഈ ബന്ധങ്ങളെ പിന്നെയും കൂടുതൽ ദൃഢപ്പെടുത്തുന്നു. ഇന്ത്യയിൽ വർഗ്ഗവിഭജനം ജാതി വിഭജനത്തിന്റെ രൂപം കൈവരിച്ചു; ആര്യന്മാർ ആദ്യമായി ഇന്ത്യയിലേക്കു വന്നപ്പോൾ അവരാണ് ഇവിടെ ജാതി വിഭജനം കൊണ്ടുവന്നത്. താഴ്ന്ന ജാതിക്കാർ അടിച്ചമർത്തപ്പെട്ടവരായിരുന്നു; ആര്യന്മാർ ഉൾപ്പെടുന്ന ഉയർന്ന ജാതിക്കാർ അനുഭവിച്ചിരുന്ന വിശേഷാധികാരങ്ങൾ നിഷേധിക്കപ്പെട്ടവരുമായിരുന്നു.

ജാതി വിഭജനവും വർഗ്ഗ വിഭജനവും

ഈ നൂറ്റാണ്ടിൽ നടത്തിയ നിരവധി പുരാവസ്തുശാസ്ത്രപരമായ കണ്ടെത്തലുകളും ചരിത്ര ഗവേഷണങ്ങളും, വിദേശശക്തികളുടെ

ആക്രമണങ്ങളുണ്ടാകുന്നതുവരെയുള്ള പുരാതനകാലത്ത് വികസിതമായ ഒരിന്ത്യൻ നാഗരികത നിലനിന്നിരുന്നതിന്റെ വ്യക്തമായ തെളിവുകൾ നല്കുന്നുണ്ട്. ഭൂമിയുടെ പൊതു ഉടമസ്ഥാവകാശത്തിനൊപ്പം സ്വയംപര്യാപ്തമായ ഗ്രാമത്തെ അടിസ്ഥാനമാക്കിയുള്ള കൃഷിയായിരുന്നു ഈ പൗരാണിക ഇന്ത്യൻ സമ്പദ്ഘടനയുടെ ആധാരശില. ആ കാലത്ത് വ്യാപാരവും വാണിജ്യവും നാട്ടിനുള്ളിലും വിദേശത്തുമായും തഴച്ചുവളർന്നിരുന്നു; ഗ്രാമീണ വ്യവസായങ്ങൾ–മുഖ്യമായും കൈത്തൊഴിലുകൾ–പ്രാചീന സാഹിത്യത്തിൽ സൂചിപ്പിച്ചിട്ടുള്ളതനുസരിച്ച് പതിനെട്ട് എണ്ണമുണ്ടായിരുന്നു; ശാസ്ത്രവും ജ്യോതിശാസ്ത്രവും, ഖനനവും ലോഹ സംസ്കരണവും, കലകളും കരകൗശലവും, സാഹിത്യവും സംസ്കാരവും–ഇവയെല്ലാംതന്നെ ഈ രാജ്യത്തെ യൂറോപ്യൻ രാജ്യങ്ങളെ അപേക്ഷിച്ച് വിഭവസമൃദ്ധമാക്കിയിരുന്നു; അതാണ് നിരവധി ആക്രമണകാരികളെ ഇന്ത്യയിലേക്കാകർഷിച്ചത്. മുഖ്യ തുറമുഖങ്ങളിലൂടെ കയറ്റുമതിചെയ്യപ്പെട്ടിരുന്ന പ്രധാന സാധനങ്ങൾ നീലം, സുഗന്ധലേപനങ്ങൾ, സുഗന്ധവ്യഞ്ജനങ്ങൾ, കുരുമുളക്, മുത്തുകൾ, അമൂല്യങ്ങളായ കല്ലുകൾ, ആനക്കൊമ്പ്, ചന്ദനം, ദക്ഷിണേന്ത്യയിൽനിന്നുള്ള സ്വർണ്ണവും രത്നങ്ങളും, ബംഗാളിൽനിന്നും ബനാറസിൽനിന്നുമുള്ള സിൽക്കും മസ്ലിനും, കുന്നിൻപുറങ്ങളിൽനിന്നുള്ള കുങ്കുമവും കസ്തൂരിയുമെല്ലാമായിരുന്നു; അതേസമയം ഇറക്കുമതി ചെയ്യപ്പെട്ടിരുന്നത് ലോഹങ്ങളും സ്വർണ്ണവും വെള്ളിയും പവിഴവും കുതിരകളുമായിരുന്നു. മൊത്തത്തിൽ 1813 വരെ ഇന്ത്യ മുഖ്യമായും ഒരു കയറ്റുമതി രാജ്യമായിരുന്നു; ബ്രിട്ടീഷുകാരാണ് ഈ രാജ്യത്തെ ഇറക്കുമതി രാജ്യമാക്കി മാറ്റിയത്. നൂറ്റാണ്ടുകളോളം നിലനിന്നിരുന്ന ഒരു രാജവംശത്തിനുപിന്നാലെ മറ്റൊന്നെന്ന നിലയിൽവന്ന ഏറ്റവും മോശപ്പെട്ട ഭരണകാലങ്ങളിലും ആക്രമണകാരികളുടെ ഭരണങ്ങളിലുംപോലും ഗ്രാമീണ സമൂഹ സമ്പ്രദായം നിലനിന്നിരുന്നു. ജാതി എന്ന സ്ഥാപനത്തിലൂടെ കർഷക ജനതയുടെ താഴെത്തട്ടിലുള്ളവരെയും അസംഖ്യം ഗ്രാമീണ തൊഴിലാളികളെയും ചൂഷണംചെയ്യുന്ന സമ്പ്രദായവും അക്കാലത്ത് നിലനിന്നിരുന്നു. ഇന്ത്യയിൽ ഫ്യൂഡൽ സമ്പ്രദായം വേരുറച്ചത് 6–ാം നൂറ്റാണ്ടിലും 7–ാം നൂറ്റാണ്ടിലുമായിട്ടായിരുന്നു; ആ കാലത്താണ് ജാതി സമ്പ്രദായം ശക്തിപ്പെട്ടത്. ഇന്ത്യയുടെ ചരിത്രത്തിൽ തങ്ങളുടെ വർഗ്ഗ താല്പര്യം സംരക്ഷിക്കുന്നതിന് ജാതി സമ്പ്രദായം നിലനിർത്തുന്നതാണ് സൗകര്യമെന്ന് ചൂഷകവർഗ്ഗങ്ങൾ എല്ലാക്കാലത്തും കണ്ടെത്തിയിരുന്നു.

അതേസമയത്ത്, യൂറോപ്പിൽ 17 ഉം 18 ഉം നൂറ്റാണ്ടുകളിലുണ്ടായ സമ്പൂർണ്ണമായ ബൂർഷ്വാ വിപ്ലവം നൂറ്റാണ്ടുകളായി നിലനിന്നിരുന്നതും തകർക്കാനാവാത്തതെന്ന് ഒരിക്കൽ കരുതപ്പെട്ടിരുന്നതുമായ ഫ്യൂഡൽ സമ്പ്രദായത്തെ തകർത്തെറിഞ്ഞു. 17–ാം നൂറ്റാണ്ടിന്റെ മദ്ധ്യകാലത്തുതന്നെ ആദ്യമായി ബൂർഷ്വാ വിപ്ലവത്തിലൂടെ കടന്നുപോയത് ബ്രിട്ടനാണ്. പാശ്ചാത്യ രാജ്യങ്ങളിൽ മുതലാളിത്തം അതിവേഗം വളർന്നുകൊണ്ടിരിക്കെ, ലോകത്തിന്റെ അതിവിപുലമായ ഭാഗത്തെ പുതുതായി ഉദയം ചെയ്ത മുതലാളിത്ത രാഷ്ട്രങ്ങൾ തങ്ങളുടെ കൊളോണിയൽ ആധി

പത്യം സ്ഥാപിക്കുന്നതിന്റെയും നിഷ്ഠൂരമായ ചൂഷണത്തിന്റെയും ലക്ഷ്യമാക്കി മാറ്റുകയാണുണ്ടായത്. ആ മുതലാളിത്ത രാജ്യങ്ങൾക്കിടയിൽ തങ്ങൾക്കുണ്ടായിരുന്ന ആധിപത്യത്തെ, ഏറ്റവും വലിയ കൊളോണിയൽ സാമ്രാജ്യമായ ഇന്ത്യയെ സ്വന്തമാക്കാൻ ബ്രിട്ടൻ ഉപയോഗിച്ചു.

'മൂലധന'ത്തിന്റെ അവസാന അദ്ധ്യായങ്ങളിൽ മാർക്സ് ഇങ്ങനെ പറഞ്ഞു: ''മൂലധനം ലോകത്തിലേക്ക് കടന്നുവന്നത് അഴുക്കും ചെളിയും പുരണ്ട് പങ്കിലമായാണ്; ഓരോ സുഷിരത്തിൽനിന്നും ചോര ഒലിപ്പിച്ചുകൊണ്ടാണ്.' ഫ്യൂഡൽ വ്യവസ്ഥയെ തകർക്കുന്നതിൽ മുതലാളിത്തം വിപ്ലവകരമായ പങ്ക് വഹിച്ചിരുന്നു; എന്നാൽ കോളനികളിൽ അത് പൂർണ്ണമായും കൈവെടിഞ്ഞിരുന്നു. *ഇന്ത്യയെ സംബന്ധിച്ച കത്തുകൾ* എന്ന കൃതിയിൽ മാർക്സ് ഇക്കാര്യം വ്യക്തമാക്കുന്നുണ്ട്. ''ബ്രിട്ടീഷുകാർ ഇന്ത്യയിലേക്ക് കൊണ്ടുവന്ന ദുരിതം മൗലികമായും വ്യത്യസ്തമാണ്; ഇന്ത്യ അതേവരെ അനുഭവിച്ച മറ്റെന്തിനേക്കാളും ദൂരവ്യാപകമായ ഫലമുണ്ടാക്കുന്നതുമാണ്.'' ''ഇന്ത്യയിലെ ബ്രിട്ടീഷ് ഭരണം'' സംബന്ധിച്ച് 1853 ൽ മാർക്സ് ഇങ്ങനെ വിശദീകരിച്ചു:

> എല്ലാ ആഭ്യന്തര യുദ്ധങ്ങളും ആക്രമണങ്ങളും വിപ്ലവങ്ങളും കീഴ്പ്പെടുത്തലുകളും ക്ഷാമങ്ങളുമെല്ലാം ആശ്ചര്യകരമാംവിധം സങ്കീർണ്ണമാണ്; ദ്രുതഗതിയിലുള്ളതും വിനാശകരവുമാണ്; കാരണം ഹിന്ദുസ്ഥാനിലെ തുടർച്ചയായ നടപടികളെല്ലാം ഉപരിതലത്തിനപ്പുറം ഉള്ളിലേക്ക് ആഴത്തിൽ കടന്നിരുന്നില്ലെന്നാണ് കരുതേണ്ടത്. ഇന്ത്യൻ സമൂഹത്തിന്റെ ചട്ടക്കൂടിനെയാകെ ഇംഗ്ലണ്ട് തകർത്തെറിഞ്ഞു; എന്നിട്ടും ഇതേവരെ പുനർനിർമ്മാണത്തിന്റെ സൂചനപോലും കാണുന്നതുമില്ല. പുതിയതൊന്നും ലഭിക്കാതെ തന്നെ തന്റെ പഴയലോകം നഷ്ടപ്പെട്ടത് ഹിന്ദുവിന്റെ ഇപ്പോഴത്തെ ദുരിതത്തിന് ഒരു പ്രത്യേകതരം വിഷാദഭാവം പകർന്നുനല്കുന്നു; ബ്രിട്ടീഷുകാർ ഭരിക്കുന്ന ഹിന്ദുസ്ഥാൻ അതിന്റെ എല്ലാ പൂർവ്വകാല പാരമ്പര്യങ്ങളിൽനിന്നും അതിന്റെ മൊത്തം ചരിത്രത്തിൽനിന്നും അടർത്തിമാറ്റപ്പെടുന്നു.

ബ്രിട്ടീഷ് ബിസിനസുകാരുടെയും മുതലാളിമാരുടെയും വലിയ സംഘടനയായ ഈസ്റ്റ് ഇന്ത്യാ കമ്പനി ഒരു ചരക്ക് കമ്പോളമെന്ന നിലയിലാണ് ഇന്ത്യയെ പരിഗണിച്ചത്; മൂലധനമൊന്നും മുടക്കാതെയും പണം കൊടുക്കാതെയും അസംസ്കൃത പദാർത്ഥങ്ങൾ തട്ടിയെടുക്കാൻ കർഷക ജനസാമാന്യത്തെ ചൂഷണംചെയ്യുന്ന ഫ്യൂഡൽ രീതികൾ ഉപയോഗിക്കുകയും കൂടുതൽ രൂക്ഷമാക്കുകയും ചെയ്തു. വാണിജ്യത്തിൽനിന്നും ഭൂമിയിൽനിന്നുമുള്ള വരുമാനം ലാഭമെന്ന നിലയിൽ പിഴിഞ്ഞെടുക്കപ്പെട്ടു. ലാഭത്തിനായുള്ള ക്രൂരമായ നീക്കം–അതായത്, ഭൂനികുതിയിൽനിന്നുള്ള ലാഭം, വരുമാനത്തിനായി അസ്സഹനീയമായ സമ്മർദ്ദം ചെലുത്തുന്ന 1793 ലെ സ്ഥിരം സെറ്റിൽമെന്റ് നടപ്പാക്കുന്നതിനിടയാക്കി. കോളനിവല്ക്കരണം ശാശ്വതമാക്കപ്പെട്ടതോടെ ബ്രിട്ടീഷ് സാമ്രാ

ജ്യത്വം ഇന്ത്യൻ ചരക്കുകൾ കയറ്റുമതിചെയ്യുന്നതിൽനിന്നും ബ്രിട്ടനിൽ നിന്നും ഇന്ത്യയിലേക്ക് നിർമ്മിത ചരക്കുകൾ കയറ്റുമതി ചെയ്യുന്നതിലേക്ക് തിരിഞ്ഞു; ഇത് ഇന്ത്യൻ ഉല്പാദകരെ കമ്പോളത്തിൽനിന്നും തുടച്ചുനീക്കി.

എന്നാൽ, പൗരാണിക ഗ്രാമ വ്യവസ്ഥയെ പൊളിച്ചടുക്കുന്ന ബ്രിട്ടീഷ് ആയുധം ഉല്പാദനശക്തികളെ മെച്ചപ്പെടുത്തി. പക്ഷേ, കൊള്ളയും കൊളോണിയൽ ചൂഷണവും അളവറ്റ കഷ്ടപ്പാടുകൾക്കും ക്ഷാമവും പകർച്ചവ്യാധികളുംമൂലമുള്ള മരണങ്ങൾക്കും കാരണമായി. 1770 ൽ ബംഗാളിൽ പടർന്നുപിടിച്ച ക്ഷാമത്തിന്റെ ഭീകരത ഓർത്തു നോക്കാവുന്നതാണ്; ഒരു കോടി മനുഷ്യരെയാണ് അത് കൊന്നൊടുക്കിയത്.

ഇന്ത്യയിലെ ബ്രിട്ടീഷ്വാഴ്ചയെ രൂക്ഷമായി വിമർശിക്കവെതന്നെ, കാറൽമാർക്സ് സ്തംഭനാവസ്ഥയിൽ കഴിഞ്ഞിരുന്ന, ജാതി അടിസ്ഥാനമാക്കിയ പൗരാണിക ഇന്ത്യൻ സമൂഹത്തെ പൊളിച്ചടുക്കുന്നതിനെച്ചൊല്ലി വിലപിച്ചതുമില്ല. അദ്ദേഹം ആകെ ചെയ്തത് പുതിയതൊന്നും നല്കാത്ത ബ്രിട്ടീഷ് സാമ്രാജ്യത്വനയത്തെ വിമർശിക്കുക മാത്രമായിരുന്നു.

ഇന്ത്യയിലെ ബ്രിട്ടീഷ് വാഴ്ച എന്ന കൃതിയിൽ മാർക്സ് ഇങ്ങനെ തറപ്പിച്ച് പ്രസ്താവിച്ചു:

> ഈ ആദർശ ഗ്രാമ സമൂഹങ്ങൾ, അപ്രത്യക്ഷമായെങ്കിലും നിഷ്ക്രിയമായിരുന്ന ഈ സമൂഹങ്ങൾ കിഴക്കൻ സ്വേച്ഛാധിപത്യത്തിന്റെ ഉറച്ച അടിത്തറയായിരുന്നു; അവ മനുഷ്യമനസ്സുകളെ സാദ്ധ്യമായേടത്തോളം ചെറിയ ഒരു പരിധിക്കുള്ളിൽ ഒതുക്കിനിർത്തിയിരുന്നു; അന്ധവിശ്വാസത്തിന്റെ ചെറുത്തുനില്ക്കാത്ത ഉപകരണമാക്കി അതിനെ മാറ്റിയിരുന്നു; പരമ്പരാഗത ചട്ടങ്ങൾക്ക് അടിമപ്പെടുത്തിയിരുന്നു; അതിന്റെ സർവ്വവിധ ഗാംഭീര്യത്തെയും ചരിത്രപരമായ ഊർജ്ജത്തെയും ചോർത്തിക്കളഞ്ഞിരുന്നു... ചെറിയ ഈ സമൂഹങ്ങൾ ജാതി വിവേചനവും അടിമത്തവുംകൊണ്ട് മലീമസമാക്കപ്പെട്ടിരുന്നു; മനുഷ്യനെ ചുറ്റുപാടുകളുടെ പരമാധികാരിയാക്കി ഉയർത്തുന്നതിനുപകരം അതിന് കീഴ്പ്പെടുത്തുകയായിരുന്നു; സ്വയം വികസിതമായിവന്ന ഒരു സാമൂഹ്യരാഷ്ട്രത്തെ ഒരിക്കലും മാറാത്ത പ്രാകൃതമായ വിധിയിലേക്ക് പരിവർത്തനപ്പെടുത്തുകയായിരുന്നു; കിരാതമായ പ്രകൃത്യാരാധനയിലേക്ക് കൊണ്ടുവരികയും വാസ്തവത്തിൽ അതിന്റെ ജീർണ്ണത പ്രദർശിപ്പിക്കുകയും ചെയ്തുകൊണ്ട് പ്രകൃതിയുടെ പരമാധികാരിയായ മനുഷ്യനെ ഹനുമാൻ എന്ന കുരങ്ങനെയും ശബല എന്ന പശുവിനെയും ആരാധിക്കുന്നതിന് മുട്ടുകാലിൽ നിർത്തുകയാണുണ്ടായത്.

(1997 ൽ പ്രസിദ്ധീകരിച്ച ഡോക്യുമെന്റ്സ് ഓഫ് ദ ഇന്ത്യൻ കമ്യൂണിസ്റ്റ് മൂവ്മെന്റിൽ ഉൾപ്പെടുത്തപ്പെട്ട ഒരു ലേഖനത്തിൽ നിന്ന്)

മഹത്തായ സമരങ്ങളുടെയും സംഭാവനകളുടെയും നൂറ്റാണ്ട്

സീതാറാം യെച്ചൂരി

കമ്യൂണിസ്റ്റ് പാർട്ടി ഓഫ് ഇന്ത്യയുടെ രൂപീകരണം മുതലുള്ള ഒരു നൂറ്റാണ്ട് ആധുനിക ഇന്ത്യയുടെ ചരിത്രത്തിലെ മഹനീയമായ ഒരധ്യായമാണ് – തീക്ഷ്ണമായ സമരങ്ങളുടെ ചരിത്രം; സ്വാതന്ത്ര്യ സമരകാലത്ത് അസംഖ്യം വിപ്ലവകാരികളുടെ അളവറ്റ ത്യാഗങ്ങളുടെ ചരിത്രം; തുടർന്ന് ദേശീയ അജൻഡയിലേക്ക് ജനകീയ വിഷയങ്ങൾ കൊണ്ടുവരുന്നതിൽ ശ്രദ്ധേയമായ സംഭാവനകൾ നല്കിയതിന്റെ ചരിത്രം. തുടക്കം മുതൽ തന്നെ കമ്യൂണിസ്റ്റുകാർ, സമകാലികവും ഉരുവം കൊണ്ടുവരുന്നതുമായ സംഭവവികാസങ്ങളുടെ ശാസ്ത്രീയ ഭൗതികവാദ വിശകലനം പ്രദാനം ചെയ്യുകയും സ്വതന്ത്ര ഇന്ത്യയിലെ ജനങ്ങളുടെ ഉപജീവനോപാധികളും രാഷ്ട്രീയ സംവിധാനങ്ങളും അഭിവൃദ്ധിപ്പെടുത്തുന്നതിനാവശ്യമായ പരിഹാരങ്ങൾ നിർദ്ദേശിക്കുകയും ചെയ്തിരുന്നു. മതനിരപേക്ഷ ജനാധിപത്യ റിപ്പബ്ലിക് എന്ന കാഴ്ചപ്പാടിനെ ആധാരമാക്കിയായിരുന്നു ഇത്; നമ്മുടെ രാഷ്ട്രീയ സ്വാതന്ത്ര്യത്തെ സോഷ്യലിസത്തിൻ കീഴിൽ മാത്രം സാദ്ധ്യമായവിധം സാമ്പത്തികമായ മോചനമാക്കി മാറ്റുകയെന്ന ലക്ഷ്യത്തിലേക്ക് നീങ്ങുകയെന്നതാണ് ഈ കാഴ്ചപാട്.

പാർട്ടി സ്ഥാപിച്ചതുമുതലുള്ള കമ്യൂണിസ്റ്റുകാരുടെ സംഭാവനകളുടെ സമ്പന്നമായ വിശദാംശങ്ങൾ ഒരുവർഷം നീണ്ടുനിന്ന ശതവാർഷികാഘോഷ കാലത്തുടനീളം വിശദീകരിച്ചു. ആയതിനാൽ ശ്രദ്ധേയമായ ചില വിഷയങ്ങളിലേക്ക് വെളിച്ചം വീശുന്നതിൽ മാത്രം ഇപ്പോൾ ഒതുങ്ങുന്നു.

തുടക്കം

ഒന്നാം ലോകയുദ്ധകാലത്തും അതിനു മുൻപുമുള്ള വർഷങ്ങൾ

മിതവാദികളായ നേതാക്കളും വിപ്ലവകാരികളായ അണികളും തമ്മിൽ ദേശീയ പ്രസ്ഥാനത്തിനുള്ളിൽ നടന്ന സമരങ്ങൾക്ക് സാക്ഷ്യം വഹിച്ചു. ഇത് 1917 ലെ റഷ്യൻ വിപ്ലവത്തിന്റെ വിജയവുമായി ഒത്തുചേർന്നു; ലോകത്തുടനീളമുള്ള വിപ്ലവകാരികളെയാകെ എന്നപോലെ ഇന്ത്യൻ വിപ്ലവകാരികളെയും റഷ്യൻ വിപ്ലവത്തിന്റെ വിജയം ആവേശം കൊള്ളിച്ചു. ഈ രണ്ടു ഘടകങ്ങളുടെയും ഒത്തുചേരലാണ് ഒട്ടേറെ ഇന്ത്യൻ വിപ്ലവകാരികളെ കമ്യൂണിസ്റ്റുകാരാക്കി മാറ്റിയത്.

ലോകത്തിലെ ആദ്യത്തെ തൊഴിലാളിവർഗ്ഗ വിപ്ലവത്തിന്റെ നാട്ടിൽ എത്തുന്നതിന് ചില ഇന്ത്യൻ വിപ്ലവകാരികൾ വളരെയേറെ പ്രയാസകരമായ യാത്രാ ക്ലേശങ്ങൾ അനുഭവിച്ചു. പ്രവാസികളായിരുന്ന ഇന്ത്യൻ വിപ്ലവകാരികൾ 1920 ഒക്ടോബർ 17 ന് താഷ്കന്റിൽവെച്ച് കമ്യൂണിസ്റ്റു പാർട്ടി ഓഫ് ഇന്ത്യ രൂപീകരിക്കുന്നതിന് മുൻകൈയെടുത്തു. ഇന്ത്യയിലുടനീളം ചിന്നിച്ചിതറിക്കിടന്നിരുന്ന വിപ്ലവകാരികളുടെ വിവിധ ഗ്രൂപ്പുകൾക്ക് ഇതാദ്യമായി മാർക്സിസത്തിൽ സൈദ്ധാന്തികവും പ്രായോഗികവുമായ വിദ്യാഭ്യാസം ഇത് പ്രദാനം ചെയ്തു. ബോംബെയിലും കൽക്കട്ടയിലും മദ്രാസിലും യു പി – പഞ്ചാബ് പ്രദേശങ്ങളിലും പ്രവർത്തിച്ചിരുന്ന ചെറിയ കമ്യൂണിസ്റ്റ് ഗ്രൂപ്പുകളെ 1925 ൽ കാൺപൂരിൽ ചേർന്ന കമ്യൂണിസ്റ്റു സമ്മേളനത്തിൽ ഒരുമിച്ചു കൊണ്ടു വന്നു; അങ്ങനെ രാജ്യത്തിനുള്ളിൽ കമ്യൂണിസ്റ്റു പാർട്ടി ഓഫ് ഇന്ത്യ പ്രവർത്തിക്കാൻ ആരംഭിച്ചു. എം എൻ റോയിയും ബ്രിട്ടീഷ് കമ്യൂണിസ്റ്റ് നേതാവായ രജനി പാംദത്തും പ്രദാനം ചെയ്ത സൈദ്ധാന്തികവും പ്രത്യയശാസ്ത്രപരവുമായ അറിവുകൾ നിരവധി ഇന്ത്യൻ കമ്യൂണിസ്റ്റുകാരുടെ ബോധത്തെ രൂപപ്പെടുത്തി.

രൂപീകരണകാലം മുതൽതന്നെ കമ്യൂണിസ്റ്റു പാർട്ടി ദേശീയ പ്രസ്ഥാനത്തിന്റെ അജൻഡയെ സ്വാധീനിക്കാനാരംഭിച്ചു. 1921 ൽ അഖിലേന്ത്യാ കോൺഗ്രസ് കമ്മിറ്റിയുടെ അഹമ്മദാബാദ് സമ്മേളനത്തിൽ മൗലാന ഹസ്രത് മൊഹാനിയും സ്വാമി കുമാരാനന്ദയും അവതരിപ്പിച്ച ബ്രിട്ടീഷ് ഭരണത്തിൽനിന്നും സമ്പൂർണ്ണ സ്വാതന്ത്ര്യം ആവശ്യപ്പെടുന്ന പ്രമേയത്തെ അന്ന് ഗാന്ധിജി അംഗീകരിച്ചില്ല. 1922 ൽ ഗയയിൽ ചേർന്ന അടുത്ത എ ഐ സി സി സമ്മേളനത്തിൽ ദേശീയ പ്രസ്ഥാനത്തിന്റെ ലക്ഷ്യ പ്രഖ്യാപന ചാർട്ടർ സി പി ഐ വിതരണം ചെയ്തു.

രൂക്ഷമായ അടിച്ചമർത്തൽ

തുടക്കം മുതൽ ബ്രിട്ടീഷുകാർ ഇന്ത്യയിൽ സംഘടിതമായ ഒരു കമ്യൂണിസ്റ്റു പാർട്ടി രൂപംകൊള്ളുന്നതിലെ അപകടം കണ്ടു; അവർ നിരവധി ഗൂഢാലോചന കേസുകൾ ചുമത്തി രൂക്ഷമായ മർദ്ദന നടപടികൾ അഴിച്ചുവിട്ടു. 1922 മെയ് ആദ്യം മുതൽ മോസ്കോയിൽ എത്താൻ ശ്രമിച്ച പ്രവാസി വിപ്ലവകാരികളായ മുഹാജിറുകൾക്കെതിരെ അഞ്ച് പെഷവാർ ഗൂഢാലോചന കേസുകൾ ചുമത്തി; പിന്നീട് 1923–24 ൽ കാൺപൂർ ഗൂഢാ

ലോചന കേസെടുത്തു. ഇന്ത്യക്ക് പുറത്തായിരുന്ന ഒട്ടേറെ വിപ്ലവകാരികൾ മടങ്ങി വന്നപ്പോൾ അറസ്റ്റു ചെയ്യപ്പെട്ടു; നാട്ടിലുണ്ടായിരുന്ന നേതാക്കളും അറസ്റ്റ് ചെയ്യപ്പെടുകയും കഠിന തടവിന് ശിക്ഷിക്കപ്പെടുകയുമുണ്ടായി. 1915 ൽ ഗദർപാർട്ടി പ്രസ്ഥാനത്തിന്റെ ഭാഗമായിരുന്ന വിപ്ലവകാരികൾ ഇന്ത്യയിലേക്കും ദക്ഷിണേഷ്യയിലെ അയൽരാജ്യങ്ങളിലേക്കും മടങ്ങിവന്നപ്പോൾ ബ്രിട്ടീഷുകാർ അവർക്കെതിരെ ലാഹോർ ഗൂഢാലോചന കേസ് ചുമത്തിയിരുന്നു. ശിക്ഷിക്കപ്പെട്ട 291 പേരിൽ 42 പേർക്ക് വധശിക്ഷ നല്കുകയും 114 പേർക്ക് ജീവപര്യന്തം തടവ് ശിക്ഷ നല്കുകയുമുണ്ടായി. 1929 മാർച്ച് 20 ന് കമ്യൂണിസ്റ്റ് പാർട്ടിയുടെ 31 പ്രമുഖ നേതാക്കൾക്കെതിരെ മീററ്റ് ഗൂഢാലോചനക്കേസ് ചുമത്തിയതോടെ കൂടുതൽ വ്യാപകമായ അടിച്ചമർത്തൽ തുടങ്ങി.

ഈ നേതാക്കൾ ശിക്ഷ കഴിഞ്ഞ് പുറത്തുവന്ന് പൊതുജീവിതത്തിലേക്ക് വീണ്ടും വരികയും ചെയ്തതോടുകൂടി മാത്രമേ 1934 ൽ കമ്യൂണിസ്റ്റ് പാർട്ടിയുടെ അഖിലേന്ത്യാ സെന്റർ രൂപീകരിക്കാൻ കഴിഞ്ഞുള്ളൂ; അതിനുശേഷം ഇന്നേവരെ അത് സ്ഥിരമായി പ്രവർത്തനം നടത്തിവരുന്നു.

കാഴ്ചപ്പാടുകളുടെ ഏറ്റുമുട്ടൽ

എല്ലാവരെയും ഉൾക്കൊള്ളുന്ന ഇന്ത്യ എന്ന സങ്കല്പനത്തിന്റെ ഉദയം സ്വാതന്ത്ര്യ സമരത്തിനിടയിൽ ഉയർന്നുവന്ന കാഴ്ചപ്പാടുകൾ തമ്മിലുള്ള നിരന്തര പോരാട്ടത്തിന്റെ ഉല്പന്നമായിരുന്നു. മുഖ്യധാരയിലെ കോൺഗ്രസിന്റെ കാഴ്ചപ്പാട് സ്വതന്ത്ര ഇന്ത്യ മതനിരപേക്ഷ ജനാധിപത്യ റിപ്പബ്ലിക് ആയിരിക്കണം എന്നതാണ്. ഇതിനോട് യോജിക്കവെതന്നെ കമ്യൂണിസ്റ്റുകാർ കുറേക്കൂടി മുന്നോട്ടുപോവുകയും സ്വതന്ത്ര ഇന്ത്യ മുതലാളിത്ത വികസനപാത പിന്തുടരുകയാണെങ്കിൽ ഇത്തരമൊരു മതനിരപേക്ഷ ജനാധിപത്യ സംവിധാനം അപ്രാപ്യമാണ് എന്നും വിലയിരുത്തി. അങ്ങനെ കമ്യൂണിസ്റ്റുകാർ നാം നേടുന്ന രാഷ്ട്രീയ സ്വാതന്ത്ര്യം എല്ലാ ഇന്ത്യക്കാർക്കും സാമൂഹിക- സാമ്പത്തിക സ്വാതന്ത്ര്യം കൂടി കരസ്ഥമാക്കാൻ ഉതകുന്നതാകണം എന്ന കാഴ്ചപ്പാട് അവതരിപ്പിച്ചു– ഇതാകട്ടെ സോഷ്യലിസത്തിൻകീഴിൽ മാത്രമേ സാദ്ധ്യമാകൂ.

ഇവ രണ്ടിൽനിന്നും തികച്ചും വ്യത്യസ്തമായ, ഇവ രണ്ടിനും എതിരായ മൂന്നാമത്തെ കാഴ്ചപ്പാടുകാർ വാദിച്ചത് ജനങ്ങളുടെ മതപരമായ ബന്ധവും ചേർച്ചയുമനുസരിച്ചായിരിക്കണം സ്വതന്ത്ര ഇന്ത്യയുടെ സ്വഭാവം നിർണ്ണയിക്കേണ്ടത് എന്നാണ്. ഈ കാഴ്ചപ്പാട് രണ്ടു വിധത്തിൽ പ്രകടിപ്പിക്കപ്പെട്ടിരുന്നു – മുസ്ലീം ലീഗ് അവതരിപ്പിച്ച 'ഇസ്ലാമിക രാഷ്ട്ര'വും ആർ എസ് എസ് മുന്നോട്ടുവച്ച 'ഹിന്ദുരാഷ്ട്ര'വും. ആദ്യത്തേത് രാജ്യത്തിന്റെ ദൗർഭാഗ്യകരമായ വിഭജനത്തിലാണ് കലാശിച്ചത്. ബ്രിട്ടീഷുകാരുടെ ഗൂഢനീക്കങ്ങളും സഹായവും പ്രേരണയുമാണ്

ഇതിനിടയാക്കിയത്; അതിന്റെ അനന്തരഫലമായ സംഘർഷങ്ങൾ ഒരു വ്രണം പോലെ ഇന്നും തുടരുന്നു. രണ്ടാമത്തേതിന് സ്വാതന്ത്ര്യം ലഭിച്ച സമയത്ത് അതിന്റെ ലക്ഷ്യം നേടാനായില്ല; എന്നാൽ ആധുനിക ഇന്ത്യയെ പേ പിടിച്ച വിധം അസ്സഹിഷ്ണുതയോടുകൂടിയ ഫാസിസ്റ്റ് പ്രവണതയുള്ള 'ഹിന്ദുരാഷ്ട്രം' ആക്കി മാറ്റുകയെന്ന അവരുടെ പരിശ്രമം തുടരുകയാണ്. ആർ എസ് എസ് കാഴ്ചപ്പാടും അവരുടെ രാഷ്ട്രീയ പദ്ധതിയും ഇന്ത്യൻ സ്വാതന്ത്ര്യ പ്രസ്ഥാനം തിരസ്കരിച്ചതിലുള്ള അവരുടെ നിരാശ പ്രതിഫലിപ്പിക്കുന്നതായി മഹാത്മാഗാന്ധിയുടെ കൊലപാതകം.

ഒരുവിധത്തിൽ മൂന്ന് കാഴ്ചപ്പാടുകൾ തമ്മിലുള്ള പോരാട്ടത്തിന്റെ തുടർച്ചയാണ് ഇന്നത്തെ പ്രത്യയശാസ്ത്ര പോരിലും രാഷ്ട്രീയ സംഘർഷങ്ങളിലും കാണുന്നത് എന്ന് വ്യക്തമാണ്.

ഇടതുപക്ഷത്തിന്റെ പങ്ക്

എല്ലാവരെയും ഉൾക്കൊള്ളുന്ന ഇന്ത്യയുടെ ഉരുവംകൊള്ളലിന് കമ്യൂണിസ്റ്റ് പാർട്ടി വളരെ പ്രധാനപ്പെട്ട പങ്കുവഹിക്കുകയുണ്ടായി; പാർട്ടി നടത്തിയ സമരങ്ങളിലൂടെ നിർണ്ണായകമായ വിഷയങ്ങൾ ദേശീയ പ്രസ്ഥാനത്തിന്റെ അജൻഡയിലേക്ക് കൊണ്ടു വന്നതുവഴിയാണ് ഈ പങ്ക് നിർവ്വഹിച്ചത്. രാജ്യത്തിന്റെ നാനാഭാഗങ്ങളിൽ കമ്യൂണിസ്റ്റുകാർ അഴിച്ചുവിട്ട ഭൂപ്രശ്നത്തിന്മേലുള്ള സമരങ്ങളാണ് ഭൂപരിഷ്കരണ പ്രശ്നത്തെ മുഖ്യ വിഷയമായി കൊണ്ടുവന്നത്. കേരളത്തിൽ പുന്നപ്ര വയലാർ, ബംഗാളിൽ തേഭാഗ പ്രക്ഷോഭം, ആസ്സാമിൽ സുർമാവാലി സമരം, മഹാരാഷ്ട്രയിൽ വർളി കലാപം തുടങ്ങിയവ എടുത്തു പറയേണ്ടിയിരിക്കുന്നു; തെലങ്കാനയിലെ സായുധ സമരമായിരുന്നു ഈ പ്രശ്നം ഉയർത്തിപ്പിടിച്ച ഏറ്റവും പ്രധാനപ്പെട്ട പോരാട്ടം. അതിനെത്തുടർന്നാണ് സെമിന്ദാരി സമ്പ്രദായവും ഭൂസ്വത്തായ എസ്റ്റേറ്റുകളും നിർമ്മാർജ്ജനം ചെയ്തത്; തന്മൂലം ഫ്യൂഡൽ അടിമത്തത്തിൽനിന്നും കോടിക്കണക്കിനാളുകൾ മോചിതരായി; ഗ്രാമീണ ഇന്ത്യയിലെ ചൂഷിത വിഭാഗങ്ങളെ മോചനത്തിനായുള്ള പ്രസ്ഥാനത്തിലേക്ക് കൊണ്ടു വരപ്പെട്ടു. അതേസമയം കോൺഗ്രസ് നേതൃത്വം ഗ്രാമീണ ഇന്ത്യയിലെ ചൂഷക വർഗ്ഗങ്ങളെ പങ്കാളികളായി കൂട്ടിച്ചേർക്കാനാണ് ശ്രമിച്ചത്.

രണ്ടാമതായി, സ്വതന്ത്ര ഇന്ത്യയിൽ സംസ്ഥാനങ്ങളുടെ ഭാഷാടിസ്ഥാനത്തിലുള്ള പുനഃസംഘടനയ്ക്കായുള്ള ജനകീയ സമരങ്ങൾക്ക് കമ്യൂണിസ്റ്റ് പാർട്ടി നേതൃത്വം നല്കി. അങ്ങനെ, യുക്തിപൂർവ്വവും ശാസ്ത്രീയവും ജനാധിപത്യപരവുമായ അടിസ്ഥാനത്തിൽ ഇന്നത്തെ ഇന്ത്യയുടെ രാഷ്ട്രീയ ഭൂപടം സൃഷ്ടിച്ചതിന്റെ മുഖ്യ ഉത്തരവാദി കമ്യൂണിസ്റ്റു പാർട്ടിയാണ്. വിശാലാന്ധ്രയ്ക്കും ഐക്യകേരളത്തിനും സംയുക്ത മഹാരാഷ്ട്രയ്ക്കും വേണ്ടിയുള്ള സമരങ്ങൾ, മറ്റു പലതിനുമൊപ്പം, നയിച്ചത് രാജ്യത്തെ കമ്യൂണിസ്റ്റ് അതികായന്മാരായി ഉയർന്നു

വന്ന ആളുകളാണ്. ഇന്ത്യയിൽ അധിവസിക്കുന്ന നിരവധി ഭാഷാ ദേശീയതകളുടെ എല്ലാവരെയും ഉൾക്കൊള്ളുന്ന ഇന്ത്യയിലേക്കുള്ള തുല്യതയെ അടിസ്ഥാനമാക്കിയ ഉദ്ഗ്രഥനത്തിന് ഇത് വഴിയൊരുക്കി.

മൂന്നാമതായി, മതനിരപേക്ഷതയോടുള്ള ഇടതുപക്ഷത്തിന്റെ വിട്ടുവീഴ്ചയില്ലാത്ത പ്രതിബദ്ധത ഇന്ത്യയുടെ യാഥാർത്ഥ്യം അംഗീകരിച്ചുകൊണ്ടുള്ളതായിരുന്നു. വാസ്തവത്തിൽ 1920 ൽ തന്നെ, സി പി ഐയുടെ രൂപീകരണം കഴിഞ്ഞയുടൻ തന്നെ, 1920 കളിൽ ആളിക്കത്തിയ വർഗ്ഗീയ കലാപങ്ങളുടെ പശ്ചാത്തലത്തിൽ പാർട്ടിക്കുവേണ്ടി എം എൻ റോയി എഴുതിയത് വർഗ്ഗീയ ചേരിതിരിവിനുള്ള ഒരേയൊരു മറുമരുന്ന് സാമ്രാജ്യത്വത്തിനും ചൂഷകവർഗ്ഗങ്ങൾക്കുമെതിരെ എല്ലാ ജാതികളിലും സമുദായങ്ങളിലുമുള്ള അദ്ധ്വാനിക്കുന്ന ജനങ്ങളുടെ വർഗ്ഗ ഐക്യമാണെന്നാണ്.

അസംഖ്യം വൈവിദ്ധ്യങ്ങളോടുകൂടിയ ഇന്ത്യയുടെ ഐക്യം നിലനിർത്താൻ, ഈ വൈവിദ്ധ്യത്തിനു മേൽ ഏതെങ്കിലും വിധത്തിൽ ഐകരൂപ്യം അടിച്ചേല്പിക്കുന്നതിനു പകരം അതിനുള്ളിലെ സമാനതകളുടെ കണ്ണികൾ ശക്തിപ്പെടുത്തിക്കൊണ്ടു മാത്രമേ കഴിയൂ. അതിനുപകരം ഐകരൂപ്യം അടിച്ചേല്പിക്കലാണ് ഇന്ന് വർഗ്ഗീയ ശക്തികൾ കൃത്യമായും അക്രാമകമായി പിന്തുടരുന്നത്. ഇന്ത്യയുടെ സാമൂഹിക വൈവിദ്ധ്യത്തെ സംബന്ധിച്ചിടത്തോളം സമാനതകളുടെ കണ്ണികൾ ശക്തിപ്പെടുകയാണെന്നത് സത്യമാണെന്നിരിക്കിലും, മതവുമായുള്ള ബന്ധത്തിൽ അതിന് നിർണ്ണായക പ്രാധാന്യമുണ്ട്. ഇന്ത്യയുടെ വിഭജനത്തെയും ഭീകരമായ വർഗ്ഗീയ അനന്തര ഫലങ്ങളെയും തുടർന്ന് എല്ലാവരെയും ഉൾക്കൊള്ളുന്ന ഇന്ത്യയുടെ അവിഭാജ്യ ഘടകമായി മതനിരപേക്ഷത മാറി. മതനിരപേക്ഷതയെന്നതിനർത്ഥം രാഷ്ട്രീയത്തിൽനിന്നും മതത്തെ വേർപെടുത്തുകയെന്നാണ്. അതായത് ഭരണകൂടം വ്യക്തിയുടെ വിശ്വാസസ്വാതന്ത്ര്യത്തെ അചഞ്ചലമായി സംരക്ഷിക്കുമ്പോൾതന്നെ ഏതെങ്കിലും ഒരു മതത്തിനുവേണ്ടി വാദിക്കുകയോ നിർദ്ദേശിക്കുകയോ ചെയ്യാൻ പാടില്ല. യഥാർത്ഥത്തിൽ സ്വാതന്ത്ര്യാനന്തരം മതനിരപേക്ഷതയുടെ നിർവ്വചനം എല്ലാ മതങ്ങളുടെയും തുല്യത എന്നായി ചുരുങ്ങിയിരിക്കുകയാണ്. ഇതിൽ അന്തർലീനമായിട്ടുള്ളത് ഭൂരിപക്ഷത്തിന്റെ മതവിശ്വാസത്തോട് സഹജമായിതന്നെയുള്ള പക്ഷപാതിത്വമാണ്. വാസ്തവത്തിൽ, ഇന്ന് വർഗ്ഗീയ – മൗലികവാദ ശക്തികൾക്ക് കരുത്തുപകരുന്നതാണിത്.

ഉയർന്നുവരുന്ന ഭരണവർഗ്ഗങ്ങളും വർഗ്ഗസമരങ്ങളും

കോളനി രാജ്യങ്ങൾക്കിടയിൽ മിക്കവാറും ഏറ്റവുമധികം വികസിതമായ ഇന്ത്യൻ ബൂർഷ്വാസി സ്വാതന്ത്ര്യാനന്തരം മുതലാളിത്ത പാത പിന്തുടരാൻ അതീവ താല്പര്യമുള്ളതായിരുന്നു. ഭരണ വർഗ്ഗമെന്ന നിലയിലുള്ള പങ്ക് ഏറ്റെടുക്കുന്നതിനായി അത് ഭൂപ്രഭുക്കളുമായി സഖ്യത്തി

ലേർപ്പെടുകയും അധികാര കൈമാറ്റത്തിനുവേണ്ടി സാമ്രാജ്യത്വവുമായി വിലപേശുകയും ചെയ്തു. അങ്ങനെ, സ്വാതന്ത്ര്യസമരപ്രസ്ഥാനം ഇന്ത്യയെ സാമ്രാജ്യത്വത്തിൽനിന്നും ഫ്യൂഡലിസത്തിൽനിന്നും മോചിപ്പിക്കുകയെന്ന കടമ പൂർത്തീകരിക്കില്ലെന്ന് അത് ഉറപ്പാക്കുകയുണ്ടായി. ആയതിനാൽ കമ്യൂണിസ്റ്റ് പാർട്ടി ഇന്ത്യൻ വിപ്ലവത്തിന്റെ ജനാധിപത്യ ഘട്ടത്തെ നിർവ്വചിച്ചത് മൂന്ന് കടമകളുടെ പൂർത്തീകരണമായാണ്– ഫ്യൂഡൽ വിരുദ്ധവും സാമ്രാജ്യത്വ വിരുദ്ധവും കുത്തക മൂലധന വിരുദ്ധവും.

കമ്യൂണിസ്റ്റ് പ്രസ്ഥാനത്തിന്റെ രാജ്യത്തിനകത്തും പുറത്തുമുള്ള പല അഭ്യുദയകാംക്ഷികളും ഒരേപോലെ ഉയർത്തുന്ന ചോദ്യം 1920 ൽ സ്ഥാപിച്ച പാർട്ടിക്ക് എന്തുകൊണ്ടാണ് സോഷ്യലിസം എന്ന ലക്ഷ്യം കൈവരിക്കാൻ കഴിയാത്തത് എന്നതാണ്. ചൈനയിലെയും വിയത്നാമിലെയും കൊറിയയിലെയും കമ്യൂണിസ്റ്റ് പാർട്ടികൾക്ക്, അവ ഏറക്കുറെ ഇതേകാലത്താണ് രൂപീകൃതമായതെന്നിരിക്കിലും വിജയം കൈവരിക്കാൻ കഴിഞ്ഞു; എന്നിട്ടും ഇന്ത്യയിൽ അത് സംഭവിക്കാത്തതിന് എന്താണ് കാരണം? ആത്മസമർപ്പണത്തിന്റെയോ ത്യാഗത്തിന്റെയോ അഭാവം എന്നതല്ല ഉത്തരം. ദേശീയ വിമോചനം എന്ന ലക്ഷ്യത്തിനുവേണ്ടിയും തൊഴിലാളി വർഗ്ഗവും കർഷക ജനതയും ദശലക്ഷക്കണക്കിന് മറ്റ് മർദ്ദിത വിഭാഗങ്ങളും ഉൾപ്പെടുന്ന ചൂഷിതവർഗ്ഗങ്ങളുടെ സംരക്ഷണത്തിനു വേണ്ടിയും വമ്പിച്ച വർഗ്ഗ സമരങ്ങൾ നയിച്ചതിന്റെയും അളവറ്റ ത്യാഗങ്ങൾ ചെയ്തതിന്റെയും പ്രൗഢമായ പാരമ്പര്യമാണ് ഇന്ത്യൻ കമ്യൂണിസ്റ്റുകാർക്കുള്ളത്. ഇന്ത്യയിലെ വിപ്ലവ പ്രസ്ഥാനത്തിന്റെ ഏറ്റവും മികച്ച പാരമ്പര്യത്തെയാണ് അവർ പ്രതിനിധാനം ചെയ്യുന്നത്.

മാർക്സിസം – ലെനിനിസം സൃഷ്ടിപരമായ ഒരു സയൻസാണ്. “മൂർത്തമായ സാഹചര്യങ്ങളുടെ മൂർത്തമായ വിശകലനം” എന്നതാണ് ജീവത്തായ സത്ത. “സാഹചര്യങ്ങൾ” ശരിയായ വിധം വിലയിരുത്തപ്പെടാതിരിക്കുകയോ മാറിവരുന്ന സാഹചര്യങ്ങൾക്കനുസരിച്ച് വിശകലനം നടക്കാതിരിക്കുകയോ ചെയ്യുമ്പോൾ പിശകുകൾ സംഭവിക്കുന്നു. ഇന്ത്യയുടെ സ്വാതന്ത്ര്യ സമരത്തിൽ കമ്യൂണിസ്റ്റുകാർ പ്രധാന പങ്ക് വഹിച്ചപ്പോൾതന്നെ ചൈനയിലും വിയത്നാമിലും ഉത്തരകൊറിയയിലും സംഭവിച്ചതുപോലെ സ്വാതന്ത്ര്യ സമരത്തിന്റെ നേതൃത്വം ഏറ്റെടുക്കാൻ കമ്യൂണിസ്റ്റുകാർക്ക് കഴിഞ്ഞില്ല.

ഇന്ത്യൻ ഭരണവർഗ്ഗങ്ങളുടെ വർഗ്ഗ സ്വഭാവം, ഇന്ത്യൻ വിപ്ലവത്തിന്റെ പാത എന്നിങ്ങനെയുള്ള മൂർത്തമായ സാഹചര്യങ്ങളെക്കുറിച്ച് കമ്യൂണിസ്റ്റുകാർക്കിടയിലുണ്ടായിരുന്ന അഭിപ്രായ ഭിന്നതകൾ ദശകങ്ങളോളം പലതരത്തിലുള്ള ഭിന്നതകൾക്ക് കാരണമായി. ഇന്ത്യൻ ഭരണവർഗ്ഗങ്ങളുടെ സ്വഭാവം സംബന്ധിച്ച് ശരിയായ വിശകലനം നടത്തിയ സി പി ഐ (എം) ന് വർഗ്ഗ സമരങ്ങളിൽ ഇന്ത്യയിലെ വലി

യൊരു വിഭാഗം ജനങ്ങളെ അണിനിരത്താൻ കഴിഞ്ഞു; അങ്ങനെ സ്വതന്ത്ര ഇന്ത്യയിലെ പ്രമുഖ കമ്യൂണിസ്റ്റ് ശക്തിയായി സി പി ഐ (എം) ഉയർന്നുവന്നു.

പാർലമെന്ററിയും പാർലമെന്റേതരവുമായ സമരങ്ങളെ കൂട്ടിയോജിപ്പിച്ചുകൊണ്ട് സി പി ഐ (എം) ന് ഇന്ത്യയിലെ രാഷ്ട്രീയ സംഭവവികാസങ്ങളുടെ ഗതിക്രമത്തെ നിർണ്ണായകമായി സ്വാധീനിക്കാനും ഗവണ്മെന്റുകൾ രൂപീകരിക്കാനും കഴിഞ്ഞു. 1957 ലെ കേരളത്തിലെ ആദ്യത്തെ കമ്യൂണിസ്റ്റ് ഗവണ്മെന്റും പശ്ചിമബംഗാളിലെ ഇടതു മുന്നണി ഗവണ്മെന്റുകളും തുടർന്ന് ത്രിപുരയിൽ സി പി ഐ (എം) നയിക്കുന്ന ഇടതുമുന്നണി ഗവണ്മെന്റുകൾ ഉയർന്നുവന്നതും അതിനുപുറമെ ഇന്ത്യൻ പാർലമെന്റിൽ പാർട്ടി വഹിച്ച പങ്കുമെല്ലാം ആധുനിക ഇന്ത്യയുടെ ഉരുവംകൊള്ളലിൽ ഗണ്യമായ സംഭാവന നല്കിയിട്ടുണ്ട്.

എന്നാൽ കഴിഞ്ഞ ഒരു പതിറ്റാണ്ടായി സി പി ഐ (എം) ന്റെ പാർലമെന്ററി സ്വാധീനം ഗണ്യമായി കുറഞ്ഞിരിക്കുകയാണ്. വലതുപക്ഷ രാഷ്ട്രീയത്തിന്റെ കടന്നാക്രമണം മുഖ്യമായും ലക്ഷ്യമിടുന്നത് കമ്യൂണിസ്റ്റുകാരെയാണ്; വലതുപക്ഷ രാഷ്ട്രീയ പദ്ധതിയോട് അല്പവും വിട്ടുവീഴ്ച ചെയ്യാത്ത രാഷ്ട്രീയ എതിരാളികൾ കമ്യൂണിസ്റ്റുകാരാണെന്നതുകൊണ്ടാണത്. ശാരീരിക ആക്രമണങ്ങളിലൂടെയും അടിച്ചമർത്തലിലൂടെയും അക്രമത്തിന്റെയും ഭീകരതയുടെയും രാഷ്ട്രീയ സംസ്കാരം സൃഷ്ടിക്കുന്നതിലൂടെയുമാണ് വലതുപക്ഷം ഇത് നടപ്പാക്കുന്നത്. ബംഗാളിൽ ഇതാണ് നടന്നത്; തുടർന്ന് ത്രിപുരയിലും ഇതുതന്നെയാണ് സ്ഥിതി; ഇപ്പോൾ കേരളത്തിലെ എൽ ഡി എഫ് ഗവണ്മെന്റിനെ അസ്ഥിരീകരിക്കാനുള്ള വിഫല ശ്രമങ്ങളാണ് നടന്നുവരുന്നത്.

എന്നിരുന്നാലും ഇതേ കാലഘട്ടത്തിൽ ചൂഷിത വർഗ്ഗങ്ങളുടെ മുഖ്യമായും തൊഴിലാളി വർഗ്ഗത്തിന്റെയും കർഷക ജനതയുടെയും സമരങ്ങൾ സംഘടിപ്പിക്കുന്ന മുഖ്യ ശക്തിയായി സി പി ഐ (എം). ഈ സമരങ്ങളാണ് പൊതുചർച്ചയിൽനിന്നും തുടച്ചുമാറ്റാൻ കഴിയാത്ത പല വിഷയങ്ങളും ദേശീയ അജൻഡയിലേക്ക് കൊണ്ടുവന്നത്; ഇപ്പോഴും കൊണ്ടുവന്നുകൊണ്ടിരിക്കുന്നത്.

ഇന്ന് നേരിടുന്ന വെല്ലുവിളികൾ

'രാഷ്ട്ര'ത്തിന്റെ പേരിൽ ജനങ്ങളുടെ ജനാധിപത്യാവകാശങ്ങൾ കവർന്നെടുക്കുന്നത് ഉൾപ്പെടെയുള്ള ത്യാഗങ്ങൾ അവരിൽനിന്നും ആവശ്യപ്പെടുന്ന, ജനങ്ങൾക്കുപരിയായി 'രാഷ്ട്ര'ത്തെയും അതിന്റെ താല്പര്യങ്ങളെയും പ്രതിഷ്ഠിക്കുന്ന അക്രാമകമായ വർഗ്ഗീയതയുടെയും സങ്കുചിത ദേശീയതയുടെയും പ്രത്യയശാസ്ത്രം ഭീകരമാംവിധം പ്രചരിപ്പിക്കുന്ന കോർപ്പറേറ്റ് – വർഗ്ഗീയ കൂട്ടുകെട്ട് ആധിപത്യം സ്ഥാപിക്കുകയാണ്. അടുത്തകാലത്ത്, ദേശീയ അന്വേഷണ ഏജൻസി (എൻ ഐ

എ) നിയമത്തിനുള്ള ഭേദഗതികൾ ലോക്സഭയുടെ പരിഗണനയ്ക്ക് വന്നപ്പോൾ ആഭ്യന്തര മന്ത്രി അട്ടഹസിച്ചത് ഭേദഗതികളെ എതിർക്കുന്നവർ ഭീകരരെ പിന്തുണയ്ക്കുന്നവരും സംരക്ഷിക്കുന്നവരുമാണെന്നാണ്! ഈ കിരാത ഭേദഗതികൾ വ്യക്തികളുടെയാകെ ജനാധിപത്യാവകാശങ്ങൾക്കും പൗരസ്വാതന്ത്ര്യങ്ങൾക്കും നേരെ കടുത്ത കടന്നാക്രമണമാണ് നടത്തുന്നത്. ബി ജെ പി ഗവണ്മെന്റിനും അതിന്റെ നയങ്ങൾക്കുമെതിരെ എന്തെങ്കിലും ഭിന്നാഭിപ്രായം പ്രകടിപ്പിക്കുന്നത് 'ദേശവിരുദ്ധർ' എന്ന പേരിൽ അറസ്റ്റ് ചെയ്യപ്പെടാനും തടവിലാക്കപ്പെടാനും കാരണമാകും – 'പൊലീസ് സ്റ്റേറ്റി'നെ നിയമപ്രകാരമാക്കൽ!

സമീപകാലത്ത് ജമ്മു–കാശ്മീരിന്റെ സംസ്ഥാന പദവി റദ്ദാക്കിയതും ആ സംസ്ഥാനത്തിലെ ജനങ്ങളെ ബന്ദികളാക്കിയതും ആസാമിലെ എൻ ആർ സി കോലാഹലവും ഇന്ത്യയിലെ ഇതര ഭാഗങ്ങളിലേക്കും അത് വ്യാപിപ്പിക്കുമെന്ന ഭീഷണിയും മതപരമായ ബന്ധത്തിന്റെ അടിസ്ഥാനത്തിൽ ഇന്ത്യൻ പൗരത്വത്തെ നിർവ്വചിച്ച് മുസ്ലീങ്ങളെ ഒഴിവാക്കുന്ന പൗരത്വ നിയമ ഭേദഗതി ബില്ലുമെല്ലാം ഇന്ത്യയിൽ ഇന്നു നടക്കുന്നതിന്റെ ചൂണ്ടുപലകകളാണ്; മതനിരപേക്ഷ ജനാധിപത്യ ഭരണഘടനാ വ്യവസ്ഥയുടെ നിലനില്പുതന്നെ ഇന്ന് അപകടത്തിലാണ്.

ഈ വലതുപക്ഷ രാഷ്ട്രീയ ദൃഢീകരണത്തിനെതിരായ വെല്ലുവിളി അനിവാര്യമായും ഇടതുപക്ഷ – മദ്ധ്യ ഇടതുപക്ഷ രാഷ്ട്രീയ ദൃഢീകരണത്തിൽ നിന്നുമാണ് വരേണ്ടത്.

ഈ വെല്ലുവിളി നേരിടാനുള്ള ദൃഢനിശ്ചയത്തിലാണ് സി പി ഐ (എം). ഈ ശതവാർഷികാഘോഷങ്ങൾ നമ്മുടെ പോരായ്മകളെ അതിജീവിക്കുന്നതിനും നമ്മുടെ ഭരണഘടനാ സംവിധാനത്തെ സംരക്ഷിക്കുന്നതിനും അതിനെ ചൂഷണം അവസാനിപ്പിക്കുന്നതിലേക്ക് കൊണ്ടുപോകുന്നതിനും ഒരേ പോലെ അനുപേക്ഷണീയമായ കമ്യൂണിസ്റ്റ് പ്രസ്ഥാനത്തെ ശക്തിപ്പെടുത്തുന്നതിനുമുള്ള അവസരമായും ആവേശം പ്രദാനം ചെയ്യുന്നതായും മാറും.

മൗലാന ഹസ്രത്മൊഹാനി വിരചിക്കുകയും ഭഗത്സിങ് അനശ്വരമാക്കുകയും ചെയ്ത മുദ്രാവാക്യം– ഇങ്കിലാബ് സിന്ദാബാദ്– ഇപ്പോഴത്തെ വർഗ്ഗീയ ദേശീയ സങ്കുചിതവാദത്തിന്റെ കടന്നാക്രമണത്തെ നേരിടുന്നതിനുള്ള കാഹള ധ്വനിയാണ്. എല്ലാവരെയും ഉൾക്കൊള്ളുന്ന ഇന്ത്യ വിജയിക്കുക തന്നെ വേണം. ജനകീയ ജനാധിപത്യം സ്ഥാപിക്കുന്നതിനും സോഷ്യലിസത്തിലേക്ക് മുന്നേറുന്നതിനും വേണ്ടിയുള്ള പോരാട്ടം ശക്തിപ്പെടുകയും വേണം.

താഷ്കന്റിൽ സി പി ഐ രൂപീകരിക്കപ്പെടുന്നു

സോവിയറ്റ് യൂണിയനിലെ അക്കാലത്തെ തുർക്കിസ്ഥാൻ തല സ്ഥാനമായ താഷ്കന്റിൽ വെച്ച് 1920 ഒക്ടോബർ 17 ന് ചേർന്ന യോഗ മാണ് കമ്യൂണിസ്റ്റ് പാർട്ടി ഓഫ് ഇന്ത്യയുടെ രൂപീകരണം പ്രഖ്യാപിച്ചത്.

എം എൻ റോയി, ഇവ്‌ലിൻട്രെന്റ് – റോയി, അബനി മുഖർജി, റോസ ഫിറ്റിങ്ഗോവ്, മൊഹമ്മദ് അലി, മൊഹമ്മദ് ഷഫീഖ്, എം പി ബി ടി ആചാര്യ എന്നിവരാണ് ആ യോഗത്തിൽ പങ്കെടുത്തത്. പാർട്ടിയുടെ സെക്രട്ടറിയായി മുഹമ്മദ് ഷഫീഖ് തിരഞ്ഞെടുക്കപ്പെട്ടു. ആ ഉദ്ഘാടന സമ്മേളനം കോമിന്റേൺ പ്രഖ്യാപിച്ച തത്ത്വങ്ങളെ അംഗീ കരിക്കുകയും "ഇന്ത്യയിലെ സാഹചര്യങ്ങൾക്ക് അനുയോജ്യമായ വിധം" സി പി ഐയുടെ പരിപാടിക്ക് രൂപംനല്കാൻ തീരുമാനിക്കുക യുമുണ്ടായി.

1920 ൽ മോസ്കോവിൽ ചേർന്ന കമ്യൂണിസ്റ്റ് ഇന്റർനാഷണലിന്റെ രണ്ടാം കോൺഗ്രസിൽ മെക്സിക്കൻ കമ്യൂണിസ്റ്റ് പാർട്ടിയുടെ പ്രതിനി ധിയായി എം എൻ റോയി പങ്കെടുത്തിരുന്നു. അബനി മുഖർജിയും ആചാര്യയും ആ കോൺഗ്രസിൽ പങ്കെടുത്തിരുന്നു. മൊഹമ്മദ് ഷഫീഖ് നിരീക്ഷകനായിരുന്നു.

ഇവ്‌ലിൻ അമേരിക്കൻ കമ്യൂണിസ്റ്റും എം എൻ റോയിയുടെ ഭാര്യ യുമായിരുന്നു; അതേ സമയം അബനി മുഖർജി വിവാഹം കഴിച്ച റഷ്യൻ കമ്യൂണിസ്റ്റ് ആയിരുന്നു റോസ ഫിറ്റിങ്ഗോവ്.

ബ്രിട്ടീഷ് വാഴ്ചയെ തകർക്കാൻ ഒരു വിപ്ലവ പ്രസ്ഥാനമോ സായുധ സമരമോ സംഘടിപ്പിക്കാനുള്ള വഴി കണ്ടെത്താനായി ഇന്ത്യയിൽ നിന്ന് വിദേശത്തേക്ക് പോയ ദേശാഭിമാനത്താൽ പ്രചോദിതരായ യുവാക്കളുടെ ഒരു സംഘമായിരുന്നു സമ്മേളനത്തിൽ പങ്കെടുത്ത ഇന്ത്യക്കാർ. എം

എൻ റോയിയും അബനി മുഖർജിയും എം പി ബി ടി ആചാര്യയും ഈ വിഭാഗത്തിൽ പെടുന്നു. മൊഹമ്മദ് ഷഫീഖും മൊഹമ്മദ് അലിയും ബ്രിട്ടീഷുകാരോട് പൊരുതാൻ സഹായം തേടി താഷ്കന്റിലേക്ക് പോയ മുഹാജിറുകളായിരുന്നു. ധീരരും സാഹസികരുമായ ഈ വിപ്ലവകാരികളുടെ സാഹസിക യാത്രയുടെ വിവരങ്ങൾ മറ്റൊരവസരത്തിൽ പരാമർശിക്കേണ്ടതുണ്ട്.

അങ്ങനെ താഷ്കന്റിൽ കമ്യൂണിസ്റ്റ് പാർട്ടി ഓഫ് ഇന്ത്യ രൂപീകരിച്ചതിനു പിന്നിൽ ലോക തൊഴിലാളി വർഗ്ഗ വിപ്ലവത്തിന്റെയും ഇന്ത്യൻ ദേശീയ വിമോചന സമരത്തിന്റെയും പ്രവണതകൾ കെട്ടുപിണഞ്ഞു കിടക്കുന്നു.

1917 ൽ റഷ്യയിൽ നടന്ന ഒക്ടോബർ വിപ്ലവത്തിന് ചരിത്ര പ്രധാനവും ലോകവ്യാപകവുമായ സ്വാധീനമുണ്ടായിരുന്നു. ആ വിപ്ലവത്തിന്റെ സ്വഭാവത്തെ സംബന്ധിച്ച വാർത്തകൾ ബ്രിട്ടീഷ് കോളനിയായിരുന്ന ഇന്ത്യയിൽ എത്തുന്നതിനു മുൻപേതന്നെ വിദേശങ്ങളിൽ കഴിഞ്ഞിരുന്ന പ്രവാസികളായ ഇന്ത്യൻ വിപ്ലവകാരികൾ അറിയുകയും, ഐതിഹാസികമായ ആ സോഷ്യലിസ്റ്റ് വിപ്ലവത്തിൽ ആകൃഷ്ടരാകുകയും ചെയ്തു.

മോസ്കോയിൽ ബോൾഷെവിക്കുകളുമായി ബന്ധപ്പെടാൻ തീരുമാനിച്ച വിപ്ലവകാരികളുടെ ഒരു സംഘം ബെർലിനിലുമുണ്ടായിരുന്നു. ആ സംഘത്തിന്റെ നേതാവ് വീരേന്ദ്രനാഥ് ചതോപാധ്യായ ആയിരുന്നു; ഭൂപേന്ദ്രനാഥ് ദത്ത, മൊഹമ്മദ് ബർക്കത്തുള്ള, നളിനി ഗുപ്ത തുടങ്ങിയവരായിരുന്നു മറ്റു സംഘാംഗങ്ങൾ.

ബ്രിട്ടീഷുകാരുമായി പൊരുതാൻ രൂപീകരിക്കപ്പെട്ടതും കോമഗതമാരു സംഭവത്തെ തുടർന്ന് അടിച്ചമർത്തപ്പെട്ട കലാപത്തിന് ശ്രമിച്ച് അമേരിക്കയിൽ പ്രവർത്തിച്ചിരുന്നതുമായ ഗദർ പാർട്ടിയുടെ നേതാക്കളും റഷ്യൻ വിപ്ലവകാരികളുമായി ബന്ധപ്പെടാൻ ശ്രമിച്ചു.

1920–21 ലെ നിസ്സഹകരണ ഖിലാഫത്ത് പ്രക്ഷോഭകാലത്ത്, ബ്രിട്ടീഷ് വാഴ്ചയ്ക്കെതിരായ പോരാട്ടം തുടരാൻ ആഗ്രഹിച്ച അസംഖ്യം ഖിലാഫത്ത് പ്രവർത്തകർ ഇന്ത്യയിൽനിന്ന് അഫ്ഗാനിസ്ഥാനിലേക്ക് പോയി. അവിടെ നിന്ന് അവരിൽ പലരും താഷ്കന്റിലേക്കും യാത്രതിരിച്ചു. ബ്രിട്ടീഷ് വാഴ്ചയ്ക്കെതിരായ മുഹാജിറുകളുടെ പോരാട്ടത്തെ സഹായിക്കാൻ സന്നദ്ധരായ സോവിയറ്റ് അധികൃതർ അവരെ സ്വാഗതം ചെയ്തു. കമ്യൂണിസ്റ്റ് പാർട്ടിയുമായും ബോൾഷെവിക് വിപ്ലവകാരികളുമായും ബന്ധപ്പെട്ടതിനുശേഷം മുഹാജിറുകളിൽ ചിലർ കമ്യൂണിസം സ്വീകരിക്കുകയും അവരിൽ 25 ൽ അധികം പേരെ മോസ്കോയിൽ 1921 ൽ കമ്യൂണിസ്റ്റ് യൂണിവേഴ്സിറ്റി ഓഫ് ദ ടോയ്‌ലേഴ്സ് ഓഫ് ദ ഈസ്റ്റ് ആരംഭിച്ചപ്പോൾ അവിടേക്ക് അയക്കുകയുമുണ്ടായി.

കമ്യൂണിസ്റ്റ് ഇന്റർനാഷണലിന്റെ എക്സിക്യൂട്ടീവ് കമ്മിറ്റി അംഗമായി എം എൻ റോയി തിരഞ്ഞെടുക്കപ്പെട്ടു. താഷ്കന്റിലെ സെൻട്രൽ

ഏഷ്യാറ്റിക് ബ്യൂറോയിലേക്ക് അദ്ദേഹത്തെ നിയോഗിച്ചു. ഈ ആധികാരികതയിലാണ് അദ്ദേഹം മുഹാജിറുകളുമായി ബന്ധപ്പെടാനും അവർക്കിടയിൽ പ്രവർത്തിക്കാനും തുടങ്ങിയത്; ഇന്ത്യയിലെ ബ്രിട്ടീഷ് വാഴ്ചയ്ക്കെതിരായ പോരാട്ടം തുടരുന്നതിന് എത്രയും വേഗം കമ്യൂണിസ്റ്റ് പാർട്ടി രൂപീകരിക്കാനുള്ള ആകാംക്ഷയിലായിരുന്നു മുഹാജിറുകൾ.

ലോകത്തെല്ലായിടത്തും തുടക്കത്തിൽ കമ്യൂണിസ്റ്റു പാർട്ടികൾ രൂപീകരിച്ചത് വിപ്ലവകാരികളുടെ ചെറിയ സംഘങ്ങളായിരുന്നു. ചൈനയിൽ 1921 ൽ ഷാങ്ഹായ് യിൽ ചേർന്ന യോഗത്തിനുശേഷമാണ് കമ്യൂണിസ്റ്റു പാർട്ടി രൂപീകരിക്കപ്പെട്ടത്; ആ യോഗത്തിൽ 13 പ്രതിനിധികളാണ് പങ്കെടുത്തത്. ഇൻഡോ ചൈന കമ്യൂണിസ്റ്റ് പാർട്ടി (പിന്നീടത് വിയത്നാം, കമ്പോഡിയ, ലാവോസ് എന്ന മൂന്ന് രാജ്യങ്ങളായി) രൂപീകരിച്ചത് ഇൻഡോ ചൈനയെ കോളനിയാക്കി ഭരിച്ചിരുന്ന ഫ്രാൻസിൽ പ്രവാസ ജീവിതം നയിച്ചിരുന്നവർ മാർക്സിസം സ്വീകരിച്ചതിനെ തുടർന്നാണ്.

താഷ്കന്റിലെ കമ്യൂണിസ്റ്റ് ഗ്രൂപ്പിന്റെ റിക്കാർഡുകൾ വെളിപ്പെടുത്തുന്നത് രണ്ട് യോഗങ്ങൾ കൂടി ചേർന്നതായാണ്. 1920 ഡിസംബർ 15 ന് ചേർന്ന യോഗത്തിന്റെ മിനിറ്റ്സ് വെളിപ്പെടുത്തുന്നത് മൂന്നുപേരെ കൂടി കാൻഡിഡേറ്റ് അംഗങ്ങളായി പാർട്ടിയിൽ ഉൾപ്പെടുത്തിയെന്നാണ്– അബ്ദുൾ ആദേർ സെഹ്റായ്, മസൂദ് അലി ഷാ കാസി, അക്ബർഷാ (സലീം) എന്നിവരാണവർ. പാർട്ടിയിൽ പൂർണ്ണ അംഗത്വം ലഭിക്കുന്നതിന് കാൻഡിഡേറ്റ് മെമ്പർ മൂന്നു മാസത്തെ പ്രൊബേഷൻ പൂർത്തിയാക്കണമായിരുന്നു.

താഷ്കന്റിൽ ആ കാലത്ത് ഇന്ത്യൻ വിപ്ലവകാരികളുടെ ഒരു കമ്മിറ്റി ഉണ്ടായിരുന്നു; അതിൽ പ്രധാനമായും ഉണ്ടായിരുന്നത് മുഹാജിറുകളും പ്രവാസികളായ വിപ്ലവകാരികളുമായിരുന്നു. ഈ ആളുകളിൽ നിന്നായിരുന്നു കമ്യൂണിസ്റ്റ് യൂണിവേഴ്സിറ്റി ഓഫ് ടോയ്ലേഴ്സ് ഓഫ് ദ ഈസ്റ്റിൽ പങ്കെടുക്കാൻ മോസ്കോയിലേക്ക് പോകാൻ ആളുകളെ ചേർത്തത്.

വീരേന്ദ്രനാഥ ചതോപാദ്ധ്യയയുടെ നേതൃത്വത്തിലുണ്ടായിരുന്ന വിപ്ലവകാരികളുടെ ബെർലിൻ ഗ്രൂപ്പ് കോമിന്റേൺ നേതൃത്വവുമായി കൂടിക്കാഴ്ചയ്ക്കായി 1921 ൽ മോസ്കോയിൽ എത്തിച്ചേർന്നു. ആദ്യം ഇന്ത്യയിലെ ബ്രിട്ടീഷ് വാഴ്ച അവസാനിപ്പിക്കുകയും അതിനുശേഷം കമ്യൂണിസ്റ്റു പാർട്ടി രൂപീകരിക്കുകയും ചെയ്യുക എന്ന കാഴ്ചപ്പാടായിരുന്നു അവർക്കുണ്ടായിരുന്നത്. ദേശീയ വിമോചന സമരത്തിന് കോമിന്റേണിന്റെ സഹായം അവർ ആഗ്രഹിച്ചു. എം എൻ റോയിയെയും അദ്ദേഹത്തിന്റെ ഗ്രൂപ്പിനെയും ഇന്ത്യൻ കമ്യൂണിസ്റ്റു പാർട്ടിയായി അംഗീകരിക്കുന്നതിന് അവർ എതിരായിരുന്നു. എല്ലാ അഭിപ്രായങ്ങളും കേട്ടതിനുശേഷം കോമിന്റേണിന്റെ ഒരു കമ്മീഷൻ താഷ്കന്റിൽ രൂപീകരിച്ച പാർട്ടിയെ ഇന്ത്യൻ കമ്യൂണിസ്റ്റ് ഗ്രൂപ്പായി അംഗീകരിക്കാൻ തീരു

മാനിച്ചു.

താഷ്കന്റിൽ രൂപംകൊണ്ട പാർട്ടിക്ക് കമ്യൂണിസ്റ്റ് ഇന്റർനാഷണലിലെ ഒരു പാർട്ടിയായി അഫിലിയേഷൻ ലഭിക്കാൻ വേണ്ട അവശ്യ ഉപാധിയായ പാർട്ടി പരിപാടിക്ക് അന്തിമ രൂപംനല്കാൻ കഴിഞ്ഞില്ല; എന്നാൽ ഈ ഗ്രൂപ്പ്, പ്രത്യേകിച്ച് എം എൻ റോയി, ഇന്ത്യയിലെ വിവിധ കേന്ദ്രങ്ങളിൽ രൂപപ്പെട്ടുകൊണ്ടിരുന്ന പുതിയ കമ്യൂണിസ്റ്റ് ഗ്രൂപ്പുകളിലേക്ക് കമ്യൂണിസ്റ്റ് കാഴ്ചപ്പാടുകൾ എത്തിക്കുന്നതിൽ പ്രധാന പങ്ക് വഹിച്ചു.

1921 ൽ ഇന്ത്യൻ നാഷണൽ കോൺഗ്രസിന്റെ അഹമ്മദാബാദ് എ ഐ സി സി സമ്മേളനത്തെ അഭിസംബോധന ചെയ്ത് എം എൻ റോയിയും അബനി മുഖർജിയും ഒരു തുറന്ന കത്തെഴുതി.

ആ മാനിഫെസ്റ്റോ കോൺഗ്രസിനോട് ഇങ്ങനെ അഭ്യർത്ഥിച്ചു. "ട്രേഡ് യൂണിയനുകളുടെ മിനിമം ഡിമാന്റുകളെ കോൺഗ്രസ് സ്വന്തം ഡിമാന്റുകളായി ഏറ്റെടുക്കണം; കിസാൻ സഭകളുടെ (കർഷക സംഘങ്ങൾ) പരിപാടിയെ സ്വന്തം പരിപാടിയായി ഏറ്റെടുക്കണം, എന്തെങ്കിലും തടസ്സങ്ങൾ കൊണ്ട് കോൺഗ്രസിനെ തടയാൻ പറ്റാത്ത കാലം അധികം കഴിയുന്നതിനു മുൻപ് വന്നു ചേരും; ഭൗതിക താല്പര്യങ്ങൾക്കുവേണ്ടി ബോധപൂർവ്വം പൊരുതുന്ന രാജ്യത്തെ ജനങ്ങളൊന്നടങ്കം അപ്രതിരോദ്ധ്യമായ ശക്തിയോടെ കോൺഗ്രസിനു പിന്നിൽ അണിനിരക്കും"

പാർട്ടി രൂപീകരണത്തിന്റെ ആരംഭം മുതൽ തന്നെ, ഇന്ത്യയിലെ മറ്റേതൊരു രാഷ്ട്രീയ പാർട്ടിക്കോ ഗ്രൂപ്പിനോ മുൻപുതന്നെ, സമ്പൂർണ്ണ സ്വാതന്ത്ര്യം (പൂർണ്ണ സ്വരാജ്) എന്ന മുദ്രാവാക്യം ഉയർത്തിയത് സി പി ഐ ആണ്. എം എൻ റോയിയും അബനി മുഖർജിയും തങ്ങളുടെ മാനിഫെസ്റ്റോ അഹമ്മദാബാദ് കോൺഗ്രസിന് അയച്ച അതേ കാലത്തു തന്നെ ആ സമ്മേളനത്തിൽ പങ്കെടുത്ത ഹസ്രത് മൊഹാനി വിദേശ ഭരണത്തിൽ നിന്നും സമ്പൂർണ്ണ സ്വാതന്ത്ര്യം എന്ന് സ്വരാജിനെ നിർവ്വചിക്കുന്ന ഒരു പ്രമേയം അവതരിപ്പിച്ചു. ഹസ്രത് മൊഹാനിയെ കമ്യൂണിസം സ്വാധീനിച്ചിരുന്നു; അദ്ദേഹം അക്കാലത്ത് പാർട്ടി അംഗവുമായിക്കഴിഞ്ഞിരുന്നു. അപ്രായോഗികം എന്ന് മുദ്രകുത്തി ഗാന്ധി ആ പ്രമേയത്തെ എതിർത്തു.

കോമിന്റേണിന്റെ സഹായത്തോടെ എം എൻ റോയി ഇന്ത്യയിൽ അക്കാലത്ത് പൊട്ടിമുളച്ചുകൊണ്ടിരുന്ന നിരവധി കമ്യൂണിസ്റ്റ് ഗ്രൂപ്പുകളുടെ നേതാക്കളുമായി ബന്ധപ്പെടാൻ ശ്രമിച്ചു. എസ് എ ഡാങ്കെ (ബോംബെ), മുസാഫർ അഹമ്മദ് (കൽക്കട്ട), ശിങ്കാലവേലു ചെട്ടിയാർ (മദ്രാസ്) തുടങ്ങിയവർക്ക് പാർട്ടി രൂപീകരിക്കുന്നതും പ്രവർത്തനങ്ങൾ സംഘടിപ്പിക്കുന്നതും സംബന്ധിച്ച് ഉപദേശങ്ങൾ നല്കിക്കൊണ്ട് അദ്ദേഹം കത്തുകൾ എഴുതി.

1922 മുതൽ 1923 വരെയുള്ള കാലത്ത് റോയിയുടെ പത്രാധിപത്യത്തിൽ ബെർലിനിൽനിന്ന് ഇന്ത്യയിലെ കമ്യൂണിസ്റ്റുപാർട്ടിയുടെ

ആദ്യത്തെ അംഗീകൃത മുഖപത്രമായി *വാൻഗാർഡ് ഓഫ് ഇന്ത്യൻ ഇൻഡിപെൻഡൻസ്* പ്രസിദ്ധീകരണം തുടങ്ങിയത് ഇന്ത്യയിൽ കമ്യൂണിസ്റ്റ് ആശയപ്രചാരണം വ്യാപകമാകാൻ സഹായിച്ചു. ഇത്തരം പ്രചാരണം ഉയർത്തുന്ന ഭീഷണി മനസ്സിലാക്കിയ ബ്രിട്ടീഷ് ഗവണ്മെന്റ് വാൻഗാർഡ് ഇന്ത്യയിലേക്ക് കടത്തുന്നത് നിരോധിച്ചു.

അഖിലേന്ത്യാ ട്രേഡ് യൂണിയൻ കോൺഗ്രസ് (എ ഐ ടി യു സി) സ്ഥാപിച്ച വർഷം എന്ന നിലയിലും 1920 ശ്രദ്ധേയമാണ്. പരിഷ്കരണവാദപരമായ ഒരു ദിശ തുടക്കത്തിൽ അതിനുണ്ടായിരുന്നെങ്കിലും ഏതാനും വർഷത്തിനുള്ളിൽ കമ്യൂണിസ്റ്റുകാരുടെ പങ്കാളിത്തത്തോടെ ആ ട്രേഡ് യൂണിയൻ സെന്റർ തൊഴിലാളിവർഗ്ഗത്തിന്റെ ഉശിരൻ വേദിയായി ഉയർന്നുവന്നു.

ആയതിനാൽ 1920 ൽ താഷ്കന്റിൽ സി പി ഐ രൂപീകരിച്ചതിനെ ഇന്ത്യയിൽ കമ്യൂണിസ്റ്റു പാർട്ടി കെട്ടിപ്പെടുക്കുന്നതിന്റെ ആദ്യ ചുവടുവയ്പായി കാണാനാവും.

1920 ഒക്ടോബർ 17 ന് ചേർന്ന യോഗത്തിന്റെ മിനിറ്റ്സ്

1920 ഒക്ടോബർ 17 ന് താഷ്കന്റിൽ സ്ഥാപിച്ച കമ്യൂണിസ്റ്റ് പാർട്ടി ഓഫ് ഇന്ത്യയിൽ ചുവടെ ചേർക്കുന്നവർ ഉൾപ്പെടുന്നു. (1) എം എൻ റോയി, (2) ഇവ്ലിൻ ട്രെന്റ് – റോയി, (3) എ എൻ മുഖർജി, (4) റോസ ഫിറ്റിങ്ഗോവ് (5) മൊഹമ്മദ് അലി (അഹമ്മദ് ഹസൻ) (6) മൊഹമ്മദ് ഷഫീക് സിദ്ദിഖി, (7) ആചാര്യ (എം പ്രതിവാദി ഭയങ്കർ).

പാർട്ടിയിൽ ചേരാൻ ആഗ്രഹിക്കുന്ന വ്യക്തികൾ മൂന്നുമാസക്കാലത്തെ പ്രൊബേഷൻ (കാൻഡിഡേറ്റ് അംഗമെന്ന നിലയിൽ) എന്ന വ്യവസ്ഥ നിശ്ചയിക്കുന്ന പ്രമേയം യോഗം അംഗീകരിച്ചു.

സഖാവ് ഷഫീഖിനെ സെക്രട്ടറിയായി തെരഞ്ഞെടുത്തു.

മൂന്നാം ഇന്റർനാഷണൽ പ്രഖ്യാപിച്ചിട്ടുള്ള തത്ത്വങ്ങൾ ഇന്ത്യൻ കമ്യൂണിസ്റ്റു പാർട്ടി അംഗീകരിക്കുന്നു; ഇന്ത്യയിലെ സാഹചര്യങ്ങൾക്ക് അനുയോജ്യമായ ഒരു പരിപാടിക്ക് രൂപംനല്കാനുള്ള ജോലി ഏറ്റെടുക്കുന്നു.

ചെയർമാൻ – എം ആചാര്യ

സെക്രട്ടറി – റോയി

പൂർണ്ണസ്വാതന്ത്ര്യത്തിനായി ആദ്യമുയർത്തിയ ശബ്ദം

ഇന്ത്യൻ സ്വാതന്ത്ര്യ സമരത്തിന് കമ്യൂണിസ്റ്റുകാർ നല്കിയ നിർണ്ണായക സംഭാവനകൾ എന്തെല്ലാമായിരുന്നു? രണധീരതയും ത്യാഗസന്നദ്ധതയും മാത്രമായിരുന്നില്ല അവരുടെ കൈമുതൽ. ഏറ്റവും സാധാരണക്കാരായ ജനങ്ങളെ അണിനിരത്തിയാൽ മാത്രമേ സ്വാതന്ത്ര്യസമരത്തിന്റെ ലക്ഷ്യം കൈവരിക്കാനാകൂ എന്ന് തുടക്കംമുതല്ക്കേ കമ്യൂണിസ്റ്റുകാർക്ക് ബോദ്ധ്യമുണ്ടായിരുന്നു. നാടൻ മുതലാളിമാരുടെ അധീശത്വം സ്ഥാപിക്കലായിക്കൂടാ സ്വാതന്ത്ര്യസമരത്തിന്റെ ലക്ഷ്യമെന്നും കമ്യൂണിസ്റ്റുകാർ മുന്നറിയിപ്പു നല്കി.

കമ്യൂണിസ്റ്റുകാർ പ്രതിനിധാനംചെയ്ത വിപ്ലവാശയങ്ങളുടെയും കോൺഗ്രസ് നേതാക്കൾ മുറുകെ പിടിച്ച യാഥാസ്ഥിതിക വീക്ഷണത്തിന്റെയും ഏറ്റുമുട്ടലിന്റെ ആദ്യവേദിയായിരുനു ദേശബന്ധു ചിത്തരഞ്ജൻ ദാസിന്റെ അദ്ധ്യക്ഷതയിൽ, 1921 ൽ അഹമ്മദാബാദിൽ ചേർന്ന ഇന്ത്യൻ നാഷണൽ കോൺഗ്രസിന്റെ 36–ാമത് സമ്മേളനം. *The History of the Indian National Congress* എന്ന ബ്രഹദ്ഗ്രന്ഥത്തിൽ കോൺഗ്രസിന്റെ ഔദ്യോഗിക ചരിത്രകാരനായ ഡോ. പട്ടാഭി സീതാരാമയ്യ ഈ വസ്തുത എടുത്തുകാട്ടുന്നു. മഹാത്മാഗാന്ധി ഉദ്ഘോഷിച്ച 'സ്വരാജ്', (1920 ൽ കൽക്കട്ടയിൽ ചേർന്ന കോൺഗ്രസ് സമ്മേളനം അംഗീകരിച്ചു) കോൺഗ്രസിന്റെ മുദ്രാവാക്യമായിരുന്ന കാലഘട്ടം. ഈ പശ്ചാത്തലത്തിൽ ചേർന്ന അഹമ്മദാബാദ് സമ്മേളനത്തിൽ, മൗലാന ഹസ്രത്ത് മൊഹാനി 'സ്വരാജ്' എന്ന മുദ്രാവാക്യത്തിന് ഭേദഗതി നിർദ്ദേശിക്കുന്ന പ്രമേയം അവതരിപ്പിച്ചു. സ്വാമി കുമാരാനന്ദ ഈ പ്രമേയത്തെ പിന്താങ്ങി. ആദ്യത്തെ തലമുറയിൽപ്പെട്ട ഇന്ത്യൻ കമ്യൂണിസ്റ്റുകാരായിരുന്നു ഇരുവരും. അതേക്കുറിച്ച് പട്ടാഭി സീതാരാമയ്യ തന്റെ ഗ്രന്ഥത്തിൽ (വോള്യം I, പേജ് 228–1946 ലെ പതിപ്പ്) പറയുന്നു:

''സ്വരാജി''നെ, ''എല്ലാ വിദേശ നിയന്ത്രണങ്ങളിൽനിന്നും വിമു

ക്തമായ പരിപൂർണ്ണ സ്വാതന്ത്ര്യം'' എന്ന വിധത്തിൽ ഭേദഗതി ചെയ്ത് നിർവ്വചിക്കണമെന്ന് നിർദ്ദേശിച്ചുകൊണ്ട് മൗലാനാ ഹസ്രത് മൊഹാനി തുടക്കംകുറിച്ച വിവാദം നമുക്കിനി പരിശോധിക്കേണ്ടതുണ്ട്. സംഭവിച്ച തിന്റെയെല്ലാം ഏറ്റവും സ്വാഭാവികമായ ഗതി എന്ന നിലയിൽ, കാല ത്തിന്റെ വിദൂരതയിലിരുന്ന് തിരിഞ്ഞുനോക്കുമ്പോൾ, കോൺഗ്രസോ ഗാന്ധിയോ അതിനെ ചെറുത്തത് എന്തിന് എന്ന് ആരുംതന്നെ അത്ഭു തപ്പെട്ടുപോകും. പക്ഷേ, ആ സന്ദർഭത്തിൽ ഇങ്ങനെയാണ് ഗാന്ധിജി പ്രതികരിച്ചത്.

''ഈ നിർദ്ദേശം ഉന്നയിക്കുന്നതിലൂടെ നിങ്ങളിൽ ചിലർ പ്രകടി പ്പിച്ച ആലോചനയില്ലായ്മ എന്നെ ദുഃഖിതനാക്കി. ഉത്തരവാദിത്വബോ ധമില്ലായ്മയാണ് അത് കാണിക്കുന്നത് എന്നതാണ് എന്നെ വേദനിപ്പി ച്ചത്. ഉത്തരവാദിത്വബോധമുള്ള സ്ത്രീ പുരുഷന്മാർ എന്ന നിലയിൽ നാം നാഗ്പൂർ, കൽക്കട്ട സമ്മേളനങ്ങളുടെ നാളുകളിലേക്ക് തിരികെ പോകണം.''

മുന്നോട്ടുള്ള പാത തെരഞ്ഞെടുത്തവർ

ചരിത്രത്തിലെ പിന്നിട്ട കാലഘട്ടങ്ങളിലേക്ക് തിരിച്ചുപോകാൻ മഹാ ത്മാഗാന്ധി നല്കിയ ഉപദേശം ഇന്ത്യൻ നാഷണൽ കോൺഗ്രസ് സമ്മേ ളനത്തിലെ ഭൂരിപക്ഷം പ്രതിനിധികളും അംഗീകരിച്ചു. ഹസ്രത്ത് മൊഹാനി അവതരിപ്പിച്ച പൂർണ്ണ സ്വാതന്ത്ര്യം ആവശ്യപ്പെടുന്ന പ്രമേ യം അങ്ങനെ തള്ളപ്പെട്ടു. പക്ഷേ, ബ്രിട്ടീഷ് സാമ്രാജ്യത്വത്തിന് അപക ടം ബോദ്ധ്യപ്പെട്ടു. തങ്ങൾക്ക് നേരിടാവുന്ന നഷ്ടം ഒഴിവാക്കാൻ അവർ തിടുക്കത്തിൽ നടപടികളെടുത്തു. സമ്മേളനം കഴിഞ്ഞ് വൈകാതെത ന്നെ ബ്രിട്ടീഷ് ഗവൺമെന്റ് പരിപൂർണ്ണ സ്വാതന്ത്ര്യത്തിനുവേണ്ടി പ്രമേ യം അവതരിപ്പിച്ച ഹസ്രത് മൊഹാനിയെ അറസ്റ്റുചെയ്തു.

ഒറ്റപ്പെട്ട ശബ്ദമായിരുന്നില്ല ഹസ്രത് മൊഹാനിയുടേത്. 1920 ഒക്ടോ ബർ 17 ന് താഷ്കന്റിൽ രൂപംകൊണ്ട ഇന്ത്യൻ കമ്യൂണിസ്റ്റുപാർട്ടിയുടെ തീരുമാനപ്രകാരം, എം എൻ റോയിയും അബനി മുഖർജിയും ചേർന്ന് അഹമ്മദാബാദ് സമ്മേളനത്തിനുമുമ്പ് ഒരു 'മാനിഫെസ്റ്റോ' ഇന്ത്യൻ നാഷണൽ കോൺഗ്രസിന്റെ ഒട്ടേറെ പ്രമുഖ നേതാക്കൾക്ക് വിദേശ ത്തുനിന്ന് അയച്ചിരുന്നു. അജ്മീറിൽനിന്നുള്ള രണ്ട് പ്രതിനിധികൾ ഈ രേഖ സ്വന്തംപേരിൽ വീണ്ടും അച്ചടിപ്പിച്ച് കോൺഗ്രസ് സമ്മേളന പ്ര തിനിധികൾക്കിടയിൽ വിതരണംചെയ്തു. കോൺഗ്രസ് ഇതേക്കുറിച്ച് ചർച്ചചെയ്യണമെന്ന് അഭ്യർത്ഥിക്കുന്ന ഒരു പ്രമേയവും അവർ അവതരി പ്പിച്ചു. രേഖ ലഭിച്ചവരിൽ മറ്റൊരാളായിരുന്നു ഹസ്രത് മൊഹാനി. ''സ മ്പൂർണ്ണ സ്വാതന്ത്ര്യം'' ആവശ്യപ്പെടുന്ന പ്രമേയമായാണ് അദ്ദേഹം അ ത് അവതരിപ്പിച്ചത്. അങ്ങനെ കമ്യൂണിസ്റ്റ് ആശയങ്ങൾ കോൺഗ്രസ് സമ്മേളനവേദിയിൽ ഇദംപ്രഥമമായി പ്രതിദ്ധ്വനിച്ചു. തുടർന്നുള്ള കാല ഘട്ടങ്ങളായപ്പോഴേക്കും ഈ ആശയഗതിക്ക് കൂടുതൽ സ്വാധീനം ലഭി ക്കുകയും ചെയ്തു.

കമ്യൂണിസ്റ്റുകാരുടെ മാനിഫെസ്റ്റോ

'സഹനാട്ടുകാരെ' എന്ന അഭിസംബോധനയോടെ ആരംഭിച്ച, എം എൻ റോയിയും അബനി മുഖർജിയും ചേർന്ന് തയ്യാറാക്കിയ 'മാനിഫെസ്റ്റോ'യിൽ ഇപ്രകാരം പറഞ്ഞു. ''ദേശീയ ജീവിതത്തിന്റെ ഭാവിയെയും പുരോഗതിയെയും ഗുരുതരമായി ബാധിക്കുന്ന വിവിധ പ്രശ്നങ്ങളിൽ തീരുമാനമെടുക്കുന്നതിനായി, നമ്മുടെ രാജ്യത്തിന്റെ ചരിത്രത്തിലെ അതിനിർണ്ണായകമായൊരു മുഹൂർത്തത്തിലാണ് നിങ്ങൾ സമ്മേളിച്ചിട്ടുള്ളത്. രാഷ്ട്രീയമായി മാത്രമല്ല, സാമ്പത്തികമായും സാമൂഹ്യമായും വമ്പിച്ചൊരു വിപ്ലവത്തിന് തൊട്ടുമുമ്പിലാണ് ഇന്ത്യൻ രാഷ്ട്രം ഇന്ന് നിലകൊള്ളുന്നത്. വമ്പിച്ച ഈ ഉപദ്വീപിൽ അധിവസിക്കുന്നവരായ, മാനവരാശിയിലെ വലിയൊരു വിഭാഗം ഒരു നിശ്ചിതലക്ഷ്യത്തിലേക്ക് നീങ്ങാൻ ആരംഭിച്ചിരിക്കുന്നു. നൂറ്റാണ്ടുകൾ നീണ്ട സാമ്പത്തികവും രാഷ്ട്രീയവുമായ മർദ്ദനത്തിന്റെ ഫലമായ സാമൂഹ്യ മുരടിപ്പിനുശേഷം അത് ഉണരുകയാണ്. അലസവിവാദങ്ങളിലും നിഷ്ഫലമായ പ്രമേയ രൂപീകരണത്തിലും ഏർപ്പെടുന്ന ഒഴിവുദിനങ്ങളിലെ ഒത്തുചേരലുകളല്ല മേലിൽ നാഷണൽ കോൺഗ്രസ്, ദേശീയ വിമോചനപ്രസ്ഥാനത്തിന് നേതൃത്വം വഹിക്കുന്ന രാഷ്ട്രീയ സംഘടനയായി അത് മാറിയിരിക്കുന്നു.

പുതുതായി കൈവന്ന രാഷ്ട്രീയ പ്രാധാന്യം സ്വന്തം ദാർശനിക പശ്ചാത്തലം മാറ്റുവാൻ കോൺഗ്രസിനെ ബാദ്ധ്യസ്ഥമാക്കുന്നു. ഒരു ആത്മനിഷ്ഠ സംഘടനയല്ലാതായി മാറണം അത്. സ്വന്തം നേതാക്കളുടെ ധാരണകൾക്കോ അഭിലാഷങ്ങൾക്കോ വിദ്വേഷങ്ങൾക്കോ അനുസൃതമായല്ലാതെ വസ്തുനിഷ്ഠ സാഹചര്യങ്ങളാൽ നിർണ്ണയിക്കപ്പെടുന്നതാകണം അതിന്റെ ചർച്ചകളും തീരുമാനങ്ങളും.

''ഒരു വർഷത്തിനകം സ്വരാജ്'' എന്ന് ആലേഖനംചെയ്ത പതാക അഭിമാനപുരസ്സരവും നിശ്ചയദാർഢ്യത്തോടെയും കോൺഗ്രസ് ഉയർത്തിയിരിക്കുന്നു. ഈ കൊടിക്കീഴിൽ ഒന്നിക്കുവാൻ ഇന്ത്യയിലെ ജനങ്ങൾ ക്ഷണിക്കപ്പെട്ടിരിക്കുകയാണ്. ലക്ഷ്യം കൈവരിക്കുന്നതുവരെ ഈ പതാക ഉയർത്തിപ്പിടിച്ച് മുന്നേറുവാൻ നിങ്ങൾ അവരോട് ആഹ്വാനം ചെയ്യുന്നു. തീർച്ചയായും ഇത് ഉദാത്തമായ ഒരു ലക്ഷ്യംതന്നെ...

36–ാം കോൺഗ്രസിനുമുമ്പാകെയുള്ള ഏറ്റവും വലിയ പ്രശ്നം ദേശീയ ലക്ഷ്യത്തിന് ജനങ്ങളുടെ പൂർണ്ണ മനസ്സോടെയുള്ള പിന്തുണ എങ്ങനെ സമാഹരിക്കാമെന്നതാണ്. നിരക്ഷരരായ ജനസാമാന്യം സ്വരാജിന്റെ കൊടിക്കുറ എങ്ങനെ പിന്തുടരും? ഈ പ്രശ്നം പരിഹരിക്കുന്നതിന് ആദ്യം വേണ്ടത് ബഹുജനങ്ങളെ അസ്വസ്ഥമാക്കുന്നത് എന്തെന്ന് അറിയുകയാണ്. തങ്ങളുടെ ദുരിതങ്ങൾക്ക് അറുതിവരുത്തുന്നതാകും ദേശീയ സ്വാതന്ത്ര്യം എന്ന് ഫാക്ടറികളിൽ പണിയെടുക്കുന്നവരെയും വയലുകളിൽ കഷ്ടപ്പെടുന്നവരെയും എങ്ങനെ ബോദ്ധ്യപ്പെടുത്താം? ധനികരായ ഇന്ത്യക്കാരുടെ ഉടമസ്ഥതയിലുള്ള–അവരിൽ പലരും ദേശീയ പ്രസ്ഥാനത്തിന്റെ നേതാക്കൾപോലുമാണ്–മില്ലുകളിലും ഫാക്ടറികളിലും ജോലിചെയ്യുന്ന ലക്ഷക്കണക്കിനു തൊഴിലാളികൾ അസഹ്യമായ

ജീവിത സാഹചര്യങ്ങളിൽ കഴിയുകയും ജുഗുപ്സാവഹമായ പെരുമാറ്റത്തിന് വിധേയരാകുകയും ചെയ്യുന്നുവെന്നത് വസ്തുതയല്ലേ? അവരെ പോരാട്ടത്തിലേക്ക് നയിക്കണമെങ്കിൽ അത് അവരുടെ ഭൗതിക സാഹചര്യങ്ങൾ മെച്ചപ്പെടുത്തുന്നതാകണം. ''കൃഷിക്കാരന് ഭൂമിയും തൊഴിലാളിക്ക് ആഹാരവും'' എന്ന മുദ്രാവാക്യമായിരിക്കും ജനങ്ങളിൽ ഭൂരിപക്ഷത്തിന്റെ താല്പര്യത്തിന് അനുരോധമാകുക. ബോധപൂർവ്വം പോരാടുവാൻ അതവരെ ഉത്തേജിതരാക്കും. ദേശീയ സ്വയം നിർണ്ണയാവകാശം എന്ന അമൂർത്ത സിദ്ധാന്തം അവരെ നിഷ്ക്രിയരാക്കും. വ്യക്തിപ്രഭാവങ്ങൾ സൃഷ്ടിക്കുന്ന ആവേശം ക്രമേണ നഷ്ടപ്പെടുന്നതും മറഞ്ഞുപോകുന്നതുമാണ്.

''പ്രഗത്ഭ അഭിഭാഷകരുടെ ചർച്ചാ സംഘടനയാകുന്നത് കോൺഗ്രസ് അവസാനിപ്പിക്കണ''മെന്ന് മി. ഗാന്ധി പ്രഖ്യാപിച്ചത് ശരിയാണ്. പക്ഷേ, അതേ ശ്വാസത്തിൽത്തന്നെ, ''വ്യാപാരികളുടെയും സംരംഭകരുടെയും'' സംഘടനയാകണമെന്നാണ് അദ്ദേഹം നിർദ്ദേശിക്കുന്നതെങ്കിൽ അതിന്റെ സ്വഭാവത്തിൽ മാറ്റം ഉണ്ടാകുകയില്ല. ജനതയിൽ ഭൂരിപക്ഷത്തിന്റെയും താല്പര്യത്തിന് അത് അനുരോധമാകുകയില്ല. വ്യാപാരികൾക്കും സംരംഭകർക്കും ദേശീയ സമരത്തെ വിജയകരമായ ലക്ഷ്യത്തിലേക്ക് നയിക്കുവാൻ സാധിക്കുകയില്ല. ബഹുജനങ്ങളുടെ ബോധപൂർവ്വമായ പ്രവർത്തനത്തിലൂടെ മാത്രമേ രാജ്യം സ്വതന്ത്രമാകുകയും സ്വരാജ് സാക്ഷാൽക്കരിക്കപ്പെടുകയും ചെയ്യൂ.

ഇന്ത്യയുടെ അടിത്തറവരെ പിടിച്ചുകുലുക്കുന്ന വിപ്ലവത്തെ കോൺഗ്രസ് നയിക്കുമെങ്കിൽ പ്രകടനങ്ങളിലും താല്ക്കാലികാവേശത്തിലും മാത്രമായി അത് വിശ്വാസമർപ്പിച്ചുകൂടാ. കാൺപൂരിലെ തൊഴിലാളികൾ സംഗ്രഹിച്ചതുപോലുള്ള ട്രേഡ്‌യൂണിയനുകൾ ഉന്നയിക്കുന്ന അടിയന്തരാവശ്യങ്ങൾ സ്വന്തം ആവശ്യങ്ങളായി അത് ഉന്നയിക്കട്ടെ. കിസാൻസഭകളുടെ പരിപാടിയെ അത് സ്വന്തം പരിപാടിയാക്കട്ടെ. യാതൊരു പ്രതിബന്ധത്തിനുമുന്നിലും നിലയ്ക്കാത്ത ഒന്നായി കോൺഗ്രസ് മാറുന്ന കാലം വളരെ വേഗം വരും. ജനങ്ങൾ വേണ്ടത്ര ത്യാഗം അനുഷ്ഠിച്ചിട്ടില്ലാത്തതിനാൽ ഒരു നിശ്ചിത ദിവസം സ്വരാജ് പ്രഖ്യാപിക്കപ്പെടാൻ സാധിച്ചില്ലെന്ന് കോൺഗ്രസിന് വിലപിക്കേണ്ടിവരില്ല.

സഹനാട്ടുകാരേ, ചെറിയൊരു വർഗ്ഗത്തിന്റെയല്ലാതെ രാഷ്ട്രത്തിന്റെയാകെ ആവശ്യങ്ങളെ കോൺഗ്രസ് പ്രതിഫലിപ്പിക്കട്ടെ. രാഷ്ട്രീയ ചുതാട്ടങ്ങളിൽ ഏർപ്പെടാതെ കോൺഗ്രസ് രാജ്യത്ത് വളർന്നുവരുന്ന സാമൂഹ്യശക്തികളോട് പ്രതികരിച്ച് ഓജസ്സുറ്റതാകട്ടെ. നാടൻ സ്വത്തുടമാവർഗ്ഗത്തിന്റെ കുത്തക സ്ഥാപിക്കാനല്ലാതെ, രാഷ്ട്രീയവും സാമ്പത്തികവും സാമൂഹ്യവുമായ എല്ലാ ചൂഷണത്തിൽനിന്നും ഇന്ത്യൻ ജനതയെ വിമോചിപ്പിക്കുവാനായി വിദേശ ചൂഷണത്തിന് അറുതിവരുത്തുവാൻ തങ്ങൾ ആഗ്രഹിക്കുന്നുവെന്ന് വാക്കുകളിലൂടെയല്ലാതെ പ്രവൃത്തിയിലൂടെ അത് തെളിയിക്കട്ടെ. ചില വ്യക്തികളുടെ അഭീഷ്ടപ്രകാരം നിശ്ചയിക്കപ്പെടുന്ന ഒരു പ്രത്യേക ദിവസമല്ലാതെ, ബഹുജനങ്ങളുടെ ബോധപൂർവ്വവും ഒന്നിച്ചുള്ളതുമായ പ്രവർത്തനത്തിലൂടെ സ്വരാജ് നേടിയെടുക്കപ്പെടും.''

കമ്യൂണിസ്റ്റ് പ്രവർത്തനങ്ങൾ വ്യാപിക്കുന്നു 1921–24

മഹത്തായ ഒക്ടോബർ സോഷ്യലിസ്റ്റ് വിപ്ലവത്തിൽനിന്നും ജനങ്ങൾ പഠിച്ച അതിപ്രധാനമായ പാഠം ബഹുജനസമരങ്ങളുടെ ശക്തിയും അവയിലൂടെ കൈവരിക്കാനാകുന്ന നേട്ടങ്ങളുമാണ്. റഷ്യയിലെ ജനങ്ങൾക്ക് സാർ ഭരണത്തെ പരാജയപ്പെടുത്താനും ജനകീയ ഭരണകൂടം സ്ഥാപിക്കാനും കഴിഞ്ഞുവെങ്കിൽ ബ്രിട്ടീഷ് കോളനിവാഴ്ചയിൽനിന്നും സ്വാതന്ത്ര്യം പ്രാപിക്കുന്നതിന് തങ്ങൾക്കും അതേ ആയുധം തന്നെ ഉപയോഗിക്കാൻ കഴിയുമെന്ന ചിന്ത ഇന്ത്യയിലെ ജനങ്ങളെ ആവേശഭരിതരാക്കി. ബ്രിട്ടീഷ് വാഴ്ചക്കെതിരായ അസംതൃപ്തി വളർന്നുകൊണ്ടിരുന്നതും നിസ്സഹകരണ പ്രസ്ഥാനം പിൻവലിക്കപ്പെട്ടതും ആ കാലത്ത് ഇന്ത്യയിൽ നിലനിന്നിരുന്ന വിവിധ വിപ്ലവ ഗ്രൂപ്പുകളുടെ പരിമിതികളും, ബദലുകൾക്കായുള്ള അന്വേഷണത്തിന് ജനങ്ങളെ പ്രേരിപ്പിച്ചു; ഈ ഒരു സന്ദർഭത്തിലാണ് ഒക്ടോബർ സോഷ്യലിസ്റ്റ് വിപ്ലവത്തിന്റെ ആശയങ്ങൾ ജനങ്ങളുടെ ശ്രദ്ധയാകർഷിച്ചത്.

ഇന്ത്യയിൽ കമ്യൂണിസ്റ്റ് ആശയങ്ങൾ പ്രചരിക്കുന്നത് ബ്രിട്ടീഷുകാരെ ഭയചകിതരാക്കി; കമ്യൂണിസ്റ്റ് പാർട്ടി രൂപീകരണം സംബന്ധിച്ച വാർത്ത അവരുടെ ഭയം പിന്നെയും വർദ്ധിപ്പിച്ചു. സോവിയറ്റ് യൂണിയനിൽ നിന്ന് ഇന്ത്യയിലേക്ക് കടക്കുന്ന കമ്യൂണിസ്റ്റ് വിപ്ലവകാരികളെ അറസ്റ്റ് ചെയ്ത് അവരെ പെഷവാർ ജയിലിൽ അടച്ചാണ് ബ്രിട്ടീഷ് ഗവണ്മെന്റ് അതിനെ നേരിട്ടത്. ഈ വിപ്ലവകാരികൾക്കെതിരെ രാജ്യദ്രോഹ ക്കുറ്റം ചുമത്തി. 1923 ൽ അവർക്ക് ശിക്ഷ വിധിച്ചു. അവരിൽ മിക്കവർക്കും ഒരു വർഷം മുതൽ 10 വർഷം വരെയുള്ള കാലത്തേക്ക് കഠിന തടവാണ് വിധിച്ചത്. ഇങ്ങനെ ശിക്ഷിക്കപ്പെട്ടവരിൽ താഷ്കന്റിൽ വെച്ച് സി പി ഐ സെക്രട്ടറിയായി തിരഞ്ഞെടുക്കപ്പെട്ട മൊഹമ്മദ് ഷാഫിയുമുണ്ടായിരുന്നു. പെഷ

വാർ ഗൂഢാലോചന കേസുകൾ (മൊത്തം 5 കേസുകൾ ഉണ്ടായിരുന്നു) യഥാർത്ഥത്തിൽ ഇന്ത്യയിലെ കമ്യൂണിസ്റ്റ് ഗൂഢാലോചന കേസുകളിൽ ആദ്യത്തേതായിരുന്നു.

എല്ലാ സർക്കാർ ഉദ്യോഗസ്ഥർക്കും മുൻകരുതൽ നിർദ്ദേശം നല്കിക്കൊണ്ട് ആഭ്യന്തര വകുപ്പ് കത്തയച്ചു; കമ്യൂണിസത്തിന്റെ ഭീഷണിക്ക് കടിഞ്ഞാണിടാൻ അടിയന്തരമായി നടപടി സ്വീകരിക്കണമെന്ന് അവരോട് ആവശ്യപ്പെട്ടു: "എവിടെല്ലാം കമ്യൂണിസം പ്രത്യക്ഷപ്പെടുന്നുവോ ഉടൻ തന്നെ അവിടെ അതിനെ നേരിടുകയും പ്ലേഗിനെ എന്ന പോലെ അതിനെ നശിപ്പിക്കുകയും വേണം. ഇന്ത്യയിലെ കമ്യൂണിസത്തിന്റെ വ്യാപനത്തെ ഒരു സവിശേഷ വീക്ഷണകോണിൽനിന്ന് നോക്കേണ്ട പ്രശ്നങ്ങളിൽ ഒന്നല്ല; അതിനെ തലയ്ക്കടിച്ചു തന്നെ വീഴ്ത്തണം. സന്ധിയില്ലാത്ത വിധത്തിലുള്ള എതിർപ്പാണ് അതിനോട് നമുക്കുണ്ടാവേണ്ടത്; അതിനെ എതിരിട്ട് തോല്പിക്കണം."

സർവ്വ ശക്തിയുമെടുത്തു പരിശ്രമിച്ചിട്ടും ബ്രിട്ടീഷുകാർക്ക് ഇന്ത്യയിലാകെ കമ്യൂണിസ്റ്റ് ആശയങ്ങളുടെ പ്രചാരണത്തെ തടയാൻ കഴിഞ്ഞില്ല. പല സംഘങ്ങളും സ്വതന്ത്രമായി പ്രവർത്തനം ആരംഭിച്ചു; നഗരങ്ങളിലും വ്യാവസായിക കേന്ദ്രങ്ങളിലും സോഷ്യലിസ്റ്റ് ആശയങ്ങൾ പ്രചരിപ്പിച്ചു. മോസ്കോയിൽനിന്നു മടങ്ങി വന്ന ഷൗക്കത്ത് ഉസ്മാനി ബനാറസിൽ ഒരു ഗ്രൂപ്പ് രൂപീകരിച്ചു. മുസഫർ അഹമ്മദ് കൽക്കട്ടയിലും ഡാങ്കെ ബോംബെയിലും ശിങ്കാര വേലു ചെട്ടിയാർ മദ്രാസിലും ഗുലാം ഹുസൈൻ ലാഹോറിലും ഗ്രൂപ്പുകൾ സംഘടിപ്പിച്ചു.

എം എൻ റോയി പ്രസിദ്ധീകരിച്ചിരുന്ന *വാൻഗ്വാർഡ്* എന്ന ആനുകാലികത്തെ ബ്രിട്ടീഷ് ഗവണ്മെന്റ് നിരോധിച്ചിരുന്നെങ്കിലും അതിനെ ഇന്ത്യയിലേക്ക് ഒളിച്ചു കടത്തുകയും വായനക്കാർക്ക് എത്തിച്ചു കൊടുക്കുകയും ചെയ്തിരുന്നു. ഈ പ്രസിദ്ധീകരണത്തിൽ വന്നിരുന്ന ലേഖനങ്ങൾക്ക് പുറമെ, സോവിയറ്റ് യൂണിയനെയും സോഷ്യലിസത്തെയും സംബന്ധിച്ചുള്ള വാർത്തകളും വിവിധ പുസ്തകങ്ങളും വായിച്ചതിലൂടെ കൈവരിച്ച അറിവും കമ്യൂണിസ്റ്റ് പ്രസ്ഥാനത്തിന്റെ ആദ്യ പഥികരെ ഈ ആശയങ്ങൾ കൂടുതൽ പ്രചരിപ്പിക്കാൻ സഹായിച്ചു.

പ്രശസ്ത ബംഗാളി കവി കാസി നസ്രുൾ ഇസ്ലാമിനൊപ്പം ചേർന്ന് മുസഫർ അഹമ്മദ് *നവയുഗ്* (പുതുയുഗം) എന്ന സായാഹ്ന ദിനപത്രം പ്രസിദ്ധപ്പെടുത്തി. തൊഴിലാളികളുടെയും കർഷകരുടെയും അവസ്ഥയെ സംബന്ധിച്ച നിരവധി റിപ്പോർട്ടുകളും വാർത്തകളും വന്നിരുന്നുവെന്നതാണ് ഈ പത്രത്തിന്റെ സവിശേഷത. ഈ പത്രം പ്രസിദ്ധീകരിക്കുകയും അതിൽ മുഖപ്രസംഗങ്ങൾ എഴുതുകയും ചെയ്യുന്നതിനിടയിലാണ് മുസഫർ അഹമ്മദ് മൂന്നാം ഇന്റർനാഷണലിലേക്ക് ആകൃഷ്ടനായത്. അബ്ദുൾ റസാക് ഖാനും അബ്ദുൾ ഹലീമും ഇവർക്കൊപ്പം ചേർന്നു; കൽക്കട്ടയിൽ കമ്യൂണിസ്റ്റ് ആശയങ്ങൾ പ്രചരിപ്പിക്കുന്നതിൽ ഈ ഗ്രൂപ്പ് പ്രധാന പങ്കുവഹിച്ചു.

വിദ്യാർത്ഥി പ്രസ്ഥാനത്തിലും നിസ്സഹകരണ പ്രക്ഷോഭത്തിലും പങ്കെടുത്തതിന്റെ പേരിൽ ശ്രീപദ് അമൃത് ഡാങ്കെ കോളേജിൽനിന്നും പുറത്താക്കപ്പെട്ടു. ഗാന്ധിയുടെ ആശയങ്ങൾ അദ്ദേഹത്തിന് സ്വീകാര്യമായിരുന്നില്ല; 1921 ൽ അദ്ദേഹം *ഗാന്ധിക്കെതിരെ ലെനിൻ* (Gandhi Vs Lenin) എന്ന ഗ്രന്ഥം രചിച്ചു. *സോഷ്യലിസ്റ്റ്* എന്ന പേരിൽ അദ്ദേഹം ഒരു ഇംഗ്ലീഷ് വാരിക പ്രസിദ്ധീകരിക്കാൻ തുടങ്ങി; ആ പേരിൽ രാജ്യത്ത് ആദ്യമായാണ് ഒരു ആനുകാലികം പുറത്തിറങ്ങിയത്. ബോംബെയിലെ തൊഴിലാളികൾക്കിടയിൽ പ്രവർത്തിച്ച ഡാങ്കെ അവരെ സംഘടിപ്പിക്കാൻ ആരംഭിച്ചു.

അതേ പോലെ തന്നെ, പെഷവാറിലെ ഒരു ഗവണ്മെന്റ് കോളേജിൽ അദ്ധ്യാപകനായി പ്രവർത്തിച്ചിരുന്ന ഗുലാം ഹുസൈൻ മോസ്കോയിൽ നിന്ന് മടങ്ങി വന്ന ചില വിപ്ലവകാരികളെ കണ്ടുമുട്ടുകയും അവരുമായുള്ള ചർച്ചകൾക്കുശേഷം തന്റെ ജോലി ഉപേക്ഷിക്കുകയും ലാഹോറിൽ ജനങ്ങളെ സംഘടിപ്പിക്കാൻ തുടങ്ങുകയും ചെയ്തു. ഷംസുദീൻ ഹസ്സനുമായി ചേർന്ന് *ഇങ്കിലാബ്* എന്ന പേരിൽ അദ്ദേഹം ഉർദു മാസിക പ്രസിദ്ധീകരിച്ചു; അതുകൂടാതെ അദ്ദേഹം നോർത്ത് വെസ്റ്റേൺ റെയിൽവേ വർക്കേഴ്സ് യൂണിയന്റെ സെക്രട്ടറിയുമായി. അവർ തങ്ങളുടെ പ്രവർത്തനങ്ങളുടെ കേന്ദ്രമായി ലാഹോർ നാഷണൽ കോളേജിനെ മാറ്റി. പഞ്ചാബിന്റെ ഇതര ഭാഗങ്ങളിൽ ഗദ്ദർ പ്രസ്ഥാനവുമായി ബന്ധമുണ്ടായിരുന്ന നിരവധി സഖാക്കൾ ഇത്തരം ഗ്രൂപ്പുകൾ സംഘടിപ്പിച്ചു. മോസ്കോയിൽ നിന്ന് മടങ്ങിയെത്തിയ ഷൗക്കത്ത് ഉസ്മാനി ബനാറസിൽ താമസമുറപ്പിക്കുകയും വിദ്യാർത്ഥികൾക്കിടയിൽ പ്രവർത്തനമാരംഭിക്കുകയും ചെയ്തു. കാൺപൂരിലും ചുറ്റുപാടുമുള്ള പ്രദേശങ്ങളിലും അദ്ദേഹം സജീവമായിരുന്നു.

മദ്രാസിൽ, ആക്ടിവിസ്റ്റായി മാറിയ അഭിഭാഷകൻ ശിങ്കാരവേലു ചെട്ടിയാർ തൊഴിലാളികളെയും കർഷകരെയും സംഘടിപ്പിക്കുന്നതിൽ ഏർപ്പെട്ടിരുന്നു. അദ്ദേഹം ഇംഗ്ലീഷിൽ രണ്ടാഴ്ചയിലൊരിക്കൽ ലേബർ കിസാൻ ഗസറ്റും തമിഴിൽ വാരികയായി *തൊഴിലാള*നും പ്രസിദ്ധീകരിച്ചു. *മഹാത്മാഗാന്ധിക്കൊരു തുറന്ന കത്തിൽ* (1921) ശിങ്കാര വേലു ഇങ്ങനെ എഴുതി: "കമ്യൂണിസത്തിൽ മാത്രമേ അതായത് ഭൂമിയും നിർണ്ണായക വ്യവസായങ്ങളും രാജ്യത്തെ എല്ലാ തൊഴിലാളികൾക്കും നേട്ടമുണ്ടാക്കുന്നതിനായും പൊതുവായ ഉപയോഗത്തിനായും പൊതുവിൽ കൈവശം വയ്ക്കുന്നതിലൂടെയും മാത്രമേ, നമ്മുടെ ജനങ്ങൾക്ക് ശരിയായ തോതിലുള്ള സംതൃപ്തിയും സ്വാതന്ത്ര്യവും ലഭിക്കുകയുള്ളൂ... രാഷ്ട്രീയ സ്വേച്ഛാധിപത്യത്തിനെതിരെ അക്രമരഹിതമായ നിസ്സഹകരണത്തെ നമുക്ക് ഉപയോഗിക്കാൻ കഴിയുമ്പോൾ ഇതുതന്നെ നാം മുതലാളിത്ത സ്വേച്ഛാധിപത്യത്തിനെതിരെ എന്തുകൊണ്ട് ഉപയോഗിക്കുന്നില്ല എന്ന് എനിക്ക് മനസ്സിലാകുന്നില്ല? ഇതിൽ ഒന്നിനെതിരെ പൊരുതണമെങ്കിൽ മറ്റേതിനെതിരെക്കൂടി പൊരുതിയേ പറ്റൂ." രാഷ്ട്രീയ സ്വാത

ന്ത്ര്യത്തിനൊപ്പം തൊഴിലാളികൾക്ക് സാമ്പത്തിക സ്വാതന്ത്ര്യവും ആവശ്യമാണെന്ന് വ്യക്തമായി പ്രസ്താവിച്ച അദ്ദേഹം തൊഴിലാളികൾക്കും കർഷകർക്കുമായുള്ള ഒരു സംഘടന രൂപീകരിക്കണമെന്നും വാദിച്ചു. അദ്ദേഹത്തിന്റെ അഭിപ്രായത്തിൽ ഈ സംഘടന "ഇന്ത്യൻ സാഹചര്യങ്ങൾക്കനുയോജ്യമായ വിധം വേണ്ട മാറ്റങ്ങളോടു കൂടി മോസ്കോയിലെ ഇന്റർനാഷണൽ വർക്കിങ് മെൻസ് അസോസിയേഷന്റെ (കമ്യൂണിസ്റ്റ് ഇന്റർനാഷണലിന്റെ) നിയമങ്ങളും ചട്ടങ്ങളും" അംഗീകരിക്കണം. 1923 ൽ ശിങ്കാരവേലു ലേബർ കിസാൻ പാർട്ടി ആരംഭിച്ചു; മദ്രാസിൽ അന്നാണ് ആദ്യമായി മെയ്ദിനം ആചരിച്ചത്.

1922 ലെ ശരത്കാലത്തോടുകൂടി (ആഗസ്ത് – ഒക്ടോബർ) ചുവടെ പറയുന്ന കമ്യൂണിസ്റ്റു പ്രസിദ്ധീകരണങ്ങൾ നിലവിൽ വന്നതായി ബ്രിട്ടീഷ് ആഭ്യന്തര വകുപ്പ് കണ്ടെത്തി – *ആത്മശക്തി*, *ധൂമകേതു*, *ദേശിർവ്വാണി*, *നവയുഗ്* (ബംഗാൾ), *സോഷ്യലിസ്റ്റ്* (ബോംബെ), *ലേബർ ഗസറ്റ്*, (നവയുഗം (മദ്രാസ്), *ഇങ്കിലാബ്*, *കീർത്തി* (പഞ്ചാബ്). ഈ പ്രസിദ്ധീകരണങ്ങൾക്കു പുറമെ മുഖ്യധാര ഇന്ത്യൻ മാധ്യമങ്ങളിൽ പലതും "കമ്യൂണിസത്തിന്റെ സ്വാധീനത്തിലാണ്" എന്നും അവർ ചൂണ്ടിക്കാട്ടുകയുണ്ടായി. അവരുടെ റിപ്പോർട്ടുകളിൽ *അമൃത ബസാർ പത്രിക* (കൽക്കട്ട) *സെർവ്വന്റ്* (ബോംബെ), *ബന്ദേമാതരം* (ലാഹോർ) എന്നിവയെക്കുറിച്ച് പ്രത്യേകം പരാമർശിച്ചിരുന്നു.

രാജ്യത്തെ ഇത്തരത്തിലുള്ള എല്ലാ ഗ്രൂപ്പുകളുടെയും നേതാക്കൾക്ക് വിവിധ കാരണങ്ങളാൽ നേരിട്ട് കണ്ടുമുട്ടാൻ കഴിഞ്ഞിരുന്നില്ലെങ്കിലും അവർ പരസ്പരം കത്തിടപാടുകൾ നടത്തിയിരുന്നു. അവരുടെ ചിന്തകളിലെ സാർവ്വത്രികതത്വത്തിന് പുറമെ അവരുടെ പ്രവർത്തനങ്ങളെ ഏകോപിപ്പിക്കുന്നതിന് എം എൻ റോയി പ്രധാനപ്പെട്ട ഒരു പങ്ക് വഹിച്ചിരുന്നു.

ഇന്ത്യൻ നാഷണൽ കോൺഗ്രസിന്റെ ഗയ സമ്മേളനത്തിൽ (1922) വച്ച് ശിങ്കാരവേലു ഡാങ്കെയെ കണ്ടുമുട്ടുകയും ആ സമ്മേളനത്തെ അഭിസംബോധന ചെയ്യുകയുമുണ്ടായി. ഇതിനെ ഐതിഹാസികമായ ഒരു സംഭവമായാണ് എം എൻ റോയി വിശേഷിപ്പിച്ചത്. ആദരണീയമായ ദേശീയതയുടെ അണികളിൽനിന്ന് സാമൂഹ്യ ബഹിഷ്കരണവും ഗവണ്മെന്റിന്റെ പ്രോസിക്യൂഷൻ നടപടികളും നേരിടേണ്ടി വരുമെന്നതിനാൽ ചെറുപ്പക്കാരായവർ പേടിച്ച് പതുങ്ങിക്കഴിഞ്ഞിരുന്ന അക്കാലത്ത് (60 വയസ്സിനുമേൽ പ്രായമുള്ള) ഒരു നരച്ച താടിക്കാരൻ താനൊരു കമ്യൂണിസ്റ്റുകാരനാണെന്ന് പരസ്യമായി പ്രഖ്യാപിക്കുകയായിരുന്നു.

മെല്ലെയാണെങ്കിലും ക്രമാനുഗതമായി കമ്യൂണിസ്റ്റു പ്രസ്ഥാനം വ്യാപിച്ചു വരുന്നത് ബ്രിട്ടീഷുകാരുടെ ആകുലത വർദ്ധിപ്പിച്ചു. "ഇന്ത്യയുടെ സമാധാനത്തിനും അഭിവൃദ്ധിക്കും അത് (കമ്യൂണിസ്റ്റു പാർട്ടി) ഉയർത്തുന്ന ഭീഷണി, ആദ്യത്തെ പ്രധാനപ്പെട്ട കമ്യൂണിസ്റ്റ് ഗൂഢാലോചന കേസ് അനിവാര്യമാക്കി മാറ്റുന്നിടത്തോളം ഗൗരവമുള്ളതായിരു

ന്നു." 1923 മെയ് മാസത്തിൽ കാൺപൂരിൽ വെച്ച് ഷൗക്കത്ത് ഉസ്മാനി അറസ്റ്റ് ചെയ്യപ്പെട്ടു: കൽക്കട്ടയിൽ മുസഫർ അഹമ്മദും അറസ്റ്റ് ചെയ്യപ്പെട്ടു. ഏതാനും ദിവസങ്ങൾക്കു ശേഷം ലാഹോറിൽ ഗുലാം ഹുസൈനും അറസ്റ്റിലായി. 1818 ലെ മൂന്നാം റഗുലേഷൻ പ്രകാരം ഈ മുന്നുപേരെയും വിചാരണ കൂടാതെ വിവിധ ജയിലുകളിൽ അടച്ചു. 1923 ഡിസംബറിൽ നളിനി ഗുപ്തയെയും ഇതേ റഗുലേഷൻ പ്രകാരം അറസ്റ്റ് ചെയ്ത് ജയിലിലടച്ചു; അദ്ദേഹം ഒരു പാർട്ടിയിലും അംഗമായിരുന്നില്ല; ദേശീയവാദിയായ വിപ്ലവകാരിയാണ് താനെന്ന് അദ്ദേഹം സ്വയം പ്രഖ്യാപിക്കുകയാണുണ്ടായത്.

1924 മാർച്ചിൽ കാൺപൂർ ജില്ലാ മജിസ്ട്രേറ്റ് കോടതിയിൽ (i) എസ് എ ഡാങ്കെ, (ii) ഷൗക്കത്ത് ഉസ്മാനി, (iii) മുസഫർ അഹമ്മദ്, (iv) നളിനി ഗുപ്ത, (v) ഗുലാം ഹുസൈൻ, (vi) ശിങ്കാര വേലു ചെട്ടിയാർ, (vii) രാമചരൺലാൽ ശർമ, (viii) മാനവേന്ദ്രനാഥ് റോയി (എം എൻ റോയി) എന്നിവർക്കെതിരെ ഇന്ത്യൻ പീനൽകോഡിലെ 121 എ വകുപ്പ് പ്രകാരം കുറ്റപത്രം ഫയൽ ചെയ്യുകയുണ്ടായി. ആദ്യത്തെ നാലുപേരെ മാത്രമേ കോടതിയിൽ ഹാജരാക്കിയുള്ളൂ. ശിങ്കാര വേലു ചെട്ടിയാർ രോഗബാധിതനായി കിടപ്പിലായിരുന്നു; ആയതിനാൽ അദ്ദേഹത്തെ കോടതിയിൽ കൊണ്ടുവന്നില്ല; ജാമ്യത്തിൽ വിട്ടയക്കുകയും ചെയ്തു. ഗുലാം ഹുസൈൻ പൊലീസിനു മുന്നിൽ കുറ്റസമ്മതം നടത്തി മാപ്പപേക്ഷിച്ചു. രാമചരൺ ലാൽ ശർമയെ അറസ്റ്റ് ചെയ്യാൻ കഴിയാതിരുന്നത് പോണ്ടിച്ചേരിയിൽ അദ്ദേഹത്തിന് ഫ്രഞ്ച് ഗവണ്മെന്റിന്റെ സംരക്ഷണമുണ്ടായിരുന്നതിനാലാണ്. എം എൻ റോയി യൂറോപ്പിലായിരുന്നു. അതുകൊണ്ട് അദ്ദേഹവും അറസ്റ്റ് ചെയ്യപ്പെട്ടില്ല. അങ്ങനെ മുസഫർ അഹമ്മദ്, ഡാങ്കെ, ഷൗക്കത്ത് ഉസ്മാനി, നളിനി ഗുപ്ത എന്നിവർക്കെതിരെ മാത്രമാണ് കോടതി നടപടികൾ ആരംഭിച്ചത്. ഗവണ്മെന്റ് ഇതിനെ 'കാൺപൂർ ബോൾഷെവിക് ഗൂഢാലോചന കേസ്' എന്നാണ് വിളിച്ചത്.

മുസഫർ അഹമ്മദ് തന്റെ ഓർമ്മക്കുറിപ്പുകളിൽ ഇങ്ങനെയാണ് എഴുതിയത്: "ബ്രിട്ടീഷുകാരുടെ കണക്കുകൂട്ടലുകൾ എന്തുതന്നെ ആയിരുന്നാലും, നാം എന്തുമാത്രം ദുരിതങ്ങൾ അനുഭവിച്ചിരുന്നെങ്കിലും, കാൺപൂർ ബോൾഷെവിക് ഗൂഢാലോചന കേസ് നമ്മുടെ പ്രസ്ഥാനത്തിന് വലിയ ആവേശവും പ്രചോദനവുമാണ് നല്കിയത്. 1928 വരെയുള്ള കാലത്ത് നമ്മുടെ പ്രസ്ഥാനം ഗണ്യമായി കരുത്താർജ്ജിച്ചതിൽ ഒരു പരിധിവരെ ഇത് വലിയ സംഭാവന നല്കുകയുണ്ടായി."

എം എൻ റോയി: ആദ്യപഥികനായ കമ്യൂണിസ്റ്റുകാരൻ

എം എൻ റോയി എന്ന് പൊതുവെ അറിയപ്പെടുന്ന മാനവേന്ദ്ര നാഥ് റോയി ഇന്ത്യയിലെ കമ്യൂണിസ്റ്റ് പ്രസ്ഥാനത്തിന്റെ ആദ്യനാളുകളിലെ പ്രമുഖ വ്യക്തിയാണ്. 1920 ഒക്ടോബറിൽ താഷ്കന്റിൽ കമ്യൂണിസ്റ്റ് പാർട്ടിയുടെ രൂപീകരണത്തിന് മുൻകൈയെടുത്തത് റോയി ആയിരുന്നു. മാർക്സിസ്റ്റ് ആശയങ്ങൾ പ്രചരിപ്പിക്കുന്നതിൽ അദ്ദേഹം പ്രമുഖമായ പങ്ക് വഹിച്ചിരുന്നു; 1921 നുശേഷം ഇന്ത്യയിൽ ഉയർന്നുവന്നിരുന്ന കമ്യൂണിസ്റ്റ് ഗ്രൂപ്പുകൾക്കിടയിൽ കമ്യൂണിസ്റ്റ് പാർട്ടിയുടെ പങ്കിനെക്കുറിച്ച് പ്രചരിപ്പിച്ചതും അദ്ദേഹമായിരുന്നു.

എം എൻ റോയിയുടെ വിപ്ലവജീവിതം വർണ്ണശബളമായിരുന്നു; കമ്യൂണിസ്റ്റ് ഇന്റർനാഷണലിലെ പ്രമുഖ വ്യക്തിയായി മാറുന്നതിനുമുൻപ് അദ്ദേഹം നിരവധി സാഹസികമായ കാലങ്ങളിലൂടെ കടന്നുപോയിരുന്നു.

ബംഗാളിലെ 24 പർഗാന ജില്ലയിലെ ആർബേലിയ ഗ്രാമത്തിലാണ് റോയി ജനിച്ചത്. കൗമാരപ്രായത്തിൽപോലും ഒരു വിപ്ലവസംഘത്തിലെ അംഗമെന്ന നിലയിൽ ബ്രിട്ടീഷ് വിരുദ്ധ സമരത്തിൽ റോയി പങ്കെടുത്തു. ഹൗറ ഗൂഢാലോചനക്കേസുമായി ബന്ധപ്പെട്ടാണ് അദ്ദേഹം ആദ്യം അറസ്റ്റ് ചെയ്യപ്പെട്ടത്; എന്നാൽ 1911 ൽ കുറ്റവിമുക്തനാക്കപ്പെട്ടു. അതിനെ തുടർന്ന് അദ്ദേഹം ജതീന്ദ്രനാഥ മുഖർജിയുടെ നേതൃത്വത്തിലുള്ള യുഗാന്തർ ഗ്രൂപ്പിലെ അംഗമായി മാറി. ബ്രിട്ടീഷുകാർക്കെതിരായ പോരാട്ടത്തിൽ ജർമ്മൻകാരുടെ പിന്തുണ തേടാൻ ജതീന്ദ്രനാഥിന്റെ ഗ്രൂപ്പ് തീരുമാനിച്ചു. 1915 ഏപ്രിൽ മാസത്തിൽ റോയി ഇന്തോനേഷ്യയിലേക്ക് അയക്കപ്പെട്ടു. അക്കാലത്ത് നെതർലാന്റ്സ് ഇൻഡീസ് എന്ന് വിളിക്കപ്പെട്ടിരുന്ന ഇന്തോനേഷ്യയിലെ ജർമ്മൻ പ്രതിനിധിയുമായി ബന്ധപ്പെടാനായിരുന്നു റോയിയുടെ യാത്ര. കൽക്കട്ടയിലേക്ക് ആയുധങ്ങൾ

അയക്കാൻ അദ്ദേഹം നടത്തിയ നീക്കം വിജയിച്ചില്ല. അതേസമയം ബ്രിട്ടീഷ് അധികാരികൾ ഈ ഗൂഢാലോചന കണ്ടെത്തുകയും ഒരു സായുധ ഏറ്റുമുട്ടലിൽ ജതീന്ദ്രനാഥ് കൊല്ലപ്പെടുകയുമുണ്ടായി.

ഇതേ സമയത്ത് റോയി ജാവയിലേക്ക് മടങ്ങുകയും ഈ സംഭവങ്ങളുടെ പശ്ചാത്തലത്തിൽ ഇന്ത്യയിലേക്ക് തിരിച്ചുപോകേണ്ടതില്ലെന്ന് തീരുമാനിക്കുകയും ചെയ്തു. അദ്ദേഹം ഷാങ്ഹായ് വഴി ജപ്പാനിലേക്ക് പോയി; എന്നിട്ട് അവിടെ നിന്ന് അമേരിക്കയിലെ സാൻഫ്രാൻസിസ്കോയിലേക്കും പോയി. ഗദ്ദർ പാർട്ടിയുമായി അദ്ദേഹം ബന്ധം സ്ഥാപിച്ചു. അവിടെനിന്ന് അദ്ദേഹം ന്യൂയോർക്കിലേക്ക് യാത്രയായി; അവിടെയുണ്ടായിരുന്ന ഇന്ത്യൻ വിപ്ലവകാരികളുമായി ബന്ധപ്പെടാനായിരുന്നു ആ യാത്ര. ന്യൂയോർക്കിലെ പബ്ലിക് ലൈബ്രറിയിലായിരുന്നു റോയി ആദ്യമായി കാറൽ മാർക്സിന്റെ കൃതികളുമായി പരിചയപ്പെടുന്നത്. ഒരമേരിക്കൻ ബിരുദ വിദ്യാർത്ഥിനിയുടെ പുരോഗമന വീക്ഷണങ്ങളും അക്കാലത്ത് അദ്ദേഹത്തെ സ്വാധീനിക്കുകയുണ്ടായി. സ്റ്റാൻഫോർഡിൽ വച്ച് റോയി കണ്ടുമുട്ടിയ ഈവ്ലിൻ ട്രെൻഡായിരുന്നു ആ ബിരുദ വിദ്യാർത്ഥിനി. പിന്നീട് അദ്ദേഹം ഈവ്ലിനെ വിവാഹം കഴിച്ചു.

നിയമവിരുദ്ധമായി അമേരിക്കയിലേക്ക് കടന്നതിന് അറസ്റ്റ് വാറന്റ് ഉണ്ടായതിനെത്തുടർന്ന് റോയി അവിടെ നിന്ന് തന്റെ ഭാര്യക്കൊപ്പം മെക്സിക്കോയിലേക്ക് പോയി. ഈ ഘട്ടംവരെ എം എൻ റോയി തന്റെ ശ്രദ്ധകേന്ദ്രീകരിച്ചിരുന്നത് എങ്ങനെ ധനസമാഹരണം നടത്താമെന്നും അതുപയോഗിച്ച് ഇന്ത്യയിൽ സായുധവിപ്ലവം എങ്ങനെ സംഘടിപ്പിക്കാമെന്നുമായിരുന്നു. മെക്സിക്കോയിൽ അദ്ദേഹം മെക്സിക്കൻ സോഷ്യലിസ്റ്റ് പാർട്ടിയുമായി ബന്ധപ്പെട്ടു; അക്കാലത്ത് ഒരു ചെറിയ ഗ്രൂപ്പായിരുന്നു ആ പാർട്ടി. പില്ക്കാലത്ത് കമ്യൂണിസ്റ്റ് ഇന്റർനാഷണലിന്റെ പ്രമുഖ നേതാവായിമാറിയ മിഖായിൽ ബൊറോഡിനുമായി അദ്ദേഹം ബന്ധം സ്ഥാപിച്ചത് മെക്സിക്കോയിൽ വച്ചായിരുന്നു. ബൊറോഡിനായിരുന്നു റോയിയെ മാർക്സിസത്തിലേക്ക് ആകർഷിച്ചത്. റോയിക്ക് ഔപചാരികവിദ്യാഭ്യാസം വളരെ കുറവായിരുന്നു. അദ്ദേഹം സ്വയം പഠിക്കുകയാണുണ്ടായത്; അസാമാന്യമായ ബുദ്ധിശക്തിയുള്ള ആളായിരുന്നു അദ്ദേഹം. ഏതാനും മാസങ്ങൾക്കകം പൊതുയോഗങ്ങളിൽ പ്രസംഗിക്കാനും ലഘുലേഖകൾ എഴുതാനും കഴിയത്തക്കവിധം അദ്ദേഹം സ്പാനിഷ് ഭാഷ സ്വായത്തമാക്കി. അദ്ദേഹം മെക്സിക്കൻ സോഷ്യലിസ്റ്റ് പാർട്ടിയുടെ നേതാവാകുകയും 1919 ൽ ആ പാർട്ടി കമ്യൂണിസ്റ്റ് പാർട്ടി ഓഫ് മെക്സിക്കോ ആയി മാറിയപ്പോൾ അതിന്റെ നേതാവാകുകയും ചെയ്തു. മെക്സിക്കോയിലെ കമ്യൂണിസ്റ്റ് പാർട്ടിയുടെ പ്രതിനിധിയായിട്ടായിരുന്നു റോയി 1920 ജൂലൈ – ആഗസ്ത് മാസങ്ങളിലായി മോസ്കോയിൽ ചേർന്ന കമ്യൂണിസ്റ്റ് ഇന്റർനാഷണലിന്റെ രണ്ടാം കോൺഗ്രസിൽ പങ്കെടുക്കാൻ പോയത്.

കമ്യൂണിസത്തിലേക്ക് പുതുതായി എത്തിയ എം എൻ റോയി രണ്ടാം കോൺഗ്രസിൽ ദേശീയ–കൊളോണിയൽ പ്രശ്നത്തെ സംബ

ന്ധിച്ച അനുബന്ധ തീസിസ് അവതരിപ്പിച്ചുകൊണ്ട് പ്രമുഖ വ്യക്തിയായി മാറി. ദേശീയ–കൊളോണിയൽ പ്രശ്നത്തെ സംബന്ധിച്ച് ലെനിൻ തയ്യാറാക്കിയ കരട് തീസിസ് പ്രതിനിധികൾക്കിടയിൽ വിതരണം ചെയ്തു. ദേശീയ–കൊളോണിയൽ കമീഷനിൽ ലെനിന്റേയും റോയിയുടെയും തീസിസുകൾ ചർച്ച ചെയ്യപ്പെട്ടു. ഇന്ത്യയിലെ ബൂർഷ്വാസിക്ക് ബ്രിട്ടീഷ് സാമ്രാജ്യത്വത്തിനെതിരെ ഫലപ്രദമായി പൊരുതാനുള്ള ശേഷിയില്ലെന്നും അത് സന്ധിചെയ്യൽ സ്വഭാവമാണ് പ്രകടിപ്പിക്കുന്നത് എന്നും തന്റെ അനുബന്ധതീസിസിൽ റോയി വാദിച്ചു. ദേശീയ പ്രസ്ഥാനങ്ങൾക്ക് കമ്യൂണിസ്റ്റുകാർ പിന്തുണ നല്കണമെന്നാഹ്വാനം ചെയ്യുന്ന ഐക്യമുന്നണി നയം ഇന്ത്യയെ സംബന്ധിച്ച് അനുയോജ്യമല്ലെന്ന് റോയി കരുതി. റോയിയുടെ ഈ അഭിപ്രായത്തെ രണ്ടാം കോൺഗ്രസ് നിരാകരിച്ചു; റോയിയുടെ അനുബന്ധ തീസിസിന് നിരവധി ഭേദഗതികൾ വരുത്തുകയുമുണ്ടായി. ചില മാറ്റങ്ങളോടെ ലെനിന്റെ തീസിസ് കോൺഗ്രസ് അംഗീകരിച്ചു.

കമ്യൂണിസ്റ്റ് ഇന്റർനാഷണലിന്റെ എക്സിക്യൂട്ടീവ് കമ്മിറ്റി അംഗമായി എം എൻ റോയിയെ കോമിന്റേൺ കോൺഗ്രസ് തിരഞ്ഞെടുത്തു. തുടർന്ന് അദ്ദേഹത്തെ മദ്ധ്യ ഏഷ്യൻ ബ്യൂറോയുടെ മേധാവിയായി നിയോഗിച്ചു; ആ പദവിയുടെ അടിസ്ഥാനത്തിലാണ് അദ്ദേഹം താഷ്കന്റിലേക്ക് പോയത്. ഇവിടെ വച്ച് അദ്ദേഹം ഇന്ത്യയിൽ നിന്നുവന്ന നിരവധി മുജാഹിറുകളുമായി ബന്ധം സ്ഥാപിച്ചു. ബ്രിട്ടീഷ് വാഴ്ചയെ പൊരുതി പരാജയപ്പെടുത്തുക എന്ന ലക്ഷ്യം നേടുന്നതിനു കമ്യൂണിസ്റ്റ് പാർട്ടിയിൽ ചേരണമെന്ന് മുജാഹിറുകളെ ബോദ്ധ്യപ്പെടുത്താൻ അദ്ദേഹം അവർക്കിടയിൽ പ്രവർത്തിച്ചു. ഈ പ്രക്രിയയ്ക്കിടയിലാണ് 1920 ഒക്ടോബർ 17 ന് ആദ്യത്തെ ഇന്ത്യൻ കമ്യൂണിസ്റ്റ് ഗ്രൂപ്പിന് രൂപംനല്കാൻ അദ്ദേഹം മുൻകൈയെടുത്തത്.

റോയി മോസ്കോവിലേക്ക് മടങ്ങുകയും കമ്യൂണിസ്റ്റ് ഇന്റർനാഷണലുമായുള്ള ചർച്ചകൾക്കുംശേഷം റോയിയുടെ നേതൃത്വത്തിൽ രൂപീകരിക്കപ്പെട്ട ഗ്രൂപ്പിലൂടെയാണ് ഇന്ത്യയിലെ കമ്യൂണിസ്റ്റ് പ്രവർത്തനങ്ങളാകെ നടത്തേണ്ടത് എന്ന് തീരുമാനിക്കുകയും ചെയ്തു. കോമിന്റേണിലെ അദ്ദേഹത്തിന്റെ ബന്ധം ശ്രദ്ധേയമായിരുന്നു. 1926 ൽ അദ്ദേഹം അതിന്റെ പ്രസീഡിയത്തിലേക്ക് തിരഞ്ഞെടുക്കപ്പെടുകയും പൊളിറ്റിക്കൽ സെക്രട്ടേറിയറ്റിലും എക്സിക്യൂട്ടീവ് കമ്മിറ്റിയിലും (ECCI) ലോക കോൺഗ്രസിലും നിർണ്ണായക സ്ഥാനങ്ങൾ വഹിക്കുകയുമുണ്ടായി.

1921 മുതൽ റോയി, ഇന്ത്യയിൽ രൂപപ്പെട്ടുകൊണ്ടിരുന്ന കമ്യൂണിസ്റ്റ് ഗ്രൂപ്പുകളെയും അവയുടെ നേതാക്കളെയും അഭിസംബോധന ചെയ്തുകൊണ്ട് ഒട്ടനവധി കത്തുകളും പ്രസിദ്ധീകരണങ്ങളും അയച്ചുകൊണ്ടിരുന്നു. 1922 മെയ് മാസത്തിൽ അദ്ദേഹം *വാൻഗാർഡ് ഓഫ് ഇന്ത്യൻ ഇൻഡിപെൻഡൻസ്* എന്ന ജേണൽ ആരംഭിച്ചു. ഇത് 1925 വരെ *അഡ്വാൻസ് ഗാർഡ്, മാസസ്സ് ഓഫ് ഇന്ത്യ* എന്നിവപോലെ പല പേരു

കളിലായി പ്രസിദ്ധീകരണം തുടർന്നു. ഇന്ത്യയുമായി ബന്ധപ്പെട്ട വിഷയങ്ങളെക്കുറിച്ച് പ്രതിപാദിക്കുന്ന, ഇന്ത്യയിൽ എത്തിയ ആദ്യത്തെ കമ്യൂണിസ്റ്റ് ജേണലായിരുന്നു ഇത്. ബ്രിട്ടീഷുകാർ ജാഗ്രതയോടെയായിരുന്നു. അവർ ഈ ജേണലിനെ നിരോധിക്കുകയും ഇന്ത്യയിൽ എത്തിയ കോപ്പികൾ മൊത്തമായി പിടിച്ചെടുക്കുകയും ചെയ്തു.

ഈ കാലഘട്ടത്തിലാണ് അദ്ദേഹം തന്റെ ആദ്യഗ്രന്ഥം *ഇന്ത്യ പരിവർത്തന*ത്തിൽ (*India in Transition*) എഴുതിയത്. ബ്രിട്ടീഷ് വാഴ്ചയിലായിരുന്ന ഇന്ത്യയുടെ സമ്പദ്ഘടനയെയും രാഷ്ട്രീയത്തെയും പ്രത്യയശാസ്ത്രത്തെയും സംബന്ധിച്ച മാർക്സിസ്റ്റ് വിശകലനത്തിനാണ് അദ്ദേഹം ഈ ഗ്രന്ഥത്തിൽ ശ്രമിച്ചിരിക്കുന്നത്. *ഇന്റർനാഷണൽ പ്രസ് കറസ്പോണ്ടൻസ്* – അതായത് *ഇംപ്രെകോർ*– എന്ന കോമിന്റേൺ മുഖപത്രത്തിൽ ഇന്ത്യയെ സംബന്ധിച്ച് എം എൻ റോയി സ്ഥിരമായി ലേഖനങ്ങൾ പ്രസിദ്ധീകരിക്കുകയുമുണ്ടായി.

ഇന്ത്യൻ നാഷണൽ കോൺഗ്രസ് സമ്മേളനങ്ങൾക്ക് റോയി മാനിഫെസ്റ്റോകളും പ്രസ്താവനകളും അയച്ചിരുന്നു. 1921 ൽ കോൺഗ്രസിന്റെ അഹമ്മദാബാദ് സമ്മേളനത്തിലേക്കാണ് ആദ്യം അദ്ദേഹം മാനിഫെസ്റ്റോ അയച്ചത്; തുടർന്ന് 1922 ൽ ഗയാകോൺഗ്രസിനും 1923 ലെയും 1924 ലെയും സമ്മേളനങ്ങൾക്കും അദ്ദേഹം മാനിഫെസ്റ്റോ അയച്ചു.

മദ്ധ്യേഷ്യ വഴി ഉത്തരേന്ത്യയിലേക്കല്ലാതെ ഇന്ത്യയിലെ മറ്റുപ്രദേശങ്ങളുമായി ബന്ധപ്പെടാൻ പ്രയാസമായതുമൂലം 1922 ഏപ്രിൽ മാസത്തിൽ എം എൻ റോയി ബെർലിനിലേക്ക് താമസം മാറ്റി. അദ്ദേഹം തന്റെ ഒരു ദൂതനെ, നളിനി ദാസ് ഗുപ്തയെ, 1921 ലും 1923 ലും ഇന്ത്യയിൽ വ്യാപിച്ചുകൊണ്ടിരുന്ന കമ്യൂണിസ്റ്റ് ഗ്രൂപ്പുകളുമായി ബന്ധം സ്ഥാപിക്കാൻ അയച്ചു.

ഇന്ത്യയിലെ കമ്യൂണിസ്റ്റ് പ്രവർത്തനങ്ങൾ വർദ്ധിച്ചതോടുകൂടി കോമിന്റേൺ ഇന്ത്യയിലെ കാര്യങ്ങൾ ശ്രദ്ധിക്കാൻ എം എൻ റോയിയുടെയും സിപാസ്സിയുടെയും ക്ലെമെൻസ് ദത്തിന്റെയും നേതൃത്വത്തിൽ സി പി ഐയുടെ ഒരു വിദേശബ്യൂറോ സ്ഥാപിച്ചു. പുതുതായി ഉയർന്നുവന്നുകൊണ്ടിരുന്ന കമ്യൂണിസ്റ്റ് ഗ്രൂപ്പുകളോടുള്ള ബ്രിട്ടീഷ് ഗവൺമെന്റിന്റെ അടിച്ചമർത്തൽ നയവും കമ്യൂണിസ്റ്റ് പ്രവർത്തകരെ ഗൂഢാലോചനക്കേസുകളിൽ കുടുക്കി വിചാരണ ചെയ്യുകയും തടവറകളിൽ അടയ്ക്കുകയും ചെയ്യുന്നതും കണ്ട എം എൻ റോയി, ദേശീയ പ്രസ്ഥാനവുമായിക്കൂടി സഹകരിക്കുന്ന വർക്കേഴ്സ് ആൻഡ് പെസന്റ്സ് പാർട്ടികൾക്ക് രൂപംനല്കാൻ ആഗ്രഹിച്ചു. ബംഗാളിലും ബോംബെയിലും പഞ്ചാബിലും പിന്നീട് ഉത്തർപ്രദേശിലും ഇത്തരം വർക്കേഴ്സ് ആൻഡ് പെസന്റ്സ് പാർട്ടികൾ വ്യാപകമായി.

1924 ലെ കാൺപൂർ ഗൂഢാലോചന കേസിനുശേഷം (അതിൽ റോയി തന്നെയും ഉൾപ്പെട്ടിരുന്നു) 'റവല്യൂഷണറി നാഷണലിസ്റ്റ് പാർട്ടി' രൂപീകരിക്കാൻ അദ്ദേഹം ആഹ്വാനം ചെയ്തു. 'ദേശീയസ്വാതന്ത്ര്യം, ഫ്യൂ

ഡലിസവും ഭൂപ്രഭുത്വവും നിർമ്മാർജ്ജനം ചെയ്യൽ, ഭൂമിയുടെയും ഖനികളുടെയും പൊതുസേവനങ്ങളുടെയും ദേശസാല്ക്കരണം, മതസ്വാതന്ത്ര്യവും ആരാധനാസ്വാതന്ത്ര്യവും' ആയിരിക്കണം പരിപാടി ഉയർത്തിപ്പിടിക്കേണ്ടത്.

1926 വരെ എം എൻ റോയി ഇന്ത്യയിലെ കമ്യൂണിസ്റ്റുപാർട്ടിയെയും വർക്കേഴ്സ് ആൻഡ് പെസന്റ്സ് പാർട്ടികളെയും വികസിപ്പിക്കുന്നതിനുള്ള നാനാവിധ നീക്കങ്ങളിൽ ഏർപ്പെടുകയും അവയെ വിടാതെ പിന്തുടരുകയും ചെയ്തു. 1927 ൽ കോമിന്റേണിന്റെ പ്രതിനിധിയെന്ന നിലയിൽ എം എൻ റോയിയെ ചൈനയിലേക്ക് അയച്ചു; അക്കാലത്ത് ചൈനയിൽ വിപ്ലവപ്രസ്ഥാനം വികസിച്ചുവരികയായിരുന്നു. കുമിന്താങ്ങുമായി ഐക്യമുന്നണിയിലായിരുന്നു അന്ന് ചൈനയിലെ കമ്യൂണിസ്റ്റുകാർ; എന്നാൽ ഷാങ് ഹായ്യിലും കാന്റണിലും കുമിന്താങ്ങുകാർ കമ്യൂണിസ്റ്റുകാരെ നിഷ്ഠൂരമായി അടിച്ചമർത്തിയത് ഈ ഐക്യമുന്നണി നയത്തെക്കുറിച്ച് കോമിന്റേണിനുള്ളിൽ വലിയ വിവാദത്തിനിടയാക്കി.

1927 സെപ്തംബറിൽ റോയി മോസ്കോയിൽ മടങ്ങിയെത്തി; എന്നാൽ ഏറെത്താമസിയാതെ അദ്ദേഹം കോമിന്റേൺ നേതൃത്വത്തോട് വിയോജിപ്പിലായി. 1929 ൽ റോയി ബെർലിനിലേക്ക് പോയി; അവിടെ അദ്ദേഹം ജർമ്മൻ കമ്യൂണിസ്റ്റു പാർട്ടിയിലെ പ്രതിപക്ഷത്തോട് സഹകരിച്ചു. 1929 ഡിസംബറിൽ റോയി കമ്യൂണിസ്റ്റ് ഇന്റർനാഷണലിൽനിന്നും പുറത്താക്കപ്പെട്ടു.

1930 ൽ ഇന്ത്യയിൽ മടങ്ങിയെത്തിയ റോയി, ''റോയിസ്റ്റുകൾ'' എന്നറിയപ്പെട്ടിരുന്ന തന്റെ അനുയായികളുടെ ഒരു ഗ്രൂപ്പിനൊപ്പം കോൺഗ്രസ് പാർട്ടിക്കുള്ളിൽ പ്രവർത്തിക്കാനാരംഭിച്ചു. അദ്ദേഹത്തിനെതിരെ നിലവിലുണ്ടായിരുന്ന പഴയ കേസുകളുടെ പേരിൽ ബ്രിട്ടീഷ് ഭരണാധികാരികൾ അദ്ദേഹത്തെ അറസ്റ്റുചെയ്തു. വിചാരണയെത്തുടർന്ന് കോടതി അദ്ദേഹത്തിന് 12 വർഷത്തെ കഠിനതടവ് ശിക്ഷ വിധിച്ചു; അപ്പീലിൽ അത് 6 വർഷമായി കുറയ്ക്കപ്പെട്ടു. 1936 ൽ അദ്ദേഹം ജയിൽമോചിതനായി.

ട്രേഡ് യൂണിയനുകളിലും മറ്റു രാഷ്ട്രീയപ്രവർത്തനങ്ങളിലും ഏർപ്പെട്ടിരുന്ന റോയിസ്റ്റുകൾ കടുത്ത കമ്യൂണിസ്റ്റ് വിരുദ്ധരായിരുന്നു. റോയി സി പി ഐയ്ക്കുനേരെ കടുത്ത വിമർശനമഴിച്ചുവിട്ടു; എന്നാൽ ഒരിക്കലും അദ്ദേഹം സോവിയറ്റ് യൂണിയനെ തള്ളിപ്പറഞ്ഞില്ല; ഫാസിസത്തെ പരാജയപ്പെടുത്തുന്നതിന് സ്റ്റാലിന്റെ നേതൃത്വത്തിൽ നടന്ന യുദ്ധശ്രമങ്ങളെ യഥാർത്ഥത്തിൽ അദ്ദേഹം പിന്തുണയ്ക്കുകയുമുണ്ടായി. 1943 ൽ അദ്ദേഹം മാർക്സിസം ഉപേക്ഷിക്കുകയും 'റാഡിക്കൽ ഹ്യൂമനിസം 'എന്ന പുതിയൊരു തത്ത്വസംഹിത സ്വീകരിക്കുകയും ചെയ്തു.

അദ്ദേഹം തന്റെ ജീവിതത്തിന്റെ അവസാനനാളുകളിൽ മാർക്സിസം ഉപേക്ഷിച്ചെങ്കിലും 1921 നും 1926 നും ഇടയ്ക്കുള്ള കാലത്ത് ഇന്ത്യയിൽ കമ്യൂണിസ്റ്റ് പ്രസ്ഥാനം വികസിപ്പിക്കുന്നതിൽ എം എൻ റോയിയുടെ മാർഗ്ഗദർശകമായ സംഭാവനകൾ വിസ്മരിക്കാൻ കഴിയുന്നതല്ല.

കാൺപൂർ കമ്യൂണിസ്റ്റ് സമ്മേളനം–1925

ഇന്ത്യയിലെ മിക്കവാറും എല്ലാ കമ്യൂണിസ്റ്റ് ഗ്രൂപ്പുകളും വിഭാഗങ്ങളും പങ്കെടുത്ത, ഇന്ത്യൻ മണ്ണിൽ ചേർന്ന ആദ്യത്തെ യോഗമായിരുന്നു 1925 ഡിസംബർ 26 മുതൽ 28 വരെ നടന്ന കാൺപൂർ കമ്യൂണിസ്റ്റ് സമ്മേളനം. കോൺഗ്രസിന്റെ സമ്മേളനം ചേരുന്ന വേളയിൽ കാൺപൂരിൽ വിവിധ കമ്യൂണിസ്റ്റ് ഗ്രൂപ്പുകളെ ഉൾപ്പെടുത്തിക്കൊണ്ട് ഒരു സമ്മേളനം ചേരുകയെന്ന ആശയം ആദ്യം മുന്നോട്ടുവച്ചത് അക്കാലത്ത് ഒരു കമ്യൂണിസ്റ്റ് ഗ്രൂപ്പിലും അംഗമല്ലാതിരുന്ന സത്യഭക്തനായിരുന്നു–1925 ജൂൺ 18 ന് പ്രസിദ്ധീകരിച്ച ഒരു ലേഖനത്തിൽ. സമ്മേളനത്തിന്റെ സ്വാഗതസംഘം ചെയർമാൻ മൗലാന ഹസ്രത്മൊഹാനി ആയിരുന്നു. ബ്രിട്ടീഷ് പാർലമെന്റിലെ കമ്യൂണിസ്റ്റ് എം പി ആയിരുന്ന ഷപൂർജി ശക്ലത്വാലയോട് യോഗത്തിൽ അദ്ധ്യക്ഷത വഹിക്കാൻ ആവശ്യപ്പെട്ടിരുന്നു; എന്നാൽ അദ്ദേഹത്തിന് സമ്മേളനത്തിൽ പങ്കെടുക്കാൻ കഴിയാത്തതിനെത്തുടർന്ന് ശിങ്കാരവേലു ചെട്ടിയാർ അദ്ധ്യക്ഷത വഹിച്ചു.

ഇത്തരത്തിലൊരു അഖിലേന്ത്യാവേദിയുടെ നേതൃത്വം സത്യഭക്തൻ കൈയടക്കുന്നതിനോട് അംഗീകൃത കമ്യൂണിസ്റ്റ് ഗ്രൂപ്പുകളുടെ നേതാക്കൾക്ക് താല്പര്യമുണ്ടായിരുന്നില്ല; സമ്മേളനത്തിൽ പങ്കെടുക്കാൻ അവരെല്ലാം തീരുമാനിച്ചു. അതുപ്രകാരം ബോംബെയിൽ ആർ എസ് നിംബ്കർ, ജെപി ബാഗേർഹട്ട, കെ എൻ ജോഗ്ളേക്കർ, എസ് വി ഘാട്ടെ എന്നിവരും ഝാൻസിയിൽനിന്നും അയോദ്ധ്യപ്രസാദും പഞ്ചാബിൽനിന്നും സന്തോക്സിങ്ങും ലാഹോറിൽനിന്നും എസ് ഡി ഹസ്സനും രാമചന്ദ്രയും മദ്രാസിൽനിന്നും കാമേശ്വർ റാവുവും കൃഷ്ണസ്വാമി അയ്യങ്കാറും ശിങ്കാരവേലു ചെട്ടിയാരും ആ സമ്മേളനത്തിൽ പങ്കെടുത്തു. രാധാമോഹൻ ഗോകുൽജി കൽക്കട്ടയിൽനിന്നുള്ള പ്രതിനിധിയായി പങ്കെ

ടുത്തു. കാൺപൂർ ഗൂഢാലോചനക്കേസിൽ തടവുശിക്ഷ പൂർത്തിയാകുംമുമ്പ് ആരോഗ്യപരമായ കാരണങ്ങളാൽ ജയിൽമോചനം ലഭിച്ച മുസഫർ അഹമ്മദും സമ്മേളനത്തിൽ പങ്കെടുത്തു; പക്ഷേ, അദ്ദേഹം നേരിട്ട് അൽമോറയിൽനിന്ന് കാൺപൂരിൽ സമ്മേളനത്തിനെത്തുകയാണുണ്ടായത്. അജ്മേറിൽനിന്ന് അർജുൻലാൽസേഥിയും സമ്മേളനത്തിൽ പങ്കെടുത്തു.

കോൺഗ്രസ് സമ്മേളനത്തിൽ പങ്കെടുക്കാൻ കാൺപൂരിലെത്തിയ പുരോഗമനവാദികളായ നിരവധി ട്രേഡ്യൂണിയൻ നേതാക്കൾ കമ്യൂണിസ്റ്റ് സമ്മേളനവേദിയും സന്ദർശിച്ചു. പൊലീസ് രഹസ്യാന്വേഷണ വിഭാഗത്തിന്റെ കണക്കുപ്രകാരം അഞ്ഞൂറോളം ആളുകൾ സമ്മേളനത്തിൽ പങ്കെടുത്തിരുന്നു; അവരിൽ ഏറെയും തൊഴിലാളികളും കൃഷിക്കാരുമായിരുന്നു.

സമ്മേളനത്തിന്റെ ആദ്യസെഷനിൽ ശക്ലത്ത്‌വാലയുടെ സന്ദേശം വായിക്കുകയുണ്ടായി. സ്വാഗതസംഘത്തിന്റെ അദ്ധ്യക്ഷൻ ഹസ്രത് മൊഹാനിയുടെ പ്രസംഗവും തുടർന്ന് ശിങ്കാരവേലുവിന്റെ അദ്ധ്യക്ഷപ്രസംഗവും ഇതിന്റെ തുടർച്ചയായി നടന്നു. ഡിസംബർ 26 ന് വൈകുന്നേരം രണ്ടാമത്തെ സെഷൻ ചേർന്നു; അത് പ്രമേയങ്ങൾ അംഗീകരിക്കുന്നതിനായി മാറ്റിവയ്ക്കപ്പെട്ട സെഷനായിരുന്നു; 27 ന് ചേർന്ന മൂന്നാമത്തെ സെഷൻ ഭരണഘടന അംഗീകരിക്കുന്നതിനും സെൻട്രൽ എക്സിക്യൂട്ടീവ് കമ്മിറ്റിയെ തിരഞ്ഞെടുക്കുന്നതിനുമായി നിശ്ചയിക്കപ്പെട്ടതായിരുന്നു. 1925 ഡിസംബർ 28 ന് സെൻട്രൽ എക്സിക്യൂട്ടീവ് കമ്മിറ്റി (സി ഇ സി) ചേരുകയും പ്രസിഡന്റ്, വൈസ്പ്രസിഡന്റ്, ജനറൽ സെക്രട്ടറിമാർ, വിവിധ പ്രൊവിൻസുകളുടെ ചുമതലയുള്ള സി ഇ സി അംഗങ്ങൾ എന്നിങ്ങനെ ഭാരവാഹികളെ തിരഞ്ഞെടുക്കുകയും ചെയ്തു.

തന്റെ സ്വാഗതപ്രസംഗത്തിൽ, മൊഹാനി പാർട്ടിയുടെ ഉദ്ദേശ്യ–ലക്ഷ്യങ്ങൾ ന്യായമായ എല്ലാമാർഗ്ഗങ്ങളിലൂടെയും സ്വരാജ് അഥവാ സമ്പൂർണ്ണ സ്വാതന്ത്ര്യം സ്ഥാപിക്കുകയാണെന്നും അതിനുശേഷം, '' സോവിയറ്റ് റിപ്പബ്ലിക്കിന്റെ രൂപം പ്രാബല്യത്തിലാക്കുക'യാണെന്നും വിശദീകരിച്ചു.

ദീർഘമായ അദ്ധ്യക്ഷപ്രസംഗമാണ് ശിങ്കാരവേലു ചെട്ടിയാർ നടത്തിയത്; അതിൽ അദ്ദേഹം തിലകനും ദേശബന്ധുദാസിനും പുറമെ റോസാലക്സംബർഗിനും കാറൽ ലീബ്നെക്ടിനും സർവ്വോപരി ലെനിനും ആദരാഞ്ജലികളർപ്പിച്ചു. ബ്രിട്ടീഷ്‌വാഴ്ചയിൽനിന്നുള്ള സ്വാതന്ത്ര്യത്തിനുവേണ്ടി പൊരുതുന്നതിനുപുറമെ നമ്മുടെ രാജ്യത്തെ തൊഴിലാളികളുടെയും കൃഷിക്കാരുടെയും സാമ്പത്തിക ദുരിതങ്ങളെക്കുറിച്ചും അവരുടെ ജീവിതം മെച്ചപ്പെടുത്തേണ്ടതിനെക്കുറിച്ചും അദ്ദേഹം സംസാരിച്ചു.

ഏറ്റവും ശ്രദ്ധേയമായ കാര്യം ജാതീയതയുടെയും വർഗ്ഗീയതയുടെയും പ്രശ്നങ്ങളെക്കുറിച്ചും ശിങ്കാരവേലു സൂചിപ്പിച്ചുവെന്നതാണ്; നാം

നേരിടേണ്ടതായിവരുന്ന നമുക്കുമുന്നിലുള്ള 'വിപത്താ'യാണ് അദ്ദേഹം അവയെ വിശേഷിപ്പിച്ചത്. ''ചരിത്രാതീതകാലംമുതൽ നമ്മുടെ രാഷ്ട്രീയ ഐക്യത്തെ വിഴുങ്ങിക്കൊണ്ടിരിക്കുന്ന ചെകുത്താന്മാരാണ് മതവും ജാതിയും. ഈ മതപരവും വർഗ്ഗീയവുമായ ഭിന്നതകളാൽ രാജ്യം ഇന്ന് വീണ്ടും ഛിന്നഭിന്നമാവുകയാണ്. ഈ ദുഷ്ടചിന്തകൾക്ക് അടിപ്പെടുന്ന നേതാക്കൾ നമ്മുടെ രാജ്യത്തിന്റെയും നമ്മുടെ ലക്ഷ്യത്തിന്റെയും ശത്രുക്കളാണ്; വഞ്ചകരാണ്.''

അയിത്തത്തിന്റെ പ്രശ്നവും അത് നിലനില്ക്കുന്നുവെന്നതും സംബന്ധിച്ച് ശിങ്കാരവേലു ഇങ്ങനെ പ്രസ്താവിച്ചു:

> അയിത്തം എന്ന പ്രശ്നം യഥാർത്ഥത്തിൽ ഒരു കാർഷികപ്രശ്നമാണ്; ഈ സാമ്പത്തിക ആശ്രിതത്വം ഇല്ലാതാക്കുന്നില്ലെങ്കിൽ അയിത്തം നിർമ്മാർജ്ജനംചെയ്യുന്നതു സംബന്ധിച്ച എല്ലാ പറച്ചിലുകളും തീർത്തും ആത്മാർത്ഥതയില്ലാത്തതാണ്. ഇത്തരം മാറ്റത്തിനു തയ്യാറല്ലാത്തവർ (അയിത്ത നിർമ്മാർജ്ജനം സംബന്ധിച്ച മഹാത്മാഗാന്ധിയുടെ പരിപാടിയെയാണ് ഇവിടെ സൂചിപ്പിക്കുന്നത്.) സഹജീവികളെ തൊട്ടുകൂടാത്തവരും തീണ്ടിക്കൂടാത്തവരുമായി കണക്കാക്കുന്നതിലെ വലിയ അനീതിയെയും മനുഷ്യത്വമില്ലായ്മയെയുംകുറിച്ച് പറയുമ്പോൾതന്നെ, അദ്ദേഹം അവർ പട്ടിണികിടക്കുന്നതിനെക്കുറിച്ചോ അവർക്ക് പാർപ്പിടമില്ലാത്തതിനെക്കുറിച്ചോ ശ്രദ്ധാപൂർവ്വം മൗനം പാലിക്കുകയാണ്.... അയിത്ത നിർമ്മാർജ്ജനത്തെക്കുറിച്ച് മാത്രമുള്ള പറച്ചിൽതന്നെ ആത്മാർത്ഥതയില്ലാത്തതും തനി കാപട്യവുമാണ്. അതിനാൽ കമ്യൂണിസ്റ്റുകാരായ നാം മർദ്ദിതവർഗ്ഗങ്ങൾക്ക് തങ്ങളുടെ ജീവിതദുരിതം അല്പമെങ്കിലും കുറയ്ക്കാനാവുംവിധം അവരുടെ കൂലി വർദ്ധിപ്പിക്കുന്നതിനായി വാദിക്കേണ്ടതാണ്.

പുരോഗമനപരമായ ഈ പ്രഖ്യാപനങ്ങളെല്ലാം നടത്തിയിരുന്നെങ്കിലും ഈ നേതാക്കളുടെ പ്രസംഗങ്ങളിൽ ചില പരിമിതികൾ കണ്ടെത്താനാകും. സോഷ്യലിസത്തിന്റെ ആശയങ്ങളും സോവിയറ്റുയൂണിയനുമായിരുന്നു അവരെ പ്രചോദിപ്പിച്ചിരുന്നതെങ്കിലും കമ്യൂണിസ്റ്റ് സിദ്ധാന്തത്തിൽ അവർക്ക് വേണ്ടത്ര അവഗാഹമുണ്ടായിരുന്നില്ല; സാമൂഹികമാറ്റം കൊണ്ടുവരുന്നതിൽ വർഗ്ഗസമരത്തിന്റെ കേന്ദ്ര പ്രാധാന്യം അംഗീകരിക്കാനും അവർക്ക് കഴിഞ്ഞിരുന്നില്ല. ചരക്കുകളുടെ വിതരണംമൂലം ഉണ്ടാകുന്ന കടുത്ത അസമത്വത്തിന് തിരുത്തൽ വരുത്താനുള്ള ഒരു സമ്പ്രദായമെന്ന നിലയിലാണ് ശിങ്കാരവേലു കമ്യൂണിസത്തെ കണ്ടിരുന്നത്; എല്ലാവർക്കും നേട്ടമുണ്ടാകുന്നവിധം വിതരണം ഉറപ്പാക്കുന്നതിനുള്ള ഒരു സംവിധാനമായുമാണ് അദ്ദേഹം കമ്യൂണിസത്തെ കണ്ടത്. അദ്ദേഹത്തെ സംബന്ധിച്ചിടത്തോളം, ''ലോകത്ത് ഇന്ന് നിലനില്ക്കുന്ന സാമൂഹ്യ–രാഷ്ട്രീയ വ്യവസ്ഥയെ പ്രധാനമായും നിയന്ത്രിക്കു

ന്ന ശ്രദ്ധേയമായ തെറ്റുകൾ തിരുത്തുന്നതിനുള്ള സുനിശ്ചിതമായ ഒരു മാർഗ്ഗം മാത്രമാണ് കമ്യൂണിസം.'' പാർട്ടിയുടെ പേരിനെക്കുറിച്ചും അതിന്റെ ഉദ്ദേശ്യ–ലക്ഷ്യങ്ങളെക്കുറിച്ചും സമരരീതികളെക്കുറിച്ചും സാർവ്വദേശീയതയുടെ പ്രശ്നം സംബന്ധിച്ചുമെല്ലാം നടന്ന ചർച്ചകളിൽ ഈ പരിമിതികൾ പ്രതിഫലിക്കുന്നുണ്ട്.

ലോകത്താകെയുള്ള കമ്യൂണിസ്റ്റുകാരുമായി ഐക്യദാർഢ്യം പ്രകടിപ്പിക്കുന്നതും ബ്രിട്ടനിലെ കമ്യൂണിസ്റ്റ് സഖാക്കളെ ജയിലിലടച്ചതിനെ അപലപിക്കുന്നതും പെഷവാർ–കാൺപൂർ ഗൂഢാലോചനക്കേസുകളിൽ ശിക്ഷിക്കപ്പെട്ട കമ്യൂണിസ്റ്റ് തടവുകാരോട് ഐക്യദാർഢ്യം പ്രകടിപ്പിക്കുന്നതും ശിങ്കാരവേലു സ്ഥാപിച്ച ഹിന്ദുസ്ഥാൻ തൊഴിലാളി–കർഷക പാർട്ടി പിരിച്ചുവിടുന്നതുമായ പ്രമേയങ്ങൾ സമ്മേളനം അംഗീകരിച്ചു. പുതുതായി സ്ഥാപിക്കപ്പെട്ട കമ്യൂണിസ്റ്റ് പാർട്ടി ഓഫ് ഇന്ത്യയുടെ മുഖപത്രമായി *ലേബർ ആന്റ് കിസാൻ ഗസറ്റായും* പാർട്ടിയുടെ കേന്ദ്ര ഓഫീസ് ബോംബെയിൽ ആയിരിക്കുമെന്നും ഈ സമ്മേളനം തീരുമാനിക്കുകയുണ്ടായി.

ചർച്ചകൾക്കിടയിൽ പാർട്ടിയുടെ പേരിനെയും പ്രവർത്തനത്തെയും സംബന്ധിച്ച സത്യഭക്തന്റെ നിർദ്ദേശങ്ങൾ സ്വീകരിക്കപ്പെട്ടില്ല. പാർട്ടിയുടെ പേര് ഇന്ത്യൻ കമ്യൂണിസ്റ്റ് പാർട്ടി എന്നായിരിക്കണമെന്ന് വാദിച്ച സത്യഭക്തൻ കമ്യൂണിസ്റ്റ് ഇന്റർനാഷണലിന്റെ ഘടകമാകുന്നതിന് എതിരുമായിരുന്നു.

സമ്മേളനം കമ്യൂണിസ്റ്റ്പാർട്ടി ഓഫ് ഇന്ത്യ എന്ന പേര് സ്വീകരിക്കുകയും പാർട്ടിയിൽ ചേരാൻ ആഗ്രഹിക്കുന്ന എല്ലാവരും ഒപ്പിടേണ്ട ഒരു ഡിക്ലറേഷൻ ഫോം അംഗീകരിക്കുകയും ചെയ്തു. ഈ ഫോമിൽ ഇങ്ങനെ പ്രഖ്യാപിക്കുന്നു:

> ചുവടെ ഒപ്പിട്ടിട്ടുള്ള.... വയസ്സുള്ള.... എന്ന ഞാൻ ഇന്ത്യയിൽ തൊഴിലാളികളുടെയും കർഷകരുടെയും റിപ്പബ്ലിക് സ്ഥാപിക്കുന്നതിനായി നിലകൊള്ളുന്ന കമ്യൂണിസ്റ്റ് പാർട്ടി ഓഫ് ഇന്ത്യയുടെ തത്ത്വസംഹിത അംഗീകരിക്കുന്നു. ആദ്യ കമ്യൂണിസ്റ്റ് സമ്മേളനത്തിന്റെ പ്രമേയങ്ങൾ ഞാൻ സശ്രദ്ധം വായിച്ചു മനസ്സിലാക്കി; ഭൂമി, ഖനികൾ, ഫാക്ടറികൾ, വീടുകൾ, ടെലഗ്രാഫും ടെലഫോണും റെയിൽവേയും ഉൾപ്പെടെയുള്ള പൊതു ഉടമസ്ഥത ആവശ്യമുള്ള ഇത്തരം എല്ലാ പൊതു സേവനങ്ങളും സംവിധാനങ്ങളും ദേശസാല്ക്കരിച്ചുകൊണ്ട് തൊഴിലാളികൾക്കും കർഷകർക്കും ജീവിക്കാൻ ആവശ്യമായ വേതനം എന്ന അതിന്റെ അടിയന്തര ലക്ഷ്യങ്ങളുമായി ഞാൻ പൂർണ്ണമായി യോജിക്കുന്നു.

30 അംഗങ്ങളുള്ള ഒരു കേന്ദ്ര എക്സിക്യൂട്ടീവ് കമ്മിറ്റിയെ തിരഞ്ഞെടുക്കാനാണ് സമ്മേളനം ഉദ്ദേശിച്ചത്; എന്നാൽ സമ്മേളനത്തിൽ 16 അംഗങ്ങളെ മാത്രമേ തിരഞ്ഞെടുത്തുള്ളൂ; 14 അംഗങ്ങളെ പിന്നീട് പ്രൊവി

ൻസുകളിൽനിന്ന് കൂട്ടിച്ചേർക്കാനും തീരുമാനിച്ചു. ഡിസംബർ 28 ന് സെൻട്രൽ എക്സിക്യൂട്ടീവ് കമ്മിറ്റി യോഗംചേർന്ന് ഭാരവാഹികളെയും സംഘാടകരെയും തിരഞ്ഞെടുത്തു. പ്രസിഡന്റായി ശിങ്കാരവേലുവിനെയും വൈസ്പ്രസിഡന്റായി ആസാദ് സൊദാനിയെയും ജനറൽ സെക്രട്ടറിമാരായി എസ് വി ഘാട്ടെയെയും ജാനകീപ്രസാദ് ഭാഗീരഥിയെയും തിരഞ്ഞെടുത്തു; കൃഷ്ണസ്വാമി അയ്യങ്കാർ, സത്യഭക്തൻ, എസ് ഡി ഹസ്സൻ, മുസഫർ അഹമ്മദ് എന്നിവരെ യഥാക്രമം മദ്രാസ്, കാൺപൂർ, ലാഹോർ, കൽക്കട്ട എന്നീ നാല് പ്രവിശ്യകൾക്കായുള്ള സെക്രട്ടറിമാരായും തിരഞ്ഞെടുത്തു.

പാർട്ടി രൂപീകരണത്തിലേക്ക് നയിച്ച സാഹചര്യങ്ങളെക്കുറിച്ച്, കാൺപൂർ സമ്മേളനം തിരഞ്ഞെടുത്ത സെൻട്രൽ എക്സിക്യൂട്ടീവ് കമ്മിറ്റി 1927 മെയ് മാസത്തിൽ ബോംബെയിൽ ചേർന്ന യോഗത്തിൽ അംഗീകരിച്ച വാർഷിക റിപ്പോർട്ടിൽ ഇങ്ങനെ എഴുതി:

> കമ്യൂണിസ്റ്റുകാരെ വിചാരണ ചെയ്യുകയും ശിക്ഷിക്കുകയും ചെയ്ത സ്ഥലമെന്ന നിലയിൽ കാൺപൂരിൽ ഒരു പരിപാടിയുമായി കോടതിയിൽ വന്ന ഒരു പാർട്ടിയോടുള്ള അഭിനിവേശം മറ്റു സ്ഥലങ്ങളിലുള്ളതിനേക്കാൾ അധികമായിരിക്കും; ഈ അവസരത്തെ സത്യഭക്തൻ മുതലെടുക്കുകയും ഇന്ത്യൻ കമ്യൂണിസ്റ്റുപാർട്ടി എന്നപേരിൽ സ്വന്തമായി ഒരു പാർട്ടിയുണ്ടാക്കുകയും ചെയ്തു. ഈ പാർട്ടി ഒട്ടേറെ ആളുകളെ ആകർഷിച്ചു; അത്തരം ആളുകൾ ആ പാർട്ടിയിൽ അംഗങ്ങളായി ചേരുകയുമുണ്ടായി.... എന്നാൽ ഇതെല്ലാമുണ്ടായിട്ടും മാർക്സിസവുമായി അതിന്റെ പ്രവർത്തനത്തിന് ഒരു ബന്ധവുമുണ്ടായിരുന്നില്ല; അതേസമയം ഇന്ത്യയെപ്പോലെയുള്ള ഒരു രാജ്യത്ത് തീർത്തും അനാവശ്യമായ ഒട്ടേറെ കാര്യങ്ങൾ ചെയ്യുന്നുമുണ്ടായിരുന്നു; ഇന്ത്യയിൽ പൊതുവിൽ കമ്യൂണിസം മനസ്സിലാക്കപ്പെട്ടിട്ടില്ല; കമ്യൂണിസ്റ്റ് തത്ത്വശാസ്ത്രത്തോട് ആദരവ് ഉണ്ടായിട്ടുമില്ല. ഈ സംഘടന പിടിച്ചെടുക്കുന്നതിൽ നമ്മൾ വിജയിച്ചെങ്കിലും പാർട്ടി ഒരു താല്ക്കാലിക രൂപത്തിൽ നില്ക്കുന്നതേയുള്ളു; ഖണ്ഡിതമായ ഒരു ഭരണഘടനയോ പരിപാടിയോ രൂപീകരിക്കപ്പെട്ടിട്ടുമില്ല.

കമ്യൂണിസ്റ്റുപാർട്ടി രൂപീകരണത്തിന്റെ ആദ്യ ചുവടുവയ്പായിരുന്നു താഷ്കന്റെങ്കിൽ കാൺപൂർ കമ്യൂണിസ്റ്റ് സമ്മേളനം ഒരു അഖിലേന്ത്യാ പാർട്ടി രൂപീകരിക്കുന്നതിനായി ഇന്ത്യൻ മണ്ണിൽ നടന്ന ആദ്യ പരിശ്രമവുമായിരുന്നു.

സി പി ഐ
രൂപീകരണത്തെക്കുറിച്ചുതന്നെ വീണ്ടും

താഷ്കന്റിൽ 1920 ഒക്ടോബർ 17 ന് കമ്യൂണിസ്റ്റ് പാർട്ടി ഓഫ് ഇന്ത്യ രൂപീകരിച്ചതിന്റെ 100-ാം വാർഷികം ഒരു വർഷക്കാലം ആചരിക്കാൻ സി പി ഐ (എം) തീരുമാനിച്ചതിനെത്തുടർന്ന് പാർട്ടി രൂപീകരണത്തിന്റെ യഥാർത്ഥ തീയതിയുടെ പ്രശ്നം വീണ്ടും ഉയർന്നുവരികയാണ്. കമ്യൂണിസ്റ്റ് പാർട്ടി ഓഫ് ഇന്ത്യ സ്ഥാപിതമായ തീയതി കാൺപൂർ കമ്യൂണിസ്റ്റ് സമ്മേളനം നടന്ന 1925 ഡിസംബർ 26 ആയാണ് സി പി ഐ പരിഗണിക്കുന്നത് എന്ന കാര്യം പരക്കെ അറിയാവുന്നതാണ്.

ഈ പംക്തിയിൽ ഞങ്ങൾ 1920 ഒക്ടോബർ 17 ന് താഷ്കന്റിൽ ചേർന്ന യോഗത്തെ സംബന്ധിച്ച് മുമ്പ് വിവരിച്ചിരുന്നു; തുടർന്ന് ഇന്ത്യക്കുള്ളിൽ കമ്യൂണിസ്റ്റ് ഗ്രൂപ്പുകൾ രൂപംകൊണ്ടതിനെ സംബന്ധിച്ചും അവ തമ്മിലുള്ള പരസ്പര ബന്ധത്തെക്കുറിച്ചും രേഖപ്പെടുത്തുകയുണ്ടായി. കഴിഞ്ഞ ലക്കത്തിൽ 1925 ലെ കാൺപൂർ കമ്യൂണിസ്റ്റ് സമ്മേളനത്തെക്കുറിച്ചും വിശദമാക്കിയിരുന്നു.

കമ്യൂണിസ്റ്റ് പാർട്ടി ഓഫ് ഇന്ത്യയുടെ ആദ്യകാലത്തെക്കുറിച്ച് ഹ്രസ്വമായിട്ടെങ്കിലും ഒരേകദേശ വിവരം ഇതിൽനിന്ന് വായനക്കാർക്ക് കിട്ടിയിട്ടുണ്ടാവുമല്ലോ. 1920 ൽ സ്ഥാപിക്കപ്പെട്ടതിന്റെ 100-ാം വാർഷികം സി പി ഐ (എം) ആചരിക്കുന്നതിനോടുള്ള പ്രതികരണമെന്നനിലയിൽ സി പിഐ രൂപീകരിച്ചത് 1925 ൽ ആണെന്ന് എന്തുകൊണ്ട് കണക്കാക്കുന്നു എന്നതിനെക്കുറിച്ചുള്ള നിലപാട് സി പി ഐ ആവർത്തിച്ച് വ്യക്തമാക്കിയിരിക്കുന്നു.

ന്യൂഏജിൽ പ്രസിദ്ധീകരിച്ച ഒരു ലേഖനത്തിൽ, അതിന്റെ പത്രാധിപരും സി പി ഐ സെക്രട്ടറിയുമായ ബിനോയ്വിശ്വം ഇതുസംബന്ധിച്ച വാദഗതികൾ അവതരിപ്പിച്ചിരിക്കുന്നു. പാർട്ടിയുടെ സ്ഥാപകദിനം സംബന്ധിച്ച് അവിഭക്ത കമ്യൂണിസ്റ്റ് പാർട്ടി എങ്ങനെ നിഗമനത്തിലെത്തി

എന്നതിന്റെ ചരിത്രം അദ്ദേഹം ചികഞ്ഞുനോക്കിയിരിക്കുന്നു. 1959 ആഗസ്തിലാണ് പാർട്ടി സെക്രട്ടേറിയറ്റ് സി പി ഐയുടെ സ്ഥാപകദിനം 1925 ഡിസംബർ 26 ആണെന്ന് തീരുമാനിച്ചത്. പിന്നീട് ഇതുസംബന്ധിച്ച ചോദ്യങ്ങൾ ഉയർന്നുവന്നപ്പോഴെല്ലാം സ്ഥാപകദിനം ഇതാണെന്ന് നേതൃത്വം ആവർത്തിച്ച് വ്യക്തമാക്കുകയുമുണ്ടായി.

പാർട്ടിയുടെ സ്ഥാപകദിനം കാൺപൂർ സമ്മേളനം നടന്ന 1925 ഡിസംബറിലാണെന്ന് അവിഭക്ത സി പി ഐ തീരുമാനിച്ചിരുന്നുവെന്നത് ശരിതന്നെയാണ്. എന്നാൽ, 1964 ൽ സി പി ഐ (എം) രൂപീകരിക്കപ്പെട്ടശേഷം, അതേവരെ പരിഹരിക്കപ്പെടാനും തീർപ്പാക്കാനും അവശേഷിച്ചിരുന്ന പ്രസക്തമായ മറ്റു പല രാഷ്ട്രീയ–പ്രത്യയശാസ്ത്ര വിഷയങ്ങളെയുംപോലെതന്നെ ഈ തീരുമാനവും പുനഃപരിശോധിക്കപ്പെട്ടു. ഉദാഹരണത്തിന്, പാർട്ടിയുടെ ചരിത്രത്തിൽ ആദ്യമായി 1964 ൽ സി പി ഐ (എം) ന്റെ 7–ാം കോൺഗ്രസിൽ വ്യക്തമായ ഒരു പരിപാടി അംഗീകരിക്കുകയുണ്ടായി. അതേ വർഷംതന്നെ സി പി ഐയുടെ 7–ാം കോൺഗ്രസും അവരുടേതായ ഒരു പരിപാടി അംഗീകരിച്ചു.

സി പി ഐ രൂപീകരണത്തെ സംബന്ധിച്ച പ്രശ്നം പുനഃപരിശോധിക്കപ്പെട്ടത് മുഖ്യമായും കമ്യൂണിസ്റ്റ് പാർട്ടി ഓഫ് ഇന്ത്യയുടെ സ്ഥാപകരിൽ ഒരാളായ സഖാവ് മുസഫർ അഹമ്മദിന്റെ പരിശ്രമംമൂലമാണ്; അദ്ദേഹം സി പി ഐ (എം) ന്റെ ആദ്യ കേന്ദ്രക്കമ്മിറ്റി അംഗമായി തിരഞ്ഞെടുക്കപ്പെടുകയുമുണ്ടായി.

ഈ ചരിത്രത്തിലേക്ക് കൂടുതൽ പോകാതെതന്നെ ഒരു കാര്യം ഇവിടെ വ്യക്തമായി പ്രസ്താവിക്കാവുന്നതാണ്; താഷ്കന്റ് യോഗത്തിന്റെ പ്രാമാണിക രേഖകൾ കണ്ടെത്തിയതോടെയാണ് ഈ തീയതിയിൽ പുനഃപരിശോധന ആവശ്യമായി വന്നത്. കുരുക്ഷേത്ര യൂണിവേഴ്സിറ്റിയിലെ ഹിസ്റ്ററി ഡിപ്പാർട്ട്മെന്റിൽ റീഡറായിരുന്ന ഡോ. ദേവേന്ദ്രകൗശിക് ഗവേഷണ പഠനങ്ങൾക്കായി മൂന്നുവർഷം താഷ്കന്റിൽ താമസിച്ചു. അദ്ദേഹത്തിന്റെ ഗവേഷണ പ്രവർത്തനത്തിനിടയിൽ കമ്യൂണിസ്റ്റ് പാർട്ടി ഓഫ് ഉസ്ബക്കിസ്ഥാന്റെ ആർക്കൈവ്സിൽ സി പി ഐ രൂപീകരണം സംബന്ധിച്ച രേഖകൾ ശ്രദ്ധയിൽപ്പെടുകയുണ്ടായി–ഉസ്ബെക്കിസ്ഥാന്റെ തലസ്ഥാനമാണല്ലോ താഷ്കന്റ്.

അതേവരെ താഷ്കന്റിൽ ഒരു യോഗം ചേർന്നിരുന്നു എന്നല്ലാതെ അത് ചേർന്ന തീയതി വ്യക്തമായിരുന്നില്ല. തന്റെ ഓർമ്മക്കുറിപ്പിൽ എം എൻ റോയി പോലും പ്രത്യേകമായ തീയതിയൊന്നും പരാമർശിച്ചിരുന്നില്ല. താഷ്കന്റ് യോഗത്തിന്റെ രേഖയും അതിന്റെ മിനിട്ട്സും കണ്ടെത്തിയത് സി പി ഐയുടെ ആദ്യഘടകം രൂപീകരിക്കപ്പെട്ടത് എങ്ങനെയെന്നതിന്റെ സമഗ്രമായ ചിത്രം ലഭിക്കുന്നതിനിടയാക്കി. ഈ ഗ്രൂപ്പിന്റെ കമ്യൂണിസ്റ്റ് സ്വഭാവത്തിന്റെ ആധികാരികത ചോദ്യംചെയ്യപ്പെടാൻ ആകാത്തതാണ്. ഈ ഘടകം രൂപീകരിക്കുന്നതിന് മുൻകൈയെടുത്ത എം എൻ റോയി കമ്യൂണിസ്റ്റ് പാർട്ടി ഓഫ് മെക്സിക്കോയുടെ പ്രതിനിധി എന്ന നിലയിൽ കമ്യൂണിസ്റ്റ് ഇന്റർനാഷണലിന്റെ രണ്ടാം കോൺഗ്രസിൽ പങ്കെടുത്തിരുന്നു. ദേശീയ കൊളോണിയൽ പ്രശ്നം

സംബന്ധിച്ച ചർച്ചയിൽ പ്രധാന പങ്കുവഹിച്ചശേഷം ആ കോൺഗ്രസ് കഴിഞ്ഞതിനുശേഷം അദ്ദേഹത്തെ താഷ്കന്റിൽ സെൻട്രൽ ഏഷ്യൻ ബ്യൂറോയുടെ അംഗമായി നിയോഗിക്കുകയുണ്ടായി. കമ്മ്യൂണിസ്റ്റ് ഇന്റർനാഷണലിന്റെ (കോമിന്റേൺ) സെൻട്രൽ ഏഷ്യൻ ബ്യൂറോ അംഗമെന്ന നിലയിലാണ് തന്റെ ഭാര്യ എവ്‌ലിൻ ട്രെന്റ്–റോയിയോടൊപ്പം താഷ്കന്റിലേക്ക് പോയത്; എവ്‌ലിൻ സ്വന്തം നിലയിൽത്തന്നെ ആദ്യമേ ഒരു കമ്മ്യൂണിസ്റ്റുമായിരുന്നു. പിന്നീട് കമ്മ്യൂണിസ്റ്റ് ഇന്റർനാഷണലിന്റെ എക്സിക്യൂട്ടീവ് കമ്മിറ്റി (ഇ സി സി ഐ) അംഗമായി എം എൻ റോയി തിരഞ്ഞെടുക്കപ്പെട്ടു; ഇ സിസി എയാണ് രണ്ട് കോൺഗ്രസുകൾക്കിടയിൽ കോമിന്റേണിന്റെ പ്രവർത്തനങ്ങൾക്ക് മേൽനോട്ടം വഹിച്ചിരുന്നത്. കോമിന്റേണിൽ ഇത്തരം ആധികാരിക സ്ഥാനങ്ങൾ വഹിച്ചിരുന്ന വ്യക്തിയാണ് താഷ്കന്റിലെ മുഹാജിറുകൾക്കിടയിൽ പ്രവർത്തിക്കുകയും അവരെ കമ്മ്യൂണിസ്റ്റ് പാർട്ടിയിലേക്ക് റിക്രൂട്ട് ചെയ്യുകയുമുണ്ടായത്.

1921 ൽ ബെർലിനിൽ പ്രവർത്തിച്ചിരുന്ന ഇന്ത്യൻ വിപ്ലവകാരികളുടെ ഈ സംഘം മോസ്കോ സന്ദർശിച്ചു. ആ സംഘത്തിന്റെ നേതാവ് സുപ്രസിദ്ധ സ്വാതന്ത്ര്യസമരസേനാനി സരോജിനി നായിഡുവിന്റെ സഹോദരൻ വീരേന്ദ്രനാഥ ചതോപാദ്ധ്യായ ആയിരുന്നു. ഇന്ത്യക്ക് സ്വാതന്ത്ര്യം ലഭിക്കുന്നതിനുമുമ്പ് കമ്മ്യൂണിസ്റ്റ് പാർട്ടി രൂപീകരിക്കുന്നതിന് അദ്ദേഹവും അദ്ദേഹത്തിന്റെ ഗ്രൂപ്പും എതിരായിരുന്നു. അതിനുപകരം ഒരു ഇന്ത്യൻ വിപ്ലവ ബോർഡിന് കോമിന്റേണിന്റെ പിന്തുണയാണ് അവർ ആഗ്രഹിച്ചത്. താഷ്കന്റ് പാർട്ടി പിരിച്ചുവിടണമെന്നും "കമ്മ്യൂണിസ്റ്റ് ഇന്റർനാഷണലിന്റെ പട്ടികയിൽനിന്നും അതിനെ നീക്കംചെയ്യണ" മെന്നും അവർ ആവശ്യപ്പെട്ടു.

കോമിന്റേണിന്റെ ഒരു കമ്മീഷൻ അവരുടെ അഭിപ്രായങ്ങളും എം എൻ റോയിയുടെ അഭിപ്രായങ്ങളും കേട്ടു. ബെർലിൻ ഗ്രൂപ്പിന്റെ ആവശ്യത്തോട് കോമിന്റേൺ കമീഷൻ യോജിച്ചില്ല; കാരണം കൊളോണിയൽ രാജ്യങ്ങളിൽ കമ്മ്യൂണിസ്റ്റ് പാർട്ടി ദേശീയ വിമോചനത്തിനായുള്ള ഐക്യമുന്നണിയിൽ ചേരുമ്പോൾത്തന്നെ അത് സ്വതന്ത്രമായ നിലനില്പ് ഉറപ്പിക്കണമെന്നത് കമ്മ്യൂണിസ്റ്റ് ഇന്റർനാഷണലിന്റെ തീരുമാനമായിരുന്നു. "ഇന്ത്യൻ കമ്മ്യൂണിസ്റ്റ് ഗ്രൂപ്പ്" അഥവാ വിദേശത്തുള്ള കമ്മ്യൂണിസ്റ്റ് പാർട്ടി ഓഫ് ഇന്ത്യ എന്ന് അറിയപ്പെട്ട താഷ്കന്റ് ഗ്രൂപ്പിന് പിന്നെയും കോമിന്റേണിന്റെ അംഗീകാരം തുടർന്നു.

ഇന്ത്യക്കുപുറത്ത് സ്ഥാപിക്കപ്പെട്ട ഒരു ഘടകമായതിനാൽ സി പി ഐ രൂപീകരണമായി ഇതിനെ കണക്കാക്കാനാവില്ലെന്ന വാദം സങ്കുചിതമായതാണ്; അത് സ്വീകാര്യവുമല്ല. 1920 ൽ താഷ്കന്റ് ഘടകം രൂപീകരിക്കപ്പെട്ടപ്പോൾ ഇന്ത്യയിൽ ഒരിടത്തും കമ്മ്യൂണിസ്റ്റ് ഗ്രൂപ്പുകളൊന്നും നിലവിലുണ്ടായിരുന്നില്ല. 1922 ൽ മാത്രമാണ് ചില ഗ്രൂപ്പുകൾ നിലവിൽ വന്നത്. എന്നാൽ, അവയ്ക്കൊന്നുംതന്നെ കമ്മ്യൂണിസ്റ്റ് പാർട്ടി പ്രവർത്തിക്കേണ്ടത് എങ്ങനെയെന്നത് സംബന്ധിച്ച് രാഷ്ട്രീയമോ സംഘടനാപരമോ ആയ വ്യക്തതയൊന്നും ഉണ്ടായിരുന്നുമില്ല. താഷ്കന്റ്

ഘടകമായിരുന്നു ഇന്ത്യയിൽ പുതുതായി രൂപംകൊണ്ടുവന്ന കമ്യൂണിസ്റ്റ് ഗ്രൂപ്പുകളുമായും അവയുടെ നേതാക്കളുമായും ബന്ധം സ്ഥാപിച്ചത്. 1921 ലും 1922 ലും എസ് എ ഡാങ്കെയെയും (ബോംബെ) മുസഫർ അഹമ്മദിനെയും (കൽക്കട്ട) ശിങ്കാരവേലു ചെട്ടിയാരെയും (മദ്രാസ്) പോലെയുള്ള വ്യക്തികൾക്ക് താഷ്കന്റ് ഗ്രൂപ്പ് ഒരുകൂട്ടം കത്തുകളയക്കുകയും അവരുമായി ആശയവിനിമയം നടത്തുകയും ചെയ്തു.

1922 ൽ എം എൻ റോയിയും താഷ്കന്റ് ഘടകവും അവിടെനിന്ന് ബെർലിനിലേക്ക് പ്രവർത്തനം മാറ്റി. താഷ്കന്റുപോലെ ഒരുൾപ്രദേശത്തുനിന്ന് ഇന്ത്യയുടെ വിവിധ ഭാഗങ്ങളിൽ പുതുതായി ഉയർന്നുവന്നിരുന്ന കമ്യൂണിസ്റ്റുകാരുമായി ബന്ധപ്പെടാൻ ബുദ്ധിമുട്ടാണെന്നു കണ്ടതുകൊണ്ടാണ് അവർ ബെർലിനിലേക്ക് മാറിയത്. 1922 മെയിൽ ബെർലിനിൽനിന്ന് കമ്യൂണിസ്റ്റ് പാർട്ടി ഓഫ് ഇന്ത്യയുടെ ആദ്യ ജേർണലായ *വാൻഗ്വാർഡ് ഓഫ് ഇന്ത്യൻ ഇൻഡിപെൻഡെൻസ്* പ്രസിദ്ധീകരണം ആരംഭിച്ചു. ബ്രിട്ടീഷ് അധികൃതരുടെ കണ്ണിൽപ്പെടാതെ രക്ഷപ്പെടുന്നതിനായി അതിന്റെ ശീർഷകപേജിൽ കമ്യൂണിസ്റ്റ് പാർട്ടിയുമായി അതിനുള്ള ബന്ധം വിളംബരപ്പെടുത്തിയിരുന്നില്ല. ഈ പ്രസിദ്ധീകരണത്തിന്റെ കോപ്പികൾ ബ്രിട്ടീഷ് ഭരണാധികാരികളുടെ തടസ്സങ്ങൾ മറികടന്ന് ലഭ്യമായത് ഇന്ത്യയിലെ കമ്യൂണിസ്റ്റ് ഗ്രൂപ്പുകൾക്ക് കമ്യൂണിസ്റ്റ് ആശയങ്ങൾ സംബന്ധിച്ച് രാഷ്ട്രീയമായും പ്രത്യയശാസ്ത്രപരമായും ദിശാബോധം നല്കുന്നതിന് സഹായകമായി. ഏതാനും ലക്കങ്ങൾക്കുശേഷം ആ പ്രസിദ്ധീകരണത്തിന്റെ പേര് *അഡ്വാൻസ് ഗാർഡ്* എന്നാക്കി മാറ്റി. ഒരുവർഷത്തിനുശേഷം പിന്നെയും പേരു മാറ്റി. *വാൻഗ്വാർഡ്* എന്ന പേരിൽ പുറത്തിറങ്ങാൻ തുടങ്ങി. ഇങ്ങനെ പേരുമാറ്റി പ്രസിദ്ധീകരണമാരംഭിച്ച ലക്കം മുതൽ അത് കമ്യൂണിസ്റ്റ് പാർട്ടി ഓഫ് ഇന്ത്യയുടെ മുഖപത്രം എന്ന് പ്രഖ്യാപിക്കാൻ തുടങ്ങി എന്നതും പ്രത്യേകം ശ്രദ്ധേയമാണ്.

ബെർലിനിൽനിന്നും പ്രസിദ്ധീകരണം തുടങ്ങിയ *വാൻഗ്വാർഡി*ന്റെ ഒന്നാം വാർഷികത്തോടനുബന്ധിച്ച് ''സ്വതന്ത്ര ഇന്ത്യ നീണാൾ വാഴട്ടെ! കമ്യൂണിസ്റ്റ് പാർട്ടി ഓഫ് ഇന്ത്യ നീണാൾ വാഴട്ടെ! വാൻഗ്വാർഡ് നീണാൾ വാഴട്ടെ!'' എന്ന മുദ്രാവാക്യത്തോടെ അവസാനിക്കുന്ന ആ പ്രസിദ്ധീകരണത്തിന് അഭിവാദ്യം അർപ്പിക്കുന്ന ഒരുസന്ദേശം ഇ സി സിഐയുടെ പ്രസീഡിയത്തിൽനിന്നും ലഭിച്ചത് അതുകൊണ്ടാണ്.

താഷ്കന്റ് ഗ്രൂപ്പിലെ നേതാക്കൾ നടത്തിയ പ്രത്യയശാസ്ത്ര പ്രവർത്തനത്തെ വിലകുറച്ചു കാണാനാവില്ല. ഇ എം എസിന്റെ അഭിപ്രായത്തിൽ *ഇന്ത്യ പരിവർത്തനത്തിൽ* (*India in Transition*) എന്ന എം എൻ റോയിയുടെ ഗ്രന്ഥം ''വാസ്തവത്തിൽ ബ്രിട്ടീഷ് ഭരണത്തിൻകീഴിലെ ഇന്ത്യയുടെ സമ്പദ്ഘടനയെയും രാഷ്ട്രീയ സംവിധാനത്തെയും പ്രത്യയശാസ്ത്രത്തെയും സംബന്ധിച്ച് മാർക്സിസ്റ്റ്–ലെനിനിസ്റ്റ് വിശകലനത്തിന്റെ തുടക്കമായിരുന്നു; ആദ്യസംരംഭമായിരുന്നു.'' പ്രത്യയശാസ്ത്ര പ്രവർത്തനത്തിന്റെയും ഇന്ത്യൻ സാഹചര്യങ്ങളിൽ മാർക്സിസം–ലെ

നിനിസത്തിന്റെ സിദ്ധാന്തം പ്രയോഗിക്കുന്നതിന്റെയും ഈ പാരമ്പര്യമാണ് പില്ക്കാലത്ത് 1934 ൽ ഉയർന്നുവന്ന കേന്ദ്രീകൃത നേതൃത്വത്തോടുകൂടിയ സംഘടിതമായ കമ്യൂണിസ്റ്റ് പാർട്ടി ഓഫ് ഇന്ത്യ മുന്നോട്ടു കൊണ്ടുപോയത്. 1921 ൽ ഇന്ത്യൻ നാഷണൽ കോൺഗ്രസിന്റെ അഹമ്മദാബാദ് സമ്മേളനത്തിന് താഷ്കന്റ് ഗ്രൂപ്പ് അയച്ച മാനിഫെസ്റ്റോ ആയിരുന്നു ആദ്യമായി പൂർണ്ണ സ്വാതന്ത്ര്യം എന്ന മുദ്രാവാക്യം ഉയർത്തിയത്. ആ സമ്മേളനത്തിൽ ഹസ്രത്ത് മൊഹാനി മുഴക്കിയ സമ്പൂർണ്ണ സ്വാതന്ത്ര്യം എന്ന മുദ്രാവാക്യം താഷ്കന്റ് ഗ്രൂപ്പിന്റെ മാനിഫെസ്റ്റോയിലൂടെ ലഭിച്ചതാണ്.

1919 മാർച്ചിലാണ് കമ്യൂണിസ്റ്റ് ഇന്റർനാഷണൽ (കോമിന്റേൺ) സ്ഥാപിക്കപ്പെട്ടത്. കോമിന്റേണിന്റെ മാർഗ്ഗനിർദ്ദേശപ്രകാരമാണ് വിവിധ രാജ്യങ്ങളിൽ കമ്യൂണിസ്റ്റ് പാർട്ടികൾ രൂപീകരിക്കപ്പെട്ടത്. ആ കാലത്ത് കമ്യൂണിസ്റ്റ് പ്രസ്ഥാനത്തെ ചലിപ്പിക്കുന്നതിനുവേണ്ട ആവേശം നല്കിയത് തൊഴിലാളിവർഗ്ഗ സാർവ്വദേശീയതയുടെ ആശയമായിരുന്നു. സാർവ്വദേശീയ തൊഴിലാളിവർഗ്ഗ പ്രസ്ഥാനം വികസിപ്പിക്കുന്നതിന് കമ്യൂണിസ്റ്റുകാർ ദേശാതിർത്തികൾക്കുപരിയായി ഉയർന്നുവന്നു. അതുകൊണ്ടുതന്നെ, താഷ്കന്റിൽ സി പി ഐ രൂപീകരിച്ചതിനെ ''വിദേശ'' രാജ്യത്ത് സംഭവിച്ച എന്തോ ഒന്നായി കാണുന്നത് തെറ്റാണ്. അതിനാൽ 1925 ലെ കാൺപൂർ സമ്മേളനംപോലെ ദേശീയ അതിർത്തിക്കുള്ളിൽ രൂപീകരിച്ച പാർട്ടി ഘടകത്തെ മാത്രമേ യഥാർത്ഥത്തിലുള്ള പാർട്ടി ഘടകമായി കണക്കാക്കൂ എന്ന ചിന്താഗതി ഇടുങ്ങിയ ദേശീയവാദ കാഴ്ചപ്പാടാണ്.

ഇതോടനുബന്ധിച്ച് ബിനോയ്‌വിശ്വം അപ്രസക്തമായ ഒരു ഘടകത്തെ പരിഗണിച്ചിരിക്കുകയാണ്. അദ്ദേഹം ഇങ്ങനെ പരാമർശിച്ചിരിക്കുന്നു: ''നമ്മെ ആക്രമിക്കാൻ വർഗ്ഗശത്രുക്കൾ ഒരു വിദേശിപ്പട്ടം നമുക്കുമേൽ ചാർത്താൻ നടത്തുന്ന ദുരുപദിഷ്ടിമായ നീക്കത്തെ ഇത്തരുണത്തിൽ നാം ഓർമ്മിക്കേണ്ടതുണ്ട്. താഷ്കന്റ് യോഗത്തിൽ പങ്കെടുത്ത ഏഴിൽ രണ്ടുപേർ വിദേശികളായിരുന്നുവെന്ന വസ്തുത ശത്രുക്കളുടെ ആക്രമണത്തിന് മൂർച്ചകൂട്ടാനുപകരിച്ചേക്കാം.''

ലോകത്തുടനീളമുള്ള ഭരണവർഗ്ഗങ്ങൾ കമ്യൂണിസ്റ്റുകാരെയും ബോൾഷെവിക്കുകളെയും വിദേശ ചാരന്മാരായാണ് പരിഗണിച്ചിരുന്നത് എന്ന വസ്തുത കണക്കിലെടുക്കുമ്പോൾ ആശ്ചര്യകരമായ ഒരു സമീപനമാണിത്. മാർക്സിസത്തിന് 'ദേശീയ'മായ പ്രത്യയശാസ്ത്രമൊന്നുമില്ലാതിരിക്കെ എക്കാലത്തും അത് വിദേശി പട്ടത്തിന് വിധേയമായിരുന്നു. തങ്ങളുടെ സാർവ്വദേശീയ തൊഴിലാളിവർഗ്ഗ ലോക വീക്ഷണത്തിൽ കമ്യൂണിസ്റ്റുകാർക്ക് അഭിമാനമാണുള്ളത്. താഷ്കന്റ് യോഗത്തിൽ പങ്കെടുത്ത രണ്ട് ''വിദേശികൾ'' എവ്‌ലിൻ ട്രെന്റ് റോയിയും റോസ ഫിറ്റിങ്ഗോഫുമായിരുന്നു. ഇവർ ഇരുവരും കമ്യൂണിസ്റ്റുകാരായിരുന്നു–ഒരാൾ അമേരിക്കൻ വംശജയും മറ്റെയാൾ റഷ്യൻ വംശജയും. എം എൻ റോയിയുടെ ഭാര്യ എവ്‌ലിൻ ട്രെന്റ് റോയിയുടെ സംഭാവന അവിസ്മര

ണീയമാണ്. ലേഖനങ്ങൾ എഴുതുന്നതിലും ഇന്ത്യയിലെ സാഹചര്യങ്ങൾ വിശകലനംചെയ്യുന്നതിലും അവർ പ്രധാന പങ്കാണ് വഹിച്ചത്. താഷ്കന്റിലും പിന്നീട് ബെർലിനിലും അവർ പാർട്ടിയുടെ സംഘടനാപ്രവർത്തനങ്ങളിലും ഏർപ്പെട്ടു. കമ്യൂണിസ്റ്റ് പാർട്ടി ഓഫ് ഇന്ത്യയുടെ സ്ഥാപക യൂണിറ്റിലെ ഏഴ് അംഗങ്ങളിൽ രണ്ടുപേർ സ്ത്രീകളായിരുന്നുവെന്നതിൽ ഇന്ത്യയിലെ കമ്യൂണിസ്റ്റുകാർക്ക് അഭിമാനിക്കാവുന്നതാണ്.

ഇന്ത്യയിലെ കമ്യൂണിസ്റ്റ് പ്രസ്ഥാനത്തിന്റെ വികാസത്തിൽ വിദേശികളായ കമ്യൂണിസ്റ്റുകാരുടെ പങ്കിനെ മൂടിവയ്ക്കാൻ ചരിത്രത്തെ തിരുത്തിയെഴുതേണ്ടതില്ല. മീററ്റ് ഗൂഢാലോചനക്കേസിൽ 33 കുറ്റാരോപിതരിൽ മൂന്നുപേർ ബ്രിട്ടീഷ് കമ്യൂണിസ്റ്റുകാരായിരുന്നു–ബെൻ ബ്രാഡ്ലിയും ഫിലിപ്പ് സ്പ്രാറ്റും എച്ച് എൽ ഹച്ചിൻസണും–എന്ന വസ്തുത ഒന്നോർത്തുനോക്കു. ഇന്ത്യയിലെ കമ്യൂണിസ്റ്റ് പാർട്ടിയുടെ വികാസത്തെ സഹായിക്കുന്നതിൽ രജനി പാം ദത്തിനെയും ബെൻബ്രാഡ്ലിയെയും പോലെയുള്ള ബ്രിട്ടീഷ് കമ്യൂണിസ്റ്റ് പാർട്ടി നേതാക്കൾ വഹിച്ച പങ്ക് ഇന്ത്യയിലെ കമ്യൂണിസ്റ്റുകാർക്ക് ഒരിക്കലും മറക്കാനാവില്ല.

താഷ്കന്റിലെ കമ്യൂണിസ്റ്റ് പാർട്ടി ഘടകവും കാൺപൂർ കമ്യൂണിസ്റ്റ് സമ്മേളനവും ഒരു പാർട്ടി പരിപാടി അംഗീകരിച്ചില്ല. പൂർണ്ണമായ അർത്ഥത്തിലുള്ള കമ്യൂണിസ്റ്റ് പാർട്ടി എന്ന നിലയിൽ കമ്യൂണിസ്റ്റ് ഇന്റർ നാഷണലിൽ അഫിലിയേഷൻ ലഭിക്കാൻ അടിസ്ഥാനപരമായി ആവശ്യമായ ഘടകമാണ് പാർട്ടി പരിപാടി. അതുകൊണ്ട് പാർട്ടി ആദ്യമായി രൂപംകൊണ്ടത് സംബന്ധിച്ച് തീരുമാനമെടുക്കാനുള്ള മാനദണ്ഡം ഇതായിരിക്കാൻ കഴിയില്ല. കാൺപൂർ സമ്മേളനത്തിനുശേഷംപോലും അവിടെ രൂപംകൊണ്ട പാർട്ടി ഘടകം കമ്യൂണിസ്റ്റ് ഇന്റർനാഷണലിൽ അഫിലിയേഷന് അപേക്ഷിച്ചിരുന്നില്ലെന്ന കാര്യം പ്രത്യേകം ശ്രദ്ധയർഹിക്കുന്നു.

വിദേശത്തു പ്രവർത്തിച്ചിരുന്ന സി പി ഐ അതിലെ പല അംഗങ്ങളെയും കമ്യൂണിസ്റ്റ് പ്രസ്ഥാനം കെട്ടിപ്പടുക്കാനായി ഇന്ത്യയിലേക്ക് മടക്കി അയച്ചിരുന്നു. അവരിൽ പലരും പെഷവാർ ഗൂഢാലോചനക്കേസിലും കാൺപൂർ ഗൂഢാലോചനക്കേസിലുമായി അറസ്റ്റുചെയ്യപ്പെടുകയും ജയിലിൽ അടയ്ക്കപ്പെടുകയും ചെയ്തു. താഷ്കന്റിലും മോസ്കോയിലുംവെച്ച് കമ്യൂണിസ്റ്റുകാരായി മാറിയ മുഹാജിറുകളിൽ പലരും, ഫെറോസുദീൻ മൻസൂറിനെയും എം എ മജീദിനെയുംപോലെയുള്ളവർ, ഇന്ത്യയിൽ പാർട്ടി കെട്ടിപ്പടുക്കുന്നതിൽ പ്രധാന പങ്കുവഹിച്ചിരുന്നു.

അങ്ങനെ, താഷ്കന്റിൽ രൂപീകരിക്കപ്പെട്ട കമ്യൂണിസ്റ്റ് പാർട്ടി ഓഫ് ഇന്ത്യ 1925 ൽ കാൺപൂരിൽ ചേർന്ന കമ്യൂണിസ്റ്റ് സമ്മേളനവുമായി വൈരുദ്ധ്യാത്മകമായി ബന്ധപ്പെട്ടിരിക്കുനു. കമ്യൂണിസ്റ്റ് പാർട്ടി ഓഫ് ഇന്ത്യയുടെ രൂപീകരണത്തിലെ ആദ്യ ചുവടുവയ്പായിരുന്നു താഷ്കന്റെങ്കിൽ കാൺപൂർ സമ്മേളനം പാർട്ടിയുടെ വികാസത്തിലെ അടുത്ത ചുവടുവയ്പായിരുന്നു.

ദാദാ അമീർ ഹൈദർഖാൻ: നിർഭയനായ വിപ്ലവകാരി

ഇന്ത്യൻ ഉപഭൂഖണ്ഡത്തിലെ ബഹുമുഖ പ്രതിഭാശാലിയായ ഐതിഹാസിക തൊഴിലാളിവർഗ്ഗ വിപ്ലവകാരികളിലൊരാളായിരുന്നു ദാദാ അമീർ ഹൈദർഖാൻ. വിദേശാധിപത്യത്തിൽനിന്നും നമ്മുടെ നാടിനെ മോചിപ്പിക്കാൻ അദ്ദേഹം ബ്രിട്ടീഷ് കൊളോണിയലിസത്തിനെതിരെ പൊരുതി. തൊഴിലാളികളെയും കർഷകരെയും അവരുടെ അവകാശങ്ങൾക്കുവേണ്ടിയും വർഗ്ഗരഹിതമായ ഒരു സമൂഹം സാക്ഷാൽക്കരിക്കുന്നതിനായും അദ്ദേഹം അണിനിരത്തുകയും സംഘടിപ്പിക്കുകയും ചെയ്തു. കമ്യൂണിസ്റ്റ് പ്രസ്ഥാനം കെട്ടിപ്പടുക്കുന്നതിനായി അദ്ദേഹം തന്റെ ജീവിതമാകെ ഉഴിഞ്ഞുവച്ചു. തൊഴിലാളിവർഗ്ഗവിപ്ലവത്തോടുള്ള അദ്ദേഹത്തിന്റെ പ്രതിബദ്ധതയും നിശ്ചയദാർഢ്യവും ഏഴരദശകത്തിലേറെക്കാലം എല്ലാവിധ മർദ്ദനങ്ങളെയും തടവറകളെയും കഠിനമായ ബുദ്ധിമുട്ടുകളെയും നേരിട്ടുകൊണ്ട് ജനങ്ങളെ സേവിക്കുന്നതിൽ പ്രകടിപ്പിച്ച ചാഞ്ചാട്ടമില്ലായ്മയുമെല്ലാം സമാനതകളില്ലാത്തതാണ്. സാർവ്വദേശീയ വിപ്ലവ സോഷ്യലിസത്തിന്റെ ആശയങ്ങളോടും ചരിത്രത്തിന്റെ ഗതിക്രമത്തെ മാറ്റുന്നതിനുള്ള സമരത്തോടുമുള്ള അദ്ദേഹത്തിന്റെ പ്രതിബദ്ധത അനിതരസാധാരണമാണ്. അദ്ദേഹത്തിന്റെ ജീവിതം സംബന്ധിച്ച ലഘുവായ ഒരു വിവരണംപോലും ഇരുപതാം നൂറ്റാണ്ടിന്റെ ആദ്യപകുതിയിലെ ലോകത്തിന്റെ സമകാലിക ചരിത്രം പോലെ നമുക്ക് വായിക്കാവുന്നതാണ്.

കോളനിവാഴ്ചയ്ക്കെതിരായ സമരങ്ങൾ സമൂഹത്തിന്റെ എല്ലാ വിഭാഗങ്ങളിൽനിന്നുമായി ഉശിരന്മാരായ നിരവധി കമ്യൂണിസ്റ്റ് സ്വാതന്ത്ര്യസമര പോരാളികളെ സൃഷ്ടിച്ചു. കമ്യൂണിസ്റ്റ് പ്രസ്ഥാനത്തിലെ ഈ ആദ്യപഥികരിൽ പലരും മുസ്ലീം സമുദായത്തിൽനിന്നും വന്നവരായി

രുന്നു. കരുത്തന്മാരായ ആ പോരാളികളിൽ ഒരാളായിരുന്നു അമീർ ഹൈദർഖാൻ.

ഇപ്പോൾ പാകിസ്ഥാനിൽ ഉൾപ്പെടുന്ന ഉത്തര പഞ്ചാബ് പ്രവിശ്യയിലെ ഗുജ്ജാർ ഖാൻ മേഖലയിലുള്ള കാലിയൻ സിയാലിയൻ എന്ന ഉൾനാടൻ ഗ്രാമത്തിലെ ഒരു ചെറുകിട കർഷക കുടുംബത്തിലാണ് 1900 ൽ ദാദാ അമീർ ഹൈദർഖാൻ ജനിച്ചത്. പഞ്ചാബിലെ സാമ്പത്തികമായും രാഷ്ട്രീയമായും ഏറ്റവും പിന്നോക്കം നില്ക്കുന്ന ഈ മേഖല ആ കാലഘട്ടത്തിൽ പുതിയൊരു ദേശീയ ഉണർവ്വിന്റെ കേന്ദ്രമായി മാറിയിരുന്നു; നിരവധി ദേശസ്നേഹികളെയും വിപ്ലവകാരികളെയും ഈ പ്രദേശം സൃഷ്ടിക്കുകയുമുണ്ടായി. ഇതേ പ്രദേശത്തുനിന്നു തന്നെ അസംഖ്യം ചെറുപ്പക്കാർ ഐ എൻ എയിൽ ചേരുകയുണ്ടായി. ഈ ഉൾനാടൻ പ്രദേശത്തുനിന്നുള്ള അമീർ ഹൈദർഖാൻ ഇന്ത്യൻ കമ്യൂണിസ്റ്റു പ്രസ്ഥാനത്തിന്റെ ആദ്യ പഥികരിലൊരാളായി മാറിയതിൽ ആശ്ചര്യപ്പെടേണ്ടതില്ല.

കുട്ടിക്കാലം മുതൽ തന്നെ ദാദയുടെ ജീവിതം വളരെയേറെ ക്ലേശങ്ങൾ നിറഞ്ഞതായിരുന്നു. അദ്ദേഹത്തിന് കഷ്ടിച്ച് അഞ്ചോ ആറോ വയസ്സുള്ളപ്പോഴായിരുന്നു അദ്ദേഹത്തിന്റെ പിതാവ് അന്തരിച്ചത്. ആ ഗ്രാമത്തിൽ പള്ളിക്കൂടങ്ങളൊന്നും ഇല്ലാതിരുന്നതിനാൽ അദ്ദേഹത്തിന് ശരിയായ വിദ്യാഭ്യാസം ലഭിച്ചിരുന്നില്ല. അദ്ദേഹത്തിന്റെ രണ്ടാനച്ഛൻ സഹായിക്കാൻ തയ്യാറുമായിരുന്നില്ല. കുടുംബത്തിൽ നിലനിന്നിരുന്ന സുഖകരമല്ലാത്ത അന്തരീക്ഷംമൂലം തന്റെ 14–ാമത്തെ വയസ്സിൽ, പ്രായപൂർത്തിയാകുന്നതിനുമുൻപു തന്നെ കൂടുതൽ വലിയ വിശാലമായ ലോകത്തേക്ക് കടക്കാൻ അദ്ദേഹം നിർബ്ബന്ധിതനായി. നിത്യവൃത്തിക്കും ഒപ്പം തന്നെ ലോകമാകെ ചുറ്റി സഞ്ചരിക്കാനുമായി അദ്ദേഹം സ്വയം തെരഞ്ഞെടുത്ത ജോലികളിലേർപ്പെടുമ്പോൾ, ജീവിതം അദ്ദേഹത്തിനുമേൽ അടിച്ചേല്പിച്ച ഒട്ടേറെ വെല്ലുവിളികളെ നേരിടാൻ അദ്ദേഹം അതിവേഗം പഠിച്ചു.

1914 ൽ അദ്ദേഹം ബോംബെയിലേക്ക് പോയി; അവിടെ അദ്ദേഹം ലണ്ടൻ ആസ്ഥാനമായുള്ള ഒരു കപ്പലിൽ തൊഴിലാളിയായി ചേർന്നു. തന്റെ സഹതൊഴിലാളികൾ അനുഭവിച്ചിരുന്ന അനീതികളോട് പൊരുതാൻ അദ്ദേഹത്തിൽ സഹജമായിരുന്ന, അനീതിക്കെതിരെ പൊരുതാനുള്ള ഇച്ഛാശക്തി ഇടയാക്കി; പരാതികൾക്ക് പരിഹാരമുണ്ടാക്കുന്നതിൽ അദ്ദേഹം വിജയിക്കുകയുമുണ്ടായി. 1918 ൽ, അദ്ദേഹം ഒരമേരിക്കൻ കച്ചവട കപ്പലിൽ ജോലിക്ക് ചേർന്നു. ഈ ജോലികൾ ദാദയെ അമേരിക്കയിലേക്കും യൂറോപ്പിലേക്കും വിദൂര പൂർവ്വ പ്രദേശങ്ങളിലേക്കുമെല്ലാം എത്തിച്ചു; ലോകത്തെല്ലായിടത്തും സഞ്ചരിക്കാനുള്ള അവസരം ഇത് അദ്ദേഹത്തിനു നല്കി; ഈ യാത്രകൾ സാർവ്വദേശീയ പ്രശ്നങ്ങളും കോളനികളുടെ അവസ്ഥയും തൊഴിലാളിവർഗ്ഗത്തിന്റെ ദുരിതങ്ങളും പഠിക്കാൻ അദ്ദേഹത്തെ സഹായിച്ചു. ഈ കാലത്താണ് അദ്ദേഹം

ഐറിഷ് ദേശീയവാദിയായ ജോസഫ് മുൽക്കാനെയെ കണ്ടുമുട്ടിയത്; ജോസഫ് മുൽക്കാനെ അദ്ദേഹത്തെ ബ്രിട്ടീഷ് വിരുദ്ധ രാഷ്ട്രീയ ആശയങ്ങളുമായി പരിചയപ്പെടുത്തി. 1920 ൽ അദ്ദേഹം ന്യൂയോർക്ക് നഗരത്തിൽവച്ച് ഇന്ത്യൻ ദേശീയവാദികളുമായും ഗദർ പാർട്ടി അംഗങ്ങളുമായും പരിചയപ്പെട്ടു; സ്വന്തം ജീവൻ അപകടത്തിലാക്കിക്കൊണ്ടുപോലും അദ്ദേഹം നിരോധിക്കപ്പെട്ടിരുന്ന ഗദർ പാർട്ടി സാഹിത്യങ്ങൾ ലോകമാസകലം വിതരണം ചെയ്യാൻ തുടങ്ങി.

1922 ൽ, യുദ്ധാനന്തരമുണ്ടായ തൊഴിലാളിവർഗ്ഗസമരമുന്നേറ്റങ്ങളുടെ ഭാഗമായി പൊട്ടിപ്പുറപ്പെട്ട പണിമുടക്കിൽ സജീവമായി പങ്കെടുത്തതിനെ തുടർന്ന് അദ്ദേഹത്തെ കപ്പലിലെ ജോലിയിൽനിന്നും പിരിച്ചുവിടുകയുണ്ടായി. അതിനെത്തുടർന്ന് ജീവിക്കുന്നതിനും അമേരിക്കയിലെ എല്ലാ സ്ഥലങ്ങളിലും യാത്ര ചെയ്യുന്നതിനുമായി അദ്ദേഹം ബോയ്ലർ എഞ്ചിനീയറായും വിമാനത്തിന്റെ പൈലറ്റായും മോട്ടോർ വാഹനത്തൊഴിലാളിയായുമെല്ലാം ജോലി ചെയ്തു. ഈ കാലഘട്ടത്തിൽ അദ്ദേഹം രാഷ്ട്രീയ പ്രവർത്തകനായി മാറുകയും സാമ്രാജ്യത്വവിരുദ്ധ ലീഗിലും വർക്കേഴ്സ് പാർട്ടി ഓഫ് യു എസ് എയിലും ചേർന്ന് പ്രവർത്തിക്കുകയുമുണ്ടായി.

1926 ൽ അദ്ദേഹത്തെ കിഴക്കൻനാടുകളിലെ പണിയെടുക്കുന്നവർക്കായുള്ള സർവ്വകലാശാലയിൽ (University of the Toilers of the East) പഠിക്കുന്നതിന് സോവിയറ്റ് യൂണിയനിലേക്ക് അയച്ചു. വ്യാവസായിക തൊഴിലാളികളുള്ള എല്ലാ കോളനി രാജ്യങ്ങളെയും കമ്യൂണിസ്റ്റ് പാർട്ടികൾ കെട്ടിപ്പടുക്കാൻ സഹായിക്കുന്നതിന് കമ്യൂണിസ്റ്റ് ഇന്റർനാഷണൽ ശ്രമിക്കുകയായിരുന്നു. ഈ ലക്ഷ്യത്തോടെ, അതാത് രാജ്യങ്ങളിൽ പാർട്ടി സംഘാടകരും രാഷ്ട്രീയ പ്രവർത്തകരുമായി മാറുന്നതിന് വിപ്ലവകാരികളായ കുറെ തൊഴിലാളികൾക്ക് പരിശീലനത്തിനു സഹായം നല്കാൻ കോമിന്റേൺ പരിശ്രമിച്ചിരുന്നു. ഇന്ത്യൻ വംശജരായ കുറച്ചു കമ്യൂണിസ്റ്റുകാരെ ഇതിനായി അയക്കുന്നതിനു സഹായിക്കാൻ എം എൻ റോയി അമേരിക്കൻ കമ്യൂണിസ്റ്റുകാരോട് ആവശ്യപ്പെടുകയുണ്ടായി; അമേരിക്കൻ കമ്യൂണിസ്റ്റുകാർ ഗദർ പാർട്ടിയുമായി ബന്ധപ്പെട്ടു. ഗദർ പാർട്ടി അഞ്ച് വിദ്യാർത്ഥികളെ തെരഞ്ഞെടുത്തു; അവരിലൊരാളായിരുന്നു ദാദ. സക്കറോവ് എന്ന തൂലികാ നാമത്തിൽ രണ്ടുവർഷക്കാലം അദ്ദേഹം മാർക്സിസം – ലെനിനിസം പഠിച്ചു; രഹസ്യം സൂക്ഷിക്കുന്നതിനായി വ്യാജപേരുകൾ സ്വീകരിക്കുന്നത് അക്കാലത്ത് കോളനി രാജ്യങ്ങളിൽ നിന്നുള്ള വിദ്യാർത്ഥികളുടെ പൊതുരീതിയായിരുന്നു.

മോസ്കോയിൽ സർവ്വകലാശാലാ പഠനം പൂർത്തിയാക്കിയശേഷം 1928 ൽ അദ്ദേഹം ഇന്ത്യയിലേക്ക് വന്നു; ബ്രിട്ടീഷുകാർക്കെതിരായ സ്വാതന്ത്ര്യസമരത്തിൽ പൂർണ്ണമായും മുഴുകുകയും ചെയ്തു. എസ് വി ഘാട്ടെയുമായും എസ് എ ഡാങ്കെയുമായും പി സി ജോഷിയുമായും ബി ടി രണദിവെയുമായും ബ്രാഡ്ലിയുമായും ബോംബെയിലെ മറ്റു സീനിയർ

കമ്യൂണിസ്റ്റുകാരുമായും അദ്ദേഹം ബന്ധം സ്ഥാപിച്ചു. ജനറൽ മോട്ടോഴ്സിൽ അദ്ദേഹം തൊഴിലാളിയായി ചേർന്നു; അതിവേഗം അദ്ദേഹം ജനറൽ മോട്ടോഴ്സിലെയും അതിനടുത്തുള്ള ടെക്സ്റ്റയിൽ മില്ലുകളിലെയും തൊഴിലാളികളെ സംഘടിപ്പിക്കാൻ തുടങ്ങി. വളർന്നുവരുന്ന കമ്യൂണിസ്റ്റ് പ്രവർത്തനങ്ങളിൽ ഭയചകിതരായ ഭരണാധികാരികൾ അമീർ ഹൈദർഖാൻ ഉൾപ്പെടെയുള്ള പ്രധാനപ്പെട്ട കമ്യൂണിസ്റ്റ് നേതാക്കൾക്കെതിരെ 1929 ൽ കെട്ടിച്ചമച്ച ആരോപണങ്ങളുന്നയിച്ച് മീററ്റ് ഗൂഢാലോചന ക്കേസ് അടിച്ചേല്പിച്ചു.

അമീർ ഹൈദർഖാൻ അറസ്റ്റിൽനിന്ന് തന്ത്രപൂർവ്വം ഒഴിഞ്ഞുമാറുകയും വ്യാജ പാസ്പോർട്ട് ഉപയോഗിച്ച് കടൽമാർഗ്ഗം രക്ഷപ്പെടുകയും മോസ്കോയിലേക്ക് പോവുകയും ചെയ്തു; അവിടെ അദ്ദേഹം ഇന്റർനാഷണൽ ട്രേഡ് യൂണിയൻ കോൺഗ്രസിൽ (പ്രോഫിന്റേൺ) പ്രസീഡിയം അംഗമായി പങ്കെടുക്കുകയുണ്ടായി; 1930 ൽ സോവിയറ്റ് കമ്യൂണിസ്റ്റ് പാർട്ടിയുടെ 16–ാം കോൺഗ്രസിലും അദ്ദേഹം പങ്കെടുത്തു.

1931 ൽ ബോംബെയിൽ മടങ്ങിയെത്തിയശേഷം അറസ്റ്റിൽ നിന്നൊഴിവാകാൻ കമ്യൂണിസ്റ്റ് പാർട്ടി ഓഫ് ഇന്ത്യയുടെ കേന്ദ്രക്കമ്മിറ്റി അദ്ദേഹത്തെ മദ്രാസിലേക്കയച്ചു; കാരണം അദ്ദേഹം അപ്പോഴും മീററ്റ് ഗൂഢാലോചനക്കേസിൽ പിടികിട്ടേണ്ടവരിൽ ഒരാളായിരുന്നു. ശങ്കർ എന്ന തൂലികാനാമത്തിൽ അദ്ദേഹം ദക്ഷിണേന്ത്യയിൽ ഉടനീളം രാഷ്ട്രീയ പ്രവർത്തനം നടത്തി. തൊഴിലാളികൾക്കും കർഷകർക്കുമിടയിലാണ് അദ്ദേഹം തന്റെ പ്രവർത്തനം ആരംഭിച്ചത്. 1932 ൽ അദ്ദേഹം യങ് വർക്കേഴ്സ് ലീഗ് എന്ന പേരിൽ ഒരു തൊഴിലാളി സംഘടന ആരംഭിച്ചു. തഞ്ചാവൂർ ഡെൽറ്റയിൽ കൃഷിക്കാരെ അണിനിരത്തുന്നതിനായുള്ള മൂർത്തമായ മുദ്രാവാക്യങ്ങൾക്ക് രൂപം നല്കാൻ അദ്ദേഹം കിസാൻ സഭയെ സഹായിച്ചു. ആ കാലത്ത് അദ്ദേഹം ഭാവി വാഗ്ദാനങ്ങളായ പല യുവാക്കളുമായും ബന്ധം സ്ഥാപിച്ചു; അവരെ അദ്ദേഹം കമ്യൂണിസ്റ്റ് പ്രസ്ഥാനത്തിലേക്ക് ആകർഷിക്കുകയും ചെയ്തു. മദ്രാസ് ലയോള കോളേജിൽ ഇന്റർ മീഡിയറ്റ് കോഴ്സിന് പഠിച്ചിരുന്ന പുച്ചലപ്പള്ളി സുന്ദരയ്യ എന്ന വിദ്യാർത്ഥി അവരിലൊരാളായിരുന്നു. എന്നാൽ ഗവൺമെന്റിന്റെ നീക്കം അതിവേഗത്തിലായിരുന്നു; ഭഗത്സിങ്ങിനെയും സഹവിപ്ലവകാരികളെയും പുകഴ്ത്തുന്ന ഒരു ലഘുലേഖ പ്രസിദ്ധീകരിച്ചതിന്റെ പേരിൽ 1932 മെയ് മാസത്തിൽ അദ്ദേഹത്തെ അറസ്റ്റ് ചെയ്തു.

അദ്ദേഹത്തെ ജയിലിൽനിന്ന് വിട്ടയച്ച് ഒരു വർഷത്തിനുള്ളിൽ രാജ്യരക്ഷാചട്ടപ്രകാരം ബോംബെയിൽ 1939 ൽ അദ്ദേഹത്തെ വീണ്ടും അറസ്റ്റ് ചെയ്തു; രണ്ടു വർഷത്തെ തടവുശിക്ഷ നല്കി. ജയിലിലായിരിക്കവെ അദ്ദേഹം തന്റെ ജീവിതത്തിന്റെയും പ്രവർത്തനത്തിന്റെയും കഥ എഴുതി; ''നഷ്ടപ്പെടാൻ ചങ്ങലക്കെട്ടുകൾ: ഒരു വിപ്ലവകാരിയുടെ ജീവിതവും സമരങ്ങളും – ദാദാ അമീർ ഹൈദർഖാന്റെ ഓർമ്മക്കുറിപ്പുകൾ'' എന്ന പേരിൽ പിന്നീടത് പ്രസിദ്ധീകരിക്കുകയുണ്ടായി.

ജനകീയ യുദ്ധ സിദ്ധാന്തത്തെത്തുടർന്ന് 1942 ൽ ജയിലിൽനിന്ന് പുറത്തുവിട്ട കമ്യൂണിസ്റ്റുകാരിൽ അവസാനത്തെ ആളായിരുന്നു അദ്ദേഹം. കുറേക്കാലം ട്രേഡ് യൂണിയനുകളിലും കിസാൻ സഭയിലും പ്രവർത്തിച്ചശേഷം 1945 ൽ സ്വന്തം ജന്മനാട്ടിൽ വിപ്ലവ പ്രസ്ഥാനം കെട്ടിപ്പടുക്കുന്നതിനായി അമീർ ഹൈദർ ഖാൻ അയയ്ക്കപ്പെട്ടു. അവിടെ അദ്ദേഹം റാവൽപിണ്ടി ജില്ലാ കമ്മിറ്റിയിൽ അംഗമായി. പാകിസ്ഥാനിലുടനീളം അദ്ദേഹം ഒളിസങ്കേതങ്ങളുടെ ഒരു ശൃംഖലയ്ക്ക് രൂപംനല്കി; വിഭജനകാലത്തെ കലാപങ്ങൾക്കിടയിൽ ഹിന്ദുകുടുംബങ്ങളെ സുരക്ഷിതമായി ഇന്ത്യയിലെത്തുന്നതിന് അദ്ദേഹം സഹായം നല്കി.

പാകിസ്ഥാൻ രൂപീകരണത്തിനുശേഷം, പാകിസ്ഥാൻ കമ്യൂണിസ്റ്റു പാർട്ടിയുടെ പ്രവർത്തനത്തിൽ അദ്ദേഹം വളരെ സജീവമായി പങ്കെടുത്തു. ഇസ്ലാമിക രാഷ്ട്രത്തിന്റെ മർദ്ദന നടപടികളെ ധീരമായി നേരിട്ടുകൊണ്ട് മതനിരപേക്ഷ – ജനാധിപത്യമൂല്യങ്ങൾ ഉയർത്തിപ്പിടിച്ച് അദ്ദേഹം ഉറച്ചുനിന്നു. അദ്ദേഹം നിരന്തരം വേട്ടയാടപ്പെട്ടു; പലതവണ അദ്ദേഹത്തെ ജയിലിലടച്ചു. 1949 ൽ സാമുദായിക നിയമപ്രകാരം (കമ്യൂണൽ ആക്ട്) അദ്ദേഹത്തെ അറസ്റ്റ് ചെയ്യുകയും 15 മാസത്തിനുശേഷം മോചിപ്പിക്കുകയും ചെയ്തു. റാവൽപിണ്ടി ഗൂഢാലോചനക്കേസിലെ കുറ്റാരോപിതർക്കായി പ്രതിരോധം സംഘടിപ്പിച്ചതിന്റെ പേരിൽ ഏതാനും മാസങ്ങൾക്കുശേഷം അദ്ദേഹത്തെ വീണ്ടും അറസ്റ്റ് ചെയ്തു. വലിയ ബഹുജന പ്രക്ഷോഭത്തെയും പത്രങ്ങളിലെ കാംപെയ്നെയും തുടർന്ന് മോചിപ്പിക്കപ്പെട്ടു. വീണ്ടും 1958 ൽ ജനറൽ അയൂബ്ഖാൻ പട്ടാളനിയമം അടിച്ചേൽപിച്ചപ്പോൾ ദാദാ അറസ്റ്റ് ചെയ്യപ്പെടുകയും മറ്റ് സഖാക്കൾക്കൊപ്പം റാവൽപിണ്ടി ജയിലിൽ അടയ്ക്കപ്പെടുകയും ചെയ്തു.

തന്റെ അവസാന നാളുകൾ – 1970 കളും 1980 കളും – ദാദാ റാവൽപിണ്ടിയിൽ ചെലവഴിച്ചു. സ്വാതന്ത്ര്യാനന്തരം അദ്ദേഹം ആദ്യമായി ഇന്ത്യ സന്ദർശിച്ചത് 1988 ൽ ആയിരുന്നു; അപ്പോൾ അദ്ദേഹം തന്റെ കമ്യൂണിസ്റ്റ് സഖാക്കളെ അവസാനമായി കണ്ടു. 1989 ഡിസംബർ 27 ന് അമീർ ഹൈദർഖാൻ അന്തരിച്ചു.

സ്വകാര്യ ജീവിതത്തിൽ എന്നും അദ്ദേഹം ഒരു ഫക്കീറായി തുടർന്നു; അദ്ദേഹം സ്വയം വിശേഷിപ്പിക്കാറുള്ളതുപോലെ ''ഭവനരഹിതനായ ഒരു നാടോടി.'' മൂല്യവത്തായ ആസ്തികളൊന്നും തന്നെ അദ്ദേഹത്തിനു സ്വന്തമായുണ്ടായിരുന്നില്ല. തന്റെ ജന്മനാട്ടിൽ പൈതൃകമായി ലഭിച്ച ഭൂസ്വത്തിൽ ആൺകുട്ടികൾക്കും പെൺകുട്ടികൾക്കുമായി സയൻസ് ലബോറട്ടറിയോടുകൂടിയ ഒരു സ്കൂൾ പണിയുകയുണ്ടായി. മഹാനായ ഒരു തൊഴിലാളിവർഗ്ഗ സാർവ്വദേശീയവാദിയായിരുന്നു അദ്ദേഹം.

ബ്രിട്ടീഷ് സാമ്രാജ്യത്വത്തോട് അദ്ദേഹം കൗശലപൂർവ്വവും വിട്ടുവീഴ്ചയില്ലാതെയും പൊരുതി; അതാണ് ബ്രിട്ടീഷ് അധികൃതർ അദ്ദേഹത്തെ 'ഏറ്റവും അപകടകാരിയായ വ്യക്തി' എന്ന് മുദ്രകുത്തിയത്.

പലപ്രാവശ്യം അദ്ദേഹം ബ്രിട്ടീഷ് ചാരന്മാരുടെ കണ്ണുവെട്ടിച്ച് വിദേശത്തേക്ക് കടക്കുകയും ഒരു നാവികൻ എന്ന നിലയിലുള്ള തന്റെ ബന്ധങ്ങളും കഴിഞ്ഞകാല അനുഭവങ്ങളും ഉപയോഗിച്ച് അദ്ദേഹം കോമിന്റേണുമായി ഏകോപനം സാദ്ധ്യമാക്കുകയും ചെയ്തു.

ഈ ലോകത്തെ കൂടുതൽ മെച്ചപ്പെട്ട ഒന്നായി മാറ്റേണ്ടതാണ് എന്ന മാർക്സിസ്റ്റ് മുദ്രാവാക്യത്തിനുള്ള യഥാർത്ഥ അർത്ഥം നല്കുന്നതാണ് അദ്ദേഹത്തിന്റെ ജീവിതം. സമൂഹത്തിന്റെ സോഷ്യലിസ്റ്റ് പരിവർത്തനത്തിലാണ് തൊഴിലാളിവർഗ്ഗത്തിന്റെ യഥാർത്ഥ മോചനം സ്ഥിതി ചെയ്യുന്നത്. ആ വിശ്വാസത്തെ പ്രയോഗത്തിലാക്കലാണ് ഒരാളുടെ ജീവിതത്തിന്റെ പ്രാഥമികമായ മൂല്യം. പുരോഗമനവാദികളായ ജനങ്ങളുടെ ഇന്നത്തെയും ഭാവിയിലെയും തലമുറകളെ ഈ മഹാവിപ്ലവകാരിയുടെ പൈതൃകം ആവേശഭരിതരാക്കും.

വർക്കേഴ്സ് ആന്റ് പെസന്റ്സ് പാർട്ടി രൂപീകരണം

കാൺപൂർ കമ്യൂണിസ്റ്റ് സമ്മേളനത്തെ തുടർന്നുള്ള കാലഘട്ടം ഇന്ത്യയിലെ വിവിധ പ്രവിശ്യകളിൽ തൊഴിലാളി – കർഷക പാർട്ടികളുടെ രൂപീകരണത്തിനു സാക്ഷ്യംവഹിച്ചു; ഇത് 1928 അവസാനത്തോടുകൂടി അഖിലേന്ത്യ വർക്കേഴ്സ് ആന്റ് പെസന്റ്സ് പാർട്ടിയുടെ (WPP) രൂപീകരണത്തിൽ കലാശിച്ചു. നിരവധി പ്രവിശ്യകളിൽ ഈ പാർട്ടികൾക്ക് നേതൃത്വം നല്കിയത് കമ്യൂണിസ്റ്റുകാരായിരുന്നെങ്കിലും ഡബ്ല്യു പി പി ഒരു കമ്യൂണിസ്റ്റുപാർട്ടി ആയിരുന്നില്ല; പ്രച്ഛന്ന വേഷമണിഞ്ഞ കമ്യൂണിസ്റ്റ് പാർട്ടി പോലുമായിരുന്നില്ല. ദേശീയ ജനാധിപത്യവിപ്ലവത്തെ മുന്നോട്ടുകൊണ്ടുപോകുന്നതിന് തൊഴിലാളിവർഗ്ഗത്തിന്റെയും കർഷകരുടെയും പെറ്റി ബൂർഷ്വാസിയുടെയും ഐക്യമുന്നണിയുടേതായ സംഘടനാ രൂപം എന്ന നിലയിലാണ് ഡബ്ല്യു പി പി സങ്കല്പിക്കപ്പെട്ടത്.

ബംഗാളിൽ ഡബ്ല്യു പി പി രൂപീകരിക്കപ്പെട്ടത് ലേബർ സ്വരാജ് പാർട്ടി (എൽ എസ് പി) 1926 ൽ ബംഗാൾ പെസന്റ്സ് ആന്റ് വർക്കേഴ്സ് പാർട്ടി ആയി മാറിയതിനെത്തുടർന്നാണ്. ചില പോരായ്മകളുണ്ടായിരുന്നെങ്കിലും എൽ എസ് പി ബംഗാളിലെ പുരോഗമന ചിന്താഗതിക്കാരായ രാഷ്ട്രീയ പ്രവർത്തകരുടെ കേന്ദ്രമായിരുന്നു. പ്രശസ്ത ബംഗാളി കവി ഖാസി നസ്രുൾ ഇസ്ലാം ഇതിൽ പ്രധാന പങ്ക് വഹിച്ചിരുന്നു; അദ്ദേഹമാണ് അതിന്റെ മുഖപത്രമായ *ലാങ്ഗാൽ* എഡിറ്റ് ചെയ്തത്; ഈ പ്രസിദ്ധീകരണമാണ് ബംഗാളിൽ കമ്യൂണിസ്റ്റു പാർട്ടി രൂപീകരിക്കാനുള്ള മുസഫർ അഹമ്മദിന്റെ ആഹ്വാനം പ്രസിദ്ധീകരിച്ചത്. 1926 ഫെബ്രുവരിയിൽ ചേർന്ന എൽ എസ് പിയുടെ സമ്മേളനത്തിൽ ഒരു പുതിയ പരിപാടി അംഗീകരിച്ചുകൊണ്ട് ഡബ്ല്യു പി പിയുടെ രൂപീകരണം ഔപചാരികമായി പ്രഖ്യാപിക്കുകയുണ്ടായി. തുടക്കം മുതൽ തന്നെ

ഡബ്ല്യു പി പി ഇന്ത്യൻ നാഷണൽ കോൺഗ്രസിൽനിന്നും വിപ്ലവകാരികളായ ദേശീയവാദികളിൽനിന്നും ഒരേപോലെ അകന്നു നില്ക്കുകയും ക്രമാനുഗതമായി ശക്തി വർദ്ധിപ്പിക്കുകയും ചെയ്തു. ഔദ്യോഗിക മുഖപത്രമെന്ന നിലയിൽ അത് *ഗണവാണി*യുടെ പ്രസിദ്ധീകരണം ആരംഭിച്ചു.

1927 ജനുവരി 16 മുതൽ 18 വരെ ചേർന്ന സി പി ഐ എക്സിക്യൂട്ടീവ് കമ്മിറ്റിയോഗം ബോംബെ പ്രവിശ്യയിൽ ഡബ്ല്യു പി പി രൂപീകരിക്കാൻ തീരുമാനിച്ചു; ബംഗാളിനു പുറത്ത് ഇത്തരമൊരു സംഘടനയുടെ രൂപീകരണം ആദ്യമായിട്ടായിരുന്നു; മറാത്തി വാരിക പ്രസിദ്ധീകരിക്കാനും തീരുമാനിക്കുകയുണ്ടായി. മുസഫർ അഹമ്മദും ഈ യോഗത്തിൽ പങ്കെടുത്തിരുന്നു. തുടർന്ന് 1927 ഫെബ്രുവരി 13 ന്, ബംഗാൾ പെസന്റ്സ് ആന്റ് വർക്കേഴ്സ് പാർട്ടിയുടെ രണ്ടാമത് സമ്മേളനം കൽട്ടയിൽ ചേർന്നതിന് 6 ദിവസം മുൻപ്, ബോംബെയിൽ ഡബ്ല്യു പി പി രൂപീകരിക്കപ്പെട്ടു. *ക്രാന്തി* എന്ന പേരിൽ അതിന്റെ മുഖവാരികയും പ്രസിദ്ധീകരണം ആരംഭിച്ചു.

ബോംബെയിലെ ഡബ്ല്യു പി പിയുടെ ഉല്പത്തി ബംഗാളിന്റേതിനു സമാനമായിരുന്നു. പാർട്ടിയുടെ കേന്ദ്ര ബിന്ദുവായി പ്രവർത്തിച്ചത് ഇടതുപക്ഷ പുരോഗമനവാദികളും കമ്യൂണിസ്റ്റുകാരും ഉൾപ്പെടുന്ന ചെറിയ ഒരു സംഘമായിരുന്നു; ഇവരായിരുന്നു 1926 നവംബറിൽ കോൺഗ്രസ് ലേബർ പാർട്ടി രൂപീകരിച്ചത്. ഈ പാർട്ടിയാണ് സി പി ഐയുടെ 1927 ജനുവരിയിലെ തീരുമാനപ്രകാരം ഡബ്ല്യു പി പി ആയി മാറിയത്. നാഷണൽ കോൺഗ്രസിനുള്ളിൽ പ്രവർത്തിക്കുന്നതിനും അവിടെ ഒരു ഇടതുപക്ഷം രൂപപ്പെടുത്തുന്നതിനുമായി ബോംബെയിലെ ഡബ്ല്യു പി പി ഒരു സ്വതന്ത്ര പാർട്ടിയെന്ന നിലയിലാണ് സംഘടിപ്പിക്കപ്പെട്ടത്. സമ്പൂർണ്ണ സ്വാതന്ത്ര്യത്തിനായി പൊരുതുന്നതിനുവേണ്ടി വിശാലമായ ഒരു സാമ്രാജ്യത്വവിരുദ്ധ മുന്നണി രൂപീകരിക്കാനാണ് അത് ശ്രമിച്ചത്. പാർട്ടിയുടെ പ്രഖ്യാപിത ലക്ഷ്യം, ''സമ്പൂർണ്ണ ദേശീയ സ്വാതന്ത്ര്യം നേടുകയും അവിടെ ഉല്പാദനോപാധികളും വിതരണവും വിനിമയവും പൊതുഉടമസ്ഥതയിലും സാമൂഹിക നിയന്ത്രണത്തിലും ആയിരിക്കുകയും ചെയ്യും" എന്നതായിരുന്നു.

ബംഗാളിലും ബോംബെയിലും ഡബ്ല്യു പി പിയുടെ ഉദയം തൊഴിലാളിവർഗ്ഗ പ്രസ്ഥാനത്തെ സംബന്ധിച്ചിടത്തോളം ഒരു വഴിത്തിരിവായി. തൊഴിലാളികളെ സംഘടിപ്പിക്കുന്നതിൽ കമ്യൂണിസ്റ്റുകാർ സജീവമായ പങ്ക് വഹിച്ചിരുന്നതിനാൽ എ ഐ ടി യു സിയുടെ ഔദ്യോഗിക ഭാരവാഹിയായി തിരഞ്ഞെടുക്കപ്പെട്ട ആദ്യ കമ്യൂണിസ്റ്റുകാരനായി എസ് വി ഘാട്ടെ. 1927 മെയ് മാസത്തിനുമുൻപ് 1925 ലെ കാൺപൂർ കമ്യൂണിസ്റ്റ് സമ്മേളനത്തിൽ പങ്കെടുത്ത അർജുൻലാൽ സേത്തിയുടെ നേതൃത്വത്തിൽ രജപുത്താനയിലും ഡബ്ല്യു പി പി രൂപംകൊണ്ടു. 1927 മെയ് 31 ന് ബോംബെയിൽ ചേർന്ന സി പി ഐയുടെ സി ഇ സി യോഗമായപ്പോൾ ബംഗാൾ, ബോംബെ, രജപുത്താന എന്നീ മൂന്ന് പ്രവിശ്യക

ളിൽ ഡബ്ല്യു പി പി രൂപീകരിക്കപ്പെട്ടിരുന്നു. ഈ മൂന്ന് പ്രവിശ്യകളിലെ ഡബ്ല്യു പി പി മുന്നോട്ടുവച്ച പരിപാടിക്ക് സി ഇ സിയുടെ വിപുലീകൃത യോഗം അംഗീകാരം നല്കുകയും ''ഇത്തരം സംഘടന നിലവിലില്ലാത്ത സ്ഥലങ്ങളിലെല്ലാം സമാനമായവ രൂപീകരിക്കാൻ സി പി ഐ അംഗങ്ങൾ ശ്രമിക്കണം''മെന്ന് തീരുമാനിക്കുകയും ചെയ്തു.

ഈ തീരുമാനപ്രകാരം 1928 ഏപ്രിൽ മാസത്തിൽ ഹോഷിയാർപുരിൽ സോഹൻസിങ് ജോഷിന്റെ മുൻകൈയോടെ പഞ്ചാബിലും ഡബ്ല്യു പി പി രൂപീകൃതമായി; സോഹൻസിങ് ജോഷാണ് പിന്നീട് ഡബ്ല്യു പി പിയുടെ അഖിലേന്ത്യാ പ്രസിഡന്റായത്. പഞ്ചാബിനു തൊട്ടുപിന്നാലെ യുണൈറ്റഡ് പ്രൊവിൻസിലും (യു പി) പാർട്ടി രൂപീകരിക്കപ്പെട്ടു. 1928 ഒക്ടോബറിൽ മീററ്റിൽ ചേർന്ന സമ്മേളനത്തിലാണ് യു പിയിൽ ഡബ്ല്യു പി പി സംഘടിപ്പിക്കപ്പെട്ടത്. നാല് പ്രമുഖ പ്രവിശ്യകളിൽ (ബംഗാൾ, ബോംബെ, യു പി, പഞ്ചാബ്) ഡബ്ല്യു പി പി രൂപീകരിക്കപ്പെട്ടത് തൊഴിലാളിവർഗ്ഗത്തിനും കൃഷിക്കാർക്കും ഇടത്തരക്കാർക്കും ഇടയിൽ കമ്യൂണിസ്റ്റ് പ്രസ്ഥാനം വ്യാപിക്കുന്നതിൽ പ്രധാന സംഭാവന നല്കി.

ഇന്ത്യൻ നാഷണൽ കോൺഗ്രസിന്റെ മദ്രാസ് സമ്മേളനത്തിൽ (1927 ഡിസംബർ 26–28) ഫിലിപ്പ് സ്പ്രാറ്റുമായി കൂടിയാലോചിച്ച് മുസഫർ അഹമ്മദ് തയ്യാറാക്കിയ ഡബ്ല്യു പി പിയുടെ മാനിഫെസ്റ്റോ വിതരണം ചെയ്യുകയുണ്ടായി. കോൺഗ്രസിനോടുള്ള അതിന്റെ സമീപനം സംബന്ധിച്ചും കാഴ്ചപ്പാടും സ്വതന്ത്ര ഇന്ത്യയുടെ ഭരണഘടന എഴുതി തയ്യാറാക്കുന്നതിന്റെ പ്രശ്നത്തെ സംബന്ധിച്ച അതിന്റെ നിലപാടും ഈ മാനിഫെസ്റ്റോയിൽ വ്യക്തമാക്കുകയുണ്ടായി. ''ദേശീയ ഭരണഘടനാ നിർമ്മാണസഭ''യെ തിരഞ്ഞെടുക്കണമെന്നും ''അത് സാർവ്വത്രിക പ്രായപൂർത്തി വോട്ടവകാശത്തിന്റെ അടിസ്ഥാനത്തിലായിരിക്കണം''മെന്നും ജനങ്ങളുടെ ഇച്ഛ പ്രകടിപ്പിക്കുന്ന പരമോന്നത വേദി'' ആയിരിക്കണമെന്നും മാനിഫെസ്റ്റോ ആഹ്വാനം ചെയ്തു. കോൺഗ്രസ് സമ്മേളനത്തിൽ പങ്കെടുക്കുന്നതിന് മദ്രാസിൽ ഒത്തുകൂടിയ സി പി ഐ സി ഇ സി അംഗങ്ങൾ ശിങ്കാരവേലു ചെട്ടിയാരുടെ താമസസ്ഥലത്ത് രഹസ്യമായി യോഗം ചേർന്നു. അഖിലേന്ത്യാ വർക്കേഴ്സ് ആന്റ് പെസന്റ്സ് പാർട്ടിക്ക് രൂപം നല്കാൻ കൽക്കട്ടയിൽ ഒരു സമ്മേളനം ചേരണമെന്ന് ആ യോഗം തീരുമാനിച്ചു. നിർദ്ദിഷ്ട സമ്മേളനം സംഘടിപ്പിക്കുന്നതിനുള്ള ചുമതല മുസഫർ അഹമ്മദിനു നല്കി.

സമ്പൂർണ്ണ സ്വാതന്ത്ര്യത്തിനായുള്ള സമരത്തിൽ സാദ്ധ്യമാകുന്നിടത്തോളം വിപുലമായി തൊഴിലാളികളെയും കർഷകരെയും അണിനിരത്തുകയെന്ന ലക്ഷ്യത്തോടെ സൈമൺ കമ്മീഷനെ ബഹിഷ്കരിക്കുന്നതിനുള്ള പ്രസ്ഥാനം സംഘടിപ്പിക്കുന്നതിൽ വർക്കേഴ്സ് ആന്റ് പെസന്റ്സ് പാർട്ടികൾ നേതൃത്വപരമായ പങ്കുവഹിച്ചു. 1929 ജനുവരിയിൽ കൽക്കട്ടയിൽ വമ്പിച്ച ഒരു പ്രതിഷേധറാലി സംഘടിപ്പിക്കുകയുണ്ടായി; ഈ കൽക്കട്ട റാലിയിലാണ് ആദ്യമായി 'ഇങ്ക്വിലാബ് സിന്ദാബാദ്' എന്ന

മുദ്രാവാക്യം ഉയർത്തപ്പെട്ടത്.

1928 മാർച്ച്/ഏപ്രിലിൽ ചേർന്ന ബംഗാൾ പെസന്റ്സ് & വർക്കേഴ്സ് പാർട്ടിയുടെ മൂന്നാമത് സമ്മേളനത്തിൽ ''സമരാഹ്വാനം'' എന്ന രേഖ അംഗീകരിച്ചതിന് അന്ന് നിലനിന്നിരുന്ന രാഷ്ട്രീയ സാഹചര്യത്തിൽ വളരെയേറെ പ്രാധാന്യമുണ്ട്. സമ്മേളനം കൈക്കൊണ്ട തീരുമാനങ്ങൾക്കൊപ്പം ''കോൺഗ്രസിനോടും ഇപ്പോഴത്തെ തൊഴിലാളി നേതൃത്വത്തോടുമുള്ള നമ്മുടെ സമീപനം സംബന്ധിച്ച തീസിസ്'' എന്ന ശീർഷകത്തിലുള്ള രേഖയുമാണ് ''സമരാഹ്വാന''ത്തിന് അടിത്തറ പാകിയത്.

സൈമൺ കമ്മീഷൻ വിരുദ്ധ പ്രസ്ഥാനത്തിന്റെയും ഇന്ത്യയുടെ കരട് ഭരണഘടനയുടെ പ്രശ്നത്തിൽ ഇന്ത്യൻ നാഷണൽ കോൺഗ്രസ് നേതൃത്വത്തിന്റെ ചാഞ്ചാട്ട സമീപനത്തിന്റെയും പശ്ചാത്തലത്തിൽ ''സമരാഹ്വാനം'' കമ്യൂണിസ്റ്റുകാരുടെ മനോഭാവത്തിലെ മാറ്റം പ്രതിഫലിപ്പിച്ചു. ആ രേഖ ഇങ്ങനെ നിരീക്ഷിച്ചു: ''ബൂർഷ്വാസിയെ ഒന്നടങ്കം ദേശീയ പ്രസ്ഥാനത്തിന്റെ നേതാവെന്ന നിലയിൽ ഇനി കാണാൻ കഴിയില്ല.... ശക്തമായ ബോധനിലവാരവും നല്ല അച്ചടക്കവുമുള്ള വർക്കേഴ്സ് ആന്റ് പെസന്റ്സ് പാർട്ടിയാണ് ഈ കാലഘട്ടത്തിന്റെ ഏറ്റവും മുഖ്യമായ ആവശ്യം....സാമ്രാജ്യത്വത്തോട് കോൺഗ്രസ് പൊരുതുമ്പോൾ നാം കോൺഗ്രസിനെ പിന്തുണയ്ക്കണം; എന്നാൽ കോൺഗ്രസ് നേതാക്കൾ എത്ര ഉന്നതരായാലും അവരുടെ സന്ധി ചെയ്യൽ പ്രവണതയെ വിമർശിക്കാൻ നാം മടിക്കരുത്; ബൂർഷ്വാ നേതൃത്വത്തിന്റെ സന്ധി ചെയ്യൽ മനോഭാവത്തിൽനിന്ന് വ്യത്യസ്തമായി സമ്പൂർണ്ണ സ്വാതന്ത്ര്യത്തിനായുള്ള പ്രത്യക്ഷ സമരത്തെ അടിസ്ഥാനമാക്കി കോൺഗ്രസിലെ പെറ്റീ ബൂർഷ്വാ ഇടതുപക്ഷവുമായുള്ള പാർട്ടിയുടെ സഖ്യം നാം ശക്തിപ്പെടുത്തണം.

കമ്യൂണിസ്റ്റുകാരുടെയും ഡബ്ല്യു പി പിയുടെയും ഭാഗത്തുനിന്നുണ്ടായ ശ്രദ്ധേയമായ ഒരു നീക്കം വളർന്നുകൊണ്ടിരുന്ന സംഘടിത യുവജനപ്രസ്ഥാനത്തിലെ ഇടപെടലായിരുന്നു – പ്രത്യേകിച്ച് ബംഗാൾ, പഞ്ചാബ്, ബോംബെ പ്രവിശ്യകളിൽ. യുവജനങ്ങളെ സംഘടിപ്പിക്കാനുള്ള ആദ്യത്തെ ഔപചാരിക തീരുമാനം കൈക്കൊണ്ടത് സൈമൺ കമ്മീഷനെതിരായ ബഹിഷ്കരണ പ്രക്ഷോഭത്തിന്റെ പശ്ചാത്തലത്തിൽ 1928 ജനുവരിയിൽ ബോംബെയിൽ ചേർന്ന ഡബ്ല്യു പി പിയുടെ വിപുലീകൃത എക്സിക്യൂട്ടീവ് കമ്മിറ്റിയാണ്. 1928 മാർച്ചിൽ ചേർന്ന പാർട്ടിയുടെ ബോംബെയിലെയും ബംഗാളിലെയും പ്രവിശ്യാ സമ്മേളനങ്ങൾ ഈ തീരുമാനത്തിന് അംഗീകാരം നല്കുകയുമുണ്ടായി. പാർട്ടി അംഗീകരിച്ച ''സമരാഹ്വാനം'' എന്ന രേഖ ഈ വിഷയം വളരെ വിശദമായി കൈകാര്യം ചെയ്തു. ആ രേഖയിൽ ഇങ്ങനെ വ്യക്തമാക്കുന്നു: ''പുതുതായി സംഘടിത ശക്തിയിൽ അണിനിരക്കുന്ന യുവജനങ്ങളെ സ്വന്തം കൊടിക്കുകീഴിലേക്ക് ആകർഷിക്കാൻ ഡബ്ല്യു പി പിക്ക് കഴിയണം; ഒരു സ്വതന്ത്ര യുവജന സംഘടനയ്ക്ക് അത് രൂപംനല്കണം; പരമ്പരാഗത യുവജനസംഘടനയുടെ സാമൂഹിക അടിത്തറ വിപുലമാ

ക്കുന്നതിനു തൊഴിലാളികൾക്കും കർഷകർക്കും ഇടയിൽനിന്ന് യുവജ നങ്ങളെ റിക്രൂട്ട് ചെയ്തുകൊണ്ടായിരിക്കണം പുതിയ സംഘടനയ്ക്ക് രൂപംനല്കേണ്ടത്. ഇങ്ങനെയൊരു യുവജനസംഘടനയ്ക്കായി ഒരു ആ റിന പ്രക്ഷോഭ പരിപാടിയും ആ രേഖ മുന്നോട്ടുവച്ചു.

ബംഗാളിൽ ഡബ്ല്യു പി പിയുടെ നേരിട്ടുള്ള മുൻകൈയിൽ 1928 ജൂലൈ അവസാനത്തോടുകൂടി യങ് കോമ്രേഡ്സ് ലീഗ് രൂപീകരിച്ചു; ലീഗിന്റെ ''പരിപാടിയും നയവും സംബന്ധിച്ച പ്രസ്താവന'' അംഗീക രിക്കുകയുമുണ്ടായി. 1928 ജനുവരി അവസാനത്തോടെ ബോംബെ പ്രസി ഡൻസി യൂത്ത് ലീഗ് അതിന്റെ ആദ്യസമ്മേളനം ചേർന്നു. പഞ്ചാബിൽ 1928 ഏപ്രിലിൽ നവ്ജവാൻ ഭാരത് സഭ രൂപീകരിക്കുന്നതിൽ ഡബ്ല്യു പി പിയുടെ സംഘാടകർ സജീവമായ പങ്കുവഹിച്ചു (ഇതിന്റെ രൂപീകര ണത്തിൽ ഭഗത്സിങ്ങിന് പ്രമുഖമായ പങ്കുണ്ടായിരുന്നു). എന്നാൽ ഈ നീക്കങ്ങളെല്ലാം ഉണ്ടായിട്ടും ഡബ്ല്യു പി പിയുടെ അഖിലേന്ത്യാ സമ്മേളനം യുവജനസംഘടനയുടെ കാര്യത്തിൽ വേണ്ടത്ര ശ്രദ്ധ ചെലുത്തിയില്ല.

നിലവിലുള്ള എല്ലാ പ്രവിശ്യാ സംഘടനകളും പങ്കെടുത്ത ഡബ്ല്യു പി പിയുടെ അഖിലേന്ത്യാ സമ്മേളനം 1928 ഡിസംബർ 21 മുതൽ 24 വരെ കൽക്കട്ടയിൽ ചേർന്നു. ബോംബെ, പഞ്ചാബ്, യുണൈറ്റഡ് പ്രൊ വിൻസ്, ബംഗാൾ എന്നീ പ്രവിശ്യകളിൽനിന്നുള്ള പ്രതിനിധികൾ സ മ്മേളനത്തിൽ സന്നിഹിതരായി. ഭഗത്സിങ്ങും ഈ സമ്മേളനത്തിൽ ര ഹസ്യമായി പങ്കെടുത്തിരുന്നു. പാർട്ടിക്ക് ഒരു കരട് ഭരണഘടനയ്ക്കും സമ്മേളനം രൂപം നല്കി. ''പൊതുവിൽ സാമ്രാജ്യത്വത്തിൽനിന്ന്, പ്ര ത്യേകിച്ച് ബ്രിട്ടീഷ് സാമ്രാജ്യത്വത്തിൽനിന്ന്, സമ്പൂർണ്ണ സ്വാതന്ത്ര്യവും ബഹുജനങ്ങളുടെ സാമ്പത്തികവും സാമൂഹികവും രാഷ്ട്രീയവുമായ മോചനത്തെ അടിസ്ഥാനമാക്കി ഇന്ത്യയുടെ സമഗ്രമായ ജനാധിപത്യ വല്ക്കരണവും നേടുകയാണ്'' പാർട്ടിയുടെ ലക്ഷ്യമെന്ന് ഈ കരട് ഭര ണഘടനയിൽ രേഖപ്പെടുത്തി. ''ഒരു കർഷക സംഘടന രൂപീകരിക്കാ നും ബർഗാ സമ്പ്രദായം നിർമ്മാർജ്ജനം ചെയ്യാനും നഷ്ടപരിഹാര മൊന്നും നല്കാതെ, ഭൂപ്രഭുത്വം അവസാനിപ്പിക്കാനുമായി സമരം ചെ യ്യുന്നതിനും" സമ്മേളനം തീരുമാനിച്ചു. ഏതെങ്കിലും വർഗ്ഗീയ സംഘട നയിലോ വർഗ്ഗീയ പ്രചരണത്തിലോ ഏർപ്പെടുന്നതിൽനിന്നും പാർട്ടി അംഗങ്ങളെ ഭരണഘടന വിലക്കി.

മൂന്ന് വർഷത്തിലേറെ നീണ്ട കമ്യൂണിസ്റ്റുകാരുടെ സംഘടനാ പ്രവർ ത്തനത്തെതുടർന്നാണ് ഡബ്ല്യു പി പി രൂപീകരിക്കപ്പെട്ടത്. ഡബ്ല്യു പി പി എന്ന വേറിട്ടൊരു പേരിൽ ജനങ്ങളുടെ മുന്നിൽ കമ്യൂണിസ്റ്റു പാർട്ടി പ്രവർത്തിക്കുകയായിരുന്നു. അഖിലേന്ത്യാ സമ്മേളനം സമാപിച്ച് അ ധികനാൾ കഴിയുന്നതിനുമുൻപ് ബ്രിട്ടീഷ് ഗവൺമെന്റ് എല്ലാ പ്രമുഖ കമ്യൂണിസ്റ്റു നേതാക്കളെയും അറസ്റ്റ് ചെയ്തു; ഇത് ഡബ്ല്യു പി പിയു ടെ പ്രവർത്തനത്തെ പ്രതികൂലമായി ബാധിച്ചു. അറസ്റ്റ് ചെയ്യപ്പെട്ട ഈ നേതാക്കളെ കുപ്രസിദ്ധമായ മീററ്റ് ഗൂഢാലോചനക്കേസിൽ ഉൾപ്പെടു ത്തി വിചാരണ ചെയ്തു.

മീററ്റ് ഗൂഢാലോചനക്കേസ് പ്രതിക്കൂട്ടിൽനിന്ന് സാമ്രാജ്യത്വത്തിനു നേരെ ഉയർന്ന വെല്ലുവിളി

ഇന്ത്യയുടെ ദേശീയ വിമോചനസമരത്തിന്റെ ചരിത്രത്തിലെ ഒരു സുപ്രധാന ഘട്ടമാണ് മീററ്റ് ഗൂഢാലോചനക്കേസ് (1929). മുതലാളിത്ത ലോകം ഒന്നടങ്കം മഹാമാന്ദ്യത്തിന്റെ ചുഴിയിൽപ്പെട്ട് നട്ടം തിരിയുകയും അതേ സമയം തന്നെ പുതുതായി പിറവിയെടുത്ത സോവിയറ്റ് റഷ്യയുടെ സോഷ്യലിസ്റ്റ് ഭരണകൂടം അഭൂതപൂർവ്വമായ പുരോഗതി കൈവരിച്ചുകൊണ്ടിരിക്കുകയും ചെയ്ത വേളയിലാണ് ഇത് സംഭവിച്ചത്. ഈ കാലഘട്ടത്തിൽ ഉശിരൻ തൊഴിലാളി വർഗ്ഗസമരങ്ങൾ അതിന്റെ പാരമ്യത്തിൽ എത്തിയിരുന്നു; ഈ സമരങ്ങളിൽ മഹാഭൂരിപക്ഷത്തിനും നേതൃത്വം നല്കിയത് കമ്യൂണിസ്റ്റുകാരും വിപ്ലവകാരികളുമാണ്.

1921 ൽ (ഖിലാഫത്ത് –നിസ്സഹകരണ പ്രസ്ഥാനത്തിന്റെ കാലത്ത്) പാരമ്യതയിലെത്തിയ തൊഴിലാളികളുടെ പണിമുടക്കുകളുടെ എണ്ണം നിസ്സഹകരണ പ്രസ്ഥാനം പിൻവലിച്ചതോടെ കുറയാൻ തുടങ്ങി. എന്നാൽ 1920 കളുടെ രണ്ടാം പകുതി മുതൽ വീണ്ടും പണിമുടക്കുകൾമൂലം നഷ്ടപ്പെടുന്ന തൊഴിൽദിനങ്ങൾ വർദ്ധിച്ചുവരുന്നതിന് നാം സാക്ഷ്യംവഹിച്ചു. 1928–29 ൽ ഇതിന്റെ പ്രതിഫലനം കാണാം; അന്ന് 203 പണിമുടക്കുകളിലായി 3,16,47,404 തൊഴിൽദിനങ്ങൾ നഷ്ടപ്പെട്ടു.

1929 ഒടുവിൽ ആരംഭിച്ച മഹാമാന്ദ്യം നാനാവിധത്തിൽ ബാധിച്ചു; ഇതിന്റെ ആഘാതം ഏറ്റവുമധികം അനുഭവിച്ചത് തൊഴിലാളിവർഗ്ഗവും കർഷകജനസാമാന്യവുമാണ്. പ്രതിഷേധങ്ങൾ വർദ്ധിച്ചുവരുന്നതിനും പ്രതിഷേധിക്കുന്നവരുടെ എണ്ണം പെരുകി വരുന്നതിനും ഇതിടയാക്കി. 1930 കളുടെ ആദ്യവർഷങ്ങളിൽ വരെ ഈ പ്രതിഭാസം തുടർന്നു. തൊഴിലാളി സമരങ്ങളുടെ തീവ്രത അവരുടെ രാഷ്ട്രീയബോധത്തിന്റെ പ്രകടനമായിരുന്നു; അത് തൊഴിലാളിവർഗ്ഗ പ്രസ്ഥാനത്തിനൊപ്പം വളരാനും തുടങ്ങി.

തൊഴിലാളിവർഗ്ഗത്തിന്റെയും കർഷകരുടെയും സമരങ്ങളിൽ ഭൂരിപക്ഷത്തെയും നയിച്ചത് വർക്കേഴ്സ് ആൻഡ് പെസന്റ്സ് പാർട്ടിയുടെ ബാനറിനുകീഴിൽ കമ്യൂണിസ്റ്റുകാരായിരുന്നു. 1928 ൽ ബോംബെയിൽ ഗിർണി കാംഗാർ പണിമുടക്ക് നടന്ന അതേ സമയം തന്നെയാണ് വിജയകരമായ കർഷകമുന്നേറ്റങ്ങളിലൊന്നായ ബർദൗളി പ്രക്ഷോഭവും നടന്നത്. ഇവ രണ്ടും തമ്മിൽ ഏതെങ്കിലും വിധത്തിൽ ബന്ധപ്പെട്ടിരുന്നില്ലെങ്കിലും, സംഘടനാപരമായ ബന്ധമൊന്നും ഇല്ലായിരുന്നെങ്കിലും ഇവ രണ്ടും തമ്മിൽ ബന്ധമുണ്ടെന്ന് ബ്രിട്ടീഷുകാർ ഭയപ്പെട്ടു; "ബർദൗളിയിൽ ഗവൺമെന്റ് നടപടിയെടുത്തില്ലെങ്കിൽ സ്ഥിതിഗതികളെ കമ്യൂണിസ്റ്റുകാർ ഉപയോഗപ്പെടുത്തും" എന്നും ബ്രിട്ടീഷുകാർ ആശങ്കപ്പെട്ടു. ബ്രിട്ടീഷുകാർ കമ്യൂണിസ്റ്റുകാരെ അത്രത്തോളം ഭയപ്പെട്ടിരുന്നു.

കമ്യൂണിസ്റ്റുകാരുടെയും ഡബ്ല്യു പി പിയുടെയും പ്രവർത്തനങ്ങൾ സാധാരണ ജനങ്ങളുടെ ബോധനിലവാരം വളർത്തുന്നതിന് സംഭാവന നല്കിയിട്ടുണ്ട്; അങ്ങനെ ഇപ്പോൾ സാധാരണ ജനങ്ങളുടെ സ്വാതന്ത്ര്യത്തിനായുള്ള സമരത്തെ ലോകവ്യാപകമായ സാമ്രാജ്യത്വവിരുദ്ധ സമരത്തിന്റെ ഭാഗമായി അടയാളപ്പെടുത്താൻ കഴിഞ്ഞു. ഈ വസ്തുത അംഗീകരിക്കാൻ കോൺഗ്രസും നിർബ്ബന്ധിതമായി. ഈ കാലഘട്ടത്തിൽ ഡബ്ല്യു പി പിയുടെ പ്രവർത്തനം സ്വാധീനിച്ച മറ്റൊരു പ്രധാനവിഭാഗം വിപ്ലവകാരികളായ ദേശീയവാദികളായിരുന്നു. അവരിൽ പലരും കമ്യൂണിസ്റ്റ് ആശയങ്ങളുടെ സ്വാധീനത്തിലേക്ക് വന്നു; ഈ വിഭാഗത്തിന്റെ പൊതുകാഴ്ചപ്പാടിലുണ്ടായ ഗണ്യമായ മാറ്റത്തിന്റെ ആദ്യസൂചന ആയിരുന്നു കമ്യൂണിസ്റ്റ് പ്രസ്ഥാനത്തിന്റെ വളർച്ച. ഇത്തരം മാറ്റത്തിന്റെ വ്യക്തമായ തെളിവായിരുന്നു ഭഗത്സിങ്ങിന്റെ നേതൃത്വത്തിൽ ഹിന്ദുസ്ഥാൻ സോഷ്യലിസ്റ്റ് റിപ്പബ്ലിക്കൻ അസോസിയേഷന്റെ രൂപീകരണം. ബോംബ് രാഷ്ട്രീയത്തിന്റെയോ ഗാന്ധിയൻ അക്രമരാഹിത്യത്തിന്റെയോ അടിസ്ഥാനത്തിൽ ജനങ്ങൾ പൊതുവിൽ ചിന്തിച്ചിരുന്ന ആ കാലത്ത് ഡബ്ല്യു പി പിയും കമ്യൂണിസ്റ്റുകാരും നടത്തിയ പ്രചാരണം തൊഴിലാളി വർഗ്ഗരാഷ്ട്രീയത്തെ മുൻനിരയിലേക്ക് കൊണ്ടുവന്നു. പ്രത്യക്ഷസമരം എന്ന ആശയത്തിലേക്ക് യുവജനങ്ങൾ ആകൃഷ്ടരായി. കമ്യൂണിസ്റ്റുകാർ പ്രചരിപ്പിച്ചിരുന്നതുപോലെ പൂർണ്ണസ്വാതന്ത്ര്യത്തിനായി അദ്ധ്വാനിക്കുന്ന ബഹുജനങ്ങളെയാകെ അണിനിരത്തിക്കൊണ്ടുള്ള പ്രത്യക്ഷ സമര പരിപാടികളാണ് ജനങ്ങളെയാകെ അണിനിരത്തിയത്.

ബഹുജനങ്ങൾക്കിടയിൽ കമ്യൂണിസ്റ്റു സ്വാധീനം ഈ തരത്തിൽ വ്യാപിക്കുന്നതിനെ ബ്രിട്ടീഷുകാർ കൃത്യമായും ഭയപ്പെട്ടു; ഉടൻതന്നെ കമ്യൂണിസ്റ്റ് പ്രവർത്തനങ്ങൾ അടിച്ചമർത്തുന്നതിനുള്ള നടപടികൾ ഗവൺമെന്റ് ആരംഭിച്ചു. 1928 ഡിസംബറിൽ ബ്രിട്ടീഷ് ആഭ്യന്തരവകുപ്പ് സെക്രട്ടറി വൈസ്രോയിയോട് വെളിപ്പെടുത്തിയത്, 'നിർദ്ദിഷ്ട – ഗൂഢാലോചനക്കേസ് വിചാരണ'യുമായി ബന്ധപ്പെട്ട വിവരങ്ങൾ ഗവൺമെന്റ് ശേഖരിക്കുന്നതായാണ്. ബംഗാൾ ഗവർണർക്ക് വൈസ്രോയി ഇർവിൻ

ഇങ്ങനെ എഴുതി (1929 ജനുവരി 18): ''ഈ ആളുകൾക്കെതിരെ സമഗ്രമായ ഒരു ഗൂഢാലോചനക്കേസ് ചുമത്താൻ കഴിയുമെന്ന ശുഭപ്രതീക്ഷ ഇപ്പോൾ നമുക്കുണ്ട്. ഇത് നടപ്പാക്കാൻ നമുക്ക് കഴിയുകയാണെങ്കിൽ ഞങ്ങളുടെ അഭിപ്രായത്തിൽ ഇന്ത്യൻ കമ്യൂണിസ്റ്റുപ്രസ്ഥാനത്തിന് മറ്റെന്തിനെക്കാളും കനത്ത അഘാതമേല്പിക്കാൻ അതിനുകഴിയും.''

അങ്ങനെ 1929 മാർച്ച് 15 ന് മീററ്റ് ഗൂഢാലോചനക്കേസിനു തുടക്കമായി; അന്നാണ് കുറ്റാരോപിതരായവർക്കെതിരെ മീററ്റിലെ ജില്ലാ മജിസ്ട്രേട്ട് അറസ്റ്റ് വാറന്റ് പുറപ്പെടുവിച്ചത്. അതിനുതൊട്ടുമുൻപിലത്തെ ദിവസമാണ് ഇന്ത്യൻ പീനൽ കോഡിന്റെ 121 എ വകുപ്പ് പ്രകാരം പ്രോസിക്യൂഷൻ നടപടികൾ ആരംഭിക്കാൻ ഇന്ത്യയിലെ ഗവർണർ ജനറൽ ഇർവിൻ പ്രഭു അനുവാദം നല്കിയത്.

1929 മാർച്ച് 20 ന് മുപ്പത്തിയൊന്ന് കമ്യൂണിസ്റ്റ്/തൊഴിലാളി നേതാക്കൾ ഇന്ത്യയുടെ നാനാഭാഗങ്ങളിലായി അറസ്റ്റ് ചെയ്യപ്പെട്ടു. അവരിൽ ഏറെപ്പേരും ട്രേഡ് യൂണിയൻ പ്രസ്ഥാനത്തിലെ സുപരിചിതരായ പ്രമുഖ വ്യക്തികളായിരുന്നു. അവരിൽ 13 പേർ ബോംബെയിൽനിന്നും 10 പേർ ബംഗാളിൽനിന്നും 5 പേർ യു പിയിൽനിന്നും മൂന്നുപേർ പഞ്ചാബിൽനിന്നുമായിരുന്നു; കൂട്ടത്തിൽ മൂന്ന് ഇംഗ്ലീഷുകാരുമുണ്ടായിരുന്നു. അറസ്റ്റ് ചെയ്യപ്പെട്ടവരിൽ അഖിലേന്ത്യ കോൺഗ്രസ് കമ്മിറ്റി (എ ഐ സി സി) അംഗങ്ങളായ 8 പേരും ഉൾപ്പെട്ടിരുന്നു; പുതുതായി സ്ഥാപിക്കപ്പെട്ട ഡബ്ല്യു പി പിയുടെ എക്സിക്യൂട്ടീവ് കമ്മിറ്റിയിലെ മിക്കവാറും എല്ലാ അംഗങ്ങളും അറസ്റ്റ് ചെയ്യപ്പെടുകയുണ്ടായി. അറസ്റ്റിനെ തുടർന്ന് വ്യാപകമായ റെയ്ഡുകളും അവരുടെയെല്ലാം വീടുകൾ പരിശോധിക്കലും നടത്തുകയുണ്ടായി.

വിചാരണസ്ഥലമായി മീററ്റ് തെരഞ്ഞെടുത്തത് ആസൂത്രിതമായിട്ടായിരുന്നു. പ്രാഥമികമായും ജൂറി നടത്തുന്ന വിചാരണ ഒഴിവാക്കണമെന്നായിരുന്നു അധികൃതർ ആഗ്രഹിച്ചത്. രണ്ട് പ്രമുഖ കമ്യൂണിസ്റ്റ് പ്രവർത്തനകേന്ദ്രങ്ങളായ ബോംബെയിലും കൽക്കട്ടയിലുമാണെങ്കിൽ രണ്ടിടത്തും കേസിന്റെ വിചാരണ ഹൈക്കോടതിയിൽ ജൂറിയായിരിക്കും നടത്തുന്നത്. ബ്രിട്ടീഷുകാരുടെ യഥാർത്ഥ ലക്ഷ്യം ആഭ്യന്തരവകുപ്പിന്റെ ഒരു 'രഹസ്യരേഖ' തുറന്നുകാണിക്കുന്നു: ''ഈ കേസ് ഒരു ജൂറിയുടെ മുമ്പാകെ വിചാരണയ്ക്ക് വിട്ടുകൊടുക്കാൻ നമുക്ക് കഴിയില്ല. എത്ര ശക്തമായ കേസാണെങ്കിൽ പോലും ജൂറി ശിക്ഷിക്കുമെന്നതിൽ നമുക്ക് ഒരുറപ്പുമില്ല; ശിക്ഷിക്കപ്പെടും എന്ന ബോദ്ധ്യമില്ലാതെ നമുക്ക് ഈ കേസ് കോടതിയിലേക്ക് കൊണ്ടുപോകാനാവില്ല.'' അതേ രേഖ തുടർന്നുപറയുന്നു: ''തൊഴിലാളി ജനവിഭാഗങ്ങൾക്കിടയിൽ നിലനില്ക്കുന്ന ബോംബെയിലെയും കൽക്കട്ടയിലെയും ഇപ്പോഴത്തെ അപകടകരമായ അന്തരീക്ഷം ഈ രണ്ട് സ്ഥലങ്ങളും വിചാരണ നടത്താൻ അനുയോജ്യമല്ലെന്ന് വ്യക്തമാക്കുന്നു.''

കേസ് കൈകാര്യം ചെയ്യപ്പെട്ടത് അലഹബാദ് ഹൈക്കോടതിയുടെ അന്തിമവിധിന്യായമനുസരിച്ച് 'അതിബൃഹത്തായ തോതി'ലാണ്. നടപടിക്രമങ്ങൾ ഏകദേശം നാലരവർഷം നീണ്ടുനിന്നു. കേസിന്റെ തെളിവുകൾ ഫോളിയോ സൈസിൽ അച്ചടിച്ച 25 വോള്യങ്ങൾ ഉൾപ്പെടുന്നതായിരുന്നു. 1500 ഡിഫെൻസ് എക്സിബിറ്റുകളുടെ സ്ഥാനത്ത് 3500 പ്രോസിക്യൂഷൻ എക്സിബിറ്റുകളാണുണ്ടായിരുന്നത്; 320 ൽ കുറയാത്ത സാക്ഷികളെയും വിസ്തരിക്കുകയുണ്ടായി. ഫോളിയോ സൈസിൽ 676 പേജുകൾ വരുന്ന അച്ചടിച്ച രണ്ട് വോള്യങ്ങൾ ഉൾപ്പെടുന്നതായിരുന്നു ജഡ്ജ്മെന്റ്. ഹൈക്കോടതിയിലേക്ക് കേസ് റഫർ ചെയ്യുന്നതിനു മുമ്പുതന്നെ പൊതു ഖജനാവിൽനിന്ന് 16 ലക്ഷം രൂപ ഗവൺമെന്റ് ചെലവഴിച്ചു.

മുൻപത്തെ 'കമ്യൂണിസ്റ്റ് ഗൂഢാലോചന കേസു'കളിൽ നിന്ന് വ്യത്യസ്തമായി മീററ്റ് കേസിലെ തടവുകാർ സാദ്ധ്യമാകുന്നിടത്തോളം വിപുലമായി തങ്ങളുടെ അജൻഡ പ്രചരിപ്പിക്കാനുള്ള വേദിയായി കോടതിയെ ഉപയോഗിക്കാൻ തീരുമാനിച്ചു. രാഷ്ട്രീയപ്രസ്താവനകൾ നടത്തി സെഷൻസ് കോടതിയെ പ്രചാരണ വേദിയാക്കിമാറ്റണമെന്ന് ഡോ. ജി അധികാരിയോട് മുസഫർ അഹമ്മദ് പറഞ്ഞു; അതിനായി പഠനത്തിലൂടെ സ്വയം സജ്ജരാകാൻ അവർ തീരുമാനിച്ചു. എല്ലാ കുറ്റാരോപിതരുടെയും പൊതുപ്രസ്താവന ഔപചാരികമായി അവതരിപ്പിച്ചത് ആർ എസ് നിംബ്കറായിരുന്നു.

കുറ്റാരോപിതരുടെ ''പ്രധാന നേട്ടം'' വർക്കേഴ്സ് ആൻഡ് പെസന്റ്സ് പാർട്ടിയുടെ രൂപീകരണ''വും 1928 ലെ പണിമുടക്ക് കാലത്ത് ബോംബെയിലെ ടെക്സ്റ്റൈൽ വ്യവസായത്തിലെ തൊഴിലാളികൾക്കിടയിൽ ബോംബെ പാർട്ടി അംഗങ്ങൾക്ക് ഉണ്ടാക്കാൻ കഴിഞ്ഞ സ്വാധീനവും നിയന്ത്രണവും കൂടുതൽ ശക്തമാക്കാൻ കഴിഞ്ഞുവെന്നതുമാണ്'' അഡീഷണൽ സെഷൻസ് ജഡ്ജിയുടെ വിധി ന്യായത്തിൽ പറയുന്നത്. ''പണിമുടക്ക് അവസാനിച്ചതിനെത്തുടർന്ന് ഗിർണികാംഗാർ യൂണിയനിൽ സമഗ്രമായ വിപ്ലവനയം മുന്നോട്ടുവയ്ക്കുന്നതിലും അവർ വിജയിച്ചു'' എന്നും വിധി ന്യായത്തിൽ പറയുന്നു.

കുറ്റാരോപിതരിൽ 27 പേർ ശിക്ഷിക്കപ്പെട്ടു. അവരിൽ മുസഫർ അഹമ്മദിന് ജീവപര്യന്തം നാടുകടത്തലായിരുന്നു ശിക്ഷ; 20 വർഷത്തേക്ക് നാടുകടത്തൽ ശിക്ഷ ലഭിച്ചവർ: എസ് എ ഡാങ്കെ, ഫിലിപ്പ് ഫ്രാറ്റ്, എസ് വി ഘാട്ടെ, കെ എൻ ജോഗ്ളേക്കർ, ആർ എസ് നിംബ്ക്കർ. 10 വർഷത്തെ നാടുകടത്തൽ: ബി എഫ് ബ്രാഡ്‌ലെ, എസ് എസ് മിറാജ്ക്കർ, ഷൗക്കത്ത് ഉസ്മാനി; 7 വർഷത്തെ നാടുകടത്തൽ: മിർ അബ്ദുൽ മജീദ്, സോഹൻ സിങ് ജോഷ്; ധരണീകാന്തഗോസ്വാമി; 5 വർഷത്തെ നാടുകടത്തൽ: അയോദ്ധ്യ പ്രസാദ്, ഗംഗാധർ അധികാരി, പി സി ജോഷി, എം ജി ദേശായി; നാല് വർഷത്തെ കഠിനതടവ്: ഗോപൻ ചക്രവർത്തി, ഗോപാൽ ചന്ദ്രബസക്ക്, ഹച്ചിൻസൺ, രാധാരമൺ മിത്ര,

എസ് എച്ച് ഝബ്‌വാല, കെ എൻ സെഹ്ഗാൾ; 3 വർഷത്തെ കഠിനത ടവ്: ഷംസുൾ ഹുഡ, അർജുൻ ആത്മാറാം ആൽവെ, ജി ആർ കാസ് ലെ, ഗൗരി ശങ്കർ, എൽ ആർ കദം.

ശിക്ഷാവിധി പ്രഖ്യാപനത്തിനുശേഷം ശിക്ഷിക്കപ്പെട്ട എല്ലാവരും അലഹബാദ് ഹൈക്കോടതിയിൽ അപ്പീൽ നല്കി; 1933 ആഗസ്തിൽ ഹൈക്കോടതി വിധി പറഞ്ഞു. 9 പേരെ ഹൈക്കോടതി കുറ്റവിമുക്തരാക്കി; മറ്റുള്ളവരുടെ ശിക്ഷ കഠിനതടവാക്കി കുറച്ചു. അവർ അതിനകം തന്നെ നേടിക്കഴിഞ്ഞിരുന്ന ഇളവുകളും കണക്കിലെടുത്തു; 1933 നവംബറിൽ എല്ലാവരും ജയിൽ മോചിതരായി.

മൊത്തം വിചാരണയ്ക്കും വലിയ പ്രചാരണം ലഭിച്ചു. ലോകത്തുടനീളമുള്ള തൊഴിലാളിവർഗ്ഗത്തിന്റെ ഐക്യദാർഢ്യത്തിനു അതിടയാക്കി. ഇന്ത്യയിലും വിദേശത്തും, പ്രത്യേകിച്ച് ബ്രിട്ടനിൽ സംഘടിതപ്രസ്ഥാനത്തിന്റെ രൂപത്തിലുള്ള ശക്തമായ ഐക്യദാർഢ്യ പ്രക്ഷോഭം അനുപമമായ വിധത്തിലായിരുന്നു മീററ്റ് വിചാരണയ്ക്ക് ലഭിച്ചത്. കോമിന്റേൺ അറസ്റ്റിനെ അപലപിച്ചു; ബ്രിട്ടനിലെ തൊഴിലാളികളും കമ്യൂണിസ്റ്റുകാരും നിശ്ചയദാർഢ്യത്തോടെ ഐക്യദാർഢ്യപ്രസ്ഥാനം കെട്ടിപ്പടുത്തു. തടവുകാർക്കായി അവർ ഫണ്ട് സമാഹരിച്ചു. ബ്രിട്ടനിലെ പുരോഗമന സ്വഭാവമുള്ള പത്രങ്ങളെല്ലാം ഈ വിഷയം ഉയർത്തിപ്പിടിച്ചു; വിചാരണകാലത്തുടനീളം തടവുകാരോട് അനുഭാവം പ്രകടിപ്പിച്ചു. 1929 മുതൽ 1933 അവസാനംവരെ മീററ്റ് തടവുകാർക്കായുള്ള ഐക്യദാർഢ്യപ്രക്ഷോഭം ഉശിരൻ രാഷ്ട്രീയപ്രക്ഷോഭമായി മാറി. ഇത് ഇന്ത്യയുടെ സ്വാതന്ത്ര്യസമരത്തിനനുകൂലമായി പൊതുജനാഭിപ്രായം രൂപപ്പെടുന്നതിനു സഹായകമായി.

അക്കാലത്ത് വിചാരണ തടവുകാരായിരുന്ന (ലാഹോർ ഗൂഢാലോചനക്കേസ്) ഭഗത്സിങ്ങും അദ്ദേഹത്തിന്റെ സഖാക്കളും മീററ്റ് തടവുകാർക്ക് ഐക്യദാർഢ്യം പ്രകടിപ്പിച്ചു. മദ്രാസ് പ്രവിശ്യയിലെ സ്വാഭിമാന (Self Respect) പ്രസ്ഥാനത്തിന്റെ നേതാവ് പെരിയോർ ഇ വി രാമസ്വാമി പരസ്യമായി മീററ്റ് തടവുകാരോട് അനുഭാവം പ്രകടിപ്പിച്ചു. ഗാന്ധി ഉൾപ്പെടെയുള്ള നിരവധി കോൺഗ്രസ് നേതാക്കൾ ബ്രിട്ടീഷുകാരെ അപലപിക്കുകയും മീററ്റ് തടവുകാരോട് അനുഭാവം പ്രകടിപ്പിക്കുകയും ചെയ്തു.

തൊഴിലാളികൾ, പ്രത്യേകിച്ചും കൽക്കട്ടയിലും ബോംബെയിലും മറ്റു തൊഴിലാളി ശക്തി കേന്ദ്രങ്ങളിലും തങ്ങളുടെ നേതാക്കളെ തടവിലാക്കിയതിൽ പ്രതിഷേധിച്ച് പണിമുടക്കി. എ ഐ ടി യു സി പരസ്യമായി വിചാരണയെ അപലപിച്ചു. പല നഗരങ്ങളിലും വിദ്യാർത്ഥികളും യുവജനങ്ങളും പ്രതിഷേധങ്ങളിൽ പങ്കെടുത്തു.

മീററ്റ് ഐക്യദാർഢ്യ പ്രസ്ഥാനം തൊഴിലാളിവർഗ്ഗത്തിൽ അന്തർല്ലീനമായ ശക്തി വെളിപ്പെടുത്തി. ഇന്ത്യയിൽ തന്ത്രങ്ങളെയും അടവുകളെയും സംബന്ധിച്ച പൊതുധാരണയിൽ എത്തുന്നതിന് മാതൃകാപ

രമായ ഒരു വേദി കമ്യൂണിസ്റ്റുകാർക്ക് ഈ വിചാരണ പ്രദാനം ചെയ്തു; വിശാലമായ വഴികളിലൂടെ അവ പ്രചരിപ്പിക്കുന്നതിനുള്ള സൗകര്യവും ലഭിച്ചു. 1933 അവസാനം കമ്യൂണിസ്റ്റ് തടവുകാരുടെ മോചനത്തെത്തുടർന്ന് കമ്യൂണിസ്റ്റ് പ്രവർത്തനങ്ങൾ പ്രചരിപ്പിക്കുന്നതിന് ശക്തമായ രാഷ്ട്രീയ വും സംഘടനാപരവുമായ അടിത്തറ കണ്ടെത്താൻ പാർട്ടിക്ക് കഴിഞ്ഞു. ദേശീയ വിമോചനത്തിന് ബദൽ പാത തേടുകയായിരുന്ന വിപ്ലവകാരിക ളായ ദേശീയവാദികൾക്കിടയിൽ പിന്തുണ ഉറപ്പാക്കാനുള്ള അടിത്തറ വ്യാ പിപ്പിക്കുന്നതിലും ഇത് വിജയം വരിച്ചു.

സമാന്തരമായി നടന്നുകൊണ്ടിരുന്ന മീററ്റ് ഗൂഢാലോചനക്കേസിൽ നിന്നും ലാഹോർ ഗൂഢാലോചനക്കേസിൽ നിന്നുമുള്ള വസ്തുതകളും വാദഗതികളും ബഹുജന വിപ്ലവസമരങ്ങളുടെ പാത തെരഞ്ഞെടുക്കാൻ രാജ്യത്തെ ദശലക്ഷക്കണക്കായ യുവജനങ്ങളെ സഹായിച്ചു.

മീററ്റ് കുറ്റാരോപിതരുടെ പൊതുപ്രസ്താവന

മീറ്റ് ഗൂഢാലോചനക്കേസിൽ കുറ്റാരോപിതരിലെ 18 കമ്യൂണിസ്റ്റുകാർ തങ്ങൾ ഏത് തത്ത്വങ്ങൾക്കുവേണ്ടിയാണ് പൊരുതുന്നത് എന്ന് വ്യക്തമാക്കിക്കൊണ്ട് കോടതിയിൽ ഒരു പൊതുപ്രസ്താവന നടത്താൻ തീരുമാനിച്ചു. പൊതുപ്രസ്താവന അതിന്റെ മൂലരൂപത്തിൽ 400 പേജ് വരുന്ന ഒരു രേഖയാണ്. 1931 ഡിസംബർ 2 ന് ആർ എസ് നിംബ്ക്കർ ആണ് കോടതിയിൽ ഇത് ഔപചാരികമായി അവതരിപ്പിച്ചത്; 1932 ജനുവരി 18 ന് ഇതിന്റെ അവതരണം പൂർത്തിയായി. എസ് എ ഡാങ്കെ തന്റേതായ ഒരു പ്രത്യേക പ്രസ്താവന നല്കി; കാരണം ആ കാലത്ത് അദ്ദേഹം കമ്യൂണിസ്റ്റ് പാർട്ടിയിൽ അംഗമായിരുന്നില്ല (അച്ചടക്കലംഘനത്തിന് പാർട്ടിയിൽനിന്ന് അദ്ദേഹം സസ്പെന്റ് ചെയ്യപ്പെട്ടിരുന്നു). രാജ്യത്ത് കമ്യൂണിസ്റ്റ് പാർട്ടിയുടെ ആശയങ്ങൾ ആദ്യമായി വിശദമായി വെളിപ്പെടുത്തിയതായിരുന്നു കുറ്റാരോപിതരുടെ പൊതുപ്രസ്താവന; അവർ എത്രത്തോളം ദീർഘ വീക്ഷണത്തോടെയാണ് ചിന്തിച്ചിരുന്നത് എന്ന് കാണിക്കുന്നതുമാണ് ഈ പ്രസ്താവന. പൊതുപ്രസ്താവനയിൽ നിന്നുള്ള ചില പ്രസക്തഭാഗങ്ങളാണ് ചുവടെ ചേർക്കുന്നത്:

ബ്രിട്ടീഷ് മുതലാളിത്തം ഇന്ത്യയിലേക്ക് വന്നപ്പോൾ ഇന്ത്യയിൽ അക്കാലത്ത് നിലനിന്നിരുന്ന ഫ്യൂഡൽ സംവിധാനത്തെക്കാൾ പുരോഗതി പ്രാപിച്ച ഒരു സാമൂഹ്യവ്യവസ്ഥയെയാണ് അത് പ്രതിനിധാനം ചെയ്തത്; ക്രമേണ ഇന്ത്യയിലെ അതിന്റെ പ്രവർത്തനത്തിൽ ചില പുരോഗമനപരമായ ഘടകങ്ങളും ഉൾപ്പെടുത്തി. അത് ഒരേ സമയം തന്നെ സൃഷ്ടിപരവും ഒപ്പം വിനാശകരവുമായിരുന്നു; ബൂർഷ്വാ ജനാധിപത്യവിപ്ലവത്തിന്റെ സവിശേഷതയായിരുന്നു ഇത്. എന്നാൽ ആ കാലത്തുപോലും അത് ചില പിന്തിരിപ്പൻ ഘടകങ്ങളെയും ഉൾപ്പെടുത്തിയിരുന്നു... അതിനകം തന്നെ പഴഞ്ചനായി കഴിഞ്ഞിരുന്ന, ഈ രാജ്യത്ത്

നിലനിന്നിരുന്ന ഫ്യൂഡലിസ്റ്റ് വ്യവസ്ഥയുടെ വലിയൊരു ഭാഗത്തെ തന്നെ അത് ശക്തിപ്പെടുത്തുകയും നിലനിർത്തുകയും ചെയ്തു; അത് സാമൂഹികവും സാംസ്കാരികവുമായ മുന്നേറ്റത്തിന് വലിയ തടസ്സം സൃഷ്ടിച്ചിരുന്നു. അതിന്റെ നയം ഇപ്പോൾ പൂർണ്ണമായും പിന്തിരിപ്പനായിരിക്കുന്നുവെന്നതാണ് അതിന്റെ ഫലം... വ്യവസായവുമായും കൃഷിയുമായും ബന്ധപ്പെട്ട് പരിശോധിക്കുമ്പോൾ ഉല്പാദനശക്തികളുടെ മുന്നേറ്റത്തിന് നിശ്ചയമായും അത് ഒരു ചങ്ങലക്കെട്ട് തന്നെ ആയിരിക്കുന്നു; അതേ സമയം ജനങ്ങളുടെ സാമൂഹികവും സാംസ്കാരികവുമായ നിലവാരത്തെ സംബന്ധിച്ചിടത്തോളം അതിന്റെ നയം നിശ്ചയമായും, ഒരു പരിധിവരെ ബോധപൂർവ്വമായും വഴിമുടക്കുന്നതും പിന്തിരിപ്പനുമാണ്.

''ആയതിനാൽ ഇന്ത്യക്ക് മുന്നിലുള്ള സാദ്ധ്യത വിപ്ലവമാണ് – എത്രയും പെട്ടെന്നോ അല്ലെങ്കിൽ അല്പം വൈകിയിട്ടോ ആയാലും അനിവാര്യമായും എന്നെങ്കിലുമൊരിക്കൽ അത് നടന്നേ പറ്റൂ. എന്തായിരിക്കും ഈ വിപ്ലവത്തിന്റെ സ്വഭാവം? .... ചുവടെ ചേർക്കുന്ന പ്രധാന ഘടകങ്ങൾ സമഗ്രമായി ഉൾക്കൊള്ളുന്നതായിരിക്കും അത്:

1. ''ഏറ്റവും പ്രത്യക്ഷത്തിലുള്ള കാര്യം അത് ദേശീയ സ്വാതന്ത്ര്യം കരസ്ഥമാക്കും എന്നതാണ്; ബ്രിട്ടീഷ് വാഴ്ചയെ തകർത്തെറിയലും സമ്പൂർണ്ണമായും സ്വതന്ത്രമായ ഒരു ദേശീയ ഭരണകൂടത്തെ സ്ഥാപിക്കലും ഉൾപ്പെടുന്നതാണ് രാഷ്ട്രീയമായ സ്വാതന്ത്ര്യം. അതിനൊപ്പം സാമ്പത്തിക സ്വാതന്ത്ര്യവും നേടണം; അതിനർത്ഥം എല്ലാ വിദേശകടങ്ങളും മറ്റും പിടിച്ചെടുക്കുകയെന്നതാണ്. ഈ വിധത്തിൽ മാത്രമേ ഇന്ത്യയെ വിനാശകരമായ വിധം ചൂഷണം ചെയ്യുന്നതിനെ അവസാനിപ്പിക്കാനാകൂ; ഉല്പാദന ശക്തികളുടെ പൊതുവായ മുന്നേറ്റത്തിനായി തയ്യാറെടുക്കാനുള്ള മാർഗ്ഗവും ഇതുമാത്രമാണ്.
2. ''ഭൂഉടമസ്ഥതയിലെയും (ഭൂപ്രഭുത്വം) ഭരണകൂടത്തിലെയും (ഇന്ത്യൻ ഭരണകൂടങ്ങൾ) ഫ്യൂഡലും അർദ്ധഫ്യൂഡലുമായ എല്ലാ സ്ഥാപനങ്ങളും സമ്പൂർണ്ണമായും നിർമ്മാർജ്ജനം ചെയ്യപ്പെടും. നാം കണ്ടതുപോലെ ഇവയെല്ലാം തന്നെ സാമ്രാജ്യത്വചൂഷണ സംവിധാനത്തിന്റെ ഭാഗമായതിനാൽ സാമ്രാജ്യത്വം പോകുന്നതോടെ ഇവ രണ്ടും പോയേപറ്റൂ. മാത്രമല്ല, ഇവ കൃഷിയുടെ മുന്നേറ്റത്തിനും ഗ്രാമീണജനതയ്ക്കും വളരെ വലിയ തടസ്സം സൃഷ്ടിക്കുന്നതുമാണ്; അതുകൊണ്ടുതന്നെ ഇവയും തുടച്ചുനീക്കപ്പെടണം.
3. ''വിപ്ലവം ജനകീയമായ ഒന്നായിരിക്കും എന്ന് വ്യക്തമാണ്. ഇപ്പോഴത്തെ ഇന്ത്യയുടെ പരിതഃസ്ഥിതിയിൽ ചൂഷകരായ ഒരു ഭരണവർഗ്ഗത്തിന്റെ സ്ഥാനത്ത് മറ്റൊരു ചൂഷകവർഗ്ഗത്തെ പുനഃസ്ഥാപിക്കുന്നതാകരുത്. ജനകീയ ജനാധിപത്യഭരണത്തിന്റെ ചില രൂപങ്ങൾ അത് കൈവരിക്കണം; ശുചിത്വം, ആരോഗ്യം, പാർപ്പിടം, വിദ്യാഭ്യാസം, പൊതുവിൽ സാമൂഹികവും സാംസ്കാരികവുമായ മു

ന്നേറ്റം എന്നിങ്ങനെയുള്ള കാര്യങ്ങളിൽ ജനങ്ങൾക്ക് അതിവേഗം പുരോഗതി നേടാനുള്ള സാദ്ധ്യതകൾ തുറന്നു കൊടുക്കുകയും വേണം.

4. ''ചുരുക്കത്തിൽ ഇന്ത്യയിലെ വിപ്ലവം ബൂർഷ്വാ ജനാധിപത്യവിപ്ലവത്തിന്റെ സ്വഭാവത്തിലുള്ളതായിരിക്കും; ഒരു കൊളോണിയൽ രാജ്യത്തിന്റെ സാഹചര്യങ്ങൾക്കനുസരിച്ച് പരിഷ്കരിക്കപ്പെട്ടതുമായിരിക്കും അത്.''

വിപ്ലവത്തെ ആരു നയിക്കും എന്ന് വിശദീകരിച്ചുകൊണ്ട് പ്രസ്താവന പറയുന്നു: ''വിപ്ലവത്തെ മുന്നോട്ടുകൊണ്ടുപോകുന്ന വർഗ്ഗങ്ങൾ തൊഴിലാളിവർഗ്ഗവും കർഷകജനതയുമായിരിക്കും; നിശ്ചയമായും ബൂർഷ്വാസി വിപ്ലവത്തെ എതിർക്കുമെങ്കിലും പെറ്റി ബൂർഷ്വാസിയുടെ പിന്തുണ വിപ്ലവത്തിനുണ്ടാകും.''

വിപ്ലവത്തിന്റെ ഇപ്പോഴത്തെ ഘട്ടത്തെ ബൂർഷ്വാ ജനാധിപത്യവിപ്ലവം എന്നു കണക്കാക്കുന്നത് എന്തുകൊണ്ടെന്നും സോഷ്യലിസ്റ്റ് വിപ്ലവത്തിന്റെ ഘട്ടമാണിതെന്ന് എന്തുകൊണ്ട് കരുതുന്നില്ല എന്നും പ്രസ്താവന വിശദീകരിക്കുന്നുണ്ട്.

വിപ്ലവത്തിന്റെ ബൂർഷ്വാ ജനാധിപത്യഘട്ടത്തിൽ കൈവരിക്കാൻ കമ്യൂണിസ്റ്റുകാർ ലക്ഷ്യമിടുന്നത് എന്താണെന്ന് പ്രസ്താവനയിൽ ഇങ്ങനെ പറയുന്നു:

''അന്തസ്സത്തയിൽത്തന്നെ അത് ലക്ഷണമൊത്ത ഒരു ബൂർഷ്വാ ജനാധിപത്യവിപ്ലവമായിരിക്കും; സാമ്രാജ്യത്വവാഴ്ചയിൽനിന്നും സ്വാതന്ത്ര്യം നേടുന്നതിനൊപ്പം ഒരു ബൂർഷ്വാ സർവ്വാധിപത്യം സ്ഥാപിക്കുകയല്ല, മറിച്ച് ജനങ്ങളുടെ ഭരണം സ്ഥാപിക്കുന്നതാണ് ഈ വിപ്ലവം. ഇപ്പോൾ സാമ്രാജ്യത്വ ബൂർഷ്വാസിയുടെ കൈവശമുള്ള സാമ്പത്തികാധികാരത്തിന്റെ ഉപകരണങ്ങളായ ഗതാഗത സംവിധാനം, റെയിൽവേയ്സ്, തുറമുഖങ്ങൾ എന്നിവയും ബാങ്കുകളും ധനകാര്യസംവിധാനങ്ങളും മറ്റുമെല്ലാം ദേശസാല്ക്കരിക്കും; വിദേശകടങ്ങളും മറ്റു ബാദ്ധ്യതകളും തിരിച്ചടയ്ക്കില്ല. ബൂർഷ്വാസിയുടെ സമീപനം ശത്രുതാപരമായിരിക്കും എന്നുറപ്പാണ്; ഈ പശ്ചാത്തലത്തിൽ വിദേശികളോ ഇന്ത്യക്കാരോ ആയ മുതലാളിമാരുടെ നിയന്ത്രണത്തിലുള്ള ഇപ്പോഴത്തെ പ്രധാന വ്യവസായങ്ങൾ നഷ്ടപരിഹാരമൊന്നും നല്കാതെ ദേശസാല്ക്കരിക്കും. അതേപോലെ തന്നെ എല്ലാ വിദേശവ്യാപാരവും ദേശസാല്ക്കരിക്കും. ചെറുകിട വ്യവസായ–വാണിജ്യസ്ഥാപനങ്ങൾ, കൈത്തൊഴിലുകൾ, ചെറുകിട ചില്ലറ ബിസിനസുകൾ എന്നിവ അവയുടെ ഇപ്പോഴത്തെ ഉടമസ്ഥർക്കുകീഴിൽ തന്നെ തുടരാൻ അനുവദിക്കും, എന്നാൽ തൊഴിലാളികളെ ചൂഷണം ചെയ്യുന്നതിനും ജനങ്ങളെ ഞെക്കിപ്പിഴിയുന്നതിനുമെതിരെ കർക്കശമായ നിയന്ത്രണങ്ങൾ ഏർപ്പെടുത്തും. തൊഴിലാളികളുടെ പ്രാഥമികമായ ആവശ്യങ്ങൾ – നിയമപരമായ മിനിമം കൂലി, എട്ടുമണിക്കൂർ തൊഴിൽദിനം, ഒരാഴ്ച 5½ ദിവസം ജോലി, തൊ

ഴിൽ, വാർദ്ധക്യം, രോഗം എന്നിവയ്ക്ക് പ്രത്യേക ഇൻഷുറൻസ്, കൃത്യമായ നഷ്ടപരിഹാരവും തൊഴിൽ സംരക്ഷണ നിയമങ്ങളും മറ്റും–നിയമപരമായി പ്രാബല്യത്തിൽ കൊണ്ടുവരും. ഭൂമി ദേശസാല്ക്കരിക്കും; നഷ്ടപരിഹാരം നല്കാതെ ഭു ഉടമകളിൽനിന്ന് ഭൂമി പിടിച്ചെടുക്കും; എല്ലാ യഥാർത്ഥ കൃഷിക്കാർക്കും വസ്തു നടപ്പവകാശം ഉറപ്പാക്കും. ഉല്പാദനത്തിന്റെ അടിസ്ഥാനത്തിൽ ജീവിത നിലവാരവുമായി ബന്ധപ്പെടുത്തി ഭു വരുമാനം വിലയിരുത്തും. വലിയ വരുമാനമുള്ളവരിൽനിന്നെല്ലാം പല ഗ്രേഡുകളായി തിരിച്ച് ആദായനികുതി ഏർപ്പെടുത്തും. കാർഷിക കടങ്ങൾ റദ്ദാക്കുകയോ കുറയ്ക്കുകയോ ചെയ്യും; പലിശനിരക്ക് യുക്തിസഹമായ സംഖ്യയിലേക്ക് നിയമപരമായി പരിമിതപ്പെടുത്തും; സർക്കാർ സഹായത്താൽ പ്രവർത്തിക്കുന്ന വായ്പാസ്രോതസ്സുകൾ ലഭ്യമാക്കും; ഇതെല്ലാംതന്നെ വില്ലേജ് കർഷക കൗൺസിലുകളുടെയും ജില്ലാ കർഷക കൗൺസിലുകളുടെയും നിർദേശപ്രകാരമായിരിക്കും. ഈ ഘട്ടത്തിൽ കാർഷിക വിപ്ലവത്തിന്റെ ആദ്യ ചുവടുവയ്പ് മാത്രമായിരിക്കും നടത്തുന്നത്–വിപ്ലവം പൊതുവിൽ ബൂർഷ്വാ ജനാധിപത്യ ശൈലിയിലായിരിക്കുന്നതുപോലെ. കാർഷിക വിപ്ലവത്തിന്റെ രണ്ടാമത്തെ ചുവടുവയ്പിൽ ദരിദ്രകൃഷിക്കാരും കർഷകത്തൊഴിലാളികളും ധനിക മുതലാളിത്ത കർഷക നേതൃത്വത്തെ പുറന്തള്ളുകയും അവരുടെ ഭൂമി വീതംവയ്ക്കുകയും ചെയ്യും; എന്നാൽ ഈ നടപടി പൊതുവിൽ എല്ലായിടത്തും ഒരേപോലെ നടക്കില്ല; ചില പ്രത്യേക സാഹചര്യങ്ങളിലും സ്ഥലങ്ങളിലും വർഗ്ഗശക്തികളുടെ ബന്ധം ഈ ഉയർന്ന ഘട്ടത്തിലേക്ക് നയിച്ചേക്കും.

"ഒരു ജനകീയ തൊഴിലാളി–കർഷകസേന സൃഷ്ടിക്കപ്പെടും; ബഹുജനങ്ങൾ ആയുധങ്ങൾ കൈവശം വയ്ക്കുന്നതിലുള്ള നിരോധനം നീക്കും. വിദ്യാഭ്യാസത്തിന്റെ ദ്രുതഗതിയിലുള്ള മുന്നേറ്റം സാദ്ധ്യമാക്കുന്നതിനും ശുചീകരണം, ആരോഗ്യം, പാർപ്പിടം എന്നിവയുടെ പൊതുസ്ഥിതി മെച്ചപ്പെടുത്തുന്നതിനും സ്ത്രീകളുടെയും മറ്റ് 'അടിച്ചമർത്തപ്പെട്ട' ജനവിഭാഗങ്ങളുടെയും മോചനത്തിനും വേണ്ട നടപടികൾക്ക് വേഗത വർദ്ധിപ്പിക്കും. രാജ്യത്തെ വിവിധ വംശങ്ങളെയും സമുദായങ്ങളെയും ഒരു ഫെഡറൽ സംവിധാനത്തിനുള്ളിൽ ഏകോപിപ്പിക്കുകയും സമരസപ്പെടുത്തുകയും ചെയ്യും. എല്ലാ പ്രദേശങ്ങളുടെയും സവിശേഷമായ ന്യൂനപക്ഷങ്ങളുടെയും സാംസ്കാരികവും ഭരണപരവുമായ സ്വയാശ്രിതത്വവും സ്വയംഭരണവും സാദ്ധ്യമായേടത്തോളം നിലനിർത്തും; പൊതുവിൽ ജനങ്ങളുടെ ജീവിത നിലവാരം ഉയരുന്നത് ഉറപ്പുവരുത്തതിനുള്ള ഉപാധിയെന്ന നിലയിൽ രാജ്യത്തെ വ്യവസായവും ആശയവിനിമയ ഉപാധികളും പ്രകൃതി വിഭവങ്ങളും സർക്കാർ നിയന്ത്രണത്തിൽ വികസിപ്പിക്കുന്നത് വേഗതയിലാക്കുന്ന നടപടി പ്രാബല്യത്തിലാക്കും.

"രൂപീകരിക്കപ്പെടുന്ന ഭരണകൂടം ജനാധിപത്യപരമായിരിക്കും; നിശ്ചയമായും പ്രതിവിപ്ലവത്തെ പിന്തുണയ്ക്കുമെന്നുറപ്പുള്ളവരൊഴികെ എല്ലാ ജനങ്ങളുടെയും പങ്കാളിത്തമുള്ളതായിരിക്കും. രാജ്യത്തിന്റെ ചരിത്രത്തിലാദ്യമായി ബഹുജനങ്ങൾക്ക് സംഘം ചേരുന്നതിനും ആശ

യാവിഷ്കാരത്തിനുമുള്ള സ്വാതന്ത്ര്യം സ്ഥാപിക്കപ്പെടും... വിപ്ലവത്തിന്റെ നേതൃസ്ഥാനത്തുള്ള വർഗ്ഗങ്ങളായ തൊഴിലാളികളും കർഷകരും സ്വാഭാവികമായും നയങ്ങളുടെയും വികസനത്തിന്റെയും ഗതിക്രമത്തിൽ നിർണ്ണായകമായ സ്വാധീനം ചെലുത്തും. ഈ ഭരണകൂടം തൊഴിലാളികളുടെയും കർഷകരുടെയും 'ജനാധിപത്യപരമായ സർവ്വാധിപത്യമായിരിക്കും. ഭരണകൂടത്തിന്റെ രൂപം സാധാരണഗതിയിലുള്ള പാർലമെന്ററി മാതൃകയിലുള്ളതായിരിക്കില്ല. അത്തരം ശൈലിയിലുള്ള ഒരു 'പ്രാതിനിദ്ധ്യസംവിധാനം ബൂർഷ്വാസിയുടെ താല്പര്യങ്ങൾ പുനഃസ്ഥാപിക്കുന്നതിലേക്കും ആ നിലയിൽ സമ്പൂർണ്ണമായ പ്രതിവിപ്ലവത്തിലേക്കും മാത്രമേ നയിക്കുകയുള്ളൂ. ബഹുജനങ്ങളുടേതായ വേദികളെ– ഫാക്ടറികളിലെയും തുറമുഖങ്ങളിലെയും ഖനികളിലെയും റെയിൽവേ കേന്ദ്രങ്ങളിലെയും മറ്റും തൊഴിലാളികളുടെയും ഗ്രാമങ്ങളിലെ കർഷകരുടെയും തൊഴിലാളിവർഗ്ഗത്തിനിടയിലെ വീട്ടമ്മമാരുടെയും ചെറുകിട കച്ചവടക്കാരുടെയും കൈത്തൊഴിൽകാരായ തൊഴിലാളികളുടെയും വിവിധ തൊഴിൽ വിഭാഗങ്ങളുടെ പ്രാദേശികാടിസ്ഥാനത്തിലുള്ളതുമായ കൗൺസിലുകളെ ആധാരമാക്കിയുള്ളതായിരിക്കും ഭരണകൂടത്തിന്റെ സംഘാടനം...''

സ്ത്രീകളുടെ പ്രശ്നത്തെ സംബന്ധിച്ച് പ്രസ്താവന ഇങ്ങനെ പറയുന്നു: ''സ്ത്രീകളെ അടിമപ്പെടുത്തുന്നതും ചൂഷണം ചെയ്യുന്നതും മാനവരാശിയിലെ പുരുഷന്മാരുൾപ്പെടെ മഹാഭൂരിപക്ഷം പേരുടെയും അടിമത്തത്തിന്റെയും ചൂഷണത്തിന്റെയും ഒരു വശം മാത്രമാണ്. വർഗ്ഗാടിസ്ഥാനത്തിലാണ് അത് പരിഹരിക്കപ്പെടേണ്ടത്; ലിംഗാടിസ്ഥാനത്തിലല്ല... പാർട്ടി അതിന്റെ പ്രവർത്തനത്തിൽ ഏറ്റെടുക്കേണ്ട കാര്യങ്ങൾ

i) തൊഴിലാളിവർഗ്ഗപ്രസ്ഥാനത്തിനുള്ളിൽ എല്ലാ ലൈംഗിക വിഭാഗങ്ങളും തമ്മിൽ സമ്പൂർണ്ണ തുല്യത സ്ഥാപിക്കലും തൊഴിലാളി വർഗ്ഗത്തിനിടയിലെ കാര്യങ്ങളിൽ മുൻവിധികളും വിദ്വേഷങ്ങളും ഇല്ലാതാക്കലും

ii) വീട്ടമ്മമാർക്ക്, ഉന്നതമായ പ്രാധാന്യമുള്ള തൊഴിലാളികളുടെ ഒരു സംവർഗ്ഗമെന്ന നിലയിലും മാനവരാശിയുടെ ഉല്പാദകർ എന്ന നിലയിലുമുള്ള അംഗീകാരവും തങ്ങളടെ നില മെച്ചപ്പെടുത്തുന്നതിനായി അവർ നടത്തുന്ന സമരങ്ങളെ പ്രോത്സാഹിപ്പിക്കലും

iii) മുതലാളിത്തത്തിനെതിരെയുള്ള പ്രത്യേകിച്ചും പുരുഷ തൊഴിലാളികളെ അടിച്ചമർത്തുന്ന മുതലാളിത്തത്തിന്റെ പതിവ് നിലപാടുകൾക്കെതിരായ സജീവമായ തൊഴിലാളിവർഗ്ഗ പോരാട്ടത്തിലേക്ക് തൊഴിലെടുക്കുന്ന സ്ത്രീകളെ അണിനിരത്തൽ".

ഈ കടമകൾ പൂർത്തീകരിക്കുന്നതിന് കരുത്തുറ്റതും നിശ്ചയദാർഢ്യമുള്ളതുമായ കമ്യൂണിസ്റ്റ് പാർട്ടി കെട്ടിപ്പടുക്കുന്നതിനായി പ്രസ്താവന ആഹ്വാനം ചെയ്തു.

മുസഫർ അഹമ്മദ്: ആദ്യകാല കമ്യൂണിസ്റ്റ്

ബംഗ്ലാദേശിലെ നവഖാലി ജില്ലയിലെ സാൻ ഡിപ്പിൽ 1889 ആഗസ്ത് 5 ന് സഖാവ് മുസഫർ അഹമ്മദ് ജനിച്ചു. മാതാപിതാക്കളുടെ ഇളയപുത്രനായിരുന്നു അദ്ദേഹം. അദ്ദേഹത്തിന്റെ സ്കൂൾ വിദ്യാഭ്യാസം ആരംഭിച്ചത് ഒരു മദ്രസിലായിരുന്നു; പിന്നീട് സാൻഡ്വിപിലെ കാർഗിൽ ഹൈസ്കൂളിൽ താഴ്ന്ന ക്ലാസുകളിൽ 1906 മുതൽ വിദ്യാഭ്യാസം തുടർന്നു. 1910 ൽ മുസഫർ അഹമ്മദ് കാർഗിൽ ഹൈസ്കൂളിൽ നിന്നു വിട്ട് നവഖാലി ജില്ലാ സ്കൂളിൽ ചേർന്നു. അവിടെ നിന്ന് 1913 ൽ മെട്രിക്കുലേഷൻ പരീക്ഷ പാസായ അദ്ദേഹം കൽക്കത്തയിലേക്ക് പോയി ഹൂഗ്ലി മൊഹ്സിൻ കോളേജിൽ ചേർന്നു.

അദ്ദേഹത്തിന്റെ രാഷ്ട്രീയ ചിന്താഗതി കരുപ്പിടിപ്പിച്ചത് മൊഹ്സിന്റെ പശ്ചാത്തലത്തിലാണ്. 1910 കളുടെ ഒടുവിലും 1920 കളുടെ തുടക്കത്തിലും നഗരത്തിലെ ദരിദ്രരുമായി നടത്തിയ ആശയവിനിമയമായിരുന്നു മുസഫർ അഹമ്മദിന്റെ രാഷ്ട്രീയ പരിവർത്തനത്തിൽ പ്രധാന പങ്കുവഹിച്ചത്. അദ്ദേഹത്തിന്റെ ധൈഷണിക പരിസരവും ജനകീയപ്രക്ഷോഭങ്ങളും തമ്മിലുള്ള ഇടപെടലുകൾ അദ്ദേഹത്തെ ഇടതുപക്ഷ രാഷ്ട്രീയത്തിലേക്ക് നയിച്ചു. അദ്ദേഹം ആദ്യം കൽക്കത്തയിലേക്കെത്തിയത് എഴുത്തുകാരനാകാൻ വേണ്ടിയാണ്; നഗരത്തിന്റെ വിശാലമായ പശ്ചാത്തലവും അദ്ദേഹത്തിന്റേതായ സങ്കടങ്ങളും അദ്ദേഹത്തെ ഒരു രാഷ്ട്രീയ പ്രക്ഷോഭകാരിയാക്കി മാറ്റി. 1917 ലെ മഹത്തായ ഒക്ടോബർ സോഷ്യലിസ്റ്റ് വിപ്ലവും യുദ്ധാനന്തരകാലത്തെ ഖിലാഫത്ത് പ്രസ്ഥാനവും നിസ്സഹകരണപ്രസ്ഥാനവും ഈ പരിവർത്തനത്തിൽ പ്രധാന പങ്കുവഹിച്ചു.

നസ്രുൾ ഇസ്ലാമുമായി ചേർന്ന് മുസഫർ അഹമ്മദ് സംയുക്തമായി നവയുഗ് എന്ന ബംഗാളി ദിനപത്രം എഡിറ്റ് ചെയ്തു. ഈ കാലഘട്ടത്തിൽ, അദ്ദേഹത്തിന്റെ ശ്രദ്ധ തൊഴിലാളികളുടെ പ്രശ്നങ്ങളിലേക്ക്

തിരിഞ്ഞു; അതോടൊപ്പം തന്നെ അദ്ദേഹം മാർക്സിസ്റ്റ് സാഹിത്യത്തിലും ആകൃഷ്ടനായി. ഇന്ത്യയിലെ അദ്ധ്വാനിക്കുന്നവരുടെ ജീവിതത്തെക്കുറിച്ച് അദ്ദേഹം നിരവധി ലേഖനങ്ങളെഴുതി; പ്രത്യേകിച്ചും നാവികരുടെ ജീവിതത്തെക്കുറിച്ചും തൊഴിലാളിവർഗ്ഗത്തിന്റെ രാഷ്ട്രീയവും സാമ്പത്തികവുമായ ആവശ്യങ്ങളെ സംബന്ധിച്ചുമാണ് അദ്ദേഹം എഴുതിയത്. 1922 ൽ നസ്രുൾ ഇസ്ലാം, ധൂമകേതു എന്ന പേരിൽ ഒരു ദ്വൈവാരികയുടെ പ്രസിദ്ധീകരണം ആരംഭിച്ചു; ഇന്ത്യയിലെ വിവിധ രാഷ്ട്രീയപ്രശ്നങ്ങളെ സംബന്ധിച്ച് മുസഫർ അഹമ്മദ് അതിൽ അനേകം ലേഖനങ്ങൾ എഴുതി. തന്റെ രാഷ്ട്രീയ ജീവിതത്തിന്റെ ആരംഭം മുതൽ തന്നെ തൊഴിലാളികളെ സംഘടിപ്പിക്കുന്നതിലും അവർക്കിടയിൽ കമ്യൂണിസ്റ്റ് പ്രത്യയശാസ്ത്രം പ്രചരിപ്പിക്കുന്നതിലും അദ്ദേഹം മുഴുകി.

1918 ൽ മുസഫർ അഹമ്മദ് മുഴുവൻ സമയ രാഷ്ട്രീയപ്രവർത്തകനായി മാറി; 1973 ഡിസംബർ 18ന് അന്തരിക്കുന്നതുവരെ, അവസാന ശ്വാസംവരെ അദ്ദേഹം ആ നില തുടർന്നു. ഒരു മുഴുവൻ സമയ പ്രവർത്തകനെന്ന നിലയിൽ അദ്ദേഹത്തിന്റെ ആദ്യപ്രവർത്തനമേഖല ബംഗീയ മുസൽമാൻ സാഹിത്യസമിതിയിലായിരുന്നു. 1921 ഓടുകൂടി, രാഷ്ട്രീയത്തിലേക്ക് തിരിയാൻ തീരുമാനിച്ച് ഒന്നരവർഷം കഴിഞ്ഞതോടെ, മുസഫർ മാർക്സിസ്റ്റ് സാഹിത്യവുമായി ബന്ധം സ്ഥാപിച്ചു. നിയമവിരുദ്ധമായി അദ്ദേഹത്തിനു വാങ്ങാൻ കഴിഞ്ഞ മാർക്സിസ്റ്റ് കൃതികൾ ഇവയായിരുന്നു: ബോൾഷെവിക്കുകൾക്ക് രാഷ്ട്രീയാധികാരം നിലനിർത്താൻ കഴിയുമോ?, ഇടതുപക്ഷ കമ്യൂണിസം ഒരു ബാലാരിഷ്ടത, ജനങ്ങളുടെ മാർക്സ്, മൂലധനത്തിന്റെ സംഗ്രഹിക്കപ്പെട്ട പതിപ്പ്. ഇതായിരുന്നു മാർക്സിസം–ലെനിനിസവുമായുള്ള മുസഫറിന്റെ ആദ്യ പരിചയപ്പെടൽ. ദേശീയ പ്രസ്ഥാനത്തിന്റെ ആശയാഭിലാഷങ്ങൾ ഹിന്ദുപുനരുജ്ജീവന രൂപത്തിൽ പ്രകടിപ്പിക്കപ്പെട്ടിരുന്നത് മുസ്ലീം യുവാക്കൾ വൻതോതിൽ പൊതുധാരയിൽ അണിനിരക്കുന്നതിനു തടസ്സമായി. ഈ സാഹചര്യത്തിൽ മതനിരപേക്ഷത സംബന്ധിച്ച ചർച്ച ഒഴിവാക്കപ്പെട്ടുവെന്നു മാത്രമല്ല, അത് അക്ഷരാർത്ഥത്തിൽതന്നെ ദൈവനിന്ദയായി കണക്കാക്കപ്പെടുകയും ചെയ്തു. ഈ പശ്ചാത്തലത്തിൽ ചരിത്രപരമായ ഭൗതികവാദത്തിലേക്കും കമ്യൂണിസത്തിലേക്കും നീങ്ങുന്നതും ജീവിതാന്ത്യംവരെ അവയോട് വിശ്വസ്തത പുലർത്തുന്നതും മുസഫർ അഹമ്മദിനുമാത്രം പ്രകടിപ്പിക്കാൻ കഴിയുന്ന ഒരു ധീരകൃത്യമാണ്.

മുസഫർ അഹമ്മദ് ഇന്ത്യയുടെ കൊളോണിയൽ ഫ്യൂഡൽ പ്രദേശങ്ങളിൽ കമ്യൂണിസ്റ്റുപാർട്ടി സംഘടിപ്പിക്കുന്നതിൽ ഏർപ്പെട്ടു. ഈ ദൗത്യം അനായാസമായിരുന്നുവെന്ന് കരുതുന്നത് കാര്യങ്ങളെ വിലകുറച്ചു കാണലായിരിക്കും. അപകടങ്ങൾ മുസഫർ അഹമ്മദിന്റെ സന്തത സഹചാരിയായിരുന്നു. ബ്രിട്ടീഷ് ഇന്ത്യയിലും സ്വതന്ത്ര ഇന്ത്യയിലുമായി അദ്ദേഹം മൊത്തം 20 വർഷത്തിലേറെക്കാലം ജയിലിൽ കഴിഞ്ഞു; കടുത്ത കഷ്ടപ്പാടുകൾ സഹിച്ച് 8 വർഷക്കാലം അദ്ദേഹം ഒളിവിൽ കഴി

ഞ്ഞു. ആദ്യം അദ്ദേഹം തടവറയിൽ അടയ്ക്കപ്പെട്ടത് 1818 ലെ മൂന്നാം റെഗുലേഷൻ നിയമപ്രകാരമായിരുന്നു; അതിന്റെ തുടർച്ചയായി കാൺപൂർ ഗൂഢാലോചന കേസിലും ജയിൽവാസം അനുഭവിച്ചു. കടുത്ത രോഗബാധയെ തുടർന്ന് ജയിലിൽനിന്ന് മോചനം ലഭിച്ച ഉടൻ തന്നെ അദ്ദേഹം കാൺപൂർ കമ്യൂണിസ്റ്റ് സമ്മേളനത്തിൽ പങ്കെടുത്തു; കാൺപൂരിൽ നിന്നു മടങ്ങുമ്പോൾ കമ്യൂണിസ്റ്റുപാർട്ടി കെട്ടിപ്പടുക്കുകയെന്ന ഉത്തരവാദിത്വം മുസഫർ അഹമ്മദ് ഏറ്റെടുത്തു. *ലാംഗലി*ന്റെ പത്രാധിപർ എന്ന ഉത്തരവാദിത്വവും അദ്ദേഹം ഏറ്റെടുത്തു (പിന്നീട് *ലാംഗൽ* എന്ന പ്രസിദ്ധീകരണം *ഗണവാണി* എന്നു പേര് മാറ്റി); മാർക്സിസ്റ്റ് തത്ത്വശാസ്ത്രം, സാർവദേശീയ കമ്യൂണിസ്റ്റ് പ്രസ്ഥാനം, വിപ്ലവ തൊഴിലാളിവർഗ്ഗപ്രസ്ഥാനം എന്നിവയുടെ പ്രശ്നങ്ങൾ ചർച്ച ചെയ്യുന്നതിനും അദ്ദേഹം പ്രാമുഖ്യം നല്കി.

1927 മെയ് മാസത്തിൽ ബോംബെയിൽ ചേർന്ന കമ്യൂണിസ്റ്റുകാരുടെ യോഗത്തിൽ മുസഫർ അഹമ്മദ് പങ്കെടുത്തു; എക്സിക്യൂട്ടീവ് കമ്മിറ്റി അംഗമായി തിരഞ്ഞെടുക്കപ്പെടുകയുണ്ടായി. 1927 മാർച്ചിൽ കാൺപൂരിൽ ചേർന്ന അഖിലേന്ത്യാ ട്രേഡ് യൂണിയൻ കോൺഗ്രസിന്റെ (എ ഐ ടി യു സി) സമ്മേളനത്തിലും അദ്ദേഹം പങ്കെടുത്തു. എ ഐ ടി യു സി യുടെ തിരഞ്ഞെടുക്കപ്പെട്ട വൈസ്പ്രസിഡന്റായിരുന്നു അദ്ദേഹം. ബംഗാൾ വർക്കേഴ്സ് ആന്റ് പെസന്റ്സ് പാർട്ടിയുടെ മൂന്നാമത് സമ്മേളനം (1928) അദ്ദേഹത്തെ ജനറൽ സെക്രട്ടറിയായി തിരഞ്ഞെടുത്തു. 1929 ജനുവരിയിൽ കമ്യൂണിസ്റ്റ് ഇന്റർനാഷണലിന്റെ ആറാം കോൺഗ്രസിന്റെ പ്രമേയങ്ങളെയും തീരുമാനങ്ങളെയുംകുറിച്ച് ചർച്ച ചെയ്യുന്നതിന് കൽക്കട്ടയിൽ കമ്യൂണിസ്റ്റുകാരുടെ രഹസ്യയോഗം ചേർന്നു. ഈ യോഗത്തിനു മുൻകൈയെടുത്തവരിൽ ഒരാൾ മുസഫർ അഹമ്മദായിരുന്നു.

മീററ്റ് ഗൂഢാലോചനക്കേസിലെ പ്രധാന കുറ്റാരോപിതരിൽ ഒരാൾ മുസഫർ അഹമ്മദായിരുന്നു. യു പിയിലെ നൈനി സെൻട്രൽ ജയിലിലായിരുന്നു അദ്ദേഹം ജയിൽവാസം അനുഭവിച്ചത്; പിന്നീട് അദ്ദേഹത്തെ ഡാർജിലിങ്ങിലെയും ബർദ്വാനിലെയും ഫരീദ്പൂരിലെയും ജയിലുകളിൽ ഏകാന്ത തടവിലടച്ചു. ജയിലിനുള്ളിൽ രണ്ടു തവണ അദ്ദേഹം നിരാഹാരസമരത്തിൽ ഏർപ്പെട്ടു; പത്രങ്ങളും ആനുകാലികപ്രസിദ്ധീകരണങ്ങളും ലഭിക്കുന്നതും കത്തെഴുതുന്നതുംപോലെ എല്ലാ രാഷ്ട്രീയത്തടവുകാർക്കും അനുവദിക്കുന്ന അവകാശങ്ങൾ നേടിയെടുക്കുന്നതിനുവേണ്ടിയായിരുന്നു അദ്ദേഹം നിരാഹാരസമരം നടത്തിയത്. ജയിൽശിക്ഷ പൂർത്തിയായതിനെത്തുടർന്ന് ഫരീദ്പൂർ ജയിലിൽനിന്ന് അദ്ദേഹത്തെ മോചിപ്പിച്ചു. ജയിൽമോചനം ലഭിച്ചശേഷം അദ്ദേഹത്തെ ജന്മനാടായ സാൻഡ്വിപ് ദ്വീപിൽ കരുതൽ തടങ്കലിലാക്കി. അതിനുശേഷം മിഡ്നാപ്പൂർജില്ലയിലും കരുതൽ തടങ്കലിലാക്കി, ഒടുവിൽ 1936 ജൂൺ 24 ന് അദ്ദേഹത്തെ തടങ്കലിൽനിന്ന് മോചിപ്പിച്ചു.

ജയിൽമോചനത്തിനുശേഷം കിസാൻസഭ കെട്ടിപ്പടുക്കുന്നതിന് അദ്ദേഹം പ്രത്യേക ശ്രദ്ധചെലുത്തി. അഖിലേന്ത്യാ കിസാൻസഭ (എ ഐ കെ എസ്) കെട്ടിപ്പടുക്കുന്നതിന് അദ്ദേഹം മുൻകൈയെടുത്തു. എ ഐ കെ എസിന്റെ ആദ്യ സമ്മേളനത്തിൽ അദ്ദേഹത്തെ വൈസ് പ്രസിഡന്റായി തിരഞ്ഞെടുത്തു. 1936 ൽ ബംഗാളിൽ നൂറുകണക്കിന് സഖാക്കൾ ജയിലിൽ നിന്നു മോചിപ്പിക്കപ്പെട്ടപ്പോൾ അദ്ദേഹം അവരുമായെല്ലാം ബന്ധം സ്ഥാപിക്കുകയും ജില്ലകളിൽ പാർട്ടി കെട്ടിപ്പടുക്കുന്നതിന് അവർക്ക് മൂർത്തമായ ജോലികൾ നിശ്ചയിച്ചുനല്കുകയും ചെയ്തു. 1937 ൽ രാഷ്ട്രീയത്തടവുകാരുടെ മോചനത്തിനും ആൻഡമാനിൽ തടവിലടയ്ക്കപ്പെട്ടിരുന്ന ദേശീയവിപ്ലവകാരികളെ മടക്കിക്കൊണ്ടുവരുന്നതിനുമുള്ള പ്രസ്ഥാനത്തിൽ മുസഫർ പങ്കെടുത്തു. 1937 മുതൽ 1943 വരെ രാജ്യത്തുടനീളം പാർട്ടി കെട്ടിപ്പടുക്കുന്ന പ്രവർത്തനത്തിൽ അദ്ദേഹം മുഴുകി. ഇന്ത്യക്കുള്ളിൽ മാത്രമല്ല, അയൽരാജ്യങ്ങളായ നേപ്പാളിലും ബർമ്മയിലും മറ്റും കമ്യൂണിസ്റ്റ് പാർട്ടികൾ രൂപീകരിക്കുന്നതിനും അദ്ദേഹം പ്രത്യേക പരിശ്രമം നടത്തി.

സ്വാതന്ത്ര്യാനന്തരം 1948 ൽ കമ്യൂണിസ്റ്റുപാർട്ടി നിയമവിരുദ്ധമായി പ്രഖ്യാപിക്കപ്പെട്ടു; ഡിഫെൻസ് ഓഫ് ഇന്ത്യ ആക്ട് പ്രകാരം മുസഫർ അഹമ്മദിനെ അറസ്റ്റ് ചെയ്തു. ആറുമാസത്തിനുശേഷം അദ്ദേഹത്തെ മോചിപ്പിച്ചു. ജയിലിൽനിന്ന് മോചിപ്പിച്ചതിനു തൊട്ടുപിന്നാലെ കരുതൽ തടങ്കൽ നിയമപ്രകാരം വീണ്ടും അറസ്റ്റ് ചെയ്തു. അലിപ്പൂർ ജയിലിൽനിന്ന് മോചിപ്പിച്ചതിനെ തുടർന്ന് അദ്ദേഹത്തെ കൽക്കട്ടയിൽനിന്ന് പുറത്താക്കിക്കൊണ്ട് ഉത്തരവിറക്കി. പിന്നീട് അദ്ദേഹം നവദ്വീപിലെ പട്ടണത്തിൽ താമസമാക്കുകയും അവിടെനിന്ന് ഒളിവിൽ പോവുകയും ചെയ്തു. 1940 ൽ, പാർട്ടിയുടെ ഒളിവിലുള്ള ഓഫീസിൽ പ്രവർത്തിക്കവെയാണ് അദ്ദേഹം മരുമക്കളെന്ന് വിളിക്കാറുണ്ടായിരുന്ന സഖാക്കൾ അദ്ദേഹത്തെ കാക്കാ ബാബു എന്ന് വിളിക്കാനാരംഭിച്ചത്. പാർട്ടി വൃത്തങ്ങളിലും പുറത്തും അദ്ദേഹത്തെ സ്നേഹാദരങ്ങളോടെ കാക്കാ ബാബുവെന്നാണ് വിളിച്ചിരുന്നത്.

മുസഫർ അഹമ്മദ് വളരെയധികം മുൻഗണന നല്കിയിരുന്ന രണ്ട് അടിസ്ഥാനകടമകൾ, പുസ്തകങ്ങളിലൂടെയും പത്രങ്ങളിലൂടെയും ആനുകാലികങ്ങളിലൂടെയും ജേണലുകളിലൂടെയും മാർക്സിസ്റ്റ് സിദ്ധാന്തവും പ്രത്യയശാസ്ത്രവും പ്രചരിപ്പിക്കുക, ബഹുജനങ്ങളുമായി സാദ്ധ്യമായേടത്തോളം ഉറ്റബന്ധം പുലർത്തുകയും വിപുലമായ ജനവിഭാഗങ്ങൾക്കിടയിൽ പ്രവർത്തിക്കുകയും ചെയ്യുക എന്നതായിരുന്നു. *ഗണവാണിയിൽ* (1935) എഴുതവെ അദ്ദേഹം യുവജനങ്ങളെ ഇങ്ങനെ ഉദ്ബോധിപ്പിച്ചു: “സ്വത്തിന്റെയും വിജ്ഞാനത്തിന്റെയും ഭൂഉടമസ്ഥതയുടെയും ജാതിയുടെയും പ്രമാണിത്തങ്ങൾ കൈവെടിഞ്ഞ്, ചെറുപ്പക്കാർ തൊഴിലാളികൾക്കും കൃഷിക്കാർക്കുമിടയിൽ അവരിലൊരാളായി പ്രവർത്തിക്കേണ്ടതാണ്; അവരാഗ്രഹിക്കുന്നത് സ്വാതന്ത്ര്യമാണെങ്കിൽ

അതാണ് വേണ്ടത്.'' ബഹുജനങ്ങൾക്കിടയിലെ ശക്തമായ പ്രവർത്തനമാണ് വിജയകരമായ വിപ്ലവം നടത്താൻ ശേഷിയുള്ള കമ്യൂണിസ്റ്റു പാർട്ടി കെട്ടിപ്പടുക്കുന്നതിനുള്ള മുന്നുപാധി എന്നായിരുന്നു പ്രവർത്തകരോട്, പ്രത്യേകിച്ചും ചെറുപ്പക്കാരായ പ്രവർത്തകരോട് അദ്ദേഹം നിരന്തരം പറഞ്ഞുകൊണ്ടിരുന്നത്.

ജയിലിലായിരുന്നതിനാൽ 1964 ലെ കൽക്കട്ട കോൺഗ്രസിലും രോഗം ബാധിച്ചതിനാൽ മധുര കോൺഗ്രസിലും (1972) ഒഴികെ തുടക്കം മുതലുള്ള എല്ലാ പാർട്ടി കോൺഗ്രസുകളിലും മുസഫർ അഹമ്മദ് പങ്കെടുത്തിരുന്നു. മീററ്റ് ഗൂഢാലോചനക്കേസിൽ അറസ്റ്റ് ചെയ്യപ്പെടുകയും ജയിലിലടയ്ക്കപ്പെടുകയും ചെയ്തിരുന്നപ്പോഴും 1933 ൽ അദ്ദേഹത്തെ കേന്ദ്ര കമ്മിറ്റിയിലേക്ക് തിരഞ്ഞെടുത്തിരുന്നു. തുടർന്നുള്ള എല്ലാ പാർട്ടി കോൺഗ്രസുകളിലും 1948 ലേതൊഴികെ, കേന്ദ്ര കമ്മിറ്റിയിലേക്ക് തിരഞ്ഞെടുക്കുകയുണ്ടായി. മരണംവരെ അദ്ദേഹം കേന്ദ്ര കമ്മിറ്റി അംഗമായി തുടർന്നു.

പാർട്ടി പത്രങ്ങളും പുസ്തകങ്ങളും പ്രസിദ്ധീകരിക്കുന്നതിന് മാർഗ്ഗനിർദ്ദേശം നല്കുന്നതിൽ മുസഫർ അഹമ്മദ് പ്രധാന പങ്ക് വഹിച്ചിരുന്നു. സ്വന്തം ഔദ്യോഗിക ജിഹ്വയില്ലാതെ കമ്യൂണിസ്റ്റ് പാർട്ടിക്ക് വളരാനാവില്ല എന്നദ്ദേഹം ഊന്നിപ്പറയാറുണ്ടായിരുന്നു. *ഗണശക്തി* പ്രസ് കെട്ടിപ്പടുക്കുന്നതിന് മുഖ്യമായും വഴികാട്ടിയായും പ്രചോദനമായും നിന്നത് അദ്ദേഹമായിരുന്നു. നാഷണൽ ബുക്ക് ഏജൻസിയുടെ സംഘാടകരിൽ ഒരാളുമായിരുന്നു അദ്ദേഹം. *ജനയുദ്ധ, സ്വാധീനത* ദിനപ്പത്രം, *ഗണശക്തി* സായാഹ്നപത്രം, *ദേശ്ഹിതൈഷി* വാരിക, *നന്ദൻ* മാസിക, *ഏക് സാരഥി* (വനിതാസംഘടനയുടെ പ്രസിദ്ധീകരണം) എന്നിങ്ങനെയുള്ള വിവിധ പാർട്ടി പ്രസിദ്ധീകരണങ്ങളുടെ നടത്തിപ്പിനുവേണ്ട ഉപദേശവും മാർഗ്ഗനിർദ്ദേശങ്ങളും അദ്ദേഹം നല്കിയിരുന്നു.

വായനയുടെ കാര്യത്തിൽ അത്യാവേശമുള്ളയാളായിരുന്നു മുസഫർ അഹമ്മദ്; അദ്ദേഹവുമായി ബന്ധപ്പെടുന്ന എല്ലാവരെയും കൂടുതൽ കൂടുതൽ വായിക്കാൻ പ്രോത്സാഹിപ്പിച്ചിരുന്നു. തിരക്കേറിയ ദിനചര്യകൾക്കിടയിലും ഓരോ സഖാവിന്റെയും വ്യക്തിഗതമായ പ്രശ്നങ്ങൾ കേൾക്കാൻ അദ്ദേഹം അസാമാന്യമായ ക്ഷമ പ്രകടിപ്പിച്ചിരുന്നു; രോഗബാധിതരാകുന്ന സഖാക്കളുടെ ആരോഗ്യസ്ഥിതിയെക്കുറിച്ച് അദ്ദേഹം നിരന്തരം അന്വേഷിക്കുമായിരുന്നു; അവർക്ക് കൃത്യമായ ചികിത്സ ലഭ്യമാക്കാൻ ശ്രമിക്കുകയും ചെയ്തിരുന്നു. ജില്ലകളിലെ സംഘടനയിലെ പ്രശ്നങ്ങൾ എന്തെല്ലാമെന്ന് കണ്ടെത്താൻ അവരെ സഹായിക്കുകയും രക്തസാക്ഷി കുടുംബങ്ങളിലെ ധീരരായ അംഗങ്ങളെ സമാശ്വസിപ്പിക്കാനും അദ്ദേഹം ശ്രദ്ധിച്ചിരുന്നു.

തന്റെ ജീവിതത്തിലുടനീളം മാർക്സിസം-ലെനിനിസത്തോട് മുസഫർ അഹമ്മദ് തികഞ്ഞ വിശ്വസ്തതയും വിധേയത്വവും പുലർത്തിയിരുന്നു. അദ്ദേഹം വിനയാന്വിതനായിരുന്നു; പക്ഷേ, അതോടൊപ്പം

തന്നെ, വലതുപക്ഷ അവസരവാദത്തിനും ഇടതുപക്ഷ സെക്റ്റേറിയനിസത്തിനും എതിരായ പോരാട്ടത്തിലും അദ്ദേഹം വിട്ടുവീഴ്ചയില്ലാത്ത നിലപാടുകാരനായിരുന്നു. പാർട്ടി അച്ചടക്കത്തിന്റെ കാര്യത്തിലും അദ്ദേഹം ഉറച്ച നിലപാടുകാരനായിരുന്നു; അച്ചടക്കം പാലിക്കുന്നതിൽ കർക്കശക്കാരനും നിർഭയനുമായിരുന്നു. അദ്ദേഹത്തിൽ രൂഢമൂലമായ ലെനിനിസമായിരുന്നു ഇത്.

ചരിത്രമെന്താണെന്ന് മുസഫർ അഹമ്മദിന് അറിയാമായിരുന്നു. ചരിത്രം സൃഷ്ടിക്കാൻ അദ്ദേഹം സഹായിച്ചു. അതിപ്പോഴും രൂപപ്പെട്ടു കൊണ്ടിരിക്കുകയാണ്.

കരട് പ്രവർത്തന പരിപാടി – 1931

മീറ്റ് വിചാരണ നടന്നുകൊണ്ടിരിക്കെയും അതേ സമയം മീററ്റ് വിചാരണയിലെ കുറ്റാരോപിതർ തങ്ങളുടെ പൊതുപ്രസ്താവന നടത്തുന്നതിനുമുൻപായും കമ്യൂണിസ്റ്റ് പാർട്ടി ഓഫ് ഇന്ത്യ കരട് പ്രവർത്തന പരിപാടി മുന്നോട്ടുവച്ചു. 1931 മാർച്ചിൽ ചേർന്ന, ഇന്ത്യൻ നാഷണൽ കോൺഗ്രസിന്റെ കറാച്ചി സമ്മേളനത്തിൽ ഈ കരട് പരിപാടിയുടെ കോപ്പികൾ വ്യാപകമായി വിതരണം ചെയ്തു. കോമിന്റേൺ പ്രസിദ്ധീകരണമായ *ഇംപ്രെകോർ* (IMPRECOR) ഈ കരടിന്റെ പൂർണ്ണരൂപം പ്രസിദ്ധീകരിക്കുകയുണ്ടായി. മാർക്സിസം–ലെനിനിസത്തെ തന്നെ അടിസ്ഥാനമാക്കി ഈ കരട് പരിപാടി സാമ്രാജ്യത്വവിരുദ്ധ സമരത്തിന്റെ വിജയത്തെ കാർഷികവിപ്ലവവുമായും എല്ലാ സാമൂഹിക അസമത്വങ്ങളെയും നിർമ്മാർജ്ജനം ചെയ്യുന്നതുമായും ബന്ധപ്പെടുത്തി. സാമ്രാജ്യത്വത്തിനെതിരായ ഈ യുദ്ധത്തിൽ, സ്വാതന്ത്ര്യസമരത്തിൽ അണിനിരക്കാൻ എല്ലാ ജനവിഭാഗങ്ങളോടും ഈ കരട് പരിപാടി ആഹ്വാനം ചെയ്തു. കരട് പ്രവർത്തന പരിപാടിയിൽനിന്നുള്ള ചില പ്രസക്തഭാഗങ്ങളാണ് ചുവടെ ചേർക്കുന്നത്:

''ബ്രിട്ടീഷ് മുതലാളിത്തത്തിനെതിരായ കാർഷിക വിപ്ലവമായിരിക്കണം ഇന്ത്യയുടെ വിപ്ലവപരമായ മോചനത്തിന്റെ അടിത്തറ.

''തൊഴിലാളിവർഗ്ഗത്തെയും കർഷകജനതയെയും പട്ടണങ്ങളിലെ പാവപ്പെട്ടവരെയും ദേശീയപരിഷ്കരണവാദത്തിൽനിന്ന് മോചിപ്പിക്കുന്നതിനും സാമ്രാജ്യത്വവിരുദ്ധവും ഫ്യൂഡൽ വിരുദ്ധവുമായ വിപ്ലവത്തിലേക്ക് തങ്ങളുടെ വിപ്ലവപോരാട്ടത്തെ തിരിച്ചുവിടുന്നതിനും തൊഴിലാളിവർഗ്ഗത്തിനു തങ്ങളുടേതായ ഒരു തൊഴിലാളിവർഗ്ഗ കമ്യൂണിസ്റ്റുപാർട്ടി ആവശ്യമാണ്. കമ്യൂണിസ്റ്റ് പാർട്ടി ഓഫ് ഇന്ത്യ തൊഴിലാളിവർഗ്ഗത്തിന്റെ

പാർട്ടിയാണ്; സോഷ്യലിസവും ആത്യന്തികമായി സമ്പൂർണ്ണമായ കമ്യൂണിസവും നേടുകയാണ് അതിന്റെ അന്തിമലക്ഷ്യം. കമ്യൂണിസ്റ്റ് പാർട്ടി ഓഫ് ഇന്ത്യയുടെ പരിപാടി മുതലാളിവർഗ്ഗത്തിന്റെയും പെറ്റി ബൂർഷ്വാസിയുടെയും പാർട്ടികളുടെയും ഗ്രൂപ്പുകളുടെയും പരിപാടികളിൽനിന്നും ആശയങ്ങളിൽനിന്നും പൂർണ്ണമായും വ്യത്യസ്തമാണ്. മുതലാളിവർഗ്ഗത്തിന്റെയും പെറ്റി ബൂർഷ്വാസിയുടെയും പാർട്ടികൾ ഇന്ത്യയിൽ മുതലാളിത്തത്തിന്റെ വികാസത്തിനായി ശ്രമിക്കുമ്പോൾ വികാസത്തിന്റെ സോഷ്യലിസ്റ്റ് പാതയ്ക്കാണ് കമ്യൂണിസ്റ്റു പാർട്ടി സ്ഥിരമായും സുദൃഢമായും പൊരുതുന്നത്.

''ഈ മാർഗ്ഗദർശകതത്ത്വങ്ങൾ അംഗീകരിച്ചുകൊണ്ട് സി പി ഐ മുന്നോട്ടുവയ്ക്കുന്ന ഇന്ത്യൻ വിപ്ലവത്തിന്റെ ഇപ്പോഴത്തെ ദശയിലേക്കായുള്ള മുഖ്യലക്ഷ്യങ്ങൾ ചുവടെ ചേർക്കുന്നു:

1) ബ്രിട്ടീഷ് ഭരണത്തെ ബലം പ്രയോഗിച്ച് കട പുഴക്കിയെറിഞ്ഞ് ഇന്ത്യയുടെ സമ്പൂർണ്ണ സ്വാതന്ത്ര്യം നേടൽ. എല്ലാ കടങ്ങളും റദ്ദ് ചെയ്യൽ. എല്ലാ ബ്രിട്ടീഷ് ഫാക്ടറികളും ബാങ്കുകളും റെയിൽവേകളും കടലിലൂടെയും നദികളിലൂടെയുമുള്ള ഗതാഗതവും തോട്ടങ്ങളും പിടിച്ചെടുക്കുകയും ദേശസാല്ക്കരിക്കുകയും ചെയ്യൽ.
2) ഒരു സോവിയറ്റ് ഗവൺമെന്റ് സ്ഥാപിക്കൽ. ദേശീയ ന്യൂനപക്ഷങ്ങൾക്ക് വേറിട്ടു പോകൽ ഉൾപ്പെടെയുള്ള സ്വയം നിർണ്ണയാവകാശത്തിന്റെ സാക്ഷാൽക്കാരം. തദ്ദേശീയ ഭരണകൂടങ്ങളുടെ സാക്ഷാൽക്കാരം. ഇന്ത്യൻ ഫെഡറൽ വർക്കേഴ്സ് & പെസന്റ്സ് സോവിയറ്റ് റിപ്പബ്ലിക്.
3) ഭൂപ്രഭുക്കളുടെയും ഭരണാധികാരികളായ രാജാക്കന്മാരുടെയും പള്ളികളുടെയും ബ്രിട്ടീഷ് ഗവൺമെന്റ് ഉദ്യോഗസ്ഥരുടെയും ഹുണ്ടികക്കാരുടെയും കൈവശമുള്ള എല്ലാ ഭൂസ്വത്തുക്കളും വനവും മറ്റു സ്വത്തുക്കളും നഷ്ടപരിഹാരം നല്കാതെ പിടിച്ചെടുക്കുകയും അദ്ധ്വാനിക്കുന്ന കർഷകജനസാമാന്യത്തിന്റെ ഉപയോഗത്തിനായി അത് കൈമാറുകയും ചെയ്യുക. ഹുണ്ടികക്കാർക്കും ബാങ്കുകൾക്കുമുള്ള കർഷക ജനതയുടെ എല്ലാ കടബാദ്ധ്യതകളും അടിമക്കരാറുകളും റദ്ദ് ചെയ്യൽ.
4) 8 മണിക്കൂർ തൊഴിൽദിനവും തൊഴിലാളികളുടെ ജീവിത സാഹചര്യങ്ങളിൽ മൗലികമായ അഭിവൃദ്ധിപ്പെടുത്തലും. കൂലി വർദ്ധനവും തൊഴിൽ രഹിതരെ സർക്കാർ പരിപാലിക്കലും.

''മഹാഭൂരിപക്ഷം വരുന്ന ബഹുജനങ്ങളുടെയാകെ താല്പര്യങ്ങൾ പ്രകടമാക്കുന്ന ഈ മുഖ്യ ഡിമാൻഡുകൾക്കായി കമ്യൂണിസ്റ്റ് പാർട്ടി ഓഫ് ഇന്ത്യ പോരാടും; ഇതിലൂടെ ഉണ്ടാക്കുന്ന നേട്ടങ്ങൾ ഇന്ത്യയിൽ ഒരു സോഷ്യലിസ്റ്റ് ഭരണകൂടം കെട്ടിപ്പടുക്കുകയെന്ന ദിശയിലേക്ക് വികസിക്കുന്നതിനുള്ള സാദ്ധ്യതയുണ്ടാക്കുകയും സാഹചര്യം സൃഷ്ടിക്കുകയും ചെയ്യും.

‘‘സാമ്രാജ്യത്വശക്തികൾക്കും ഭൂപ്രഭുക്കൾക്കും ഹുണ്ടികക്കാർക്കും മുതലാളിമാർക്കും എതിരായ ഒരു ഐക്യമുന്നണി രൂപീകരിക്കുന്നതിന് കമ്യൂണിസ്റ്റ് പാർട്ടി ഓഫ് ഇന്ത്യ എല്ലാ അദ്ധ്വാനിക്കുന്ന ജനവിഭാഗങ്ങളെയും ആഹ്വാനം ചെയ്യുന്നു. വിവിധ ദേശീയ വിഭാഗങ്ങളിലും മതവിശ്വാസങ്ങളിലുംപെട്ട അദ്ധ്വാനിക്കുന്ന ജനവിഭാഗങ്ങളെ തമ്മിലടിപ്പിക്കുകയും പരസ്പരം ഏറ്റുമുട്ടിക്കുകയും ചെയ്യുന്ന ബ്രിട്ടീഷ് ഗവൺമെന്റിന്റെയും തദ്ദേശീയരായ ചൂഷകരുടെയും ആസൂത്രിതമായി പ്രകോപനം സൃഷ്ടിക്കുന്ന ചതിക്കെണികളിൽപെട്ടു പോകരുതെന്ന് മുസ്ലീങ്ങളും ഹിന്ദുക്കളും ഉൾപ്പെടെയുള്ള ഇന്ത്യക്കാരായ എല്ലാ തൊഴിലാളികളോടും കർഷകരോടും കമ്യൂണിസ്റ്റ് പാർട്ടി ഓഫ് ഇന്ത്യ ആഹ്വാനം ചെയ്യുന്നു. അയിത്തക്കാരുൾപ്പെടെയുള്ള എല്ലാ അദ്ധ്വാനിക്കുന്ന ജനതയോടും കമ്യൂണിസ്റ്റ് പാർട്ടി ഓഫ് ഇന്ത്യ ആഹ്വാനം ചെയ്യുന്നത്, ബ്രിട്ടീഷുകാരും തദ്ദേശീയരുമായ ചൂഷകരുടെ കൈയിൽനിന്ന് ഒരേപോലെ അടിച്ചമർത്തൽ അനുഭവിക്കുന്നവരുടെയാകെ സംയുക്ത വിപ്ലവമുന്നണിയെ ഭിന്നിപ്പിക്കുന്നതിനും അസംഘടിതരാക്കുന്നതിനും അനുവദിക്കരുതെന്നാണ്.

‘‘തങ്ങളുടെ രാഷ്ട്രീയവും സാമ്പത്തികവുമായ ഡിമാൻഡുകൾക്കായി തൊഴിലാളിവർഗ്ഗത്തിന്റെ സമരങ്ങളും ജനകീയവിപ്ലവ പ്രക്ഷോഭങ്ങളും വികസിപ്പിക്കുന്നതിന്, കർഷക ജനത ഒന്നാകെ നികുതിയും ലെവിയും പാട്ടക്കുടിശ്ശികയും പൊതുവിലും വലിയ എസ്റ്റേറ്റുകളുള്ള ജില്ലകളിൽ പ്രത്യേകിച്ചും നിഷേധിക്കുന്നതിന് പാർട്ടി അനുഭാവികളോടും സംഘടനകളോടും കമ്യൂണിസ്റ്റ് പാർട്ടി ഓഫ് ഇന്ത്യ ആഹ്വാനം ചെയ്യുന്നു; അങ്ങനെ സാമ്രാജ്യത്വത്തിനെതിരെയുള്ള വിപ്ലവ പോരാട്ടത്തിനായി അദ്ധ്വാനിക്കുന്ന ബഹുജനങ്ങളെയാകെ സജ്ജരാക്കുകയും അണിനിരത്തുകയും ചെയ്യണം. സ്വാതന്ത്ര്യത്തിനായുള്ള ജനസാമാന്യത്തിന്റെയാകെ വിപ്ലവപോരാട്ടം സംഘടിപ്പിക്കുന്നതിനുള്ള നിശ്ചയദാർഢ്യത്തോടെയുള്ള നടപടിയെന്ന നിലയിൽ തൊഴിലാളികളുടെ ഒറ്റപ്പെട്ട പണിമുടക്കുകളെ പൊതുരാഷ്ട്രീയ പണിമുടക്കുകളാക്കി മാറ്റുന്നതിന് എല്ലാ വർഗ്ഗബോധമുള്ള തൊഴിലാളികളോടും വിപ്ലവകാരികളോടും കമ്യൂണിസ്റ്റ് പാർട്ടി ഓഫ് ഇന്ത്യ ആഹ്വാനം ചെയ്യുന്നു.

പൊതു ഡിമാൻഡുകൾ

‘‘ബഹുജനവിപ്ലവ പോരാട്ടവും ജനങ്ങളുടെ രാഷ്ട്രീയ പരിശീലനവും വികസിപ്പിക്കുന്നതിനായി കമ്യൂണിസ്റ്റ് പാർട്ടി ഓഫ് ഇന്ത്യ ചുവടെ ചേർക്കുന്ന ഡിമാൻഡുകൾ മുന്നോട്ടുവയ്ക്കുന്നു; അവയ്ക്കായി പാർട്ടി പൊരുതുന്നു:

1. ബ്രിട്ടീഷ് പട്ടാളത്തെ പുറത്താക്കൽ
2. എല്ലാ രാഷ്ട്രീയ തടവുകാരെയും ഉടൻ മോചിപ്പിക്കൽ
3. അദ്ധ്വാനിക്കുന്ന ജനവിഭാഗങ്ങൾക്ക് സംഘം ചേരുന്നതിനും പണിമുടക്കുന്നതിനും യോഗം ചേരുന്നതിനും പത്രം നടത്തുന്നതിനും

വിശ്വാസത്തിനും പ്രസംഗത്തിനുമുള്ള നിയന്ത്രണങ്ങളില്ലാത്ത സ്വാതന്ത്ര്യം; എല്ലാ ജനവിരുദ്ധ–തൊഴിലാളിവിരുദ്ധ നിയമങ്ങളും റദ്ദാക്കൽ (തൊഴിൽ തർക്ക നിയമം, പിക്കറ്റിങ് തടയൽ, വിപ്ലവകാരികളായ തൊഴിലാളികളെ നാടുകടത്തുന്നതിനുള്ള ചട്ടങ്ങൾ, പത്ര നിയമം തുടങ്ങിയവ)

4. പദവിയുടെയും ജാതിയുടെയും ദേശീയതയുടെയും വർഗ്ഗീയതയുടെയും അടിസ്ഥാനത്തിലുള്ള പ്രത്യേക പരിഗണനകൾ ഇല്ലാതാക്കുകയും ലിംഗ–ജാതി–മത–വംശ പരിഗണനകൾ കൂടാതെ എല്ലാ പൗരർക്കും പൂർണ്ണമായ തുല്യത ഉറപ്പാക്കുകയും ചെയ്യൽ.
5. മതത്തിൽനിന്നും ഭരണകൂടത്തെ പൂർണ്ണമായും വേർപെടുത്തൽ.
6. ജഡ്ജിമാരെയും ഉദ്യോഗസ്ഥരെയും തിരഞ്ഞെടുക്കുകയും ഇലക്ടർമാരിൽ ഭൂരിപക്ഷം പേർ ആവശ്യപ്പെടുന്ന സമയത്ത് അവരെ തൽസ്ഥാനങ്ങളിൽനിന്ന് തിരിച്ചുവിളിക്കുകയും ചെയ്യൽ.

''കമ്യൂണിസ്റ്റ് പാർട്ടി ഓഫ് ഇന്ത്യ ചുവടെ ചേർക്കുന്ന കാര്യങ്ങൾക്കായി പൊരുതുന്നു:

1. പ്രായപൂർത്തിയായവരുടെ തൊഴിൽ സമയം 8 മണിക്കൂറായും 16 വയസ്സിനും 20 വയസ്സിനും ഇടയ്ക്ക് പ്രായമുള്ള ചെറുപ്പക്കാർക്ക് 6 മണിക്കൂറായും നിയന്ത്രിക്കുക. കൽക്കരി ഖനനം ഉൾപ്പെടെ അനാരോഗ്യകരമായ എല്ലാ വ്യവസായങ്ങളിലും തൊഴിൽ ദിനം 6 മണിക്കൂറായി നിജപ്പെടുത്തുകയും, ഈ വ്യവസായങ്ങളിലെ തൊഴിലാളികൾക്ക് സൗജന്യമായി പാലും വെള്ളവും നല്കുകയും വേണം.
2. ട്രേഡ് യൂണിയനുകളുണ്ടാക്കാനും പ്രകടനങ്ങൾ നടത്താനും പിക്കറ്റ് ചെയ്യാനും പണിമുടക്കാനുമുള്ള പരിപൂർണ്ണ സ്വാതന്ത്ര്യം.
3. സ്ത്രീ–പുരുഷ–പ്രായഭേദമെന്യേ എല്ലാവർക്കും തുല്യജോലിക്ക് തുല്യക്കൂലി.
4. നിർബ്ബന്ധിത കരാർജോലിയും തൊഴിലാളികളെ നിയമാനുസൃതം അടിമപ്പണിയെടുപ്പിക്കുന്നതും പൂർണ്ണമായും നിർത്തലാക്കുക.
5. പൂർണ്ണ ശമ്പളത്തോടുകൂടി ആഴ്ചയിലൊരിക്കൽ നിർബ്ബന്ധമായും വിശ്രമം അനുവദിക്കണം; പ്രായപൂർത്തിയായ എല്ലാവർക്കും ഒരു വർഷത്തിൽ നാല് ആഴ്ചയും യുവജനങ്ങൾക്ക് 6 ആഴ്ചയും ശമ്പളത്തോടുകൂടിയ അവധി.
6. തൊഴിലില്ലായ്മ, രോഗം, അപകടം, വ്യാവസായികമായ അസുഖങ്ങൾ, വാർദ്ധക്യം, അദ്ധ്വാനശേഷി നഷ്ടപ്പെടൽ, അനാഥത്വം, അംഗവൈകല്യത്തിനു നഷ്ടപരിഹാരം എന്നിവയ്ക്കായി സർക്കാർ ഇൻഷുറൻസ്.

''നമ്മുടെ രാജ്യത്ത് ബ്രിട്ടീഷ് സാമ്രാജ്യത്വംമൂലം ദശലക്ഷക്കണക്കിന് അടിമകളും കോടിക്കണക്കിന് സാമൂഹ്യമായി ബഹിഷ്കൃതരായ, എല്ലാ അവകാശങ്ങളും നിഷേധിക്കപ്പെട്ട, തൊഴിലെടുക്കുന്നവരായ അയി

ത്തജാതിക്കാരും ഇന്നും നിലനില്ക്കുന്നു. ബ്രിട്ടീഷ് വാഴ്ച ഭൂപ്രഭുത്വ വ്യവസ്ഥയെയും പിന്തിരിപ്പൻ ജാതി സമ്പ്രദായത്തെയും മതപരമായ തട്ടിപ്പുകളെയും കഴിഞ്ഞ കാലത്തെ എല്ലാ അടിമത്തത്തിന്റെയും അടിയാളത്തത്തിന്റെയും പാരമ്പര്യങ്ങളെയുംകൊണ്ട് ഇന്ത്യൻ ജനതയെ വരിഞ്ഞുമുറുക്കുകയാണ്; ഇന്ത്യൻ ജനതയുടെ മോചനത്തിന്റെ പാതയിൽ അവ തടസ്സമായി നില്ക്കുകയാണ്. ഈ 20–ാം നൂറ്റാണ്ടിലും സഹജീവികളായ മറ്റു മനുഷ്യർക്കൊപ്പം ഒന്നിച്ചുകഴിയാനും പൊതുകിണറുകളിൽ നിന്ന് വെള്ളം കുടിക്കാനും പൊതുവിദ്യാലയങ്ങളിൽ പഠിക്കാനും മറ്റുമൊന്നും ഒരവകാശവുമില്ലാത്ത അയിത്തജാതിക്കാർ നിലനില്ക്കുന്നതിന് ബ്രിട്ടീഷ് ഭരണം ഇടയാക്കിയിരിക്കുന്നു.

നിഷ്ഠുരമായ ജാതി സമ്പ്രദായത്തെ കർശനമായി നിർമ്മാർജ്ജനം ചെയ്തുകൊണ്ടു മാത്രമേ, കാർഷിക വിപ്ലവത്തിലൂടെയും ബ്രിട്ടീഷ് ഭരണത്തെ ബലംപ്രയോഗിച്ച് പുറത്താക്കിക്കൊണ്ടും മാത്രമേ അദ്ധ്വാനിക്കുന്നവരായ അയിത്തജാതിക്കാരുടെയും അടിമകളുടെയും പരിപൂർണ്ണമായ സാമൂഹികവും സാമ്പത്തികവും സാംസ്കാരികവും നിയമപരവുമായ മോചനത്തിലേക്ക് നയിക്കുകയുള്ളൂ.

''ബ്രിട്ടീഷ് വാഴ്ചയ്ക്കും ഭൂപ്രഭുത്വത്തിനും എതിരായി രാജ്യത്തെ എല്ലാ തൊഴിലാളികളുമായും ഒരു സംയുക്തവിപ്ലവ മുന്നണിയിൽ അണിചേരാൻ എല്ലാ അയിത്തജാതിക്കാരോടും കമ്യൂണിസ്റ്റ് പാർട്ടി ഓഫ് ഇന്ത്യ ആഹ്വാനം ചെയ്യുന്നു.

''അടിമത്തവും ജാതിസമ്പ്രദായവും എല്ലാ രൂപങ്ങളിലുമുള്ള (സാമൂഹികവും സാംസ്കാരികവും മറ്റുമായ) ജാതീയമായ അസമത്വങ്ങളും പൂർണ്ണമായും ഇല്ലാതാക്കുന്നതിനായി കമ്യൂണിസ്റ്റ് പാർട്ടി ഓഫ് ഇന്ത്യ പൊരുതുന്നു. അദ്ധ്വാനിക്കുന്നവരായ എല്ലാ അയിത്ത ജാതിക്കാരുടെയും നമ്മുടെ രാജ്യത്തെ പണിയെടുക്കുന്ന എല്ലാവരുടെയും സമ്പൂർണ്ണവും കേവലവുമായ തുല്യതയ്ക്കു വേണ്ടി കമ്യൂണിസ്റ്റ് പാർട്ടി ഓഫ് ഇന്ത്യ പൊരുതുന്നു.

''ഇന്ത്യയിലെ അദ്ധ്വാനിക്കുന്ന സ്ത്രീകൾ ഫ്യൂഡലിസം നിലനില്ക്കുന്നതിന്റെയും സാമ്പത്തികവും സാംസ്കാരികവും നിയമപരവുമായ അസമത്വത്തിന്റെയും ഇരട്ടബാദ്ധ്യതയ്ക്കുകീഴിൽ അർദ്ധ അടിമാവസ്ഥയിലാണ്. തങ്ങളുടെ ഭാഗധേയം നിർണ്ണയിക്കുന്നതിന് യാതൊരു വിധ അവകാശവും ഇല്ലാത്തവരാണ്; പല ജില്ലകളിലും സ്ത്രീകൾ പർദ്ദയ്ക്കുള്ളിൽ ഒതുങ്ങിക്കൂടാൻ നിർബ്ബന്ധിതരാണ്; പൊതുകാര്യങ്ങളിൽ പങ്കെടുക്കാനുള്ള അവകാശമൊന്നുമില്ലാതെ മൂടുപടത്തിനുള്ളിൽ ഒതുങ്ങിക്കൂടി കഴിയാൻ നിർബ്ബന്ധിതരാണെന്നു മാത്രമല്ല, മറിച്ച് തങ്ങളുടെ സഹപൗരരുമായി സ്വതന്ത്രമായും പരസ്യമായും കണ്ടുമുട്ടാനും തെരുവുകളിലൂടെ സഞ്ചരിക്കാനുമുള്ള സ്വാതന്ത്ര്യവും അവകാശവുംപോലും അവർക്കില്ല.

''സ്ത്രീകളുടെ സമ്പൂർണ്ണമായ സാമൂഹികവും സാമ്പത്തികവും

നിയമപരവുമായ തുല്യതയ്ക്കുവേണ്ടി കമ്യൂണിസ്റ്റ് പാർട്ടി ഓഫ് ഇന്ത്യ പൊരുതുന്നു. സ്ത്രീകളെ രാത്രികാലങ്ങളിൽ ജോലി ചെയ്യിക്കുന്നത് പൂർണ്ണമായും ഒഴിവാക്കുന്നതിനുവേണ്ടിയും സ്ത്രീകളെ ഭൂമിക്കടിയിലുള്ള ജോലികളിൽ ഏർപ്പെടുത്തുന്നതും (കൽക്കരി ഖനികളിൽ) സ്ത്രീകളെ സംബന്ധിച്ച് ഹാനികരമായ ഏതുതരം ജോലിയിൽ ഏർപ്പെടുത്തുന്നതും നിരോധിക്കുന്നതിനുവേണ്ടിയും കമ്യൂണിസ്റ്റ് പാർട്ടി ഓഫ് ഇന്ത്യ പൊരുതുന്നു.

''പ്രസവത്തിനുമുൻപ് രണ്ട് മാസവും പ്രസവാനന്തരം രണ്ട് മാസവും പൂർണ്ണ നിരക്കിലുള്ള ശമ്പളത്തോടുകൂടിയ അവധി അനുവദിക്കുന്നതിനൊപ്പം സൗജന്യ ചികിത്സ നല്കുന്നതിനും സ്ത്രീകളെ ജോലിക്ക് നിയോഗിച്ചിട്ടുള്ള എല്ലാ ഫാക്ടറികളിലും തൊഴിൽശാലകളിലും തൊഴിലുടമകളുടെ ചെലവിൽ ക്രഷെകൾ സ്ഥാപിക്കുന്നതിനും വേണ്ടി കമ്യൂണിസ്റ്റ് പാർട്ടി ഓഫ് ഇന്ത്യ പൊരുതുന്നു.

വിദ്യാർത്ഥികൾക്ക് അവരവരുടെ ദേശീയഭാഷയിൽ 16 വയസ്സുവരെ സാർവ്വത്രികവും സൗജന്യവും നിർബ്ബന്ധിതവുമായ വിദ്യാഭ്യാസത്തിനായി കമ്യൂണിസ്റ്റ് പാർട്ടി ഓഫ് ഇന്ത്യ പൊരുതുന്നു. സർക്കാർ ചെലവിൽ കുട്ടികൾക്ക് സൗജന്യ ഭക്ഷണവും വസ്ത്രവും ടെക്സ്റ്റ് ബുക്കുകളും നല്കണം. സർക്കാരിന്റെയും തൊഴിലുടമകളുടെയും ചെലവിൽ യുവജനങ്ങൾക്ക് തൊഴിൽ പരിശീലനം നല്കണം.''

ശരിയായ ഒരു പരിപാടി അവതരിപ്പിക്കുമ്പോൾതന്നെ പരിപാടിയിൽ ചില പിശകുകളും തെറ്റായ സങ്കല്പനങ്ങളും ഉൾപ്പെട്ടിരുന്നു. സാമ്രാജ്യത്വത്തിനും ഭൂപ്രഭുക്കൾക്കും ഹുണ്ടികക്കാർക്കും മുതലാളിമാർക്കും എതിരായ ഐക്യമുന്നണി രൂപീകരിക്കാൻ അദ്ധ്വാനിക്കുന്ന ജനവിഭാഗങ്ങളോട് പരിപാടി ആഹ്വാനം ചെയ്തു. അതിനാൽ സാമ്രാജ്യത്വ വിരുദ്ധ ഐക്യമുന്നണി മുതൽ സാമ്രാജ്യത്വത്തിനും ഫ്യൂഡലിസത്തിനും മുതലാളിത്തത്തിനുമെതിരായ മുന്നണിവരെ രൂപീകരിക്കുന്നതിനാണ് അത് പറയുന്നത്. ഈ ധാരണ പ്രകാരമാണ് സോവിയറ്റ് അധികാരം രൂപീകരിക്കുന്നതിന് പരിപാടി ആഹ്വാനം ചെയ്യുന്നത്. പിന്നീട് 1934 ൽ പാർട്ടി പരിപാടിപരമായ ഒരു രേഖ അംഗീകരിച്ചപ്പോൾ ഈ പിശകുകൾ തിരുത്തുകയുണ്ടായി.

എന്നാലും, ബി ടി രണദിവെ പ്രസ്താവിച്ചതുപോലെ: ''ഇന്ത്യയിലെ എല്ലാ വിഭാഗങ്ങളിലുംപെട്ട ആളുകളുടെ പ്രശ്നങ്ങളും വിപ്ലവപോരാട്ടത്തിന്റെ അടിയന്തരാവശ്യങ്ങളും കൈകാര്യം ചെയ്യുന്ന ഇത്തരത്തിൽ വിപ്ലവപരമായ ഒരു രേഖ അതിനുമുൻപൊരിക്കലും ഇന്ത്യ കണ്ടിട്ടില്ല.''

അഖിലേന്ത്യാ കേന്ദ്രം രൂപീകരിക്കപ്പെടുന്നു

ഇന്ത്യയിലെ ആഭ്യന്തര സാഹചര്യം 1920 കളുടെ ഒടുക്കവും 1930 കളുടെ തുടക്കവും തികച്ചും സങ്കീർണ്ണമായിരുന്നു. മുതലാളിത്ത ലോകത്തെയാകെ പിടികൂടിയിരുന്ന മഹാമാന്ദ്യത്തിന്റെ പ്രത്യാഘാതം ഇന്ത്യൻ ജനതയെ സംബന്ധിച്ച് വളരെയേറെ വേദനാജനകമായിരുന്നു; ബ്രിട്ടീഷ് സാമ്രാജ്യത്വം, തങ്ങളുടെ രാജ്യം നേരിട്ട പ്രതിസന്ധി ഇന്ത്യൻ ജനതയുടെ ചെലവിൽ പരിഹരിക്കാൻ ശ്രമിച്ചതാണ് അതിനുകാരണം. അതേ തുടർന്ന്, ബ്രിട്ടീഷ് വാഴ്ചയ്ക്കെതിരായ പ്രതിഷേധവും രോഷവും കൂടുതൽ രൂക്ഷമായി; അത് കൂടുതൽ വ്യാപകമായി മാറി. ബോംബെയിലെയും ഷോളാപ്പൂരിലെയും തുണിമില്ലുകളിലും കൽക്കട്ടയിലെ ചണവ്യവസായത്തിലും നടന്ന വമ്പിച്ച പണിമുടക്കുകൾ ഉരുണ്ടുകൂടി വന്ന തൊഴിലാളിവർഗ്ഗ രോഷത്തിന്റെ ചില ദൃഷ്ടാന്തങ്ങളാണ്. തൊഴിലാളിവർഗ്ഗ പണിമുടക്കുകളുടെയും നഷ്ടപ്പെട്ട മനുഷ്യാദ്ധ്വാനദിനങ്ങളുടെയും എണ്ണം 1930–31 കാലത്ത് അതിന്റെ ഉച്ചസ്ഥായിയിലെത്തി. വളർന്നുവരാൻ തുടങ്ങിയ കമ്യൂണിസ്റ്റ് പാർട്ടിക്ക് ഈ അനുകൂലസാഹചര്യങ്ങളെ ശരിക്കും ഉപയോഗിക്കാൻ കഴിഞ്ഞില്ല; ഉന്നത നേതൃത്വമൊന്നാകെ അറസ്റ്റുചെയ്യപ്പെടുകയും മീററ്റ് ഗൂഢാലോചന കേസിൽ വിചാരണ നേരിടുകയും ചെയ്തുകൊണ്ടിരുന്നതിനാലാണത്. സർവ്വോപരി, സാമ്രാജ്യത്വ വിരുദ്ധസമരത്തിൽ ബൂർഷ്വാസിയുടെ പങ്കിനെ സംബന്ധിച്ച് പ്രത്യയശാസ്ത്രപരമായ വ്യക്തത അപ്പോഴും കൈവരിച്ചുകഴിഞ്ഞിരുന്നില്ല.

ഇന്ത്യൻ കമ്യൂണിസ്റ്റ് പ്രസ്ഥാനത്തിന്റെ ആരംഭഘട്ടത്തിൽ എം എൻ റോയി വളരെയേറെ സഹായകരമായ പങ്കുവഹിച്ചു. എന്നാൽ, കമ്യൂണിസ്റ്റ് ഇന്റർനാഷണലിൽനിന്ന് എം എൻ റോയിയെ പുറത്താക്കിയതി

നെത്തുടർന്ന്, ഇന്ത്യയിൽ എം എൻ റോയിയെയും ട്രോട്സ്കിയെയും പിന്തുണയ്ക്കുന്ന ചില ഗ്രൂപ്പുകൾ ഉയർന്നുവന്നു; അവർ ഇന്റർനാഷണലിന്റെ നേതൃത്വത്തിനെതിരെ പ്രവർത്തിച്ചുകൊണ്ടിരുന്നു. ഈ സംഘടനകളും പാർട്ടിക്കുമുന്നിൽ ചില പ്രശ്നങ്ങൾ സൃഷ്ടിച്ചു.

ഈ സാഹചര്യത്തിൽ മൗലികമായ മാറ്റമുണ്ടാക്കുന്നതിനും രാജ്യത്തെ സാമ്രാജ്യത്വവിരുദ്ധ സമരത്തെ നയിക്കുന്നതിനുശേഷിയുള്ള ഏകീകൃതമായ ഒരു കമ്യൂണിസ്റ്റ് നേതൃത്വത്തെ ഇന്ത്യയിൽ ഉയർത്തിക്കൊണ്ടുവരാനും കമ്യൂണിസ്റ്റ് ഇന്റർനാഷണലിന്റെ നേതൃത്വം ശ്രമിച്ചു. ഇന്റർനാഷണലിന്റെ പ്രതിനിധികൾ പലവട്ടം ഇന്ത്യയിലേക്ക് വരികയും വിവിധ കമ്യൂണിസ്റ്റ് ഗ്രൂപ്പുകളുമായി ബന്ധം സ്ഥാപിക്കുകയും അന്ന് നിലനിന്നിരുന്ന രാഷ്ട്രീയസാഹചര്യങ്ങളെക്കുറിച്ചുള്ള അവരുടെ ധാരണയുടെ അടിസ്ഥാനത്തിൽ നിർദ്ദേശങ്ങൾ നല്കുകയുമുണ്ടായി. മീററ്റ് കേസും തുടർന്ന് അതിലെ കുറ്റാരോപിതരെ തടവിലാക്കിയതും പാർട്ടി സംഘടനയെ ഗുരുതരമായി ബാധിച്ചു; തന്മൂലം ദ്രുതഗതിയിൽ മാറിക്കൊണ്ടിരുന്ന സാർവ്വദേശീയ–ദേശീയ സാഹചര്യങ്ങളെ സമഗ്രമായി മനസ്സിലാക്കുന്നതിനും അതിന് അനുയോജ്യവും സമയോചിതവുമായ നേതൃത്വം നല്കുന്നതിനും കഴിഞ്ഞില്ല.

കമ്യൂണിസ്റ്റ് പാർട്ടി 1920 ൽ സ്ഥാപിക്കപ്പെട്ടുവെങ്കിലും ആദ്യത്തെ ഒരു ദശകക്കാലത്തുടനീളം സ്ഥിരമായി പ്രവർത്തിക്കുന്ന ഒരു കേന്ദ്ര നേതൃത്വമില്ലാതെ പ്രവർത്തനം നടത്തേണ്ടതായി വന്നു. കമ്യൂണിസ്റ്റ് പാർട്ടി ഉണ്ടായിരുന്നുവെന്നതും ഓരോ പാർട്ടി അംഗവും രാഷ്ട്രീയവും സംഘടനാപരവുമായ പ്രവർത്തനങ്ങളിൽ ഏർപ്പെട്ടിരുന്നുവെന്നതും ശരിയാണ്. എന്നാൽ, അവരുടെ മുഖ്യപ്രവർത്തനമണ്ഡലം, പ്രത്യേകിച്ചും 1920 കളുടെ രണ്ടാം പകുതിയിൽ പെസന്റ്സ് ആൻഡ് വർക്കേഴ്സ് പാർട്ടി ആയിരുന്നു. ഒരു ബഹുജന വിപ്ലവ പാർട്ടി കെട്ടിപ്പടുക്കുന്നതിലായിരുന്നു. അവർ ശ്രദ്ധ കേന്ദ്രീകരിച്ചിരുന്നത്; അതിൽ കമ്യൂണിസ്റ്റ് ഇതരർക്കുപോലും ഒരു പങ്കുവഹിക്കാനുണ്ടായിരുന്നു. ഏതുസമയത്തും പാർട്ടി ആക്രമണത്തിനു വിധേയമാകാമെന്നും ആയതിനാൽ അത് നിയമവിരുദ്ധമായാണ് സംഘടിപ്പിക്കപ്പെട്ടതെന്നുമുള്ള വസ്തുതയെക്കുറിച്ച് പാർട്ടി നേതൃത്വത്തിന് ബോദ്ധ്യമുണ്ടായിരുന്നില്ല. തൽഫലമായി പെസന്റ്സ് ആൻഡ് വർക്കേഴ്സ് പാർട്ടികളിലെ സഹപ്രവർത്തകർക്കൊപ്പം കമ്യൂണിസ്റ്റുകാർ ആക്രമണം നേരിട്ടപ്പോൾ ഫലത്തിൽ പാർട്ടി സംഘടന തന്നെ നിലവിലില്ലാതായി.

പരസ്യമായി കേന്ദ്രീകൃതമായ ഒരു കമ്യൂണിസ്റ്റ് പാർട്ടി രൂപീകരിക്കുന്നതിനുള്ള സാദ്ധ്യത പരീക്ഷിക്കാൻ ആരംഭിച്ച ഉടനെയാണ് ഇന്ത്യയിലെ കമ്യൂണിസ്റ്റുകാർക്കുമേൽ മീററ്റ് കേസ് അടിച്ചേല്പിക്കപ്പെട്ടത്. 1928 ഡിസംബർ 27 മുതൽ 29 വരെ കൽക്കട്ടയിൽ ചേർന്ന സി പി ഐ യുടെ എക്സിക്യൂട്ടീവ് കമ്മിറ്റിയുടെ രഹസ്യയോഗത്തിൽ ഇത് ചർച്ച ചെയ്യപ്പെടുകയുണ്ടായി. എന്നാൽ, എന്തെങ്കിലുമൊരു നടപടി കൈക്കൊ

ള്ളുന്നതിനുമുൻപ്, ഇത് സംബന്ധിച്ച് മൂർത്തമായ ഒരു തീരുമാനത്തിൽ എത്തിച്ചേരുന്നതിന് മുൻപുതന്നെ മിക്കവാറും എല്ലാ പ്രമുഖ നേതാക്കളും അറസ്റ്റുചെയ്യപ്പെട്ടു; ഇത് എല്ലാ പ്രമുഖ കമ്യൂണിസ്റ്റ് പ്രവർത്തന കേന്ദ്രങ്ങളിലും സംഘടനാപരമായ വിടവിന് ഇടയാക്കി.

ബംഗാളിൽ, അബ്ദുൾഹലീമിനെ മാത്രമാണ് ബ്രിട്ടീഷ് പൊലീസിന് തുറുങ്കിലടയ്ക്കാൻ കഴിയാതിരുന്നത്. മദ്രാസിൽ ശിങ്കാരവേലുചെട്ടിയാർ 18 മാസത്തെ ജയിൽവാസത്തിനുശേഷം 1930 ആഗസ്തിൽ പുറത്തുവന്നു. അദ്ദേഹം പെരിയാറിന്റെ സ്വാഭിമാനപ്രസ്ഥാനത്തിൽ ചേരുകയും അതിനുള്ളിലെ ഇടതുപക്ഷ വിഭാഗങ്ങളെ സ്വാധീനിക്കുകയും ചെയ്തു. അദ്ദേഹം അമീർ ഹൈദർ ഖാനുമായി ബന്ധപ്പെടുകയും ചെയ്തിരുന്നു. 1932 ൽ അറസ്റ്റ് ചെയ്യപ്പെടും മുൻപ് അമീർ ഹൈദർഖാനായിരുന്നു കമ്യൂണിസ്റ്റ് സംഘടനയെ, പ്രത്യേകിച്ചും ദക്ഷിണേന്ത്യയിൽ, പുനരുജ്ജീവിപ്പിക്കുന്നതിൽ പ്രധാന പങ്കുവഹിച്ചത്. കാൺപൂരിൽ ശൂന്യത നികത്തുന്നതിന് ഒരാളും അവശേഷിച്ചില്ല. ലാഹോറിൽ, മജീദും സൈഗാളും അറസ്റ്റുചെയ്യപ്പെട്ടതോടെ അവരുടെ അസാന്നിദ്ധ്യം നികത്താൻ ഒരാളും ഉണ്ടായില്ല. ബോംബെയിൽ എസ് വി ദേശ്പാണ്ഡെയും ബി ടി രണദിവെയും ട്രേഡ് യൂണിയനുകളുടെ പ്രവർത്തനങ്ങളിൽ ഉൾപ്പെട്ടുകൊണ്ട് മീററ്റ് കേസിൽ അറസ്റ്റുചെയ്യപ്പെട്ടവരുടെ വിടവുനികത്തി.

ഒറ്റപ്പെട്ട കമ്യൂണിസ്റ്റ് ഗ്രൂപ്പുകൾ പ്രവർത്തനം നടത്തിയിരുന്നെങ്കിലും പ്രത്യയശാസ്ത്രപരമോ സംഘടനാപരമായിപോലുമോ ഏകീകൃത സ്വഭാവം ഉണ്ടായിരുന്നില്ല. ഈ പ്രവർത്തനങ്ങൾക്ക് നേതൃത്വം നല്കാൻ ശേഷിയുള്ള കേന്ദ്ര സംഘടനയും ഉണ്ടായിരുന്നില്ല. വ്യത്യസ്ത കമ്യൂണിസ്റ്റ് ഗ്രൂപ്പുകൾ പരസ്പരം ബന്ധപ്പെടാതെ വേറിട്ട് നില്ക്കുകയായിരുന്നു. മീററ്റ് കേസ് തുടങ്ങിയതു മുതലുള്ള നാലരവർഷക്കാലം ജയിലിനുപുറത്തുണ്ടായിരുന്ന കമ്യൂണിസ്റ്റുകാർക്കിടയിൽ അഭിപ്രായഭിന്നതകളുടെയും വിഭാഗീയമായ ചേരിപ്പോരിന്റെയും കാലമായിരുന്നു.

മീററ്റ് അറസ്റ്റുകൾക്കുശേഷമുള്ള ആദ്യത്തെ വെല്ലുവിളി ഒരു അഖിലേന്ത്യാ കേന്ദ്രം കെട്ടിപ്പടുക്കലായിരുന്നു. 1933 അവസാനത്തോടുകൂടി മീററ്റ് കേസിലെ കുറ്റാരോപിതർ ജയിൽ മോചിതരാകുന്നതുവരെ ഈ ശ്രമങ്ങൾക്കൊന്നും കാര്യമായി ഫലം കാണാനായില്ല. അതേ സമയത്ത് 1933 ആദ്യം ജാമ്യം നേടി ജയിലിനുപുറത്തുവന്ന ഡോ. ജി അധികാരി ഇന്ത്യയുടെ വിവിധ ഭാഗങ്ങളിലുണ്ടായിരുന്ന വിവിധ മാർക്സിസ്റ്റ് – ഇടതുപക്ഷ ഗ്രൂപ്പുകളെ ചലിപ്പിക്കുന്നതിലും ഏകീകൃതമായ ഒരു പാർട്ടി വീണ്ടും രൂപപ്പെടുത്തുന്നതിലും പ്രമുഖമായ പങ്കുവഹിക്കുകയുണ്ടായി.

മീററ്റ് തടവുകാരുടെ മോചനത്തോടുകൂടി, അവർ തടവിലാക്കപ്പെട്ടതോടെ അറ്റുപോയ പഴയബന്ധം പുനഃസ്ഥാപിക്കപ്പെട്ടുവെന്നുമാത്രമല്ല, നിരവധി പുതിയ വ്യക്തികളും ഗ്രൂപ്പുകളും പാർട്ടിയിലേക്ക് ആകൃഷ്ടരാവുകയുമുണ്ടായി. ജയിൽ മോചിതരായ വിപ്ലവകാരികളായ ദേശീയവാദികളിൽ ഗണ്യമായ വിഭാഗത്തിനും ഗാന്ധിയൻ സമരശൈലിയു

ടെ പാപ്പരത്തത്തെക്കുറിച്ചും സ്വാതന്ത്ര്യസമരത്തെ സോഷ്യലിസത്തിലേക്കും കമ്യൂണിസത്തിലേക്കും നയിക്കേണ്ടതിന്റെ ആവശ്യകതയെക്കുറിച്ചും ബോദ്ധ്യപ്പെടുകയുണ്ടായി. സോവിയറ്റ് യൂണിയന്റെ ഉയർച്ചയും ഫാസിസത്തിന്റെ വളർച്ചയും കോൺഗ്രസ് നേതാക്കളെയെന്നപോലെ സാധാരണക്കാരായ അണികളുടെയും ശ്രദ്ധയാകർഷിച്ചു. സോഷ്യലിസ്റ്റ്– കമ്യൂണിസ്റ്റ് പ്രത്യയശാസ്ത്രങ്ങൾക്ക് വളരാൻ അനുയോജ്യമായ ഇത്തരമൊരന്തരീക്ഷത്തിലാണ് കമ്യൂണിസ്റ്റ് പാർട്ടി ഓഫ് ഇന്ത്യ സ്ഥിരമായി പ്രവർത്തിക്കുന്ന കേന്ദ്ര നേതൃത്വത്തോടുകൂടി ഉയർന്നുവന്നത്.

1933 ഡിസംബറിൽ ബംഗാളിലെ കമ്യൂണിസ്റ്റുകാർ കൽക്കട്ടയിൽ ഒരഖിലേന്ത്യാ സമ്മേളനം വിളിച്ചുചേർത്തു. ഡോ. ജി അധികാരി, അബ്ദുൾ ഹാലിം, സോമനാഥ് ലാഹിരി, ഡോ. രണേൻസെൻ (ബംഗാൾ), പി സി ജോഷി (കാൺപൂർ), എസ് ജി പടാക്ക, ഗുർദീപ്സിങ് (പഞ്ചാബ്) എന്നിവർ ഇത് സംബന്ധിച്ച കൂടിയാലോചനകളിൽ പങ്കെടുത്തു. മൂന്ന് വിധത്തിൽ ആ യോഗം പ്രാധാന്യമർഹിക്കുന്നതായിരുന്നു: (1) സി പി ഐയുടെ താല്ക്കാലിക കേന്ദ്ര കമ്മിറ്റി തിരഞ്ഞെടുക്കപ്പെട്ടു. (2) താല്ക്കാലികമായി ഒരു കരട് നിയമാവലി അംഗീകരിക്കപ്പെട്ടു. (3) കരട് രാഷ്ട്രീയ തീസിസ് അംഗീകരിക്കപ്പെട്ടു. ഡോ.അധികാരിയെ സെക്രട്ടറിയായി തിരഞ്ഞെടുത്തു; പ്രൊവിൻഷ്യൽ (പ്രവിശ്യാ)കമ്മിറ്റികൾ എത്രയും വേഗം പുനഃസംഘടിപ്പിക്കണമെന്നും തീരുമാനിച്ചു.

കേന്ദ്ര കമ്മിറ്റിയും പൊളിറ്റ് ബ്യൂറോയും രൂപീകരിക്കപ്പെട്ടത്, കമ്യൂണിസ്റ്റ് ഇന്റർനാഷണലിന്റെ രേഖകൾ കമ്യൂണിസ്റ്റുകാർക്കും ഇടതുപക്ഷക്കാർക്കും ലഭ്യമാക്കൽ, ഇന്ത്യൻ രാഷ്ട്രീയ സാഹചര്യം, ട്രേഡ് യൂണിയൻ പ്രവർത്തനങ്ങൾ സംഘടിപ്പിക്കൽ, ഇടതുപക്ഷ രാഷ്ട്രീയ പ്രവർത്തകരുമായി ബന്ധം സ്ഥാപിക്കൽ എന്നിത്യാദി കാര്യങ്ങളിൽ കമ്യൂണിസ്റ്റ് പാർട്ടിയുടെ കാഴ്ചപ്പാടും നയങ്ങളും വിശദീകരിക്കുന്ന രേഖകൾ തയ്യാറാക്കൽ തുടങ്ങിയ പ്രവർത്തനങ്ങൾകൊണ്ട് അടയാളപ്പെടുത്തപ്പെട്ടു.

സി പി ഐയുടെ താല്ക്കാലിക കേന്ദ്രകമ്മിറ്റി അംഗീകരിച്ച കരട് രാഷ്ട്രീയ തീസിസ്, കേന്ദ്രീകൃതവും അച്ചടക്കമുള്ളതും ഏകീകരിക്കപ്പെട്ടതും ബഹുജന സ്വഭാവമുള്ളതും ഒളിവിൽ പ്രവർത്തിക്കുന്നതുമായ കമ്യൂണിസ്റ്റ് പാർട്ടി കെട്ടിപ്പടുക്കലാണ് അടിസ്ഥാനപരവും മുഖ്യവുമായ കടമയെന്ന് തറപ്പിച്ചുപറയുകയുണ്ടായി. ഇന്ത്യൻ വിപ്ലവത്തിന്റെ ഐതിഹാസിക കടമകളുമായി മുന്നോട്ടുപോകാൻ അന്ന് കെട്ടിപ്പടുത്തുവരികയായിരുന്ന കമ്യൂണിസ്റ്റ് പാർട്ടിയുടെ പിന്നിൽ അണിനിരക്കാൻ തൊഴിലാളിവർഗ്ഗത്തിന്റെ മോചനത്തിൽ പ്രതിബദ്ധതയുള്ള എല്ലാ മുൻനിര തൊഴിലാളികളോടും വിപ്ലവകാരികളോടും കരട് രാഷ്ട്രീയ തീസിസ് ആഹ്വാനം ചെയ്തു. കരട് തീസിസ് അംഗീകരിച്ച സി പി ഐ കോമിന്റേണുമായി ഔപചാരികമായി അഫിലിയേറ്റ് ചെയ്തു. ഇതോടെ ഇന്ത്യയിലെ കമ്യൂണിസ്റ്റ് പ്രസ്ഥാനം പുതിയൊരു ഗതിക്രമത്തിലേക്ക് കടന്നു.

കൽക്കട്ട യോഗത്തിന്റെ നേതൃത്വത്തെയും തീരുമാനങ്ങളെയും കോമിന്റേൺ അംഗീകരിച്ചു; 1934 ൽ കോമിന്റേൺ മുഖപത്രമായ *ഇംപ്രെക്കോറിൽ* രണ്ട് പ്രധാന രേഖകൾ പ്രസിദ്ധീകരിച്ചു – താല്ക്കാലിക കരട് നിയമാവലിയും കരട് രാഷ്ട്രീയ തീസിസും. പുതുതായി തിരഞ്ഞെടുക്കപ്പെട്ട കേന്ദ്ര നേതൃത്വം കമ്യൂണിസ്റ്റ് ഇന്റർനാഷണൽ നിർദ്ദേശിച്ച ചട്ടക്കൂടിനുള്ളിൽ ഇന്ത്യൻ രാഷ്ട്രീയ സാഹചര്യത്തിലെ മാറ്റങ്ങൾ വിലയിരുത്തിക്കൊണ്ട് പ്രവർത്തനമാരംഭിച്ചു. ദേശീയവും സാർവ്വദേശീയവുമായ സാഹചര്യങ്ങൾ അതിവേഗം മാറിക്കൊണ്ടിരുന്നതിനാൽ ഇത് എളുപ്പമുള്ള കടമയായിരുന്നില്ല.

തിരഞ്ഞെടുക്കപ്പെട്ട കേന്ദ്ര നേതൃത്വം (വ്യക്തികളുടെ മാറ്റത്തോടുകൂടി) 1964 ൽ പാർട്ടി പിളർന്നതുവരെ തുടർന്നു. മുൻപ് നടത്തിയ നിഷ്ഫലമായ ശ്രമങ്ങൾക്കുപരി 1933–34 കാലത്താണ് പാർട്ടി സെന്ററിന്റെ വിജയകരമായ രൂപീകരണം സാദ്ധ്യമായത് എന്ന് ഒറ്റവാക്യത്തിൽ പറയാൻ കഴിയും. 1934 ഓടുകൂടി കമ്യൂണിസ്റ്റ് പാർട്ടി ഓഫ് ഇന്ത്യ ഒരു ദശകത്തിലേറെക്കാലത്തെ മർദ്ദന നടപടികളെയെല്ലാം അതിജീവിച്ചുകൊണ്ട് സജീവമായി പ്രവർത്തനമാരംഭിച്ചു. കമ്യൂണിസ്റ്റ് പ്രവർത്തനങ്ങൾ വർദ്ധിച്ചതിന്റെ സൂചനകളിലൊന്നാണ് 1934 ൽ പണിമുടക്കുകളുടെയും നഷ്ടപ്പെട്ട മനുഷ്യാദ്ധ്വാനദിനങ്ങളുടെയും വർദ്ധനവ് (അതിനുമുൻപത്തെ രണ്ട് വർഷങ്ങളുമായി–1932 ഉം 1933 ഉം താരതമ്യപ്പെടുത്തുമ്പോൾ ഇരട്ടിയായി); ഇത് വർദ്ധിച്ചുകൊണ്ടിരുന്ന ജനകീയ അസ്വസ്ഥതയുടെ സൂചനയുമായിരുന്നു.

സാമ്രാജ്യത്വവാഴ്ചയോടും അതിനൊപ്പം സാമ്രാജ്യത്വവിരുദ്ധ സമരമുന്നണിയിലെ ബൂർഷ്വാ നേതൃത്വത്തോടുമുള്ള ഈ വെല്ലുവിളിയെ മുളയിലേ നുള്ളിക്കളയണമെന്ന നിഗമനത്തിൽ ഭരണാധികാരികൾ എത്തിച്ചേർന്നു. അതുകൊണ്ടായിരുന്നു കോൺഗ്രസിനുമേലുള്ള നിരോധനം നീക്കം ചെയ്ത സാമ്രാജ്യത്വവാദികളായ അതേ ബ്രിട്ടീഷ് ഗവൺമെന്റ് കമ്യൂണിസ്റ്റു പാർട്ടിക്കുമേലുള്ള നിരോധനം തുടർന്നത്.

ചില സൈദ്ധാന്തിക പ്രശ്നങ്ങളുമായി മല്ലിടൽ (1928–1935)

കമ്യൂണിസ്റ്റ് ഇന്റർനാഷണലിന്റെ ആറാം കോൺഗ്രസ് (1928) ഇന്ത്യയിലെ കമ്യൂണിസ്റ്റ് പ്രസ്ഥാനത്തിനുമേൽ ആഴത്തിൽ സ്വാധീനം ചെലുത്തി. ലെനിന്റെ മാർഗ്ഗനിർദ്ദേശപ്രകാരം കോമിന്റേണിന്റെ രണ്ടാം കോൺഗ്രസ് (1920) അംഗീകരിച്ച തീസിസിലെ ധാരണകളെ 6–ാം കോൺഗ്രസിന്റെ കൊളോണിയൽ തീസിസ് പരിഷ്കരിച്ചു. അഞ്ചും ആറും കോൺഗ്രസുകൾക്കിടയിലുള്ള കാലത്ത് വിവിധ കമ്യൂണിസ്റ്റു പാർട്ടികളിൽ നിന്നും കോമിന്റേണിൽ നിന്നുതന്നെയും നിരവധി വലതുപക്ഷ അവസരവാദഗ്രൂപ്പുകളെയും പുറത്താക്കുകയുണ്ടായി. ട്രോട്സ്ക്കിയിസത്തിനെതിരായ പോരാട്ടത്തിനും കോമിന്റേണിന് പ്രത്യേക പ്രാധാന്യം നല്കേണ്ടതുണ്ടായിരുന്നു. സർവ്വോപരി, ആറാം കോൺഗ്രസിന്റെ കൊളോണിയൽ തീസിസിൽ ചൈനയിലെ സംഭവങ്ങളുടെ ആഴത്തിലുള്ള സ്വാധീനമുണ്ടായിരുന്നു. ഈ സംഭവ വികാസങ്ങളെല്ലാമാണ് കോമിന്റേണിന്റെ നിലപാടുകൾക്ക് രൂപംനല്കിയത്.

കമ്യൂണിസ്റ്റുകാർ പിന്തുടരേണ്ട അടവു സംബന്ധിച്ച തീസിസ് കമ്യൂണിസ്റ്റുപാർട്ടികൾക്ക് നല്കിയ നിർദ്ദേശം എല്ലാ പെറ്റി ബൂർഷ്വാ ഗ്രൂപ്പുകളിൽനിന്നും പാർട്ടികളിൽനിന്നും രാഷ്ട്രീയമായും സംഘടനാപരമായും വേറിട്ടുനില്ക്കണം എന്നതാണ്. ''വിപ്ലവപോരാട്ടത്തിന്റെ പ്രശ്നങ്ങൾ അത് എത്രത്തോളം ആവശ്യപ്പെടുന്നുവോ അത്രത്തോളം മാത്രം ചില സാഹചര്യങ്ങളിൽ കമ്യൂണിസ്റ്റ് പാർട്ടിയും ദേശീയ വിപ്ലവപ്രസ്ഥാനവും തമ്മിൽ താല്ക്കാലിക സഹകരണം നടപ്പാക്കാവുന്നതാണ്; ഇവ രണ്ടുമായുള്ള താല്ക്കാലിക കൂട്ടുകെട്ടുപോലും ആകാവുന്നതാണ്; എന്നാൽ ദേശീയ വിപ്ലവപ്രസ്ഥാനം ശരിക്കുമൊരു വിപ്ലവപ്രസ്ഥാനം തന്നെ ആയിരിക്കണമെന്നു മാത്രം; അത് ഭരണവർഗ്ഗത്തിനെതിരായി ശരിക്കും പൊരു

തണമെന്നേയുള്ളൂ; അതിന്റെ പ്രതിനിധികൾ കമ്യൂണിസ്റ്റുകാർക്കുമുന്നിൽ വഴിമുടക്കികളായി നില്ക്കരുതെന്നേയുള്ളൂ; കർഷകരെയും ചൂഷിതരായ ജനവിഭാഗങ്ങളെയാകെയും വിപ്ലവപരമായ അർത്ഥത്തിൽ സംഘടിപ്പിക്കുകയും വിദ്യാഭ്യാസം ചെയ്യിക്കുകയും കൂടി വേണം."

ഇന്ത്യയെ സംബന്ധിച്ച തീസിസിൽ മുന്നോട്ടുവച്ച ഒരു പ്രധാന സംഗതി വർക്കേഴ്സ് ആന്റ് പെസന്റ്സ് പാർട്ടികളുടെ രൂപീകരണത്തിന് അത് എതിരായിരുന്നുവെന്നതാണ്; കാരണം ''അവയെ ചില സവിശേഷ ഘട്ടങ്ങളിൽ അനായാസം സാധാരണ പെറ്റി ബൂർഷ്വാപാർട്ടികളാക്കി മാറ്റാവുന്നതാണ്. ഇന്ത്യൻ കമ്യൂണിസ്റ്റുകാരുടെ അടിസ്ഥാന കടമ രാജ്യത്തിന്റെ മോചനത്തിനും ഫ്യൂഡലിസത്തിന്റെ എല്ലാ അവശിഷ്ടങ്ങളെയും ഇല്ലാതാക്കുന്നതിനും കാർഷിക വിപ്ലവത്തിനും സോവിയറ്റ് റിപ്പബ്ലിക്കിന്റെ രൂപത്തിൽ തൊഴിലാളിവർഗ്ഗത്തിന്റെയും കർഷകരുടെയും സർവ്വാധിപത്യം സ്ഥാപിക്കുന്നതിനുംവേണ്ടി ബ്രിട്ടീഷ് സാമ്രാജ്യത്വത്തിനെതിരെ പൊരുതുകയെന്നതാണ്. ഈ കടമകൾ വിജയകരമായി നിർവ്വഹിക്കുന്നതിന് ശക്തമായ ഒരു കമ്യൂണിസ്റ്റ് പാർട്ടി കെട്ടിപ്പടുത്താൽ മാത്രമേ കഴിയൂ; അതിന് തൊഴിലാളിവർഗ്ഗത്തിന്റെയും കർഷകജനതയുടെയും അദ്ധ്വാനിക്കുന്നവരുടെയാകെയും നേതൃത്വത്തിൽനിന്ന് ഫ്യൂഡൽ – സാമ്രാജ്യത്വചേരിക്കെതിരെയുള്ള പോരാട്ടത്തെ നയിക്കാൻ ശേഷിയുണ്ടാകണം... രാജ്യത്താകെ ചിന്നിച്ചിതറിക്കിടക്കുന്ന എല്ലാ കമ്യൂണിസ്റ്റ് ഗ്രൂപ്പുകളെയും വ്യക്തികളായ കമ്യൂണിസ്റ്റുകാരെയും യോജിപ്പിച്ച് സ്വതന്ത്രവും കേന്ദ്രീകൃതവുമായ പാർട്ടിയായി രൂപപ്പെടുത്തുന്നതാണ് ഇന്ത്യൻ കമ്യൂണിസ്റ്റുകാരുടെ പ്രഥമകടമ.

ദേശീയ വിമോചന പ്രസ്ഥാനത്തിൽ ബൂർഷ്വാസിയുടെ പങ്ക് സംബന്ധിച്ച പ്രശ്നമായിരുന്നു കോമിന്റേണിന്റെ ആറാം കോൺഗ്രസിലെ മുഖ്യ ചർച്ചാവിഷയം. ദേശീയ വിമോചന പോരാട്ടങ്ങളുടെ തന്ത്രത്തിന്റെയും അടവിന്റെയും പ്രശ്നങ്ങൾ സംബന്ധിച്ചും ദേശീയ ബൂർഷ്വാസിയുടെ പങ്കിനെ സംബന്ധിച്ചും തെറ്റായതും വൈരുദ്ധ്യങ്ങൾ നിറഞ്ഞതുമായ ചില സങ്കല്പനങ്ങൾ ഉൾക്കൊള്ളുന്നതായിരുന്നു ആറാം കോൺഗ്രസ് അംഗീകരിച്ച കൊളോണിയൽ തീസിസ്. ഉദാഹരണത്തിന്, അത് അവകാശപ്പെട്ടത്, ''സാമ്രാജ്യത്വത്തിനെതിരായ പോരാട്ടത്തിൽ ദേശീയ ബൂർഷ്വാസി ഗണ്യമായ ഒരു ശക്തിയല്ല'' എന്നാണ്. കോമിന്റേൺ നേതാവായിരുന്ന കുസിനിൻ സി പി എസ് യുവിന്റെ 20–ാം കോൺഗ്രസിൽ (1954), കോമിന്റേണിന്റെ ആറാം കോൺഗ്രസിന്റെ വിലയിരുത്തലിൽ ''സെക്ടേറിയനിസത്തിന്റെ കൃത്യമായ ഒരു അടയാളമുണ്ടായിരുന്നു'' എന്ന് അംഗീകരിക്കുകയുണ്ടായി.

സ്വാതന്ത്ര്യസമരത്തിൽ കാർഷിക വിപ്ലവത്തിന്റെ പ്രാധാന്യത്തെയും തൊഴിലാളിവർഗ്ഗത്തിന്റെ സ്വഭാവത്തെയും സംബന്ധിച്ച് കോമിന്റേണിന്റെ ആറാം കോൺഗ്രസ് ശരിയായി വിശകലനം ചെയ്തിരുന്നെങ്കിലും, സാമ്രാജ്യത്വ വിരുദ്ധ ഐക്യമുന്നണി സംബന്ധിച്ച് നേരത്തെയുള്ള

തന്ത്രത്തിൽ നിന്ന് ഈ തീസിസ് ഒരു ചുവടുമാറ്റം വരുത്തി. കോളനികളിലെ ദേശീയ വിമോചനപ്രസ്ഥാനങ്ങളെ നയിക്കുന്നതിൽ തൊഴിലാളി വർഗ്ഗത്തിന്റെയും കമ്യൂണിസ്റ്റുപാർട്ടികളുടെയും ശക്തിയെക്കുറിച്ച് തീസിസ് അമിത വിലയിരുത്തൽ നടത്തി. ഇന്ത്യയിൽ ആ കാലത്തെ യാഥാർത്ഥ്യം, വ്യവസ്ഥിതി ''നിലംപതിക്കാറായിരുന്നില്ല'' എന്നുമാത്രമല്ല, കമ്യൂണിസ്റ്റുപാർട്ടികൾ കോളനികളിലെ കൊളോണിയൽ വിരുദ്ധപ്രസ്ഥാനങ്ങളെ നയിക്കാൻ കഴിയുന്ന കൃത്യമായ ഒരു തലത്തിൽ എത്തിയിരുന്നതുമില്ല. സൗമ്യേന്ദ്രനാഥ് ടാഗോർ ഡബ്ല്യു പി പിക്കനുകൂലമായി സംസാരിച്ചിരുന്നുവെങ്കിലും ഇന്ത്യൻ പ്രതിനിധി സംഘം കരട് കൊളോണിയൽ തീസിസിനെ പിന്തുണയ്ക്കുകയാണുണ്ടായത്.

കോമിന്റേൺ നിർദ്ദേശങ്ങൾ ഇന്ത്യൻ കമ്യൂണിസ്റ്റുകാർക്കുമുന്നിൽ സംഘടനാപരമായും രാഷ്ട്രീയമായും ഗൗരവതരമായ ആശയക്കുഴപ്പങ്ങൾ സൃഷ്ടിച്ചു. കോമിന്റേണിന്റെ നിർദ്ദേശമനുസരിച്ച് അഖിലേന്ത്യാ വർക്കേഴ്സ് ആന്റ് പെസന്റ്സ് പാർട്ടിയുടെ സമ്മേളനത്തിനുശേഷം (1928 ഡിസംബർ) കൽക്കട്ടയിൽ കമ്യൂണിസ്റ്റ് നേതാക്കളുടെ ഒരു യോഗം ചേർന്നു. കൊളോണിയൽ പ്രശ്നം സംബന്ധിച്ച തീസിസിനെ ''പ്രവർത്തനത്തിനുള്ള വഴികാട്ടി'' എന്ന് ഈ യോഗം അംഗീകരിച്ചു; സി പി ഐയെ പരസ്യമായി പ്രവർത്തിക്കുന്ന പാർട്ടിയായി മാറ്റാനുള്ള സാദ്ധ്യത ''പരിശോധിക്കണെ''മെന്നും തീരുമാനമെടുത്തു. എന്നാൽ വർക്കേഴ്സ് ആന്റ് പെസന്റ്സ് പാർട്ടിയുടെ പ്രവർത്തനം അവസാനിപ്പിക്കണമെന്ന നിർദ്ദേശത്തെക്കുറിച്ച് യോഗം ഒരു തീരുമാനവുമെടുത്തില്ല.

''എല്ലാ തൊഴിലാളികളോടുമുള്ള സി പി ഐയുടെ മാനിഫെസ്റ്റോ'' യിൽ കോമിന്റേൺ നിർദ്ദേശിച്ച ലൈനിന്റെ പ്രതിഫലനം കാണാവുന്നതാണ്. ഡബ്ല്യു പി പിക്കൊപ്പം തന്നെ സി പി ഐയെ പുനരുജ്ജീവിപ്പിക്കേണ്ടതിന്റെയും ആവശ്യകതയെ ഈ രേഖ ന്യായീകരിച്ചു. ''അവശ്യം വേണ്ട ഒരു ദശ'' എന്ന നിലയിലാണ് മാനിഫെസ്റ്റോ, ഡബ്ല്യു പി പിയെ വിശദീകരിച്ചത്. ഡബ്ല്യു പി പിയെ പിന്തുണയ്ക്കുന്നതിനും "ഇപ്പോൾ" കമ്യൂണിസ്റ്റ് പാർട്ടി സംഘടിപ്പിക്കുന്നതിനും ട്രേഡ് യൂണിയനുകളോടും തൊഴിലാളികളോടും ആഹ്വാനം ചെയ്തു. ''തൊഴിലാളികൾക്ക് വിജയകരമായി ഉയർന്നുവരണമെന്നുണ്ടെങ്കിൽ അവരുടെ മുന്നടിപ്പടയായ കമ്യൂണിസ്റ്റുപാർട്ടി കെട്ടിപ്പടുക്കണമെന്നായിരുന്നു മാനിഫെസ്റ്റോ വ്യക്തമാക്കിയത്. കോമിന്റേൺ നിർദ്ദേശവുമായി പൊരുത്തപ്പെട്ടുപോകുന്നതിന് ഇന്ത്യയിലെ കമ്യൂണിസ്റ്റുകാരുടെ ഭാഗത്തുനിന്നുണ്ടായ ഒരു ശ്രമമായിരുന്നു മാനിഫെസ്റ്റോ. കൃത്യമായ ഒരു പാത തെളിച്ചെടുക്കുന്നതിനു മുൻപുതന്നെ 1929 മാർച്ചിൽ കെട്ടിച്ചമയ്ക്കപ്പെട്ട മീററ്റ് ഗൂഢാലോചന ക്കേസ് ഇന്ത്യൻ കമ്യൂണിസ്റ്റുകാർക്കേറ്റ കനത്ത ആഘാതമായിരുന്നു.

1930 ൽ പാർട്ടി അംഗീകരിച്ച പ്രവർത്തന പരിപാടി കോമിന്റേണിന്റെ 6–ാം കോൺഗ്രസ് നിർദ്ദേശിച്ച ചില ആശയങ്ങൾ ഉൾക്കൊള്ളുന്നതായിരുന്നു. ആ പരിപാടിയിൽ പ്രസ്താവിച്ചത്, ''ഇന്ത്യൻ വിപ്ലവത്തിന്റെ വി

ജയത്തിന് ഏറ്റവും വിനാശകരവും അപകടകരവുമായ തടസ്സം വിപ്ലവ വാചകക്കസർത്തുകളുടെ മറയിട്ട് ജവഹർലാൽ നെഹ്റുവും സുഭാഷ് ചന്ദ്ര ബോസും മറ്റും നയിക്കുന്ന നാഷണൽ കോൺഗ്രസിലെ ഇടതു വിഭാഗങ്ങൾ നടത്തുന്ന പ്രക്ഷോഭമാണ്'' എന്നായിരുന്നു. ഈ ധാരണ യാണ് 1930–32 കാലത്തെ സെക്ടേറിയനിസത്തിലേക്ക് നയിച്ചത്; ഇത് പാർട്ടിയുടെ പ്രതിച്ഛായയിൽ വളരെയേറെ നാശമുണ്ടാക്കി.

1930 ൽ മഹാമാന്ദ്യമുണ്ടാകുന്നതിനും ഏറെ മുൻപുതന്നെ, കോമി ന്റേൺ ലോക സാമ്പത്തികപ്രതിസന്ധിയുണ്ടാകുമെന്ന് പ്രവചിച്ചിരുന്നു; ഇത് സാമ്രാജ്യത്വത്തിലെ വൈരുദ്ധ്യങ്ങൾ മൂർച്ഛിക്കുന്നതിനും തന്മൂലം വിപ്ലവപ്രവർത്തനത്തിന്റെ ഒരു കുതിച്ചുചാട്ടത്തിനും ഇടവരുത്തുമെന്ന് കമ്യൂണിസ്റ്റുപാർട്ടികളെ കോമിന്റേൺ ജാഗ്രതപ്പെടുത്തിയിരുന്നു. വർഗ്ഗ സമരം ഇങ്ങനെ രൂക്ഷമാകുന്നത് ഭരണകൂടത്തിന്റെ മർദ്ദന നടപടികൾ വർദ്ധിക്കുന്നതിനിടയാക്കുമെന്നും അതുപോലെ അത് ഫാസിസത്തി ലേക്ക് നയിക്കുമെന്നും കോമിന്റേൺ താക്കീതു നല്കിയിരുന്നു. കോമി ന്റേണിന്റെ 12–ാം പ്ലീനത്തിലാണ് (1932) പ്രതിസന്ധിയിൽ അകപ്പെട്ട മു തലാളിത്തത്തിന്റെ ആക്രമണങ്ങളെ നേരിടുന്നതിന് ബഹുജനങ്ങളെയാ കെ അടിയന്തരമായും അണിനിരത്തേണ്ടത് ആവശ്യമാണെന്നും വർദ്ധി ച്ചുവരുന്ന അക്രാമകമായ ഫാസിസ്റ്റ് ഗൂഢനീക്കങ്ങളെ നേരിടേണ്ടതു ണ്ടെന്നും വ്യക്തമാക്കിയത്. ഐക്യമുന്നണിനയത്തിലേക്കുള്ള കോമി ന്റേണിന്റെ പ്രയാണത്തിന്റെ തുടക്കമായിരുന്നു ഈ പ്ലീനം; തുടർന്ന് 1935 ൽ കോമിന്റേണിന്റെ ഏഴാം കോൺഗ്രസ് ഈ ഐക്യമുന്നണി നയം അംഗീകരിച്ചു.

1932 മെയ് മാസത്തിൽ, കോമിന്റേണിന്റെ ഔദ്യോഗിക പ്രസിദ്ധീ കരണമായ *ഇംപ്രകോർ* ചൈനയിലെയും ബ്രിട്ടനിലെയും ജർമ്മനി യിലെയും കമ്യൂണിസ്റ്റുപാർട്ടികൾ സംയുക്തമായി പുറപ്പെടുവിച്ച ഒരു തുറന്ന കത്ത് പ്രസിദ്ധീകരിച്ചിരുന്നു; കോമിന്റേൺ നയത്തെ പൂർണ്ണമാ യും അംഗീകരിച്ചുകൊണ്ടുള്ളതായിരുന്നു ആ കത്ത്. ബൂർഷ്വാ കോൺ ഗ്രസ് നേതൃത്വവും അതിനെ പിന്തുടരുന്ന കോൺഗ്രസിന്റെ വഞ്ചനാപ രമായ സ്വഭാവത്തെക്കുറിച്ച് ശരിയായി മനസ്സിലാക്കാത്ത തൊഴിലാളിക ളും കർഷകരും പട്ടണങ്ങളിലെ പെറ്റി ബൂർഷ്വാസിയിലെ വിപ്ലവകാരി കളായ വിഭാഗങ്ങളുൾപ്പെടെയുള്ളവരും തമ്മിൽ ഈ കത്ത് വേർതിരി ച്ച് കാണിച്ചിരുന്നു.

കോൺഗ്രസ് സംഘടിപ്പിക്കുന്ന എല്ലാ ബഹുജന പ്രകടനങ്ങളിലും ഇന്ത്യയിലെ കമ്യൂണിസ്റ്റുകാർ പങ്കെടുക്കേണ്ടത് ആവശ്യമാണെന്നും ഒപ്പം കമ്യൂണിസ്റ്റു മുദ്രാവാക്യങ്ങളും പ്രക്ഷോഭങ്ങളുമായി മുന്നോട്ടുവ രണമെന്നും അത് നിർദ്ദേശിച്ചിരുന്നു. കോൺഗ്രസ് സംഘടിപ്പിക്കുന്ന ബ ഹുജന പ്രക്ഷോഭങ്ങളിൽ പങ്കെടുക്കണമെന്നും മുഖ്യധാരയിൽനിന്നും കമ്യൂണിസ്റ്റുപാർട്ടി ഒറ്റപ്പെട്ടു നില്ക്കരുതെന്നും ഈ കത്ത് പാർട്ടിയോട് നിർദ്ദേശിച്ചു. 1933 ൽ കമ്യൂണിസ്റ്റ് പാർട്ടി ഓഫ് ചൈന വീണ്ടും ഇന്ത്യ

യിലെ കമ്യൂണിസ്റ്റുകാർക്ക് ഒരു തുറന്ന കത്തെഴുതി.

എന്നാൽ, പാർട്ടിയുടെ പിശകുകളും സെക്ടേറിയൻ നിലപാടും തിരുത്തുന്നതിന് ഈ തുറന്ന കത്തുകൾ കൊണ്ടൊന്നും കഴിഞ്ഞില്ല. പുനരുജ്ജീവനത്തിനുള്ള ശ്രമങ്ങളെല്ലാം നടത്തിയിരുന്നെങ്കിലും സ്വാതന്ത്ര്യസമരത്തിൽ ദേശീയ ബൂർഷ്വാസിയുടെ പങ്കിനെ സംബന്ധിച്ച നിഷേധാത്മക കാഴ്ചപ്പാട് കൈവെടിയാൻ പാർട്ടിക്ക് കഴിഞ്ഞില്ല. കമ്യൂണിസ്റ്റുകാർ പ്രധാനമായും ഊന്നൽ നല്കിയത് ബൂർഷ്വാസിയെ തുറന്നുകാണിക്കുന്നതിനായിരുന്നു. സാർവ്വദേശീയ സാഹചര്യങ്ങളിൽവന്ന മാറ്റവും അതേത്തുടർന്ന് കോമിന്റേൺ നയങ്ങളിലുണ്ടായ മാറ്റങ്ങളും അടവുപരമായ ചില നിലപാടുകൾ തിരുത്തുന്നതിന് സഹായകമായി; തുടർന്ന് ഈ മാറിയ നിലപാടുകൾ ഇന്ത്യയിലെ കമ്യൂണിസ്റ്റുകാർ സ്വീകരിച്ചു.

കോമിന്റേണിന്റെ ഏഴാം കോൺഗ്രസ് (1935) കോളനികളിലെയും അർദ്ധകോളനികളിലെയും ദേശീയ വിമോചന സമരങ്ങളെ ഫാസിസ്റ്റു വിരുദ്ധ–യുദ്ധ വിരുദ്ധ സമരങ്ങളുമായി ബന്ധപ്പെടുത്തിയിരുന്നു. ഈ രാജ്യങ്ങൾക്കായുള്ള ഐക്യമുന്നണിയെ സാമ്രാജ്യത്വവിരുദ്ധ ഐക്യമുന്നണിയുടെ മുദ്രാവാക്യവുമായി സവിശേഷമായും ബന്ധപ്പെടുത്തിയിരുന്നു. ദേശീയ ബൂർഷ്വാസി ഒന്നടങ്കം സാമ്രാജ്യത്വ വിരുദ്ധപ്രസ്ഥാനത്തിന്റെ ലക്ഷ്യങ്ങളെ വഞ്ചിക്കുകയാണെന്ന സെക്ടേറിയൻ നിലപാടിനെ തിരസ്കരിച്ചു. ദേശീയ പരിഷ്കരണവാദികളുടെ നേതൃത്വത്തിലുള്ള സാമ്രാജ്യത്വവിരുദ്ധ ജനകീയ പ്രസ്ഥാനങ്ങളിൽ സജീവമായി പങ്കെടുക്കുന്നതിനും കൂട്ടായി പ്രവർത്തിക്കുന്നതിനും ഏഴാം കോൺഗ്രസ് കമ്യൂണിസ്റ്റുകാരെ ആഹ്വാനം ചെയ്തു.

ഈ കോൺഗ്രസിൽ നടത്തിയ പ്രസംഗത്തിൽ ദിമിത്രോവ് അന്ന് നിലനിന്നിരുന്ന സാർവ്വദേശീയ സാഹചര്യത്തിൽ ഇന്ത്യൻ കമ്യൂണിസ്റ്റുകാരുടെ പങ്കിനെക്കുറിച്ച് സംസാരിച്ചു: ''ഇന്ത്യയിൽ കമ്യൂണിസ്റ്റുകാർ സാമ്രാജ്യത്വവിരുദ്ധ ജനകീയപ്രക്ഷോഭങ്ങളെ പിന്തുണയ്ക്കുകയും അവയെ വ്യാപിപ്പിക്കുകയും അവയിൽ പങ്കെടുക്കുകയും വേണം; ദേശീയ പരിഷ്കരണവാദി നേതൃത്വത്തിൻകീഴിലുള്ള പ്രക്ഷോഭങ്ങളിൽനിന്ന് വിട്ടുനില്ക്കുകയും ചെയ്യരുത്; തങ്ങളുടെ രാഷ്ട്രീയവും സംഘടനാപരവുമായ സ്വാതന്ത്ര്യം നിലനിർത്തിക്കൊണ്ടുതന്നെ, കമ്യൂണിസ്റ്റുകാർ ഇന്ത്യൻ നാഷണൽ കോൺഗ്രസിന്റെ ഭാഗമായുള്ള ദേശീയ പരിഷ്കരണവാദ സംഘടനയ്ക്കുള്ളിൽ സജീവമായി പ്രവർത്തനം നടത്തണം.''

ഈ ധാരണ കൂടുതൽ വികസിപ്പിച്ചുകൊണ്ട്, 1936 ൽ ബ്രിട്ടീഷ് കമ്യൂണിസ്റ്റ് പാർട്ടിയുടെ നേതാക്കളായ രജനി പാാംദത്തും ബെൻ ബ്രാഡ്ലിയും ഇന്ത്യയിലെ സാമ്രാജ്യത്വവിരുദ്ധ ജനകീയ മുന്നണിക്കായി ദത്ത്–ബ്രാഡ്ലി തീസിസ് പ്രസിദ്ധീകരിച്ചു. ഈ തീസിസ് ഇന്ത്യൻ കമ്യൂണിസ്റ്റ് പ്രസ്ഥാനത്തിനുമേൽ അഗാധമായ സ്വാധീനം ചെലുത്തി.

ദത്ത് - ബ്രാഡ്ലി തീസിസ്

ആയിരത്തിത്തൊള്ളായിരത്തി മുപ്പത്തിയാറ് ഫെബ്രുവരി 29 നാണ് കമ്യൂണിസ്റ്റ് ഇന്റർനാഷണൽ ആനുകാലികമായ ഇന്റർനാഷണൽ പ്രസ് കറസ്പോണ്ടൻസ് (ഇംപ്രകോർ) ദത്ത് - ബ്രാഡ്ലി തീസിസ് പ്രസിദ്ധീകരിച്ചത്. ഇന്ത്യയിൽ സാമ്രാജ്യത്വവിരുദ്ധ ജനകീയ മുന്നണിക്കായുള്ള തീസിസ് എന്ന് അറിയപ്പെടുന്നതാണത്. ശ്രദ്ധേയമായ സാർവ്വദേശീയ, ദേശീയ സംഭവവികാസങ്ങളുടെ പശ്ചാത്തലത്തിലാണ് ഇതു പ്രസിദ്ധീകരിക്കപ്പെട്ടത്. സാർവ്വദേശീയമായി ഫാസിസം ശക്തിപ്പെട്ടുകൊണ്ടിരിക്കുകയും ദേശീയമായി സിവിൽ നിയമലംഘന പ്രസ്ഥാനം അവസാനിപ്പിക്കുകയും ചെയ്ത സമയമായിരുന്നു അത്; ദേശീയ പ്രസ്ഥാനത്തിലെ യുവതലമുറയ്ക്കിടയിൽ കടുത്ത നിരാശ ബാധിച്ചിരുന്ന സമയവുമായിരുന്നു അത്. 1934 ഒടുവിൽ രൂപീകരിക്കപ്പെട്ട കോൺഗ്രസ് സോഷ്യലിസ്റ്റ് പാർട്ടി (സി എസ് പി)യെ കൊളോണിയൽ പ്രശ്നം സംബന്ധിച്ച മാർക്സിസ്റ്റ് സമീപനം വളരെയേറെ സ്വാധീനിച്ചിരുന്നു. സി എസ് പിയുടെ ഉയർന്നുവരവോടെ സെക്ടേറിയനല്ലാത്ത ഒരു ചിന്താധാര വികസിച്ചു.

സോഷ്യലിസത്തിനായുള്ള പോരാട്ടത്തിന്റെ ഉപകരണമായി ഇന്ത്യൻ നാഷണൽ കോൺഗ്രസുതന്നെ മാറുമെന്ന് സി എസ് പിയിലെ ഗണ്യമായ ഒരുവിഭാഗം പ്രതീക്ഷിച്ചിരുന്നു. സമരങ്ങളിൽ പങ്കെടുത്തും സാമ്രാജ്യത്വ വിരുദ്ധ വിഭാഗങ്ങളെ സംഘടിപ്പിച്ചും ബൂർഷ്വാസിയെ തുറന്നുകാണിച്ചും കോൺഗ്രസിന്റെ ചാഞ്ചാട്ട മനോഭാവത്തെയും വഞ്ചനയെയും ഫലപ്രദമായി ചെറുക്കുകയെന്നതാണ് കമ്യൂണിസ്റ്റുകാരുടെയും സോഷ്യലിസ്റ്റുകളുടെയും കടമയെന്ന് കമ്യൂണിസ്റ്റുകാർ ചൂണ്ടിക്കാണിച്ചു. ഈ പ്രക്രിയയിലൂടെ, കോൺഗ്രസിന്റെ ബൂർഷ്വാ നേതൃത്വവും അതിന്റെ അണികളും തമ്മിൽ ഒരു വേർതിരിവുമില്ലാതെ കോ

ൺഗ്രസിനെയാകെ എതിർത്തുകൊണ്ടിരുന്ന കമ്യൂണിസ്റ്റുപാർട്ടി അതിന്റെ തെറ്റുതിരുത്താനാരംഭിച്ചു. യഥാർത്ഥത്തിൽ സാമ്രാജ്യത്വവിരുദ്ധ മുന്നണിയെന്ന സങ്കല്പനംതന്നെ ഈ തെറ്റുതിരുത്തൽ പ്രക്രിയയുടെ ഫലമായിരുന്നു.

ചുവടെ ചേർക്കുന്ന നിർണ്ണായക ചോദ്യങ്ങൾക്ക് ഉത്തരം കാണാനാണ് ദത്ത്–ബ്രാഡ്‌ലി തീസിസ് പ്രാഥമികമായും ശ്രമിച്ചത്. (അപ്പോൾ നിലനിന്നിരുന്ന) സാഹചര്യത്തെ എങ്ങനെ പരിവർത്തനപ്പെടുത്താം? ബ്രിട്ടീഷ് സാമ്രാജ്യത്വത്തോട് എതിരിടുന്നതിനുള്ളതും ജനങ്ങളുടെ ആവശ്യങ്ങൾ നിറവേറ്റുന്നതിനുള്ളതുമായ ശക്തമായ ഒരു പ്രക്ഷോഭത്തിൽ എങ്ങനെയാണ് ജനങ്ങളെ ഒന്നിപ്പിച്ച് അണിനിരത്തുക? തിരഞ്ഞെടുക്കപ്പെടുന്ന ദേശീയ പ്രതിനിധികളുടെ നയം എന്തായിരിക്കണം? സാമ്രാജ്യത്വത്തെ പരാജയപ്പെടുത്തുന്നതിനുള്ള ദേശീയ സമരത്തിന്റെ ഭാവി ദിശാരൂപം എന്തായിരിക്കണം?

> ഇപ്പോഴത്തെ സാഹചര്യത്തിലെ പ്രധാന ആവശ്യം, പൊതുവായ പോരാട്ടത്തിൽ എല്ലാ സാമ്രാജ്യത്വവിരുദ്ധ ശക്തികളുടെയും ഐക്യമാണ് – നിലവിലുള്ളതും നിരന്തരം മൂർച്ഛിച്ചുവരുന്നതുമായ പിന്തിരിപ്പത്തത്തിനും അടിച്ചമർത്തലിനും എതിരായി വിജയകരമായി പൊരുതാൻവേണ്ട അനുപേക്ഷണീയമായ മുന്നുപാധി. എന്നാൽ എന്താണ് ഐക്യം? ഐക്യത്തെക്കുറിച്ചും ഐക്യമുന്നണിയെക്കുറിച്ചുമുള്ള സംസാരമാണ് ഇന്ന് എല്ലാവരുടെയും ചുണ്ടുകളിലുള്ളത്. എന്നാൽ അതിന്റെപേരിൽ നിരവധി വ്യത്യസ്ത നിർദ്ദേശങ്ങൾ മുന്നോട്ടുവയ്ക്കപ്പെടുന്നുണ്ട്.
>
> സാമ്രാജ്യത്വവുമായുള്ള സഹകരണത്തിന്റെയും അധികാരത്തിൽ എത്തുന്നതിന്റെയും മാത്രം പരിപാടി സ്വന്തമായുള്ള ബ്രിട്ടീഷ് ഭരണാധികാരികളുടെ സുഹൃത്തുക്കളായ വലതുപക്ഷ വിഭാഗങ്ങൾ ഐക്യത്തിന്റേതായ ഇത്തരം നിർദ്ദേശങ്ങളെ ഹൃദയപൂർവ്വം സ്വാഗതംചെയ്യുന്നു. അവർക്ക് അതിനൊരു വ്യവസ്ഥയേയുള്ളൂ, തങ്ങളുടെ സാമ്രാജ്യത്വസേവ എന്ന പരിപാടി നിലനിർത്താൻ കഴിയണമെന്നുമാത്രം; കാരണം, അവർക്ക് സ്വന്തമായി ബഹുജന പിന്തുണയില്ല, എങ്ങനെയെങ്കിലും അധികാരത്തിൽ കയറിപ്പറ്റാനും തങ്ങളുടെ പരിപാടി നടപ്പിലാക്കാനും ഒരടിത്തറയുണ്ടാക്കണമെന്നേയുള്ളൂ. സാമ്രാജ്യത്വത്തിനെതിരായ പോരാട്ടം അടിയറവെച്ചുകൊണ്ട് കൈവരിക്കുന്ന ബ്രിട്ടീഷുകാരുടെ ചങ്ങാതിമാരുമായുള്ള ഐക്യം സാമ്രാജ്യത്വത്തിനെതിരായ ഐക്യമുന്നണിയെ ദുർബ്ബലപ്പെടുത്തുകയേയുള്ളൂ; അതിനെ ശക്തിപ്പെടുത്താൻ പറ്റിയതല്ല അത്തരമൊരു ഐക്യം.
>
> ഇതിൽനിന്ന് വ്യക്തമാകുന്നത് ഐക്യം എന്നാൽ കേവലമായ

ഒന്നായി പരിഗണിക്കാൻ കഴിയുന്നതല്ല എന്നാണ്; മറിച്ച് സാമ്രാജ്യത്വവിരുദ്ധ സമരത്തിന്റെ അടിസ്ഥാനത്തിൽ മാത്രമേ ഐക്യമുണ്ടാക്കാനാകു. വിദേശഭരണത്തിനെതിരെയുള്ള സമരത്തിൽ ഇന്ത്യൻ ജനതയുടെയാകെ ഐക്യത്തെ കാണാനുള്ള ആഗ്രഹം നമുക്കുണ്ടാകാം; എന്നാൽ ബ്രിട്ടീഷ് സാമ്രാജ്യത്വത്തിനെതിരെ, ഇന്ത്യൻ ജനതയുടെയാകെ, എല്ലാ വിഭാഗങ്ങളുടെയും എല്ലാ വർഗ്ഗങ്ങളുടെയും നൂറുതമാനം കേവലമായ 'ഐക്യം' അസാദ്ധ്യമാണെന്ന് നാം അംഗീകരിക്കേണ്ടതുണ്ട്. സാമ്രാജ്യത്വവുമായി കെട്ടുപിണഞ്ഞുകിടക്കുന്ന താല്പര്യങ്ങളുള്ള ചില വിഭാഗങ്ങളുണ്ട്; ഉദാഹരണത്തിന്, സാമ്രാജ്യത്വവുമായുള്ള സഹകരണം ആഗ്രഹിക്കുന്നവരായി കച്ചവടക്കാരിലെയും സമ്പന്ന വർഗ്ഗങ്ങൾക്കിടയിലെയും വിഭാഗങ്ങൾ, നാട്ടുരാജാക്കന്മാർ, ഭൂപ്രഭുക്കൾ, ഹുണ്ടിക വ്യാപാരികൾ, മതപരമായ വൈവിദ്ധ്യങ്ങളെ ചൂഷണംചെയ്തു കഴിയുന്ന പിന്തിരിപ്പൻ മത–രാഷ്ട്രീയ വിഭാഗങ്ങൾ തുടങ്ങിയവർ.... ദേശീയ സമരശക്തികളെ വിലയിരുത്തുന്നതിൽ സാമ്രാജ്യത്വത്തിന്റെ അവസ്ഥയിൽ ജനങ്ങളിലെ വർഗ്ഗപരമായ ഘടനയുടെ യാഥാർത്ഥ്യങ്ങൾ നാം കണക്കിലെടുക്കേടതുണ്ട്.

എന്നാൽ സാമ്രാജ്യത്വത്തിനെതിരെ ജനസംഖ്യയിലെ മഹാഭൂരിപക്ഷത്തിന്റെയും ഐക്യമുണ്ടാക്കാനാകും; അതായത് സാമ്രാജ്യത്വവാഴ്ചയ്ക്കുകീഴിൽ ദുരിതമനുഭവിക്കുന്ന എല്ലാ ജനവിഭാഗങ്ങളുടെയും ദേശീയ വിമോചനത്തിനായുള്ള പൊതുവായ പോരാട്ടത്തിൽ അണിനിരക്കാൻ സന്നദ്ധരായിട്ടുള്ള മറ്റു വർഗ്ഗങ്ങളിൽ നിന്നുള്ള എല്ലാ വിഭാഗങ്ങളുടെയും ഐക്യം.

ഇത്തരമൊരു ഐക്യപ്പെടലിന് അനുപേക്ഷീയമായ അടിത്തറ ആവശ്യമാണ് ഇന്ത്യക്ക് സമ്പൂർണ്ണമായ സ്വാതന്ത്ര്യം നേടുന്നതിനായി സാമ്രാജ്യത്വത്തിനെതിരെയും നിലവിലുള്ള അടിമ ഭരണഘടനയ്ക്കെതിരെയും നിരന്തരമായ പോരാട്ടം എന്ന ലൈൻ; അദ്ധ്വാനിക്കുന്ന ബഹുജനങ്ങളുടെ ജീവത്തായ ആവശ്യങ്ങൾക്കായുള്ള സജീവ സമരം. ഇതാണ് നാം ആഗ്രഹിക്കുന്ന ഇന്ത്യൻ ജനതയുടെ ഐക്യം. സാമ്രാജ്യത്വത്തിനെതിരായ സമരത്തിനായുള്ള സാമ്രാജ്യത്വവിരുദ്ധ ജനകീയ ഐക്യമുന്നണി.

ഇടതുപക്ഷക്കാരായ നാം നാഷണൽ കോൺഗ്രസിലെ നിലവിലുള്ള നേതൃത്വത്തെയും അടവുകളെയും പലതവണ അതിരൂക്ഷമായി വിമർശിച്ചിട്ടുണ്ട്. അവരുടെ പല തീരുമാനങ്ങളും നയങ്ങളും ദേശീയ സമരത്തിന്റെ യഥാർത്ഥ താല്പര്യങ്ങൾക്ക് ഹാനികരമാണെന്നും സാമ്രാജ്യത്വത്തിനു കീഴടങ്ങുന്നതിനു തുല്യമാണെന്നും നാം കണ്ടിട്ടുണ്ട്. ബഹുജനങ്ങളുടെ താല്പര്യങ്ങളു

മായും ദേശീയ സമരത്തിന്റെ താല്പര്യങ്ങളുമായും പലപ്പോഴും വിരുദ്ധമായ താല്പര്യങ്ങളുള്ള, നിലവിൽ മേധാവിത്തം പുലർത്തുന്ന ബൂർഷ്വാ നേതൃത്വത്തിന്റേതാണ് ഈ തീരുമാനങ്ങളും നയങ്ങളുമെന്ന് നാം കണ്ടെത്തിയിട്ടുണ്ട്... പ്രത്യേക നയങ്ങൾക്കെതിരായ ഈ വിമർശനം ഒരർത്ഥത്തിലും കോൺഗ്രസിലുള്ള ബഹുജനങ്ങൾക്കെതിരെ ലക്ഷ്യമാക്കിയിട്ടുള്ള വിമർശനമല്ല. ഒരു പ്രത്യേക നേതൃത്വത്തിനോടോ പ്രത്യേക നയങ്ങളോടോ ഉള്ള നമ്മുടെ എതിർപ്പ് കോൺഗ്രസ് പ്രതിനിധാനംചെയ്യുന്ന ദേശീയ സമരത്തിന്റെ ജനകീയ സേനയെയും ദേശീയ സമരത്തെയും സഹായിക്കുകയും ശക്തിപ്പെടുത്തുകയും ചെയ്യുകയെന്ന ലക്ഷ്യത്തോടെ മാത്രമുള്ളതാണ്.

നാഷണൽ കോൺഗ്രസിലൂടെ കൈവരിച്ച ഐക്യത്തിന്റെ ശക്തി കെടുത്താതെ, വിശാലമായ ഒരു മുന്നണിയിലേക്ക് ഈ ഐക്യത്തെ ശക്തിപ്പെടുത്തുകയും വിപുലപ്പെടുത്തുകയുമാണ് വേണ്ടത്; സാമ്രാജ്യത്വത്തിനെതിരായ ബഹുജന സമരത്തിന്റെ സംഘടനയ്ക്കും നേതൃത്വത്തിനും പുതിയ ഒരുഘട്ടം വികസിപ്പിക്കുകയുമാണ് വേണ്ടത്.

അതിനാൽ, സാമ്രാജ്യത്വത്തിനും അതിന്റെ ഭരണഘടനയ്ക്കും എതിരായ സമരത്തെ അടിസ്ഥാനപ്പെടുത്തിയും ജനങ്ങളുടെ അടിയന്തരാവശ്യങ്ങൾക്കായുള്ള ബഹുജന സമരങ്ങൾ സംഘടിപ്പിക്കുന്നതിനായും വിശാലമായ ഒരു സാമ്രാജ്യത്വ വിരുദ്ധ ജനകീയ മുന്നണിയിൽ ട്രേഡ്‌യൂണിയനുകൾ, കർഷക സംഘടനകൾ, യുവജന സംഘടനകൾ, മറ്റു സാമ്രാജ്യത്വവിരുദ്ധ ബഹുജന സംഘടനകൾ എന്നിങ്ങനെ നിലവിലുള്ള എല്ലാ ബഹുജന സംഘടനകളുമായും ചേർന്ന് നാഷണൽ കോൺഗ്രസിന്റെ ഐക്യമുന്നണി കെട്ടിപ്പടുക്കലായിരിക്കണം പ്രഥമലക്ഷ്യം.

ഇന്ത്യൻ ദേശീയ സമരത്തിന്റെ മാറ്റമില്ലാത്ത ലക്ഷ്യമായി ഇന്ത്യയുടെ സമ്പൂർണ്ണ സ്വാതന്ത്ര്യത്തെ തെറ്റിദ്ധാരണ സൃഷ്ടിക്കാനാകാത്തവിധം സ്ഥാപിക്കേണ്ടത് അനുപേക്ഷണീയമാണ്; ആ നിലയിൽ യഥാർത്ഥ ലക്ഷ്യം നേടാതെയുള്ള കൂടിയാലോചനകളിലും ഒത്തുതീർപ്പുകളിലും സാമ്രാജ്യത്വവുമായി ഏർപ്പെടുന്നത്–ഭരണഘടന നടപ്പാക്കുന്നതിന് സഹകരിക്കുന്നതുപോലെയുള്ള നടപടികൾ–നിരാകരിക്കേണ്ടതുമാണ്.

അതിനുംപുറമെ, സ്വാതന്ത്ര്യത്തിനായുള്ള പോരാട്ടത്തിന്റെ പരിപാടിയെ സാമ്രാജ്യത്വത്തിനെതിരായ സമരത്തിന്റെ അടിയന്തര രാഷ്ട്രീയാവശ്യങ്ങളുമായും തൊഴിലാളികളുടെയും കൃഷിക്കാരുടെയും അടിയന്തരാവശ്യങ്ങൾ നേടുന്നതിനുള്ള സമരങ്ങളുമായും

കണ്ണിചേർക്കേണ്ടതും അനുപേക്ഷണീയമാണ്.

ഉദാഹരണത്തിന്, അത്തരമൊരു പരിപാടിയിൽ ഉൾപ്പെടുത്തപ്പെടേണ്ടവ ഇവയാണ്:

1. ഇന്ത്യയുടെ സമ്പൂർണ്ണ സ്വാതന്ത്ര്യം എന്ന ലക്ഷ്യം.
2. പ്രസംഗിക്കുന്നതിനും പത്രപ്രവർത്തനത്തിനും സംഘടിക്കുന്നതിനും യോഗം ചേരുന്നതിനും പണിമുടക്കുന്നതിനും പിക്കറ്റിങ്ങിനുമുള്ള സ്വാതന്ത്ര്യം.
3. അസാധാരണവും മർദ്ദനപരവുമായ എല്ലാ നിയമങ്ങളും (ക്രിമിനൽ ഭേദഗതി നിയമം, പത്രമാരണനിയമം തുടങ്ങിയവ).
4. എല്ലാ രാഷ്ട്രീയ തടവുകാരെയും കരുതൽ തടങ്കൽകാരെയും മാറ്റിനിർത്തപ്പെട്ടിരിക്കുന്നവരെയുമെല്ലാം മോചിപ്പിക്കൽ.
5. തൊഴിലാളികളുടെ കൂലി വെട്ടിക്കുറയ്ക്കുന്നതിനും അവരെ പിരിച്ചുവിടുന്നതിനുമെതിരെ, ആവശ്യമായവിധമുള്ള മിനിമം കൂലിക്കും 8 മണിക്കൂർ പ്രവൃത്തിദിനത്തിനുവേണ്ടി പാട്ടം പകുതിയായി കുറയ്ക്കുന്നതിനുവേണ്ടി, സാമ്രാജ്യത്വവാദികളും നാട്ടുരാജാക്കന്മാരും സെമീന്ദാർമാരും പണം പലിശയ്ക്കു നല്കുന്നവരും കടബാദ്ധ്യത ഈടാക്കുന്നതിനായി കൃഷിക്കാരുടെ ഭൂമി പിടിച്ചെടുക്കുന്നതിനെതിരെ.

സാമ്രാജ്യത്വവിരുദ്ധ ജനകീയ മുന്നണി യാഥാർത്ഥ്യമാക്കുന്നതിനും നാഷണൽ കോൺഗ്രസിന്റെ ഭരണഘടനയിലും സംഘടനയിലും നയത്തിലും പ്രവർത്തനത്തിലും അടിയന്തരമായും ആവശ്യമായ മാറ്റങ്ങൾ വരുത്തുന്നതിനുമായി കോൺഗ്രസിലെ എല്ലാ ഇടതുപക്ഷ വിഭാഗങ്ങളും ഈ ജീവത്തായ ആവശ്യങ്ങൾ നേടുന്നതിനുവേണ്ടി ഒരു പൊതുവേദിയിൽ ഒരുമിച്ചുനിന്ന് പൊരുതേണ്ടതാണ്.... ഇപ്പോൾ നിലവിലുള്ള കോൺഗ്രസിലെ എല്ലാ പുരോഗമന വിഭാഗങ്ങളുടെയും കൂട്ടായ്മയെന്ന നിലയിൽ കോൺഗ്രസ് സോഷ്യലിസ്റ്റ് പാർട്ടിക്ക് പ്രത്യേകിച്ചും പ്രധാനപ്പെട്ട പങ്കുവഹിക്കാൻ കഴിയും. കോൺഗ്രസ് സോഷ്യലിസ്റ്റ് പാർട്ടിയിൽ പരിപാടിയുടെയും അടവിന്റെയും പ്രശ്നങ്ങളിൽ വ്യക്തത വരുത്തുന്നതിന് എല്ലാ പരിശ്രമങ്ങളും നടത്തേണ്ടത് വളരെയേറെ പ്രാധാന്യമുള്ള കാര്യമാണ്.

ഈ വിധത്തിലാണ് സാമ്രാജ്യത്വവിരുദ്ധ ജനകീയ മുന്നണിയുടെ ആദ്യഘട്ടം കെട്ടിപ്പടുക്കേണ്ടത്; അതിനായുള്ള പൊതു പോരാട്ടം ഇതിനകം നടന്നുകൊണ്ടിരിക്കുകയാണ്; പ്രാദേശികാടിസ്ഥാനത്തിലും ജില്ലാടിസ്ഥാനത്തിലും പ്രവിശ്യാടിസ്ഥാനത്തിലും പ്രത്യേ

> കമായും ഊന്നൽ നല്കേണ്ടതാണ്.
>
> സാമ്രാജ്യത്വവിരുദ്ധ മുന്നണിയെ സംബന്ധിച്ചിടത്തോളം തിരഞ്ഞെടുപ്പുകളുടെ പ്രശ്നത്തിന് പരമപ്രാധാന്യമാണുള്ളത്. ഒരുവശത്ത്, സാമ്രാജ്യത്വവിരുദ്ധ മുന്നണിയുടെ വ്യക്തമായ നയം, സമ്പൂർണ്ണ സ്വാതന്ത്ര്യത്തിനായി വിട്ടുവീഴ്ചയില്ലാത്ത സമരം എന്ന നയം, സാമ്രാജ്യത്വവുമായും അതിന്റെ ഭരണഘടനയുമായുമുള്ള സഹകരണത്തിനെതിരെയും ബഹുജനങ്ങളുടെ ആവശ്യങ്ങൾക്കുവേണ്ടിയും തിരഞ്ഞെടുപ്പുകളിൽ ശക്തമായി ശബ്ദമുയർത്തേണ്ടത് അനിവാര്യമാണ്; ദേശീയ പ്രസ്ഥാനത്തിലെ ഈ വലിയ ജനവിഭാഗത്തിന്റെ കാഴ്ചപ്പാടിനെ നിയന്ത്രിക്കാനും ഞെരിച്ചമർത്താനും പാടില്ല.... തിരഞ്ഞെടുപ്പുകളിൽ ദേശീയമുന്നണിയെ ഭിന്നിപ്പിക്കുന്നത് തടയുന്നതിനുള്ള സർവ്വ പരിശ്രമങ്ങളും നടത്തേണ്ടതാവശ്യമാണ്; എന്നാൽ ഇത്തരം ഐക്യത്തെ സാമ്രാജ്യത്വ വിരുദ്ധ ചേരിയിലെ ഇടതുപക്ഷ ശക്തികളെ ഒതുക്കാൻ ഉപയോഗിക്കാനും പാടില്ല.
>
> പ്രസ്ഥാനത്തിന്റെ നിലവിലുള്ള ഘട്ടങ്ങൾക്ക് അനുയോജ്യമായ വിധം ഭരണഘടനാ നിർമ്മാണസഭ വിളിച്ചുകൂട്ടുകയെന്ന ഡിമാൻഡ് നമ്മുടെ കേന്ദ്ര മുദ്രാവാക്യമായി ഉയർത്തുന്നതിന് ഏറ്റവും യോജിച്ച സമയമിതാണെന്നത് സംശയാതീതമായ കാര്യമാണ്; ഇത് സാർവ്വത്രികവും സമത്വാധിഷ്ഠിതവുമായ വോട്ടവകാശത്തെ ആധാരമാക്കിയുള്ളതും നേരിട്ടുള്ളതും രഹസ്യബാലറ്റുവഴിയുള്ളതുമായിരിക്കണം.
>
> വിശാലാടിസ്ഥാനത്തിലുള്ളതും എല്ലാവരെയും ഉൾക്കൊള്ളുന്നതും ശക്തവുമായ സാമ്രാജ്യത്വവിരുദ്ധ ജനകീയമുന്നണി യാഥാർത്ഥ്യമാകുന്നത്, ഇന്ത്യൻ ദേശീയ പ്രസ്ഥാനത്തെ സംബന്ധിച്ചുള്ള പുതിയ കാഴ്ചപ്പാടുകളിലേക്ക് അതിവേഗം വഴിതുറക്കുന്നതിനിടയാക്കും.

ദത്ത്–ബ്രാഡ്ലി തീസിസ് കമ്യൂണിസ്റ്റ് പ്രസ്ഥാനത്തെ വലിയതോതിൽ സഹായിച്ചു. ഈ കാലഘട്ടത്തിൽ കമ്യൂണിസ്റ്റുകാരുടെ ഇടപെടലുകളിലൂടെയാണ് രാജ്യത്ത് കമ്യൂണിസ്റ്റുപ്രസ്ഥാനം കെട്ടിപ്പടുക്കുന്നതിനും വികസിപ്പിക്കുന്നതിനും അളവറ്റ സംഭാവന നല്കിയ ഒട്ടേറെ കാഡർമാരും പുതുതലമുറ നേതാക്കളും ഉയർന്നുവന്നത്.

അഖിലേന്ത്യാടിസ്ഥാനത്തിൽ ബഹുജനസംഘടനകളുടെ രൂപീകരണം

സാമൂഹികപരിവർത്തനത്തിനായി നാനാജനവിഭാഗങ്ങളെയാകെ അണിനിരത്തുന്നതിനുള്ള പരിശ്രമത്തിന്റെ ഭാഗമായി കമ്യൂണിസ്റ്റുകാർ വിവിധ വർഗ്ഗ ബഹുജനസംഘടനകൾക്ക് രൂപംനല്കുന്നതിന് മുൻകൈയെടുത്തു. 1936 ൽ തന്നെ മൂന്ന് അഖിലേന്ത്യാ സംഘടനകൾ - ആൾ ഇന്ത്യ കിസാൻ സഭ (എ ഐ കെ എസ്), ആൾ ഇന്ത്യ സ്റ്റുഡന്റ്സ് ഫെഡറേഷൻ (എ ഐ എസ് എഫ്), പ്രോഗ്രസീവ് റൈറ്റേഴ്സ് അസോസിയേഷൻ (പി ഡബ്ല്യു എ) - രൂപീകരിക്കപ്പെട്ടു. കോൺഗ്രസിലെ ഇടതുപക്ഷ-പുരോഗമന വിഭാഗങ്ങളുമായി ചേർന്ന് കമ്യൂണിസ്റ്റുകാരാണ് അവയുടെ രൂപീകരണത്തിൽ പ്രധാന പങ്ക് വഹിച്ചത്.

കിസാൻസഭ : കമ്യൂണിസ്റ്റുകാരുടെ പ്രവർത്തനങ്ങൾ-വിശിഷ്യ, ആൾ ഇന്ത്യ വർക്കേഴ്സ് ആൻഡ് പെസന്റ്സ് പാർട്ടിയിലൂടെയും മീററ്റ് ഗൂഢാലോചനക്കേസിലെ കുറ്റാരോപിതരുടെ പൊതുപ്രസ്താവനയിലൂടെയും വിശദീകരിക്കപ്പെട്ട ആശയങ്ങൾ-ഇടതുപക്ഷത്തിന്റെ വ്യാപനത്തിന് വലിയ സംഭാവന നല്കി; കൃഷിക്കാർക്കിടയിൽ ഇത് ഗണ്യമായ സ്വാധീനം ചെലുത്തി. തങ്ങളുടേതായ ഒരു സ്വതന്ത്ര വർഗ്ഗ സംഘടന രൂപപ്പെടുത്തുകയും ബ്രിട്ടീഷ് സാമ്രാജ്യത്വത്തിനെതിരെ പൊരുതുകയും ചെയ്യുക എന്ന കാഴ്ചപ്പാടോടുകൂടി അവർ പ്രവർത്തിക്കാൻ ആരംഭിച്ചു. കിസാൻസഭയ്ക്കുകീഴിൽ കർഷകജനസാമാന്യത്തെ സംഘടിപ്പിച്ചുകൊണ്ട് അവരുടെ പ്രശ്നങ്ങൾ ഏറ്റെടുക്കുന്നതിന്റെ മുൻനിരയിൽ കമ്യൂണിസ്റ്റുകാരായിരുന്നു.

ഈ കാലഘട്ടത്തിൽ നിലനിന്നിരുന്ന മർദ്ദനപരമായ നികുതി സംവിധാനത്തിനും ചൂഷണത്തിനുമെതിരെ പടുകൂറ്റൻ സമരങ്ങൾ നടന്നു. രാജ്യത്തിന്റെ വിവിധ ഭാഗങ്ങളിൽ 1930 കളുടെ തുടക്കത്തിലും മദ്ധ്യ

ത്തിലും ആരംഭിച്ച ശക്തമായ കർഷകപ്രക്ഷോഭങ്ങൾ ഭൂപ്രഭുക്കളുടെ ആക്രമണങ്ങളിൽനിന്ന് കൃഷിക്കാരെ രക്ഷിക്കുന്നതിനായിരുന്നു ഊന്നൽ നല്കിയിരുന്നത്; നിർബ്ബന്ധിതമായി പണിയെടുപ്പിക്കലിനും (അടിമവേല) മറ്റു രൂപങ്ങളിലുള്ള ചൂഷണത്തിനുമെതിരെയുള്ള പ്രക്ഷോഭങ്ങളായിരുന്നു അവ. 1930 കളിലെ രൂക്ഷമായ സാമ്പത്തികപ്രതിസന്ധി കർഷകജനതയുടെ ബാദ്ധ്യതകൾ പിന്നെയും വർദ്ധിപ്പിച്ചു. 1936 ൽ അഖിലേന്ത്യാ കിസാൻ സഭ രൂപീകരിക്കുന്നതിനുമുൻപ് അടിയന്തരാശ്വാസത്തിനായി മാത്രമല്ല, മറിച്ച് ഭൂപ്രഭുവ്യവസ്ഥയ്ക്കെതിരെയുള്ള വ്യക്തമായ ദിശാബോധത്തോടെയുമുള്ള സുവ്യക്തമായ പരിപാടിയോടുകൂടി വിവിധ സംസ്ഥാനതല സംഘടനകൾ രൂപീകൃതമായി. കൃഷിക്കാരെ സംഘടിപ്പിക്കുന്നതിനും അവരെ സമരങ്ങളിലേക്ക് നയിക്കുന്നതിനും കമ്യൂണിസ്റ്റ് നേതാക്കൾ കോൺഗ്രസ് സോഷ്യലിസ്റ്റുകളുമായി കൈകോർത്തു.

കിസാൻസഭയുടെ സ്ഥാപക സമ്മേളനം (1930) ലഖ്നൗവിൽ ചേർന്നത് ഇന്ത്യൻ നാഷണൽ കോൺഗ്രസിന്റെ വാർഷിക സമ്മേളനത്തോടനുബന്ധിച്ചായിരുന്നു. വർഗ്ഗസംഘടനയെന്ന നിലയിൽ പ്രത്യേക അസ്തിത്വം സൂക്ഷിക്കുന്നതിനൊപ്പം ദേശീയപ്രസ്ഥാനത്തിന്റെ ഭാഗമായി കിസാൻ സഭയെ ഉയർത്തിക്കാണിക്കുകയെന്നതായിരുന്നു ആശയം. ഇ എം എസ് നമ്പൂതിരിപ്പാടിനെയും ഹർകിഷൻ സിങ് സുർജിത്തിനെയും പോലെയുള്ള പില്ക്കാല തലമുറയിലെ പല കമ്യൂണിസ്റ്റ് നേതാക്കളും ഈ സ്ഥാപക സമ്മേളനത്തിൽ പങ്കെടുത്തു.

''സാമ്പത്തികചൂഷണത്തിൽനിന്നുള്ള കർഷകജനതയുടെ സമ്പൂർണ്ണമോചനവും കൃഷിക്കാർക്കും തൊഴിലാളികൾക്കും മറ്റു ചൂഷിതവർഗ്ഗങ്ങൾക്കും സാമ്പത്തികവും രാഷ്ട്രീയവുമായ അധികാരം നേടിയെടുക്കലും" ആണ് കിസാൻ സഭയുടെ ലക്ഷ്യമായി സ്ഥാപക സമ്മേളനം മുന്നോട്ടുവച്ചത്. സമ്മേളനം പ്രധാനപ്പെട്ട രണ്ട് പ്രമേയങ്ങൾ അംഗീകരിക്കുകയുമുണ്ടായി. ഒന്ന്, നാനാരൂപങ്ങളിൽ നിലനിന്നിരുന്ന ഭൂപ്രഭുത്വം നിർമ്മാർജ്ജനം ചെയ്യണമെന്നും ഭൂമിയുടെ ഉടമസ്ഥത അതിൽ കൃഷി ചെയ്യുന്ന കർഷകർക്ക് നല്കണമെന്നുമുള്ളതാണ്. മറ്റൊന്ന്, റയത്ത്വാരി മേഖലയിലെ ഭൂനികുതി സമ്പ്രദായത്തിൽ സമൂലമാറ്റം വരുത്തണമെന്നും ദരിദ്രകർഷകരെ ഭൂനികുതി നല്കുന്നതിൽനിന്നും ഒഴിവാക്കിക്കൊണ്ടുള്ള തരംതിരിക്കപ്പെട്ട (Graduated) നികുതി സമ്പ്രദായം നടപ്പാക്കണമെന്നും ആവശ്യപ്പെടുന്നതാണ്. ഉല്പാദനോപാധികളുടെ വിലകൾ, വില്പനയ്ക്കുള്ള കാർഷികോല്പന്നങ്ങളുടെ വിലകൾ, കടബാദ്ധ്യത, നിർബ്ബന്ധിതവേലയെടുപ്പിക്കൽ, ഭൂപ്രഭുക്കൾ കുടിയാന്മാരിൽനിന്നും നിയമവിരുദ്ധമായി ഉല്പന്നങ്ങൾ തട്ടിയെടുക്കുന്നത്, ഭൂപ്രഭുക്കളുടെ ഭൂമി ഭൂരഹിത ദരിദ്രകർഷകർക്ക് വിതരണം ചെയ്യൽ എന്നിവയ്ക്കൊപ്പം തരിശുഭൂമിയും മേച്ചിൽ സ്ഥലങ്ങളും ഗ്രാമപഞ്ചായത്തുകളിൽ നിക്ഷിപ്തമാക്കലും ഉൾപ്പെടെയുള്ള വിഷയങ്ങൾ കൈകാര്യം ചെ

യ്യുന്നവയായിരുന്നു മറ്റു പ്രമേയങ്ങൾ. കർഷകത്തൊഴിലാളികൾക്ക് മിനിമം കൂലിയും അവർക്ക് യൂണിയനുണ്ടാക്കാൻ നിയമവ്യവസ്ഥയും ചട്ടങ്ങളും ഉറപ്പാക്കുന്ന കേന്ദ്ര നിയമവും എ ഐ കെ എസ് ആവശ്യപ്പെട്ടു.

ഈ ലക്ഷ്യങ്ങളും പ്രമേയങ്ങളും അംഗീകരിക്കുന്നതിനിടയാക്കിയത് കമ്യൂണിസ്റ്റുകാരുടെയും സോഷ്യലിസ്റ്റ് ആശയങ്ങളുടെയും സ്വാധീനം മൂലമാണെന്ന് വ്യക്തമാണ്. ഈ സമരത്തിൽ കർഷകജനതയ്ക്ക് നേതൃത്വം നല്കിക്കൊണ്ടുമാത്രമേ സാമ്രാജ്യത്വ വിരുദ്ധപ്രസ്ഥാനത്തെ ശക്തിപ്പെടുത്താൻ ശേഷിയുള്ള ഒരു വർഗ്ഗമായി തൊഴിലാളിവർഗ്ഗത്തിന് ഉയർന്നുവരാൻ കഴിയൂ എന്ന അടവാണ് കമ്യൂണിസ്റ്റുകാർക്ക് വഴികാട്ടിയായിരുന്നത്.

വിദ്യാർത്ഥി ഫെഡറേഷൻ: റഷ്യൻ വിപ്ലവം സംബന്ധിച്ച കൃതികൾ, സോഷ്യലിസമുണ്ടാക്കിയ നേട്ടങ്ങൾ, ഭഗത്സിങ്ങിനെപ്പോലെയുള്ള ഇന്ത്യൻ വിപ്ലവകാരികളുടെ പ്രവർത്തനങ്ങൾ എന്നിവ യുവജനങ്ങൾക്കിടയിൽ അതിഗംഭീരമായ സ്വാധീനം ചെലുത്തിയിരുന്നു. കമ്യൂണിസ്റ്റുകാരുടെ സ്വാധീനം മനസ്സില്ലാമനസ്സോടെ കോൺഗ്രസ് അംഗീകരിച്ചിരുന്ന ഒരു വസ്തുതയാണ്; ബ്രിട്ടീഷുകാരെ ഈ വസ്തുത വളരെയേറെ ആശങ്കപ്പെടുത്തുകയുമുണ്ടായി.

ഭഗത്സിങ്ങും സഹപ്രവർത്തകരും സ്ഥാപിച്ച നവ്ജവാൻ ഭാരത് സഭ പഞ്ചാബ് പ്രദേശത്തെ വലിയൊരു വിഭാഗം യുവജനങ്ങളെയും വിദ്യാർത്ഥികളെയും ആകർഷിച്ചു. ബോംബെ പ്രദേശ് യൂത്ത്ലീഗും ആൾ ബംഗാൾ സ്റ്റുഡന്റ്സ് അസോസിയേഷനും (പിന്നീട് ഇത് പിളർന്ന് ബംഗാൾ പ്രദേശ് സ്റ്റുഡന്റ്സ് അസോസിയേഷൻ രൂപീകരിക്കപ്പെട്ടു) ഈ കാലത്ത് രൂപീകരിച്ച സമാനമായ മറ്റു ചില സംഘടനകളാണ്. ഈ സംഘടനകളുടെ സമ്മേളനങ്ങൾ പാസാക്കിയ പ്രമേയങ്ങൾ സമ്പൂർണ്ണ സ്വാതന്ത്ര്യം ആവശ്യപ്പെട്ടു; ഏറെ പ്രധാനപ്പെട്ട കാര്യം വർഗ്ഗീയതക്കെതിരായും അവ പ്രമേയം പാസാക്കിയെന്നതാണ്. ഈ സമ്മേളനങ്ങളിലെല്ലാം റഷ്യൻ വിപ്ലവത്തിന്റെ നേട്ടങ്ങളും പുരോഗതിയും പരാമർശ വിഷയമാക്കുന്നതും ശ്രദ്ധേയമാണ്.

മീററ്റ് ഗൂഢാലോചനക്കേസും ലാഹോർ ഗൂഢാലോചനക്കേസും (ഇതിലാണ് ഭഗത്സിങ്ങിനെയും സഖാക്കളെയും ഉൾപ്പെടുത്തിയിരുന്നത്) വിദ്യാർത്ഥികൾക്കും യുവജനങ്ങൾക്കുമിടയിൽ ശക്തമായ സ്വാധീനം ചെലുത്തിയിരുന്നു. രാജ്യത്തിന്റെ പല ഭാഗങ്ങളിലും, പ്രത്യേകിച്ച് മീററ്റ്, പഞ്ചാബ്, ബോംബെ എന്നിവിടങ്ങളിൽ വിദ്യാർത്ഥി സംഘടനകൾ ഈ വിചാരണകളെ അപലപിച്ചുകൊണ്ടുള്ള പ്രമേയങ്ങൾ പാസാക്കുകയും ഡിഫൻസ് കമ്മിറ്റികൾ രൂപീകരിക്കുകയും ചെയ്തു. മീററ്റ് കോളേജിലെ വിദ്യാർത്ഥികൾ ഈ ആവശ്യത്തിനായി മീററ്റ് കമ്യൂണിസ്റ്റ്സ് സേവാ സംഘ് രൂപീകരിച്ചു.

ഈ കാലഘട്ടത്തിൽത്തന്നെ, ചന്ദ്രരാജേശ്വര റാവുവിനെപ്പോലെ

യുള്ള നേതാക്കൾ തന്റെ സഹപ്രവർത്തകർക്കൊപ്പം 1931 ൽ ബനാറസ് സർവ്വകലാശാലയിൽ യങ് കമ്യൂണിസ്റ്റ് രൂപീകരിച്ചു. അവർ ആ സർവ്വകലാശാലയിൽ പതിവായി സ്ഥിരം സ്റ്റഡി സർക്കിളുകൾ സംഘടിപ്പിക്കാറുണ്ടായിരുന്നു; കായികക്ഷമതാ പരിശീലനവും നല്കാറുണ്ടായിരുന്നു. പലപ്പോഴും ആർ എസ് എസുമായും അതിന്റെ വർഗ്ഗീയ രാഷ്ട്രീയവുമായും ഏറ്റുമുട്ടാൻ അവർ നിർബ്ബന്ധിതരായി.

മദ്രാസ് പ്രസിഡൻസിയിൽ സമ്പൂർണ്ണ സ്വാതന്ത്ര്യം കൈവരിക്കുകയെന്ന ലക്ഷ്യത്തോടെ 1935 ൽ പുരോഗമന യുവസമ്മേളനം ചേർന്നു. ആന്ധ്രയിലും കർണ്ണാടകത്തിലും കേരളത്തിലും തമിഴ്നാട്ടിലും മദ്രാസ് നഗരത്തിലും പ്രാദേശിക ലീഗുകൾ സംഘടിപ്പിക്കാനുള്ള കമ്മിറ്റികൾ രൂപീകരിക്കപ്പെട്ടു. ഈ പ്രതിഭാസത്തെക്കുറിച്ച് ആഭ്യന്തരവകുപ്പിന്റെ റിപ്പോർട്ടിൽ സൂചിപ്പിച്ചിട്ടുണ്ട്; മദ്രാസ് പ്രസിഡൻസിയിൽ നിരവധി വിദ്യാർത്ഥികളിൽനിന്ന് വൻതോതിൽ കമ്യൂണിസ്റ്റ് സാഹിത്യം പിടിച്ചെടുത്തതായി പ്രസ്താവിക്കുന്ന റിപ്പോർട്ട് എല്ലാ പൊലീസ് വിഭാഗങ്ങൾക്കും ജാഗ്രതാ നിർദ്ദേശം നല്കുകയുമുണ്ടായി.

ഈ പശ്ചാത്തലത്തിലാണ് ഈ പ്രവിശ്യാ വിദ്യാർത്ഥി സംഘടനകളെയെല്ലാം ഏകോപിപ്പിക്കുന്നതിനും അഖിലേന്ത്യാ സംഘടന രൂപീകരിക്കുന്നതിനുമുള്ള പരിശ്രമങ്ങൾ നടന്നത്. ഈ പരിശ്രമങ്ങൾ 1936 ൽ സഫലമായി; യുണൈറ്റഡ് പ്രൊവിൻസിലെ (ഉത്തർപ്രദേശ്) വിദ്യാർത്ഥികളാണ് ഈ ഉത്തരവാദിത്വം ഏറ്റെടുത്ത് 1936 ൽ സമ്മേളനം സംഘടിപ്പിച്ചത്. ഈ സമ്മേളനത്തിൽ അദ്ധ്യക്ഷത വഹിച്ചത് മുഹമ്മദലി ജിന്നയും ഉദ്ഘാടനം ചെയ്തത് ജവഹർലാൽ നെഹ്റുവുമായിരുന്നു. ഈ സമ്മേളനം അംഗീകരിച്ച വിദ്യാർത്ഥി പ്രശ്നങ്ങൾ സംബന്ധിച്ച ഒട്ടേറെ പ്രമേയങ്ങൾക്കൊപ്പം വർഗ്ഗീയതയ്ക്കെതിരായ പ്രമേയം പ്രത്യേകം ശ്രദ്ധയർഹിക്കുന്നു. ഏതു രാഷ്ട്രീയകക്ഷിയുമായും ബന്ധമുള്ള വിദ്യാർത്ഥികളെയും എ ഐ എസ് എഫിൽ ചേരാൻ പ്രോത്സാഹിപ്പിച്ചിരുന്നു. തൽഫലമായി, ഗാന്ധിയൻവിദ്യാർത്ഥികൾക്കും മുസ്ലീം ലീഗിന്റെ ആശയങ്ങൾ പിന്തുടരുന്ന വിദ്യാർത്ഥികൾക്കും ഒപ്പം കമ്യൂണിസ്റ്റ്–സോഷ്യലിസ്റ്റ് ചിന്താഗതിക്കാരായ വിദ്യാർത്ഥികൾ എ ഐ എസ് എഫിന്റെ ഭാഗമായി; കമ്യൂണിസ്റ്റ്–സോഷ്യലിസ്റ്റ് ചിന്താഗതിക്കാരായ വിദ്യാർത്ഥികളാണ് സംഘടനയിൽ നേതൃത്വപരമായ പങ്കുവഹിച്ചത്.

കമ്യൂണിസ്റ്റുകാരുടെ സ്വാധീനംമൂലം വിദ്യാർത്ഥി പ്രസ്ഥാനം സൗജന്യ വിദ്യാഭ്യാസം, ഹോസ്റ്റലുകൾ, സ്കൂളുകൾ, പാർപ്പിടം, സഹകരണ വായ്പാസംഘങ്ങൾ എന്നിങ്ങനെയുള്ള വിഷയങ്ങൾ ഉന്നയിക്കുകയുണ്ടായി. വിദ്യാർത്ഥി സംഘടന അയിത്തത്തിന്റെ പ്രശ്നങ്ങളേറ്റെടുക്കുകയും പ്രത്യേകിച്ചും ദളിതരെ സംഘടിപ്പിക്കാൻ ശ്രമിക്കുകയുമുണ്ടായി. വിവിധ ജാതികളിൽപ്പെട്ട വിദ്യാർത്ഥികൾക്ക് പ്രത്യേകം ഡൈനിങ് ഹാളുകൾപോലെയുള്ള നിരവധി വിവേചന നടപടികൾക്കെതിരെ വിദ്യാർത്ഥികൾ വിജയകരമായ സമരങ്ങൾ നടത്തി. അതുപോ

ലെതന്നെ, പൂവാലശല്യം തടയുന്നതിനുള്ള നടപടികൾ വേണമെന്നും വിദ്യാർത്ഥികൾ ആവശ്യപ്പെട്ടു. സമാന്തരമായി ഈ വിപത്തിൽനിന്നും പെൺകുട്ടികളെ രക്ഷിക്കുന്നതിനുള്ള സംഘങ്ങൾക്ക് രൂപംനല്കുകയുണ്ടായി. 1934 ൽ പെൺകുട്ടികൾക്കായി പ്രത്യേക കമ്മിറ്റിക്ക് രൂപം നല്കിയതാണ് പെൺകുട്ടികളെ സംഘടിപ്പിക്കുന്നതിനു കൈക്കൊണ്ട സുപ്രധാനമായ മറ്റൊരു നടപടി. ഈ കമ്മിറ്റിയുടെ ആദ്യത്തെ കൺവീനർ കനക് മുഖർജി ആയിരുന്നു.

പുരോഗമന സാഹിത്യസംഘടന (പ്രോഗ്രസീവ് റൈറ്റേഴ്സ് അസോസിയേഷൻ): 1936 ൽ ഇന്ത്യൻ നാഷണൽ കോൺഗ്രസിന്റെ വാർഷിക സമ്മേളനവേളയിൽ ലഖ്നൗവിൽ ആയിരുന്നു പുരോഗമന സാഹിത്യസംഘടനയുടെ (പി ഡബ്ല്യു എ) സ്ഥാപക സമ്മേളനം ചേർന്നത്. അഖിലേന്ത്യാ പുരോഗമന സാഹിത്യസംഘടനയുടെ രൂപീകരണത്തിന് പ്രചോദനമായത് മാക്സിം ഗോർക്കിയുടെയും യൂറോപ്പിലെ പുരോഗമനവാദികളായ മറ്റ് എഴുത്തുകാരുടെയും നേതൃത്വത്തിൽ രൂപംകൊണ്ട ഫാസിസ്റ്റു വിരുദ്ധരായ എഴുത്തുകാരുടെ സംഘടനയാണ്. കമ്യൂണിസ്റ്റുകാർ മുൻകൈയെടുത്ത് രൂപീകരിച്ച സംഘടനയ്ക്ക് രവീന്ദ്രനാഥ ടാഗോറിന്റെയും സരോജിനി നായിഡുവിന്റെയും മുൻഷി പ്രേംചന്ദിന്റെയും മുൽക്ക്രാജ് ആനന്ദിന്റെയും രാജ്യത്തെ മറ്റ് ഒന്നാംകിട എഴുത്തുകാരുടെയും അനുഗ്രഹാശംസകൾ ഉണ്ടായിരുന്നു.

വാസ്തവത്തിൽ, പ്രേംചന്ദിന്റെ അദ്ധ്യക്ഷതയിലായിരുന്നു ഇന്ത്യൻ എഴുത്തുകാരുടെ ലഖ്നൗ സമ്മേളനം ചേർന്നത്. അദ്ദേഹത്തിന്റെ അദ്ധ്യക്ഷ പ്രസംഗത്തിൽ അദ്ദേഹം പ്രസ്താവിച്ചത്, ഭാഷയുടെ ലക്ഷ്യം, ''നമ്മുടെ ചിന്തകൾക്കും വികാരങ്ങൾക്കും രൂപംനല്കുകയും അവയ്ക്ക് ശരിയായ ദിശാബോധം നല്കുകയുമാണ്'' എന്നാണ്. അതിനുപുറമേ, മാനവരാശിയുടെ പതാകവാഹകരാകണമെന്നും ''അധഃസ്ഥിതരും അടിച്ചമർത്തപ്പെട്ടവരും ചൂഷിതരുമായ എല്ലാ വ്യക്തികളെയും വിഭാഗങ്ങളെയും സഹായിക്കുകയും അവരുടെ ലക്ഷ്യങ്ങൾക്കായി വാദിക്കുകയും'' ചെയ്യുകയാണ് എഴുത്തുകാരുടെ കടമയെന്നും അദ്ദേഹം അവരെ ഉദ്ബോധിപ്പിച്ചു.

ഈ ഉൽക്കണ്ഠകൾ പ്രതിഫലിപ്പിച്ചുകൊണ്ട്, പി ഡബ്ല്യു എയുടെ സ്ഥാപക സമ്മേളനം അംഗീകരിച്ച മാനിഫെസ്റ്റോ ഇങ്ങനെ പ്രസ്താവിച്ചു: "ഇന്ത്യൻ സംസ്കാരത്തിന്റെ അതിമഹത്തായ പാരമ്പര്യത്തിന്റെ പിൻമുറക്കാരാണെന്ന് അവകാശപ്പെടുമ്പോൾതന്നെ നാം നമ്മുടെ രാജ്യത്ത് എല്ലാം പിന്തിരിപ്പൻ വശങ്ങളെയും ആശയങ്ങളെയും അതിനിശിതമായി വിമർശിക്കും; ഒരു പുതുജീവിതത്തിലേക്കു നമ്മുടെ രാജ്യത്തെ നയിക്കുന്നതിന് (ഇന്ത്യൻ വിഭവങ്ങളും വിദേശ വിഭവങ്ങളും കൊണ്ട്) വേണ്ട വ്യാഖ്യാനപരവും സൃഷ്ടിപരവുമായ സർവ്വപ്രവർത്തനങ്ങളിലൂടെയും നമ്മുടെ സംസ്കാരത്തെ നാം പരിപോഷിപ്പിക്കുകയും ചെയ്യും. ഇന്നത്തെ നമ്മുടെ നിലനില്പിന്റെ അടിസ്ഥാനപ്രശ്നങ്ങൾ കൈ

കാര്യം ചെയ്യുന്നതായിരിക്കണം ഇന്ത്യയിലെ പുതിയ സാഹിത്യം എന്നു ഞങ്ങൾ വിശ്വസിക്കുന്നു–പട്ടിണിയുടെയും ദാരിദ്ര്യത്തിന്റെയും പ്രശ്നം, സാമൂഹികമായ പിന്നോക്കാവസ്ഥയുടെയും രാഷ്ട്രീയമായ പരാധീനതയുടെയും പ്രശ്നം. സഹനശീലത്തിലേക്കും നിഷ്ക്രിയത്വത്തിലേക്കും യുക്തിരാഹിത്യത്തിലേക്കും നമ്മെ വലിച്ചിഴച്ചുകൊണ്ടുപോകുന്നതിനെയെല്ലാം പിന്തിരിപ്പൻ എന്ന നിലയിൽ നാം തിരസ്കരിക്കണം. നമ്മളിൽ ഉയർന്നുവരുന്ന വിമർശനാത്മകമായ മാനസികഭാവത്തെ, യുക്തിയുടെ വെളിച്ചത്തിൽ എല്ലാ സ്ഥാപനങ്ങളെയും ആചാരങ്ങളെയും പരിശോധിക്കുന്ന മനോഭാവത്തെ, നമ്മെ പ്രവർത്തിക്കാൻ സഹായിക്കുന്ന, നമ്മെ സംഘടിതരാക്കുന്ന, നമ്മെ പരിവർത്തനപ്പെടുത്തുന്ന എല്ലാത്തിനെയും പുരോഗമനപരം എന്ന നിലയിൽ നാം സ്വീകരിക്കുന്നു."

ഈ സംഘടനയുടെ രൂപീകരണം ബുദ്ധിജീവി വിഭാഗങ്ങൾക്കിടയിലെ സോഷ്യലിസ്റ്റ്, സാമ്രാജ്യത്വ വിരുദ്ധ, ഫാസിസ്റ്റ് വിരുദ്ധ ആശയങ്ങളുടെ വ്യക്തമായ സൂചനയാണ്.

പുനഃസംഘടിപ്പിക്കപ്പെട്ട സി പി ഐയുടെ ഉയർന്നുവരവിനും കോൺഗ്രസ് സോഷ്യലിസ്റ്റ് പാർട്ടിയുമായുള്ള അതിന്റെ സംയുക്തപ്രവർത്തനത്തിനും രാജ്യത്തിന്റെ സാമൂഹിക–രാഷ്ട്രീയ ജീവിതത്തിനുമേൽ അതിശക്തമായ സ്വാധീനമാണുണ്ടാക്കാനായത്. കോൺഗ്രസിന്റെ വാർഷികസമ്മേളനത്തിൽ അംഗീകരിച്ച പ്രമേയങ്ങളിലും അതിലെ അദ്ധ്യക്ഷ പ്രസംഗത്തിലുംപോലും ഇടതുപക്ഷത്തിന്റെ ആശയങ്ങളുടെ പ്രതിദ്ധ്വനി കാണാനാവും. പുതിയ ഇടതുപക്ഷ പ്രവണത രാഷ്ട്രീയ–സാമ്പത്തിക മണ്ഡലങ്ങളിൽ മാത്രമല്ല വേരുറപ്പിച്ചുതുടങ്ങിയത്, മറിച്ച് സാംസ്കാരികപ്രസ്ഥാനത്തിലും അത് ചുവടുറപ്പിച്ചു.

ചെങ്കൊടിയുടെ മുന്നേറ്റം 1937–39

ഐക്യമുന്നണി അടവിന്റെ ഭാഗമായി കമ്യൂണിസ്റ്റുകാർ കോൺഗ്രസിൽ പ്രവർത്തിക്കാൻ തുടങ്ങി; ഒപ്പം വിവിധ വർഗ്ഗ ബഹുജന സംഘടനകൾ കെട്ടിപ്പടുക്കുന്നതിലും ശ്രദ്ധ കേന്ദ്രീകരിച്ചു. ചെങ്കൊടിയുടെ മുന്നേറ്റം തുടർന്നു; തൊഴിലാളികളുടെയും കർഷകരുടെയും ബുദ്ധിജീവികളുടെയും സജീവ പങ്കാളിത്തത്തോടെ സാമ്രാജ്യത്വത്തിനെതിരായ ഐക്യമുന്നണി കരുത്തുറ്റ ശക്തിയായി ഉയർന്നുകൊണ്ടിരുന്നു. ട്രേഡ് യൂണിയൻ പ്രവർത്തനത്തിന്റെയും കിസാൻ സഭാ പ്രവർത്തനത്തിന്റെയും വർദ്ധിച്ചുവരുന്ന സ്വാധീനം 1937 ലെ തിരഞ്ഞെടുപ്പിനുള്ള ഇലക്ഷൻ മാനിഫെസ്റ്റോയിൽ തൊഴിലാളിവർഗ്ഗത്തിന്റെയും കർഷകജനസാമാന്യത്തിന്റെയും ചില ഡിമാൻഡുകൾകൂടി ഉൾപ്പെടുത്താൻ കോൺഗ്രസിനെ നിർബ്ബന്ധിതമാക്കി.

കമ്യൂണിസ്റ്റ് പാർട്ടിയും കോൺഗ്രസ് സോഷ്യലിസ്റ്റ് പാർട്ടിയും തിരഞ്ഞെടുപ്പുപ്രവർത്തനങ്ങളെ വീക്ഷിച്ചത് സാമ്രാജ്യത്വ വിരുദ്ധ സമരം ശക്തിപ്പെടുത്തുന്നതിനുള്ള പ്രധാന ഉപാധി എന്ന നിലയിലാണ്. നിയമസഭയിലെ ഭൂരിപക്ഷത്തെ നിയമസഭയ്ക്കുപുറത്തെ ജനകീയപ്രസ്ഥാനവുമായി കൂട്ടിയിണക്കിക്കൊണ്ട് ഒരു ബഹുജന വിപ്ലവ പ്രസ്ഥാനം കെട്ടിപ്പടുക്കാനാണ് അവർ ആഗ്രഹിച്ചത്. ജനകീയശക്തികൊണ്ട് ഭരണഘടനയെ തകർക്കുകയും ജനങ്ങൾ തിരഞ്ഞെടുക്കുന്ന പ്രതിനിധികളുടേതായ ഒരു ഭരണഘടനാ നിർമ്മാണസഭ തയ്യാറാക്കുന്ന പുതിയ ഒരു ഇന്ത്യൻ ഭരണഘടന രൂപീകരിക്കുകയും ചെയ്യുകയെന്ന ഒരു സമീപനമാണ് അവർ കൈക്കൊണ്ടത്.

കമ്യൂണിസ്റ്റുകാരുടെ മുൻകൈയിൽ 1937 ൽ തൊഴിലാളിവർഗ്ഗ പ്രക്ഷോഭങ്ങൾ വലിയതോതിൽ വർദ്ധിച്ചു. പണിമുടക്കുകളുടെ എണ്ണം

397 ആയിരുന്നു – 1921 നുശേഷമുള്ള ഏറ്റവും കൂടുതൽ പണിമുടക്കുകൾ; 6,06,000 തൊഴിലാളികൾ ഈ പണിമുടക്കുകളിൽ പങ്കെടുത്തു. ബംഗാളിലെ വമ്പിച്ച പൊതുപണിമുടക്കിൽ 2,25,000 തൊഴിലാളികൾ പങ്കെടുത്തു; 40,000 തൊഴിലാളികൾ പങ്കെടുത്ത കാൺപൂർ തുണിമിൽ പണിമുടക്ക് തൊഴിലാളികൾക്ക് പിന്തുണ നല്കുന്ന വിശാലമായ ഒരൈക്യം കൊണ്ടുവന്നു. ഈ പണിമുടക്ക് 55 ദിവസത്തോളം നീണ്ടുനിന്നു; ഒടുവിൽ ശ്രദ്ധേയമായ വിജയം കൈവരിച്ചു. കമ്യൂണിസ്റ്റുകാരുടെയും സോഷ്യലിസ്റ്റുകളുടെയും സാധാരണക്കാരായ കോൺഗ്രസുകാരുടെയും ഐക്യത്തിന്റെ കരുത്ത് എത്രയെന്ന് രാജ്യത്തെ സാമ്രാജ്യത്വവിരുദ്ധശക്തികളെയാകെ ബോദ്ധ്യപ്പെടുത്തി; ഈ ഐക്യത്തിലൂടെ എന്തെല്ലാം നേടാനാകുമെന്നും ഇത് ബോദ്ധ്യപ്പെടുത്തി. ഇതിനെ തുടർന്ന്, രാജ്യത്തുടനീളം പണിമുടക്കുകളുടെ വേലിയേറ്റം തന്നെയുണ്ടായി.

നിരവധി കർഷകജാഥകൾ സംഘടിപ്പിക്കപ്പെട്ടു; ഇടതുപക്ഷത്തിന്റെ ശക്തിവർദ്ധിച്ചുവരുന്നതിന്റെ സൂചന നല്കുന്നതായിരുന്നു ഇത്. ഇതേ കാലഘട്ടത്തിൽ തന്നെയായിരുന്നു, നാട്ടുരാജ്യങ്ങളിൽ സ്വേച്ഛാധിപത്യഭരണത്തിനെതിരെയും പ്രാതിനിദ്ധ്യ ഗവൺമെന്റിനുവേണ്ടിയുമുള്ള ജനകീയസമരങ്ങൾ ഉയർന്നുവരാൻ തുടങ്ങിയത്. തിരുവിതാംകൂർ, കൊച്ചി, ഹൈദരാബാദ് തുടങ്ങിയ പല പ്രദേശങ്ങളിലും ഇങ്ങനെ പുതിയ പ്രക്ഷോഭങ്ങൾ വളർന്നുവരുന്നതിൽ കമ്യൂണിസ്റ്റുകാർ ശ്രദ്ധേയമായ സംഭാവന നല്കി. ഈ പ്രക്ഷോഭങ്ങളുടെ അനുഭവങ്ങൾ പല ജനാധിപത്യ മനസ്കരായ ആളുകളും ഇടതുപക്ഷത്തേക്ക് മാറുന്നതിനിടയാക്കി. അങ്ങനെ കോൺഗ്രസിന്റെ വലതുപക്ഷ നേതൃത്വം സ്ഥാനാർത്ഥികളെ കണ്ടെത്തുന്നതിലും തിരഞ്ഞെടുപ്പുവിജയത്തിനായുള്ള മറ്റു പ്രവർത്തനങ്ങളിലും ഏർപ്പെട്ടിരുന്നപ്പോൾ ഇടതുപക്ഷം തിരഞ്ഞെടുപ്പു പ്രചരണത്തെ രാഷ്ട്രീയമായും സംഘടനാപരമായും സാമ്രാജ്യത്വവിരുദ്ധ ബഹുജനപ്രസ്ഥാനം എന്ന നിലയിലും കൂടുതൽ ശക്തിപ്പെടുത്താൻ ഉപയോഗിച്ചു.

ഫെയ്സ്പൂരിൽ ചേർന്ന (1936) കോൺഗ്രസ് വാർഷികസമ്മേളനത്തിനു പുറത്ത് കമ്യൂണിസ്റ്റുകാരും സോഷ്യലിസ്റ്റുകളും മറ്റ് ഇടതുപക്ഷ വിഭാഗങ്ങളും നടത്തിയ പ്രവർത്തനങ്ങൾ വിപുലമായിരുന്നു; കോൺഗ്രസ് സമ്മേളനത്തിൽ ഔപചാരികമായി അംഗീകരിച്ച പ്രമേയങ്ങളേക്കാൾ കൂടുതൽ വിജയകരവുമായിരുന്നു. ഈ സമ്മേളനകാലത്തെ അന്തരീക്ഷം സോഷ്യലിസ്റ്റ് മുദ്രാവാക്യങ്ങളാൽ നിറയ്ക്കപ്പെട്ടതായിരുന്നു; തൊഴിലാളികളുടെയും കൃഷിക്കാരുടെയും ആവശ്യങ്ങൾക്ക് ഊന്നൽ നല്കുന്നതും സാമ്രാജ്യത്വത്തിനും ഫാസിസത്തിനും എതിരായതുമായിരുന്നു.

1937 ലെ തിരഞ്ഞെടുപ്പിനെ തുടർന്ന് രൂപീകരിക്കപ്പെട്ട കോൺഗ്രസ് ഗവൺമെന്റുകൾ ജനങ്ങളുടെ ആഗ്രഹാഭിലാഷങ്ങൾക്കനുസരിച്ചല്ല പ്രവർത്തിച്ചത്; പലപ്പോഴും അതിനെതിരായിപ്പോലുമായിരുന്നു. തൊഴിലാളി

– കർഷകസമരങ്ങളോടുള്ള പ്രവിശ്യകളിലെ കോൺഗ്രസ് മന്ത്രിസഭകളുടെ സമീപനവും നാട്ടുരാജ്യങ്ങളിലെ ജനങ്ങളുടെ ജനാധിപത്യസമരങ്ങളോട് ഗാന്ധിയും മറ്റു വലതുപക്ഷ നേതാക്കളും സ്വീകരിച്ച നിഷേധാത്മകസമീപനവും ഇടതുപക്ഷക്കാരെ അസംതൃപ്തരും അസ്വസ്ഥരുമാക്കി. തൊഴിലാളികളുടെ പണിമുടക്കുകളും കൃഷിക്കാരുടെ സത്യഗ്രഹങ്ങളും മറ്റു പ്രത്യക്ഷസമര രൂപങ്ങളും രാജ്യത്തുടനീളം നടന്നു. ഈ പ്രതിഷേധ പരിപാടികളിൽ സാധാരണക്കാരായ കോൺഗ്രസുകാർ കമ്യൂണിസ്റ്റുകാർക്കും കോൺഗ്രസ് സോഷ്യലിസ്റ്റുകൾക്കും ഒപ്പം ചേർന്നു. ഇത് സാധാരണജനങ്ങളുടെ രോഷത്തിന്റെ പ്രകടനമായിരുന്നു.

കോൺഗ്രസ് ഗവൺമെന്റുകൾ നടപ്പാക്കിയ മർദ്ദന നടപടികൾ കോൺഗ്രസിതര ഗവൺമെന്റുകളിൽനിന്നും അല്പവും വ്യത്യസ്തമായിരുന്നില്ല. ബോംബെ പ്രവിശ്യയുടെ ആഭ്യന്തരമന്ത്രി കെ എം മുൻഷി രാജാവിനെക്കാൾ വലിയ രാജഭക്തനാണു താൻ എന്ന മട്ടിലാണ് പ്രവർത്തിച്ചത്; അദ്ദേഹം കമ്യൂണിസ്റ്റുകാരെയും മറ്റ് ഇടതുപക്ഷനേതാക്കളെയും തടവിലിട്ടു. കമ്യൂണിസ്റ്റുകാരെ കൈകാര്യം ചെയ്യാൻ സി ഐ ഡിയെ ഉപയോഗിക്കണമെന്ന് അദ്ദേഹം വൈസ്രോയിയോടാവശ്യപ്പെട്ടത് വൈസ്രോയിയെപ്പോലും അത്ഭുതപ്പെടുത്തി.

കോൺഗ്രസ് മന്ത്രിസഭകളും ഇടതുപക്ഷ പ്രസ്ഥാനവും തമ്മിൽ ഏറ്റുമുട്ടിയ ഒന്നാമത്തെ വിഷയം രാഷ്ട്രീയ തടവുകാരുടെ മോചനവുമായും മർദ്ദനനിയമങ്ങളുമായും ബന്ധപ്പെട്ടുമായിരുന്നു. ബോംബെയും മദ്രാസും ഉൾപ്പെടെ പല പ്രവിശ്യകളിലും രാഷ്ട്രീയപ്രവർത്തകർക്കെതിരായ മർദ്ദന നടപടികൾ നിർബ്ബാധം തുടർന്നു. ഇടതുപക്ഷ പത്രങ്ങളെയും അച്ചടിശാലകളെയും അടിച്ചമർത്തുന്ന നയം തന്നെ കോൺഗ്രസ് ഗവൺമെന്റുകളും തുടർന്നു.

ഇതും സമാനമായ മറ്റു മർദ്ദന നടപടികളും ഉണ്ടായിട്ടും തൊഴിലാളികളുടെയും കൃഷിക്കാരുടെയും വിദ്യാർത്ഥികളുടെയും പ്രക്ഷോഭങ്ങളും സമരങ്ങളും മുന്നേറുകയായിരുന്നു. ഈ സമരങ്ങൾക്ക് സംഘടിത രൂപം നല്കാനും അങ്ങനെ സാമ്രാജ്യത്വവിരുദ്ധ മുന്നണി ശക്തിപ്പെടുത്താനും കമ്യൂണിസ്റ്റുകാരും സോഷ്യലിസ്റ്റുകളും ശ്രമിച്ചു. ഈ സമരങ്ങളുടെ സമ്മർദ്ദംമൂലം പല പ്രവിശ്യകളിലെയും കോൺഗ്രസ് ഗവൺമെന്റുകൾ തൊഴിലാളികളുടെയും കൃഷിക്കാരുടെയും പ്രശ്നങ്ങളെക്കുറിച്ച് അന്വേഷിക്കാനും അവരുടെ ആവശ്യങ്ങൾ പരിഹരിക്കാനും കമ്മിറ്റികളെ നിയോഗിക്കുകയുണ്ടായി. ചില സന്ദർഭങ്ങളിൽ അതിന്മേൽ ചില നടപടികളെടുക്കാനും തൊഴിലാളികളുടെ ചില ആവശ്യങ്ങൾ അംഗീകരിക്കാനും കോൺഗ്രസ് ഗവൺമെന്റുകൾ നിർബ്ബന്ധിതമായി.

1937–39 കാലത്തെ പണിമുടക്കുകളിൽ 50 ശതമാനത്തിലധികവും ഭാഗികമായോ പൂർണ്ണമായോ വിജയിക്കുകയാണുണ്ടായത്. ഈ കാലത്ത് പണിമുടക്കുകളുടെ എണ്ണം എന്നപോലെ ട്രേഡ് യൂണിയനുകളുടെ മെമ്പർഷിപ്പിന്റെ എണ്ണത്തിലും വലിയ വർദ്ധനവുണ്ടായി. യൂണിയനു

കളുടെ എണ്ണം 1936 ൽ 241 ആയിരുന്നത് 1939 ൽ 562 ആയി ഉയർന്നു; യൂണിയൻ മെമ്പർഷിപ്പ് 2,68,000ത്തിൽനിന്നും 3,90,000 ആയി കുതിച്ചുയർന്നു. ട്രേഡ് യൂണിയനുകൾക്കിടയിൽ ഇടതുപക്ഷ നേതൃത്വത്തിലുള്ള എ ഐ ടി യു സി ആയിരുന്നു വമ്പിച്ച പുരോഗതി കൈവരിച്ചത്. മിതവാദികൾ നയിച്ചിരുന്ന നാഷണൽ ട്രേഡ് യൂണിയൻ ഫെഡറേഷനും (N T U F) അതിൽ ചേർന്നിരുന്ന യൂണിയനുകളും തൊഴിലാളിവർഗ്ഗത്തിൽനിന്ന് ഒറ്റപ്പെടുന്നതുകണ്ട് ആ സംഘടനകളെയും എ ഐ ടി യു സിയിൽ ലയിപ്പിക്കാൻ തീരുമാനിച്ചു.

ഇത് കർഷകപ്രക്ഷോഭങ്ങളുടെയും സമരങ്ങളുടെയും കാലംകൂടിയായിരുന്നു. കിസാൻസഭയുടെ മെമ്പർഷിപ്പ് 1938 മെയ് മാസത്തിൽ 6 ലക്ഷമായിരുന്നത് 1939 ൽ 8 ലക്ഷമായി ഉയർന്നു. കോൺഗ്രസ് മന്ത്രിസഭകൾ അധികാരത്തിലിരുന്ന പ്രവിശ്യകളിൽ കിസാൻസഭയുടെ വളർച്ച കോൺഗ്രസ് മന്ത്രിമാരെയും വലതുപക്ഷ കോൺഗ്രസ് നേതൃത്വത്തെയും അസ്വസ്ഥരാക്കി. കൃഷിക്കാരുടെ ചില ആവശ്യങ്ങൾ പരിഗണിച്ചുകൊണ്ട് അവരെ മയപ്പെടുത്തി നിർത്താൻ കോൺഗ്രസ് ഗവൺമെന്റുകൾ ശ്രമിച്ചു. അടിച്ചമർത്തൽ നടപടികൾക്ക് സമാന്തരമായിത്തന്നെ ചില നിയമനിർമ്മാണങ്ങൾക്കുള്ള തയ്യാറെടുപ്പുകളും ഇതിനായി തുടങ്ങി.

വലതുപക്ഷ കോൺഗ്രസ് നേതൃത്വത്തിന്റെ ആഗ്രഹങ്ങൾക്കെതിരെയും അതിന്റെ എതിർപ്പുണ്ടായിട്ടും എ ഐ എസ് എഫും സമാനമായ പുരോഗതി കൈവരിച്ചു. അതിന്റെ മെമ്പർഷിപ്പ് 1938 ൽ 40,000 ആയിരുന്നത് 1939 ൽ ഒരുലക്ഷമായി ഉയർന്നു.

1938 ൽ കോൺഗ്രസ് സമ്മേളനം ചേർന്നപ്പോൾ നാട്ടുരാജ്യങ്ങളിലെ ജനകീയപ്രക്ഷോഭം സംബന്ധിച്ച കോൺഗ്രസ് നിലപാടിനെ വിമർശിക്കുന്ന ഒരു മാനിഫെസ്റ്റോ സി പി ഐ അവതരിപ്പിച്ചു. ജനകീയപ്രക്ഷോഭത്തിനെതിരായ മർദ്ദനനിയമങ്ങൾ അവസാനിപ്പിക്കണമെന്നും അവശേഷിക്കുന്ന എല്ലാ രാഷ്ട്രീയതടവുകാരെയും മോചിപ്പിക്കണമെന്നും മന്ത്രിമാരോട് ആവശ്യപ്പെടുന്നതിന് ഒരു ബഹുജന മുന്നേറ്റത്തിനായി പ്രചരണത്തിന് പാർട്ടി ആഹ്വാനം ചെയ്തു; കിസാൻസഭയെ സംബന്ധിച്ച് കോൺഗ്രസ് അസന്ദിഗ്ധമായ നിലപാട് സ്വീകരിക്കണമെന്നും സി പി ഐ മാനിഫേസ്റ്റോ കൂട്ടിച്ചേർത്തു. ട്രേഡ് യുണിയനുകൾക്കും നാട്ടുരാജ്യങ്ങളിലെ ജനകീയപ്രക്ഷോഭങ്ങൾക്കും പിന്തുണ നല്കണമെന്നും അത് ആവശ്യപ്പെട്ടു.

ജനങ്ങൾക്കിടയിൽ സോഷ്യലിസത്തിന്റെയും കമ്യൂണിസത്തിന്റെയും ആശയങ്ങൾ പ്രചരിപ്പിക്കുന്നതിന് കിസാൻ സഭയെ ഉപയോഗിക്കുന്ന കമ്യൂണിസ്റ്റുകാരെ കോൺഗ്രസിന്റെ വലതുപക്ഷ നേതൃത്വം ഭയപ്പെട്ടിരുന്നു; കോൺഗ്രസിൽനിന്ന് വേറിട്ട് കർഷകസംഘടനകൾ കെട്ടിപ്പടുക്കുന്നതിനെയും അവർ ഭയപ്പെട്ടു. കിസാൻസഭയോട് മാത്രമല്ല, മറിച്ച് ട്രേഡ് യൂണിയനുകളോടും വിദ്യാർത്ഥി സംഘടനകളോടുമുള്ള മ

നോഭാവവും ഇതു തന്നെയായിരുന്നു. സോഷ്യലിസത്തിന്റെയും കമ്യൂണിസത്തിന്റെയും ആശയങ്ങളെ ആധാരമാക്കി ഈ സംഘടനകൾ നടത്തുന്ന പ്രക്ഷോഭങ്ങളും സമരങ്ങളും വൻകിട ഭൂപ്രഭുക്കൾക്കും ബ്രിട്ടീഷ് ഭരണാധികാരികൾക്കും മാത്രമല്ല കോൺഗ്രസ് മന്ത്രിമാർക്കും സ്വൈരക്കേടായിരുന്നു. ഈ കാലഘട്ടത്തിൽ വ്യാപകമായി വളർന്നുവന്നിരുന്ന സോഷ്യലിസത്തിന്റെയും കമ്യൂണിസത്തിന്റെയും സന്ദേശം, ശക്തിപ്പെട്ടുകൊണ്ടിരുന്ന സമരങ്ങൾ നയിക്കുന്നതിന് കമ്യൂണിസ്റ്റ് പാർട്ടിക്കും സോഷ്യലിസ്റ്റ് പാർട്ടിക്കും കരുത്തുപകർന്നു.

കർഷകർക്കും തൊഴിലാളികൾക്കും മറ്റ് അദ്ധ്വാനിക്കുന്ന ജനവിഭാഗങ്ങൾക്കുമിടയിൽ ഉയർന്നുവന്നിരുന്ന പ്രതീക്ഷകൾക്ക് സംഘടിത രൂപം നല്കുന്നതിന് കമ്യൂണിസ്റ്റ് പാർട്ടിയും സി എസ് പിയും കോൺഗ്രസിനുള്ളിലെ ഇടതുപക്ഷക്കാരും ശ്രമിച്ചു. സാമൂഹികപരിവർത്തനത്തിനായുള്ള ഒരു പരിപാടി നടപ്പിലാക്കുന്നതിനും തിരഞ്ഞെടുപ്പ് മാനിഫെസ്റ്റോയിലും മറ്റ് ഔദ്യോഗികരേഖകളിലും നല്കിയിട്ടുള്ള വാഗ്ദാനങ്ങൾ പാലിക്കുന്നതിനും കോൺഗ്രസിനെ ബാദ്ധ്യസ്ഥമാക്കുന്നതിനുള്ള പരിശ്രമങ്ങൾ നടന്നു. ട്രേഡ് യൂണിയനുകളും കർഷകസംഘടനകളും രൂപീകരിക്കുന്നതിനും ബഹുജന പ്രക്ഷോഭങ്ങൾ സംഘടിപ്പിക്കുന്നതിനും ഇടതുപക്ഷ പ്രസ്ഥാനത്തിന്റെ വളർച്ചയ്ക്കും കോൺഗ്രസ് മന്ത്രിസഭകളുടെ രൂപീകരണത്തോടെ ലഭ്യമായ സ്വാതന്ത്ര്യത്തെ അതെത്ര മാത്രം കുറച്ചാണെങ്കിൽപോലും, അവർ ബോധപൂർവ്വം പ്രയോജനപ്പെടുത്തി.

കമ്യൂണിസ്റ്റുപാർട്ടിയും സി എസ് പിയും പുതുതായി രൂപീകരിക്കപ്പെട്ട സുഭാഷ് ചന്ദ്രബോസിന്റെ ഫോർവേർഡ് ബ്ലോക്കും റോയിസ്റ്റ് ഗ്രൂപ്പും അഖിലേന്ത്യാ കിസാൻസഭയും ഉൾപ്പെടുന്ന ഒരു ഇടതുപക്ഷ ഏകോപന സമിതി രൂപീകരിക്കുന്നതിന് കമ്യൂണിസ്റ്റുകാർ മുൻകൈയടുത്തു. കോൺഗ്രസിലെ വലതുപക്ഷത്തിനെതിരെ നാനാരൂപത്തിലുള്ള പ്രതിഷേധ പ്രക്ഷോഭങ്ങൾ സംഘടിപ്പിക്കാൻ അവർ ജനങ്ങളോട് ആഹ്വാനം ചെയ്തു.

തൊഴിലാളിവർഗ്ഗത്തിന്റെ നേതൃത്വത്തിൽ ബഹുജനങ്ങളെയാകെ അണിനിരത്തിക്കൊണ്ടുള്ള ഒരു വിപ്ലവ പ്രസ്ഥാനം സൃഷ്ടിക്കുന്നതിനാണ് കമ്യൂണിസ്റ്റ് പാർട്ടി ശ്രമിച്ചത്. സാമ്രാജ്യത്വവിരുദ്ധപ്രസ്ഥാനത്തിൽ തൊഴിലാളിവർഗ്ഗ നേതൃത്വം സുദൃഢമാക്കാനാണ് കമ്യൂണിസ്റ്റു പാർട്ടി ശ്രമിച്ചത്; ബൂർഷ്വാ നേതൃത്വത്തിന്റെ നയങ്ങൾക്കെതിരെ കർഷകജനതയെയും മറ്റദ്ധ്വാനിക്കുന്ന ജനവിഭാഗങ്ങളെയും നയിക്കുന്നതിനും പാർട്ടി ശ്രമിച്ചു. ഇത് മറ്റെല്ലാ ഇടതുപക്ഷ പാർട്ടികളിൽനിന്നും കമ്യൂണിസ്റ്റ് പാർട്ടിയെ വേറിട്ടതാക്കി.

മുൻപ് 'ബോംബിന്റെ രാഷ്ട്രീയ'ത്തിൽ വിശ്വസിച്ചിരുന്ന പഴയ വിപ്ലവകാരികളും തടവുകാരും കമ്യൂണിസ്റ്റ്–സോഷ്യലിസ്റ്റ് സാഹിത്യവുമായി പരിചിതരാവുകയും അവർ ജയിൽമോചിതരായതോടെ കമ്യൂണി

സ്റ്റ് പ്രത്യയശാസ്ത്രം സ്വീകരിക്കുകയും പ്രമുഖ കമ്മ്യൂണിസ്റ്റ് നേതാക്കളായി മാറുകയും ചെയ്തു. ഇത് സോഷ്യലിസത്തിന്റെയും കമ്മ്യൂണിസത്തിന്റെയും വിജയമായിരുന്നു; കാരണം കോൺഗ്രസിനുള്ളിലും പുറത്തുമുള്ള വിപ്ലവശക്തികൾ തൊഴിലാളിവർഗ്ഗത്തിന്റെയും കർഷകജനതയുടെയും മറ്റ് അദ്ധ്വാനിക്കുന്ന ജനവിഭാഗങ്ങളുടെയും സംഘടിത വിപ്ലവശക്തിയെ അടിസ്ഥാനമാക്കിയുള്ള തൊളിലാളിവർഗ്ഗ കാഴ്ചപ്പാട് സ്വീകരിക്കാൻ തുടങ്ങിയെന്ന് അത് തെളിയിച്ചു.

കമ്മ്യൂണിസ്റ്റ് പാർട്ടിയുമായിചേർന്നുള്ള സംയുക്ത പ്രക്ഷോഭം സി എസ് പിയിൽ മാറ്റങ്ങൾക്കൊണ്ടുവരാൻ സഹായകമായി. സി എസ് പിയിലെ ഒരു വിഭാഗം അവരുടെ കമ്മ്യൂണിസ്റ്റ് വിരോധവും സോവിയറ്റ് വിരോധവും ഉപേക്ഷിച്ചു. വലതുപക്ഷ നേതൃത്വത്തെ വർഗ്ഗാടിസ്ഥാനത്തിൽ വിശകലനം ചെയ്ത അവർ അതിന്റെ ബൂർഷ്വാ സ്വഭാവം മനസ്സിലാക്കാനാരംഭിച്ചു. അവർ ക്രമേണ കമ്മ്യൂണിസ്റ്റുകാരായി മാറി. കേരളത്തിലെ സി എസ് പി ഒന്നടങ്കം കമ്മ്യൂണിസ്റ്റ് പാർട്ടിയായി മാറി. രാജ്യത്തിന്റെ മറ്റു പല ഭാഗങ്ങളിലും കാര്യങ്ങൾ ഇതേ ദിശയിൽ നീങ്ങി.

അങ്ങനെ, കോൺഗ്രസ് സോഷ്യലിസ്റ്റുകളും കമ്മ്യൂണിസ്റ്റ് പാർട്ടിയും തമ്മിലുള്ള സഹകരണം കമ്മ്യൂണിസ്റ്റുപാർട്ടിയുടെ വളർച്ചയ്ക്ക് ഇടയാക്കി. തനതായ ഒരു സംഘടിത അടിത്തറയോടുകൂടി ദേശീയപ്രസ്ഥാനത്തിൽ ഗണ്യമായ ഒരു ശക്തിയായി പാർട്ടി വളർന്നു.

ആദ്യപഥികരായ കമ്യൂണിസ്റ്റുകാർ: സാമൂഹിക പരിഷ്കരണ പ്രസ്ഥാനത്തിന്റെ നേതാക്കൾ

ആദ്യപഥികരായ പല കമ്യൂണിസ്റ്റുകാരും സാമൂഹിക പരിഷ്കരണ പ്രസ്ഥാനങ്ങളുടെ നേതാക്കളുമായിരുന്നു. ജാതിയെയും മതത്തെയും അടിസ്ഥാനമാക്കിയുള്ള വിവേചനത്തിനും അടിച്ചമർത്തലിനും കമ്യൂണിസ്റ്റ് പാർട്ടി ആരംഭകാലം മുതൽ തന്നെ തീർത്തും എതിരായിരുന്നുവെന്നാണു നിരവധി ആദ്യകാല രേഖകളിൽനിന്ന് കാണാൻ കഴിയുന്നത്. സ്ത്രീകൾക്ക് തുല്യപദവി നല്കണമെന്നും അവർ വാദിച്ചിരുന്നു. ഈ ആശയങ്ങൾമൂലവും ബഹുജനങ്ങൾക്കിടയിൽ കമ്യൂണിസ്റ്റുകാർ നടത്തിയിരുന്ന പ്രായോഗിക പ്രവർത്തനങ്ങൾമൂലവും നിരവധി യുവജനങ്ങളും സ്വാതന്ത്ര്യ സമരപോരാളികളും പാർട്ടിയിലേക്ക് ആകർഷിക്കപ്പെട്ടു. അധഃസ്ഥിത ജനവിഭാഗങ്ങൾക്കിടയിൽ കമ്യൂണിസ്റ്റുകാരുടെ അടിത്തറ ഇത് കൂടുതൽ ശക്തിപ്പെടുത്തി.

തൊഴിലാളികളുടെയും കർഷകത്തൊഴിലാളികളുടെയും അവകാശങ്ങൾക്കുവേണ്ടി കമ്യൂണിസ്റ്റുകാർ സമരങ്ങൾ സംഘടിപ്പിച്ചപ്പോഴെല്ലാം അവർ ഈ വർഗ്ഗങ്ങൾക്കിടയിലെ ദളിതരുടെ ആവശ്യങ്ങൾ ബോധപൂർവ്വം ഉന്നയിക്കുകയുണ്ടായി. ഉദാഹരണത്തിന്, 1928 ൽ ബോംബെയിലെ തൊഴിലാളിവർഗ്ഗ പണിമുടക്കിൽ തുണിനെയ്ത്ത് വിഭാഗത്തിൽ ജോലി ചെയ്യാൻ ദളിതരെയും അനുവദിക്കണമെന്ന ആവശ്യം കമ്യൂണിസ്റ്റുകാർ ഉന്നയിച്ചു; നെയ്ത്തുകോലിൽ നൂല് അതിവേഗം ചലിച്ചുകൊണ്ടിരിക്കുമ്പോൾ തൊഴിലാളികളുടെ ഉമിനീര് കൊണ്ടാണ് നെയ്ത്തുവിഭാഗത്തിൽ നൂല് നനച്ചിരുന്നത്. ഈ ആവശ്യം ഉന്നയിച്ചത് പല ദളിതരെയും കമ്യൂണിസ്റ്റ് പ്രസ്ഥാനത്തിലേക്ക് ആകർഷിച്ചു. കമ്യൂണിസ്റ്റുകാരുടെ ഇത്തരം പ്രവർത്തനങ്ങളെക്കുറിച്ച് ബോദ്ധ്യപ്പെട്ടതിനെത്തുടർന്നാണ് ആർ ബി മോറെ, കമ്യൂണിസ്റ്റു പ്രസ്ഥാനത്തിലേക്കാകർഷി

ക്കപ്പെട്ടത്. ഡോ. ബി ആർ അംബേദ്കറുടെ അടുത്ത സഹപ്രവർത്തകനായിരുന്നു മോറെ; ചാവദാർ തടാകത്തിൽനിന്നും വെള്ളം കുടിക്കാൻ അംബേദ്ക്കർ ദളിതരെ നയിച്ച മഹദ് ദളിത് സമ്മേളനവും സത്യഗ്രഹവും സംഘടിപ്പിക്കുന്നതിൽ മുഖ്യപങ്ക് വഹിച്ചത് മോറെ ആയിരുന്നു.

വാസ്തവത്തിൽ, അംബേദ്ക്കറുടെ പ്രസ്ഥാനത്തിന്റെ മുൻനിരയിൽ നിന്നശേഷം കമ്യൂണിസ്റ്റ് പാർട്ടിയിൽ ചേർന്ന ദളിത് വിഭാഗത്തിൽനിന്നുള്ള ആദ്യത്തെ ആളായിരുന്നു മോറെ. മാർക്സിസം ലെനിനിസത്തെക്കുറിച്ചുള്ള ധാരണ ആദ്യമായി ബോധപൂർവ്വം കൈവരിച്ചതും അദ്ദേഹമായിരുന്നു. തൊഴിലാളിവർഗ്ഗ സമരങ്ങളിൽ ഉയർത്തിയിരുന്ന ആവശ്യങ്ങളിൽനിന്ന് കമ്യൂണിസ്റ്റുകാർക്ക് സാമൂഹ്യപ്രശ്നങ്ങളെക്കുറിച്ച് ബോദ്ധ്യമുണ്ടായിരുന്നുവെന്ന് മോറെ മനസ്സിലാക്കിയിരുന്നു. തങ്ങളുടെ അവകാശങ്ങൾ നേടിയെടുക്കാൻ ദളിതരും ദളിതരല്ലാത്തവരുമായ തൊഴിലാളികൾ, മുസ്ലീങ്ങളും ഹിന്ദുക്കളുമെല്ലാം ജാതിയുടെ വേലിക്കെട്ടുകൾ വിസ്മരിച്ചുകൊണ്ട് ഒത്തൊരുമയോടെ പൊരുതിയിരുന്നത് ശ്രദ്ധയിൽപ്പെട്ടപ്പോഴാണ് കമ്യൂണിസ്റ്റ് പ്രവർത്തനത്തിൽ മോറെ കൂടുതൽ ആകൃഷ്ടനായത്.

ഇന്ത്യയിൽ കമ്യൂണിസ്റ്റ് പ്രസ്ഥാനം കെട്ടിപ്പടുത്ത ആദ്യതലമുറയിൽപെട്ടവരിൽ ഒരാളായിരുന്നു മോറെ. 1930 ൽ അദ്ദേഹം കമ്യൂണിസ്റ്റ് പാർട്ടിയിൽ അംഗമായി. മുനിസിപ്പൽ തൊഴിലാളികൾമുതൽ അദ്ധ്യാപകർ വരെയുള്ള തൊഴിലാളിവർഗ്ഗത്തിലെ വിവിധ വിഭാഗങ്ങളെയും സാംസ്കാരിക സംഘങ്ങളെയും സംഘടിപ്പിക്കുന്നതിൽ അദ്ദേഹം പ്രധാന പങ്കുവഹിച്ചു. ഈ സംഘടനകളിലൂടെ ദളിതരായ നിരവധി തൊഴിലാളികളെ കമ്യൂണിസ്റ്റ് പാർട്ടിയിലേക്ക് ആകർഷിക്കുന്നതിൽ മോറെ വിജയിച്ചു. കൊങ്കൺ മേഖലയിൽ കർഷകത്തൊഴിലാളികളെയും കർഷകരെയും സംഘടിപ്പിക്കാനും ഭൂപ്രഭുത്വവ്യവസ്ഥയുടെ മർദ്ദന നടപടികൾക്കെതിരെ അവരെ അണിനിരത്താനും അദ്ദേഹം മുൻകൈയെടുത്തു.

തന്റെ കുടുംബം ഒന്നടങ്കം പാർട്ടി പ്രവർത്തനങ്ങളിൽ ഉൾപ്പെടുന്നുവെന്ന് മോറെ ഉറപ്പുവരുത്തി. ബോംബെയിൽ ചേർന്ന, കമ്യൂണിസ്റ്റു പാർട്ടിയുടെ ഒന്നാമത്തെ അഖിലേന്ത്യാ കോൺഗ്രസിൽ (1943) അദ്ദേഹത്തിന്റെ കുടുംബത്തെ ‘ചുവന്ന കുടുംബം’ എന്ന് അനുമോദിക്കുകയുണ്ടായി.

സാമൂഹിക പരിഷ്കരണപ്രസ്ഥാനത്തിൽ സജീവ പങ്കുവഹിച്ച മറ്റൊരു യുവ കമ്യൂണിസ്റ്റ് നേതാവായിരുന്നു ബി ടി രണദിവെ. സ്കൂൾ വിദ്യാഭ്യാസകാലത്തുപോലും (1910 കളുടെ ഒടുവിൽ) രണദിവെയെ പുരോഗമന ആശയങ്ങൾ സ്വാധീനിച്ചിരുന്നു; ദളിതരുടെയും സ്ത്രീകളുടെയും അവകാശങ്ങൾക്കുവേണ്ടി അദ്ദേഹം ഉറച്ച നിലപാടെടുത്തിരുന്നു. അദ്ദേഹം പതിവായി ദളിത് വിദ്യാർത്ഥികളെ പഠിപ്പിക്കാറുണ്ടായിരുന്നു; രക്ഷകർത്താക്കളിൽനിന്നും ബന്ധുക്കളിൽനിന്നും എന്തിനെങ്കിലുമായി ലഭിക്കുന്ന പണം മുഴുവൻ അദ്ദേഹം ദളിത് വിദ്യാർത്ഥികൾക്ക്

പുസ്തകങ്ങൾ വാങ്ങാൻ ഉപയോഗിച്ചിരുന്നു. സവർണ്ണജാതികളിൽനിന്നുള്ള അസഹിഷ്ണുക്കളായ വിദ്യാർഥികളും രക്ഷിതാക്കളും രണദിവെയ്ക്കുനേരെ ഇത്തരം നടപടികളുടെ പേരിൽ കല്ലെറിയുക പതിവായിരുന്നു. പക്ഷേ, ഇതൊന്നും അദ്ദേഹത്തെ പിന്തിരിപ്പിച്ചില്ല. ഗാന്ധിജിയോടും തന്റെ ജാതി വിരുദ്ധ ചിന്താഗതിക്കും സാമൂഹിക പരിഷ്കരണ കാഴ്ചപ്പാടിനും എതിരായ വർണ്ണാശ്രമ ധർമ്മത്തിന് അദ്ദേഹം പിന്തുണ നല്കുന്നതിനോടും രണദിവെയ്ക്ക് കടുത്ത അസംതൃപ്തിയായിരുന്നു. കോൺഗ്രസിന് പുരോഗമനപരമായ ബദൽ കണ്ടെത്താനുള്ള അന്വേഷണമാണ് രണദിവെയെ കമ്യൂണിസത്തിലേക്കും തൊഴിലാളിവർഗ്ഗപ്രസ്ഥാനത്തിലേക്കും ആകർഷിച്ചത്.

ട്രേഡ് യൂണിയനുകളിൽ അബോധപൂർവ്വം നിലനിന്നിരുന്ന ജാതി വിവേചനത്തിന് അറുതി വരുത്തുന്നത് ഉറപ്പാക്കാനായി രണദിവെ മോറെയോടൊപ്പം പ്രവർത്തിച്ചു. യൂണിയൻ ഓഫീസിൽ വെള്ളം കുടിക്കുന്നതിനായി രണ്ട് മൺപാത്രങ്ങൾ ഉപയോഗിച്ചിരുന്ന രീതി–ഒന്ന് സവർണ്ണർക്കും മറ്റൊന്ന് ദളിതർക്കും– അവർ അവസാനിപ്പിച്ചു. ജാതി പരിഗണനമൂലം മലിനീകരണമുണ്ടാകുമെന്ന് ചിന്തിക്കുന്നവർക്ക് പുറത്തുപോയി മറ്റെവിടെയെങ്കിലും നിന്ന് വെള്ളം കുടിക്കാവുന്നതാണെന്ന് അവർ പ്രസ്താവിച്ചു. കമ്യൂണിസ്റ്റുകാർ നയിക്കുന്ന യൂണിയനുകൾക്കുള്ളിലെ ജാതിവിവേചനത്തിന്റെ കാര്യത്തിൽ അവർ സ്വീകരിച്ച കർക്കശമായ സമീപനമാണ് ഇത് കാണിക്കുന്നത്.

സ്കൂൾ വിദ്യാഭ്യാസകാലം മുതൽ സ്വാതന്ത്ര്യസമര പ്രസ്ഥാനത്തിൽ സജീവമായിരുന്ന പി രാമമൂർത്തി, ഭഗത്സിങ്ങും സഹപ്രവർത്തകരും ആരംഭിച്ച നവ്ജവാൻ ഭാരത് സഭയുമായി ബന്ധപ്പെട്ടു. നവ്ജവാൻ സഭ ആരംഭിച്ച ജാതി സമ്പ്രദായത്തിനെതിരായ സംഘടനയായ ജാത് പത് തോഡക് സമാജത്തിൽ അദ്ദേഹം ചേരുകയും ജാതിസമ്പ്രദായത്തിനെതിരെയും ജാതി നിർമ്മാർജ്ജനത്തിനായുമുള്ള പ്രവർത്തനങ്ങളിൽ മുഴുകുകയും ചെയ്തു.

ദളിതരെ ക്ഷേത്രങ്ങളിൽ പ്രവേശിപ്പിക്കുന്നത് വിലക്കുന്നതിനെതിരായിരുന്നു രാമമൂർത്തി. അദ്ദേഹം ദളിതരായ ചെരുപ്പുകുത്തികളെ പ്രാർത്ഥനാഗാനങ്ങളും പൊതുവായ ചില മന്ത്രങ്ങളും പഠിപ്പിച്ചു. അദ്ദേഹം താമസിച്ചിരുന്ന പ്രദേശത്തെ വൈഷ്ണവ ക്ഷേത്രത്തിന്റെ ട്രസ്റ്റികളുടെ തിരഞ്ഞെടുപ്പ് നടക്കുന്നതായി അറിഞ്ഞപ്പോൾ അദ്ദേഹം 200 ദളിതരെ സജ്ജരാക്കി; അവരുടെ ഭുജത്തിൽ വൈഷ്ണവ ചിഹ്നങ്ങളായ ശംഖുംചക്രവും അടയാളപ്പെടുത്തി; എന്നിട്ട് ഇവരെക്കൂടി വോട്ടർമാരായി രജിസ്റ്റർ ചെയ്യണമെന്ന് ആവശ്യപ്പെട്ടു. ഇത് ബ്രാഹ്മണരെ രോഷാകുലരാക്കി; അവർ സിവിൽ കോടതിയെ സമീപിച്ചു. കേസ് നടത്താൻ രാമമൂർത്തി ദളിതരെ സഹായിച്ചു. കേസ് ഹൈക്കോടതിയിലുമെത്തി. രാമമൂർത്തി നല്കിയ പരിശീലനം ജഡ്ജിമാരെ കാര്യങ്ങൾ ബോദ്ധ്യപ്പെടുത്താൻ ദളിതർക്ക് സഹായകമായി; അങ്ങനെ അനുകൂലമായ വിധി നേ

ടിയെടുക്കാനും കഴിഞ്ഞു. ബ്രാഹ്മണരുടെ ആഗ്രഹങ്ങൾക്കെതിരായി ക്ഷേത്രങ്ങളിൽ പ്രവേശിക്കുന്നതിനുള്ള ദളിതരുടെ അവകാശങ്ങൾക്ക് കോടതിയിലൂടെ നിയമസംവിധാനത്തിന്റെ അംഗീകാരം നേടിയെടുത്ത അപൂർവ്വ സംഭവമായിരുന്നു ഇത്. 'മനഃപരിവർത്തന' നയത്തിനായി വാദിച്ചിരുന്ന ഗാന്ധിജി ഈ സംഭവ വികാസം അംഗീകരിക്കാൻ നിർബ്ബന്ധിതനായി.

ഈ കാലമായതോടെ രാമമൂർത്തി സോഷ്യലിസ്റ്റ് ആശയങ്ങളുമായി പരിചിതനായിക്കഴിഞ്ഞു; കോൺഗ്രസ് സോഷ്യലിസ്റ്റ് പാർട്ടിയുടെ (സി എസ്പി) സ്ഥാപക സമ്മേളനത്തിൽ അദ്ദേഹം പങ്കെടുത്തു. തന്റെ സാമൂഹിക പരിഷ്കരണ പ്രവർത്തനങ്ങൾക്കൊപ്പം സംസ്ഥാനത്ത് തൊഴിലാളികളെ സംഘടിപ്പിക്കുന്നതിലും ട്രേഡ് യൂണിയൻ പ്രസ്ഥാനം കെട്ടിപ്പടുക്കുന്നതിലും അദ്ദേഹം നിർണ്ണായകമായ പങ്കുവഹിച്ചു.

രാമമൂർത്തിക്കൊപ്പം പി ജീവാനന്ദവും ബി ശ്രീനിവാസറാവുവും സാമൂഹിക പരിഷ്കരണ പ്രസ്ഥാനത്തിൽ പ്രധാന പങ്കുവഹിക്കുകയുണ്ടായി. പെരിയാർ രാമസ്വാമിയുടെ സ്വാഭിമാനപ്രസ്ഥാനത്തിലെ സജീവപ്രവർത്തകനായിരുന്ന ജീവാനന്ദവും പിന്നീട് കമ്യൂണിസ്റ്റ് പ്രസ്ഥാനത്തിന്റെ പ്രമുഖ നേതാവായി മാറി. ഭൂപ്രഭുത്വത്തിനെതിരെയും ഒപ്പം ജാതീയമായ അടിച്ചമർത്തലിനെതിരെയുമുള്ള സമരത്തിൽ ശ്രീനിവാസറാവു കർഷകത്തൊഴിലാളികളെ നയിച്ചു.

കേരളത്തിലെ ബഹുജന നേതാവായിരുന്ന എ കെ ഗോപാലനും ഇതേ പാതയിൽ നീങ്ങുകയായിരുന്നു. നാട്ടിൽ നിലനിന്നിരുന്ന വിവേചനപരമായ നടപടികൾ അദ്ദേഹം അംഗീകരിച്ചിരുന്നില്ല; അത്തരം നടപടികൾക്കെതിരായ നിരവധി സമരങ്ങൾക്ക് അദ്ദേഹം നേതൃത്വം നല്കി. ദളിതർക്ക് ക്ഷേത്രപ്രവേശനം ആവശ്യപ്പെട്ടുകൊണ്ടുള്ള പ്രസിദ്ധമായ ഗുരുവായൂർ ക്ഷേത്രപ്രവേശന സത്യഗ്രഹം ഇത്തരത്തിലുള്ള ഒരു സമരമായിരുന്നു. സവർണ്ണ ജാതി ഹിന്ദുക്കളിൽനിന്നും അദ്ദേഹത്തിനു കടുത്ത മർദ്ദനം ഏല്ക്കേണ്ടതായി വന്നു; അവർ അദ്ദേഹത്തെ അറസ്റ്റ് ചെയ്യുകയും തല്ലിച്ചതയ്ക്കുകയും ചെയ്തു. ഈ കഷ്ടപ്പാടുകളെല്ലാം ഉണ്ടായിട്ടും അദ്ദേഹം പ്രക്ഷോഭത്തിൽ ഉറച്ചുനിന്നു; ഈ പ്രക്ഷോഭം ദേശീയ ശ്രദ്ധ ആകർഷിക്കുകയുണ്ടായി. കമ്യൂണിസ്റ്റ് പാർട്ടിയുടെ മറ്റൊരു സ്ഥാപക നേതാവായിരുന്ന പി കൃഷ്ണപിള്ളയും ഗുരുവായൂരിലെ ഈ പ്രക്ഷോഭത്തിന്റെ പ്രധാന നേതാവായിരുന്നു. സി എസ് പിയിലും പിന്നീട് കമ്യൂണിസ്റ്റ് പാർട്ടിയിലും ചേരാനുള്ള എ കെ ജിയുടെ തീരുമാനത്തെ പ്രോത്സാഹിപ്പിച്ചത് ഇ എം എസ് നമ്പൂതിരിപ്പാടും പി കൃഷ്ണപിള്ളയുമായിരുന്നു.

വിദ്യാർത്ഥിയായിരുന്ന കാലംമുതൽ തന്നെ, ഇ എം എസ് നമ്പൂതിരിപ്പാട് സ്വാതന്ത്ര്യസമരത്തിൽ പങ്കെടുക്കുന്നതിനുപുറമെ നമ്പൂതിരി സമുദായത്തിനുള്ളിലെ സാമൂഹിക പരിഷ്കരണത്തിന്റെ ആവശ്യകതയെക്കുറിച്ച് സ്ഥിരമായി എഴുതിയിരുന്നു. യാഥാസ്ഥിതിക നമ്പൂതിരി കുടും

ബത്തിൽനിന്നുവന്ന അദ്ദേഹം ആ സമുദായത്തിലെ സ്ത്രീകളുടെ ദുരിതത്തെക്കുറിച്ചും മറ്റ് ഹീനമായ ആചാരങ്ങളെക്കുറിച്ചും നന്നായി മനസ്സിലാക്കിയിരുന്നു. വിധവകളുടെ പുനർവിവാഹത്തിനുവേണ്ടിയും ബഹുഭാര്യാത്വത്തിനെതിരായും അദ്ദേഹം സജീവമായി പ്രചാരണം നടത്തി. നമ്പൂതിരി സ്ത്രീകൾക്കിടയിൽ നിലനിന്നിരുന്ന പർദ്ദാ സമ്പ്രദായത്തിനെതിരെയും അവർക്ക് മേൽവസ്ത്രം ധരിക്കാനുള്ള അവകാശത്തിനുവേണ്ടിയും അദ്ദേഹം പൊരുതി. ആദ്യത്തെ ജയിൽവാസത്തെതുടർന്ന് ഇ എം എസിന്റെ ജ്യേഷ്ഠൻ അദ്ദേഹവുമായുള്ള ബന്ധം വിച്ഛേദിച്ചു; ജയിൽവാസം അനുഭവിച്ചിട്ടുള്ള ആളുകളെ സാമൂഹ്യമായി ബഹിഷ്കരിക്കുകയെന്നത് അക്കാലത്തെ ആചാരമായിരുന്നു. സാമൂഹികവും സാമ്പത്തികവുമായ മോചനത്തിനായുള്ള പോരാട്ടത്തിന്റെ പാത തിരഞ്ഞെടുക്കുന്നതിൽ നിന്നും അദ്ദേഹത്തെ പിന്തിരിപ്പിക്കാൻ ഇത്തരം നടപടികൾക്കൊന്നും കഴിഞ്ഞില്ല. അദ്ദേഹം ആ പാതതന്നെ പിന്തുടർന്നു; സോഷ്യലിസ്റ്റ് ആശയങ്ങളിലൂടെ മുന്നോട്ടുനീങ്ങി; സി എസ് പിയിൽ ചേരുകയും അതിന്റെ ആദ്യത്തെ അഖിലേന്ത്യ ജോയിന്റ് സെക്രട്ടറിയാവുകയും ചെയ്തു. പിന്നീട് കേരളത്തിലെ സി എസ് പിയുടെ സംസ്ഥാന ഘടകം ഒന്നടങ്കം കമ്യൂണിസ്റ്റ് പാർട്ടിയിലേക്ക് മാറുന്നത് ഉറപ്പാക്കുന്നതിൽ അദ്ദേഹം മുഖ്യപങ്ക് വഹിച്ചു.

പി രാമമൂർത്തി, ഇ എം എസ്, എ കെ ജി –ഇവരെല്ലാംതന്നെ, യഥാർത്ഥ ബദൽ എന്ന നിലയിൽ കമ്യൂണിസ്റ്റു പാർട്ടിയെ കണ്ടെത്തുന്നതിനു തങ്ങളെ സഹായിച്ചതിൽ പി സുന്ദരയ്യയുടെ സംഭാവന എടുത്തുപറയുന്നുണ്ട്. സുന്ദരയ്യ സ്വന്തം രാഷ്ട്രീയജീവിതം ആരംഭിച്ചത് കർഷകത്തൊഴിലാളികളെ സംഘടിപ്പിച്ചുകൊണ്ടാണ്; കർഷകത്തൊഴിലാളികളിൽ മഹാഭൂരിപക്ഷം പേരും ദളിതരുമായിരുന്നു. സവർണ്ണ ജാതിക്കാരുടെ വീടുകളിൽ പ്രവേശിക്കാൻ പോലും അനുവദിക്കപ്പെടാതിരുന്നവരും അയിത്തം കല്പിച്ച് മാറ്റി നിർത്തപ്പെട്ടിരുന്നവരുമായ ദളിതർ അനുഭവിച്ചിരുന്ന വിവേചനത്തെ അദ്ദേഹം വീട്ടുവീഴ്ചയില്ലാതെ എതിർത്തു. കർഷകത്തൊഴിലാളികളുടെ ആദ്യ സംഘടനയ്ക്ക് അദ്ദേഹം രൂപംനല്കി; ദളിതരെയും സവർണ്ണ ജാതിക്കാരെയും കൂട്ടിയോജിപ്പിച്ചുകൊണ്ട് അദ്ദേഹം‘പന്തിഭോജനം’ സംഘടിപ്പിച്ചു. സ്വന്തം കുടുംബത്തിൽ അയിത്തം ആചരിക്കുന്നതിനെതിരെ കലാപം നടത്തിയ സുന്ദരയ്യ, അതിലുപരി അത്തരം ആചാരങ്ങളെയെല്ലാം അവഗണിച്ചുകൊണ്ട് ദളിതരായ കർഷകത്തൊഴിലാളികളുമായി തോളോടു തോളുരുമ്മി നിന്ന്, അവർക്കു രോഗം വരുമ്പോൾ ചികിത്സ ഉറപ്പാക്കുന്നതും അവർക്ക് നേട്ടമുണ്ടാകത്തക്കവിധം ന്യായവില ഷോപ്പുകൾ ആരംഭിക്കുന്നതും ഉൾപ്പെടെയുള്ള ആവശ്യങ്ങൾ തേടിയെടുക്കുന്നതിനായി പൊരുതി. ഈ വിധത്തിൽ അദ്ദേഹം ജാതി വിവേചനത്തിനെതിരെ പൊരുതുക മാത്രമല്ല ചെയ്തത്; മറിച്ച് ക്ഷേമപ്രവർത്തനങ്ങളിലൂടെ ബദൽ പാത അവർക്കായി ചൂണ്ടിക്കാണിക്കുകയും ചെയ്തു. ഈ പ്രക്രിയയ്ക്കിടയിലാണ് അ

ദ്ദേഹം തന്റെ പേരിനൊപ്പമുണ്ടായിരുന്ന ജാതിവാൽ മുറിച്ചുകളഞ്ഞത്.

സമത്വത്തിന്റേതായ ആശയങ്ങളുടെ മാർഗ്ഗ ദർശനപ്രകാരം കമ്യൂണിസ്റ്റുകാർ ദളിതർക്കിടയിൽ പ്രവർത്തിക്കുകയും സാമൂഹികമായ അടിച്ചമർത്തലിന്റെയും സാമ്പത്തികചൂഷണത്തിന്റെയും കാരണങ്ങളെക്കുറിച്ച് അവർക്ക് വിശദീകരിച്ചുകൊടുക്കുകയും കമ്യൂണിസ്റ്റുപാർട്ടിയുടെ കൊടിക്കീഴിൽ അവരെ സംഘടിപ്പിക്കുകയും ചെയ്തു. സുന്ദരയ്യയെയും ബസവ പുന്നയ്യയെയുംപോലെയുള്ള നേതാക്കൾ കർഷകത്തൊഴിലാളികൾക്കിടയിൽ നടത്തിയ ആദ്യകാല പ്രവർത്തനങ്ങൾമൂലമാണ്, ആന്ധ്രാപ്രദേശിലെ കമ്യൂണിസ്റ്റ് പാർട്ടിയെ ആ കാലത്ത് 'ദളിതരുടെ പാർട്ടി 'യെന്ന് പോലും വിളിച്ചിരുന്നത്.

ആദ്യപഥികരായ കമ്യൂണിസ്റ്റുകാർ തങ്ങളുടെ പ്രവർത്തനത്തിലൂടെ സമത്വാധിഷ്ഠിത സമൂഹം സ്ഥാപിക്കുന്നതിനുള്ള പോരാട്ടത്തിന് വഴികാട്ടിയാകാൻ കഴിയുന്ന ഒരേയൊരു പ്രത്യയശാസ്ത്രം മാർക്സിസം -ലെനിനിസമാണെന്നും ഒരേയൊരു ശക്തി കമ്യൂണിസ്റ്റ് പാർട്ടിയാണെന്നും സ്ഥാപിക്കാൻ കഴിഞ്ഞു. കമ്യൂണിസ്റ്റുകാർ വിവിധ വർഗ്ഗ ബഹുജന സംഘടനകൾക്ക് രൂപംനല്കുകയും ഇത്തരമൊരു സമൂഹത്തിന്റെ സൃഷ്ടിക്കായുള്ള പോരാട്ടത്തിന്റെ ഭാഗമായി സാമൂഹികമായ അടിച്ചമർത്തലിന്റെ വിഷയങ്ങൾ കൈകാര്യം ചെയ്യുകയുമുണ്ടായി. ഈ പരിശ്രമങ്ങൾ കമ്യൂണിസ്റ്റ് പാർട്ടിക്ക് ശക്തമായ അടിത്തറ പാകി; ബ്രിട്ടീഷ് ഗവൺമെന്റും തദ്ദേശീയരായ ഭൂപ്രഭുക്കളും അഴിച്ചുവിട്ട മർദ്ദന നടപടികളെ ചെറുത്തുനില്ക്കാൻ ഇത് അവരെ സഹായിച്ചു. കമ്യൂണിസ്റ്റ് പ്രസ്ഥാനത്തിന്റെ ദ്രുതഗതിയിലുള്ള മുന്നേറ്റത്തിന് പ്രത്യേകിച്ചും 1930 കളുടെ രണ്ടാം പകുതി മുതൽ, ഇതു വഴിയൊരുക്കി.

സാമ്രാജ്യത്വവിരുദ്ധ യുദ്ധം

ആയിരത്തിത്തൊള്ളായിരത്തി മുപ്പത്തിയൊൻപതിൽ രണ്ടാം ലോകമഹായുദ്ധം പൊട്ടിപ്പുറപ്പെട്ടത് ഇന്ത്യയിലെ രാഷ്ട്രീയ സംഭവ വികാസങ്ങളിൽ വളരെ വലിയ സ്വാധീനംചെലുത്തി. ഇന്ത്യൻ പ്രതിനിധികളാരോടും ആലോചിക്കുകപോലും ചെയ്യാതെ ബ്രിട്ടീഷ് വൈസ്രോയി യുദ്ധത്തിൽ ഇന്ത്യയും പങ്കെടുക്കുന്നതായി പ്രഖ്യാപിച്ചു. യുദ്ധ പ്രഖ്യാപനത്തെ തുടർന്ന് അവശ്യസാധനങ്ങളുടെ വില കുതിച്ചുയർന്നു. തൽഫലമായുണ്ടായ ജീവിതച്ചെലവിലെ വർദ്ധനയിൽ ജനങ്ങൾക്കിടയിൽ അസംതൃപ്തി പടർന്നു. യുദ്ധത്തിനെതിരായ ഒരു പ്രഖ്യാപനവുമായി കമ്യൂണിസ്റ്റ് പാർട്ടി ഉടൻ രംഗത്തെത്തി. പാർട്ടി ഔദ്യോഗിക മുഖപത്രമായ *ദ കമ്യൂണിസ്റ്റിൽ* പ്രസിദ്ധീകരിച്ച പ്രസ്താവനയിൽ, ''ഈ ഗുരുതരമായ ദേശീയ പ്രതിസന്ധിയുടെ ഘട്ടത്തിൽ സ്വയം രംഗത്തിറങ്ങാനും പ്രവർത്തിക്കാനും'' ജനങ്ങളോട് കമ്യൂണിസ്റ്റ് പാർട്ടി അഭ്യർത്ഥിച്ചു.

കമ്യൂണിസ്റ്റ് പാർട്ടിയുടെ മുൻകൈയിൽ ബോംബെയിലെ തൊഴിലാളിവർഗ്ഗം യുദ്ധവിരുദ്ധ പണിമുടക്ക് സംഘടിപ്പിച്ചു; അതിൽ 90,000 തൊഴിലാളികൾ പങ്കെടുത്തു. രണ്ടാം ലോകയുദ്ധകാലത്ത് ലോകത്തിൽത്തന്നെ ഇത്തരത്തിൽ ഒന്ന് ഇതാദ്യമായിരുന്നു. ഇതിനെത്തുടർന്ന് ബോംബെയിലെ 1,75,000 തുണിമിൽ തൊഴിലാളികൾ ക്ഷാമബത്തയ്ക്കായി പണിമുടക്കി; നേതാക്കളെ കൂട്ടത്തോടെ അറസ്റ്റ് ചെയ്യുകയും കടുത്ത അടിച്ചമർത്തൽ നടപ്പാക്കുകയും ചെയ്തിട്ടും ഈ പണിമുടക്ക് 40 ദിവസം നീണ്ടുനിന്നു. ഈ പണിമുടക്കിനോട് ഐക്യദാർഢ്യം പ്രഖ്യാപിച്ചുകൊണ്ട് തൊഴിൽ സേനയിലെ എല്ലാ വിഭാഗങ്ങളെയും പ്രതിനിധീകരിക്കുന്ന തൊഴിലാളികൾ ഏകദിന അനുഭാവ പണിമുടക്ക് നടത്തി.

ബോംബെ പണിമുടക്കിനെ തുടർന്ന് രാജ്യത്തുടനീളം പണിമുടക്കുകളുടെ വേലിയേറ്റംതന്നെയുണ്ടായി.

'സി പി ഐയുടെ നയത്തെയും യുദ്ധ കാലഘട്ടത്തിലെ അടവുകളെയും പറ്റി' എന്ന ശീർഷകത്തിൽ പാർട്ടിയുടെ പൊളിറ്റ് ബ്യൂറോ ഒരു പ്രസ്താവന പ്രസിദ്ധീകരിച്ചു; ആ കാലഘട്ടത്തിൽ പാർട്ടി സ്വീകരിക്കേണ്ട അടവുകൾ വിശദീകരിക്കുന്നതാണ് ആ പ്രസ്താവന. ഇന്ത്യൻ ജനതയുടെ കടമ ''യുദ്ധത്തെ നിരുപാധികം ചെറുക്കുകയും സ്വന്തം സ്വാതന്ത്ര്യം നേടുകയും ലോക പിന്തിരിപ്പത്തിന്റെ ഉരുക്കുകോട്ടയായ ബ്രിട്ടീഷ് സാമ്രാജ്യത്വത്തെ ദുർബ്ബലമാക്കുകയും അങ്ങനെ ആഗോളാടിസ്ഥാനത്തിൽ വിപ്ലവശക്തികളെ ദൃഢീകരിക്കുകയും ചെയ്യുക എന്നതാണ്'' എന്ന് സംശയാതീതമായി ആ പ്രസ്താവനയിൽ വ്യക്തമാക്കി.

പല പ്രധാന നഗരങ്ങളിലും വ്യവസായ കേന്ദ്രങ്ങളിലും തൊഴിലാളികൾ പണിമുടക്കുകയും റാലികൾ സംഘടിപ്പിക്കുകയും ചെയ്തു; അവയിൽ പതിനായിരക്കണക്കിന് തൊഴിലാളികളും ദരിദ്രരും ഇടത്തരക്കാരുമായ മറ്റാളുകളും പങ്കെടുത്തു. കമ്യൂണിസ്റ്റ് പാർട്ടിയും മറ്റ് ഇടതുപക്ഷ സംഘടനകളുമായിരുന്നു ഈ ബഹുജന സമരങ്ങൾക്ക് മുൻനിരയിൽ നിന്ന് സംഘടിതമായ നേതൃത്വം നല്കിയതും യുദ്ധ വിരുദ്ധ പ്രചാരണം സംഘടിപ്പിച്ചതും. സാധാരണക്കാരായ കോൺഗ്രസുകാരിൽ ഒരു വിഭാഗവും ചില കോൺഗ്രസ് കമ്മിറ്റികളും ഈ പ്രവർത്തനങ്ങളിൽ കമ്യൂണിസ്റ്റുകാരുമായി സഹകരിച്ചു.

കമ്യൂണിസ്റ്റ് പാർട്ടി നടത്തിയ ശക്തമായ പ്രക്ഷോഭങ്ങളും സമരങ്ങളും ബ്രിട്ടീഷ് സാമ്രാജ്യത്വം പ്രതിസന്ധിയിൽ പെട്ടിരുന്നകാലത്ത് അവരിൽനിന്ന് ചില ആനുകൂല്യങ്ങൾ പ്രതീക്ഷിച്ചിരുന്ന വലതുപക്ഷ കോൺഗ്രസുകാർക്കുമേൽ സമ്മർദ്ദംചെലുത്തി. കമ്യൂണിസ്റ്റുകാർ ചെലുത്തിയ ശക്തമായ സമ്മർദ്ദംമൂലം കോൺഗ്രസ് ഗവൺമെന്റുകൾ രാജിവെക്കാൻ നിർബ്ബന്ധിതമായി. *ദ കമ്യൂണിസ്റ്റിൽ* പ്രസിദ്ധീകരിച്ച (1939 നവംബർ) ഒരു ലേഖനത്തിൽ പാർട്ടി വ്യക്തമായും ഇങ്ങനെ പ്രസ്താവിച്ചു: 'സാമ്രാജ്യത്വം ഒരാനുകൂല്യവും നല്കാൻ തയ്യാറല്ല.' അതിനുപുറമേ, ബ്രിട്ടീഷുകാർ ആ സാഹചര്യത്തെ എങ്ങനെയെല്ലാം ഉപയോഗിക്കാൻ ശ്രമിക്കുമെന്നും അത് ശരിയായി വിശദീകരിച്ചു: 'അടിക്കടി നിരോധനാജ്ഞകൾ പ്രഖ്യാപിച്ചുകൊണ്ടും മിക്കവാറും എല്ലാ കോൺഗ്രസുകാരും സോഷ്യലിസ്റ്റുകാരെയും കമ്യൂണിസ്റ്റുകാരെയും കിസാൻ സഭയുടെയും ട്രേഡ് യൂണിയനുകളുടെയും പ്രവർത്തകരെയും അറസ്റ്റ് ചെയ്തുകൊണ്ട് പുരോഗമന സ്വഭാവമുള്ള പത്രങ്ങളെ അടിച്ചമർത്തിയും ദേശീയപ്രസ്ഥാനത്തിന്റെ വിപ്ലവസ്വഭാവമുള്ള കാതലായ ഭാഗത്തെ നശിപ്പിക്കുന്നതിന് സാമ്രാജ്രത്വം ശ്രമിക്കും. വർഗ്ഗീയ – ശിഥിലീകരണ ശക്തികളെ പ്രോത്സാഹിപ്പിച്ചുകൊണ്ട്, കോൺഗ്രസിനെ ബ്ലാക്ക്മെയിൽ ചെയ്യാനും നിർവീര്യമാക്കാനും അവർ ശ്രമിക്കും. കുറേശ്ശെയായി ദേശീയശക്തികളെ ശിഥിലമാക്കും. സമരങ്ങളെ പരിമിതപ്പെടുത്താനും നിയ

ന്ത്രിക്കാനും നിയമത്തിന്റെ ചട്ടക്കൂടിനുള്ളിൽ ഒതുക്കി നിർത്താനും ദേശീയ നേതൃത്വത്തിന്റെ ഭാഗത്തുനിന്നുണ്ടാകുന്ന ഏതൊരു ശ്രമവും ദേശീയ മുന്നണിക്കുള്ളിലെ സംഘർഷങ്ങളെ അനിവാര്യമായും മൂർച്ഛിപ്പിക്കും; ദേശീയ ശക്തികളെ അത് ദുർബ്ബലമാക്കുകയും ചെയ്യും.'

വമ്പിച്ച യുദ്ധ വിരുദ്ധ പണിമുടക്കുകൾക്കും റാലികൾക്കും മറ്റു പ്രതിഷേധങ്ങൾക്കും പുറമേ യുദ്ധത്തിന്റെ യഥാർത്ഥ സ്വഭാവം തുറന്നു കാണിക്കാനും തൊഴിലാളിവർഗ്ഗത്തെ അതിന്റെ പങ്കിനെയും കടമകളെയും സംബന്ധിച്ച് ബോദ്ധ്യപ്പെടുത്താനും തെരുവു യോഗങ്ങളിലൂടെയും കോർണർ യോഗങ്ങളിലൂടെയും നോട്ടീസുകളിലൂടെയും സ്റ്റഡി ഗ്രൂപ്പുകളിലൂടെയും ജനങ്ങൾക്കിടയിൽ അതിവിപുലമായ പ്രചാരണം ആരംഭിക്കാനും പാർട്ടി തീരുമാനിച്ചു. വിലവർദ്ധനയുടെ വിഷയവും കൂലിക്കൂടുതലുംപോലെയുള്ള സാമ്പത്തിക ഡിമാന്റുകൾ ഉന്നയിക്കുന്ന സമരങ്ങളിൽ മാത്രം തൊഴിലാളിവർഗ്ഗം ഒതുങ്ങി നില്ക്കാൻ പാടില്ലെന്നും അങ്ങനെ ഒതുങ്ങിനില്ക്കുന്നതിനർത്ഥം, 'മുന്നിലുള്ള രാഷ്ട്രീയ സമരത്തിൽ തൊഴിലാളിവർഗ്ഗ നേതൃത്വത്തിനായുള്ള ധീരമായ അവകാശവാദം ഉയർത്തുകയെന്ന കടമ കൈവെടിയുക'യെന്നുമാണ്. ഈ ധാരണയോടുകൂടി കമ്യൂണിസ്റ്റുകാർ തൊഴിലാളികളെ സംഘടിപ്പിക്കുന്നതിനും യുദ്ധത്തിന്റെ സാമ്രാജ്യത്വ സ്വഭാവത്തെക്കുറിച്ച് അവരെ പഠിപ്പിക്കാനും യുദ്ധവിരുദ്ധ ക്യാമ്പയിനുമായി അവരുടെ ദൈനംദിന ആവശ്യങ്ങളെ കണ്ണിചേർത്തുകൊണ്ട് അവരുടെ ബോധനിലവാരം ഉയർത്താനും അനവരതം പ്രവർത്തിച്ചു.

ഉദാഹരണത്തിന് ചണമില്ലുകളിലെയും റെയിൽവേയിലെയും ഉരുക്ക് ഫാക്ടറിയിലെയും മറ്റും തൊഴിലാളികൾക്കായുള്ള കമ്യൂണിസ്റ്റ് പാർട്ടിയുടെ മാനിഫെസ്റ്റോയിൽ (1940) യുദ്ധ ഫണ്ടിലേക്കുള്ള സംഭാവനകളും വിലക്കയറ്റവും കൂലിക്കുറവും ഉൾപ്പെടെയുള്ള വിഷയങ്ങൾ ഉന്നയിച്ച് തൊഴിലാളികളെ സമരത്തിലേക്ക് കൊണ്ടുവരുന്നതിൽ പരിമിതപ്പെടുത്തിയിരിക്കുന്നു. കമ്യൂണിസ്റ്റ് പ്രവർത്തനങ്ങളെ സംബന്ധിച്ച ആഭ്യന്തര വകുപ്പിന്റെ രഹസ്യ റിപ്പോർട്ടിൽ ഈ തന്ത്രത്തിലെ ഫലപ്രാപ്തിയെക്കുറിച്ച് രേഖപ്പെടുത്തിയിട്ടുണ്ട്. 'തൊഴിലാളികൾക്ക് 25% ൽ കൂടുതലും ക്ഷാമബത്തയും കൃഷിക്കാർക്ക് നികുതിയിളവും പാട്ടത്തുകയിലെ ഇളവും ഉൾപ്പെടെയുള്ള ഡിമാന്റുകൾ ഉന്നയിച്ചുകൊണ്ട് തൊഴിൽ പ്രശ്നങ്ങൾ സൃഷ്ടിക്കുന്നത് ഉൾപ്പെടെയുള്ള കമ്യൂണിസ്റ്റുകാരുടെയും സോഷ്യലിസ്റ്റ്കാരുടെയും പൊതുപരിപാടിക്ക് രൂപംനല്കാൻ കമ്യൂണിസ്റ്റുകാർ പദ്ധതിയിടുന്നുണ്ട്. യുദ്ധ വിരുദ്ധ പ്രചാരണത്തിനൊപ്പം ഡിമാന്റുകൾ ഉന്നയിക്കുകകൂടി ചെയ്യുന്നത് തൊഴിലാളികളെയും കർഷകരെയും കൂട്ടത്തോടെ അണിനിരത്താൻ നമ്മെ പ്രാപ്തരാക്കും' എന്നാണ് അവർ വിവിധ കേന്ദ്രങ്ങളിൽ പ്രവർത്തിക്കുന്നവർക്ക് നിർദ്ദേശം നല്കിയത്.

ദേശവ്യാപകമായി യുദ്ധ വിരുദ്ധ പ്രസ്ഥാനത്തിനുള്ള അടിത്തറ

വിപുലമാക്കുന്നതിനുള്ള ഉപാധിയെന്ന നിലയിൽ യുദ്ധവിരുദ്ധ പ്രകടനങ്ങളിൽ തൊഴിലാളിവർഗ്ഗത്തിനുപുറമേ കൃഷിക്കാരെയും വിദ്യാർത്ഥികളെയും അണിനിരത്തുന്നതിലും കമ്യൂണിസ്റ്റുകാർ ശ്രദ്ധ കേന്ദ്രീകരിക്കുന്നുണ്ട്. ഈ പരിശ്രമങ്ങൾക്കുപിന്നിലുള്ള മുഖ്യ ലക്ഷ്യം ഉശിരൻ പ്രക്ഷോഭ രൂപങ്ങൾ പ്രചരിപ്പിക്കലും ബഹുജന പ്രക്ഷോഭം' സാദ്ധ്യമാക്കുന്നിടത്തോളം വിപുലമായ തോതിൽ ദേശീയ പ്രസ്ഥാനത്തിന്റെ മുഖ്യ സവിശേഷതയായി മാറുമെന്ന് ഉറപ്പാക്കലുമാണ്. ഈ പരിശ്രമങ്ങളുടെ ഫലമായി, അഖിലേന്ത്യാ വിദ്യാർത്ഥി ഫെഡറേഷൻ (എ ഐ എസ് എഫ്) ഏറ്റവും കരുത്തുറ്റതും പ്രമുഖവുമായ വിദ്യാർത്ഥി സംഘടനയുമായി മാറി; സാമ്രാജ്യത്വ വിരുദ്ധരായ വിദ്യാർത്ഥികളിലെ പുരോഗമന സ്വഭാവമുള്ള വിഭാഗങ്ങൾക്കുമാകെ പിന്തുണ നല്കുകയും അവരെയാകെ യോജിപ്പിക്കുകയും ചെയ്തു.

ഈ കാലഘട്ടത്തിൽ കമ്യൂണിസ്റ്റ് പാർട്ടി നടത്തിയ പ്രമുഖമായ പരിശ്രമം വർഗ്ഗീയതയ്ക്കെതിരായ പോരാട്ടമായിരുന്നു. ബ്രിട്ടീഷ് സാമ്രാജ്യത്വം 'വർഗ്ഗീയ ശിഥിലീകരണ ശക്തികളെ പ്രോത്സാഹിപ്പിക്കുമെന്നും അത് വർഗ്ഗീയ ലഹളകളിൽ ദേശീയപ്രസ്ഥാനത്തെ മുക്കിക്കളയുമെന്ന ഭീഷണിയുണ്ടെന്നും പാർട്ടി വ്യക്തമായും താക്കീത് ചെയ്തിരുന്നു. പാർട്ടി വ്യക്തമായ വർഗ്ഗ കാഴ്ചപ്പാടോടെ തീരുമാനിച്ചു: 'ജനങ്ങൾക്കിടയിൽ വർഗ്ഗീയവിഷം പരത്തി ബഹുജനങ്ങളെ ഭിന്നിപ്പിക്കുന്നതിനും ബ്രിട്ടീഷ് സാമ്രാജ്യത്വത്തിന്റെ സംരക്ഷണം അനുഭവിക്കുന്ന മുസ്ലിം ലീഗ്, ഹിന്ദു മഹാസഭ തുടങ്ങി വർഗ്ഗീയ സംഘടനകൾ നടത്തുന്ന നീക്കങ്ങൾക്കെതിരെ ജനങ്ങളെ ജാഗ്രതപ്പെടുത്തുന്നതിന് ശക്തമായ ക്യാമ്പയിൻ നടത്തേണ്ടതുണ്ട്. ബഹുജനങ്ങൾക്കിടയിൽ വർഗ്ഗസമരത്തിന്റേതായ വിപ്ലവ പ്രചാരണംകൊണ്ടു മാത്രമേ വർഗ്ഗീയ വിദ്വേഷ പ്രചാരണം എന്ന ഈ വിഷച്ചെടികളെ പിഴുതെറിയാൻ കഴിയൂ.

കമ്യൂണിസ്റ്റുകാരുടെ ഈ നീക്കങ്ങളെ കടുത്ത മർദ്ദന നടപടികൾ കൊണ്ടാണ് ഭരണാധികാരികൾ നേരിട്ടത്. ഗവൺമെന്റ് കടുത്ത നടപടികളെടുത്തു; ഡിഫൻസ് ഓഫ് ഇന്ത്യ ആക്ട് ഏർപ്പെടുത്തി; കമ്യൂണിസ്റ്റുകാരെ ഒറ്റതിരിഞ്ഞാക്രമിച്ചു. പൊതുയോഗങ്ങൾ നിരോധിക്കുകയും പത്രങ്ങളുടെയും മറ്റു മാധ്യമങ്ങളുടെയും സ്വാതന്ത്ര്യം വെട്ടിക്കുറയ്ക്കുകയും ചെയ്തതിനു പുറമേ വളണ്ടിയർ സംഘടനകളെ നിരോധിക്കുന്ന ഒരു അടിയന്തരാവസ്ഥാ നിയമവും നടപ്പാക്കി. 1941 ജൂണിൽ പാർട്ടി മുഖപത്രം നിരോധിക്കപ്പെട്ടു. ഈ കാലഘട്ടത്തിൽ 700 പേരെ കരുതൽ തടങ്കലിലാക്കിയതിൽ 480 പേരും കമ്യൂണിസ്റ്റുകാരായിരുന്നു.

കമ്യൂണിസ്റ്റുകാർ ഒരേസമയം പരസ്യമായ പ്രവർത്തനവും രഹസ്യ പ്രവർത്തനവും നടത്തിയിരുന്നു; അറസ്റ്റ് ഭീഷണി ഉള്ളവരും ഇല്ലാത്തവരുമായ പാർട്ടി അംഗങ്ങളുടെ സന്തുലനം പാർട്ടി ശ്രദ്ധയോടെ സൂക്ഷിച്ചിരുന്നു. 1934 മുതൽ പാർട്ടി നിരോധിക്കപ്പെട്ടിരുന്നെങ്കിലും, കമ്യൂണിസ്റ്റുകാർ തങ്ങളുടെ പ്രവർത്തനം നടത്തുന്നതിന് കോൺഗ്രസ് സോ

ഷ്യലിസ്റ്റ് പാർട്ടിയുടെയും മറ്റു ബഹുജന സംഘടനകളുടെയും വേദി ഉപയോഗിച്ചിരുന്നു. ഐക്യമുന്നണി എന്ന അടവ് കമ്മ്യൂണിസ്റ്റ് പ്രവർത്തനം വിപുലപ്പെടുത്തുന്നതിന് വളരെയധികം സഹായകമായി.

ബ്രിട്ടീഷുകാർക്കെതിരെ പൊരുതുന്ന എല്ലാ ശക്തികളും തമ്മിലുള്ള ഐക്യം നിലനിർത്തേണ്ടതിന്റെ പ്രാധാന്യം കമ്മ്യൂണിസ്റ്റ് പാർട്ടിക്ക് ബോദ്ധ്യമായിരുന്നു; സാമ്രാജ്യത്വത്തിനും യുദ്ധത്തിനുമെതിരെ ജനങ്ങളെ അണിനിരത്തുന്നതിൽ നിർണ്ണായകമായ പങ്കുവഹിക്കേണ്ടത് കോൺഗ്രസ് ആണെന്ന് പാർട്ടി കണക്കാക്കിയിരുന്നു. എന്നാൽ യുദ്ധകാലത്ത് പിന്തുടരേണ്ട അടവുകളെക്കുറിച്ച് വിവിധ പാർട്ടികൾക്കിടയിൽ കോൺഗ്രസുകാരിലെ വലതുപക്ഷവും ഇടതുപക്ഷവും സി എസ് പിയും ഫോർവേഡ് ബ്ലോക്കും കമ്മ്യൂണിസ്റ്റ് പാർട്ടിയും തമ്മിലെല്ലാം വളരെയേറെ അഭിപ്രായ ഭിന്നതകൾ ഉണ്ടായിരുന്നു.

യുദ്ധം പൊട്ടിപ്പുറപ്പെട്ടതിന്റെയും തൽഫലമായി വർഗ്ഗശക്തികളും അവയുടെ പരസ്പര ബന്ധത്തിലും ഉണ്ടായ മാറ്റത്തിന്റെയും സാർവ്വദേശീയ പശ്ചാത്തലം വസ്തുനിഷ്ഠമായി വിലയിരുത്തിക്കൊണ്ട് യുദ്ധത്തിന്റെ സ്വഭാവവും അതിന് ബ്രിട്ടന്റെ പങ്കും കമ്മ്യൂണിസ്റ്റ് പാർട്ടി പരിശോധിച്ചു. ഇതിന്റെ അടിസ്ഥാനത്തിൽ പാർട്ടി വലതുപക്ഷ കോൺഗ്രസ് നേതൃത്വത്തിന്റെയും സി എസ് പിയുടെയും ഫോർവേഡ് ബ്ലോക്കിന്റെയും രാഷ്ട്രീയത്തെയും സമീപനങ്ങളെയും വിമർശനപരമായി പരിശോധിച്ചു: കോൺഗ്രസ് നേതൃത്വം ഫാസിസ്റ്റ് വിരുദ്ധ പ്രഖ്യാപനങ്ങൾ നടത്തവെ തന്നെ ബ്രിട്ടനുമായി വിലപേശാൻ ശ്രമിക്കുകയായിരുന്നു. കോൺഗ്രസിനെ എതിർക്കുന്നതായി നടിക്കുന്ന സി എസ് പി നേതൃത്വം ഫലത്തിൽ അതിന്റെ നയങ്ങൾ അംഗീകരിക്കുകയായിരുന്നു; ബ്രിട്ടീഷ് ഭരണാധികാരികളുടെ ഫാസിസ്റ്റ് വിരുദ്ധ മുഖം മൂടി പിച്ചിച്ചീന്തി അതിന്റെ യഥാർത്ഥ സ്വഭാവം തുറന്നു കാണിക്കാനാണ് കമ്മ്യൂണിസ്റ്റ് പാർട്ടി ശ്രമിച്ചിരുന്നത്; ഫോർവേഡ് ബ്ലോക്കാകട്ടെ, ഫാസ്റ്റിസ്റ്റ് ശക്തികളുടെ സഹായത്തോടുകൂടി ഇന്ത്യയിൽ വിപ്ലവം സംഘടിപ്പിക്കാൻ ശ്രമിക്കുകയായിരുന്നു.

ഈ ഭിന്നതകൾമൂലം, അത്യദ്ധ്വാനം ചെയ്ത് കെട്ടിപ്പടുത്ത ഇടതുപക്ഷ ഐക്യം തകർച്ചയുടെ വക്കിലെത്തി. 1940 മാർച്ചിൽ സി എസ് പി ആ പാർട്ടിയിൽനിന്നും കമ്മ്യൂണിസ്റ്റുകാരെ പുറത്താക്കുമെന്ന് പ്രഖ്യാപിച്ചു.

കമ്മ്യൂണിസ്റ്റ് പാർട്ടിയുടെ രണ്ടു പ്രസിദ്ധീകരണങ്ങൾ ഉശിരൻ ബഹുജന സമരങ്ങളുടെ പരിപാടി അവതരിപ്പിച്ചുകൊണ്ട് പ്രോലിറ്റേറിയൻ പാത്തും കോൺഗ്രസിന്റെയും സി എസ് പിയുടെയും ഫോർവേഡ് ബ്ലോക്കിന്റെയും നയങ്ങളെ നിശിതമായി വിമർശിക്കുന്ന പാർട്ടികളും രാഷ്ട്രീയവും എന്ന ലഘുലേഖയും രാജ്യത്തുടനീളമുള്ള കമ്മ്യൂണിസ്റ്റുകാരെ പ്രത്യയശാസ്ത്രപരമായ ആയുധമണിയിച്ചു; ഉശിരൻ ദേശീയതയുടെയും തൊഴിലാളിവർഗ്ഗ സാർവ്വദേശീയതയുടെയും സത്തയിൽ അവരെ

പരിശീലിപ്പിക്കുകയും ചെയ്തു. ഈ രണ്ടു രേഖകളും പ്രാദേശിക ഭാഷകളിൽ പരിഭാഷപ്പെടുത്തുകയും വ്യാപകമായി പ്രചരിപ്പിക്കുകയുമുണ്ടായി. പാർട്ടി സഖാക്കളെ വിദ്യാഭ്യാസം ചെയ്യിക്കുന്നതിന് ഓരോ ആഴ്ചയും സ്ഥിരമായി പ്രസിദ്ധീകരിച്ചിരുന്ന പാർട്ടിക്കത്തും പൂർണ്ണമായും പ്രയോജനപ്പെടുത്തിയിരുന്നു.

സോവിയറ്റ് യൂണിയനുമേലുള്ള നാസി സൈനികാക്രമണം 1941 ജൂൺ 22 ന് ആരംഭിച്ചു; ഇതോടെ യുദ്ധത്തിന്റെയും ലോക രാഷ്ട്രീയത്തിന്റെയും അടിസ്ഥാനസ്വഭാവം പാടെ മാറി. ഇത് പാർട്ടിയുടെ രാഷ്ട്രീയ നിലപാടിലും മാറ്റത്തിനിടയാക്കി.

ജനകീയ യുദ്ധവും ക്വിറ്റിന്ത്യാ പ്രസ്ഥാനവും

ആയിരത്തിത്തൊള്ളായിരത്തി മുപ്പത്തിയൊൻപത് സെപ്തംബറിൽ പൊട്ടിപ്പുറപ്പെട്ട രണ്ടാംലോകമഹായുദ്ധത്തിനെതിരെ കമ്യൂണിസ്റ്റ് പാർട്ടി പ്രതിഷേധവുമായി രംഗത്തുവന്നു. യുദ്ധത്തെ എതിർക്കുന്നതിനും യുദ്ധം മൂലമുണ്ടായ ദുസ്സഹമായ സാമ്പത്തിക സാഹചര്യങ്ങൾക്കെതിരെ സമരം ആരംഭിക്കുന്നതിന് തയ്യാറാകുവാനും പാർട്ടി ജനങ്ങളെ ആഹ്വാനം ചെയ്തു. നൂറുകണക്കിന് പാർട്ടി പ്രവർത്തകർ അറസ്റ്റ് ചെയ്യപ്പെടുകയും പാർട്ടിയും പാർട്ടി പ്രസിദ്ധീകരണങ്ങളും നിരോധനത്തിലാവുകയും ചെയ്തതുൾപ്പെടെ കടുത്ത അടിച്ചമർത്തലുകൾ നേരിടുമ്പോഴും പാർട്ടി അംഗങ്ങൾ വിലക്കയറ്റത്തിനും ഭക്ഷ്യക്ഷാമത്തിനും എതിരെ നിരവധി സമരങ്ങൾക്ക് നേതൃത്വം നല്കി. തൊഴിലാളിവർഗ്ഗത്തിന്റെ നിരവധി പണിമുടക്കുകളും പാർട്ടി നയിച്ചു.

1941 ജൂണിൽ ഹിറ്റ്ലർ സോവിയറ്റ് യൂണിയനെ ആക്രമിച്ചതിനെ തുടർന്ന് യുദ്ധത്തിന്റെ സ്വഭാവത്തിൽ മാറ്റം വന്നു. സോഷ്യലിസത്തിന്റെ കോട്ടയെത്തന്നെയാണ് ഫാസിസ്റ്റുകൾ ആക്രമിച്ചത്, അതോടെ മൂന്ന് അച്ചുതണ്ട് ശക്തികൾ–ജർമ്മനി, ഇറ്റലി, ജപ്പാൻ–പ്രതിനിധാനം ചെയ്യുന്ന ഫാസിസത്തിനെതിരെയുള്ള ലോകവ്യാപകമായ പോരാട്ടമായി യുദ്ധം മാറി.

യുദ്ധത്തിന്റെ സ്വഭാവത്തിൽ വന്ന ഈ മാറ്റത്തെ അപ്പോൾ പെട്ടെന്ന് സി പി ഐ അംഗീകരിക്കുകയുണ്ടായില്ല. 1941 ജൂലൈ വരെ സാമ്രാജ്യത്വ യുദ്ധത്തെ എതിർക്കുക എന്ന നയം പാർട്ടി തുടർന്നു. യുദ്ധത്തെ വിപ്ലവപരമായ യുദ്ധം ആക്കി മാറ്റുക എന്ന് പാർട്ടി പോളിറ്റ്ബ്യൂറോ ആഹ്വാനം ചെയ്യുകയുണ്ടായി.

അതേസമയംതന്നെ ദിയോളി തടങ്കൽ പാളയത്തിലെ കമ്യൂണിസ്റ്റു

കാരായ കരുതൽ തടവുകാർ യുദ്ധത്തെ സംബന്ധിച്ച പാർട്ടിയുടെ നില പാടിനെ ചോദ്യം ചെയ്തു. ബി ടി രണദിവെയുടെ നേതൃത്വത്തിലുള്ള ഈ ഗ്രൂപ്പ് യുദ്ധത്തെ സംബന്ധിച്ച വിലയിരുത്തലും പാർട്ടി പിന്തുട രേണ്ട അടവിന്റെ കാര്യത്തിലും മാറ്റം വേണമെന്ന് ആവശ്യപ്പെട്ടുകൊ ണ്ട് പോളിറ്റ് ബ്യൂറോക്ക് ഒരു രേഖ അയച്ചുകൊടുത്തു. സോവിയറ്റ് യൂ ണിയനെ നാസികൾ ആക്രമിച്ചതോടെ യുദ്ധം ഫാസിസത്തിനെതിരാ യ ജനകീയ യുദ്ധത്തിന്റെ സ്വഭാവം കൈവരിച്ചു എന്ന് അവർ പ്രസ്താ വിച്ചു.

ദിയോളിയിൽനിന്ന് ഒരു വിഭാഗം പാർട്ടി നേതാക്കൾ അയച്ച രേഖ ജയിൽ രേഖ എന്നാണ് അറിയപ്പെടുന്നത്. അതിൽ ഇങ്ങനെ പ്രസ്താവിച്ചു:

> ലോകത്തെ ഒരേയൊരു തൊഴിലാളിവർഗ്ഗ ഭരണകൂടത്തിനുമേൽ ഭീകരമായ കടന്നാക്രമണം നടത്തിക്കൊണ്ട് നാസിസം സാർവ്വ ദേശീയ തൊഴിലാളി വർഗ്ഗത്തിന്റെയും കൊളോണിയൽ തൊഴി ലാളിവർഗ്ഗത്തിന്റെ യും മുഖ്യശത്രുവായി മാറിയിരിക്കുന്നു. ആ യതിനാൽ ഇന്ത്യയിലെ തൊഴിലാളിവർഗ്ഗത്തിന്റെ പാർട്ടി ഈ യു ദ്ധത്തിൽ ക്രിയാത്മകമായി ഇടപെടണം, ഇപ്പോൾ ഇതിനെ ജന കീയ യുദ്ധം എന്ന് പ്രഖ്യാപിക്കണം, സാദ്ധ്യമായേടത്തോളം വേ ഗത്തിൽ ഈ യുദ്ധം വിജയിക്കുവാൻ സർവ്വ പരിശ്രമവും നടത്തണം.

യുദ്ധത്തിന്റെ സ്വഭാവത്തിൽവന്ന മാറ്റത്തെക്കുറിച്ച് സി പി ഐ നേതൃ ത്വത്തിന് ബ്രിട്ടീഷ് കമ്യൂണിസ്റ്റ് പാർട്ടിയും ഒരു രേഖ അയച്ചുകൊടുത്തു.

ഈ ചർച്ചകളുടെ ഫലമായി 1941 ഡിസംബറിൽ പോളിറ്റ്ബ്യൂറോ ഒരു പ്രമേയം അംഗീകരിച്ചു. സോവിയറ്റ് യൂണിയനുനേരെ ഹിറ്റ്ലറുടെ ആക്രമണം ഉണ്ടായതിനെത്തുടർന്ന് യുദ്ധത്തിന്റെ സ്വഭാവത്തിൽ മൗ ലികമായ മാറ്റം ഉണ്ടായി എന്ന് ഈ പ്രമേയം പ്രഖ്യാപിച്ചു. ഇപ്പോൾ അത് സാമ്രാജ്യത്വയുദ്ധം അല്ല, മറിച്ച് ജനകീയ യുദ്ധമായി മാറിയിരി ക്കുകയാണ്. രാജ്യത്ത് ഒരു ജനകീയ യുദ്ധ പ്രസ്ഥാനം വികസിപ്പിക്കാൻ പ്രമേയം ആഹ്വാനം ചെയ്തു. ഫാസിസത്തിനെതിരായ ജനകീയ യു ദ്ധത്തിലെ വിജയം സ്വാതന്ത്ര്യത്തിനായുള്ള ഇന്ത്യൻ ജനതയുടെ സമ രത്തെ സഹായിക്കും.

പാർട്ടിക്ക് മേലെയുണ്ടായിരുന്ന നിരോധനം 1942 ജൂലൈയിൽ പിൻവ ലിച്ചു., തടവിലായിരുന്ന നേതാക്കളെ മോചിപ്പിക്കാനും ഭരണാധികാരി കൾ ആരംഭിച്ചു.

എന്നാൽ ജനകീയ യുദ്ധം എന്ന മുദ്രാവാക്യവും സ്വാതന്ത്ര്യത്തി നായുള്ള ഇന്ത്യയുടെ സമരത്തെ ഫാസിസത്തിനെതിരായി ലോക വ്യാപ കമായി നടക്കുന്ന പോരാട്ടവുമായി കുട്ടിയോജിപ്പിക്കുക എന്ന നയം ദേശീയ വാദികളുടെയും ഇടതുപക്ഷ ദേശീയ വാദികളുടെയും ഇടയിൽ അനുകൂലാഭിപ്രയം ഉണ്ടാക്കിയില്ല. എന്നാൽ ബുദ്ധിജീവി വിഭാഗങ്ങൾ ക്കിടയിൽ പാർട്ടി നിലപാട് മതിപ്പുളവാക്കി.

യുദ്ധ യജ്ഞങ്ങളിൽ സഹകരിക്കുന്നതിന് പകരമായി അനുരഞ്ജന ചർച്ച നടത്തണമെന്ന കോൺഗ്രസിന്റെ ആവശ്യം ബ്രിട്ടീഷ് ഗവൺമെന്റ് നിരാകരിച്ചതിനെത്തുടർന്ന് 1940 ഒക്ടോബറിൽ ഗാന്ധിജിയുടെ നേതൃത്വത്തിൽ കോൺഗ്രസ് വ്യക്തി സത്യഗ്രഹം ആരംഭിച്ചു. പുത്രിക രാഷ്ട്ര പദവിക്ക് സമാനമായതെന്തെങ്കിലും ഇന്ത്യക്ക് നല്കുന്ന വിധം കേന്ദ്ര ഗവൺമെന്റ് സംവിധാനത്തിൽ മാറ്റം വരുത്തുന്ന കാര്യം പരിഗണിക്കാൻ ബ്രിട്ടീഷ് ഗവൺമെന്റ് തയ്യാറായില്ല.

വ്യക്തി സത്യഗ്രഹം തുടങ്ങി ഒരു വർഷം പിന്നിട്ടശേഷം ബ്രിട്ടീഷുകാർ യുദ്ധകാല മന്ത്രിസഭയിൽ അംഗമായിരുന്ന സർ സ്റ്റാഫോർഡ് ക്രിപ്സിനെ ഇന്ത്യൻ നേതാക്കളുമായി കൂടിയാലോചന നടത്താൻ ഇന്ത്യയിലേക്ക് അയച്ചു. സ്വാതന്ത്ര്യത്തിലേക്കുള്ള നടപടിയായി കാണാനാവുന്ന ഗണ്യമായ എന്തെങ്കിലും കാര്യമായി വാഗ്ദാനം നല്കാൻ ക്രിപ്സ് മിഷന് കഴിഞ്ഞില്ല. ക്രിപ്സ് മിഷൻ പരാജയപ്പെട്ടതിനെത്തുടർന്ന് കൂടിയാലോചന നടത്താൻ ബ്രിട്ടീഷുകാരെ നിർബ്ബന്ധിതരാക്കുന്നതിനും ഇന്ത്യൻ നാഷണൽ കോൺഗ്രസുമായി ഒത്തുതീർപ്പിൽ എത്തിക്കുന്നത്തിനുമായി ബഹുജന സമരം നടത്തണം എന്ന് ഗാന്ധിജി തീരുമാനിച്ചു.

ഇതു മനസ്സിൽവച്ചാണ് തന്റെ പ്രവർത്തന പദ്ധതിക്ക് പിന്നിൽ കോൺഗ്രസ് നേതൃത്വത്തെ കൊണ്ടുവരാൻ ഗാന്ധിജി നിർബ്ബന്ധം ചെലുത്തി, എന്നാൽ കോൺഗ്രസ് നേതൃത്വത്തിൽ ഒരു വിഭാഗം ഇത്തരമൊരു സമരം ഈ അവസരത്തിൽ ശരിയല്ല എന്ന അഭിപ്രായക്കാരായിരുന്നു. 1942 ആഗസ്ത് 9 മുതൽ ക്വിറ്റിന്ത്യാ പ്രക്ഷോഭത്തിനായി എ ഐ സി സി 1942 ആഗസ്ത് 8 ന് ബോംബെയിൽ ആഹ്വാനം ചെയ്തു. കോൺഗ്രസ് നേതൃത്വത്തിലെ മിക്കവാറും എല്ലാവരെയും വളഞ്ഞു പിടിക്കുകയും അവരെ ജയിലിലിലടയ്ക്കുകയും ചെയ്താണ് ബ്രിട്ടീഷ് ഗവൺമെന്റ് തിരിച്ചടിച്ചത്. ഗാന്ധിജിയുടെ പ്രതീക്ഷയ്ക്ക് വിരുദ്ധമായി താഴോട്ട് ഇറങ്ങിവരാൻ ബ്രിട്ടീഷുകാർ തയ്യാറായില്ല. മാത്രമല്ല പ്രതിഷേധക്കാർക്കെതിരെ കടുത്ത മർദ്ദന നടപടികളും ഉണ്ടായി. ഇതിനു തിരിച്ചടിയായി റെയിൽവേ ലൈനുകളും ടെലിഫോൺ ലൈനുകളും തകർക്കുകയും പോസ്റ്റ് ഓഫീസുകളും പ്രാദേശിക സർക്കാർ ഓഫീസുകളും ആക്രമിക്കപ്പെടുകയുമുണ്ടായി. ഈ ഉശിരൻ പ്രതിഷേധ പ്രസ്ഥാനത്തിൽ പതിനായിരക്കണക്കിന് ആളുകൾ അണിനിരന്നു.

ജനകീയ യുദ്ധനയം നടപ്പിലാക്കിയ സി പി ഐ ഫാസിസത്തിനെതിരായ യുദ്ധം വിജയകരമാക്കേണ്ടതിന്റെ ആവശ്യകതയ്ക്ക് ഊന്നൽ നല്കി. യുദ്ധ യജ്ഞങ്ങളെ ശക്തിപ്പെടുത്തുന്നതിന് ഉല്പാദനം വർദ്ധിപ്പിക്കേണ്ടത് ആവശ്യമാണെന്നും വ്യക്തമാക്കി. രാഷ്ട്രീയമായി കോൺഗ്രസ് പാർട്ടി നേതാക്കളെ മോചിപ്പിക്കണമെന്നും കോൺഗ്രസ് ലീഗ് ഐക്യത്തിലൂടെ ദേശീയ ഐക്യം സ്ഥാപിക്കണമെന്നും ദേശീയ ഗവൺമെന്റ് രൂപീകരിക്കണമെന്നും പാർട്ടി ആവശ്യപ്പെട്ടു.

യുദ്ധയജ്ഞത്തെ തകരാറിലാക്കുന്നതിന് ഇടയാക്കുന്ന ഏതുതരം സമരത്തിനും സി പി ഐ എതിരായിരുന്നു. പ്രത്യേകിച്ചും ജപ്പാൻ സൈന്യം ബർമ കീഴടക്കിയ ശേഷം ഇന്ത്യൻ അതിർത്തിയിലേക്ക് മാർച്ച് ചെയ്തുകൊണ്ടിരുന്ന സമയത്ത് ജപ്പാൻകാരുടെ മുന്നേറ്റത്തെ തടയാൻ ആവശ്യമായ സംയുക്ത നീക്കത്തെ തകർക്കുന്നതിന് ഇടയാക്കുമെന്ന ഭയംമൂലം ക്വിറ്റിന്ത്യ ആഹ്വാനത്തെ പാർട്ടി എതിർത്തു.

എന്നാൽ സ്വാതന്ത്ര്യസമരസേനാനികളെ അടിച്ചമർത്തുന്നതിനെ പാർട്ടി അപലപിച്ചു. ദേശീയ നേതാക്കളെ അടിയന്തരമായി മോചിപ്പിക്കണമെന്നും പാർട്ടി ആഹ്വാനം ചെയ്തു.

പാർട്ടിയുടെ ഈ നിലപാട് ജനങ്ങൾക്കിടയിൽ വികസിച്ചുവന്ന സാമ്രാജ്യത്വവിരുദ്ധ പൊതുവികാരത്തിനെതിരായതായിരുന്നു. ക്വിറ്റിന്ത്യാ പ്രസ്ഥാനത്തോടുള്ള എതിർപ്പ് ദേശീയ രാഷ്ട്രീയ സമരങ്ങളിൽനിന്നും പാർട്ടിയുടെ ഒറ്റപ്പെടലിന് ഇടയാക്കി.

അതേത്തുടർന്ന് സ്വാതന്ത്ര്യാനന്തരം പാർട്ടി ഈ നിലപാട് പുനഃപരിശോധിക്കുകയും ചുവടെ ചേർക്കുന്ന നിഗമനങ്ങളിൽ എത്തുകയും ചെയ്തു. ജനകീയ യുദ്ധം എന്ന രാഷ്ട്രീയ നയം പൊതുവിൽ ശരിയായിരുന്നു എങ്കിലും പാർട്ടി ഗുരുതരമായ ചില പിശകുകൾ വരുത്തി. അതിനു കനത്ത വില കൊടുക്കേണ്ടതായും വന്നു. ജനകീയ യുദ്ധത്തെ പിന്തുണച്ചത് ശരിയായിരിക്കവേ തന്നെ സാർവ്വദേശീയ രംഗത്തെ വൈരുദ്ധ്യത്തെ ദേശീയതലത്തിലെ വൈരുദ്ധ്യവുമായി പൊരുത്തപ്പെടുത്തുന്നതിൽ പാർട്ടി പരാജയപ്പെട്ടു. സാർവ്വദേശീയ രംഗത്ത് ഫാസിസത്തിനെതിരായ സമരമാണ് മുഖ്യ വൈരുദ്ധ്യം എന്നിരിക്കിലും ദേശീയ തലത്തിൽ ഇന്ത്യയിലെ ജനങ്ങളും ബ്രിട്ടീഷ് സാമ്രാജ്യത്വവും തമ്മിലുള്ള വൈരുദ്ധ്യമായിരുന്നു ആധിപത്യം വഹിച്ചിരുന്നത്. അതിനാൽ ക്വിറ്റിന്ത്യാ പ്രസ്ഥാനത്തെ എതിർത്തതും യുദ്ധയജ്ഞത്തെ അപകടപ്പെടുത്തും എന്ന വാദമുയർത്തി ബഹുജന സമരങ്ങൾ ഒഴിവാക്കിയ നയം സ്വീകരിച്ചതും പാർട്ടിയുടെ ഭാഗത്തുനിന്നുള്ള തെറ്റായിരുന്നു.

അദ്ധ്വാനിക്കുന്ന ജനങ്ങളുടെ സമര സംഘടനകൾക്ക് പ്രത്യേകിച്ച് ട്രേഡ് യൂണിയനുകൾക്കും കിസാൻ സഭയ്ക്കും പാർട്ടി നല്കിയ മാർഗ്ഗദർശനത്തെയും ഈ പരിഷ്കരണ വാദ വ്യതിയാനം ബാധിച്ചു. യുദ്ധയജ്ഞത്തെ സഹായിക്കുന്നതിനായി വ്യാവസായിക ഉല്പാദനവും കാർഷിക ഉല്പാദനവും വർദ്ധിപ്പിക്കുകയെന്ന കടമ ഏറ്റെടുത്തത് അദ്ധ്വാനിക്കുന്ന ജനങ്ങളുടെ ഉശിരൻ സമരങ്ങളെ നിരുത്സാഹപ്പെടുത്തുന്ന വിധത്തിലായിരുന്നു. ഇത് പാർട്ടിയുടെ എതിരാളികൾക്ക് ട്രേഡ് യൂണിയനുകളുടെയും കിസാൻ സഭകളുടെയും മറ്റു ബഹുജന സംഘടനകളുടെയും ഐക്യം തകർക്കാൻ അവസരം നല്കി. അത് ആദ്യമായി എല്ലാ തരത്തിലും തലങ്ങളിലുമുള്ള ബഹുജന സംഘടനകൾ കക്ഷിരാഷ്ട്രീയ അടിസ്ഥാനത്തിൽ ഭിന്നിക്കുന്ന നിലയുണ്ടാക്കി.

സ്റ്റാലിൻഗ്രാഡിലെ ചെമ്പടയുടെ വിജയത്തോടെ യുദ്ധത്തിൽ ഒരു

വഴിത്തിരിവുണ്ടായത് ശ്രദ്ധിക്കുന്നതിൽ പാർട്ടി പരാജയപ്പെട്ടു. അതിനു ശേഷംപോലും ഇന്ത്യയെ സംബന്ധിച്ചിടത്തോളം ഫാസിസ്റ്റ് വിപത്ത് വർദ്ധിക്കുകയാണെന്ന ധാരണ പാർട്ടി തുടർന്നു. സ്റ്റാലിൻ ഗ്രാഡ് വിജയത്തിന് ശേഷമുള്ള കാലഘട്ടത്തിൽ ബ്രിട്ടീഷ് ഭരണത്തിനെതിരായ സമരങ്ങൾ വർദ്ധിപ്പിക്കുന്നതിന് കൂടുതൽ അയവേറിയ അടവ് സ്വീകരിക്കാൻ പാർട്ടിക്ക് കഴിയണമായിരുന്നു.

1945 ൽ യുദ്ധം അവസാനിച്ച ശേഷം യുദ്ധാനന്തരമുന്നേറ്റത്തിൽ നിരവധി ഉശിരൻ ബഹുജന സമരങ്ങളുടെ നേതൃത്വം പാർട്ടി ഏറ്റെടുത്തു.

ഈ കാലഘട്ടത്തിൽ ഉശിരൻ സാമ്രാജ്യത്വ വിരുദ്ധ ദേശീയവാദി വൃത്തങ്ങളിൽനിന്നും പാർട്ടിക്ക് വലിയ തോതിൽ ഒറ്റപ്പെടൽ നേരിടേണ്ടതായി വന്നെങ്കിലും യുദ്ധ സാഹചര്യംമൂലം ജനങ്ങൾ അനുഭവിച്ച ദുരിതങ്ങൾക്കെതിരെ ജനങ്ങൾക്കൊപ്പം നിന്ന് പ്രവർത്തിച്ചത് പുതിയ ജനവിഭാഗങ്ങൾക്കിടയിലും പുതിയ മേഖലകളിലും ബന്ധങ്ങൾ വികസിപ്പിക്കാൻ പാർട്ടിയെ സഹായിച്ചു. വിലക്കയറ്റത്തിനെതിരെയും ഭക്ഷ്യ റേഷനു വേണ്ടിയും നടത്തിയ പോരാട്ടവും കരിഞ്ചന്തയ്ക്കും പൂഴ്ത്തിവെപ്പിനും എതിരായ പോരാട്ടവും അവശ്യസാധനങ്ങളുടെ ക്ഷാമത്തിന് എതിരായ പോരാട്ടവും നിരന്തരം നടത്തിയ പാർട്ടി ഘടകങ്ങളുടെ പ്രവർത്തനത്തെ ശ്രദ്ധേയമാക്കി.

കേരളത്തിലെ മലബാർ മേഖല ഈ പ്രവർത്തനത്തിന് ഉത്തമ ഉദാഹരണമായിരുന്നു. ബംഗാളിൽ 1943 ലെ ക്ഷാമകാലത്ത് കമ്യൂണിസ്റ്റുകാർ നടത്തിയ ദുരിതാശ്വാസ പ്രവർത്തനം വിവിധ ജനവിഭാഗങ്ങൾക്കിടയിൽ കടന്നുകയറാൻ പാർട്ടിയെ സഹായിച്ചു.

ജനങ്ങൾക്കിടയിലെ കമ്യൂണിസ്റ്റ് പാർട്ടിയുടെ പ്രവർത്തനവും പാർട്ടിയുടെ സുദൃഢമായ സാമ്രാജ്യത്വ വിരുദ്ധ നിലപാടും ഒടുവിൽ ക്വിറ്റിന്ത്യാ പ്രസ്ഥാനത്തിൽ പങ്കെടുത്തവരെയും അതിനെ നയിച്ചവരെയും പോലും ആകർഷിക്കുകയുണ്ടായി. അരുണ അസഫലിയെപ്പോലെയുള്ള നേതാക്കൾ കമ്യൂണിസ്റ്റ് പാർട്ടിയിൽ ചേർന്നു.

പാർട്ടിക്ക് തെറ്റായ ചില ധാരണകൾ ഉണ്ടായിരുന്നെങ്കിലും ബ്രിട്ടീഷ് ഭരണാധികാരികളുമായി പാർട്ടി ഒരിക്കലും സഹകരിച്ചിട്ടില്ല. 1942 സെപ്തംബർ രണ്ടിന് ആഭ്യന്തര വകുപ്പിൽ നിന്ന് ലണ്ടനിലെ സെക്രട്ടറി ഓഫ് സ്റ്റേറ്റിനു അയച്ച റിപ്പോർട്ട് ഇങ്ങനെയാണ്, “സി പി ഐയുടെ അംഗങ്ങളുടെ പെരുമാറ്റം തെളിയിക്കുന്നത് ബ്രിട്ടീഷ് വിരുദ്ധ വിപ്ലവകാരികളുടെ ഒരു സംഘമാണ് അതെന്നാണ്.” അന്നത്തെ ബ്രിട്ടീഷ് ഗവൺമെന്റിന്റെ 1943 സെപ്തംബർ 20 ലെ മറ്റൊരു രഹസ്യ വിലയിരുത്തൽ ഇങ്ങനെ പ്രസ്താവിക്കുന്നു, “സാർവ്വ ദേശീയതയെക്കുറിച്ചുള്ള അധര സേവനം എല്ലാം ഉണ്ടെങ്കിലും പ്രാഥമികമായും സി പി ഐ ഒരു ദേശീയവാദി പാർട്ടിയാണ്, പാർട്ടിയിലെ മഹാ ഭൂരിപക്ഷം അംഗങ്ങളും അതിലേക്ക് ആകൃഷ്ടരായത് കമ്യൂണിസ്റ്റ് പാർട്ടി ബ്രിട്ടീഷ് ഭരണം അവസാനിപ്പിക്കാൻ നിലകൊള്ളുന്നതിനാലാണ്.”

ഒന്നാം പാർട്ടി കോൺഗ്രസ് 1943

കമ്യൂണിസ്റ്റ് പാർട്ടി ഓഫ് ഇന്ത്യയുടെ (സി പി ഐ) ഒന്നാം കോൺഗ്രസ് 1943 ൽ ബോംബെയിൽ ചേർന്നു. മെയ് 23 മുതൽ ജൂൺ ഒന്നു വരെ 8 ദിവസമായാണ് സമ്മേളനം നടന്നത്. 15563 മെമ്പർഷിപ്പിനെ പ്രതിനിധീകരിച്ച് 139 പ്രതിനിധികൾ പാർട്ടി കോൺഗ്രസിൽ പങ്കെടുത്തു. ഈ സമയമായപ്പോൾ 11 ഭാഷകളിൽ പാർട്ടി മുഖപത്രങ്ങൾ പുറത്തിറങ്ങിയിരുന്നു; ഇതിലെല്ലാത്തിനുംകൂടി 60,000 കോപ്പികൾ ഉണ്ടായിരുന്നു. ഏറ്റവും ചുരുങ്ങിയത് ആറു ലക്ഷം ആളുകൾ പാർട്ടി മുഖപത്രങ്ങളും അവയ്ക്കൊപ്പം പാർട്ടി പ്രസിദ്ധീകരിച്ചിരുന്ന മറ്റു ലഘുലേഖകളും ലഘുഗ്രന്ഥങ്ങളും വായിച്ചിരുന്നതായാണ് കണക്കാക്കപ്പെട്ടിരുന്നത്. പാർട്ടിയുടെയും ട്രേഡ് യൂണിയനുകളുടെയും കിസാൻ സഭയുടെയും മറ്റ് ബഹുജന സംഘടനകളുടെയും മെമ്പർഷിപ്പിൽ മൊത്തത്തിൽ വർദ്ധനവുണ്ടായ പശ്ചാത്തലത്തിലാണ് പാർട്ടി കോൺഗ്രസ് ചേർന്നത്.

സർവ്വോപരി, രാജ്യത്ത് നിലവിലുണ്ടായിരുന്ന കമ്യൂണിസ്റ്റ് ഗ്രൂപ്പുകളാകെ ഒരൊറ്റ ശക്തമായ കമ്യൂണിസ്റ്റ് പാർട്ടിയായി വിളക്കിച്ചേർക്കപ്പെട്ടതിനെത്തുടർന്നാണ് പാർട്ടി കോൺഗ്രസ് ചേർന്നത്. ഈ കോൺഗ്രസിന് തൊട്ടുമുമ്പായി 1941 ൽ ഘാദ്രി കീർത്തി ഗ്രൂപ്പ് പാർട്ടിയിൽ ലയിക്കുകയും ബാബ സോഹൻ സിങ് ഭാക്നയെപ്പോലെയുള്ള അതിന്റെ നേതാക്കൾ പ്രതിനിധികളായി ഒന്നാം കോൺഗ്രസിൽ പങ്കെടുക്കുകയും ചെയ്തു.

1933 അവസാനം 150 ആയിരുന്ന പാർട്ടി മെമ്പർഷിപ്പ് 1942 ൽ 4400 ആയും 1943 ലെ മെയ് ദിനത്തോടെ അത് 15,563 ആയും വളർന്നുവെന്ന് കോൺഗ്രസിൽ അവതരിപ്പിച്ച റിപ്പോർട്ട് വ്യക്തമാക്കി. അതുപോലെ തന്നെ 2637 മുഴുവൻ സമയ പ്രവർത്തകർ പാർട്ടിക്കായി പ്രവർത്തിക്കുന്നുമുണ്ടായിരുന്നു. പാർട്ടിക്ക് 32,166 വളണ്ടിയർമാരും കിഷോർ ബാഹി

നിയിൽ (യുവജന സംഘടന) 9,000 അംഗങ്ങളും വനിതാ സംഘടന യിൽ 41,100 അംഗങ്ങളും (ഇതിൽ 700 പേർ പാർട്ടി അംഗങ്ങളായിരുന്നു; അംഗങ്ങളിൽ 5 ശതമാനം വനിതകളുള്ള ഏക പാർട്ടിയായിരുന്നു അ ന്ന് കമ്യൂണിസ്റ്റ് പാർട്ടി) വിദ്യാർത്ഥി സംഘടനയിൽ 39,155 അംഗങ്ങളും കിസാൻ സഭയിൽ 3,85,370 അംഗങ്ങളും (ഇതിൽ 5500 പേരും പാർട്ടി അംഗങ്ങളായിരുന്നു) ട്രേഡ് യൂണിയനുകളിൽ 3,01,400 അംഗങ്ങളും (4000 പാർട്ടി അംഗങ്ങളായിരുന്നു) ഉണ്ടായിരുന്നു. കമ്യൂണിസ്റ്റ് പാർട്ടി നേതാ ക്കളായ എസ് എ ഡാങ്കെയും ബങ്കിം മുഖർജിയും യഥാക്രമം ട്രേഡ് യൂണിന്റെയും കിസാൻ സഭയുടെയും പ്രസിഡന്റുമാരായി തിരഞ്ഞെടു ക്കപ്പെട്ടു; ഈ വർഗ്ഗങ്ങൾക്കിടയിൽ കമ്യൂണിസ്റ്റുകാർ നടത്തിയ പ്രവർ ത്തനത്തിന്റെ പ്രതിഫലനമായിരുന്നു അത്.

പാർട്ടി കോൺഗ്രസിൽ പങ്കെടുത്ത പ്രതിനിധികളുടെ വൈവിദ്ധ്യ ങ്ങളിൽനിന്ന് കാണാനായതുപോലെ സമൂഹത്തിലെ എല്ലാ വിഭാഗങ്ങ ളിലേക്കും പാർട്ടിയുടെ സ്വാധീനം വ്യാപിച്ചു. ക്രെഡൻഷ്യൽ റിപ്പോർട്ട് പ്രകാരം 139 പ്രതിനിധികളിൽ 22 തൊഴിലാളികളും 25 കർഷകരും 86 ബുദ്ധിജീവികളും (ഇവരെല്ലാവരും ബഹുജന പ്രസ്ഥാനങ്ങളിൽ പ്രവർ ത്തിച്ചിരുന്നവരും അദ്ധ്വാനിക്കുന്നവർക്കിടയിൽ വിപുലമായി മാർക്സിസം പ്രചരിപ്പിച്ചിരുന്നവരും തൊഴിലാളികൾക്കിടയിൽ പ്രവർത്തിച്ചിരുന്ന മാർ ക്സിസ്റ്റുകളുടെ ഒരു സംഘം എന്ന നിലയിൽനിന്ന് ഒരു പ്രമുഖ രാ ഷ്ട്രീയ പാർട്ടിയായി കമ്യൂണിസ്റ്റ് പാർട്ടിയെ മാറ്റിയതിൽ മുഖ്യ ഉത്തര വാദികളും ആയിരുന്നു.) മൂന്നു സെമിന്ദാർമാരും 2 ചെറുകിട ഭൂപ്രഭുക്ക ളും ഒരു ബിസിനസുകാരനും ഉണ്ടായിരുന്നു). മൊത്തം പ്രതിനിധിക ളിൽ 13 സ്ത്രീകളും മൂന്നു ദളിതരും 13 മുസ്ലീങ്ങളും 8 സിഖുകാരും രണ്ട് പാഴ്സികളും ഒരു ജൈനനും ഉണ്ടായിരുന്നു.

പാർട്ടിക്കുമേലുണ്ടായിരുന്ന നിരോധനം പിൻവലിച്ചെങ്കിൽപ്പോലും ഒന്നാം കോൺഗ്രസ് നടന്ന സമയത്തും 695 പാർട്ടി അംഗങ്ങൾ ജയിലു കളിൽ നരകയാതന അനുഭവിക്കുകയായിരുന്നു. അവരിൽ 105 പേർ ജീവപര്യന്തം തടവ് ശിക്ഷ അനുഭവിക്കുന്നവരായിരുന്നു; പ്രതിനിധിക ളിൽ 70 ശതമാനം പേരും ഒന്നോ അതിലധികമോ തവണ ജയിലിൽ കഴിഞ്ഞവരായിരുന്നു; മൊത്തം എല്ലാ പ്രതിനിധികളുടെയും ജയിൽവാ സ കാലാവധി കൂട്ടിയാൽ അത് 411 വർഷം വരും. മറ്റു വാക്കുകളിൽ പ റഞ്ഞാൽ പാർട്ടി നേതാക്കളുടെ രാഷ്ട്രീയ ജീവിതത്തിലെ പകുതിയോളം കാലം ജയിലുകൾക്കുള്ളിലായിരുന്നു ചെലവഴിക്കപ്പെട്ടിരുന്നത്. അവരിൽ രണ്ടു പേർ സ്ത്രീകളായിരുന്നു – കല്പന ദത്തും കമല ചാറ്റർജിയും; ഇവർ ഇരുവരും 7 1/2 വർഷംവീതം ജയിലിൽ കഴിഞ്ഞിരുന്നു. 53% പ്ര തിനിധികൾക്ക് ഒളിവ് ജീവിതത്തിന്റെ അനുഭവമുണ്ടായിരുന്നു; അവരു ടെയാകെ ഒളിവ് ജീവിതകാലംകൂട്ടിയാൽ 54 വർഷം അവരെല്ലാം കൂടി ഇങ്ങനെ ഒളിവിൽ കഴിഞ്ഞു എന്ന് കാണാം.

പാർട്ടിയിലുള്ളവരുടെ പ്രായ ഘടനയും പ്രതിനിധിസംഘം പ്രതി ഫലിപ്പിക്കുന്നുണ്ട്. 68 ശതമാനം പേർ 35 വയസ്സിൽ താഴെ പ്രായമുള്ള

വരാണ്; എന്നാൽ 8 പ്രതിനിധികൾ ആദ്യ പഥികരാണ്; അവർ 1929 നു മുമ്പ് തന്നെ പാർട്ടിയിൽ ചേർന്നവരാണ്. പ്രതിനിധികളിൽ ഒരാൾപോലും നിരക്ഷരനല്ല എന്ന പ്രത്യേകതയുമുണ്ട്. തങ്ങൾക്ക് മാർക്സിന്റെയും എംഗൽസിന്റെയും ലെനിന്റെയും സ്റ്റാലിന്റെയും കൃതികൾ വായിക്കാനും രാജ്യത്തു പ്രയോഗിക്കുന്നതിനായി മാർക്സിസ്റ്റു–ലെനിനിസ്റ്റ് സിദ്ധാന്തം മനസ്സിലാക്കാനും സ്വയം പ്രാപ്തി നേടുന്നതിന് തൊഴിലാളികളെയും കർഷകരെയും പ്രതിനിധീകരിച്ച പല പ്രതിനിധികളും ഇംഗ്ലീഷ് സ്വയം പഠിക്കുകയാണുണ്ടായത്.

ഒരു പൊതുയോഗത്തോടുകൂടിയാണ് കോൺഗ്രസ് ആരംഭിച്ചത്; ഏകദേശം 25,000 ആളുകൾ ആ പൊതുയോഗത്തിൽ പങ്കെടുത്തിരുന്നു. സഖാക്കൾ മുസഫർ അഹമ്മദ്, എസ് എ ഡാങ്കെ, പഴയൊരു തൊഴിലാളിയും ബോംബെ പ്രവിശ്യയുടെ സെക്രട്ടറിയുമായിരുന്ന ഭയ്യാജി കുൽക്കർണി, കേരളത്തിൽനിന്നുള്ള പി കൃഷ്ണപിള്ള, കൽക്കട്ടയിൽനിന്നുള്ള മഹിളാ നേതാവ് മണികുന്തള സെൻ, റെയിൽവേ തൊഴിലാളിയും ബോംബെ കമ്മിറ്റിയുടെ സെക്രട്ടറിയുമായിരുന്ന ഡി എസ് വൈദ്യ, വിദ്യാർത്ഥി നേതാവായിരുന്ന നർഗീസ് ബാട്‌ലി വാല എന്നിവരായിരുന്നു പ്രസീഡിയത്തിൽ ഉണ്ടായിരുന്നത്. ബങ്കിം മുഖർജി പതാക ഉയർത്തി; ബാബ സോഹൻ സിങ് ഭക്നർ രക്തസാക്ഷി പ്രമേയം അവതരിപ്പിച്ചു.

പാർട്ടി ജനറൽ സെക്രട്ടറി പി സി ജോഷി 9 മണിക്കൂർ എടുത്താണ് രാഷ്ട്രീയ പ്രമേയം അവതരിപ്പിച്ചത്. 'തൊഴിലാളിവർഗ്ഗത്തിന്റെ കടമകളും ദേശീയ പ്രതിരോധവും' സംബന്ധിച്ച റിപ്പോർട്ട് ബി ടി രണദിവെ അവതരിപ്പിച്ചു. ഉച്ചഭക്ഷണത്തിനും രാത്രി ഭക്ഷണത്തിനും ചെറിയ ഇടവേളകളോടെ എല്ലാ ദിവസവും രാവിലെ 6 മണി മുതൽ രാത്രി 11 മണി വരെ കോൺഗ്രസിന്റെ യോഗം നടപടികളുണ്ടായിരുന്നു; ഗ്രൂപ്പുകൾക്കിടയിലെ റിപ്പോർട്ടുകൾ കേൾക്കുന്നതിനും ചർച്ചകൾക്കും ചർച്ചകളുടെ റിപ്പോർട്ടിങ്ങിനുമായാണ് ഏറെ സമയവും ചെലവിട്ടത്. ആറു സഹോദര പാർട്ടികൾ ബ്രിട്ടൻ, ദക്ഷിണാഫ്രിക്ക, അമേരിക്ക, ചിലി, ക്യൂബ, കാനഡ – കോൺഗ്രസിനെ ആശംസ അർപ്പിച്ചു സന്ദേശങ്ങൾ അയച്ചപ്പോൾ ശ്രീലങ്കയിൽനിന്നും ബർമ്മയിൽ നിന്നുമുള്ള പ്രതിനിധികൾ കോൺഗ്രസിൽ പങ്കെടുത്തു. ചിറ്റഗോംഗിൽ നിന്നുള്ളവരെപ്പോലെ ബ്രിട്ടീഷുകാർക്കെതിരായ പോരാട്ടത്തിൽ ജീവൻ ത്യജിച്ചവരുടെ ധീരരായ അമ്മമാരും രോഗാവസ്ഥയിലുള്ള പാർട്ടി നേതാക്കളും പാർട്ടി കോൺഗ്രസിന് അഭിവാദ്യമർപ്പിച്ച് സന്ദേശങ്ങൾ അയക്കുകയും കമ്യൂണിസ്റ്റ് പാർട്ടിക്കുവേണ്ടി പ്രവർത്തിക്കുമെന്ന് പ്രതിജ്ഞയെടുക്കുകയും ചെയ്തിരുന്നു.

ബംഗാളിൽനിന്നുള്ള പ്രസിദ്ധ കലാകാരൻ ചിത്ത പ്രസാദ് മാർക്സിന്റെയും എംഗൽസിന്റെയും ലെനിനിന്റെയും സ്റ്റാലിന്റെയും ഛായാചിത്രങ്ങൾ വരച്ചു; ഗാന്ധിജിയുടെയും നെഹ്റുവിന്റെയും ജിന്നയുടെയും ചിത്രങ്ങൾക്കൊപ്പം ഇവയും സമ്മേളനവേദിയെ അലങ്കരിച്ചു. കോൺഗ്രസിന്റെയും മുസ്ലിം ലീഗിന്റെയും പതാകകളും പശ്ചാത്തലത്തിലു

ണ്ടായിരുന്നു. പശ്ചാത്തലത്തിൽ പ്രദർശിപ്പിച്ചിരുന്ന ഛായാ ചിത്രങ്ങളും പതാകകളും പാർട്ടിയുടെ രാഷ്ട്രീയ അടവ് ധാരണയെ പ്രതിഫലിപ്പിച്ചു. ഫാസിസത്തിനെതിരായ സമരത്തിൽ ഐക്യ മുന്നണി കെട്ടിപ്പടുക്കുകയും കോൺഗ്രസ്–ലീഗ് ഐക്യത്തിന് ഊന്നൽ നല്കുകയും ചെയ്യുന്നു.

പി സി ജോഷി അവതരിപ്പിച്ച രാഷ്ട്രീയ പ്രമേയത്തിൽ സാർവ്വദേശീയ, ദേശീയ പശ്ചാത്തലവും കമ്യൂണിസ്റ്റ് പാർട്ടി അംഗീകരിച്ച അടവും വ്യാവസായിക ഉല്പാദനവും ഭക്ഷ്യ ഉല്പാദനവും വർദ്ധിപ്പിക്കുന്നതിനുള്ള പ്രവർത്തനത്തിന്റെയും സമഗ്രമായ ജനകീയ ഐക്യം കെട്ടിപ്പടുക്കേണ്ടതിന്റെയും ആവശ്യകതയും അതിന്റെ കാരണങ്ങളുമെല്ലാം വിശദീകരിച്ചു. ഇതിനെ തുടർന്ന് വിവിധ പ്രവിശ്യ സെക്രട്ടറിമാർ അതാത് പ്രവിശ്യയിൽ നടത്തിയ പ്രവർത്തനങ്ങളും നേടിയ അനുഭവങ്ങളും വിശദീകരിക്കുന്ന റിപ്പോർട്ടുകൾ അവതരിപ്പിച്ചു. ഭക്ഷ്യ ഉല്പാദനം വർദ്ധിപ്പിക്കേണ്ടതിന്റെ ആവശ്യകതയെ സംബന്ധിച്ച് ഇ എം എസും വിദ്യാർത്ഥികളെക്കുറിച്ച് അരുണും ബാല സംഘത്തെക്കുറിച്ച് കുഞ്ഞനന്തനും, കനകും യശോദയും അന്നപൂർണ്ണിമയും പൂരൺ മേത്തയും വനിതകളെ സംബന്ധിച്ചും സംസാരിച്ചു. ഈ സഖാക്കൾ തങ്ങളുടെ പ്രത്യേക മുന്നണിയിലെ സാഹചര്യത്തെക്കുറിച്ച് റിപ്പോർട്ട് ചെയ്യുക മാത്രമല്ല ചെയ്തത്, മറിച്ച് ഈ മുന്നണികളിൽ പാർട്ടി നയങ്ങൾ നടപ്പാക്കിയതിൽ കൈവരിച്ച നേട്ടങ്ങൾ എന്തൊക്കെയെന്നും വിശദീകരിച്ചു. ജി അധികാരി മാറിയ സാഹചര്യത്തിന്റെ പശ്ചാത്തലത്തിൽ പാർട്ടിയുടെ പുതിയ നിയമാവലി അവതരിപ്പിച്ചു.

കോൺഗ്രസ് അംഗീകരിച്ച രാഷ്ട്രീയ പ്രമേയം പ്രസ്താവിച്ചത് ഇപ്പോഴത്തെ മുഖ്യ കടമ 'ദേശീയ ഗവൺമെന്റ് നേടിയെടുക്കുന്നതിന് ദേശീയ പ്രതിരോധത്തിനായി ദേശീയ ഐക്യം' ആണെന്നാണ്. 'എല്ലാ രാഷ്ട്രീയ നേതാക്കളെയും മോചിപ്പിക്കുക', 'ഭക്ഷ്യ പ്രശ്നത്തിൽ ഇടപെടൽ', 'പൂഴ്ത്തി വയ്പിനെതിരെയും ഭക്ഷ്യ കലാപങ്ങൾ തടയുന്നത് ഉറപ്പുവരുത്തുന്നതിനായും' 'അഞ്ചാം പത്തികളെ ഒറ്റപ്പെടുത്തുന്നതിനു' വേണ്ടിയും എന്നിങ്ങനെയുള്ള ആവശ്യങ്ങൾക്കൊപ്പം ഈ കടമകൾ നിറവേറ്റുന്നതിനായുള്ള കാംപെയ്നുകൾക്കായി പാർട്ടി ഒന്നടങ്കം രംഗത്തിറങ്ങണമെന്നും പ്രമേയം ആഹ്വാനം ചെയ്തു.

ഫാസിസത്തിന്റെ പരാജയം ഉറപ്പുവരുത്താനും വ്യാവസായിക ഉല്പാദനവും ഭക്ഷ്യ ഉല്പാദനവും വർദ്ധിപ്പിക്കുന്നതിനുവേണ്ടി പ്രവർത്തിക്കാനും ഒന്നിച്ചു നില്ക്കാനും കോൺഗ്രസ് തൊഴിലാളികളെയും കർഷകരെയും ആഹ്വാനം ചെയ്തു. അവർ ഈ ലക്ഷ്യത്തിനായി ഒന്നിച്ചു നീങ്ങുന്നില്ലെങ്കിൽ അവർക്ക് തങ്ങളുടെ സംഘടന ശക്തിപ്പെടുത്താനോ 'ആവശ്യമായ നിലയിൽ ക്ഷാമബത്ത, കൂലി വർദ്ധനവ്, ബോണസ്, യൂണിയനുകളുടെ അംഗീകാരം, തരിശുഭൂമി വിതരണം, ജലസേചന സൗകര്യം, വിത്ത്, പാട്ടവും പലിശയും ഇളവ് നല്കലോ ആശ്വാസം നല്കലോ' തുടങ്ങിയവപോലുള്ള ആവശ്യങ്ങൾ നേടിയെടുക്കാനോ കഴിയില്ലെന്ന കാര്യവും പ്രമേയം അവരോട് വ്യക്തമാക്കി. വിദ്യാർത്ഥിക

ളുടെ ഐക്യത്തിനായും ആഹ്വാനം ചെയ്തു; തങ്ങളുടെ വിദ്യാഭ്യാസ അവകാശങ്ങൾക്കായും സ്ഥാപനങ്ങളിലെ സ്വാതന്ത്ര്യത്തിനായും നിലപാടെടുക്കാൻ പ്രമേയം വിദ്യാർത്ഥികളെ ഉദ്ബോധിപ്പിച്ചു.

അതനുസരിച്ചാണ് കമ്യൂണിസ്റ്റ് പ്രവർത്തനംമൂലമുണ്ടായ 'ജനകീയ ഉണർവ്വിന്റെ ശ്രദ്ധേയമായ ഘടകങ്ങളിലൊന്നായ' വനിതാ പ്രസ്ഥാനത്തിന്റെ മുന്നേറ്റത്തെ പ്രത്യേകിച്ചും ബംഗാളിലും ആന്ധ്രയിലും മലബാറിലുമുണ്ടായ' മുന്നേറ്റത്തെ പരിഗണിച്ച് വനിതാ സംഘടനയുടെ, പ്രത്യേകിച്ച് തൊഴിലെടുക്കുന്ന സ്ത്രീകളുടെ സംഘടനയുടെ കാര്യത്തിൽ പ്രത്യേകം ശ്രദ്ധ ചെലുത്താൻ കോൺഗ്രസ് തീരുമാനിച്ചത്. മേൽ വിവരിച്ച കാംപെയ്നുകളുടെ അടിസ്ഥാനത്തിൽ ബഹുജന സംഘടനകൾ കെട്ടിപ്പടുക്കുന്നതിനും ഒരു ബഹുജനാടിസ്ഥാനത്തിനുള്ള കമ്യൂണിസ്റ്റ് പാർട്ടി കെട്ടിപ്പടുക്കുന്നതിനുള്ള അടിത്തറ ഉണ്ടാക്കാനും ഒന്നാം കോൺഗ്രസ് ഓരോ പാർട്ടി ഘടകത്തോടും ആവശ്യപ്പെട്ടു.

''ഒരു ബഹുജന രാഷ്ട്രീയ ശക്തിയിൽനിന്നും ഒരു ബഹുജന രാഷ്ട്രീയ സംഘടന''യായി പാർട്ടിയെ പരിവർത്തനപ്പെടുത്താനും 'അദ്ധ്വാനിക്കുന്ന ജനലക്ഷങ്ങൾക്കുമപ്പുറം ഇന്ത്യയിലെ മൊത്തം ജനങ്ങൾക്കു മേൽക്കൂടി' പാർട്ടിയുടെ രാഷ്ട്രീയ സ്വാധീനം ഉറപ്പാക്കാനും പാർട്ടി കോൺഗ്രസ് തീരുമാനിച്ചു. പാർട്ടി അംഗങ്ങളുടെയും മുഴുവൻ സമയ പ്രവർത്തകരുടെയും വളണ്ടിയർമാരുടെയും എണ്ണവും ഫണ്ടും അതിനൊപ്പം ട്രേഡ് യൂണിയനുകളുടെയും കിസാൻസഭയുടെയും വിദ്യാർത്ഥി സംഘടനകളുടെയും മഹിളാ സംഘടനയുടെയും കുട്ടികളുടെ സംഘടനയുടെയും മെമ്പർഷിപ്പും വർദ്ധിപ്പിക്കുന്നതിനും പാർട്ടി കോൺഗ്രസ് തീരുമാനിച്ചു.

രാഷ്ട്രീയ സാഹചര്യങ്ങൾ ശരിയായി മനസ്സിലാക്കുന്നതിലും അടവുകൾ നിശ്ചയിക്കുന്നതിലും എന്തെല്ലാം പരിമിതികളുണ്ടെങ്കിലും എല്ലാ പ്രമേയങ്ങളും റിപ്പോർട്ടുകളും കോൺഗ്രസ് അംഗീകരിച്ചത് ഏകകണ്ഠമായിട്ടായിരുന്നു. അതേപോലെതന്നെ ഏകകണ്ഠമായിട്ടാണ് സെൻട്രൽ കമ്മിറ്റിയെയും ജനറൽ സെക്രട്ടറിയെയും തിരഞ്ഞെടുത്തതും. 'കോൺഗ്രസിൽ നടന്ന സ്വയം വിമർശനപരമായ ചർച്ചകളിൽനിന്ന് തങ്ങൾ വളരെയേറെ കാര്യങ്ങൾ പഠിച്ചുവെന്ന് പ്രതിനിധികൾ ഏകകണ്ഠമായി ചിന്തിച്ചു' എന്നാണ് കോൺഗ്രസിനെക്കുറിച്ച് റിപ്പോർട്ട് ചെയ്യവെ പി സി ജോഷി പ്രസ്താവിച്ചത്. 'പൊതുവായ ലക്ഷ്യവും പൊതുവായ പരിപാടിയും വർഷങ്ങളുടെ പ്രശ്നങ്ങളെ പക്വതയാർന്ന പ്രയോഗവും' കൈവരിക്കുകയെന്ന ലക്ഷ്യമുള്ളതിനാലാണ് കോൺഗ്രസ് ഐക്യം പ്രകടമാക്കിയത്.

പ്രസീഡിയത്തിനുവേണ്ടി പാർട്ടിയുടെ സ്ഥാപകാംഗമായ മുസഫർ അഹമ്മദ് സമാപന പ്രസംഗം നടത്തി. ''പാർട്ടിയുടെ ഒന്നാം കോൺഗ്രസ് ഇവിടെ അവസാനിക്കുകയാണ്. പാർട്ടി സ്വന്തം ജീവിതത്തിലെ ഏറ്റവും മഹത്തായ ഒരു ജോലിയാണ് സ്വയം ഏറ്റെടുത്തിരിക്കുന്നത്. ഇത് സാക്ഷാൽക്കരിക്കുന്നതിനായി നമുക്ക് മുന്നോട്ടു നീങ്ങാം.''

ബംഗാൾ ക്ഷാമകാലത്ത് ജനരക്ഷയ്ക്കായി കമ്യൂണിസ്റ്റ് പാർട്ടി

ആയിരത്തിത്തൊള്ളായിരത്തി നാല്പത്തിമൂന്നിൽ ഇന്ത്യാ ചരിത്രത്തിലെ ഏറ്റവും രൂക്ഷമായ ക്ഷാമങ്ങളിൽ ഒന്നാണ് ബംഗാൾ നേരിട്ടത്. ബംഗാളിലും ഒറീസ്സയിലും ബീഹാറിലും അസമിലും അതീവ ഗുരുതരമായ സാഹചര്യമായിരുന്നു അന്നു നിലനിന്നത്. പട്ടിണിമരണങ്ങളും ക്ഷാമവും ഔദ്യോഗിക സംവിധാനത്തിന്റെ പരാജയവുമായിരുന്നു ആ കാലഘട്ടത്തിന്റെ പ്രത്യേകത. ഭക്ഷ്യസാധനങ്ങളുടെ വിലകൾ 300 ശതമാനം മുതൽ 1200 ശതമാനംവരെ കുതിച്ചുയർന്നു. സാധാരണ ജനങ്ങളെ സംബന്ധിച്ചിടത്തോളം ഭക്ഷണം കിട്ടാക്കനിയായി മാറി. ഭക്ഷണത്തിനുവേണ്ടിയുള്ള നീണ്ട ക്യൂകൾ സർവ്വസാധാരണമായിരുന്നു. പത്ര റിപ്പോർട്ടുകൾ പ്രകാരം ഏകദേശം 12.5 കോടി ആളുകൾ പട്ടിണിയിലായിരുന്നു. ഒട്ടേറെ ആളുകൾ വെട്ടുകിളികളെ പോലുള്ള ചെറുപ്രാണികളെ പിടിച്ചു തിന്നും പച്ചിലകൾ കഴിച്ചുമാണ് പിടിച്ചുനിന്നത്. ഇരുൾ മൂടിയ ഈ കാലത്ത് കമ്യൂണിസ്റ്റ് പാർട്ടി വഹിച്ച പങ്ക് പ്രത്യേക പരാമർശം അർഹിക്കുന്നു.

1943 ലെ സ്വാതന്ത്ര്യ ദിനാചരണ വേളയിൽ (അക്കാലത്ത് എല്ലാ വർഷവും ജനുവരി 26 ന് സ്വാതന്ത്ര്യ ദിനാചരണം നടത്തിയിരുന്നു) പ്രസിദ്ധീകരിച്ച മാനിഫെസ്റ്റോയിൽ കമ്യൂണിസ്റ്റ് പാർട്ടി ക്ഷാമത്തെ വിശേഷിപ്പിച്ചത് രാജ്യത്തെ ബാധിച്ച അതീവ ഗുരുതരമായ ആഭ്യന്തര വിപത്തായാണ്; ഈ ക്ഷാമത്തിന്റെ കരിനിഴൽ രാജ്യത്താകെ പരക്കുകയാണെന്നും വ്യക്തമാക്കിയിരുന്നു. ''50 ലക്ഷം ആളുകൾ ബംഗാളിൽ ഇതിനകം തന്നെ ഭക്ഷണം കിട്ടാതെ കഷ്ടപ്പെടുകയാണ്. ഇന്ത്യയിലെ ഓരോ കുടുംബത്തിനും ഭക്ഷണവും കുഞ്ഞുങ്ങൾക്ക് പാലും കിട്ടുമെന്നുറപ്പാക്കാൻ രാജ്യത്തെ ഹിന്ദുക്കളെയും മുസ്ലീങ്ങളെയും ഒരുമിച്ചണിനിരക്കാൻ ആഹ്വാനം ചെയ്യാനും ഇന്ത്യയിലെ ജനങ്ങളുടെയാകെ ഐക്യം

ഊട്ടിയുറപ്പിക്കാനും കോൺഗ്രസുകാർ തയ്യാറാകുന്നില്ലെങ്കിൽ ഇന്ത്യയിലെ ഓരോ പ്രവിശ്യയും നേരിടാൻ പോകുന്നത് ഇതേവിധി തന്നെ ആയിരിക്കും." കോൺഗ്രസിന്റെയും മുസ്ലീം ലീഗിന്റെയും ഐക്യത്തിനു വേണ്ടിയുള്ള ഒരു സംയുക്ത മുന്നണിക്കായുള്ള ഈ അഭ്യർത്ഥന പാർട്ടിയുടെ ക്യാമ്പയിനിലെ അതിപ്രധാന ഘടകമായിരുന്നു. ഈ സംയുക്ത നീക്കത്തെ ഹിന്ദു – മുസ്ലീം ഐക്യം കെട്ടിപ്പടുക്കുന്നതിനുള്ള ഒരുപാലം എന്ന നിലയിലായിരുന്നു വീക്ഷിക്കപ്പെട്ടിരുന്നത്; ഈ കാലഘട്ടത്തിൽ ഈ ഐക്യം പാടെ തകർന്നിരിക്കുകയായിരുന്നു. "ഭക്ഷ്യ പ്രക്ഷോഭത്തിന്റെ മുൻനിരയിൽ നിന്നു പ്രവർത്തിക്കുന്ന കോൺഗ്രസുകാർക്കായിരിക്കും ദേശീയ നേതാക്കളുടെ മോചനത്തിന് മുസ്ലീം പിന്തുണ ഉറപ്പാക്കണമെന്ന വാദം ഏറ്റവുമധികം ബോദ്ധ്യപ്പെടുന്നത്; നമ്മുടെ നാട്ടുകാർക്കായി നടത്തുന്ന സേവനത്തിലെ സംയുക്ത പ്രവർത്തനം ലീഗിനെയും അതിന്റെ ഡിമാൻഡുകളെയും സംബന്ധിച്ച തെറ്റിദ്ധാരണ മാറ്റാൻ കോൺഗ്രസിനെ സഹായിക്കും. ഭക്ഷണത്തിനായുള്ള പ്രക്ഷോഭം യഥാർത്ഥത്തിൽ അധികാരത്തിനും സ്വാതന്ത്ര്യത്തിനുംവേണ്ടിയുള്ള പ്രക്ഷോഭമായി മാറും." "ഭക്ഷണത്തിനും ചെറുത്തുനില്പിനും ദേശീയ നേതാക്കളുടെ മോചനത്തിനും വേണ്ടിയുള്ള നമ്മുടെ ജനങ്ങളുടെയാകെ, കോൺഗ്രസിന്റെയും ലീഗിന്റെയും ആരാലും പരാജയപ്പെടുത്താനാവാത്ത ഐക്യത്തിലേക്ക് മുന്നോട്ട്" എന്ന ആഹ്വാനത്തോടെയാണ് കമ്യൂണിസ്റ്റ് പാർട്ടിയുടെ അഭ്യർത്ഥന അവസാനിച്ചത്.

ഭക്ഷ്യ പ്രശ്നത്തോടും അതുപോലെതന്നെ യുദ്ധത്തോടും യുദ്ധത്തിൽനിന്നുയർന്നുവന്ന പ്രശ്നങ്ങളോടുമുള്ള കമ്യൂണിസ്റ്റ് പാർട്ടിയുടെ സമീപനം ഗവൺമെന്റിന്റേതിൽനിന്നും മറ്റു രാഷ്ട്രീയ പാർട്ടികളുടേതിൽനിന്നും വ്യത്യസ്തമായിരുന്നു. തൊഴിലാളികളുടെയും കൃഷിക്കാരുടെയും മറ്റ് വിവിധ വിഭാഗം സാധാരണക്കാരുടെയും ദൈനംദിന ജീവിത പ്രശ്നങ്ങൾക്കുള്ള പരിഹാരവുമായി ബന്ധപ്പെട്ടതായിരുന്നു കമ്യൂണിസ്റ്റ് പാർട്ടിയുടെ സമീപനം.

ഭക്ഷ്യധാന്യങ്ങളുടെയും മറ്റ് അവശ്യ വസ്തുക്കളുടെയും വില നിയന്ത്രണവുമായും വിതരണവുമായും ബന്ധപ്പെട്ട കാര്യങ്ങളിൽ കമ്യൂണിസ്റ്റ് പാർട്ടി ഗവൺമെന്റുമായി സഹകരിച്ച് പ്രവർത്തിക്കുകയും അവരുടെ അട്ടിമറിക്കെതിരെ ക്യാംപെയിൻ നടത്തുകയും അതിനെതിരെ ജനങ്ങളെ അണിനിരത്തുകയും കൂടി ചെയ്തിരുന്നു. അവശ്യസാധനങ്ങളുടെ സംഭരണത്തിലും വിതരണത്തിലും പാർട്ടി സജീവമായി പങ്കെടുത്തിരുന്നു, ഈ ലക്ഷ്യത്തിനുവേണ്ടി പ്രത്യേക സംഘടനയ്ക്കുതന്നെ പാർട്ടി രൂപം കൊടുത്തിരുന്നു. വ്യാവസായിക ഉല്പാദനവും കാർഷികോല്പാദനവും വർദ്ധിപ്പിക്കുകയെന്ന സ്വന്തം മുദ്രാവാക്യത്തിൽ കമ്യൂണിസ്റ്റ് പാർട്ടി ഉറച്ചു നിന്നു.

വൻകിട ഭൂപ്രഭുക്കളുടെയും മൊത്തക്കച്ചവടക്കാരുടെയും മറ്റു നിക്ഷിപ്ത താല്പര്യക്കാരുടെയും കൊള്ളലാഭമടിക്കൽ തടയാതെ ക്ഷാമവും

വിലക്കയറ്റവും നിയന്ത്രിക്കാൻ പറ്റില്ലെന്ന് കമ്യൂണിസ്റ്റ് പാർട്ടി സംശയരഹിതമായി വ്യക്തമാക്കി. വൻകിട ഭൂപ്രഭുക്കളിൽനിന്നും മറ്റുള്ളവരിൽ നിന്നും ഭക്ഷ്യസാധനങ്ങളുടെ ശേഖരണം നടത്തുന്നതിനും ജനങ്ങൾക്കിടയിൽ അത് വിതരണം ചെയ്യുന്നതിനുമുള്ള പ്രായോഗിക നിർദ്ദേശങ്ങൾ പാർട്ടി മുന്നോട്ടു വച്ചു. ക്ഷാമബാധിത പ്രദേശങ്ങളിൽനിന്ന് ഭക്ഷ്യധാന്യങ്ങൾ കടത്തിക്കൊണ്ടുപോകുന്നതു തടയുന്നതിനുള്ള നടപടികൾ ആവശ്യപ്പെടുക മാത്രമല്ല കമ്യൂണിസ്റ്റ് പാർട്ടി ചെയ്തത്, മറിച്ച് അധികൃതർ അത്തരം നടപടി സ്വീകരിക്കാൻ തയ്യാറാകാതെ വരുമ്പോൾ ഈ ജോലി ഏറ്റെടുക്കുന്നതിന് വളണ്ടിയർ സംഘടനയ്ക്ക് രൂപംനല്കുകയുമുണ്ടായി.

കച്ചവടക്കാരും ഭൂപ്രഭുക്കളും കൊള്ളലാഭത്തിന് ആശ്രയിച്ചിരുന്ന ഭക്ഷ്യധാന്യങ്ങളുടെയും മറ്റ് അവശ്യ സാധനങ്ങളുടെയും പൂഴ്ത്തിവെപ്പിനെതിരെയും വളണ്ടിയർ സംഘടനകൾ പ്രവർത്തിച്ചു. ഭൂപ്രഭുക്കളുടെയും മൊത്ത കച്ചവടക്കാരുടെയും ചൂഷണത്തിനെതിരെയും ഈ ചൂഷകർക്ക് വളംവച്ചുകൊടുക്കുന്ന ബ്രിട്ടീഷ് ഭരണാധികാരികളുടെ ജനവിരുദ്ധ സ്വഭാവത്തിനെതിരെയും ഒരു പ്രസ്ഥാനം കെട്ടിപ്പടുക്കുന്നതിൽ കമ്യൂണിസ്റ്റ് പാർട്ടി സജീവമായി ഏർപ്പെട്ടു.

ബംഗാൾ ക്ഷാമത്തെ സംബന്ധിച്ച് അഖിലേന്ത്യാ തലത്തിൽ പാർട്ടി സംഘടിപ്പിച്ച പ്രചാരണ പ്രവർത്തനങ്ങളും ദുരിതാശ്വാസ പ്രവർത്തനവും ഇന്ത്യൻ രാഷ്ട്രീയത്തിൽ സ്വാധീനം ചെലുത്തി. ബംഗാൾ ക്ഷാമവുമായി ബന്ധപ്പെട്ട ക്യാമ്പയിൻ കാലത്ത് കമ്യൂണിസ്റ്റ് പാർട്ടിയുടെ സമീപനം ഏതു സാഹചര്യത്തിലും ഏതവസ്ഥയിലും ജനങ്ങളെ സേവിക്കുക എന്നതായിരുന്നു.

ബംഗാളിൽ ദുരിതാശ്വാസ ക്യാമ്പുകൾ സംഘടിപ്പിക്കുന്നതിന് കമ്യൂണിസ്റ്റ് പാർട്ടി രാജ്യത്തുടനീളംനിന്ന് അവശ്യ സാധനങ്ങളും പണവും പിരിച്ചെടുക്കുകയും ഭക്ഷ്യധാന്യങ്ങൾ സമാഹരിക്കുകയും ചെയ്തു. ബംഗാളിൽ ദുരിതാശ്വാസ പ്രവർത്തനങ്ങൾ സംഘടിപ്പിക്കുന്നതിന് പാർട്ടി വളണ്ടിയർമാരെയും ഡോക്ടർമാരുടെ സംഘത്തെ പോലും അണിനിരത്തുകയും അങ്ങോട്ടേക്ക് അയക്കുകയുമുണ്ടായി. ഈ ദുരിതാശ്വാസ പ്രവർത്തനങ്ങളിൽ പാർട്ടിയുടെ ഇടപെടൽ പാർട്ടിയുമായുള്ള ജനങ്ങളുടെ ബന്ധം വികസിപ്പിക്കുന്നതിനും ജനങ്ങളുടെ ആത്മധൈര്യവും വിശ്വാസവും നിലനിർത്തുന്നതിനും സഹായകമായി. ക്ഷാമത്തിന്റെയും വിലക്കയറ്റത്തിന്റെയും പട്ടിണിയുടെയും ഇരകൾക്ക് എല്ലാ സഹായവും ഉറപ്പാക്കിക്കൊണ്ട് ഭൂപ്രഭുക്കളുടെയും പൂഴ്ത്തിവെയ്പുകാരുടെയും ഭരണാധികാരികളുടെയും നിക്ഷിപ്ത താല്പര്യങ്ങളെ തുറന്നു കാണിക്കലാണ് അടിയന്തര കടമയെന്ന് കമ്യൂണിസ്റ്റ് പാർട്ടി വിശ്വസിച്ചു.

ക്ഷാമവും വിലക്കയറ്റവും പട്ടിണിമരണങ്ങളും ഏറ്റവും രൂക്ഷമായത് ബംഗാളിൽ ആയിരുന്നെങ്കിലും ഇന്ത്യയിലാകെ അതെല്ലാം സർവ്വസാധാരണമായിരുന്നു. ഓരോ പ്രവിശ്യയിലും അതിന്റേതായ സവി

ശേഷതകളനുസരിച്ച് അവ പ്രകടമായി. സാമൂഹിക – സാമ്പത്തിക വ്യവസ്ഥയുടെ പ്രതിസന്ധി രാജ്യത്ത് എല്ലായിടത്തും പ്രകടമായിരുന്നു. പുരോഗമനവാദികളും സാമ്രാജ്യത്വ വിരുദ്ധരുമായ ആളുകൾക്ക് ഈ പ്രശ്നത്തിനുള്ള പരിഹാരം ബ്രിട്ടീഷ് വാഴ്ച അവസാനിപ്പിച്ച ശേഷം ഇന്ത്യയിൽ നിലനില്ക്കുന്ന സാമൂഹിക – സാമ്പത്തിക വ്യവസ്ഥയിൽ മാറ്റം വരുത്തുകയാണെന്ന് ബോദ്ധ്യപ്പെട്ടിരുന്നു. സാദ്ധ്യമാകുന്നേടത്തോളം പെട്ടെന്നുതന്നെ ഈ കടമ നിറവേറ്റുന്നതിനെക്കുറിച്ച് ഒരു വിഭാഗം ആളുകൾക്കിടയിലും അഭിപ്രായഭിന്നത ഉണ്ടായിരുന്നില്ല.

യുദ്ധകാലത്തും അതിനുശേഷവും പൊട്ടിപ്പുറപ്പെട്ട ക്ഷാമവും അവശ്യ സാധനങ്ങളുടെ വിലക്കയറ്റവും കൂലിവേലക്കാരുടെ യഥാർത്ഥ വരുമാനത്തിലെ കുറവും സമാനമായ മറ്റു പ്രയാസങ്ങളും തൊഴിലാളികളുടെയും ഇടത്തരം വർഗ്ഗക്കാരായ ജീവനക്കാരുടെയും സംഘടിത സമരങ്ങൾക്ക് ആക്കംകൂട്ടി. യുദ്ധകാലത്ത് നിലനിന്നിരുന്ന ഭക്ഷ്യക്ഷാമം 1945 ൽ കൂടുതൽ രൂക്ഷമായിത്തീർന്നു. വൈസ്രോയി ആയിരുന്ന ലോർഡ് വേവലിന്റെ കണക്കുപ്രകാരം 10 കോടിയോളം ആളുകളെ ക്ഷാമം ബാധിച്ചിരുന്നു

യുദ്ധം കഴിഞ്ഞയുടൻതന്നെ തൊഴിലാളികളുടെ പണിമുടക്കുകളും ഭക്ഷണത്തിനായുള്ള ജനകീയ സമരങ്ങളും വൻതോതിൽ പൊട്ടിപ്പുറപ്പെട്ടത്, ജനങ്ങൾ ഒരുവശത്തും പൊലീസും പട്ടാളവും മറുവശത്തും ആയി അടിക്കടി ഏറ്റുമുട്ടലുകൾക്കിടയാക്കി. 1945 ഓഗസ്റ്റിൽ വാരണാസിയിൽ 17 പ്രകടനക്കാർ കൊല്ലപ്പെടുകയും രണ്ടായിരത്തോളം ആളുകൾ അറസ്റ്റ് ചെയ്യപ്പെടുകയുമുണ്ടായി. ബോംബെയിൽ ഒരു പണിമുടക്കിനെ തുടർന്ന് സെപ്തംബറിൽ ഒരു കലാപാന്തരീക്ഷം നിലവിൽവന്നു. എന്നാൽ അതിന് ഹിന്ദുക്കളും മുസ്ലീങ്ങളും തമ്മിലുള്ള സംഘർഷത്തിന്റെ സ്വഭാവം നല്കാൻ പിന്തിരിപ്പൻ രാഷ്ട്രീയക്കാരും ഭരണാധികാരികളും നടത്തിയ നീക്കങ്ങൾ ഒരു പരിധിവരെ വിജയിച്ചു. അതേത്തുടർന്നുണ്ടായ കലാപങ്ങളിൽ ഡസൻ കണക്കിനാളുകൾ കൊല്ലപ്പെട്ടു; നൂറുകണക്കിനാളുകൾക്ക് പരിക്കേറ്റു.

മുൻപു നടന്ന സാമ്രാജ്യത്വവിരുദ്ധ ബഹുജന മുന്നേറ്റങ്ങളിൽനിന്നു വ്യത്യസ്തമായി ഇപ്പോൾ അവയിൽ പങ്കെടുക്കുന്ന ജനങ്ങൾ തൊഴിലാളികളുടെയും മറ്റ് അദ്ധ്വാനിക്കുന്ന വർഗ്ഗങ്ങളുടെയും സമരസംഘടനകൾക്കൊപ്പം അവയ്ക്ക് വിപ്ലവ കാഴ്ചപ്പാട് നല്കിയ ഇടതുപക്ഷ ശക്തികളുടെയും ശക്തമായ സ്വാധീനത്തിലായിരുന്നു. യുദ്ധകാലത്തും ക്വിറ്റിന്ത്യാ സമരകാലത്തും കോൺഗ്രസ് നേതൃത്വത്തിനെതിരെനിന്ന ഒരു ബഹുജന പാർട്ടി എന്ന നിലയിൽ വികസിച്ച കമ്യൂണിസ്റ്റ് പാർട്ടിക്കും ക്വിറ്റ് ഇന്ത്യാ സമരത്തിന് സംഘടിത നേതൃത്വം നല്കിയ സോഷ്യലിസ്റ്റുകൾക്കും മറ്റ് ഇടതുപക്ഷങ്ങൾക്കും യുദ്ധാനന്തര സാമ്രാജ്യത്വവിരുദ്ധ ബഹുജനമുന്നേറ്റത്തിൽ ഗണ്യമായ പങ്കുവഹിക്കാൻ കഴിഞ്ഞു.

കമ്യൂണിസ്റ്റ് പാർട്ടിയുടെ വർദ്ധിച്ചുവരുന്ന സ്വാധീനം ഇല്ലാതാക്കു

ന്നതിനുവേണ്ടി നെഹ്റുവും മറ്റ് ഉന്നത കോൺഗ്രസ് നേതാക്കളും ശക്തമായ കമ്യൂണിസ്റ്റ് വിരുദ്ധ രാഷ്ട്രീയ ക്യാമ്പയിനിൽ ഏർപ്പെട്ടു. സോഷ്യലിസ്റ്റുകളുടെയും ബഹുജന സംഘടനകളെ പിളർക്കാനുള്ള അവരുടെ ഗൂഢപദ്ധതികളുടെയും പിന്തുണയോടെ അവർ കമ്യൂണിസ്റ്റുകാർക്ക് നിരവധി ബുദ്ധിമുട്ടുകൾ സൃഷ്ടിച്ചു. കോൺഗ്രസ് നയിക്കുന്ന ഗണ്യമായ ഒരു വിഭാഗം ജനങ്ങളുടെ സാമ്രാജ്യത്വവിരുദ്ധ വികാരത്തിന്റെ ഒഴുക്കിനെതിരെ നീങ്ങാൻ നിർബ്ബന്ധിതമാകുന്ന ഒരു സാഹചര്യത്തെ കമ്യൂണിസ്റ്റ് പാർട്ടിക്ക് ഒരിക്കൽക്കൂടി നേരിടേണ്ടതായി വന്നു.

ഈ സോഷ്യലിസ്റ്റുകളിലും ഇടതുപക്ഷ ശക്തികളിലുംപെട്ട ഒട്ടേറെപ്പേർ വലതുപക്ഷ കോൺഗ്രസ് നേതൃത്വത്തിന്റെ പ്രത്യയശാസ്ത്ര സ്വാധീനത്തിലായിരുന്നു. കമ്യൂണിസ്റ്റുകാർ ''ക്വിറ്റ് ഇന്ത്യാ സമരത്തെ വഞ്ചിച്ചവരാ''ണെന്ന് ആരോപിച്ച് "കമ്യൂണിസ്റ്റുകാരെ ഒറ്റപ്പെടുത്താനു"ള്ള നീക്കത്തിൽ ഈ സോഷ്യലിസ്റ്റുകളും മറ്റും കോൺഗ്രസ് നേതൃത്വവുമായി ശരിക്കും താദാത്മ്യം പ്രാപിച്ചിരുന്നെങ്കിലും സമരങ്ങളുടെയും സാമ്രാജ്യത്വവിരുദ്ധ പ്രകടനങ്ങളുടെയും വേലിയേറ്റത്തിൽ ഈ ശക്തികളും അകപ്പെടുകയും ഈ പ്രക്ഷോഭങ്ങൾക്ക് ശക്തിയും സമരോത്സുകതയും വർദ്ധിപ്പിക്കുന്നതിന് കമ്യൂണിസ്റ്റുകാരുമായി സഹകരിക്കാൻ തുടങ്ങുകയുമുണ്ടായി.

രണ്ടാം ലോകയുദ്ധത്തിന്റെയും ക്വിറ്റ് ഇന്ത്യാ സമരത്തിന്റെയും അവസാനത്തോടുകൂടി കമ്യൂണിസ്റ്റ് പാർട്ടി തനതായ തൊഴിലാളിവർഗ്ഗ കാഴ്ചപ്പാടോടും പ്രവർത്തന പരിപാടിയോടുംകൂടി കോൺഗ്രസിന്റെ രാഷ്ട്രീയ നേതൃത്വത്തെ വെല്ലു വിളിച്ചുകൊണ്ട് രാജ്യത്തുടനീളം വ്യാപിച്ചു; അതിനൊപ്പം പാർട്ടിക്ക് നിർണ്ണായകമായ സ്വാധീനമുണ്ടായിരുന്ന അനേകം ബഹുജന സംഘടനകളുമുണ്ടായിരുന്നു.

കേരളത്തിലും ആന്ധ്രയിലും ബംഗാളിലും മറ്റു പ്രവിശ്യകളിൽ പ്രാദേശികമായും വ്യാപകമായ ജനകീയ പിന്തുണ ആർജ്ജിച്ചിരുന്ന ഒരു പാർട്ടി എന്ന പദവിയും കമ്യൂണിസ്റ്റ് പാർട്ടി കൈവരിച്ചു. ഭാവിയിൽ കോൺഗ്രസിനെ വെല്ലുവിളിക്കാൻ ശേഷിയുള്ള പാർട്ടിയായും രാഷ്ട്രീയ ശക്തിയായും കമ്യൂണിസ്റ്റ് പാർട്ടി ഉയർന്നുവന്നു. തൊഴിലാളികളെയും കൃഷിക്കാരെയും വിദ്യാർത്ഥികളെയും പോലുള്ള വിവിധ വിഭാഗം ജനങ്ങൾക്കിടയിൽ ഗണ്യമായ സ്വാധീനമുള്ള ഈ പാർട്ടിയുടെ വളർച്ച കോൺഗ്രസിന് ഭാവിയിൽ ഒരു ഭീഷണിയായി മാറി.

ഈ സംഭവവികാസങ്ങളുടെ രാഷ്ട്രീയ പശ്ചാത്തലവും ശ്രദ്ധിക്കപ്പെടേണ്ടതുണ്ട്. രണ്ടാംലോകയുദ്ധത്തിൽ സോവിയറ്റ് യൂണിയൻ വഹിച്ച ചരിത്രപരമായ പങ്കും സോഷ്യലിസ്റ്റ് പ്രത്യയശാസ്ത്രം പിന്നെയും പടരുന്നതിന് സഹായിച്ചു. ക്വിറ്റ് ഇന്ത്യാ സമരത്തിൽ പുതുതായി കടന്നുവന്ന യുവതലമുറ കമ്യൂണിസത്തോട് പൊതുവേ അനുഭാവമുള്ളവരായിരുന്നു. ഇത്തരം ചിന്താഗതി ഉള്ള കോൺഗ്രസുകാർക്ക് കമ്യൂണിസ്റ്റുകാർ ബഹുജനങ്ങൾക്കിടയിൽ സജീവമായി പ്രവർത്തിക്കുന്നവരായതുകൊണ്ട് കോൺഗ്രസ് നേതൃത്വത്തിന്റെ സമീപനത്തെ വൈകാരികമായി ഉൾക്കൊള്ളാൻ കഴിയുമായിരുന്നില്ല.

കമ്യൂണിസ്റ്റുകാരും ദേശീയ പ്രശ്നവും

ഹിന്ദു വർഗ്ഗീയവാദികളും മുസ്ലീം വർഗ്ഗീയവാദികളും ഇന്ത്യയെ, ജനങ്ങളുടെ മതവിശ്വാസത്തിന്റെ അടിസ്ഥാനത്തിൽ വിഭജിക്കപ്പെട്ട രണ്ട് രാഷ്ട്രങ്ങളായാണ് പരിഗണിച്ചത്-ഹിന്ദു ഇന്ത്യയും മുസ്ലീം ഇന്ത്യയും. ഈ കാരണത്താലാണ് സവർക്കറും ജിന്നയും ഒരേപോലെ വാദിച്ച ദ്വി രാഷ്ട്ര സിദ്ധാന്തത്തിൽ എന്തെങ്കിലും പ്രശ്നമുള്ളതായി പരസ്പരം ആ രോപിക്കാതിരുന്നത്. കോൺഗ്രസ് 1942 ൽ ''ക്വിറ്റ് ഇന്ത്യ'' എന്ന് ആ ഹ്വാനം ചെയ്തപ്പോൾ മുസ്ലീംലീഗ് ആഹ്വാനം ചെയ്ത് ''ഇന്ത്യയെ വി ഭജിക്കു, എന്നിട്ട് ഇന്ത്യ വിടൂ'' എന്നാണ്. മറുവശത്ത് ഹിന്ദു മഹാസഭ യും ആർ എസ് എസും ക്യാമ്പയിൻ ചെയ്തത് ഇന്ത്യ ഹിന്ദുക്കളുടേതു മാത്രമാണെന്നും മറ്റു മതവിശ്വാസങ്ങളുള്ളവർക്ക് ഇന്ത്യയിൽ രണ്ടാം കിട പൗരരായി മാത്രമേ തുടരാൻ കഴിയൂവെന്നുമാണ്.

കമ്യൂണിസ്റ്റുകാർ ഇന്ത്യയുടെ ഭാവിയെക്കുറിച്ച് പരിശോധിച്ചത് ഹിന്ദു-മുസ്ലീം പ്രശ്നങ്ങളുടെ ഇടുങ്ങിയ പരിധിക്കുള്ളിൽ നിന്നല്ല. വ്യ ത്യസ്ത മതവിശ്വാസങ്ങളുള്ള ഇന്ത്യൻ ജനത ഇന്ത്യയുടെ രാഷ്ട്രീയ യാഥാർത്ഥ്യത്തിന്റെ ഒരു വശം മാത്രമാണെന്ന വസ്തുത അവർ മന സ്സിലാക്കിയിട്ടുണ്ട്. തുല്യനിലയിൽ പ്രാധാന്യമർഹിക്കുന്ന ഒരു വസ്തു തയിലേക്ക് കമ്യൂണിസ്റ്റുകാർ ജനങ്ങളുടെ ശ്രദ്ധക്ഷണിച്ചു; ഇന്ത്യയിലെ ജനങ്ങൾ വ്യത്യസ്ത ഭാഷകൾ സംസാരിക്കുന്നവരും വ്യത്യസ്ത ദേ ശീയതകളിൽ ഉൾപ്പെടുന്നവരുമാണെന്നും ഓരോ ദേശീയ വിഭാഗത്തി നും തങ്ങളുടേതായ സവിശേഷ സാമൂഹിക-സാംസ്കാരിക ജീവിതമു ണ്ടെന്നും ഇത്തരത്തിലുള്ള ഓരോ ദേശീയതയും പിന്നെയും പല മത ങ്ങളായും ജാതികളായും വേർതിരിക്കപ്പെട്ടിരിക്കുകയാണെന്നുമുള്ളതാ ണ് ആ വസ്തുത. ഈ രാഷ്ട്രീയ യാഥാർത്ഥ്യമാണ് കമ്യൂണിസ്റ്റ് പാർട്ടി ചൂണ്ടിക്കാണിച്ചത്.

ഭാഷാടിസ്ഥാനത്തിലുള്ള സംസ്ഥാനങ്ങൾ എന്ന സങ്കല്പനം പൂർണ്ണമായ അർത്ഥത്തിൽ നടപ്പാക്കണമെന്ന് കമ്യൂണിസ്റ്റുകാർ ആവശ്യപ്പെട്ടു. ഇക്കാര്യത്തിൽ കമ്യൂണിസ്റ്റുകാർക്ക് വഴികാട്ടിയായതും നേതൃത്വം നല്കിയതും ദേശീയതകളെ സംബന്ധിച്ച ലെനിനിസ്റ്റ് സങ്കല്പനമാണ്. ലെനിനും സ്റ്റാലിനും വിശദീകരിച്ചതനുസരിച്ച് മുതലാളിത്തത്തിന്റെ വികാസം ഭാഷാപരവും സാംസ്കാരികവുമായ ഏകതാനതയും സാമ്പത്തികവും രാഷ്ട്രീയവുമായ സ്വത്വവുമുള്ള ദേശീയതകളുടെ വികസനത്തിനിടയാക്കുന്നു.

ഇന്ത്യയിലെ ബൂർഷ്വാ ജനാധിപത്യ ദേശീയ പ്രസ്ഥാനത്തിന്റെ അഭിവാജ്യഭാഗമെന്ന നിലയിൽ ഭാഷാ സംസ്ഥാനങ്ങളുടെ രൂപീകരണത്തിന്റേതായ പ്രവണതയെയും കോൺഗ്രസിൽനിന്ന് അതിനു ലഭിച്ച പ്രോത്സാഹനത്തെയും കമ്യൂണിസ്റ്റുകാർ നിരീക്ഷിച്ചത് ഈ ചരിത്ര യാഥാർത്ഥ്യത്തിന്റെ പ്രകടരൂപമായിട്ടാണ്.

ഇന്ത്യയിൽ വ്യത്യസ്ത ദേശീയതകളുണ്ടെന്നും അവയിൽ ഓരോന്നും വ്യത്യസ്ത മതവിഭാഗങ്ങളായി വേർതിരിക്കപ്പെട്ടിട്ടുണ്ടെങ്കിലും ഭാഷാപരവും സാമൂഹികവുമായ ജീവിതത്തിൽ ഒറ്റക്കെട്ടായി നില്ക്കുകയാണെന്നും ഇന്ത്യയുടെ ഭാവി ഭരണസംവിധാനം ഈ ഓരോ ദേശീയതയ്ക്കും സ്വതന്ത്രമായി വികസിക്കാനുള്ള അവസരം നല്കിക്കൊണ്ട് ആസൂത്രണം ചെയ്യണപ്പെടണമെന്നും അംഗീകരിക്കുന്നെങ്കിൽ മാത്രമേ ഇന്ത്യൻ സ്വാതന്ത്ര്യമെന്ന സങ്കല്പനം പൂർണ്ണവും വ്യക്തവുമാകൂവെന്ന് കമ്യൂണിസ്റ്റുകാർ ചൂണ്ടിക്കാണിച്ചു. വ്യത്യസ്ത ദേശീയതകളിൽ ഉൾപ്പെടുന്ന ഇന്ത്യൻ ജനത ചരിത്രപരമായ കാരണങ്ങളാൽ രാഷ്ട്രീയമായി സംയോജിക്കപ്പെട്ടിരിക്കുകയാണെന്നും അവർ ചൂണ്ടിക്കാണിച്ചു. ബ്രിട്ടീഷ് ഭരണത്തിൻകീഴിൽ അവർ കൃത്രിമമായി യോജിപ്പിക്കപ്പെട്ടിരിക്കുകയാണെങ്കിലും ബ്രിട്ടീഷ് ഭരണത്തിനെതിരായ പോരാട്ടം ഇന്ത്യൻ ജനതയുടെ ദേശീയ ഐക്യത്തെ സുദൃഢമാക്കി. സാമ്രാജ്യത്വവിരുദ്ധപോരാട്ടത്തിലൂടെ ഉയർന്നുവന്ന ദേശീയ ഐക്യത്തിന്റെ തുടർച്ച സ്വാതന്ത്ര്യാനന്തരം ഇന്ത്യയിലെ ജനങ്ങളുടെ മുന്നോട്ടുള്ള പുരോഗതിയെ സഹായിക്കും. ഓരോ ദേശീയതകളുടെയും വികാസം സ്വാതന്ത്ര്യാനന്തര ദേശീയ പുനർനിർമ്മാണത്തിനും പുതിയ ജനാധിപത്യ പുരോഗമന ഇന്ത്യ കെട്ടിപ്പടുക്കുന്നതിനും ഒപ്പം നിന്നാൽ മാത്രമേ സാദ്ധ്യമാകൂ.

ജിന്നയുടെ 'ദ്വിരാഷ്ട്രസിദ്ധാന്ത'വും മുസ്ലീം ഇതര ദേശീയവാദികളുടെ 'ഏകരാഷ്ട്രസിദ്ധാന്ത'വും തമ്മിൽ ഏറ്റുമുട്ടൽ ഉണ്ടാവുകയാണെങ്കിൽ ഇന്ത്യയുടെ രാഷ്ട്രീയഭാവി എന്താകുമെന്ന് ഈ കാഴ്ചപ്പാട് കമ്യൂണിസ്റ്റുകാർ വിശകലനം ചെയ്തു. ഈ സംഘത്തിൽനിന്നും ഉയർന്നുവരുന്ന പ്രശ്നങ്ങൾക്കുള്ള പരിഹാരമെന്ന നിലയിൽ കമ്യൂണിസ്റ്റുകാർ തങ്ങളുടെ കാഴ്ചപ്പാട് മുന്നോട്ടുവച്ചു. അതുകൊണ്ട് ജനങ്ങൾ സ്വാഭാവികമായും ഈ കാഴ്ചപ്പാടിനെ പാകിസ്ഥാൻ എന്ന ആവശ്യത്തെ പിന്താങ്ങുന്ന ഒന്നായി കരുതി.

വാസ്തവത്തിൽ കമ്യൂണിസ്റ്റുകാരുടെ കാഴ്ചപ്പാടനുസരിച്ചുള്ള രാഷ്ട്രീയ സംവിധാനം പാകിസ്ഥാൻ എന്ന ആശയത്തിൽനിന്നും മൗലികമായിത്തന്നെ വ്യത്യസ്തമായിരുന്നു. മതത്തിന്റെ അടിസ്ഥാനത്തിൽ 'ഹിന്ദു ഇന്ത്യ'യും 'മുസ്ലീം ഇന്ത്യ'യും തമ്മിൽ വേർതിരിച്ചുകാണാൻ കമ്യൂണിസ്റ്റുകാർ തയ്യാറായിരുന്നില്ല. മുസ്ലീം ലീഗ് ആവശ്യപ്പെട്ടതുപോലെ ഇന്ത്യ വിഭജിക്കപ്പെടുകയാണെങ്കിൽ പോലും തന്മൂലം രൂപംകൊള്ളുന്ന രണ്ടുരാജ്യങ്ങളും സങ്കീർണ്ണമായ ദേശീയതാ പ്രശ്നങ്ങൾ നേരിടേണ്ടതായി വരുമെന്ന വസ്തുത കമ്യൂണിസ്റ്റുകാർ ചൂണ്ടിക്കാണിച്ചു.

എന്നാൽ, പാകിസ്ഥാനോടുള്ള കമ്യൂണിസ്റ്റ് പാർട്ടിയുടെ സമീപനം കുറ്റമറ്റതായിരുന്നുവെന്നല്ല ഇതിനർത്ഥം. രാജ്യത്തിന്റെ വടക്ക് പടിഞ്ഞാറ് ഭാഗത്ത് മുസ്ലീം ദേശീയതയെ അംഗീകരിക്കുന്ന ഒരു തീസിസ് 1945ൽ മുന്നോട്ടുവെക്കുകയുണ്ടായി. ഈ തെറ്റായ ധാരണ പിന്നീട് തിരുത്തുകയുണ്ടായി. മതത്തിന്റെ അടിസ്ഥാനത്തിലായിരിക്കണം ഇരുരാജ്യങ്ങളും തമ്മിലുള്ള അതിർത്തി നിർണ്ണയിക്കപ്പെടേണ്ടത് എന്ന ലീഗ് നിലപാടിലെ കാപട്യം വേണ്ടത്ര ശക്തമായും വിട്ടുവീഴ്ചയില്ലാതെയും തുറന്നുകാണിക്കാൻ പാർട്ടി ശ്രമിച്ചില്ല. പാകിസ്ഥാൻ വേണമെന്ന ലീഗിന്റെ ആവശ്യത്തെ പാർട്ടി പിന്തുണച്ചതായും അങ്ങനെ തുടർന്നുണ്ടായ ഇന്ത്യ വിഭജനത്തെ സഹായിച്ചതായും പ്രചാരണം നടത്താൻ പാർട്ടിയുടെ എതിരാളികൾക്ക് ഇത് അവസരമൊരുക്കി.

പാർട്ടിയുടെ സമീപനം ഗൗരവതരമായ മറ്റൊരു ദൗർബല്യത്തിൽ നിന്നും ഉണ്ടായതാണ്. ഗാന്ധി–ജിന്ന ചർച്ചകൾക്ക് കളമൊരുക്കിയ രാജഗോപാലാചാരിയും തന്റെ നിർദ്ദേശങ്ങളുടെ അടിസ്ഥാനത്തിൽ ചർച്ചയ്ക്ക് മുൻകൈയെടുത്ത ഗാന്ധിയും ഈ ചർച്ചയെയും തുടർന്നുണ്ടായ സംഭവ പരമ്പരകളെയും വിദഗ്ദ്ധമായി പ്രയോജനപ്പെടുത്തിയ ജിന്നയുമെല്ലാം ബ്രിട്ടീഷ് ഭരണാധികാരികളുമായി വിലപേശാനും തങ്ങളുടെ വർഗ്ഗ താല്പര്യങ്ങൾ സംരക്ഷിക്കാനും ശ്രമിക്കുന്ന രാഷ്ട്രീയനേതാക്കളാണെന്ന സത്യം അതിന്റെ പൂർണ്ണ അർത്ഥത്തിൽ ഉൾക്കൊള്ളാൻ പാർട്ടിക്ക് കഴിഞ്ഞില്ല. ഈ ആവശ്യത്തിന്റെ പൂർണ്ണമായ വിവക്ഷ വേണ്ടത്ര ശരിയായി ഗ്രഹിക്കാതെ പാർട്ടി ഒത്തുതീർപ്പു രാഷ്ട്രീയക്കാരുടെ സമീപനത്തെ ഫലത്തിൽ പിന്തുണച്ചതാണ് കമ്യൂണിസ്റ്റ് പാർട്ടിയുടെ സമീപനത്തിലെ മുഖ്യദൗർബല്യം. ഇന്ത്യയെ ബാധിച്ച രോഗത്തിനുള്ള കൃത്യമായ ചികിത്സയെന്ന നിലയിൽ, രാജഗോപാലാചാരിയും മറ്റു ദേശീയനേതാക്കളും ചെയ്തതുപോലെ ഗാന്ധി–ജിന്ന ചർച്ചയെ അവതരിപ്പിക്കാൻ പാർട്ടിയുടെ ക്യാമ്പയിനുകളും പ്രസിദ്ധീകരണങ്ങളും ശ്രമിച്ചു. കോൺഗ്രസിന്റെയും ലീഗിന്റെയും നേതൃത്വം ഒരേപോലെ സ്വാതന്ത്ര്യസമര പ്രസ്ഥാനത്തിലെ ഒത്തുതീർപ്പുകൾക്കെതിരായ അണികളുടെ മനോവീര്യം ശക്തിപ്പെടുത്തിക്കൊണ്ടും അവരെ ഏകോപിപ്പിച്ചുകൊണ്ടും പ്രയോഗിച്ചിരുന്ന ഒത്തുതീർപ്പ് രാഷ്ട്രീയത്തെ തുറന്നുകാണിക്കുന്നതിൽ പാർട്ടി പരാജയപ്പെട്ടു. ആ വർഷങ്ങളിലുണ്ടായ രാഷ്ട്രീയ സംഭ

വവികാസങ്ങളെ സംബന്ധിച്ച് ജനങ്ങൾക്ക് വേണ്ടത്ര താക്കീത് നല്കുന്നതിലും പാർട്ടി പരാജയപ്പെട്ടു.

എന്നിരുന്നാലും, ഇന്ത്യ ഒരു ബഹുദേശീയ രാജ്യമാണെന്നും എല്ലാ ദേശീയതകൾക്കും യഥേഷ്ടം വികസിക്കാനാകുന്ന സാഹചര്യം നിലനിന്നാൽ മാത്രമേ ഇന്ത്യയുടെ ഐക്യം നിലനിർത്താനാകൂവെന്നും ജനങ്ങൾക്കിടയിൽ ക്യാമ്പയിൻ ചെയ്തുകൊണ്ട് ഇന്ത്യൻ രാഷ്ട്രീയത്തിന് കമ്യൂണിസ്റ്റ് പാർട്ടി അമൂല്യമായ സംഭാവനയാണ് നല്കിയത്. ആ കാലഘട്ടത്തിൽ കമ്യൂണിസ്റ്റുകാർ ചെയ്ത പ്രവർത്തനങ്ങളാണ് പിന്നീട് ഐക്യ കേരളത്തെയും വിശാലാന്ധ്രയെയും സംയുക്ത മഹാരാഷ്ട്രയും മഹാ ഗുജറാത്തിനെയും മറ്റും പോലെയുള്ള ശക്തമായ പ്രസ്ഥാനങ്ങൾ ഉയർന്നുവരുന്നതിനിടയാക്കിയത്; ഈ പ്രസ്ഥാനങ്ങളാണ് പ്രവിശ്യകളുടെയും നാട്ടുരാജ്യങ്ങളുടെയും പുനഃക്രമീകരണം ഭാഷാടിസ്ഥാനത്തിലാക്കുന്നതിനുള്ള പ്രക്ഷോഭങ്ങൾ നയിച്ചത്.

സാമ്രാജ്യത്വത്തിനും ഫ്യൂഡലിസത്തിനുമെതിരെയും ജനാധിപത്യത്തിനുവേണ്ടിയുമുള്ള പോരാട്ടമെന്ന നിലയിൽ ഇന്ത്യയിലെ ദേശീയതകളുടെ പ്രശ്നങ്ങൾ 1944–45 മുതൽ പരിശോധിക്കാൻ ശ്രമിച്ചത് കമ്യൂണിസ്റ്റുകാരായിരുന്നു. ഈ ദിശയിൽ നടത്തിയ പരിശ്രമങ്ങൾ മൂന്ന് പഠനഗ്രന്ഥങ്ങളുടെ പ്രസിദ്ധീകരണത്തിനിടയാക്കി – ഭവാനി സെന്നിന്റെ *നൂതൻ ബംഗ്ല*യും പി സുന്ദരയ്യയുടെ *വിശാലാന്ധ്ര ലോ പ്രജാരാജ്യ*വും ഇ എം എസിന്റെ *ഒന്നേകാൽ കോടി മലയാളി*കളും. ഈ കൃതികൾ മാർക്സിസ്റ്റ്–ലെനിനിസ്റ്റ് കാഴ്ചപ്പാടിൽ മൂന്ന് ദേശീയതകളുടെ ചരിത്രവും സമകാലിക പ്രശ്നങ്ങളും പരിശോധിക്കുന്നവയാണ്. ആ കാലത്ത് പാർട്ടി നടത്തിയ സൈദ്ധാന്തികവും പ്രായോഗികവുമായ പ്രവർത്തനമായിരുന്നു പില്ക്കാലത്ത് ബംഗാളിലെ തേഭാഗ പ്രസ്ഥാനത്തെയും ആന്ധ്രയിലെ തെലങ്കാനസമരത്തെയും കേരളത്തിലെ പുന്നപ്ര വയലാർ സമരത്തെയും പോലെയുള്ള അസംഖ്യം പ്രസ്ഥാനങ്ങൾക്കും സമരങ്ങൾക്കുമുള്ള വിത്തുപാകിയത്.

ഗാന്ധി–നെഹ്റു ഗ്രൂപ്പുമായും ഒത്തുതീർപ്പ് രാഷ്ട്രീയവുമായും വൈകാരികമായി പൊരുത്തപ്പെടാൻ കഴിയാതിരുന്ന സുഭാഷ് ചന്ദ്രബോസിന്റെ അനുയായികളും സോഷ്യലിസ്റ്റുകളും തമ്മിലുള്ള അടിസ്ഥാനപരമായ വൈരുദ്ധ്യം അധികകാലം മൂടിവെയ്ക്കാൻ പറ്റുമായിരുന്നില്ല; അതിവേഗം അത് പുറത്തു വന്നു. ഈ രണ്ട് ക്യാമ്പുകളിലും ചേരാതെയും അവരിൽ നിന്ന് സ്വതന്ത്രമായും കമ്യൂണിസ്റ്റ് പാർട്ടി യഥാർത്ഥ ജനാധിപത്യത്തിന്റെ ബാനർ ഉയരെ ഉയർത്തിപ്പിടിച്ചുകൊണ്ട് അദ്ധ്വാനിക്കുന്ന ജനങ്ങളുടെ താല്പര്യങ്ങൾ സംരക്ഷിക്കുന്നതിന് ജനങ്ങൾക്കിടയിലേക്ക് ഇറങ്ങിച്ചെല്ലുകയായിരുന്നു. അതേസമയത്തെ, ഉയർന്നുവന്നുകൊണ്ടിരുന്ന ജനമുന്നേറ്റത്തിൽ പൂർണ്ണമായും ആണ്ടിറങ്ങാൻ കഴിയുന്ന നിലയിലായിരുന്നു കമ്യൂണിസ്റ്റുകാർ.

1945 അവസാനത്തോടെ നടന്ന രണ്ട് സംഭവങ്ങൾ യുദ്ധാനന്തര

സാമ്രാജ്യത്വവിരുദ്ധ കൊടുങ്കാറ്റിൽ ഗണ്യമായ പങ്കുവഹിച്ചു: ഐ എൻ എ വിചാരണയും ഇൻഡൊനേഷ്യയിലേക്കും ഇൻഡോ–ചൈനയിലേക്കും മറ്റു ദക്ഷിണ ഏഷ്യൻ രാജ്യങ്ങളിലേക്കും ദക്ഷിണ പൂർവ്വ ഏഷ്യൻരാജ്യങ്ങളിലേക്കും ഇന്ത്യൻ പട്ടാളക്കാരെ അയക്കാനുള്ള ഗവൺമെന്റിന്റെ തീരുമാനമായിരുന്നു ആ സംഭവങ്ങൾ. ഈ നടപടികൾക്കെതിരെ കൂറ്റൻ പ്രകടനങ്ങൾ സംഘടിപ്പിക്കുന്നതിൽ കമ്യൂണിസ്റ്റുകാരും സോഷ്യലിസ്റ്റുകളും എന്നപോലെ കോൺഗ്രസിന്റെയും ലീഗിന്റെയും അണികളും സജീവമായ പങ്കുവഹിച്ചു. ഐ എൻ എ നേതാക്കളെ മോചിപ്പിക്കണമെന്ന് ആവശ്യപ്പെട്ടുകൊണ്ടുള്ള സാമ്രാജ്യത്വവിരുദ്ധ പ്രകടനങ്ങൾ കൽക്കട്ടയും ബോംബെയും മഥുരയും ഡൽഹിയും മീററ്റും പെഷവാറും ഉൾപ്പെടെ നിരവധി സ്ഥലങ്ങളിൽ നടന്നു.

അടിച്ചമർത്തൽ നടപടികളെ ധീരമായി നേരിട്ടുകൊണ്ട് ജനങ്ങൾ മുന്നോട്ടു ഇരച്ചുകയറി. ഈ പ്രതിഷേധ പ്രക്ഷോഭങ്ങൾ ഉയർന്ന രൂപം പ്രാപിച്ചത് കൽക്കട്ടയിലായിരുന്നു; അവിടെ വൈദ്യുതി നിലയങ്ങളെയും ഗതാഗതത്തെയും ജലവിതരണത്തെയും മറ്റും ദിവസങ്ങളോളം നിശ്ചലമാക്കിക്കൊണ്ട് തൊഴിലാളികൾ പണിമുടക്കി. കൽക്കട്ടയുടെ തെക്കൻഭാഗങ്ങളിൽ ജനങ്ങൾ ബാരിക്കേഡുകൾ ഉയർത്തുകയും പട്ടാളവണ്ടികൾക്ക് തീവയ്ക്കുകയുമുണ്ടായി. ബംഗാൾ ഗവർണർ സ്ഥിതിഗതികൾ നിയന്ത്രണത്തിലാക്കാൻ സൈന്യത്തെ വിന്യസിച്ചു.

ഈ പശ്ചാത്തലത്തിൽ, ഇതാദ്യമായിട്ട് സ്വന്തം പരിപാടിയും ഡിമാൻഡുകളും മുന്നോട്ടുവച്ച് തിരഞ്ഞെടുപ്പിൽ പാർട്ടി സ്വന്തം സ്ഥാനാർത്ഥികളെ നിർത്തി വ്യാപകമായി മത്സരിച്ചു. എന്നാൽ, തിരഞ്ഞെടുപ്പ് രംഗത്തെ മുഖ്യശക്തികൾ കോൺഗ്രസും ലീഗുമായിരുന്നു. കമ്യൂണിസ്റ്റ് പാർട്ടിയുടെ പരിപാടികൾക്കും മുദ്രാവാക്യങ്ങൾക്കും കോൺഗ്രസും ലീഗും തമ്മിലുള്ള മത്സരങ്ങൾക്കുപരിയായി രാജ്യവ്യാപകമായ അംഗീകാരം നേടിയെടുക്കാനായില്ല. തൽഫലമായി, ജനകീയസമരങ്ങൾ നയിക്കുന്നതിൽ സജീവമായ പങ്ക് വഹിക്കുന്നത് തുടർന്നെങ്കിലും കമ്യൂണിസ്റ്റ് പാർട്ടിക്ക് ഭരണഘടനാ നിർമ്മാണ പ്രക്രിയയിൽ ഫലപ്രദമായ പങ്കുവഹിക്കാൻ ശേഷിയുള്ള ശക്തിയായി അരങ്ങത്തെത്താൻ പറ്റിയില്ല.

കമ്യൂണിസ്റ്റുകാരും നാവികകലാപവും

വളർന്നുവന്നുകൊണ്ടിരുന്ന ദേശീയ വികാരം ഐ എൻ എ വിചാരണകളെ തുടർന്ന് അതിന്റെ മൂർദ്ധന്യാവസ്ഥയിലെത്തി; 1945–46 ലെ ശീതകാലമായപ്പോൾ ബ്രിട്ടീഷ് സാമ്രാജ്യത്വവുമായി അക്രമാസക്തമായ ഏറ്റുമുട്ടലിലേക്കെത്തി. ഇന്ത്യയിലെ ബ്രിട്ടീഷ് സൈന്യത്തിൽ സേവനമനുഷ്ഠിക്കുന്ന യുവസൈനികരെയും യുവഓഫീസർമാരെയും ഈ ജനകീയ പ്രതിഷേധങ്ങൾ വലിയതോതിൽ സ്വാധീനിച്ചു. അവരിൽ ഒരു വിഭാഗം വിദഗ്ദ്ധരായ പ്രൊഫഷണലുകളായിരുന്നു; ആയതിനാൽ ബ്രിട്ടീഷ് പട്ടാളത്തിൽ സേവനമനുഷ്ഠിച്ചിരുന്ന ഇന്ത്യക്കാരുടെ പഴയതലമുറയിൽ നിന്ന് ഇവർ വ്യത്യസ്തരായിരുന്നു. സർവ്വോപരി രണ്ടാം ലോകയുദ്ധകാലത്ത് സഖ്യസേനയുമായി ഒന്നിച്ചാണ്, പ്രത്യേകിച്ചും സോവിയറ്റ് യൂണിയനിലെ ചെമ്പടയുമായി ചേർന്നാണ് അവർ യുദ്ധം ചെയ്തത്. ഈ ഇടപെടലും ഒന്നിച്ചുള്ള പ്രവർത്തനവും അവരിൽ ഫാസിസ്റ്റ് വിരുദ്ധ ആശയങ്ങളും സ്വാതന്ത്ര്യത്തിന്റെയും ജനാധിപത്യത്തിന്റെയും സോഷ്യലിസത്തിന്റെയും ആശയങ്ങളും ശക്തമായ സ്വാധീനം ചെലുത്തി.

ദേശീയപ്രസ്ഥാനത്തിന്റെയും ഐ എൻ എയുടെയും ആവേശം ഉൾക്കൊണ്ട, നാവികസേനയിൽ സേവനമനുഷ്ഠിച്ചിരുന്ന ഒരുവിഭാഗം ഇന്ത്യൻ നാവികസേനാംഗങ്ങൾ ഒരു രഹസ്യസംഘടനയ്ക്ക് രൂപം നല്കാൻ തുടങ്ങി–ആസാദ് ഹിന്ദ്. ഈ സംഘടന നാവികസേനയിൽ കലാപമുണ്ടാക്കുന്നതിൽ പ്രധാന പങ്കുവഹിച്ചു. റോയൽ ഇന്ത്യൻ നേവിയിലെ (ആർ ഐ എൻ) നാവികർ പണിമുടക്കിയപ്പോൾ ബോംബെയിൽ സമരങ്ങളുടെ വേലിയേറ്റം തന്നെയുണ്ടായി.

1946 ഫെബ്രുവരി 18 ന് എച്ച് എം ഐ എസ് തൽവാറിലെ 1100

നാവികസേനാംഗങ്ങൾ പണിമുടക്കി; തങ്ങൾ നേരിട്ടിരുന്ന മോശപ്പെട്ട പെരുമാറ്റത്തിൽ പ്രതിഷേധിക്കാനായി ബോംബെയിൽ നിയോഗിക്കപ്പെട്ടിരുന്ന ഇന്ത്യൻ നേവിയിലെ 5000 സൈനികരും ഈ പണിമുടക്കിൽ ചേർന്നു. പണിമുടക്കിയ നാവികർ കപ്പലിന്റെ കൊടിമരത്തിൽനിന്ന് യൂണിയൻ ജാക്ക് നീക്കം ചെയ്തു; അതിന്റെ സ്ഥാനത്ത് കോൺഗ്രസിന്റെയും മുസ്ലീം ലീഗിൻെറയും കൊടികളും ചെങ്കൊടികളും ഉയർത്തി. അവർ ആയുധമെടുക്കുകയും മേലുദ്യോഗസ്ഥരെ തടവിലാക്കുകയും ചെയ്തു. അടുത്ത ദിവസം കാസിൽ– ഫോർട്ട് ബാരക്കുകളിൽനിന്നുള്ള നാവികസേനാംഗങ്ങളും പണിമുടക്കിൽ പങ്കെടുത്തു; പണിമുടക്കിയ നാവികർ നഗരത്തിൽ കോൺഗ്രസിന്റെയും മുസ്ലീം ലീഗിന്റെയും കൊടികളും ചെങ്കൊടികളും ഉയർത്തി പ്രകടനങ്ങൾ നടത്തി. ഈ നാവികസേനാ പടയാളികളിൽ ഹിന്ദുക്കളും മുസ്ലിങ്ങളും ക്രിസ്ത്യാനികളുമുണ്ടായിരുന്നു; എല്ലാ പ്രവിശ്യകളിൽനിന്നുള്ളവരും എല്ലാ ഭാഷ സംസാരിക്കുന്നവരുമുണ്ടായിരുന്നു.

സർക്കാർ സർവ്വീസിലെ ഏത്, വിഭാഗത്തിൽ ജോലി ചെയ്തിരുന്നവരായാലും ഇന്ത്യക്കാർ കടുത്ത വംശീയ വിവേചനം നേരിട്ടിരുന്നു. അവർക്ക് ശമ്പളം തീരെ കുറവായിരുന്നു; പലപ്പോഴും ഭക്ഷിക്കാൻ കൊള്ളാത്തത്ര മോശപ്പെട്ട ഭക്ഷണമായിരുന്നു അവർക്ക് നല്കിയിരുന്നത്. നിരവധിപേർ ആത്മഹത്യ ചെയ്തിരുന്നു; പലരും ഒളിച്ചോടിയിരുന്നു; അവർക്ക് ലഭിച്ചിരുന്ന വളരെ മോശപ്പെട്ട പെരുമാറ്റമായിരുന്നു ഇതിനെല്ലാം കാരണം. ''ക്വിറ്റ്ഇന്ത്യ'', ''സാമ്രാജ്യത്വം തുലയട്ടെ'' എന്നെല്ലാം എച്ച് എം ഐ എസ് തൽവാറിൽ കുത്തിക്കുറിച്ചിട്ടതിന് നാവികസേനാംഗമായ ബി സി ദത്തയെ അറസ്റ്റ് ചെയ്തത് കടുത്ത പ്രതിഷേധത്തിനിടയാക്കി. നാവികസേനാംഗങ്ങളുടെ മുഖ്യ ഡിമാൻഡുകൾ ഇവയാണ്: കൊള്ളാവുന്ന ഭക്ഷണവും ആവശ്യമായത്ര റേഷനും; ഇന്ത്യൻ നാവികരോട് മോശമായി പെരുമാറിയ എച്ച് എം ഐ എസ് തൽവാറിന്റെ കമാൻഡിങ് ഓഫീസർക്കെതിരെ നടപടി; ഓഫീസർമാർ മോശമായി പെരുമാറുന്നത് അവസാനിപ്പിക്കുക; പെട്ടെന്നുള്ള പിരിച്ചുവിടലും പുനരധിവാസവും ഗ്രാറ്റിവിറ്റിയും; ഐ എൻ എ തടവുകാരുൾപ്പെടെയുള്ള എല്ലാ രാഷ്ട്രീയത്തടവുകാരെയും ഉടൻ മോചിപ്പിക്കൽ; ഇൻഡൊനേഷ്യയിൽ നിന്ന് പട്ടാളക്കാരെ ഉടൻ പിൻവലിക്കൽ; ഇന്ത്യയിൽ ഉടനീളം നടക്കുന്ന പൊലീസ് വെടിവയ്പ്പുകളെക്കുറിച്ച് നിഷ്പക്ഷമായ ജുഡീഷ്യൽ അന്വേഷണം.

ബോംബെയ്ക്കുപുറമെ കറാച്ചി ആയിരുന്നു നാവികസേനാംഗങ്ങളുടെ മറ്റൊരു പ്രമുഖ കലാപകേന്ദ്രം. ഫെബ്രുവരി 19 നാണ് കറാച്ചിയിൽ വാർത്തയെത്തിയത്; ബോംബെ സംഭവങ്ങളുടെ വിവരങ്ങൾ അറിഞ്ഞ ഉടൻ തന്നെ എച്ച് എം ഐ എസ് ഹിന്ദുസ്ഥാനിലെയും (പിന്നീട് ഇതിലുള്ളവർ സായുധകലാപത്തിലും പങ്കുചേർന്നു) മറ്റൊരു കപ്പലിലെയും തീരത്തുള്ള മൂന്ന് സ്ഥാപനങ്ങളിലെയും നാവികസേനാംഗങ്ങൾ

മിന്നൽ പണിമുടക്ക് നടത്തി. ഇന്ത്യൻ നാവികസേനയുടെ എല്ലാ കപ്പലുകളെയും പൊട്ടിച്ച് തുണ്ടുതുണ്ടാക്കുമെന്ന് ഭീഷണിപ്പെടുത്തി, ബ്രിട്ടീഷ് സർവ്വസൈന്യാധിപൻ അഡ്മിറൽ ഗ്രോഡ്ഫ്രെ അന്ത്യശാസനം പുറപ്പെടുവിച്ചപ്പോൾ ഈ രണ്ട് കേന്ദ്രങ്ങളിലുള്ളവർക്കു പുറമെ, മദ്രാസ്, വിശാഖപട്ടണം, കൽക്കട്ട, ഡൽഹി, കൊച്ചി, ജാംനഗർ, ആൻഡമാൻ, ബഹ്റിൻ, ഏഡൻ എന്നിവിടങ്ങളിൽ നിന്നുള്ള നാവികസേനാംഗങ്ങളും പണിമുടക്കിയവർക്കു പിന്തുണയുമായി രംഗത്തുവന്നു. 20,000 നാവികസേനാംഗങ്ങൾ ഉൾപ്പെടുന്ന 78 കപ്പലുകളെയും തീരത്തെ 28 സ്ഥാപനങ്ങളെയും ഈ പണിമുടക്ക് ബാധിച്ചു. ബോംബെയിലെ മറൈൻ ഡ്രൈവിലെയും അന്ധേരിയിലെയും ഷിയോണി പ്രദേശങ്ങളിലെയും പൂനെയിലെയും കൽക്കട്ടയിലെയും ജെസ്സോറിലെയും അംബാലയിലെയും റോയൽ എയർഫോഴ്സ് (ആർ എ എഫ്) സൈനികരും ഐക്യദാർഢ്യ പണിമുടക്കിലേർപ്പെട്ടു. ജബൽപൂർ സൈനിക പാളയത്തിലെ പട്ടാളക്കാർ പണിമുടക്കിയപ്പോൾ കൊളാബ സൈനിക പാളയത്തിലെ പട്ടാളക്കാർ 'അസ്വസ്ഥതാ ഭീഷണി' പ്രകടിപ്പിച്ചു.

കമ്യൂണിസ്റ്റ് പാർട്ടിയുടെ പങ്ക്

നാവികസേനാംഗങ്ങൾക്കും അവരുടെ ന്യായമായ ആവശ്യങ്ങൾക്കും കമ്യൂണിസ്റ്റ് പാർട്ടി ഉടൻതന്നെ പിന്തുണ നല്കി. പണിമുടക്കിനു പിന്തുണ നല്കാൻ ജനങ്ങളോട് ആവശ്യപ്പെടുന്ന ഒരു ലഘുലേഖ ഫെബ്രുവരി 19 ന് പാർട്ടി വിതരണം ചെയ്തു; തുടർന്ന് പാർട്ടി പത്രത്തിലൂടെ ഫെബ്രുവരി 22 ന് ഒരു പൊതുപണിമുടക്കിൽ പങ്കെടുക്കാനും പാർട്ടി ആഹ്വാനം ചെയ്തു; നാവികസേനാ കപ്പലുകളെയും അവയ്ക്കകത്തുള്ള ഇന്ത്യയുടെ പുത്രന്മാരെയും തകർക്കുമെന്ന റിയർ അഡ്മിറൽ ഗോഡ്ഫ്രെയുടെ ധിക്കാരം നിറഞ്ഞ ഭീഷണിക്കുള്ള മറുപടി ആയിരുന്നു അത്. രാജ്യത്തുടനീളം നാവികസേനാംഗങ്ങളോട് ഐക്യദാർഢ്യം പ്രകടിപ്പിക്കുന്നതിനും ഔദ്യോഗിക ഭാഗത്തുനിന്നുള്ള അടിച്ചമർത്തലുകളെ അപലപിക്കുന്നതിനുമായി വിദ്യാർഥികൾ ക്ലാസുകൾ ബഹിഷ്കരിച്ചു; ഹർത്താലുകളും പ്രകടനങ്ങളും സംഘടിപ്പിക്കപ്പെട്ടു. പൊതുവായ സ്വാതന്ത്ര്യസമരത്തിന്റെ ഭാഗമെന്ന നിലയിൽ രാജ്യത്തുള്ളവരെല്ലാം കലാപത്തിന് പിന്തുണ നല്കി.

തങ്ങൾക്കിടയിലുള്ള എല്ലാ അഭിപ്രായഭിന്നതകളും കുഴിച്ചുമൂടാനും നാവികസേനാംഗങ്ങളുടെ ഡിമാൻഡുകൾക്ക് പിന്തുണ നല്കാനും എല്ലാ രാഷ്ട്രീയപാർട്ടികളോടും കമ്യൂണിസ്റ്റ് പാർട്ടി ആഹ്വാനം ചെയ്തു. പൊതുപണിമുടക്കിനുള്ള കമ്യൂണിസ്റ്റുകാരുടെ ആഹ്വാനം ലക്ഷക്കണക്കിന് തൊഴിലാളികളെ ഫാക്ടറികൾ വിട്ട് തെരുവുകളിലെത്തിച്ചു. കടയുടമകളും കച്ചവടക്കാരും ഹോട്ടലുടമകളും നടത്തിയ ഹർത്താലും വിദ്യാർത്ഥികളുടെ പഠിപ്പുമുടക്കും വ്യവസായങ്ങളിലെയും പൊതുഗതാഗത സർവ്വീസുകളിലെയും തൊഴിലാളികളുടെ പണിമുടക്കും ബോം

ബെയെ ഒന്നടങ്കം നിശ്ചലമാക്കി. ചരിത്രത്തിലെ ഏറ്റവും വലിയ പണിമുടക്കിനും ഹർത്താലിനും ബോംബെ സാക്ഷ്യം വഹിച്ചു.

കവചിത വാഹനങ്ങളിൽ തെരുവുകളിലൂടെ ബ്രിട്ടീഷ് പട്ടാളത്തെ പരേഡ് ചെയ്യിച്ചുകൊണ്ടാണ് ബ്രിട്ടീഷ് ഭരണാധികാരികൾ ഇതിനു മറുപടി നല്കിയത്. ലഘുവായ ഒരു മുന്നറിയിപ്പുപോലും നല്കാതെയാണ് അവർ ജനക്കൂട്ടങ്ങൾക്കുനേരെ, പ്രത്യേകിച്ചും അസംഖ്യം ജനങ്ങൾ ഒന്നിച്ചുകൂടിയിട്ടുള്ളതായതായി കണ്ട സ്ഥലങ്ങളിലെല്ലാം, അവർ വിവേചനരഹിതമായും പ്രതികാരബുദ്ധിയോടെയും വെടിവച്ചത്. അങ്ങനെ അവർ നിരപരാധികളായ നിരവധി തൊഴിലാളികളെ – സ്ത്രീകളെയും പുരുഷന്മാരെയും കൊലപ്പെടുത്തി; അവരിൽ ഒരാളായിരുന്നു പരേൽ മഹിളാസംഘം നേതാവും കമ്യൂണിസ്റ്റുകാരിയുമായ കമല ഡോംഗ്രെ. ഔദ്യോഗിക കണക്കുപ്രകാരം മൂന്നു ദിവസംകൊണ്ട് (ഫെബ്രുവരി 21–23) 250 ആളുകളാണ് കൊല്ലപ്പെട്ടത്.''തോക്കുകളും ടാങ്കുകളും ബോംബറുകളും കൊണ്ട് ഇന്ത്യയെ വിരട്ടാൻ പറ്റുന്ന കാലം കഴിഞ്ഞുപോയി" എന്നും സാമ്രാജ്യത്വശക്തികൾ ഒഴുക്കിയ ചോരപ്പുഴകൾ ജനങ്ങളുടെ "ഐക്യം കൂടുതൽ ഉറപ്പിക്കുകയും ഈ ഭീകര ഭരണത്തിന് അറുതി വരുത്താനുള്ള ദൃഢനിശ്ചയം ശക്തിപ്പെടുത്തുകയും ചെയ്തു'' എന്നും കമ്യൂണിസ്റ്റ് പാർട്ടി പ്രഖ്യാപിച്ചു.

ഗവൺമെന്റിന്റെ അടിച്ചമർത്തലിനോടുള്ള എതിർപ്പ് രേഖപ്പെടുത്തുകയും അടിച്ചമർത്തൽ ഉടൻ അവസാനിപ്പിക്കണമെന്നും പണിമുടക്കുന്നവരുടെ ന്യായമായ ആവശ്യങ്ങൾ അനുവദിക്കണമെന്നും അതിനായി കൂടിയാലോചനകൾ നടത്തണമെന്ന് ആവശ്യപ്പെടാനും എല്ലാ കടകളിലും സ്കൂളുകളിലും കോളേജുകളിലും മില്ലുകളിലും സമ്പൂർണ്ണ ഹർത്താൽ ആചരിക്കണമെന്നും കമ്യൂണിസ്റ്റ് പാർട്ടി എല്ലാ പാർട്ടികളോടും ജനങ്ങളോടും അഭ്യർത്ഥിച്ചു. ബോംബെയിലെ തൊഴിലാളികളും പൗരരും ഈ ആവശ്യങ്ങൾക്ക് പിന്തുണ നല്കി; സമ്പൂർണ്ണ ഹർത്താൽ ആചരിച്ചു; നാവികസേനയിലെ പടയാളികളുടെ ധീരമായ നടപടികളോടുള്ള ഐക്യദാർഢ്യം പ്രഖ്യാപിച്ച് പ്രകടനങ്ങൾ നടത്തി.

മുറിവേറ്റവർക്കും കൊല്ലപ്പെട്ടവരുടെ കുടുംബങ്ങൾക്കും ദുരിതാശ്വാസം എത്തിക്കുന്നതിന് സിറ്റിസൺസ് പീസ് ആൻഡ് റിലീഫ് കമ്മിറ്റി രൂപീകരിക്കുന്നതിനും പാർട്ടി ആഹ്വാനം ചെയ്തു. പണിമുടക്കിയ നാവികസേനയിലെ ആയിരക്കണക്കിന് പടയാളികളുടെ പ്രശ്നം ഏറ്റെടുക്കണമെന്ന് കമ്യൂണിസ്റ്റ് പാർട്ടി കോൺഗ്രസിനോട് അഭ്യർത്ഥിച്ചു; ആ പ്രശ്നം ''ആസാദ് ഹിന്ദ് ഫൗജിന്റെ പ്രശ്നം എന്ന പോലെ തന്നെ പ്രാധാന്യമുള്ളതായി'' മാറിയിരിക്കുകയാണെന്നും ''വിവേചനരഹിതമായും നീതി''യുടെ അടിസ്ഥാനത്തിലും അതിനു പരിഹാരം കാണുമെന്ന് ഉറപ്പാക്കണമെന്നും പാർട്ടി ആവശ്യപ്പെട്ടു. ഈ വിഷയം കേന്ദ്ര അസംബ്ലിയിൽ ഉന്നയിക്കണമെന്നും നാവികസേനാംഗങ്ങളുടെ ആവശ്യങ്ങൾ അംഗീകരിപ്പിക്കണമെന്നും കമ്യൂണിസ്റ്റ് പാർട്ടി കോൺഗ്രസ്–ലീഗ് നേതാക്കളോടഭ്യർത്ഥിച്ചു.

അന്വേഷണ കമീഷൻ രൂപീകരിക്കണമെന്നും പണിമുടക്കിയവർ ഉന്നയിച്ച ആവശ്യങ്ങൾ നിറവേറ്റാൻ ആവശ്യമായ നടപടികൾ ആരംഭിക്കണമെന്നും കമ്യൂണിസ്റ്റ് പാർട്ടി ഗവൺമെന്റിനോടാവശ്യപ്പെട്ടു. എന്നാൽ നാവികരുടെ കലാപത്തെ സംബന്ധിച്ചിടത്തോളം അന്വേഷണ കമ്മീഷൻ രൂപീകരിച്ചതേയില്ല; അനീതിയുടെയും വിവേചനത്തിന്റെയും ക്രൂരതയുടെയും മറ്റും ഭീകരമായ കഥകൾ ഒരിക്കലും വെളിച്ചം കണ്ടില്ല. പാർട്ടിയുടെ പെട്ടെന്നുള്ള നടപടികൾമൂലം മാത്രമാണ് രാജകീയ നാവികസേന (ആർ ഐ എൻ)യെയും അതിലെ സൈനികരെയും തകർക്കുന്നത് തടയാൻ കഴിഞ്ഞത്; ക്രമേണ ഒരു കരാറിലെത്തിക്കാൻ കഴിഞ്ഞതും അതുകൊണ്ടുതന്നെയാണ്. ഒരു പ്രതികാര നടപടിയും ഉണ്ടാകില്ലെന്ന് വാഗ്ദാനം നല്കിയശേഷം പണിമുടക്കിനു നേതൃത്വം കൊടുത്ത പല നേതാക്കളെയും ഗവൺമെന്റ് അറസ്റ്റുചെയ്യുകയും പ്രതികാര നടപടികളെടുക്കുകയും ചെയ്തപ്പോൾ, അങ്ങനെ കരാർ ലംഘിക്കപ്പെട്ടപ്പോൾ ഗവൺമെന്റിന്റെ നടപടികളെ പാർട്ടി അപലപിച്ചു.

ഈ മുന്നേറ്റം എന്തുകൊണ്ട് പരാജയപ്പെട്ടു?

ഇന്ത്യൻ ദേശീയ മുന്നണിയിൽ ചില ദൗർബല്യങ്ങൾ ഉണ്ടായിരുന്നു. കോൺഗ്രസിന്റെയും മുസ്ലിംലീഗിന്റെയും ഉന്നതവർഗ്ഗ നേതൃത്വം ജനകീയ മുന്നേറ്റങ്ങളെ ഭയപ്പെട്ടു; അഖിലേന്ത്യാടിസ്ഥാനത്തിലും മറ്റു സായുധ സേനാവിഭാഗങ്ങളിലും കര–വ്യോമസേനകളിൽ – ഈ കലാപം പടർന്നുപിടിക്കാൻ അവർ ആഗ്രഹിച്ചില്ല. ജനകീയ പൊതുപണിമുടക്കിനെയും ഹർത്താലിനെയും അവർ ഔദ്യോഗികമായി എതിർത്തു; എന്നാൽ അവരുടെ എതിർപ്പുണ്ടായിട്ടും പൊതുപണിമുടക്കിനും ഹർത്താലിനും സാർവ്വത്രിക ജനപിന്തുണ ലഭിച്ചിരുന്നു. അവർ നാവികകലാപത്തെ 'അരിയുടെയും പരിപ്പിന്റെയും' വിഷയമായിട്ടാണ് കണ്ടത്; വംശീയവിവേചനത്തിനെതിരായ ആവശ്യത്തിനുനേരെ അവർ കണ്ണടച്ചു. പൊതുവിലുള്ള ദേശീയ സമരത്തിന്റെ ഭാഗമായി അതിനെ കാണാൻ അവർ വിസമ്മതിച്ചു.

സാമ്രാജ്യത്വ ഭരണാധികാരികളുടെ അക്രമത്തെ അപലപിക്കാൻ കോൺഗ്രസിന്റെയും ലീഗിന്റെയും നേതാക്കൾ തയ്യാറായില്ല. സർക്കാർ നൂറുകണക്കിനാളുകളെ വെടിവെച്ചുകൊന്നിട്ടും അതിനെ അപലപിക്കാത്ത കോൺഗ്രസ്–ലീഗ് നേതാക്കൾ വെടിവെപ്പിൽ കൊല്ലപ്പെട്ട നിരായുധരായ ജനങ്ങളെ വിമർശിക്കുകയാണുണ്ടായത്. നാവികസേനാംഗങ്ങളുടെ പണിമുടക്കിനെ അപലപിക്കുന്നതിൽ, ക്രമസമാധാനപാലനത്തിന്റെ പ്രതിനിധികളാണ് തങ്ങളെന്ന നിലപാടാണ് അവർ സ്വീകരിച്ചത്. ''നേവിയിൽ അച്ചടക്കം വേണമെന്ന കമാൻഡർ ഇൻ ചീഫിന്റെ പരാമർശങ്ങളെ'' അംഗീകരിക്കുന്ന പ്രഖ്യാപനമാണ് ''വല്ലഭ്ഭായ് പട്ടേൽ'' നടത്തിയത്. ''അക്രമലക്ഷ്യത്തോടെ ഹിന്ദുക്കളും മുസ്ലീങ്ങളും ഏർപ്പെട്ട അവിശുദ്ധസഖ്യം'' എന്ന് വിളിക്കപ്പെടുന്നതിനെ അപലപിക്കുന്ന ശ്ര

ദ്ധേയമായ ഒരു പ്രസ്താവന ഗാന്ധിജിയുടെ ഭാഗത്തുനിന്നുണ്ടായി. നാവികസേനാംഗങ്ങൾ കീഴടങ്ങണമെന്ന ഉപദേശം മാത്രമാണ് അവർക്കെല്ലാം നല്കാനുണ്ടായിരുന്നത്. കോൺഗ്രസ് നേതാവ് വല്ലഭ്ഭായ്പട്ടേലിന്റെ ഉപദേശത്തെയും തുടർന്ന് ജിന്നയിൽനിന്നുള്ള സന്ദേശത്തെയും അംഗീകരിച്ചാണ് കേന്ദ്ര നാവികപണിമുടക്ക് കമ്മിറ്റി ഒടുവിൽ ഫെബ്രുവരി 23 ന് കീഴടങ്ങാൻ തയ്യാറായത്; ''ഞങ്ങൾ ഇന്ത്യക്ക് മുന്നിൽ കീഴടങ്ങുന്നു; ബ്രിട്ടനു മുന്നിലല്ല'' എന്ന പ്രഖ്യാപനമാണ് അവർ നടത്തിയത്.

പണിമുടക്കിയ നാവികരെ സംരക്ഷിക്കാനും അവരുടെ കീഴടങ്ങൽ ഒഴിവാക്കാനും പ്രതികാര നടപടികൾ തടയാനുമുള്ള നീക്കങ്ങളിൽ കൂടുതൽ ശക്തിയുള്ള പാർട്ടികളെ– കോൺഗ്രസും മുസ്ലീം ലീഗും–അണിനിരത്താൻ വേണ്ടത്ര ശക്തിയില്ലാത്തതിൽ കമ്യൂണിസ്റ്റ് പാർട്ടി സ്വയം പരിതപിച്ചു. ഇതൊക്കെയാണെങ്കിലും, ''നാവികസേനയിലെ നമ്മുടെ സഹോദരങ്ങൾക്കുപിന്നിൽ അങ്ങനെ അവരുടെ ഉന്മൂലനം തടയുന്നതിൽ സഹായിക്കാൻ സർവ്വശക്തിയും പ്രയോഗിച്ച്'' ഉറച്ചുനിന്നുവെന്ന് കമ്യൂണിസ്റ്റ് പാർട്ടിക്ക് ശരിയായിതന്നെ അവകാശപ്പെടാൻ കഴിയും.

തൊഴിലാളിവർഗ്ഗ മുന്നേറ്റം–1946

രണ്ടാം ലോകയുദ്ധകാലത്ത് ഇന്ത്യയിലെ വ്യാവസായിക തൊഴിലാളികളുടെ എണ്ണം 50 ശതമാനത്തിലും അല്പം കൂടി വർദ്ധിച്ചു. യുദ്ധം അവസാനിച്ചശേഷം (1945), തങ്ങളുടെ സ്ഥിതി മെച്ചപ്പെടുമെന്ന് തൊഴിലാളികൾ പ്രതീക്ഷിച്ചു. നേരെമറിച്ച് അവരുടെ പ്രശ്നങ്ങൾ വർദ്ധിക്കുകയാണുണ്ടായത്. ഒട്ടേറെ യൂണിയനുകൾക്കും അഖിലേന്ത്യാ ട്രേഡ് യൂണിയൻ കോൺഗ്രസിനും (എ ഐ ടി യു സി) നേതൃത്വം നല്കിയിരുന്ന കമ്യൂണിസ്റ്റുകാർ ഈ പ്രശ്നങ്ങൾ ഏറ്റെടുക്കുന്നതിന്റെയും വമ്പിച്ച സമരങ്ങൾ സംഘടിപ്പിക്കുന്നതിന്റെയും മുൻനിരയിലുണ്ടായിരുന്നു.

യുദ്ധം അവസാനിച്ചതിനെത്തുടർന്ന് തൊഴിലാളിവർഗ്ഗം രണ്ട് പ്രധാന പ്രശ്നങ്ങൾ നേരിട്ടു–യുദ്ധകാലത്ത് റിക്രൂട്ട് ചെയ്തവരുടെ കൂട്ടപ്പിരിച്ചുവിടലും കൂലി വെട്ടിക്കുറയ്ക്കലും. ലണ്ടനിലെ *ദ ടൈംസ്* പത്രത്തിൽ പ്രസിദ്ധീകരിച്ച ഒരു കണക്കുപ്രകാരം വിവിധ ട്രേഡുകളിൽ, പ്രൊഫഷനുകളിൽ, തൊഴിലുകളിൽ ഏർപ്പെട്ടിരുന്ന 50 ലക്ഷംമുതൽ 70 ലക്ഷം വരെ തൊഴിലാളികൾ വ്യവസായ തൊഴിലാളികൾ മുതൽ സർക്കാർ ജീവനക്കാരും സൈനികരുംവരെ–യുദ്ധാനന്തരം പിരിച്ചുവിടപ്പെട്ടു. ഇതിനെല്ലാമുപരിയായി 1946 ജനുവരിക്കും സെപ്തംബറിനുമിടയ്ക്ക് ജീവിതച്ചെലവ് സൂചികയിൽ 15 ശതമാനത്തിന്റെ വർദ്ധനവുണ്ടായി. യുദ്ധകാലത്ത് തൊഴിലാളിവർഗ്ഗം നേടിയെടുത്ത ജീവിതച്ചെലവ് നേരിടാനുള്ള ബോണസ്, വിലക്കയറ്റം നേരിടാൻ പര്യാപ്തമാകാതെ വന്നു. സർവ്വോപരി, രാജ്യത്ത് ഭക്ഷ്യധാന്യക്ഷാമവുമുണ്ടായി; റേഷൻ സാധനങ്ങളുടെ ലഭ്യതയിൽ വൻ വെട്ടിക്കുറവ് വരുത്തിയതിലൂടെ ഇതിന്റെ ഭാരമാകെ അദ്ധ്വാനിക്കുന്ന ജനങ്ങളുടെ ചുമലിൽത്തന്നെ വന്നുപതിച്ചു. രാജ്യത്തുടനീളം വമ്പിച്ച സമരങ്ങളുടെ വേലിയേറ്റം സൃഷ്ടിച്ചുകൊണ്ടാണ് തൊഴിലാളിവർഗ്ഗം ഈ കടന്നാക്രമണത്തെ നേരിട്ടത്. 1946 ൽ പണി

മുടക്കുകളുടെ എണ്ണത്തിലുണ്ടായ അസാധാരണമായ വർദ്ധനവ് തൊഴിലാളിവർഗ്ഗം നടത്തിയ ശക്തമായ ചെറുത്തുനില്പിന്റെ സൂചനയാണ്. ആ ഒരു വർഷം മാത്രം 1629 പണിമുടക്കെങ്കിലും നടന്നിട്ടുണ്ട്. അവയിൽ 19, 61,948 തൊഴിലാളികൾ പങ്കെടുത്തു. 1945 ൽ നടന്ന പണിമുടക്കുകളുടെ എണ്ണത്തിന്റെ ഏകദേശം ഇരട്ടിയാണിത്; ആ പണിമുടക്കുകളിൽ പങ്കെടുത്ത തൊഴിലാളികളുടെ എണ്ണമാകട്ടെ രണ്ടര ഇരട്ടി അധികമായിരുന്നു.

ദേശീയവും സാമ്രാജ്യത്വ വിരുദ്ധവുമായ ഓരോ പ്രശ്നത്തോടുമുള്ള അവരുടെ പ്രതികരണമുണ്ടായപ്പോഴെല്ലാം പണിമുടക്കുന്ന തൊഴിലാളികളുടെ ശക്തമായ സമരാവേശം പ്രകടമായി. റെയിൽവേയിൽ പണിമുടക്ക് ബാലറ്റ് എടുത്തപ്പോൾ 100 ശതമാനം തൊഴിലാളികളും പണിമുടക്കിനനുകൂലമായി തന്നെ വോട്ട് ചെയ്തു. മിക്കവാറും എല്ലാ വിഭാഗം ജീവനക്കാരും– ബാങ്ക് ക്ലർക്കുമാരും പ്യൂൺമാരും പ്രൈമറി അദ്ധ്യാപകരും ഗവൺമെന്റ് ജീവനക്കാരും പണിമുടക്കിൽ പങ്കെടുത്തു. യുദ്ധാന്തരവർഷങ്ങളിൽ നടന്ന പണിമുടക്ക് പരമ്പരകളുടെ ശ്രദ്ധേയമായ ഒരു സവിശേഷത ഗവൺമെന്റ് ജീവനക്കാരുൾപ്പെടെയുള്ള വലിയൊരു വിഭാഗം ഇടത്തരംവർഗ്ഗക്കാരായ ജീവനക്കാർ പണിമുടക്ക് പ്രക്ഷോഭത്തിൽ പങ്കെടുത്തുവെന്നതാണ്. ഗവൺമെന്റ് ജീവനക്കാരുടെ സമരങ്ങളെയും പ്രക്ഷോഭങ്ങളെയും സംഘടിത തൊഴിലാളിവർഗ്ഗത്തിന്റെ സമരങ്ങളുമായും പ്രക്ഷോഭങ്ങളുമായും ബന്ധപ്പെടുത്താൻ സാദ്ധ്യമാണെന്ന് ട്രേഡ് യൂണിയൻ തൊഴിലാളികളോ ഗവൺമെന്റ് ജീവനക്കാരോ ഒരിക്കലും ചിന്തിച്ചിരുന്നില്ല.

തൊഴിലാളികൾക്കിടയിൽ വർദ്ധിച്ചുകൊണ്ടിരുന്ന അസംതൃപ്തിക്കും അമർഷത്തിനും സംഘടിതരൂപം നല്കാൻ എ ഐ ടി യു സിയിലെ കമ്യൂണിസ്റ്റ് നേതൃത്വം സജീവമായ പങ്ക് വഹിച്ചു. പിരിച്ചുവിടലുമായി ബന്ധപ്പെട്ട ആവശ്യങ്ങളും ക്ഷാമബത്ത അടിസ്ഥാനശമ്പളത്തിൽ ലയിപ്പിക്കുന്നതും മിനിമംകൂലിയും എട്ടുമണിക്കൂർ പ്രവൃത്തിസമയവും ആരോഗ്യഇൻഷുറൻസും വാർദ്ധക്യകാലപെൻഷനും തൊഴിലില്ലായ്മ അലവൻസും മറ്റു നിരവധി സാമൂഹിക സുരക്ഷാ അലവൻസുകളും മറ്റും സംബന്ധിച്ച ഡിമാൻഡുകൾ അവർ ഉന്നയിച്ചു.

ബംഗാൾ, ബിഹാർ, ഒറീസ, പഞ്ചാബ്, ബോംബെ, മദ്രാസ്, യുണൈറ്റഡ് പ്രൊവിൻസ് തുടങ്ങിയവയിലെ വ്യത്യസ്ത വ്യവസായകേന്ദ്രങ്ങളിലെ തൊഴിലാളികൾ പണിമുടക്ക് സമരങ്ങളുടെ ഒരു പരമ്പരയിൽതന്നെ ഏർപ്പെട്ടു. പാറ്റ്ന, ബഗുസരായ് പോലെയുള്ള ചില സ്ഥലങ്ങളിൽ പൊലീസുകാർ പോലും തങ്ങളുടെ സാമ്പത്തിക ആവശ്യങ്ങൾ ഉന്നയിച്ച് പണിമുടക്ക് നടത്തി.

ഈ ഉശിരൻ തൊഴിലാളിവർഗ്ഗ പ്രക്ഷോഭങ്ങളെ അടിച്ചമർത്തുന്നതിന് പൊലീസ് വെടിവയ്പിനെയും മറ്റു കടുത്ത മർദ്ദന നടപടികളെയുമാണ് ഗവൺമെന്റ് ആശ്രയിച്ചത്. ഒട്ടേറെ തൊഴിലാളികൾക്ക് ജീവൻ നഷ്ടപ്പെട്ടു; നൂറുകണക്കിനാളുകൾക്ക് പരിക്കേറ്റു; നിരവധി പേർ അറസ്റ്റ് ചെയ്യപ്പെട്ടു. ഈ ആവേശകരമായ തൊഴിലാളി വർഗ്ഗസമരങ്ങൾ

ബഹുജനങ്ങൾക്കിടയിൽ സാമ്രാജ്യത്വ വിരുദ്ധ പോരാട്ടം കൂടുതൽ ശക്തിപ്പെടുത്തുന്നതിനു പ്രചോദനമായി.

ഈ കാലഘട്ടത്തിൽ രാജ്യത്തെയാകെ ഇളക്കിമറിക്കുകയും വ്യാപകമായ ഐക്യദാർഢ്യത്തിനിടയാക്കുകയും ചെയ്ത ഏറ്റവും പ്രധാനപ്പെട്ട സമരം പോസ്റ്റ് ആൻഡ് ടെലഗ്രാഫ് ഡിപ്പാർട്ടുമെന്റിലെ തൊഴിലാളികളുടെയും ജീവനക്കാരുടെയും പണിമുടക്കായിരുന്നു. കമ്പി–തപാൽ തൊഴിലാളികളുടെ സമരം തങ്ങളുടെ ഉപജീവനമാർഗ്ഗങ്ങൾക്കുനേരെയുള്ള ബഹുമുഖമായ ആക്രമണത്തിനെതിരെ തൊഴിലാളിവർഗ്ഗം നടത്തിയ ദൃഢനിശ്ചയത്തോടുകൂടിയ ചെറുത്തുനില്പിന്റെ ഭാഗമായിരുന്നു. അപര്യാപ്തമായ വേതനഘടനയും തൃപ്തികരമല്ലാത്ത തൊഴിൽ സാഹചര്യവും തപാൽ തൊഴിലാളികളെ പണിമുടക്കാൻ നിർബ്ബന്ധിതരാക്കുകയായിരുന്നു. അവർ ഒരു 16 ഇന അവകാശപത്രിക ഗവൺമെന്റിനുമുന്നിൽ അവതരിപ്പിച്ചു; മറ്റു പല ആവശ്യങ്ങളുടെയും കൂട്ടത്തിൽ ശമ്പളവർദ്ധനവ് എന്ന ആവശ്യവും അതിൽ ഉൾപ്പെട്ടിരുന്നു. അവരുടെ ആവശ്യങ്ങൾ പരിഗണിക്കാൻ ഗവൺമെന്റ് വിസമ്മതിച്ചു; പണിമുടക്ക് നിയമവിരുദ്ധമായി പ്രഖ്യാപിച്ചു; പോസ്റ്റൽ യൂണിയനിലെ താഴ്ന്ന ഗ്രേഡിലുള്ള ജീവനക്കാർ അചഞ്ചലരായി പണിമുടക്കുമായി മുന്നോട്ടുപോയി. അതിനുസമാന്തരമായി അഖിലേന്ത്യ ടെലഗ്രാഫ് യൂണിയനും പണിമുടക്കിന് ആഹ്വാനം നല്കി. ആർ എം എസ് തൊഴിലാളികളും പണിമുടക്ക് ആഹ്വാനത്തിൽ അണിചേരുന്നു. പോസ്റ്റൽ ഡിപ്പാർട്ടുമെന്റിലെ ലോവർ ഗ്രേഡ് ജീവനക്കാർ നല്കിയ പണിമുടക്ക് ആഹ്വാനം പെട്ടെന്നുതന്നെ കമ്പി–തപാൽ വകുപ്പിനെയാകെ ഗ്രസിച്ചു; രാജ്യത്തുടനീളം അത് പടർന്നുപിടിച്ചു.

ബംഗാൾ, ആസ്സാം, ബോംബെ, മദ്രാസ്, ഡൽഹി, രജപുത്താന, സെൻട്രൽ പ്രൊവിൻസ്, ബെറാർ, സിദ്ധ്, ബലൂചിസ്ഥാൻ എന്നിവിടങ്ങളിൽ പണിമുടക്ക് പ്രത്യേകിച്ചും വിജയമായിരുന്നു. ബ്രിട്ടീഷ് ഭരണാധികാരികളുടെ കടുത്ത തൊഴിലാളി വിരുദ്ധസമീപനത്തിനെതിരായി അഴിച്ചുവിടപ്പെട്ട കരുത്തുറ്റ പ്രതിഷേധങ്ങളുടെ ഭാഗമായാണ് പണിമുടക്കിയ തൊഴിലാളികൾ തങ്ങളുടെ പ്രതിഷേധ പ്രക്ഷോഭത്തെ കണ്ടത്. തൊഴിലാളിവർഗ്ഗവും പൊരുതുന്ന ബഹുജനങ്ങളും ഈ സമരത്തെ സാമ്രാജ്യത്വ വിരുദ്ധ ജനകീയ മുന്നേറ്റത്തിന്റെ അവിഭാജ്യഭാഗമായാണ് പരിഗണിച്ചത്; തൊഴിലാളിവർഗ്ഗത്തിന്റെയും ജനസാമാന്യത്തിന്റെയാകെയും സജീവമായ പിന്തുണ ലഭിച്ചതോടെ ഈ സാമ്പത്തിക സമരം സാമ്രാജ്യത്വവിരുദ്ധ ദേശീയ സമരത്തിന്റെ തലത്തിലേക്ക് ഉയർത്തപ്പെട്ടു.

കമ്യൂണിസ്റ്റ് പാർട്ടിയും അതിന്റെ നേതാക്കളും പോസ്റ്റൽ ഡിപ്പാർട്ടുമെന്റിലെ പണിമുടക്കിൽ സജീവ പങ്കുവഹിക്കുക മാത്രമല്ല ചെയ്തത് മറിച്ച് പണിമുടക്കുന്ന തൊഴിലാളികളോട് ഐക്യദാർഢ്യം പ്രകടിപ്പിക്കുന്ന പ്രക്ഷോഭങ്ങളും സംഘടിപ്പിച്ചു. കമ്യൂണിസ്റ്റുകാർ നേതൃത്വപരമായ പങ്കുവഹിക്കുന്ന വിദ്യാർത്ഥി സംഘടനകളും മറ്റു ബഹുജനസംഘടനകളും ഐക്യദാർഢ്യ പ്രക്ഷോഭങ്ങളിൽ അണിനിരന്നു. ഇന്ത്യയി

ലെ എല്ലാ ജനവിഭാഗങ്ങളും പണിമുടക്കിന് പിന്തുണ നല്കിയിട്ടും കോൺഗ്രസ് ഈ സമരത്തിന് പിന്തുണ പ്രകടിപ്പിച്ചില്ല. സർവ്വോപരി, പണിമുടക്ക് പൊതുജനങ്ങൾക്ക് അസൗകര്യത്തിനിടയാക്കുമെന്നും അത് 'ദേശീയ താല്പര്യ'ത്തിനു ഹാനികരമാണെന്നുമുള്ള കാരണങ്ങളാൽ പണിമുടക്ക് പിൻവലിക്കാൻ നെഹ്റു തൊഴിലാളികളോട് അഭ്യർത്ഥിച്ചു.

പണിമുടക്കിനോട് കോൺഗ്രസ് നേതൃത്വത്തിന് വിസമ്മതമുണ്ടായിട്ടും പണിമുടക്കിനുണ്ടായ അളവറ്റ ജനപിന്തുണയ്ക്ക് വഴങ്ങി പണിമുടക്കുന്ന തൊഴിലാളികളുടെ ഡിമാന്റുകൾ പരിഗണിക്കാൻ ഗവൺമെന്റ് നിർബ്ബന്ധിതമായി. തൊഴിലാളികളുടെ 12 ആവശ്യങ്ങൾ അവർ അംഗീകരിക്കുകയും കമ്പി–തപാൽ തൊഴിലാളികൾക്ക് 'നല്ല പെരുമാറ്റ ശമ്പളം' (Good conduct pay) എന്ന നിലയിൽ ഒരു കോടി രൂപ ചെലവഴിക്കാൻ സമ്മതിക്കുകയും ചെയ്തു. ആത്യന്തികമായി 1946 ആഗസ്തിൽ പണിമുടക്ക് പിൻവലിക്കപ്പെട്ടു.

രാജ്യത്തെയാകെ പിടിച്ചുലച്ച മറ്റൊരു പ്രധാന തൊഴിലാളിവർഗ്ഗ പ്രക്ഷോഭം റെയിൽവേ തൊഴിലാളികളുടെ പണിമുടക്കായിരുന്നു. 1946 ആഗസ്ത് – സെപ്തംബർ കാലത്ത് സൗത്ത് ഇന്ത്യൻ റെയിൽവേയിലെ തൊഴിലാളികൾ പണിമുടക്ക് നടത്തി. പണിമുടക്കിയ റെയിൽവേ തൊഴിലാളികൾക്കെതിരെ അധികൃതർ അതിനിഷ്ഠുരമായ മർദ്ദന നടപടികൾ കൈക്കൊണ്ടു. തൽഫലമായി, പൊലീസ് വെടിവയ്പിൽ 9 തൊഴിലാളികൾ കൊല്ലപ്പെടുകയും നൂറിലേറെപ്പേർക്ക് പരിക്കേല്ക്കുകയും ചെയ്തു. 400–ലേറെ തൊഴിലാളികൾ അറസ്റ്റു ചെയ്യപ്പെട്ടു. പണിമുടക്കുന്ന റെയിൽവേ തൊഴിലാളികളോടുള്ള ഐക്യദാർഢ്യദിനമായി സെപ്തംബർ 18 ആചരിക്കാൻ എ ഐ ടി യു സി ആഹ്വാനം നല്കി. അതിനോടുള്ള പ്രതികരണമായി രാജ്യത്തിന്റെ നാനാഭാഗങ്ങളിൽ റാലികളും പ്രകടനങ്ങളും നടത്തുകയുണ്ടായി; പണിമുടക്കിലുള്ള തൊഴിലാളികളെ സഹായിക്കാൻ ഫണ്ട് ശേഖരിക്കുകയും ചെയ്തു. ഈ പണിമുടക്ക് ഒരു മാസത്തോളം നീണ്ടുനിന്നു; ഇടക്കാല ഗവൺമെന്റിൽ റെയിൽവേ മന്ത്രിയായിരുന്ന അസഫ്അലി തൊഴിലാളികളുടെ ആവശ്യങ്ങൾ അംഗീകരിക്കാമെന്ന് ഉറപ്പുകൊടുത്തതിനെത്തുടർന്നാണ് പണിമുടക്ക് അവസാനിച്ചത്.

ഇതേ കാലഘട്ടത്തിൽത്തന്നെ വടക്കുകിഴക്കൻ റെയിൽവേയിലെ തൊഴിലാളികളും പണിമുടക്ക് ആരംഭിച്ചു. ഈ പണിമുടക്കിലും കമ്യൂണിസ്റ്റുകാരും എ ഐ ടി യു സിയും മുൻനിരയിൽത്തന്നെ നിന്നിരുന്നു. ഈ നാനാ സമരങ്ങളിൽ വഹിച്ച പ്രതിബദ്ധതയോടെയുള്ള പങ്കുമൂലം തൊഴിലാളികളിൽ വലിയൊരു വിഭാഗത്തെ തങ്ങളുടെ പക്ഷത്തേക്ക് കൊണ്ടുവരാൻ കമ്യൂണിസ്റ്റുകാർക്ക് കഴിഞ്ഞു. വടക്കുപടിഞ്ഞാറൻ റെയിൽവേയിലെ മുസ്ലീംലീഗ് നേതൃത്വത്തിലുണ്ടായിരുന്ന യൂണിയൻ ഉൾപ്പെടെ മറ്റെല്ലാ യൂണിയനുകളെയും തള്ളിമാറ്റി മുന്നോട്ടുപോകാൻ അവർക്ക് കഴിഞ്ഞു. വടക്കുപടിഞ്ഞാറൻ മേഖലയിൽ വിഭജനത്തിന്റെ കാലത്ത് വർഗ്ഗീയ കലാപങ്ങൾക്കെതിരെ കമ്യൂണിസ്റ്റുകാരുടെ നേതൃ

ത്വത്തിൽ തൊഴിലാളികൾ ധീരോദാത്തമായി പൊരുതി.

ശ്രദ്ധേയമായ മറ്റു തൊഴിലാളിവർഗ്ഗ പ്രക്ഷോഭങ്ങൾ നടന്നത് ബോംബെ, കാൺപൂർ, ധാക്ക, നാഗ്പൂർ എന്നിവിടങ്ങളിലെ തുണിമില്ലുകളിലും ബിഹാറിലെ ഗിരിധിയിലെ കൽക്കരിഖനികളിലും മൈസൂറിലെ കോളാർ സ്വർണ്ണ ഖനികളിലും കൽക്കട്ടയിലെ തുറമുഖത്തിലുമായിരുന്നു. ഇതിനെല്ലാം പുറമെ നാട്ടുരാജ്യങ്ങളിലെ തൊഴിലാളി വർഗ്ഗ പ്രക്ഷോഭങ്ങളുടെ കുതിച്ചുകയറ്റം മുൻപെന്നത്തെയുംകാൾ വ്യാപകമായിരുന്നു. തിരുവിതാംകൂർ, ഹൈദരാബാദ്, മൈസൂർ, ഇൻഡോർ എന്നിവിടങ്ങളിലും മറ്റു നാട്ടുരാജ്യങ്ങളിലും പണിമുടക്കുകൾ തുടങ്ങിയിരുന്നു. ഈ നാട്ടുരാജ്യങ്ങളിൽ നടന്നുകൊണ്ടിരുന്ന രാഷ്ട്രീയ പ്രക്ഷോഭങ്ങളുമായി അവ കണ്ണിചേർക്കപ്പെട്ടിരുന്നു. തിരുവിതാംകൂറിലെയും ഹൈദരാബാദിലെയും തൊഴിലാളി വർഗ്ഗസമരങ്ങൾ യഥാക്രമം പുന്നപ്ര വയലാർ സമരത്തിലും തെലങ്കാന സമരത്തിലും ശ്രദ്ധേയമായ പങ്കുവഹിച്ചു.

ഈ കാലഘട്ടത്തിൽ രൂപംകൊണ്ട കോൺഗ്രസ് ഗവൺമെന്റുകളും കോൺഗ്രസിതര ഗവൺമെന്റുകളും തൊഴിലാളികളുടെ പ്രശ്നങ്ങൾ ലഘൂകരിക്കുന്നതിനുള്ള നടപടികൾക്കുപകരം ആ പ്രക്ഷോഭങ്ങളെ എതിർത്ത് അവയെ സങ്കീർണ്ണമാക്കുകയാണുണ്ടായത്. പണിമുടക്കുകളിൽ ഏർപ്പെടരുതെന്ന് അവർ തൊഴിലാളികളെ ഉപദേശിച്ചു. കോൺഗ്രസിന്റെയും മുസ്ലീംലീഗിന്റെയും ബൂർഷ്വാ നേതൃത്വത്തിന്റെ മൊത്തത്തിലുള്ള സമീപനത്തെയാണ് ഇത് പ്രതിഫലിപ്പിക്കുന്നത്. ബോംബെയിലെ കോൺഗ്രസ് ഗവൺമെന്റ് ഒരുപടി മുന്നോട്ടു കടന്ന് വ്യവസായ ബന്ധനിയമം – 1946 ന് രൂപംനല്കി; ഇത് പൂർണ്ണമായും ജനാധിപത്യവിരുദ്ധവും തൊഴിലാളിവർഗ്ഗ വിരുദ്ധവുമായിരുന്നു. സ്വാഭാവികമായും ട്രേഡ്‌യൂണിയനുകൾ ഈ നീക്കത്തോട് വിമുഖത പ്രകടിപ്പിക്കുകയും തങ്ങളുടെ എതിർപ്പ് ശക്തമായി പ്രകടിപ്പിക്കുകയും ചെയ്തു.

തൊഴിലാളിവർഗ്ഗത്തിനിടയിൽ വർദ്ധിച്ചുകൊണ്ടിരുന്ന രാഷ്ട്രീയ ബോധം കോൺഗ്രസിന്റെ ബൂർഷ്വാ നേതൃത്വത്തെ ഭയപ്പെടുത്തി; തങ്ങളുടെ വർഗ്ഗ താല്പര്യം സംരക്ഷിക്കുന്നതിനായി അവർ ട്രേഡ്‌യൂണിയൻ പ്രസ്ഥാനത്തെ പിളർക്കാനുള്ള നീക്കമാരംഭിച്ചു. ആദ്യ നടപടിയെന്ന നിലയിൽ 1946 ഡിസംബറിൽ കോൺഗ്രസ് വർക്കിങ്കമ്മിറ്റി കോൺഗ്രസ് സംഘടനയ്ക്കുള്ളിൽനിന്നും എല്ലാ കമ്യൂണിസ്റ്റുകാരെയും നീക്കംചെയ്യാൻ നിർദ്ദേശം നല്കി. ഈ പ്രകിയയുടെ മൂർദ്ധന്യാവസ്ഥയിലായിരുന്നു എ ഐ ടി യു സി പിളർന്ന് ഐ എൻ ടി യു സി രൂപീകരിച്ചത്.

ഈ നീക്കങ്ങളെല്ലാമുണ്ടായിട്ടും 1956 ൽ നടന്ന പ്രവിശ്യാ നിയമസഭകളിലേക്കുള്ള തിരഞ്ഞെടുപ്പിൽ കോൺഗ്രസിന് തൊഴിലാളികളുടെ 3,21,607 വോട്ട് ലഭിച്ചപ്പോൾ കമ്യൂണിസ്റ്റുകാർക്ക് 1,12,376 വോട്ട് നേടാൻ കഴിഞ്ഞു. തൊഴിലാളിവർഗ്ഗത്തിനിടയിൽ തങ്ങളുടേതായ ഒരു പാർട്ടിയായി കമ്യൂണിസ്റ്റുപാർട്ടി ഉയർന്നുവരാൻ തുടങ്ങി.

കയ്യൂർ രക്തസാക്ഷികൾ മിന്നിത്തിളങ്ങും നക്ഷത്രങ്ങൾ

കയ്യൂർ രക്തസാക്ഷികളുടെ ധീരേതിഹാസം കമ്യൂണിസ്റ്റുകാരുടെ നേതൃത്വത്തിലുള്ള സാമ്രാജ്യത്വവിരുദ്ധ വിപ്ലവ പ്രസ്ഥാനത്തിന്റെ അവിഭാജ്യ ഭാഗമാണ്. അന്നത്തെ കണ്ണൂർ ജില്ലയോട് ചേർന്നു കിടന്നിരുന്ന ദക്ഷിണ കർണ്ണാടകത്തിലെ ഹോസ്ദുർഗ്ഗ് താലൂക്കിലെ ഒരു വില്ലേജായിരുന്നു കയ്യൂർ. അത് മലബാർ പ്രദേശത്തിന്റെയും മദ്രാസ് പ്രസിഡൻസിയുടെയും ഭാഗമായിരുന്നു. ഇപ്പോൾ കയ്യൂർ കേരളത്തിലെ കാസർഗോഡ് ജില്ലയുടെ ഭാഗമാണ്.

മഠത്തിൽ അപ്പു, കുഞ്ഞമ്പുനായർ, ചിരുകണ്ടൻ, അബൂബക്കർ എന്നീ കമ്യൂണിസ്റ്റുകാരായ നാല് യുവ രാജ്യസ്നേഹികൾ 1943 മാർച്ച് 29 ന് തൂക്കിക്കൊല്ലപ്പെട്ടു. ഇവർ കയ്യൂർ കമ്യൂണിസ്റ്റുകാർ എന്ന പേരിൽ പ്രസിദ്ധരായിത്തീർന്നു. ഇവരെല്ലാം 25 വയസ്സിൽ താഴെ പ്രായമുള്ളവരായിരുന്നു; എന്നാൽ തങ്ങളുടെ ഗ്രാമത്തിലെ ജനകീയ നേതാക്കളുമായിരുന്നു ഇവർ. കിസാൻ സഭ സംഘടിപ്പിക്കുന്നതിലും 1938 – 41 കാലത്ത് ജന്മിമാരുടെയും ഗവൺമെന്റിന്റെയും മർദ്ദന നടപടികൾക്കെതിരെ ആ ജില്ലയിൽ ധീരോദാത്തമായ കർഷക പ്രക്ഷോഭം കെട്ടിപ്പടുക്കുന്നതിലും ഇവർ നേതൃത്വപരമായ പങ്കുവഹിച്ചു. ആ യുവാക്കളുടെ രാജ്യസ്നേഹംമൂലമാണ് പൊലീസ് അവരെ വെറുത്തത്; എന്നാൽ അവർ കൃഷിക്കാരെ തട്ടിയുണർത്തുകയും അവകാശങ്ങൾക്കായി പ്രക്ഷോഭത്തിൽ അണിനിരത്തുകയും ചെയ്തതുമൂലമാണ് ഭൂപ്രഭുക്കൾ അവരെ വെറുത്തത്.

ആ താലൂക്കിലെ കൃഷിക്കാർക്ക് കുടികിടപ്പവകാശം ഉണ്ടായിരുന്നില്ല; അവർ കടുത്ത അടിച്ചമർത്തൽ നേരിട്ടിരുന്നു. യുദ്ധത്തിന്റെ വരവോടെയും കമ്യൂണിസ്റ്റുകാർ അതിനെ എതിർത്തതോടെയും ബ്രിട്ടീഷുകാരുടെ മർദ്ദന നടപടികൾ കൂടുതൽ രൂക്ഷമായി. മലബാർ സ്പെഷ്യൽ പൊലീസിന്റെ ഒരു യൂണിറ്റ് ആ പ്രദേശത്ത് തമ്പടിച്ചു. വീടുകൾ സെർ

ച്ച് ചെയ്യുന്നതിന്റെ മറവിൽ പൊലീസ് കൃഷിക്കാരെ കൊള്ളയടിച്ചു; ചോദ്യംചെയ്യലിന്റെ പേരിൽ കിസാൻ സഭാ പ്രവർത്തകരെ പിടികൂടി അവർ തല്ലിച്ചതച്ചു. ഈ കടുത്ത മർദ്ദന നടപടികൾക്കെതിരെ പ്രതിഷേധിക്കുന്നതിന് 1941 മാർച്ച് 28 ന് കയ്യൂർ ഗ്രാമത്തിൽ ഒരു പ്രകടനം നിശ്ചയിക്കപ്പെട്ടു. ആ ഗ്രാമത്തിൽ നിയോഗിക്കപ്പെട്ടിരുന്ന ഒരു പൊലീസ് കോൺസ്റ്റബിൾ പ്രകടനത്തിനൊപ്പം വരുകയും മുസ്ലിം വിഭാഗത്തിൽപ്പെട്ട ഒരു കർഷക സ്ത്രീയോട് അയാൾ മോശമായി പെരുമാറുകയും ചെയ്തു. അവിടെ കൂടിയിരുന്ന കൃഷിക്കാർ അയാളെ കല്ലെറിയുകയും അയാൾ ഓടിയപ്പോൾ പിന്നാലെ ഓടുകയും ചെയ്തതായി ആരോപിക്കപ്പെട്ടു; വിരണ്ടോടിയ കോൺസ്റ്റബിൾ നദിയിൽ വീണു മരിച്ചു. ഈ കാരണത്താലാണ് ഈ സഖാക്കൾ തൂക്കിലേറ്റപ്പെട്ടത്.

ഇതുപോലെയുള്ള ഒരു സംഭവത്തിൽ കുറ്റവാളിയെ തിരിച്ചറിയുന്നത് ബുദ്ധിമുട്ടാണെന്ന് സെഷൻസ് ജഡ്ജി തന്നെ സമ്മതിക്കുന്നുണ്ട്. ഒരു മാസത്തിലേറെക്കാലം പൊലീസിന്റെ പരിശീലനം ലഭിച്ച സാക്ഷികൾക്കുപോലും കൃത്യമായും പൊരുത്തപ്പെടുന്ന മൊഴി നല്കാൻ കഴിഞ്ഞില്ല. അവർ നല്കിയ തെളിവുകൾ ഒട്ടേറെ വൈരുദ്ധ്യങ്ങളുള്ള പ്രസ്താവനകൾ നിറഞ്ഞതായിരുന്നു; കേസ് നിലനില്ക്കില്ലെന്ന് എല്ലാവർക്കും തോന്നിയിരുന്നു. വസ്തുതകൾ ഇതെല്ലാമായിരിക്കിലും ജഡ്ജി കുറ്റം കണ്ടെത്തുകയും നാലുപേരെ തൂക്കിക്കൊല്ലാൻ വിധിക്കുകയും ചെയ്തു. പാർട്ടി സർവ്വ പരിശ്രമങ്ങളും നടത്തിയിട്ടും മേൽ കോടതികളിൽ നല്കിയ അപ്പീലുകളെല്ലാം നിരസിക്കപ്പെട്ടു.

രാഷ്ട്രീയ പക്വതയുടെയും ധീരതയുടെയും കാര്യത്തിൽ ആ നാല് കയ്യൂർ സഖാക്കളും ശ്രദ്ധേയരായിരുന്നു. പാർട്ടിയോടും മാതൃഭൂമിയുടെ സ്വാതന്ത്ര്യത്തിനായി പാർട്ടി നടത്തുന്ന സമരത്തോടും അചഞ്ചലമായ കൂറ് പ്രഖ്യാപിച്ചുകൊണ്ട് അവർ പാർട്ടിക്ക് നിരവധി കത്തുകളെഴുതി. തൂക്കിലേറ്റപ്പെടുന്നതിന് ദിവസങ്ങൾക്ക് മുൻപ് ജനങ്ങൾക്കായി ഉള്ളുലയ്ക്കുന്ന ഒരു കത്ത് അവർ എഴുതുകയുണ്ടായി. ആ കത്തിന്റെ പൂർണ്ണ രൂപം ചുവടെ ചേർക്കുന്നു:

‘‘ഞങ്ങളുടെ ദയാഹർജിയും ഇന്ത്യയുടെ വൈസ്രോയി നിരസിച്ചതായും മുൻപത്തേക്കാൾ കൂടുതലായി ഞങ്ങൾ തൂക്കുമരത്തിന് ഏറെ അടുത്തെത്തിയതായും നിങ്ങൾ അറിഞ്ഞിരിക്കുമെന്ന് ഞങ്ങൾ വിശ്വസിക്കുന്നു. നിശ്ചയമായും മറ്റുള്ളവർക്ക് സ്വീകാര്യമല്ലാത്ത ഈ തിരസ്കരിക്കൽ വാർത്തയെ ഞങ്ങൾ അതീവ സന്തോഷത്തോടെയാണ് സ്വീകരിക്കുന്നത്. പ്രിവി കൗൺസിലിനു മുൻപാകെ മാത്രമേ ഇനി അപ്പീലിനവസരമുള്ളൂ. ഈ അപ്പീലിന്റെയും അന്തിമഫലത്തിൽ ഞങ്ങൾക്ക് യാതൊരു താല്പര്യവുമില്ല. അതിന്റെ ഫലത്തെക്കുറിച്ച് അറിയണമെന്നു തന്നെ ഞങ്ങൾക്കില്ല. ഞങ്ങൾ ഒറ്റയ്ക്കല്ലെന്ന് ഞങ്ങൾക്കുറപ്പാണ്; കാരണം ഞങ്ങൾ വിശ്വസിക്കുന്നത് ലോകമാകെയുള്ള ജനങ്ങൾക്കൊപ്പമാണ് ഞങ്ങൾ എന്നാണ്. നമ്മുടെ രാജ്യത്തിനായി മരിക്കുന്നതിൽ ഞങ്ങൾക്ക് അഭിമാനമേയുള്ളൂ. ഞങ്ങൾ ഭീരുക്കളാണെന്ന് നിങ്ങൾ ഒരിക്കലും കരുതരുത്. യഥാർത്ഥ ദേശസ്നേഹികളെപോലെ, രക്തസാക്ഷിക

ളെപോലെ ചങ്കുറപ്പോടെ മരണത്തെ നേരിടാൻ ഞങ്ങൾ പൂർണ്ണമായും തയ്യാറാണ്. ഇപ്പോൾ ഞങ്ങൾ തൂക്കുമരത്തെ ആശ്ലേഷിക്കുകയാണെ ങ്കിൽ ഞങ്ങളുടെ ത്യാഗത്തെ എക്കാലത്തും ഭാവിതലമുറകൾ വാഴ്ത്തു മെന്നുറപ്പാണ്. നമ്മുടെ നാടിന്റെ സ്വാതന്ത്ര്യത്തിനായി മരണം വരിക്കാ നുള്ള ഈ അവസരം ലഭിച്ചതിൽ ഞങ്ങൾ ഊറ്റം കൊള്ളുന്നു; അത് ഞങ്ങൾക്ക് ലഭിച്ച സവിശേഷമായ ഒരു ഭാഗ്യമായി ഞങ്ങൾ കരുതു ന്നു. നമ്മുടെ പവിത്രമായ ഈ ജന്മഭൂമിയുടെ വാഴ്ത്തു പാട്ടുകൾ സസ ന്തോഷം ആലപിച്ചുകൊണ്ടാണ് ഈ ജയിലഴികൾക്കുള്ളിലെ ഓരോ നിമിഷവും ഞങ്ങൾ ചെലവിടുന്നത്. ഭഗത് സിങ്ങിനെ പോലെയുള്ള ധീരദേശാഭിമാനികളുടെ അന്ത്യം ഞങ്ങൾക്ക് ആവേശം പകരുന്നു. വി ജയകരമായ വിപ്ലവത്തിലൂടെ സാറിസ്റ്റ് വാഴ്ചയെ തകർക്കുന്നതിനു മു ൻപ് ലോക തൊഴിലാളിവർഗ്ഗത്തിന്റെ അനശ്വര നേതാവായ സഖാവ് ലെനിന് നേരിടേണ്ടതായും കടന്നുപോകേണ്ടതായും വന്ന അസംഖ്യം ബുദ്ധിമുട്ടുകളെക്കുറിച്ചും ഞങ്ങൾ ഓർമ്മിക്കുന്നു.

‘‘പ്രിവി കൗൺസിലിൽ അപ്പീൽ ഫയൽ ചെയ്തതായും ഞങ്ങ ളുടെ ജീവൻ രക്ഷിക്കുന്നതിന് പൊതുവിൽ ജനങ്ങളാകെയും പ്രത്യേ കിച്ചും നമ്മുടെ കമ്യൂണിസ്റ്റ് പാർട്ടിയും മനുഷ്യസാദ്ധ്യമായ സർവ്വവിധ ശ്രമങ്ങളും നടത്തുന്നതായും അറിയിക്കുന്ന ഒരു കത്ത് സഖാവ് കുമാ രമംഗത്തിൽ നിന്ന് ഞങ്ങൾക്ക് ലഭിച്ചു. ഞങ്ങളെ കാണാനും ഞങ്ങളോ ട് സംസാരിക്കാനും അടിക്കടിവരാറുള്ള നമ്മുടെ കേരള സഖാക്കളിൽ നിന്നും ഇതേ വാർത്ത തന്നെ ഞങ്ങൾക്ക് ലഭിച്ചു.

‘‘പുറത്തുള്ള നമ്മുടെ സഖാക്കൾ ഫാസിസത്തെ തകർക്കാനും കരുത്തുള്ളവൻ ദുർബ്ബലരെ ആക്രമിക്കുന്നതിൽനിന്നും അവർക്കുമേൽ ആധിപത്യം സ്ഥാപിക്കുന്നതിൽനിന്നും ഭാവി ലോകത്തെ രക്ഷിക്കുന്ന തിനും ലോകമാകെയുള്ള ജനങ്ങൾക്കൊപ്പം ഇന്ത്യയിലെ ജനങ്ങളെയും അണിനിരത്തുന്നതിന് തങ്ങളുടെ സർവ്വശക്തിയും പ്രയോഗിച്ച് ശ്രമി ക്കുകയാണെന്നും കേൾക്കുന്നതിൽ ഞങ്ങൾക്ക് അതിയായ സന്തോഷ മുണ്ട്. ജാപ്പനീസ് കിരാതന്മാർക്കെതിരെയും നമ്മുടെ മാതൃഭൂമിയുടെ സ്വാതന്ത്ര്യത്തിനുവേണ്ടിയുള്ള പോരാട്ടത്തിൽ ഞങ്ങളുടെ പങ്ക് നിർവ്വ ഹിക്കാൻ കഴിയാത്തതിൽ ഞങ്ങൾക്ക് അതിയായ ദുഃഖമുണ്ട്.

‘‘അവർ ആത്മാർത്ഥവും അതികഠിനവുമായ പ്രവർത്തനത്തിലൂടെ ജനങ്ങൾക്ക് ഉത്തമമാതൃക സൃഷ്ടിക്കണമെന്നും ഒരൊറ്റ മനുഷ്യനെ പോലെ മുന്നോട്ടുവരുന്നതിനും ദേശീയ ലക്ഷ്യത്തിനുവേണ്ടി തങ്ങളു ടെ സർവ്വതും ത്യജിക്കുന്നതിനും അവരിൽ ആവേശവും ധീരതയും പ്ര ചോദിപ്പിക്കണമെന്നുമാണ് ജയിലഴികൾക്കുള്ളിൽനിന്ന് നമ്മുടെ സഖാ ക്കളോടുള്ള ഞങ്ങളുടെ ആത്മാർത്ഥമായ അഭ്യർത്ഥന. ഞങ്ങൾക്ക് അല് പവും മനഃപ്രയാസമില്ല; ഞങ്ങളുടെ ആവേശം തെല്ലും തണുത്തിട്ടുമി ല്ല. നമ്മുടെ നാട്ടിലെ ഒട്ടേറെ ധീരരക്തസാക്ഷികളുടെ ചരിത്രം, നമ്മു ടെ രാജ്യത്തിന്റെ മഹത്തായ ലക്ഷ്യത്തിനുവേണ്ടി ധീരമായി മരണത്തെ നേരിടാൻ വേണ്ടത്ര ആവേശവും ആശ്വാസവും നമുക്ക് നല്കുന്നുണ്ട്. ഒടുവിൽ ലോകത്തിലെ ജനങ്ങൾതന്നെ വിജയം വരിക്കുമെന്നും ലോക

ത്തിന്റെ ഭാവി തിളക്കമാർന്നതും മഹനീയവുമായിരിക്കുമെന്നും ഞങ്ങൾ ഉറച്ചുവിശ്വസിക്കുന്നു. എല്ലാവിധത്തിലും ദേശീയ ഐക്യം ഊട്ടിയുറപ്പിക്കുകയെന്നതാണ് ദേശീയ വിമോചനത്തിലേക്കുള്ള നമ്മുടെ ഒരേയൊരു പാത.

കമ്യൂണിസ്റ്റ് പാർട്ടി നീണാൾ വാഴട്ടെ! ഇങ്ക്വിലാബ് സിന്ദാബാദ്!''

അവർ തൂക്കിലേറ്റപ്പെടുന്നതിന് ഏതാനും ദിവസം മുൻപ് പാർട്ടിയുടെ ജനറൽ സെക്രട്ടറി പി സി ജോഷിക്ക് പാർട്ടിയുടെയാകെ അഭിവാദ്യങ്ങൾ അവരെ നേരിട്ടറിയിക്കുന്നതിന് അവരെ കാണുകയെന്ന നിയോഗം ലഭിച്ചു. അദ്ദേഹത്തെ പി സുന്ദരയ്യയും പി കൃഷ്ണപിള്ളയും അനുഗമിച്ചു; രാജ്യത്തിന്റെ നാനാഭാഗത്തുനിന്നുള്ള തൊഴിലാളികളും കർഷകരും എഴുതിയ ഐക്യദാർഢ്യ സന്ദേശമടങ്ങിയ കയ്യൂർ സഖാക്കൾക്കുള്ള കത്തുകൾ കൊണ്ട് നിറഞ്ഞ വലിയൊരു ബാഗും അവർ കൊണ്ടുപോയിരുന്നു.

കയ്യൂർ സഖാക്കളുമായുള്ള തന്റെ സംഭാഷണത്തെ അനുസ്മരിച്ചുകൊണ്ട് പി സി ജോഷി ഇങ്ങനെ എഴുതി:

> പാർട്ടിക്കുവേണ്ടി ഞാൻ അവരോട് പറഞ്ഞു : പാർട്ടിയുടെ മറ്റേത് അംഗങ്ങളെയുംക്കാൾ നിങ്ങൾ നാലുപേരെയുംകുറിച്ച് പാർട്ടിക്ക് ഏറെ അഭിമാനമുണ്ട്. നിങ്ങൾ അമൂല്യമായി കരുതി ഉയർത്തിപ്പിടിച്ച ഈ കൊടി ഞങ്ങൾ കൂടുതൽ ഉയരത്തിൽ പാറിക്കുമെന്നും നിങ്ങൾ ധീരതയോടെ നടത്തിയ പോരാട്ടം ഞങ്ങൾ ഇനിയും തുടരുമെന്നും ഞങ്ങൾ 17000 പേരും (പാർട്ടി അംഗങ്ങൾ ആകെ) പ്രതിജ്ഞ ചെയ്യുന്നു..... പാർട്ടിക്ക് നിങ്ങൾ നഷ്ടപ്പെടുകയല്ല, മറിച്ച് 4 രക്തസാക്ഷികളെ ലഭിക്കുകയാണ്. അവർ നിങ്ങൾ നാലുപേരെയും തൂക്കുമരത്തിലേഥയെക്കട്ടെ; അതൊഴിവാക്കാൻ ഇന്ന് ഞങ്ങൾക്കാവില്ല. എന്നാൽ, നിങ്ങൾ നാലുപേരിൽനിന്നും ആവേശം ഉൾക്കൊണ്ടു ഞങ്ങൾ നാനൂറ്, നാലായിരം പുതിയ പാർട്ടി അംഗങ്ങളെ കൊണ്ടുവരും. നമ്മുടെ ലക്ഷ്യം അനശ്വരമായിരിക്കെ അതുനേടുന്നതിനുള്ള ഉപകരണമായ നമ്മുടെ പാർട്ടിയും അനശ്വരം തന്നെയായിരിക്കും..... ജനങ്ങളെ നിങ്ങളുടെ രക്ഷിതാക്കളായി നിങ്ങൾ സ്വീകരിച്ചു; നിങ്ങളുടെ രക്ഷിതാക്കൾക്ക് നേരിടേണ്ടി വന്നതുപോലെ ഒരനുഭവം ഇന്ത്യയിലെ ഒരു മാതാപിതാക്കൾക്കും ഉണ്ടാകില്ല എന്ന് കാണാനാണ് നിങ്ങൾ പ്രവർത്തിച്ചത്. ഞങ്ങൾ, ഈ 17000 പാർട്ടി അംഗങ്ങളും നിങ്ങളുടെ കുടുംബങ്ങളെ ഞങ്ങളുടേതെന്ന പോലെ തന്നെ സംരക്ഷിക്കുമെന്ന് സഖാക്കളെ, നിങ്ങൾക്ക് ഞങ്ങൾ ഉറപ്പു നല്കുന്നു. പാർട്ടിയാണ് അവരുടെ കുടുംബമെന്നും ഓരോ പാർട്ടി അംഗവും അവരുടെ മക്കളാണെന്നും നിങ്ങളുടെ രക്ഷിതാക്കൾക്ക് അനുഭവിച്ചറിയാൻ വേണ്ടതെല്ലാം ഞങ്ങൾ ചെയ്യും. നിങ്ങളെ കാണാൻ ലഭിച്ച അവസരം എന്റെ ജീവിതത്തിലെ ഏറ്റവും മഹത്തായ ദിനമായിരിക്കും.......

മറുപടിയായി കുഞ്ഞമ്പു ഇങ്ങനെ പറഞ്ഞു: ''ജനങ്ങൾക്കുവേണ്ടി ഞാൻ എന്തെല്ലാം ചെയ്തോ അതെല്ലാം ചെയ്യാൻ എന്നെ പ്രാപ്തനാക്കിയത് പാർട്ടിയാണ്. ഞാൻ എന്റെ കടമ നിറവേറ്റിയതായി പാർട്ടി ചിന്തിക്കുന്നുവെങ്കിൽ ഞാൻ ധന്യനായി.''

ചിരുകണ്ടന്റെ വാക്കുകൾ ഇങ്ങനെ: ''ഞങ്ങൾ നാല് കർഷക സന്താനങ്ങൾ മാത്രമാണ്. എന്നാൽ ഇന്ത്യയിൽ ദശലക്ഷക്കണക്കിന് കർഷകരുണ്ട്. ഞങ്ങളെ അവർക്ക് തൂക്കിക്കൊല്ലാം; പക്ഷേ, അവർക്ക് ഞങ്ങളെ തോല്പിക്കാനാവില്ല.''

അപ്പു: ''പാർട്ടിയുടെ വളർന്നുവരുന്ന കരുത്തിനെക്കുറിച്ചുള്ള മഹത്തായ വാർത്തകളാണ് നിങ്ങൾ കൊണ്ടുവന്നിട്ടുള്ളത്. വർദ്ധിച്ച വീര്യത്തോടെയും കരുത്തോടെയും ഞങ്ങൾ ഇപ്പോൾ തൂക്കുമരത്തിൽ കയറും."

അബൂബക്കർ: ''നമ്മുടെ രക്തസാക്ഷികളുടെ ജീവിതത്തിൽനിന്നുമാണ് ഞങ്ങൾ ആവേശംകൊള്ളുന്നത്. അവരിൽ ഒരാളാകാനുള്ള ബഹുമതി ഉണ്ടാകുമെന്ന് ഞങ്ങളാരും സ്വപ്നത്തിൽ പോലും വിചാരിച്ചിരുന്നില്ല. ഞങ്ങൾ ഭയലേശമില്ലാതെയാണ് തൂക്കുമരത്തിലേറുന്നത് എന്ന് എല്ലാ സഖാക്കളോടും പറയുക...... എന്റെ സഹോദരന്മാർ തീരെ ചെറുപ്പമാണ്. പാർട്ടി പ്രവർത്തനത്തിനായി അവരെ വിദ്യാഭ്യാസം ചെയ്യിക്കുക."

നിറഞ്ഞൊഴുകിയ കണ്ണുകളോടെ ജോഷി ആ നാലുപേരുടെയും കൈപിടിച്ചു കുലുക്കി; ജയിൽ വളപ്പിലെ പൂക്കൾക്കുനേരെ വിരൽ ചൂണ്ടിക്കൊണ്ട് അദ്ദേഹം പ്രസ്താവിച്ചു: ''ഈ പൂക്കൾ നശിച്ചു പോകുന്നവയാണ്; എന്നാൽ സഖാക്കളെ, നിങ്ങൾ മാനവരാശിയുടെ അനശ്വര പുഷ്പങ്ങളാണ്.''

ഇന്ത്യയുടെ ചരിത്രത്തിലാദ്യമായി ദരിദ്ര കർഷക കുടുംബങ്ങളിൽ ജനിച്ച 4 കമ്യൂണിസ്റ്റുകാർ 1943 മാർച്ച് 29 ന് തൂക്കിലേറ്റപ്പെട്ടു. സ്വാതന്ത്ര്യത്തിനായുള്ള കമ്യൂണിസ്റ്റ് പാർട്ടിക്കായുള്ള പോരാളികളുടെ കീഴ്പ്പെടുത്താനാവാത്ത സേനയിൽ വളരെ ചെറിയ പ്രായത്തിൽത്തന്നെ അവർ ചേർന്നു. യഥാർത്ഥ ദേശസ്നേഹികളായി അവർ ജീവിച്ചു; 'കമ്യൂണിസ്റ്റ് പാർട്ടി സിന്ദാബാദ്' എന്ന മുദ്രാവാക്യം വിളിച്ചുകൊണ്ട് ശ്രേഷ്ഠരായ രക്തസാക്ഷികളായി അവർ ജീവൻ വെടിഞ്ഞു.

ജനരോഷം ഭയന്ന ബ്രിട്ടീഷ് ഗവൺമെന്റ് രക്തസാക്ഷിത്വം വരിച്ച സഖാക്കളുടെ ശരീരം കണ്ണൂർ സെൻട്രൽ ജയിലിൽ തടിച്ചുകൂടിയ ജനങ്ങൾക്ക് കൈമാറാൻ തയ്യാറായില്ല.

ആ പ്രദേശത്ത് വളർന്നുകൊണ്ടിരുന്ന കമ്യൂണിസ്റ്റ് പ്രസ്ഥാനത്തെ അടിച്ചമർത്താനുള്ള ബ്രിട്ടീഷുകാരുടെ ശ്രമങ്ങളെല്ലാം പരാജയപ്പെട്ടു. നേരെ മറിച്ച് ഈ കാലഘട്ടത്തിൽ മൊറാഴയിലേയും കരിവെള്ളൂരിലേയും കയ്യൂരിലേയും ഉശിരൻ സമരങ്ങളിൽ നാം കണ്ടതുപോലെ സാമ്രാജ്യത്വത്തിനും ഫ്യൂഡലിസത്തിനും എതിരായ ഫലപ്രദമായ സമരശക്തിയായി കമ്യൂണിസ്റ്റ് പാർട്ടി ഉയർന്നുവന്നു.

ഐതിഹാസികമായ തേഭാഗ സമരം

യുദ്ധാനന്തര കാലത്ത്, 1946 ഒടുവിൽ തേഭാഗ (അതായത്, ബർഗദാർമാർക്ക് - പങ്ക് പാട്ടക്കാർക്ക് - വിളവിന്റെ മൂന്നിൽ രണ്ട് ഭാഗം) ആവശ്യപ്പെട്ട് പ്രക്ഷോഭം ആരംഭിക്കണമെന്ന് ബംഗാൾ പ്രവിശ്യ കിസാൻ സഭ തീരുമാനിച്ചു. അങ്ങനെ, കാബിനറ്റ് മിഷനുമായുള്ള ചർച്ചകളും മറ്റു രാഷ്ട്രീയ സംഭവവികാസങ്ങളും നടന്നുകൊണ്ടിരിക്കവെ തന്നെ, ബംഗാളിൽ തേഭാഗ പ്രക്ഷോഭത്തിന്റെ വേലിയേറ്റം ഉയർന്നുപൊങ്ങുകയായിരുന്നു.

ബംഗാളിലെ കൃഷിക്കാർ ഭൂഉടമകളുടെ വിഹിതം കുറയ്ക്കണമെന്ന മുദ്രാവാക്യം ഉയർത്തുകയാണുണ്ടായത്. മൊത്തം ഉല്പാദനത്തിന്റെ മൂന്നിലൊന്ന് ഉടമയ്ക്ക് അഥവാ ജോത്തേദാർക്ക് നല്കണമെന്നും ബർഗദാർക്ക് അഥവാ പങ്ക് പാട്ടക്കാർക്ക് (1885 ലെ ബംഗാൾ കുടിയായ്മ നിയമമനുസരിച്ച് ഇവർ കുടിയാന്മാരല്ല) മൂന്നിൽ രണ്ട് ഭാഗം സ്വന്തമായി എടുക്കാമെന്നുള്ളതാണ് തേഭാഗ എന്നതിന്റെ അർത്ഥം ഉല്പാദിപ്പിക്കപ്പെടുന്നത് 50 : 50 എന്ന അനുപാതത്തിൽ ഉടമയും പങ്കു പാട്ടക്കാരനും വീതിക്കുകയെന്നതായിരുന്നു പതിവുരീതി.

പല പ്രദേശങ്ങളിലും പതിവുരീതിയനുസരിച്ച് കൃഷി ചെയ്യുന്നവർക്ക് ലഭിക്കേണ്ട ഈ പകുതി ഭാഗം പോലും ഭൂഉടമകൾ മറ്റു പല ന്യായങ്ങൾ പറഞ്ഞ് വെട്ടിക്കുറച്ചിരുന്നു - ബർഗദാർ മുൻകൂട്ടി വാങ്ങിയിരുന്ന വിള വായ്പയ്ക്കുമേൽ ചുമത്തിയിരുന്ന കനത്ത കൊള്ളപ്പലിശ, വിതയ്ക്കൽ കാലത്തും പിന്നീടും കഷ്ടപ്പാടുള്ള മാസങ്ങളിൽ ഭക്ഷണത്തിനായി വാങ്ങുന്ന വിളകൾക്ക് ചുമത്തിയിരുന്ന കൊള്ളപ്പലിശ എന്നിങ്ങനെ പല പേരുകളിൽ. അങ്ങനെ വിളവെടുപ്പിനുശേഷം പോലും ജോത്തേദാരുടെ ദയാദാക്ഷിണ്യത്തിൽ കഴിയേണ്ടിവരുന്ന പാപ്പരായിരുന്നു പലപ്പോഴും ബർഗദാർമാർ. ചൂഷണാത്മകമായ ഈ സംവിധാനം ബർഗദാർ

മാരിൽ പ്രതിഷേധമുയർത്തിയിരുന്നു; അതേത്തുടർന്ന് രൂപപ്പെട്ട പ്രക്ഷോഭമാണ് തേഭാഗ പ്രക്ഷോഭം എന്ന പേരിൽ അറിയപ്പെടുന്നത്.

1940 ൽ ബംഗാൾ ലാൻഡ് റവന്യൂ കമ്മിഷൻ ബർഗദാർമാരുടെ അവകാശങ്ങൾ അംഗീകരിച്ചുകൊണ്ടുള്ള റിപ്പോർട്ട് ബംഗാൾ ഗവൺമെന്റിനു നല്കിയിരുന്നു; അത് ജനങ്ങളും ഗവൺമെന്റും പോലും അംഗീകരിച്ചിരുന്നു. എന്നാൽ ഗവൺമെന്റ് ഈ ശുപാർശകൾ നടപ്പാക്കിയിരുന്നില്ല.

ഈ പശ്ചാത്തലത്തിൽ തേഭാഗ എന്ന ആവശ്യമുയർത്തിയുള്ള പ്രക്ഷോഭമാരംഭിക്കാനുള്ള കിസാൻ സഭയുടെ ആവശ്യം കുറഞ്ഞ കാലത്തിനുള്ളിൽ ബംഗാളിലെ ദശലക്ഷക്കണക്കായ ബർഗദാർമാരെ ആകർഷിച്ചു; ബംഗാളിലെ കൃഷിക്കാരുടെ ഏറ്റവും വലുതും ഏറ്റവും ഉശിരനും വിപുലമായ അടിത്തറയോടു കൂടിയതുമായ വർഗ്ഗസമരമായിരുന്നു കമ്യൂണിസ്റ്റുകാരുടെ നേതൃത്വത്തിൽ കിസാൻസഭ നയിച്ച തേഭാഗ പ്രക്ഷോഭം. പ്രവിശ്യാതലത്തിലുള്ള പ്രക്ഷോഭമായിരുന്നു ഇതെങ്കിലും ബർഗദാർമാരുടെ പ്രതികരണം അഭൂതപൂർവ്വമായിരുന്നു; പ്രത്യേകിച്ചും ബംഗാളിലെ വടക്കൻ ജില്ലകളിലെ പോലെ ബർഗർദാർമാർ ഏറ്റവുമധികം കേന്ദ്രീകരിച്ചിരുന്നതും ചൂഷണം അതിരൂക്ഷവുമായിരുന്ന പ്രദേശങ്ങളിൽ. ചുരുങ്ങിയത് ബംഗാളിലെ 28 ജില്ലകളിൽ 15 എണ്ണത്തിലെങ്കിലും ഈ പ്രക്ഷോഭം വ്യാപിക്കുകയുണ്ടായി; പരമദരിദ്രരും ഏറ്റവും കടുത്ത ചൂഷണം നേരിട്ടിരുന്നവരുമായ ചുരുങ്ങിയത് 50 ലക്ഷം കൃഷിക്കാരെങ്കിലും ജോത്തേദാർമാർക്കും അവരുടെ ഗുണ്ടകൾക്കും പൊലീസിനുമെതിരെ ഔദ്യോഗികവും അനൗദ്യോഗികവുമായ എതിർ പ്രചരണങ്ങളെയെല്ലാം നേരിട്ടുകൊണ്ട് ധീരോദാത്തമായി പൊരുതുകയുണ്ടായി; വ്യാപകമായ വർഗ്ഗീയ വിദ്വേഷ പ്രചരണത്തെയും കലാപങ്ങളെയുംകൂടി അവർക്ക് നേരിടേണ്ടതായി വന്നിരുന്നു. പ്രാദേശികമായി പ്രക്ഷോഭം നടത്താനും അതിനു വഴികാട്ടാനും പല സ്ഥലങ്ങളിലും കൃഷിക്കാർ സ്വമേധയാ തന്നെ പ്രാദേശിക പ്രക്ഷോഭ സമിതികൾക്ക് രൂപംനല്കിയിരുന്നു.

1946 നവംബർ മുതൽ 1947 ഫെബ്രുവരി വരെയുള്ള വിളവെടുപ്പിന്റെ കാലഘട്ടത്തിലുടനീളം പ്രക്ഷോഭം നീണ്ടു നിന്നു. ചില പ്രദേശങ്ങളിൽ അത് 1947 മാർച്ച് വരെ നീണ്ടു. എല്ലായിടത്തും സമരം ചെയ്തിരുന്ന കൃഷിക്കാർക്കുനേരെ പൊലീസ് കടുത്ത മർദ്ദനനടപടികൾ അഴിച്ചുവിട്ടിരുന്നു – പ്രത്യേകിച്ച് ദിനാജ്പ്പൂർ, രംഗപ്പൂർ, ജൽപായ്ഗുരി എന്നീ വടക്കൻ ജില്ലകളിലും 24 പർഗാനയിലെയും ഖുൽനയിലെയും തീരദേശ മേഖലകളിലും മൈമെൻ സിങ്ങിന്റെ കിഴക്കൻ ജില്ലകളിലും ആസാം അതിർത്തിയിലെ ഗാരോ കുന്നുകളിലുള്ള ഗോത്രവർഗ്ഗ പ്രദേശങ്ങളിലും. ജോത്തേദാർമാരും അവരുടെ ഗുണ്ടകളും കൃഷിക്കാരെ തല്ലിച്ചതച്ചിരുന്നു; കൊല്ലുക പോലും ചെയ്തിരുന്നു.

അവസാന മാസങ്ങളിൽ പ്രത്യേകിച്ചും 1947 ജനുവരി, ഫെബ്രുവരി

മാസങ്ങളിൽ ഒട്ടേറെ പ്രദേശങ്ങളിൽ സായുധ പൊലീസ് സേന വ്യാപകമായി വെടിവെയ്ക്കുകയുണ്ടായി. ഈ പ്രക്ഷോഭത്തിൽ മൊത്തത്തിൽ 70 കൃഷിക്കാരുടെ ജീവൻ നഷ്ടപ്പെടുകയുണ്ടായി – അവരിൽ ഹിന്ദുക്കളും മുസ്ലീങ്ങളും ഗോത്രവർഗ്ഗക്കാരുമായ സ്ത്രീ – പുരുഷന്മാരുമുണ്ടായിരുന്നു. അവരിൽ മിക്കവാറും ആളുകൾ പൊലീസ് വെടിവെയ്പിലാണ് കൊല്ലപ്പെട്ടത്; നാലുപേർ മരിച്ചത് ജയിലിനകത്തായിരുന്നു. എങ്ങനെയും അടിച്ചമർത്തണമെന്ന വാശിയോടുകൂടി സമരത്തിനെതിരെ കടുത്ത മർദ്ദന നടപടികൾ കൈക്കൊണ്ടത് മുസ്ലിംലീഗ് മന്ത്രിസഭയായിരുന്നു. ഇടക്കാല ഗവൺമെന്റിന്റെയും ഭാവി ഭരണഘടനയുടെയും വിഷയങ്ങളിന്മേൽ പരസ്പരം വഴക്കടിച്ചിരുന്ന ഹിന്ദു ജോത്തേദാർമാരും മുസ്ലിം ജോത്തേദാർമാരും ഒരേപോലെ മുസ്ലിംലീഗ് ഗവൺമെന്റിന്റെ ഈ മർദ്ദന നടപടികൾക്ക് സമ്പൂർണ്ണ പിന്തുണ നല്കിയിരുന്നു; അവരുടെ വർഗ്ഗ സ്വഭാവമാണ് തുറന്നുകാട്ടപ്പെട്ടത്.

എന്നാൽ സമരത്തിലേർപ്പെട്ട കൃഷിക്കാർ ഒരവസരത്തിലും കീഴടങ്ങിയില്ല; മറിച്ച് തങ്ങളുടെ ന്യായമായ ആവശ്യങ്ങളിൽ ഉറച്ചുനിന്ന് ഈ മർദ്ദന നടപടികളെ ധീരോദാത്തമായി നേരിട്ടു. സ്ത്രീ – പുരുഷഭേദമന്യേ കർഷക ജനസാമാന്യത്തെയാകെ തേഭാഗ പ്രക്ഷോഭം തട്ടിയുണർത്തി; പ്രത്യേകിച്ചും കർഷകത്തൊഴിലാളികൾ ഉൾപ്പെടെയുള്ള ദരിദ്ര വിഭാഗങ്ങളായിരുന്നു പലേടങ്ങളിലും ഈ ഉശിരൻ പോരാട്ടത്തിന് നേതൃത്വം നല്കിയത്. അസംഖ്യം കർഷകസ്ത്രീകൾ ഈ പ്രക്ഷോഭത്തിൽ സജീവമായി പങ്കെടുത്തിരുന്നു; അവർ പൊലീസിനെതിരെ വീരോചിതമായി പൊരുതി. സായുധ പൊലീസ് സേനാംഗത്തിൽ നിന്ന് ഒരു കർഷക സ്ത്രീ തോക്ക് പിടിച്ചു വാങ്ങിയ സംഭവം ഏറെ പ്രസിദ്ധമായ ഒരുദാഹരണമാണ്.

1946 – 47 ലെ തേഭാഗ സമരത്തിന്റെ ശക്തമായ സ്വാധീനം കൃഷിക്കാരിൽ ത്യാഗമനോഭാവവും പോരാട്ടവീര്യവും നിറച്ചതിനു പുറമേ തങ്ങൾ സഖാക്കളാണെന്ന ചിന്തയും സൃഷ്ടിക്കപ്പെട്ടു. സംഘടിതമായ വർഗ്ഗസമരം കൂടാതെ ഒന്നും നേടാനാവില്ലെന്നും കർഷകത്തൊഴിലാളികളും ബർഗദാർമാർ ഉൾപ്പെടെയുള്ള ദരിദ്രകൃഷിക്കാരും സമരത്തിൽ ഒന്നിച്ചു നില്ക്കണമെന്നും ഇതവരെ പഠിപ്പിച്ചു; ഇതിലൂടെ ഐക്യദാർഢ്യത്തിന്റെയും ആത്മാഭിമാനത്തിന്റെയും ആശയം അവരിൽ രൂഢമൂലമായി; വർഗ്ഗസമരത്തിൽ കർഷക സ്ത്രീകൾക്ക് വളരെ പ്രധാനപ്പെട്ട പങ്ക് വഹിക്കാനുണ്ടെന്നും അവർ തിരിച്ചറിഞ്ഞു; വർഗ്ഗ സമരത്തിൽ ചൂഷകവർഗ്ഗങ്ങൾ എപ്പോഴും വഞ്ചനാപരമായ നിലപാടിലായിരിക്കുമെന്നും വേണ്ടത്ര തയ്യാറെടുപ്പോടെയും മികച്ച രാഷ്ട്രീയ ധാരണയോടെയും പ്രക്ഷോഭത്തെ മുന്നോട്ടു കൊണ്ടുപോകണമെന്നും അവർ മനസ്സിലാക്കി.

ഇതൊക്കെയാണെങ്കിലും നേതൃത്വത്തിന് ചില പിശകുകൾ സംഭവിച്ചു; പൊലീസിന്റെയും ജോത്തേദാർമാരുടെയും ആക്രമണത്തെ ചെറുത്തുനില്ക്കാൻ ഒരു വളണ്ടിയർ സംഘടന ഉണ്ടാക്കുന്നതിന് ആവശ്യ

മായ തയ്യാറെടുപ്പ് നടത്തിയിരുന്നില്ല; വൻതോതിൽ പൊലീസ് അടിച്ചമർത്തൽ നടപടികൾ ആരംഭിക്കുന്നതുവരെ വേണ്ടത്ര തൊഴിലാളിവർഗ്ഗ പിന്തുണ ഉറപ്പാക്കിയില്ല; പ്രക്ഷോഭത്തിനുപിന്നിൽ നഗരങ്ങളിലെ ഇടത്തരക്കാരെ അണിനിരത്താൻ ആവശ്യമായ ശ്രമമൊന്നും നടത്തിയില്ല. ബർഗദാർമാർക്ക് മൂന്നിൽ രണ്ട് ഭാഗം നേടിയെടുക്കുന്ന കാര്യത്തിൽ വൻകിട – ചെറുകിട ജോത്തേദാർമാർ തമ്മിൽ ഒരു വേർതിരിവും വരുത്തിയില്ല; തൽഫലമായി മൊത്തം ജോത്തേദാർ വർഗ്ഗത്തിനുമെതിരായ സമരം നടത്തേണ്ടതായി വന്നു; അങ്ങനെ മഹാഭൂരിപക്ഷം വരുന്ന ചെറുകിട ജോത്തേദാർമാരെയും വൻകിടക്കാർക്ക് തങ്ങൾക്കൊപ്പം ഈ കടന്നാക്രമണങ്ങളെ പിന്തുണയ്ക്കുന്നവരാക്കി മാറ്റാൻ കഴിഞ്ഞു. എന്നാൽ ഈ പിശകുകൾ ഈ പ്രക്ഷോഭത്തിന്റെ പ്രാധാന്യത്തെയോ പ്രകടിപ്പിക്കപ്പെട്ട ധീരോദാത്തതയെയോ ഇല്ലാതാക്കുന്നില്ല.

രാജ്യത്തിന്റെ മറ്റു ഭാഗങ്ങളിലെ കർഷക പ്രക്ഷോഭങ്ങളിൽനിന്നും വേറിട്ടതായിരുന്നു തേഭാഗ സമരം. മറ്റെല്ലാ പ്രവിശ്യകളിലും കർഷക പ്രസ്ഥാനം ചില പ്രദേശങ്ങളിൽ മാത്രം ഒതുങ്ങിനിന്നിരുന്നു; അതേസമയം ബംഗാളിൽ പ്രക്ഷോഭം പ്രവിശ്യയിലാകെ പടർന്നുപിടിക്കുകയുണ്ടായി. ഉദാഹരണത്തിന് കേരളത്തിൽ ഭൂപ്രഭുത്വത്തിനെതിരായ കൃഷിക്കാരുടെ പ്രക്ഷോഭം പഴയ മലബാർ ജില്ലയിൽ ഒതുങ്ങിനിന്നു; പ്രത്യേകിച്ചും വടക്കേയറ്റത്ത്. അതേപോലെതന്നെ ആന്ധ്രയിൽ കർഷക പ്രക്ഷോഭം (തെലങ്കാന സമരം ഒഴികെ) പൊതുവിൽ കൃഷ്ണ, ഗുണ്ടൂർ, ഗോദാവരി ജില്ലകളിൽ ഒതുങ്ങി. മഹാരാഷ്ട്രയിലാകട്ടെ, കർഷക പ്രക്ഷോഭം തികച്ചും വർളി കൃഷിക്കാരുള്ള ഒന്നോ രണ്ടോ താലൂക്കുകളിൽ മാത്രമായിരുന്നു.

ഏറ്റവും പ്രധാനപ്പെട്ട കാര്യം, അടിച്ചമർത്തപ്പെട്ട കൃഷിക്കാരുടെ വർഗ്ഗ പ്രക്ഷോഭമായ തേഭാഗ പ്രക്ഷോഭം നടന്നത് 1946 ൽ കൽക്കട്ടയിൽ വർഗ്ഗീയ കൂട്ടക്കൊല നടന്നതിനു തൊട്ടുപിന്നാലെയാണെന്നതാണ്; ഈ വർഗ്ഗീയ കൂട്ടക്കൊലകൾ അടിക്കടി ആവർത്തിച്ചുകൊണ്ടിരിക്കുകയുമായിരുന്നു – കൽക്കട്ടയിൽ ഒക്ടോബറിലെ ലഹള, 1946 ൽ കിഴക്കൻ ജില്ലകളിലൊന്നായ നവഖാലിയിൽ എന്നിങ്ങനെ. തേഭാഗ പ്രക്ഷോഭം നടന്ന മുഖ്യ പ്രദേശം ഏതെങ്കിലും ഒരു പ്രത്യേക സമുദായത്തിൽപ്പെടുന്ന കൃഷിക്കാർ മാത്രം പാർപ്പുറപ്പിച്ചിരുന്നതല്ല; ഹിന്ദു സമുദായവും മുസ്ലീം സമുദായവും ഒരേ പോലെ ഇവിടെ താമസിച്ചിരുന്നു. അതിനു പുറമേ ഒരു വിഭാഗം ഗോത്രവർഗ്ഗ കൃഷിക്കാരായിരുന്നു. പ്രക്ഷോഭത്തിന്റെ ശ്രദ്ധേയമായ ഒരു ഘടകം വർഗ്ഗസമരത്തെ അധിഷ്ഠിതമാക്കി അത് ഹിന്ദു–മുസ്ലീം ഐക്യത്തിന്റെ തീപ്പന്തം ജ്വലിപ്പിച്ചുവെന്നതാണ്; അത് നവഖാലി ഉൾപ്പെടെ ബംഗാളിന്റെ വലിയ ഭാഗങ്ങളിലെ എല്ലാ സമുദായങ്ങളിലുംപെട്ട ദശലക്ഷക്കണക്കിനു കൃഷിക്കാരെ പ്രക്ഷോഭത്തിന്റെ വലയത്തിലേക്ക് കൊണ്ടുവരികയും അവരെയാകെ ആവേശഭരിതരാക്കുകയും ചെയ്തു.

ബംഗാളിലും ബീഹാറിലും വർഗ്ഗീയ ലഹളകളെ ചെറുക്കുന്നതിൽ തേഭാഗ പ്രക്ഷോഭവും കിസാൻ സഭയും അനുപമമായ പങ്കുവഹിച്ചു. ബംഗാളിലെ നവഖാലി – തിപ്പേര ജില്ലകളിലെ കിസാൻസഭയ്ക്ക് ഗണ്യമായ സ്വാധീനമുണ്ടായിരുന്ന പ്രദേശങ്ങളിൽ വർഗ്ഗീയലഹള പൊട്ടിപ്പുറപ്പെട്ടില്ല എന്ന കാര്യം പ്രത്യേകം ശ്രദ്ധിക്കപ്പെടേണ്ടതുണ്ട്. അത്തരം പ്രദേശങ്ങളിൽ കിസാൻ സഭയും തേഭാഗ പ്രസ്ഥാനത്തിന്റെ പ്രവർത്തകരും ലഹള ബാധിതമായ അയൽപ്രദേശങ്ങളിൽനിന്നുള്ള അഭയാർത്ഥികൾക്കായി ദുരിതാശ്വാസ ക്യാമ്പുകൾ സംഘടിപ്പിച്ചു. അതേപോലെ ബിഹാറിലെ മോങ്ഗീർ ജില്ലയിലെ മോഘ്പൂറിൽ ലഹളബാധിത പ്രദേശങ്ങളിലെ ജനങ്ങളെ സംരക്ഷിക്കുന്നതിനും വർഗ്ഗീയ ലഹളകളിലെ ഇരകൾക്ക് ആശ്വാസമേകാനും കമ്യൂണിസ്റ്റ് പാർട്ടിയും കിസാൻസഭയും മറ്റു ബഹുജനസംഘടനകളും ദുരിതാശ്വാസ പ്രവർത്തനങ്ങൾ സംഘടിപ്പിച്ചു. ഗ്രാമപ്രദേശങ്ങളിലും നഗരപ്രദേശങ്ങളിലും ഒരുപോലെ കമ്യൂണിസ്റ്റ് പാർട്ടി ഈ പ്രവർത്തനങ്ങൾക്ക് നേതൃത്വം നല്കുന്നതിന്റെ മുൻനിരയിൽത്തന്നെ ഉണ്ടായിരുന്നു.

ലഹളകൾ അവസാനിപ്പിക്കുന്നതിനും വ്യത്യസ്ത സമുദായങ്ങൾക്കിടയിൽ ഐക്യം ഊട്ടിയുറപ്പിക്കുന്നതിനുമുള്ള ഒരേയൊരു മാർഗ്ഗം ബ്രിട്ടീഷ് ഭരണാധികാരികൾക്കെതിരെ വിട്ടുവീഴ്ചയില്ലാത്ത സമരം അഴിച്ചുവിടുന്നതും മുതലാളിമാർക്കും ഭൂപ്രഭുക്കൾക്കുമെതിരായി, തൊഴിലാളികളുടെയും കൃഷിക്കാരുടെയും ആവശ്യങ്ങളും ദുരിതങ്ങളും മുൻനിർത്തി അവരുടെ സമരങ്ങൾ സംഘടിപ്പിക്കുന്നതുമാണെന്നും കമ്യൂണിസ്റ്റ് പാർട്ടി കണക്കാക്കി. കമ്യൂണിസ്റ്റ് പാർട്ടിക്ക് ഇന്ത്യൻ രാഷ്ട്രീയത്തിൽ ശരിയും വ്യർവ്വുമെന്ന് കരുതിയ പ്രക്ഷോഭം നടത്താൻ വേണ്ടത്ര കരുത്തില്ലാതിരുന്നതിനാൽ ഇന്ത്യൻ രാഷ്ട്രീയം പ്രതിസന്ധികളിൽനിന്ന് പ്രതിസന്ധികളിലേക്ക് നീങ്ങി; ബ്രിട്ടീഷ് ഭരണാധികാരികളുടെയും കോൺഗ്രസ്–ലീഗ് നേതാക്കളുടെയും അരങ്ങായിരുന്നു അന്ന് ഇന്ത്യൻ രാഷ്ട്രീയം.

പുന്നപ്ര - വയലാറിന്റെ വീരഗാഥ

ആലപ്പുഴ ജില്ലയിലെ രണ്ട് ഗ്രാമങ്ങളാണ് പുന്നപ്രയും വയലാറും. ഭൂപ്രഭുക്കൾ നടത്തിയിരുന്ന ഭീകരമായ അടിച്ചമർത്തലുകൾക്കെതിരെ കൃഷിക്കാരും കർഷകത്തൊഴിലാളികളും നടത്തിയതും, കർഷകത്തൊഴിലാളികൾ തൊഴിലുടമകൾക്കെതിരെയും തിരുവിതാംകൂർ ദിവാന്റെ സ്വേച്ഛാധിപത്യവാഴ്ചയ്ക്കെതിരെ ഉത്തരവാദിത്വ ഭരണത്തിനുവേണ്ടിയും നടത്തിയ ചെറുത്തുനില്പ് പ്രസ്ഥാനമായിരുന്നു പുന്നപ്രയിലെയും വയലാറിലെയും സമരം. 1946 ഒക്ടോബറിലാണ് ഈ പ്രക്ഷോഭം ആരംഭിച്ചത്.

1938 ൽ തിരുവിതാംകൂറിൽനടന്ന ആദ്യത്തെ രാഷ്ട്രീയ പൊതുപണിമുടക്കിന്റെ പ്രഭവ കേന്ദ്രങ്ങളായിരുന്ന ആലപ്പുഴ ജില്ലയും ആ രണ്ട് ഗ്രാമങ്ങളും രാജാവിന്റെയും ദിവാന്റെയും സ്വേച്ഛാധിപത്യവാഴ്ചയ്ക്കെതിരായ പ്രധാന സമരത്തിന്റെ കേന്ദ്രങ്ങളായി 1946 ൽ വീണ്ടും പ്രാധാന്യം നേടുകയുണ്ടായി. സായുധസേനയും സ്വയം തയ്യാറാക്കിയ വാരിക്കുന്തങ്ങളല്ലാതെ മറ്റൊരായുധവുമില്ലാത്ത ഉശിരൻ തൊഴിലാളികളും തമ്മിൽ നടന്ന രൂക്ഷമായ പോരാട്ടത്തിന്റെ വേദികളായിരുന്നതിനാലാണ് ഈ രണ്ട് ഗ്രാമങ്ങൾ പ്രത്യേക ശ്രദ്ധയാകർഷിച്ചത്.

രണ്ടാം ലോകയുദ്ധം അവസാനിച്ചതിനെത്തുടർന്ന് തൊഴിലില്ലായ്മയും പട്ടിണിയും രൂക്ഷമായി. ഭക്ഷണസാധനങ്ങളും അരിയും തുണിയും പഞ്ചസാരയും മണ്ണെണ്ണയും മറ്റുമെല്ലാം കിട്ടാതായി; അവയെല്ലാം കരിഞ്ചന്തയിൽ മാത്രമേ കിട്ടൂവെന്ന സ്ഥിതിയായി. ഈ പ്രദേശത്തെ കുടിയാന്മാരെയും കർഷകത്തൊഴിലാളികളെയും ഭൂപ്രഭുക്കൾ പലപ്പോഴും തല്ലിച്ചതയ്ക്കുമായിരുന്നു, കഠിനമായി ഉപദ്രവിച്ചിരുന്നു; സ്ത്രീകൾ ബലാത്സംഗം ചെയ്യപ്പെട്ടിരുന്നു; അവരുടെ പാർപ്പിടങ്ങൾ അഗ്നിക്കിരയാക്കിയിരുന്നു. അടിമകളെ പോലെയാണ് ഭൂപ്രഭുക്കൾ അവരോട് പെരുമാറി

യിരുന്നത്. ഭൂപ്രഭുവിന്റെ കാമപൂർത്തിക്ക് വഴിപ്പെടാൻ തയ്യാറാകാത്ത ഒരു കർഷകത്തൊഴിലാളി യുവതിയെ പിടികൂടി കയറുകൊണ്ട് ബന്ധിച്ച് അവളുടെ കുടിലിലേക്ക് വലിച്ചിഴച്ചു കൊണ്ടുപോയി ബലാത്സംഗം ചെയ്യുകയും കഠിനമായി ദേഹോപദ്രവം ഏല്പിക്കുകയും ചെയ്തശേഷം അവളെ ഒരു കുഴിയിലാക്കി കഴുത്തിനൊപ്പം മണ്ണിട്ടു മൂടുകയും ചെയ്ത ആ പ്രമാണി അവളുടെ തലയിൽ തൊഴിക്കുകയും ചെയ്തു.

ആ പ്രദേശത്തെ ജനങ്ങൾ, പ്രത്യേകിച്ച് തൊഴിലാളികളും കർഷകത്തൊഴിലാളികളും കുടിയാന്മാരും കയർ വർക്കേഴ്സ് യൂണിയന്റെയും കമ്യൂണിസ്റ്റ് പാർട്ടിയുടെയും നേതൃത്വത്തിൻകീഴിൽ ചെറുത്തുനില്പ് പ്രസ്ഥാനത്തിൽ സ്വയം സംഘടിതരാകാൻ തുടങ്ങി. മറ്റു തൊഴിലാളികളും സംഘടിതരായിരുന്നു. 1944 – 45ൽ തന്നെ ചേർത്തല താലൂക്കിലുടനീളം കർഷകത്തൊഴിലാളികൾ വാർഡ് കമ്മിറ്റികൾക്ക് രൂപം കൊടുത്തു കഴിഞ്ഞിരുന്നു.

തിരുവിതാംകൂർ ഭരണാധികാരിയും അദ്ദേഹത്തിന്റെ ദിവാനും ജനങ്ങളുടെ ആവശ്യങ്ങൾക്ക് ചെവികൊടുക്കാൻ വിസമ്മതിച്ചുവെന്ന് മാത്രമല്ല, തിരുവിതാംകൂർ പ്രവിശ്യയെ ഇന്ത്യാ രാജ്യത്തിൽനിന്നും വേർപെടുത്താനുള്ള നീക്കവും അവർ തുടങ്ങി. നിലവിൽ വരാൻ പോകുന്ന സ്വതന്ത്ര ഇന്ത്യയിൽ തിരുവിതാംകൂർ ചേരില്ലെന്നും അത് ഒരു സ്വതന്ത്രരാജ്യമായി തുടരുമെന്നും ദിവാൻ പ്രഖ്യാപിച്ചു. ഉത്തരവാദ ഗവൺമെന്റിനായുള്ള സമരം സ്വതന്ത്ര തിരുവിതാംകൂറിനെതിരായ സമരവുമായി ലയിച്ചു ചേർന്നു.

തിരുവിതാംകൂർ ഭരണാധികാരികളും ജനാധിപത്യ പ്രതിപക്ഷശക്തികളും തമ്മിലുള്ള മറ്റൊരു തർക്കം "അമേരിക്കൻ മോഡൽ" എന്നു വിളിക്കപ്പെടുന്നതിനെക്കുറിച്ചുള്ളതായിരുന്നു. താൻ എക്സിക്യൂട്ടീവ് പ്രസിഡന്റായിട്ടുള്ള അമേരിക്കൻ മോഡലിനെ പിന്താങ്ങുന്നുവെന്നാണ് ദിവാൻ പറഞ്ഞത്. ദിവാന്റെ ഈ നിർദ്ദേശത്തിന് പുന്നപ്രയിലെയും വയലാറിലെയും ഉശിരൻ തൊഴിലാളിവർഗ്ഗത്തിൽനിന്നും ശക്തമായ എതിർപ്പ് നേരിടേണ്ടതായിവന്നു. ആലപ്പുഴയിലെ ഉശിരൻ തൊഴിലാളിവർഗ്ഗവും കമ്യൂണിസ്റ്റു പാർട്ടിയും "അമേരിക്കൻ മോഡൽ അറബിക്കടലിൽ" എന്ന മുദ്രാവാക്യമുയർത്തി.

1945 ജൂലൈ – ആഗസ്ത് കാലത്ത് ആലപ്പുഴയിലെയും ചേർത്തലയിലെയും മുഹമ്മയിലെയും തൊഴിലാളികൾ അവശ്യസാധനങ്ങൾ ന്യായവിലയ്ക്ക് കിട്ടണമെന്നാവശ്യപ്പെട്ട് ഒരു പൊതുപണിമുടക്കിന് ആഹ്വാനം ചെയ്തു. തുടക്കത്തിൽ തിരുവിതാംകൂർ ഗവൺമെന്റ് അവശ്യസാധനങ്ങൾ വിതരണംചെയ്യാനുള്ള ഒരു സംവിധാനത്തിന് രൂപം നല്കാമെന്ന് സമ്മതിച്ചു. എന്നാൽ തൊഴിലില്ലായ്മയ്ക്കും പട്ടിണിക്കുമെതിരെ തൊഴിലാളികൾ പ്രക്ഷോഭം ആരംഭിച്ചതോടെ ഗവൺമെന്റ് ഈ പ്രസ്ഥാനത്തെ അടിച്ചമർത്താൻ നിശ്ചയിച്ചു. പട്ടാളനിയമം പ്രഖ്യാപിക്കപ്പെട്ടു. പൊലീസിനെ അവരുടെ ഇഷ്ടാനുസരണം പ്രവർത്തിക്കാൻ കയറൂരിവിട്ടു. സംസ്ഥാനത്തെ പട്ടാളവും റിസർവ്വ് പൊലീസും കൊല്ലത്തും ആ

ലപ്പുഴയും കോട്ടയത്തും പുനലൂരും മറ്റിടങ്ങളിലും തയ്യാറായിനിന്നു. പ്രകടനങ്ങളും പണിമുടക്കുകളുമെല്ലാം നിരോധിക്കപ്പെട്ടു. പൊലീസ് ഭീകരതയെക്കുറിച്ചും നിഷ്ഠുരതകളെക്കുറിച്ചും ഒരു റിപ്പോർട്ടും പ്രസിദ്ധീകരിക്കരുത് എന്ന് പത്രങ്ങൾക്ക് ഉത്തരവു നല്കി. പൊലീസും ഗുണ്ടകളും സർവ്വത്ര അഴിഞ്ഞാടി. യൂണിയനാഫീസുകൾ കൈയേറുകയും ചുട്ടെരിക്കുകയും തകർക്കുകയും ചെയ്തു. പ്രക്ഷോഭത്തിന്റെ നേതാക്കളെ അറസ്റ്റുചെയ്ത് ജയിലിലടച്ചു. ഈ ഭീകരവാഴ്ച നടപ്പാക്കുന്നതിൽ ഭൂപ്രഭുക്കൾ സജീവ പങ്കുവഹിച്ചു.

അഖില തിരുവിതാംകൂർ ട്രേഡ് യൂണിയൻ കോൺഗ്രസ് പൊതു പണിമുടക്കിന് ആഹ്വാനം നല്കി; 1946 ഒക്ടോബർ 22 ന് പണിമുടക്ക് ആരംഭിച്ചു. അസംഖ്യം തൊഴിലാളികൾ പ്രകടനം ആരംഭിച്ചു; സ്വാതന്ത്ര്യത്തിനായുള്ള ആവശ്യമുന്നയിച്ച് അവർ പുന്നപ്രയിലെ പൊലീസ് ക്യാമ്പിലേക്ക് മാർച്ച് ചെയ്തു. ക്യാമ്പിന്റെ ചുമതലക്കാരനായ പൊലീസ് ഉദ്യോഗസ്ഥൻ പ്രകടനത്തിനുനേരെ വെടിവയ്ക്കാൻ ഉത്തരവിട്ടു. പൊലീസ് വെടിയുണ്ടയേറ്റ് നിരവധി പ്രകടനക്കാർ മരിച്ചുവീണു; അതേസമയം ഏറ്റുമുട്ടലിൽ ഓഫീസറും 5 പൊലീസുകാരും കൊല്ലപ്പെട്ടു. പുന്നപ്രയിലെ സംഘട്ടനത്തിന്റെ 24 മണിക്കൂറിനുള്ളിൽ അമ്പലപ്പുഴ, ചേർത്തല താലൂക്കുകൾ പട്ടാളത്തിനു കൈമാറി. ഗ്രാമങ്ങളിൽ നരനായാട്ട് പതിവായി. ആളുകളെ പിടികൂടി വെടിവെച്ച് കൊല്ലുകയോ തല്ലിക്കൊല്ലുകയോ പതിവായി. പൊലീസ് അതിക്രമങ്ങളെ ചെറുക്കുന്നതിനായി വയലാറിൽ ഒരു ക്യാമ്പ് രൂപീകരിക്കപ്പെട്ടു. 1946 ഒക്ടോബർ 27 ന് ക്യാമ്പിലെ അന്തേവാസികൾ ഉച്ചഭക്ഷണം കഴിച്ചുകൊണ്ടിരിക്കെ, പെട്ടെന്ന് പട്ടാളം ക്യാമ്പ് വളയുകയും വെടിവയ്പ് ആരംഭിക്കുകയും ചെയ്തു; നിരവധി ആളുകൾ കൊല്ലപ്പെട്ടു (കൃത്യം എത്ര പേരെന്നത് ഇന്നും അജ്ഞാതമാണ്). വെടിക്കോപ്പുകൾ തീരുന്നതുവരെ വെടിവെയ്പ് തുടർന്നു. എന്നിട്ടും ജീവൻ ബാക്കിയായവരെ കൊല്ലുന്നതിനു ബയണറ്റുകൾ പ്രയോഗിച്ചു.

പറഞ്ഞറിയിക്കാനാവാത്തത്ര ഭീകരമായ പൊലീസ് അക്രമങ്ങൾക്ക് ആളുകൾ വിധേയരാക്കപ്പെട്ടു. ഒട്ടനവധി പേർക്ക് തങ്ങളുടെ വീടുവിട്ട് തിരുവിതാംകൂറിനു പുറത്ത് ഒളിസങ്കേതങ്ങൾ തേടേണ്ടതായിവന്നു. ജില്ലയിലുടനീളം നടന്ന സമരങ്ങളിൽ നൂറുകണക്കിന് ഉശിരൻ പ്രവർത്തകർ കൊല്ലപ്പെട്ടു; അതിലേറെ പേർക്ക് പരിക്കേറ്റു; നൂറുകണക്കിന് വീടുകൾ അഗ്നിക്കിരയാക്കപ്പെട്ടു; ആ പ്രദേശമൊന്നാകെ അങ്ങനെ അക്ഷരാർത്ഥത്തിൽ മരുഭൂമി പോലെയാക്കപ്പെട്ടു. സർവ്വ അധികാരങ്ങളും കൈയടക്കിയിരുന്ന ദിവാൻ ധിക്കാരപൂർവ്വം അവകാശപ്പെട്ടത് ആലപ്പുഴയിലെ കമ്യൂണിസ്റ്റുകാരെ നിശ്ശേഷം നാമാവശേഷമാക്കിയെന്നാണ്. ഇത്തരം ദുരന്തപൂർണ്ണമായ സംഭവങ്ങളുണ്ടായിട്ടും ആലപ്പുഴയിലേയും അയൽപ്രദേശങ്ങളിലേയും ഉശിരൻ തൊഴിലാളിവർഗ്ഗ പോരാളികൾ പ്രകടമാക്കിയതുപോലുള്ള ധീരോദാത്തമായ നടപടികൾക്ക് തിരുവിതാംകൂർ മുൻപൊരിക്കലും സാക്ഷ്യം വഹിച്ചിട്ടില്ല.

സമാനതകളില്ലാത്ത ഈ പോരാട്ടത്തിൽ, പ്രാകൃതമായ ആയുധങ്ങളുമേന്തി തൊഴിലാളിവർഗ്ഗ വളണ്ടിയർമാർ ആലപ്പുഴ പട്ടണത്തിലും സമീപ ഗ്രാമപ്രദേശങ്ങളിലുമാകെ തിരുവിതാംകൂർ പട്ടാളവുമായും പൊലീസുമായും സർക്കാർ പിന്തുണയുള്ള സാമൂഹികവിരുദ്ധ സംഘങ്ങളുമായും പൊരുതി. തിരുവിതാംകൂറിലെ കമ്യൂണിസ്റ്റ് പാർട്ടിയുടെ നേതാക്കളുടെ മേന്മയും കഴിവുമാണ് ഇതിൽ പ്രകടമായത്; അക്ഷരാർത്ഥത്തിൽത്തന്നെ നിരായുധരായി സർക്കാരിന്റെ കടന്നാക്രമണത്തെ നേരിടാൻ അവർ സജ്ജരായിരുന്നു.

തൊഴിലാളിവർഗ്ഗത്തെ പരാജയപ്പെടുത്തിയെങ്കിലും സംസ്ഥാനത്തെ രാഷ്ട്രീയ അന്തരീക്ഷം ആകപ്പാടെ മാറി. ഈ പോരാട്ടത്തിൽനിന്നും ഉയർന്നുവന്ന ''വയലാർ രക്തം, നമ്മുടെ രക്തം'' എന്ന മുദ്രാവാക്യവും അവരുടെ ത്യാഗങ്ങളും നിഷ്ഫലമായില്ല.

ശക്തമായ ചെറുത്തുനില്പിനായി ധീരോദാത്തതയും മനസ്സാന്നിദ്ധ്യവും പ്രകടിപ്പിച്ചത് തൊഴിലാളിവർഗ്ഗം മാത്രമാണെങ്കിലും ക്രമേണ വിപുലമായ ജനവിഭാഗങ്ങൾ സ്വേച്ഛാധിപത്യ വാഴ്ചയ്ക്കെതിരായ നിലപാടെടുത്തു. ആലപ്പുഴയിലെ സംഘടിത തൊഴിലാളിവർഗ്ഗത്തിനും അതിനു നേതൃത്വം നല്കിയ കമ്യൂണിസ്റ്റ് പാർട്ടിക്കും തിരുവിതാംകൂറിലെയും ഇന്ത്യയിലുടനീളവുമുള്ള ജനാധിപത്യ പ്രസ്ഥാനത്തിന്റെയാകെയും അനുഭാവവും പിന്തുണയും ലഭിക്കുകയുണ്ടായി. തിരുവിതാംകൂറിൽ ജനങ്ങൾ ഒന്നടങ്കം (ഉന്നത ജാതികളിലെ ചെറിയൊരു ന്യൂനപക്ഷ വിഭാഗമൊഴികെ) ദിവാൻ വാഴ്ചയ്ക്കെതിരായിരുന്നു. ഇതിൽ മഹാഭൂരിപക്ഷം വരുന്ന അവർണ്ണ ഹിന്ദുക്കളും ഗണ്യമായ ന്യൂനപക്ഷ വിഭാഗമായ ക്രിസ്ത്യാനികളും ചെറിയൊരു ന്യൂനപക്ഷമായ മുസ്ലീങ്ങളും ഉൾപ്പെട്ടിരുന്നു. അങ്ങനെ ഈ സമരം സ്വാതന്ത്ര്യം കൈവരിച്ചശേഷം ഇന്ത്യയെ ഒന്നിച്ചു നിർത്തുന്നതിനു ഇന്ത്യൻ ജനത അഴിച്ചുവിട്ട സമരത്തിന്റെ ഭാഗമായി.

ഈ സമരം കഴിഞ്ഞ് ഒരുവർഷം തികയുന്നതിനു മുൻപുതന്നെ, "കമ്യൂണിസ്റ്റ് കലാപ"ത്തെ ഉന്മൂലനം ചെയ്യുകയാണ് തന്റെ ലക്ഷ്യമെന്ന് കരുതി നടപടിയെടുത്ത ദിവാന് അപമാനിതനായി ഈ നാടുവിടേണ്ടതായിവന്നു. ദിവാൻ നാടുവിട്ടോടിയതിനെ തുടർന്ന് ജനങ്ങളുടെ രാഷ്ട്രീയ ആവശ്യങ്ങൾ പരിഗണിക്കുമെന്ന് രാജാവ് പ്രഖ്യാപനം നടത്തി. പ്രായപൂർത്തി വോട്ടവകാശത്തിന്റെ അടിസ്ഥാനത്തിൽ തിരഞ്ഞെടുപ്പ് നടത്തുന്നതിനും തിരഞ്ഞെടുക്കപ്പെടുന്ന നിയമസഭാംഗങ്ങളോട് ഉത്തരവാദിത്വമുള്ള ജനാധിപത്യ ഗവൺമെന്റ് സ്ഥാപിക്കുന്നതിനും വേണ്ടിയുള്ള തയ്യാറെടുപ്പുകൾ തുടങ്ങി.

തിരുവിതാംകൂറിലെ പുന്നപ്രയിലും വയലാറിലും നടന്ന ഉശിരൻ ചെറുത്തുനില്പ് ഒറ്റപ്പെട്ട സംഭവവികാസമായിരുന്നില്ല. ആ കാലഘട്ടത്തിൽ കേരളത്തിൽ പല തരത്തിലും തീവ്രതയിലും ആഞ്ഞുവീശിയ ജനകീയസമരങ്ങളുടെ ഉശിരൻ വേലിയേറ്റത്തിന്റെ ഭാഗമായിരുന്നു. അവയിൽ പ്രമുഖമായത് മലബാറിലെ കരിവെള്ളൂരിലെയും കാവുമ്പായി

യിലെയും തില്ലങ്കേരിയിലെയും കർഷകസമരങ്ങളായിരുന്നു.

പല പ്രദേശങ്ങളിലും ക്ഷാമവും പട്ടിണിയും നടമാടി; അരി കൈവശമുണ്ടാവുകയെന്നാൽ സ്വർണ്ണം കൈവശമുണ്ടായിരിക്കുന്നതിലും പ്രിയപ്പെട്ടതായിരുന്നു. കരിവെള്ളൂരിൽ ഭൂപ്രഭുക്കളുടെ പത്തായങ്ങൾ നെല്ലുകൊണ്ട് നിറഞ്ഞു കവിഞ്ഞിരുന്നപ്പോൾ ദരിദ്ര കർഷകരും കർഷകത്തൊഴിലാളികളും കൊടും പട്ടിണിയിലായിരുന്നു. ഭൂപ്രഭുക്കൾ പൂഴ്ത്തിവെച്ചിരുന്ന ധാന്യം പൊലീസിന്റെയും സർക്കാർ സംവിധാനത്തിന്റെയും പൂർണ്ണമായ ഒത്താശയോടെ കരിഞ്ചന്തയിൽ എത്തിയിരുന്നു; മലബാർ മേഖലയിൽ ഭരണം നടത്തിയിരുന്ന കൊളോണിയൽ ഭരണാധികാരികൾ കരിഞ്ചന്തയ്ക്കെതിരെ ശബ്ദമുയർത്തിയവരെ അടിച്ചമർത്താൻ മലബാർ സ്പെഷ്യൽ പൊലീസിനെ കയറൂരി വിട്ടു. നെല്ല് കരിവെള്ളൂരിൽ നിന്നും കൊണ്ടുപോകരുതെന്ന ജനങ്ങളുടെ അഭ്യർഥന ഭൂപ്രഭുക്കളുടെ ബധിര കർണ്ണങ്ങളിലാണ് പതിച്ചത്. ഭൂപ്രഭുക്കളുടെ സിൽബന്തികൾ നെല്ല് ശേഖരിക്കുന്നത് ജനങ്ങൾ ചെറുത്തപ്പോൾ 1946 ഡിസംബർ 20 ന് പൊലീസ് ജനങ്ങളെ വെടിവെച്ചു. ഈ ചെറുത്തുനില്പിന് നേതൃത്വം നല്കിയ പാർട്ടി നേതാക്കൾ പൊലീസ് വെടിയുണ്ടയേറ്റ് മരിച്ചുവീണു. നൂറുകണക്കിനാളുകൾ അറസ്റ്റുചെയ്യപ്പെട്ടു; അവർക്കുമേൽ പലവിധ കുറ്റാരോപണങ്ങളും ചുമത്തപ്പെട്ടു.

ചെറുത്തുനില്പിന്റെ ദീർഘകാല പാരമ്പര്യമുള്ള മലബാറിലെ മറ്റൊരു ഗ്രാമമായ കാവുമ്പായിയിൽ ഭൂപ്രഭുക്കൾ ധാന്യങ്ങൾ പൂഴ്ത്തിവെച്ച ഗോഡൗണുകളിൽ മിന്നൽ പരിശോധന നടത്താൻ കമ്യൂണിസ്റ്റ് പാർട്ടി തീരുമാനിച്ചു. ഈ നടപടികളെ ചെറുക്കാൻ പൊലീസിന്റെ പിന്തുണയോടെ ഭൂപ്രഭുക്കൾ ശ്രമിച്ചു. ഈ പോരാട്ടങ്ങളിൽ പങ്കെടുത്ത് നിരവധി സഖാക്കൾ രക്തസാക്ഷികളായി; അതേസമയം നൂറുകണക്കിനാളുകൾ അറസ്റ്റ് ചെയ്യപ്പെടുകയും കൊടിയ പീഡനങ്ങൾക്കിരയാവുകയും ചെയ്തു. മലബാറിലെ ഈ കർഷക സമരങ്ങളിൽ പങ്കെടുത്ത നിരവധി നേതാക്കൾ സേലം ജയിലിൽ അടയ്ക്കപ്പെട്ടിരുന്നു; അവിടെ അവർ ജയിലിനുള്ളിൽ മെച്ചപ്പെട്ട സൗകര്യങ്ങൾ വേണമെന്നാവശ്യപ്പെട്ട് പ്രതിഷേധ സമരത്തിൽ പങ്കെടുത്തു (1950 ഫെബ്രുവരി). കോൺഗ്രസ് ഭരണത്തിലെ പൊലീസ് ആ കമ്യൂണിസ്റ്റ് തടവുകാരെ വെടിവച്ചു; വെടിവയ്പിൽ 22 സഖാക്കൾ രക്തസാക്ഷികളായി.

പുന്നപ്രയിലും വയലാറിലും മരിച്ചുവീണ നൂറുകണക്കിനു രക്തസാക്ഷികളുടെയും ഒട്ടേറെ കഷ്ടപ്പാടുകൾ അനുഭവിച്ച മറ്റ് ആയിരക്കണക്കിന് ആളുകളുടെയും ത്യാഗങ്ങൾ നിഷ്ഫലമായില്ല. ഈ സമരം പുതിയൊരു പ്രക്രിയയുടെ തുടക്കമായിരുന്നു; ഇതിന്റെ ഫലമായി തിരുവിതാംകൂർ, കൊച്ചി എന്നീ രണ്ട് നാട്ടുരാജ്യങ്ങൾ ആദ്യം ലയിച്ച് തിരുവിതാംകൂർ – കൊച്ചി എന്നറിയപ്പെടുന്ന സംസ്ഥാനമായി. ഏഴ് വർഷത്തിനുശേഷം അവ ബ്രിട്ടീഷ് ഭരണത്തിലായിരുന്ന മദ്രാസ് പ്രസിഡൻസിയിലെ മലബാർ ജില്ലയുമായി ലയിച്ച് പുതിയൊരു സംസ്ഥാനമായി മാറി – ഐക്യകേരളം എന്ന ഭാഷാ സംസ്ഥാനം.

ധീരോദാത്തമായ വർളികലാപം

വർളികളുടെ ജനകീയ മുന്നേറ്റത്തിന്റെ അടിസ്ഥാന കാരണം ക്രൂരന്മാരായ ഭൂപ്രഭുക്കൾ അവരെ അടിച്ചമർത്തിയിരുന്നതിലും അവരുടെ ദുരിതജീവിതത്തിന്റെ ദുസ്സഹമായ അവസ്ഥയിലുമാണ് തിരയേണ്ടത്. ഒരു നൂറ്റാണ്ടിലേറെയായി ഈ അവസ്ഥകളിൽപെട്ട് അവർ നരകിക്കുകയായിരുന്നു – ഈ അവസ്ഥയോട് അവർ മടുത്തിരുന്നു; അതവർ വെറുത്തിരുന്നു; എന്നാൽ ഭയവും നിസ്സഹായതയും അവരുടെ ഉള്ളിലെ രോഷാഗ്നിയെ തളർത്തിയിരുന്നു. കടുത്ത നിരാശയിലായിരുന്നു അവർ ജീവിതം തള്ളിനീക്കിയത്; തങ്ങളുടെ അടിമത്ത്വത്തിന് അറുതി വരുത്താൻ അവർ തക്കം പാർത്തിരിക്കുകയായിരുന്നു; എന്നാൽ എങ്ങനെ അത് ചെയ്യാനാകുമെന്ന് അവർക്ക് അറിയില്ലായിരുന്നു. കമ്യൂണിസ്റ്റുകാരുടെ നേതൃത്വത്തിലുള്ള കിസാൻ സഭയുടെ കടന്നുവരവ് ഈ കുറവ് നികത്തി. വർളികളുടെ വിമോചന പ്രക്ഷോഭം 1945 മെയ് മാസത്തിൽ ആരംഭിച്ചു; അടിയാളത്തത്തിനെതിരായ കലാപത്തിന്റെ ചുവപ്പ് ബാനർ അന്നാണവർ ഉയർത്തിയത്. ഗോദാവരി പരുലേക്കറും അവരുടെ ഭർത്താവ് ശ്യാമറാവു പരുലേക്കറും വർളികളെ ഉത്തേജിതരാക്കാനും സംഘടിപ്പിക്കാനും അക്ഷീണം പ്രവർത്തിച്ചു.

ആദിവാസി കർഷകരിൽ ഭൂരിപക്ഷവും വർളികളായിരുന്നു; അവർ താനെ ജില്ലയിലെ ഉംബർഗാവ്, ദഹാനു, പാൽഘർ, ജവഹർ താലൂക്കുകളിൽ അവിടവിടെയായിട്ടാണ് പാർത്തിരുന്നത്. സമ്പന്നരായ ഭൂപ്രഭുക്കളും പലിശക്കാരും തുച്ഛമായ തുകയ്ക്ക് അവരിൽനിന്ന് ഭൂമി തട്ടിയെടുത്തിരുന്നു. ക്രമേണ അവർ അതേ ഭൂമിയിൽ തന്നെ കുടിയാന്മാരായി പാർപ്പുറപ്പിക്കുകയായിരുന്നു; ഉല്പന്നത്തിന്റെ പകുതി പാട്ടമായി നല്കണമായിരുന്നു; അതിനുപുറമേ ഭൂപ്രഭുക്കളുടെ ഭൂമിയിൽ കൂലിയില്ലാതെ വേല ചെയ്യേണ്ടതായും വന്നു. അടിയാളരായാണ് അവർ ജീവിച്ചത്. ഭൂ

പ്രഭുക്കളിൽ ചിലർക്ക് പുൽമേടുകൾ സ്വന്തമായുണ്ടായിരുന്നു; ചിലർ വനം കരാറുകാരായും പ്രവർത്തിച്ചിരുന്നു; ആദിവാസി കർഷകരെ അവർ തുച്ഛമായ കൂലിക്ക് പണിയെടുപ്പിച്ചിരുന്നു. വേത്ത് അഥവാ നിർബ്ബന്ധിത ജോലി (അടിമപ്പണി) വ്യാപകമായിരുന്നു. പണിയില്ലാത്ത സീസണിൽ ആദിവാസി കർഷകർ ഭൂപ്രഭുക്കളിൽനിന്ന് ഖാദി അഥവാ നെല്ല്വായ്പ വാങ്ങിയിരുന്നു; അതിനവർ 50 ശതമാനം മുതൽ 200 ശതമാനം വരെ ഉല്പന്നമായി തന്നെ പലിശയും നല്കണമായിരുന്നു.

താനെ ജില്ലയിലെ തിത്ത്വാലഗ്രാമത്തിൽ വച്ച് 1945 ൽ മഹാരാഷ്ട്ര കിസാൻ സഭയുടെ ആദ്യസമ്മേളനം ചേർന്നു. ജില്ലയിലെ എല്ലാ താലൂക്കുകളിൽനിന്നുമുള്ള കർഷകരുടെ പ്രതിനിധികളെ അണിനിരത്താൻ കിസാൻസഭ പ്രവർത്തകർ പദ്ധതിയിട്ടു. സമ്മേളനത്തിനായുള്ള പ്രചാരണ പ്രവർത്തനങ്ങൾക്കിടയിലാണ് അവർ ആദ്യമായി 1944 ഡിസംബറിൽ ഉംബർഗാവ് താലൂക്കിലെ വർളികളുമായി ബന്ധപ്പെടുന്നത്.

ആ കാലത്ത് ഭൂപ്രഭുക്കളുടെ ആളുകളും പ്രാദേശിക സർക്കാർ ഉദ്യോഗസ്ഥരും തങ്ങളുടെ പ്രവർത്തന പരിധിക്കുള്ളിൽ രാജാക്കന്മാരെപോലെ ആയിരുന്നു. അവരുടെ സാന്നിദ്ധ്യത്തിൽ തുറന്ന് സംസാരിക്കാൻ വർളികൾ ഭയപ്പെട്ടിരുന്നു. കിസാൻസഭ സംഘടിപ്പിച്ച യോഗങ്ങളിലൊന്നിൽ ഇത്തരക്കാരെ കണ്ടപ്പോൾ യോഗത്തിൽനിന്ന് പുറത്തേക്ക് പോകാൻ നേതാക്കൾ അവരോട് കർക്കശമായി പറഞ്ഞു. കുനിഞ്ഞ തലകളുമായി അവർക്ക് പുറത്തേക്ക് പോകേണ്ടതായി വന്നു. ഈ നടപടി തുറന്നു സംസാരിക്കാൻ വർളികൾക്ക് ധൈര്യം നല്കി; തങ്ങളുടെ അവസ്ഥയെയും തങ്ങൾ നേരിടുന്ന ചൂഷണങ്ങളെയുംകുറിച്ചുള്ള അവരുടെ വികാരമാകെ പ്രകടിപ്പിക്കപ്പെട്ടു. തിത്ത്വാലയിലെ സമ്മേളനത്തിൽ പങ്കെടുക്കാൻ തങ്ങളുടെ ചില പ്രതിനിധികളെ അയക്കാമെന്ന് അവർ വാഗ്ദാനം ചെയ്തു. എന്നാൽ, സമ്മേളനത്തിനുശേഷം തങ്ങളെ സഹായിക്കാൻ തങ്ങൾക്കൊപ്പം കിസാൻസഭാ പ്രവർത്തകരിലൊരാൾ നില്ക്കണമെന്ന ഒരു വ്യവസ്ഥ അവർ മുന്നോട്ടുവച്ചു.

തിത്ത്വാല സമ്മേളനത്തിൽ ഉംബർഗാവ് താലൂക്കിൽ നിന്നുള്ള 15 വർളി പ്രതിനിധികൾ പങ്കെടുത്തു. മഹാരാഷ്ട്രയിലെ എല്ലാ ജില്ലകളിൽ നിന്നുമുള്ള കർഷകർ അണിനിരന്നത് വർളികളെ ആവേശഭരിതരാക്കുകയും അവരിൽ പരിവർത്തനം വരുത്തുകയും ചെയ്തു. തങ്ങളുടെ മർദ്ദകരുടെ സാന്നിദ്ധ്യം അവരെ ഇനിയൊരിക്കലും ഭയപ്പെടുത്തില്ല എന്നു മാത്രമല്ല അവർ തിരിച്ചടിക്കാൻ തുടങ്ങുകയും ചെയ്തു. അവർ തങ്ങൾക്കൊപ്പം കുറച്ച് ചെങ്കൊടികളും കൂടിക്കൊണ്ടുപോയി; തങ്ങളുടെ വഴികാട്ടിയും സുഹൃത്തും തത്വചിന്തകനുമെല്ലാമായാണ് അവർ ചെങ്കൊടിയെ കണ്ടത്.

സമ്മേളനത്തിനായുള്ള പ്രചാരണ പ്രവർത്തനത്തിനിടയിൽ കിസാൻ സഭയുടെ നേതാക്കൾ അടിമപ്പണിയെടുക്കാനുള്ള ഭൂപ്രഭുക്കളുടെ ആവശ്യത്തെ ചെറുക്കാനും അത് നിർത്തലാക്കാനും വർളികളെ സ

ഹായിച്ചു. ഈ വിജയങ്ങൾ സമരത്തിന്റെ ആദ്യഘട്ടം വിജയകരമാക്കി; ചെറുത്തുനില്പിനുള്ള ആവേശം ഉയർത്തി; ശത്രുവിനെ തങ്ങൾക്ക് അനായാസം പരാജയപ്പെടുത്താൻ കഴിയുമെന്ന് വർളികളിൽ ആത്മവിശ്വാസം വളർത്തി. ഒരു പുതിയ ഉണർവ്വും പുതിയൊരു ബോധവും ജനിച്ചു.

കിസാൻസഭ സമ്മേളനം അടിയാളത്ത സമ്പ്രദായവും അടിമവേലയും അവസാനിപ്പിക്കുന്നതിനുള്ള അടിയന്തര പരിപാടി അംഗീകരിച്ചു. മുഖ്യവും ലളിതവുമായ നാല് മുദ്രാവാക്യങ്ങൾക്ക് അത് രൂപംനല്കി (i) ദിവസക്കൂലി പണമായി നല്കുന്നില്ലെങ്കിൽ ഭൂപ്രഭുവിന്റെ സ്വകാര്യഭൂമി കൃഷി ചെയ്യരുത്; (ii) ഭൂപ്രഭുവിന് വേണ്ടി ഒരു സൗജന്യ സേവനവും ചെയ്യരുത്; (iii) ഭൂപ്രഭു നിങ്ങളെ ആക്രമിച്ചാൽ ചെറുത്തുനില്ക്കുക; (iv) നിങ്ങൾ ഒറ്റക്കെട്ടായിരിക്കണം.

നിർബ്ബന്ധിത ജോലി ചെയ്യാനുള്ള ഭൂപ്രഭുക്കളുടെ ആവശ്യത്തെ ചെറുക്കുന്നത് സമ്മേളനം സമാപിച്ച ആ നിമിഷം തന്നെ ആരംഭിച്ചു. സമ്മേളനം സമാപിച്ച് 24 മണിക്കൂറിനുള്ളിൽ സമ്മേളനത്തിന്റെ സന്ദേശവും മുദ്രാവാക്യവും മുക്കിലും മൂലയിലുംവരെ എത്തി. വർളികൾ 100 ശതമാനവും ഐക്യം ഊട്ടിയുറപ്പിച്ചു. ചെറുത്തുനില്പ് അനായാസം വ്യാപകമായി; അതിവേഗം അത് കരുത്താർജ്ജിക്കുകയും ചെയ്തു; അങ്ങനെ മൂന്നുമാസത്തിനുള്ളിൽ നിർബ്ബന്ധിത ജോലി (അടിമപ്പണി) ഭൂതകാല സംഭവമായി മാറി.

ഈ വിജയത്തോടെ, അടിയളാത്ത സമ്പ്രദായം ഇല്ലാതാക്കാനുള്ള പ്രവർത്തനവുമായി വർളികൾ മുന്നോട്ടുപോയി. ഭൂപ്രഭുക്കളുടെ ഭൂമിയിൽ സൗജന്യമായി കൃഷി ചെയ്യാൻ അവർ വിസമ്മതിച്ചു; കൃഷി ചെയ്യണമെന്നുമുണ്ടെങ്കിൽ കിസാൻ സഭ നിശ്ചയിച്ച നിരക്കിൽ കൂലി നല്കണമെന്ന് അവർ ആവശ്യപ്പെട്ടു. ഈ കടന്നാക്രമണം ഉംബർഗാവിലാകെ അതിവേഗം ചുഴലിക്കൊടുങ്കാറ്റിന്റെ കരുത്താർജ്ജിച്ചു; ഭൂപ്രഭുക്കൾ മുട്ടുമടക്കി. അടിയാള സമ്പ്രദായം നിർമ്മാർജ്ജനം ചെയ്യപ്പെട്ടു.

ഉംബർഗാവ് വർളികളുടെ വിജയകരമായ മുന്നേറ്റത്തിന്റെ വാർത്ത അതിർത്തികൾ കടന്ന് ദഹാനുവരെയെത്തി. കിസാൻ സഭയ്ക്കുവേണ്ടി കാത്തിരിക്കാതെതന്നെ, നിത്യേന പൊതുയോഗങ്ങൾ ചേർന്നുകൊണ്ട് അവർ തങ്ങളുടെ പ്രക്ഷോഭം ആരംഭിച്ചു. കിസാൻസഭാ പ്രവർത്തകർ അവിടെ എത്തിയപ്പോൾ ആ പ്രദേശമാകെ അതിഭീമമായ, ശക്തമായ ഒരു ബഹുജന മുന്നേറ്റത്തിന്റെ പിടിയിൽപെട്ടതായി കണ്ട് അവർ അത്ഭുതപ്പെട്ടു.

ചെങ്കൊടി പ്രസ്ഥാനത്തെ തങ്ങളുടെ വിമോചന പ്രസ്ഥാനമായാണ് വർളികൾ കണ്ടത്; കടക്കെണിയിൽ അടിമകളാക്കപ്പെട്ടവരുടെ മോചനം അതിന്റെ അവിഭാജ്യഭാഗമായും തിരിച്ചറിയപ്പെട്ടു. ദഹാനു താലൂക്കിന്റെ വിവിധ ഭാഗങ്ങളിൽ അവർ ചെങ്കൊടിയുമായി മാർച്ച് ചെയ്തു; ആയിരത്തോളം അടിമകളെ മോചിപ്പിച്ചു. അടിമകളുടെ വിമോചനപ്രസ്ഥാനം അടിമകളുടെ സ്വാതന്ത്ര്യം പുനഃസ്ഥാപിച്ചു; അതിലും ഏറെ

പ്രധാനപ്പെട്ട കാര്യം ഈ പ്രസ്ഥാനം അടിമയുടെ ഭാര്യയെ ഭൂപ്രഭുവിന്റെ കാമാർത്തിയിൽ നിന്നും രക്ഷിച്ചുവെന്നതാണ്.

500 പൗണ്ട് പുല്ല് വെട്ടുന്നതിന് 2.50 രൂപ മിനിമം നിരക്ക് എന്ന മറ്റൊരാവശ്യവും കിസാൻ സഭ ഉയർത്തി. ആയിരക്കണക്കിന് ഏക്കർ ഭൂമിയിൽ പുല്ല് വളർന്നിരുന്നു; ഭൂപ്രഭുക്കൾ പുല്ല് വിറ്റ് വൻലാഭമുണ്ടാക്കിയിരുന്നു. വർളികൾ പുല്ലരിയാൻ വിസമ്മതിച്ചതോടെ ഭൂപ്രഭുക്കൾ പ്രസ്ഥാനത്തെ തകർക്കാൻ ശ്രമിച്ചു. ഗോദാവരി പരുലേക്കർ പ്രസംഗിക്കുന്ന യോഗം പൊളിക്കാൻ ഗുണ്ടകളെ കൊണ്ടുവന്നിട്ടുള്ളതായി അവർ കിംവദന്തി പരത്തി. വാസ്തവത്തിൽ കിസാൻ സഭ അങ്ങനെയൊരു യോഗം നടത്താൻ തീരുമാനിച്ചിരുന്നതേയില്ല. ഭൂപ്രഭുക്കളുടെ ചതിമനസ്സിലാക്കാതെ ആയിരക്കണക്കിന് വർളികൾ തടിച്ചുകൂടി. ഒക്ടോബർ 10 ന് പാതിരാത്രിയോടുകൂടി സായുധ പൊലീസ് സംഘം എത്തിച്ചേരുകയും സമാധാനപരമായി കൂടിനിന്നിരുന്ന വർളികൾക്കുനേരെ ഓടിക്കൊണ്ടിരുന്ന മോട്ടോർ വാനിന്റെ മുകളിൽനിന്ന് പൊലീസുകാർ വെടിവയ്ക്കുകയും ചെയ്തു. പൊലീസുകാർ ലക്കും ലഗാനുമില്ലാതെ എല്ലാ ദിശകളിലേക്കും തുടർച്ചയായി വെടിവച്ചുകൊണ്ടിരുന്നു; ഒക്ടോബർ 11 ന് വൈകുന്നേരം മൂന്നുമണിവരെ ഈ വെടിവയ്പ് തുടർന്നു. 5 വർളികൾ കൊല്ലപ്പെട്ടു; അസംഖ്യം പേർക്ക് പരിക്കേറ്റു.

വർളികൾ സാഹസികമായി മരണത്തെ വെല്ലുവിളിക്കുന്നതിന്റെ ആവേശകരമായ കാഴ്ചയായിരുന്നു ഈ സംഭവം; ചെങ്കൊടിയോടുള്ള അവരുടെ വിശ്വാസത്തിന്റെയും വിധേയത്വത്തിന്റെയും അവരിൽ അപൂർവ്വമായി മാത്രം കണ്ടിരുന്ന ധീരതയുടെ പിറവിയുടെയും പ്രകടനമായിരുന്നു അത്. 15 മണിക്കൂർ നേരം അവരിലേക്ക് ചീറിപ്പാഞ്ഞെത്തിയ വെടിയുണ്ടകളെ ധീരതയോടെ അവർ നേരിട്ടു. ആ 15 മണിക്കൂർ നേരവും അവർ ഉയർത്തിയ ചെങ്കൊടിയെ തങ്ങളുടെ ദേഹത്തോട് ചേർത്തുവച്ച് സംരക്ഷിച്ചു. പൊലീസ് വാൻ തങ്ങൾ നിന്നിരുന്ന സ്ഥലത്തുകൂടി കടന്നുപോകുകയും പൊലീസ് വെടിവയ്ക്കുകയും ചെയ്തതോടെ അവർ ചെങ്കൊടിക്കുചുറ്റും കൂടിനിന്ന്. അവർ ചിന്തിച്ചത് പൊലീസ് ചെങ്കൊടിയെ വെടി വച്ചിടാനാണ് ശ്രമിക്കുന്നതെന്നാണ്; തങ്ങളുടെ ജീവൻ കൊടുത്തും ചെങ്കൊടിയെ കാത്തുരക്ഷിക്കേണ്ടത് പരിപാവനമായ കടമയായി അവർ കരുതി. ആ ജനക്കൂട്ടത്തെ പിരിച്ചുവിടാൻ പൊലീസിന്റെ വെടിവയ്പിനായില്ല. ഒരു കിസാൻസഭാ പ്രവർത്തകൻ ഓടിയെത്തി ഭൂപ്രഭുക്കളുടെ ചതി അവരെ ബോദ്ധ്യപ്പെടുത്തിയതിനെത്തുടർന്നാണ് അവർ പിരിഞ്ഞുപോയത്. ഭൂപ്രഭുക്കളുടെ ചതിയിൽപെടുകയായിരുന്നു തങ്ങളെന്ന് ബോദ്ധ്യപ്പെട്ടപ്പോൾ ഭൂപ്രഭുക്കൾക്കും ഗവൺമെന്റിനുമെതിരെ കടുത്ത വിദ്വേഷത്തോടെയാണ് അവർ വീടുകളിലേക്ക് മടങ്ങിയത്.

വർളികളുടെ പ്രക്ഷോഭത്തിന്റെ പ്രാധാന്യം മനസ്സിലായതോടെ, സാമ്രാജ്യത്വ ഉദ്യോഗസ്ഥ മേധാവികളുടെ സമീപനം അതേ വരെ ഇടപെടാതിരുന്നതിൽ നിന്നു നിഷ്ഠുരമായ അടിച്ചമർത്തലിന്റേതായി. ആദിവാസി

കർഷകർക്കിടയിൽ കമ്യൂണിസ്റ്റ് സ്വാധീനം വളർന്നുവരുന്നത് പ്രവിശ്യയിലെ കോൺഗ്രസ് ഭരണാധികാരികളെയും പരിഭാന്ത്രരാക്കി. അത് ഭൂപ്രഭുകളുടെ പക്ഷം ചേരുകയും ഭീകരത അഴിച്ചുവിട്ട് പ്രക്ഷോഭത്തെ അടിച്ചമർത്താൻ ശ്രമിക്കുകയും ചെയ്തു. ആ പ്രദേശത്ത് പൊതുയോഗങ്ങളും പ്രകടനങ്ങളും അഞ്ചിലധികം ആളുകൾ ഒത്തുകൂടുന്നതും നിരോധിക്കപ്പെട്ടു. ആ പ്രദേശത്തുനിന്ന് എല്ലാ കമ്യൂണിസ്റ്റുകാരെയും ഗവൺമെന്റ് പുറത്താക്കി. പൊലീസ് പ്രയോഗിച്ച ചില രീതികൾ നാസികളെ വെല്ലുന്ന നിഷ്ഠുരതയുടെയും സമാനതകളില്ലാത്ത ക്രൂരതകളുടെയും പ്രകടനമായിരുന്നു. എന്നാൽ നിർഭയരായിരുന്ന വർളികൾ മുന്നോട്ടുതന്നെ നീങ്ങി.

കർഷകർ ഒരു വർഷത്തെ പാട്ടം മാത്രം നല്കിയാൽ മതിയെന്നും കുടിശ്ശിക കൊടുക്കേണ്ടതില്ലെന്നും കൂലി വർദ്ധന ആവശ്യപ്പെടണമെന്നും 1946 ആദ്യം കിസാൻ സഭ സമ്മേളനം തീരുമാനിച്ചു. 1946 ലെ ശരത്കാലത്ത് പുല്ലരിയേണ്ട കാലമായപ്പോഴാണ് വർളി പ്രക്ഷോഭം അതിന്റെ പാരമ്യത്തിൽ എത്തിയത്. പുൽമേടുകളുടെ ഉടമകളായ ഭൂപ്രഭുക്കൾക്കുപുറമെ കൂലിപ്പണിക്ക് ആദിവാസികളെ നിയോഗിച്ചിരുന്ന വനം കോൺട്രാക്ടർമാരുണ്ടായിരുനു. കർഷകരുടെ ആവശ്യങ്ങൾ അംഗീകരിക്കാൻ അവർ തയ്യാറല്ലായിരുന്നു. കിസാൻ സഭ പണിമുടക്കിന് ആഹ്വാനം ചെയ്തു.

ലഹരിപാനീയത്തിനുപയോഗിക്കുന്ന ഒരിനം ഇല കെട്ടിയ ഒരു വടി അയച്ചുകൊടുത്താണ് ആദിവാസി കർഷകർ ഗ്രാമങ്ങളിൽനിന്ന് ഗ്രാമങ്ങളിലേക്ക് പണിമുടക്ക് സന്ദേശം കൈമാറിയത്. ഒരു ഗ്രാമത്തിൽ ഈ വടി എത്തിക്കഴിഞ്ഞാൽ ഉടൻ തന്നെ, ആദിവാസി കർഷകർ പണി നിർത്തുന്നു. കാളവണ്ടി ഓടിക്കുന്ന ആദിവാസി കർഷകർപോലും ജോലി ചെയ്യാൻ വിസമ്മതിച്ചു. ആദിവാസിതൊഴിലാളികുടെ ഈ പണിമുടക്ക് 200 ഗ്രാമങ്ങളിൽ പടർന്നുപിടിച്ചു; ഇത്തരത്തിലൊന്ന് മഹാരാഷ്ട്രയിൽ ഇതാദ്യമായിരുന്നു.

ഒരു മാസത്തോളം നീണ്ടുനിന്നപ്പോഴും പണിമുടക്ക് ദുർബ്ബലമാകുന്നതിന്റെ സൂചനയൊന്നും ഉണ്ടായില്ല. കനത്ത നഷ്ടം നേരിട്ട തടിക്കച്ചവടക്കാരും ഭൂപ്രഭുക്കളും എങ്ങനെയും പണിമുടക്ക് ഒത്തുതീർപ്പാക്കിയാൽ മതിയെന്ന അവസ്ഥയിലെത്തി; ഡിമാൻഡുകൾ അംഗീകരിച്ചു. 1946 നവംബർ 10 ന് പണിമുടക്ക് അവസാനിച്ചു. വർളികളെ സംബന്ധിച്ചിടത്തോളം വലിയൊരു വിജയമായിരുന്നു. അവർ വിജയകരമായി പൊരുതുകയും ഭൂപ്രഭുക്കളുടെയും തടിക്കച്ചവടക്കാരുടെയും കടന്നാക്രമണങ്ങളെയും കോൺഗ്രസ് നേതൃത്വത്തിലുള്ള പ്രവിശ്യാ ഗവൺമെന്റിന്റെ മർദ്ദന നടപടികളെയും നേരിടുകയും ചെയ്തു. കൂടുതൽ കരുത്താർജ്ജിച്ചും കൂടുതൽ ഐക്യത്തോടെയും വർളികൾ ഉയർന്നുവന്നു; യഥാർത്ഥ മിത്രങ്ങൾ ആരെന്നും ശത്രുക്കൾ ആരെന്നും അവർ നല്ല ധാരണയിൽ എത്തുകയുമുണ്ടായി. സംഘടനയാണ് ഒരേയൊരു ശക്തിയെന്ന് അവർ തിരിച്ചറിഞ്ഞു.

സമരങ്ങളുടെ അനുഭവങ്ങൾ വർളികളെ അതിവേഗം പരിവർത്തനപ്പെടുത്തി. അവർ പുതിയ മനുഷ്യരായി മാറുന്ന വിധം തീവ്രമായ പരിവർത്തനത്തിനാണ് വിധേയരായത്. അറിവാർജ്ജിക്കാനുള്ള അദമ്യമായ ദാഹം അവരിൽ വളർന്നുവന്നു. സോഷ്യലിസത്തെക്കുറിച്ചും സോവിയറ്റ് റഷ്യയെകുറിച്ചും എല്ലാ കാര്യങ്ങളും അറിയാൻ അവർ അതീവ ശ്രദ്ധ ചെലുത്തി. ഭൂപ്രഭുക്കളുടെ അപവാദപ്രചരണം അവരുടെ നിശ്ചയദാർഢ്യം വർദ്ധിപ്പിച്ചു. സാമ്പത്തികമണ്ഡലത്തിലെ അവരുടെ അവകാശങ്ങളെക്കുറിച്ച് ഈ സമരം അവരെ ബോധവാന്മാരാക്കി; പൗരാവകാശങ്ങളുടെയും രാഷ്ട്രീയ അവകാശങ്ങളുടെയും വിലയും ഈ സമരത്തിലൂടെ അവർ മനസ്സിലാക്കി.

ആസ്സാമിലെയും സുർമതാഴ്‌വരയിലെയും കർഷകസമരങ്ങൾ

വിഭജനത്തിനുമുൻപുള്ള ആസ്സാമിൽ ഭാഷാടിസ്ഥാനത്തിൽ രൂപീകരിക്കപ്പെട്ട രണ്ട് പ്രവിശ്യാ കിസാൻ സഭകൾ ഉണ്ടായിരുന്നു – ബംഗാളി ഭാഷ സംസാരിക്കുന്ന രണ്ട് ജില്ലകൾ (കച്ചാറും സിൽഹെട്ടും) സുർമ വാലി പ്രൊവിൻഷ്യൽ കിസാൻസഭയിലായിരുന്നു; അത് 1936 ൽ രൂപീകൃതമായി. ആസ്സാമിലെ മറ്റെല്ലാ ജില്ലകളും 1946 ൽ രൂപീകരിക്കപ്പെട്ട ആസ്സാം പ്രൊവിൻഷ്യൽ കിസാൻ സഭയിലായിരുന്നു. എന്നാൽ, ആസ്സാമിൽ കിസാൻസഭയുടെ പ്രവർത്തനങ്ങൾ 1943 മുതൽ ആരംഭിച്ചിരുന്നു.

ഈ പ്രദേശങ്ങളിലെ സെമിന്ദാരി മേഖലയിൽ കുടിയാന്മാർക്ക് അവർ താമസിക്കുകയും കൃഷി നടത്തുകയും ചെയ്യുന്ന ഭൂമിക്കുമേൽ കുടികിടപ്പവകാശമൊന്നും ഉണ്ടായിരുന്നില്ല. ഭൂപ്രഭുവിന്റെ അഭീഷ്ടപ്രകാരം അവരെ ഒഴിപ്പിക്കാൻ കഴിഞ്ഞിരുന്നു. അവരുടെ കൈവശമുള്ള ഭൂമിയിൽ ഉറപ്പുള്ള വീട് പണിയാനോ കിണറോ കുളമോ കുഴിക്കാനോ ഉള്ള അവകാശമൊന്നും അവർക്കുണ്ടായിരുന്നില്ല; ഒരു മരം മുറിക്കാൻപോലും അവർക്ക് അധികാരമുണ്ടായിരുന്നില്ല. ഭൂപ്രഭുവിന്റെ വീട്ടിലേക്ക് പോകുമ്പോൾ കുടിയാന്മാർക്ക് ചെരുപ്പോ ഷൂസോ ധരിക്കാനോ കുട ഉപയോഗിക്കാനോ അനുവാദം ഉണ്ടായിരുന്നില്ല.

പണമായോ സാധനങ്ങളായോ ഉള്ള പതിവ് പാട്ടത്തിനുപുറമെ പല ഉത്സവങ്ങളോടനുബന്ധിച്ചും ഭൂപ്രഭുവിന്റെ കുടുംബത്തിലെ പല വിധ ആചാരങ്ങളുടെയും ആഘോഷങ്ങളുടെയും വേളകളിലും ഭൂപ്രഭുക്കൾ കുടിയാന്മാരിൽനിന്ന് 'അബ്‌വാബ്' അഥവാ 'നസറാന' ഈടാക്കിയിരുന്നു. ഇത്തരത്തിലുള്ള ഈ കവർന്നെടുക്കലുകൾ ഭൂപ്രഭുക്കളുടെ ചട്ടപ്രകാരമുള്ള അവകാശങ്ങളായി മാറിയിരുന്നു. ഇത്തരം രൂപങ്ങളിലായിരുന്നു ഭൂപ്രഭുക്കൾ കുടിയാന്മാരെ സാമൂഹികമായി അടിച്ചമർത്തിയിരുന്നതും

സാമ്പത്തികമായി ഊറ്റിപ്പിഴിഞ്ഞിരുന്നതും; കുടിയാന്മാരെ സംബന്ധിച്ച് ഇത് അസ്സഹനീയമായി മാറിയിരുന്നു.

1936 ൽ സുർമവാലി കിസാൻസഭ കുടിയാന്മാരുടെ ആവശ്യങ്ങൾ ഉന്നയിച്ചു; 12 വർഷം (അതിലേറെയോ) ഭൂപ്രഭുക്കളുടെ ഭൂമിയിൽ കൃഷി നടത്തുന്നവർക്ക് കൈവശാവകാശം ഉണ്ടായിരിക്കണം (അതിനർത്ഥം ഭൂപ്രഭുക്കളുടെ ഇഷ്ടാനുസരണം അവരെ ഒഴിപ്പിക്കാനാവില്ല എന്നാണ്); ഉറപ്പുള്ള വീടുകൾ പണിയാനും കുളം കുഴിക്കാനും കുടിയാന്മാർക്ക് കൈവശാവകാശം ഉണ്ടായിരിക്കണം; ഭൂപ്രഭുക്കൾ നടത്തുന്ന നിയമവിരുദ്ധമായ എല്ലാ പിടിച്ചുപറികളും അവസാനിപ്പിക്കണം; നാൻകാർ സംവിധാനം (അർദ്ധ അടിയാള സംവിധാനം), ഭൂപ്രഭുക്കളുടെ വീടുകളിലും ഭൂമിയിലും കൂലിയില്ലാതെ വേലയെടുക്കുന്നത് ഉൾപ്പെടെ അവസാനിപ്പിക്കണം; അവരുടെ പാർപ്പിടങ്ങൾക്ക് കുടികിടപ്പവകാശവും ഭൂപ്രഭുക്കൾക്കായി കൃഷി ചെയ്യുന്ന ഭൂമിയുടെ ഒരു ഭാഗവും കുടിയാന്മാർക്ക് നല്കുന്ന കുടിയായ്മ നിയമം നിർമ്മിക്കണം; തേയില തോട്ടങ്ങളിൽ പാർപ്പുറപ്പിച്ചിട്ടുള്ള കുടിയാന്മാർക്കും അവർ താമസിക്കുന്ന ഭൂമിയിൽ കുടികിടപ്പവകാശം അനുവദിക്കണം; കുടിയാൻമാർക്കു നേരെയുള്ള സർവ്വമർദന നടപടികളും അവസാനിപ്പിക്കണം; സാമൂഹികമായ എല്ലാ അപമാനിക്കലുകളും നിർത്തലാക്കണം.

ഈ ആവശ്യങ്ങൾക്കായുള്ള കാംപെയ്നുവേണ്ടി സിൽഹെട്ട് ജില്ലയിലുടനീളം നൂറുകണക്കിന് യോഗങ്ങൾ നടത്തി; സെമിന്ദാരി പ്രദേശങ്ങളിലാകെ പ്രകടനങ്ങൾ സംഘടിപ്പിക്കുകയുണ്ടായി. ഈ പ്രകടനങ്ങളെ ആക്രമിച്ചുകൊണ്ടാണ്; അവയിൽ പങ്കെടുത്തുവരെ പരിക്കേല്പിച്ചും ഭീഷണിപ്പെടുത്തിയുംകൊണ്ടാണ് ഭൂപ്രഭുക്കൾ പ്രതികരിച്ചത്. പ്രകടനങ്ങൾക്കുനേരെ ആക്രമണമഴിച്ചുവിടാൻ സെമിന്ദാർമാർ തങ്ങളുടെ വിശ്വസ്തരായ 'നാൻകാർ'മാരെയാണ് ചുമതലപ്പെടുത്തിയത്; ഇത് പ്രസ്ഥാനത്തിനുള്ളിലെ ദൗർബല്യം വെളിപ്പെടുത്തി; കാരണം കിസാൻസഭ നാൻകാർമാരുടെ ആവശ്യങ്ങളെക്കാൾ കുടിയാന്മാരുടെ ആവശ്യങ്ങൾക്കാണ് കൂടുതൽ ഊന്നൽ നല്കിയത്. ഈ സമീപനം പിന്നീട് തിരുത്തുകയുണ്ടായി.

നാൻകാർമാരും അവരുടെ കുടുംബാംഗങ്ങളാകെയും ഒരു ചെറിയ തുണ്ട് ഭൂമിക്കോ വീടുവയ്ക്കാൻ അല്പം സ്ഥലത്തിനോ വേണ്ടി ഭൂപ്രഭുക്കൾക്ക് കൂലിയില്ലാതെ വേല ചെയ്തുകൊടുക്കാൻ ബാദ്ധ്യസ്ഥരാണ്. അവരുടെ കുട്ടികളെ സ്കൂളിൽ അയക്കാൻ അനുവദിച്ചിരുന്നില്ല; അവർക്ക് മാന്യമായ ഒരു പേര് നല്കാൻപോലും അനുവാദമുണ്ടായിരുന്നില്ല. ഭൂപ്രഭുക്കളുടെ കാമാർത്തിയിൽനിന്നും തങ്ങളുടെ ഭാര്യമാരെയും പുത്രിമാരെയും സംരക്ഷിക്കാൻ അവർക്ക് ഒരു മാർഗ്ഗവുമുണ്ടായിരുന്നില്ല. അടിമത്തത്തെയും അടിയാളത്തത്തെയും സംബന്ധിച്ച പരമ്പരാഗത ചട്ടങ്ങൾ ഏതെങ്കിലും ലംഘിക്കപ്പെട്ടാൽ മൃഗീയമായ പീഡനങ്ങൾ പതിവായിരുന്നു. നാൻകാർമാരുടെ ആവശ്യങ്ങളുന്നയിച്ച് വ്യാപകമായ കാംപെയ്ൻ നടത്തി; തൽഫലമായി വലിയൊരു വിഭാഗം നാൻകാർമാർ

പ്രക്ഷോഭത്തിൽ അണിനിരന്നു.

1938 ൽ ഷില്ലോങ്ങിൽ അഭൂതപൂർവ്വമായ ഒരു പ്രകടനം നടത്തുകയുണ്ടായി; വഴി മദ്ധ്യേയുള്ള നിരവധി കുന്നുകൾ കയറിയിറങ്ങി 86 മൈൽ മാർച്ച് ചെയ്ത് നൂറുകണക്കിന് കർഷകരും നാൻകാർമാരുമാണ് പ്രകടനത്തിൽ അണിനിരന്നത്. നാൻകാർ സമ്പ്രദായം നിർമ്മാർജ്ജനം ചെയ്യണമെന്ന ആവശ്യമുന്നയിച്ചാണ് നാൻകാർമാർ ഈ പ്രക്ഷോഭത്തിൽ അണിനിരന്നത്.

നാൻകാർ പ്രസ്ഥാനം കുടിയായ്മ പ്രസ്ഥാനത്തിന്റെ അവിഭാജ്യ ഭാഗമായിരുന്നു. ഈ രണ്ട് പ്രസ്ഥാനങ്ങളുടെയും വിജയം പരസ്പരബന്ധിതമായിരുന്നു; എന്നാൽ നാൻകാർ സമരത്തിന് അതിന്റേതായ വേറിട്ട സവിശേഷതകളുണ്ടായിരുന്നു. മതപരമായ ഭിന്നതകൾക്കെല്ലാം ഉപരിയായി മുസ്ലിം നാൻകാർമാരും ഹിന്ദു നാൻകാർമാരും തോളോടുതോളുരുമ്മി നിന്ന് പൊരുതി; ഇത് പ്രസ്ഥാനത്തിന് പുതിയ കരുത്ത് പകർന്നു. ഭൂപ്രഭുക്കളും ഗവൺമെന്റും രോഷാകുലരായി; അറസ്റ്റുകൾക്കും നിർഭയമായ മർദ്ദനങ്ങൾക്കും പുറമേ, നാൻകാർമാർക്കും കുടിയാന്മാർക്കുമെതിരെ ക്രിമിനൽ കേസുകൾ ചുമത്തുകയുമുണ്ടായി.

ഭൂപ്രഭുക്കളുമായി ഒത്തുചേർന്ന് ഗവൺമെന്റ് സംവിധാനം കുടിയാന്മാരുടെ വീടുകൾ പൊളിക്കുന്നതിന് ആനകളെ അയച്ചു; അതോടൊപ്പം സായുധസേന കടുത്ത മർദ്ദന നടപടികൾ അഴിച്ചുവിടുകയും സമരം അടിച്ചമർത്തുകയും ചെയ്തു. സുർമവാലിയിലെ സമരത്തിന്റെ ഒന്നാം ഘട്ടം ഇങ്ങനെ അവസാനിച്ചു; പക്ഷേ, ആ പ്രദേശത്താകെയുള്ള കുടിയാന്മാർ സെമിന്ദാരി അടിച്ചമർത്തലിനോടും കൊള്ളയോടുമുള്ള എതിർപ്പിൽ ഉറച്ചുനിന്നു. വസ്തു നടപ്പവകാശം സംരക്ഷിക്കുന്നതിനും ന്യായമായ പാട്ടം ഉറപ്പാക്കുന്നതിനും കുടിയായ്മ നിയമമുണ്ടാക്കുന്നതിനുമായി ആസ്സാമിലാകെയുള്ള സെമിന്ദാരി പ്രദേശങ്ങളിൽ വ്യാപകമായ പ്രക്ഷോഭം ഇത് ഉയർത്തിക്കൊണ്ടുവന്നു.

1930 കളിൽ ആസ്സാം താഴ്വരയിൽ കർഷകപ്രസ്ഥാനം പ്രാഥമികമായും കോൺഗ്രസിന്റെ നേതൃത്വത്തിൻകീഴിലായിരുന്നു. ധനിക കർഷകരുടെ നേതൃത്വത്തിലുള്ള ഈ പ്രസ്ഥാനം ദരിദ്രരും ഭൂരഹിതരുമായ കർഷകരുടെയും ആദി കണ്ടിമാരുടെയും (പങ്കു പാട്ടക്കാർ) കർഷകത്തൊഴിലാളികളുടെയും ആവശ്യങ്ങൾ ഏറ്റെടുത്തിരുന്നില്ല. ജനപിന്തുണയുടെ അഭാവത്തിൽ 1940 കൾക്കുശേഷം ഈ റയത്ത് സഭകൾ (കിസാൻ സഭ) അടച്ചുപൂട്ടാൻ നിർബ്ബന്ധിതമായി.

ആസ്സാം താഴ്വരയുടെ വിവിധ പ്രദേശങ്ങളിൽ 1938 മുതൽ കർഷകർക്കിടയിൽ കമ്യൂണിസ്റ്റ് പ്രവർത്തകർ ഒറ്റയ്ക്കൊറ്റയ്ക്കും കൂട്ടമായും പ്രവർത്തിക്കുന്നുണ്ടായിരുന്നെങ്കിലും 1943 ൽ ആസ്സാംവാലി കമ്മിറ്റിയുടെ (ഏറെ കഴിയുംമുൻപ് ആസ്സാം പ്രൊവിൻഷ്യൽ ഓർഗനൈസിങ് കമ്മിറ്റിയായി മാറ്റപ്പെട്ടു) രൂപീകരണത്തിനുശേഷം മാത്രമാണ് എ ഐ കെ എസ് രൂപീകരിക്കുന്നതിനുള്ള തയ്യാറെടുപ്പുകളും അതിന്റെ പ്രവർ

ത്തനങ്ങളും ഏറ്റെടുക്കാൻ തുടങ്ങിയത്. അതിനുമുൻപുതന്നെ കമ്യൂണിസ്റ്റ് ലീഗിന്റെ നേതൃത്വത്തിൽ 1940ൽ ആസ്സാം കിസാൻ ബനുവ (പെസന്റ്സ് ആന്റ് ലേബർ യൂണിയൻ) കോൺഗ്രസിന്റെ എതിർപ്പുനേരിട്ടുകൊണ്ട് സ്വതന്ത്രമായി രൂപീകരിക്കപ്പെട്ടു. ഈ സംഘടന കാമരൂപിന്റെയും ശിവസാഗറിന്റെയും ദിബ്രുഗഢിന്റെയും ചില ഭാഗങ്ങളിൽ സജീവമായിരുന്നു.

കമ്യൂണിസ്റ്റുകാരുടെ നേതൃത്വത്തിൽ ആദ്യത്തെ കർഷകസമ്മേളനം 1943 ൽ ഹോരാർപ്പിൽ ചേർന്നു. വിലക്കയറ്റത്തിനും കരിഞ്ചന്തയ്ക്കും പൂഴ്ത്തിവയ്പ്പിനുമെതിരായും കാർഷികവായ്പകൾക്കും നെൽ വിത്ത് വിതരണത്തിനുവേണ്ടിയും സെമിന്ദർമാരുടെയും ജോട്ടേദാർമാരുടെയും കൊള്ളപ്പലിശക്കാരുടെയും മർദ്ദനങ്ങൾക്കെതിരെയും ഈ സമ്മേളനം പ്രമേയങ്ങൾ പാസാക്കി. 1944 ൽ ചേർന്ന ഗോൽപ്പാറ മഹാകുമ കിസാൻ സമ്മേളനം സെമിന്ദാരി സമ്പ്രദായം അവസാനിപ്പിക്കണമെന്നാവശ്യപ്പെടുന്ന പ്രമേയം പാസാക്കി.

ആദിവാസി കർഷകരെ സംഘടിപ്പിക്കുന്നതിനായി സാംസ്കാരിക പ്രവർത്തനങ്ങളിൽ മാത്രം ഒതുങ്ങിനിന്നിരുന്ന ഗോത്ര സംഘത്തെ പുനഃസംഘടിപ്പിക്കുന്നതിനു കമ്യൂണിസ്റ്റുകാർ മുൻകൈയെടുത്തു. അതിന്റെ ബാനറിനുകീഴിൽ അവർ സാമ്പത്തികപ്രശ്നങ്ങളും ഏറ്റെടുക്കാൻ തുടങ്ങി. ബംഗ്ലാബാരിയിലെയും ബിജ്നി ദുവാരയിലെയും തേയില തോട്ടങ്ങളിലെ കുടിയാന്മാരെ തേയിലത്തോട്ടം മാനേജർമാർക്കെതിരായി മഗുർമാരിയിൽ യോഗം ചേരാൻ സ്വാധീനിച്ചത് ഇതാണ്; പണത്തിനു പകരം നെല്ല് പാട്ടമായി ആവശ്യപ്പെടുകയും ചെരുപ്പിട്ട്, കുടയും പിടിച്ച് മാനേജർമാരുടെ ബംഗ്ലാവിനു മുന്നിലൂടെ ആളുകൾ പോകുന്നത് തടയുകയും മറ്റു രൂപങ്ങളിലുള്ള പീഡനങ്ങൾ നടത്തുകയും ചെയ്യുന്നതിനെതിരെ ആയിരുന്നു കുടിയാന്മാർ യോഗം ചേർന്നത്. മാനേജർമാരുടെ അടിച്ചമർത്തലുകൾക്കെതിരെ ചെങ്കൊടിയുമേന്തി വമ്പിച്ച ഒരു പ്രകടനം നടത്തുകയുണ്ടായി. അതിനുശേഷം മാനേജർമാരുടെ ബംഗ്ലാവിനു മുന്നിലൂടെയുള്ള റോഡിലൂടെ ആളുകൾക്ക് സഞ്ചരിക്കാൻ ഒരു നിയന്ത്രണവും ഉണ്ടായില്ല.

സാമ്രാജ്യത്വ വിരുദ്ധ ബഹുജന മുന്നേറ്റത്തിന്റേതായ യുദ്ധാനന്തരകാലത്ത് സുർമ താഴ്വരയുടെ കിഴക്കൻ പ്രദേശങ്ങളിലെ കർഷകരിലെ ഏറ്റവും കടുത്ത അടിച്ചമർത്തൽ നേരിട്ടിരുന്ന വിഭാഗങ്ങൾ അർദ്ധ അടിയാളത്ത സ്വഭാവമുള്ള നാൻകാർ സമ്പ്രദായത്തിന് കനത്ത ആഘാതമേൽപ്പിച്ചു. വലിയൊരു സംഘടിതപ്രക്ഷോഭമായിരുന്നു അത്; 1946 ൽ ആരംഭിച്ച ആ പ്രക്ഷോഭം വിഭജനാനന്തരകാലത്തും തുടർന്നു. സെമിന്ദാർമാരെ വെറുത്തിരുന്ന കുടിയാന്മാർ ഈ സമരത്തിനു പിന്തുണ നല്കി; ഇത് സമരത്തിന്റെ തീവ്രത വർദ്ധിപ്പിച്ചു.

1946 ൽ അധികാരത്തിൽ വന്ന കോൺഗ്രസ് ഗവൺമെന്റ് ഭൂപ്രഭുക്കളുമായി കൂട്ടുചേർന്ന് കടുത്തമർദ്ദന നടപടികൾ അഴിച്ചുവിട്ടു. വിഭജ

നത്തിനുശേഷം പോലും, സിൽഹെട്ട് കിഴക്കൻ പാകിസ്ഥാന്റെ (ബംഗ്ലാദേശ്) ഭാഗമായി മാറിയപ്പോഴും നാൻകാർമാർ ചെങ്കൊടിക്കുകീഴിൽ പോരാട്ടം തുടർന്നു; കോൺഗ്രസ് ഗവൺമെന്റിന്റെ നിഷ്ഠൂരമായ മർദ്ദന നടപടികളുടെ സ്ഥാനത്ത് മുസ്ലീംലീഗ് ഗവൺമെന്റിന്റെ മർദ്ദന നടപടികളായെന്ന വ്യത്യാസമേ ഉണ്ടായുള്ളൂ. പ്രക്ഷോഭത്തെ അടിച്ചമർത്താൻ കഴിയാതിരുന്ന ലീഗ് ഗവൺമെന്റ് നാൻകാർമാരുടെ ഡിമാൻഡുകളിൽ ചിലത് അംഗീകരിച്ച് ഒത്തുതീർപ്പാക്കി.

1944 മുതൽ ജനങ്ങൾക്കുമേലുള്ള യുദ്ധകാല ആക്രമണങ്ങളെയും ക്ഷാമംപോലുള്ള സാഹചര്യങ്ങളെയും വിലക്കയറ്റത്തെയും കരിഞ്ചന്തയെയും മറ്റും എതിർത്തുകൊണ്ട് കിസാൻസഭ സ്വന്തം ബഹുജനാടിത്തറ വികസിപ്പിക്കുന്നതിനായി പ്രവർത്തിച്ചു. മണിപ്പൂരിൽ സ്വാതന്ത്ര്യസമര പ്രസ്ഥാനവും കമ്യൂണിസ്റ്റ് പ്രസ്ഥാനവും കെട്ടിപ്പടുത്ത ഐതിഹാസിക നായകനായ സഖാവ് ഇറാവത് സിങ് കച്ചാറിൽ കിസാൻ രംഗത്തെ പ്രവർത്തനം ഏറ്റെടുത്തതോടെ ഈ ബഹുജന സ്വാധീനം വളർന്നു. സിൽഹെട്ട് ജയിലിൽ തടവുകാരനായി കഴിഞ്ഞിരുന്ന കാലത്ത് അദ്ദേഹം നിരവധി കമ്യൂണിസ്റ്റുകാരെ കണ്ടുമുട്ടുകയും കമ്യൂണിസ്റ്റായി മാറുകയും ചെയ്തു. ജയിൽ മോചിതനായശേഷം മണിപ്പൂരിൽ പ്രവേശിക്കാൻ അനുവാദമില്ലാതിരുന്നതിനാൽ അദ്ദേഹം സിൽച്ചാറിൽ തുടരുകയും കിസാൻ സഭ ശക്തിപ്പെടുത്താൻ പ്രവർത്തിക്കുകയും ചെയ്തു. ബംഗാളിലെ തേഭാഗസമരത്തിന്റെ സ്വാധീനത്തിനൊപ്പം ഈ അടിത്തറപാകൽ കൂടി ആയപ്പോൾ 1946 ൽ കച്ചാറിൽ സമാനമായ പ്രശ്നങ്ങളിമേൽ സമരം വളർത്തിക്കൊണ്ടുവരുന്നതിനിടയാക്കി; അതിവേഗം അത് പതിനായിരക്കണക്കായ പങ്കു പാട്ടക്കാർക്കും ദരിദ്ര കർഷകർക്കും കർഷകത്തൊഴിലാളികൾക്കുമിടയിൽ സർവ്വ സമ്മതിനേടി.

നിഷ്ഠൂരമായ മർദന നടപടികൾകൊണ്ട് സമരത്തെ അടിച്ചമർത്താൻ കോൺഗ്രസ് ഗവൺമെന്റ് സാദ്ധ്യമായതെല്ലാം ചെയ്തു. അതേ സമയം, നിശ്ചയദാർഢ്യത്തോടെ കർഷകർ അച്ചടക്കവും ധീരോദാത്തതയും പ്രകടിപ്പിച്ചുകൊണ്ട് ആ ബഹുജന സമരത്തെ പരമാവധി ഉയരങ്ങളിലെത്തിച്ചു.

പങ്കുപാട്ടക്കാരെ ആക്രമിക്കുകയും സമരത്തിൽ നിന്ന് പിന്തിരിയാൻ അവരെ നിർബ്ബന്ധിക്കുകയും ചെയ്ത പൊലീസുകാരുമായി സ്ത്രീത്തൊഴിലാളികൾ ഏറ്റുമുട്ടി. വനിതാ നേതാക്കളുടെ പേരുകൾ ജില്ലയിൽ ഉടനീളം പ്രസിദ്ധി നേടി. മണിപ്പൂരി കർഷകത്തൊഴിലാളി സ്ത്രീ ആയ ഇമാചൗ ദേവിയെയും മറ്റു നാല് കർഷകരെയും 1949 ൽ പങ്കുപാട്ടക്കാരുടെ നെല്ല് സംരക്ഷിക്കാൻ ശ്രമിച്ചപ്പോൾ ആസ്സാം റൈഫിൾസ് വെടിവച്ചു കൊന്നു. പങ്കു പാട്ടക്കാരുടെ നെല്ല് തട്ടിയെടുക്കാൻ പൊലീസ് ഭൂപ്രഭുക്കളെ സഹായിക്കുകയായിരുന്നു. അതേസമയം തങ്ങൾക്ക് ന്യായമായ വിഹിതം നല്കണമെന്നാവശ്യപ്പെടുകയും ട്രക്കുകൾ തടയുകയും

ചെയ്ത സമരത്തിലേർപ്പെട്ടിരുന്ന കർഷകരെ പൊലീസ് ആക്രമിക്കുകയും കൊല്ലുകയുംവരെ ചെയ്തു.

ഈ സമരവും ഇതേത്തുടർന്ന് 1948–50 ൽ ''ജീവൻ പോയാലും നെല്ല് വിട്ടുകൊടുക്കില്ല'' എന്ന മുദ്രാവാക്യമുയർത്തി ആസ്സാമിലെ ബ്രഹ്മപുത്ര വാലി ജില്ലയിൽ നടന്ന കർഷകസമരവും പങ്കുപാട്ടം സംബന്ധിച്ച നിയമനിർമ്മാണം നടത്താനും മറ്റു പല ആവശ്യങ്ങളും അംഗീകരിക്കാനും കോൺഗ്രസ് ഗവൺമെന്റിനെ നിർബ്ബന്ധിതമാക്കി. തങ്ങളുടെ കയ്പ്പേറിയ ജീവിതാനുഭവങ്ങളിൽനിന്ന് കോൺഗ്രസ് ഗവൺമെന്റ് തങ്ങൾക്കു വേണ്ടിയുള്ളതല്ലെന്നും ഭൂപ്രഭുക്കൾക്കു വേണ്ടിയാണ് പ്രവർത്തിക്കുന്നതെന്നും കർഷകർക്ക് ബോദ്ധ്യപ്പെട്ടു.

രണ്ടാം പാർട്ടി
കോൺഗ്രസ് –1948

ഒന്നാം കോൺഗ്രസിനുശേഷം 5 വർഷം കഴിഞ്ഞ് 1948 ഫെബ്രുവരി 28 മുതൽ മാർച്ച് 6 വരെ കൽക്കത്തയിൽ കമ്യൂണിസ്റ്റ് പാർട്ടിയുടെ രണ്ടാം കോൺഗ്രസ് ചേർന്നു. ഈ അഞ്ച് വർഷവും കമ്യൂണിസ്റ്റ് പാർട്ടിയെ സംബന്ധിച്ചിടത്തോളം വലിയ പരീക്ഷണങ്ങളുടെയും സമരങ്ങളുടെയും കാലമായിരുന്നു. അപവാദപ്രചാരണങ്ങളും എതിർപ്പുകളും ഉണ്ടായിരുന്നിട്ടും നിഷ്ഠുരമായ മർദ്ദന നടപടികൾക്കൊപ്പം അവയെയും നേരിട്ടുകൊണ്ട് ഇന്ത്യയിലെ പ്രമുഖ വിപ്ലവശക്തിയെന്ന നിലയിൽ കമ്യൂണിസ്റ്റു പാർട്ടി അപ്പോഴേക്കും തലയെടുപ്പോടെ വളർന്നിരുന്നു.

632 പ്രതിനിധികൾ ഈ കോൺഗ്രസിൽ പങ്കെടുത്തു; ശരിക്കും സ്വതന്ത്രവും ജനാധിപത്യപരവുമായ ഇന്ത്യക്കായി രാജ്യത്തെ അദ്ധ്വാനിക്കുന്ന ജനങ്ങൾ പൊരുതിയിരുന്ന ഇന്ത്യയിലുടനീളമുള്ള അസംഖ്യം സമരഭൂമികളിൽ നിന്നു നേരെ നടന്നുവന്നവരാണവർ. വമ്പിച്ച പണിമുടക്കുകൾ നടന്നുകൊണ്ടിരുന്ന ബോംബെയെയും കൽക്കത്തയെയും കാൺപൂരിനെയും മധുരയെയും കോയമ്പത്തൂരിനെയും പോലെയുള്ള തൊഴിലാളിവർഗ്ഗ കേന്ദ്രങ്ങളിൽനിന്നും വന്നവരാണവർ; ബിഹാറിലും ഉത്തർപ്രദേശിലും തമിഴ്നാട്ടിലും ആന്ധ്രയിലും മലബാറിലുമുള്ള കർഷക സമര കേന്ദ്രങ്ങളിൽ നിന്നും അടിയാളത്തത്തിനും ഭൂപ്രഭുക്കളുടെ അടിച്ചമർത്തലുകൾക്കും എതിരെ ധീരോദാത്തമായ പോരാട്ടം നടത്തിയ മഹാരാഷ്ട്രയിലെ വർളി കർഷകരുടെ സമരഭൂമികളിൽനിന്നും വന്നവരാണവർ; രജപുത്താനയിലെയും മദ്ധ്യേന്ത്യയിലെയും മറ്റും നാട്ടുരാജ്യങ്ങളിലെ സ്വേച്ഛാധിപത്യവാഴ്ചയ്ക്കെതിരായ സമരഭൂമികളിൽനിന്നും സർവ്വോപരി നൈസാമിന്റെ ശക്തമായ സ്വേച്ഛാധിപത്യവാഴ്ചയ്ക്കെതിരെയുള്ള ഐതിഹാസികമായ സായുധ ചെറുത്തുനില്പ് നടന്നിരുന്ന തെ

ലങ്കാനയിൽ നിന്നും വന്നവരാണവർ. ബോംബെയിലെയും കൽക്കത്തെയിലെയും കാൺപൂരിലെയും വമ്പിച്ച വിദ്യാർത്ഥി സമരപോരാട്ട ഭൂമികളിൽനിന്നും നേരെ വന്ന വിദ്യാർത്ഥി പ്രതിനിധികളുമുണ്ടായിരുന്നു. 15 വനിതാ പ്രതിനിധികളുമുണ്ടായിരുന്നു; രാജ്യത്തെ വിവിധ സംസ്ഥാനങ്ങളിൽ വനിതാപ്രസ്ഥാനം കെട്ടിപ്പടുക്കുന്നതിന് കടുത്ത നിശ്ചയദാർഢ്യത്തോടെ പൊരുതിക്കൊണ്ടിരുന്നവരായിരുന്നു അവർ.

ഇതേ വർഷങ്ങളിൽ കമ്യൂണിസ്റ്റ് പാർട്ടി നിരവധി മഹാസമരങ്ങൾ നയിച്ചു; തൽഫലമായി രാജ്യമാസകലം കമ്യൂണിസ്റ്റ് പാർട്ടി കരുത്താർജ്ജിച്ച് വളർന്നു. പാർട്ടിയുടെ മെമ്പർഷിപ്പ് 50,000ത്തിലേക്ക് ഉയർന്നു. തൊഴിലാളിവർഗ്ഗത്തിനും കർഷകർക്കും വിദ്യാർത്ഥികൾക്കും ഇടയിൽ കമ്യൂണിസ്റ്റ് പാർട്ടിയുടെ സംഘടിതശക്തി അതേ അളവിൽ വർദ്ധിച്ചു.

കമ്യൂണിസ്റ്റ് പാർട്ടി കർഷകരുടെയും തൊഴിലാളികളുടെയും വർദ്ധിച്ചുവന്നിരുന്ന സമരങ്ങളിലും ഹിന്ദു–മുസ്ലീം ഐക്യം കെട്ടിപ്പടുക്കുന്നതിലും അയിത്തക്കാരും അല്ലാത്തവരുമായ അദ്ധ്വാനിക്കുന്ന ജനങ്ങൾക്കിടയിൽ സൗഹൃദവും സഹാനുഭാവവും കെട്ടിപ്പടുക്കുന്നതിലും പൂർണ്ണമായും മുഴുകിയിരിക്കുമ്പോൾ കോൺഗ്രസിന്റെയും മുസ്ലിം ലീഗിന്റെയും നേതാക്കൾ സാമ്രാജ്യത്വവുമായി സന്ധിചെയ്യുന്നതിന്റെയും ജനകീയസമരങ്ങളെ തകർക്കുന്നതിന്റെയും പാത പിന്തുടരുകയായിരുന്നു – വർഗ്ഗീയ കൂട്ടക്കുരുതികളിലേക്കും രാജ്യത്തിന്റെ വിഭജനത്തിലേക്കും നയിച്ച പാതയാണത്. വർഗ്ഗീയ ലഹളകൾ കുത്തിപ്പൊക്കുന്നതിൽ സാമ്രാജ്യത്വത്തിനുള്ള പങ്ക് പാർട്ടി തുറന്നു കാണിച്ചു. പഞ്ചാബിലെയും ബംഗാളിലെയും വിഭജനാനന്തര കലാപങ്ങൾക്കിടയിൽ കൊലയാളികളായ ലഹളക്കാരുടെ കൈകളിൽനിന്ന് ന്യൂനപക്ഷ സമുദായാംഗങ്ങളെ രക്ഷിക്കുന്നതിനു നടത്തിയ ശ്രമങ്ങളിൽ പാർട്ടി അംഗങ്ങൾ അത്യപൂർവ്വമായ ധീരതയാണ് പ്രകടിപ്പിച്ചത്. കൽക്കത്തെയിലും ഡൽഹിയിലും അവർ ധീരമായി പ്രകടനങ്ങൾക്ക് നേതൃത്വം നല്കി; ലഹളകളെ ചെറുക്കുന്നതിനായാണ് ഇവ സംഘടിപ്പിച്ചത്.

തൊഴിലാളികളുടെയും കർഷകരുടെയും വിദ്യാർത്ഥികളുടെയും സമരങ്ങളുടെ നേതാവും മുൻനിര പോരാളിയുമെന്ന നിലയിൽ കമ്യൂണിസ്റ്റു പാർട്ടി ആയിരുന്നു 1946–47 കാലത്തെ കോൺഗ്രസ് മന്ത്രിസഭകളുടെ മർദ്ദന നടപടികളുടെ മുഖ്യ ആക്രമണലക്ഷ്യം. കമ്യൂണിസ്റ്റ് പാർട്ടി പ്രവർത്തകരെയും സാധാരണ അംഗങ്ങളെയും പൊലീസ് വെടിവച്ചുകൊന്നു; ആയിരക്കണക്കിനു പേരെ ജയിലുകളിലടച്ചു. എന്നാൽ കമ്യൂണിസ്റ്റ് പ്രവർത്തകരോ കമ്യൂണിസ്റ്റ് പാർട്ടി നയിക്കുന്ന ബഹുജനങ്ങളോ കനത്ത മർദ്ദനനടപടികൾക്കുമുന്നിൽ മുട്ടുമടക്കുകയോ ചാഞ്ചാടുകയോ ചെയ്തില്ല.

പാർട്ടി ഈ പോരാട്ടങ്ങൾ നയിച്ചുകൊണ്ടിരുന്നപ്പോഴും നയത്തിന്റെയും ലൈനിന്റെയും കാര്യത്തിൽ ചാഞ്ചാട്ടം തുടരുകയായിരുന്നു. മൗണ്ട് ബാറ്റൻ അവാർഡിനെ സാമ്രാജ്യത്വത്തിന്റെ പുതിയൊരു കട

ന്നാക്രമണമെന്ന നിലയിൽ വീക്ഷിക്കുന്നതിലുണ്ടായ പരാജയത്തിലും പാർട്ടിയുടെ ഈ ചാഞ്ചാട്ടം പ്രതിഫലിച്ചിരുന്നു. ദേശീയ സ്വാതന്ത്ര്യത്തിലേക്ക് മുന്നേറുന്നതിനുള്ള തന്ത്രപരമായ ആയുധമെന്ന നിലയിൽ ദേശീയ ഗവൺമെന്റിനെ കണക്കാക്കിയതിലും ഗവൺമെന്റ് ഇന്ത്യൻ സ്വാതന്ത്ര്യത്തിന്റെ ലക്ഷ്യങ്ങൾക്ക് വിരുദ്ധമായി ജനങ്ങളെ ആക്രമിച്ചു കൊണ്ടിരുന്നപ്പോൾ ''നെഹ്റു ഗവൺമെന്റിന് എല്ലാ പിന്തുണയും'', ''ഗവൺമെന്റുംജനങ്ങളും തമ്മിലുള്ള ഐക്യമുന്നണി'' എന്നിവ പോലെയുള്ള മുദ്രാവാക്യങ്ങളുമായി, വരാൻ പാർട്ടിക്ക് ഇടവരുത്തിയത് ഇതാണ്.

1946 ജൂലൈ – ആഗസ്തിൽ ''വിപ്ലവപരമായ കുതിപ്പ് നിലനില്ക്കുന്ന''തായി കണ്ടു കേന്ദ്ര കമ്മിറ്റി ''ജനാധിപത്യവിപ്ലവം കൈവരിക്കുന്നതിനും ജനങ്ങൾ അധികാരം പിടിച്ചെടുക്കുന്നതിനും വേണ്ടി ഭാഗിക സമരങ്ങൾ'' വികസിപ്പിക്കുക എന്ന മുദ്രാവാക്യം മുന്നോട്ടുവച്ചു. റെയിൽവേയിലും തുണിമില്ലുകളിലും പണിമുടക്കുകൾ നയിക്കാനും ബംഗാളിൽ തേഭാഗയ്ക്കുവേണ്ടിയുള്ള കർഷകരുടെ സമരങ്ങളും ഉത്തർ പ്രദേശിലും ബിഹാറിലും സമാനമായ സമരങ്ങളുമായി മുന്നോട്ടുപോകാനും കേന്ദ്ര കമ്മിറ്റി അണികളെ ആഹ്വാനം ചെയ്തു.

1947 ഡിസംബറിൽ കേന്ദ്ര കമ്മിറ്റി ചേർന്ന് സ്ഥിതിഗതികളാകെ അവലോകനം ചെയ്യുകയും ഒരു നയ പ്രസ്താവനയും (Statement of Policy) ''ബൂർഷ്വാ നേതാക്കളുടെ കീഴടങ്ങൽ നയത്തിനെതിരായ വിപ്ലവപരമായ ചെറുത്തുനില്പ് നയവും ജനാധിപത്യമുന്നണി കെട്ടിപ്പടുക്കുന്നതിനും ജനാധിപത്യവിപ്ലവവും ജനകീയഗവൺമെന്റും കൈവരിക്കുന്നതിനു വേണ്ടിയുള്ള ബഹുജന സമരങ്ങൾ സുശക്തമാക്കുന്ന നയവും ആവിഷ്കരിക്കുന്ന ഒരു രേഖയും അംഗീകരിക്കുകയും ചെയ്തു. ദേശീയ ഗവൺമെന്റിനെ ''കൂട്ടുകൂടലിന്റെയും കീഴടങ്ങലിന്റെയും ഗവൺമെന്റായാണ് ഡിസംബർ യോഗം വിശേഷിപ്പിച്ചത്. ജനാധിപത്യമുന്നണിയിലൂടെ ജനകീയ ഐക്യം പുനർനിർമ്മിക്കുന്നതിന് തൊഴിലാളിവർഗ്ഗത്തെ കേന്ദ്ര കമ്മിറ്റി ആഹ്വാനം ചെയ്തു; അദ്ധ്വാനിക്കുന്ന ജനകോടികളുടെ കൈയിൽ അധികാരം സുരക്ഷിതമായെത്തുന്നതിനായാണ് അങ്ങനെ ചെയ്യുന്നത് എന്നും കേന്ദ്ര കമ്മിറ്റി വ്യക്തമാക്കി. ദേശീയ ബൂർഷ്വാസി പ്രതിപക്ഷ നിലപാട് സ്വീകരിക്കുന്നത് അവസാനിപ്പിച്ചിരിക്കുകയാണെന്നും സാമ്രാജ്യത്വ ചേരിയിലേക്ക് കോൺഗ്രസ് ഹൈക്കമാൻഡ് മാറിയിരിക്കുകയാണെന്നും കേന്ദ്ര കമ്മിറ്റി പ്രഖ്യാപിച്ചു. കോൺഗ്രസ് ജനാധിപത്യമുന്നണിയിൽ ഉണ്ടാകുന്ന സംഘടനയാണെന്ന വ്യാമോഹമൊന്നും ഇല്ലെന്നും കോൺഗ്രസ് നേതാക്കളുടെ സന്ധി ചെയ്യൽ നയത്തിനോടുള്ള എതിർപ്പിൽ യഥാർഥ സ്വാതന്ത്ര്യത്തിനും ജനാധിപത്യത്തിനും വേണ്ടിയുള്ള സമരം ആരംഭിക്കണമെന്നും കേന്ദ്ര കമ്മിറ്റി പ്രസ്താവിച്ചു.

പ്രവിശ്യാ സമ്മേളനങ്ങളിലും അവരുടെ ഘടകങ്ങളിലും പാർട്ടി

യുടെ പൊതുലൈൻ ചർച്ച ചെയ്യുന്നതിനുള്ള അടിസ്ഥാനം എന്ന നിലയിൽ പാർട്ടി അണികൾക്കാകെ ഈ രേഖകൾ നല്കി. രണ്ടുമാസക്കാലം പാർട്ടി അണികളാകെ ഈ രേഖ ചർച്ച ചെയ്യുകയും അവരുടെ കഴിഞ്ഞകാല പ്രവർത്തനങ്ങളെയും അവരുടെ മേൽക്കമ്മിറ്റികളുടെ പ്രവർത്തനങ്ങളെയും അവലോകനം ചെയ്യുകയുമുണ്ടായി.

പാർട്ടി കോൺഗ്രസിൽ മൂന്ന് പ്രധാന റിപ്പോർട്ടുകൾ ചർച്ച ചെയ്യുകയുണ്ടായി – ഒന്നാമത്തേത് കരട് രാഷ്ട്രീയ തീസിസ് സംബന്ധിച്ച റിപ്പോർട്ട്. അതവതരിപ്പിച്ചത് ബി ടി രണദിവെ; രണ്ടാമത്തേത് ഭവാനി സെൻ അവതരിപ്പിച്ച പാകിസ്ഥാനെ സംബന്ധിച്ച റിപ്പോർട്ടായിരുന്നു. മൂന്നാമത്തേത് ബി ടി രണദിവെ അവതരിപ്പിച്ച കഴിഞ്ഞ 5 വർഷക്കാലം പാർട്ടി പിന്തുടർന്ന നയത്തിന്റെ സ്വയം വിമർശനപരമായ അവലോകനമായിരുന്നു. ഒന്നിനു പിറകെ ഒന്നായാണ് ഈ റിപ്പോർട്ടുകൾ അവതരിപ്പിക്കപ്പെട്ടത്; അവയെക്കുറിച്ചുള്ള ചർച്ച ആരംഭിച്ചത് പ്രതിനിധികൾക്കു മുന്നിൽ അവയെല്ലാം അവതരിപ്പിക്കപ്പെട്ടതിനുശേഷം മാത്രമാണ്. നൂറോളം പ്രതിനിധികൾ ചർച്ചകളിൽ പങ്കെടുത്തു. രാഷ്ട്രീയ പ്രമേയം അവതരിപ്പിച്ചുകൊണ്ട് രണദിവെ പ്രസ്താവിച്ചത്, ഫാസിസ്റ്റ് വിരുദ്ധ ജനകീയ യുദ്ധത്തിന്റെ കാലത്ത് പാർട്ടി അംഗീകരിച്ച ലൈൻ മൗലികമായും ശരിയായിരുന്നുവെന്നാണ്. ''ആ കാലഘട്ടത്തിലെ പിശകുകൾ സംഭവിച്ചത് ഫാസിസത്തിന്റെ സൈനിക പരാജയം സാമ്രാജ്യത്വത്തിന്റെ തന്നെ തകർച്ചയിലേക്കും ഉന്മൂലനത്തിലേക്കും സ്വമേധയാ നയിക്കുമെന്നും അങ്ങനെ എല്ലാ ജനവിഭാഗങ്ങളുടെയും മോചനം സ്വമേധയാ സംഭവിക്കുമെന്നുമുള്ള തെറ്റായ ധാരണയിൽ നിന്നാണ്. ജനകീയയുദ്ധത്തിന്റെ കാലഘട്ടത്തിലെ സാമ്രാജ്യത്വത്തിന്റെ പങ്കിനെ പാടെ വിലകുറച്ചുകണ്ടത് സാമ്രാജ്യത്വത്തെ തുറന്നുകാണിക്കുകയെന്ന കടമയും ഫാസിസ്റ്റു വിരുദ്ധയുദ്ധത്തിന് പിന്തുണ നല്കുന്നതിന്റെ ചട്ടക്കൂടിനുള്ളിൽനിന്നുതന്നെ സാമ്രാജ്യത്വത്തോട് പൊരുതുകയെന്ന കടമയും മറക്കുന്നതിനിടയാക്കി.

കാർഷികനയത്തെയും ഉൽപ്പാദനത്തെയും സംബന്ധിച്ച പാർട്ടി നിലപാടുകളെക്കുറിച്ച് അദ്ദേഹം സ്വയം വിമർശനപരമായി ഇങ്ങനെ വ്യക്തമാക്കി: ''കൂടുതൽ ഭക്ഷ്യസാധനങ്ങൾ ഉല്പാദിപ്പിക്കാനുള്ള കർഷകരുടെ ശ്രമം സംഘടിപ്പിക്കുന്നതിൽ നാം തികച്ചും ശരിയായിരിക്കവെ തന്നെ, സാമ്രാജ്യത്വ–ഫ്യൂഡൽ കാർഷികഘടനയ്ക്കെതിരായ നമ്മുടെ മുഖ്യപോരാട്ടം ദുർബ്ബലപ്പെടരുതെന്ന കാര്യം നാം വിസ്മരിക്കരുതായിരുന്നു. ഉല്പാദനം അട്ടിമറിക്കുന്നത് തടയുന്ന കാര്യത്തിൽ നാം ശരിയായിരുന്നു; തൊഴിലാളിവർഗ്ഗത്തിന്റെ ജീവിതസാഹചര്യങ്ങൾ സംരക്ഷിക്കുന്നതിന് അനുയോജ്യമായിരിക്കുന്നിടത്തോളം പണിമുടക്കുകൾ ഒഴിവാക്കുന്നതും ശരിയായിരുന്നു; പക്ഷേ, ലാഭക്കണ്ണുള്ള മുതലാളിയുടെ കൈകളിൽ ഉല്പാദനം നിലനില്ക്കുന്നിടത്തോളം ഉല്പാദനം സംഘടിപ്പിക്കുന്നതോ വർദ്ധിപ്പിക്കുന്നതോ സാദ്ധ്യമാകില്ലെന്ന് നാം കാണേണ്ട

തായിരുന്നു; ഫാസിസ്റ്റ് വിരുദ്ധയുദ്ധത്തിന്റെ താല്പര്യങ്ങളല്ല ലാഭമാണ് സാമ്രാജ്യത്വ ഗവൺമെന്റിനെ നയിക്കുന്ന മുഖ്യഘടകം എന്ന കാര്യം കാണേണ്ടതായിരുന്നു."

പരിഷ്കരണവാദപരമായ രണ്ട് വ്യതിയാനങ്ങൾ റിപ്പോർട്ടിൽ വ്യക്തമാക്കി: "(i) സാമ്രാജ്യത്വത്തിനെതിരായ നമ്മുടെ പോരാട്ടത്തിന്റെ വായ്ത്തല മടങ്ങി; (ii) ബൂർഷ്വാസിയെ തുറന്നുകാണിക്കുകയും സ്വതന്ത്രമായ ഒരു നയം പിന്തുടരുകയും ചെയ്യുന്നതിനുപകരം നാം ബൂർഷ്വാസിയുടെ കാല്പാടുകൾ പിന്തുടർന്നു.'' ദേശീയതകളുടെ സ്വയം നിർണ്ണയാവകാശത്തിന്റെയും ഹിന്ദു–മുസ്ലീം പ്രശ്നത്തിന്റെയും മുദ്രാവാക്യങ്ങളുടെ പ്രയോഗത്തിന്റെ പ്രശ്നത്തിൽ ഇത് സ്വയം പ്രകടമായി. ഹിന്ദുക്കളുടെയും മുസ്ലീങ്ങളുടെയും ഐക്യവും കോൺഗ്രസിന്റെയും ലീഗിന്റെയും ഐക്യവും ബൂർഷ്വാ നേതാക്കൾക്ക് സ്വയം സാദ്ധ്യമാക്കാനാകുമെന്ന ഒരു പാർട്ടിക്കുണ്ടായിരുന്നതാണ് അതിന്റെ പ്രധാന കാരണം.

തന്റെ നാലരമണിക്കൂർ നീണ്ട പ്രസംഗത്തിനിടയിൽ പി സി ജോഷിയെ (പാർട്ടി ജനറൽ സെക്രട്ടറി) മാത്രമല്ല രണദിവെ വിമർശിച്ചത്, മറിച്ച് പൊളിറ്റ് ബ്യൂറോയിലെയും കേന്ദ്ര കമ്മിറ്റിയിലെയും താനുൾപ്പെടെയുള്ള മറ്റെല്ലാ അംഗങ്ങളുടെയും പരിഷ്കരണവാദപരമായ വ്യതിയാനങ്ങളെയും വിമർശിക്കുകയുണ്ടായി. രണദിവെ തന്റെ റിപ്പോർട്ടവതരണം പൂർത്തിയാക്കിയതിനെത്തുടർന്ന് ജോഷി സംസാരിച്ചു. അദ്ദേഹം റിപ്പോർട്ടിനെ പൂർണ്ണമായി പിന്തുണയ്ക്കുകയും തന്റെ പിശകുകൾ സ്വയം വിമർശനപരമായി അംഗീകരിക്കുകയും ചെയ്തു. ചർച്ചയിൽ 34 പ്രതിനിധികൾ പങ്കെടുത്തു. ചർച്ചകളെയാകെ രണദിവെ ക്രോഡീകരിച്ചു.

പാകിസ്ഥാനിൽ കമ്യൂണിസ്റ്റു പാർട്ടി സംഘടന രൂപീകരിക്കാനുള്ള തീരുമാനം കോൺഗ്രസ് കൈക്കൊണ്ടു. പാകിസ്ഥാനിൽ പിന്തുടരേണ്ട നയംരൂപീകരിക്കാനും അവിടെ സമരങ്ങൾ നയിക്കാനുമുള്ള ഉത്തരവാദിത്വം ആ സംഘടനയ്ക്കായിരിക്കണം.

പഴയ കേന്ദ്രകമ്മിറ്റി അംഗങ്ങളിൽ ഭൂരിപക്ഷത്തെയും ഉൾക്കൊള്ളിച്ചുള്ള പുതിയ കേന്ദ്ര കമ്മിറ്റിയെ തിരഞ്ഞെടുക്കാനുള്ള പാനലിനെ സംബന്ധിച്ച് പ്രതിനിധികൾക്കിടയിൽ ഗൗരവമായ ചർച്ച നടന്നു. കോൺഗ്രസ് നിശ്ചയിച്ചതുപ്രകാരമുള്ള 31 അംഗ കേന്ദ്ര കമ്മിറ്റിയെ തിരഞ്ഞെടുക്കുന്നതിനുള്ള പാനൽ തുടർന്ന് വോട്ടിനിടുകയുണ്ടായി. വോട്ടെടുപ്പിൽ കേന്ദ്ര കമ്മിറ്റി നിർദ്ദേശിച്ച പാനലിൽ ജോഷി ഒഴികെ എല്ലാവരും തിരഞ്ഞെടുക്കപ്പെട്ടു. പാർട്ടി ജനറൽ സെക്രട്ടറിയായി ബി ടി രണദിവെയെയും തിരഞ്ഞെടുക്കുകയും ചെയ്തു.

മുൻപു സംഭവിച്ച വലതുപക്ഷ പരിഷ്കരണവാദ വ്യതിയാനത്തെ ശരിയായിത്തന്നെ ചൂണ്ടിക്കാണിച്ച കോൺഗ്രസ് അതു തിരുത്തുന്നതിന് ഇടതുപക്ഷ സെക്ടേറിയൻ നിലപാടാണ് സ്വീകരിച്ചത്. പുതിയ ഇന്ത്യൻ ഭരണകൂടത്തിന്റെ സ്വഭാവത്തെക്കുറിച്ച് കോൺഗ്രസ് ശരിയായി

വിലയിരുത്തിയില്ല. വളർന്നുകൊണ്ടിരുന്ന ബഹുജന മുന്നേറ്റത്തിന് അമിത പ്രാധാന്യം കല്പിച്ച പാർട്ടി കോൺഗ്രസ്, ഇന്ത്യൻ ജനതയിൽ മഹാഭൂരിപക്ഷത്തിനുമേൽ കോൺഗ്രസിനുള്ള സ്വാധീനത്തിന്റെയും ഇന്ത്യൻ യൂണിയനിൽ ചേരുന്നതിനു നാട്ടുരാജ്യങ്ങളെ സമ്മർദത്തിലാക്കാനുള്ള കോൺഗ്രസിന്റെ ശേഷിയെയും വിലകുറച്ചു കാണുകയും ചെയ്തു. ഫാസിസത്തിനുമേലുള്ള വിജയത്തെയും ലോകത്തുടനീളം സാമ്രാജ്യത്വത്തിന്റെ നേരിട്ടുള്ള പിടി തുടർന്ന് പൊട്ടിക്കുന്നതിനിടയാക്കിയ സോഷ്യലിസ്റ്റ് ചേരിയുടെ ഉയർന്നുവരവിനെയും പോലെയുള്ള സാർവ്വദേശീയ രംഗത്തെ മാറിയ ശാക്തികബലാബലത്തെ ശ്രദ്ധിക്കുന്നതിലും പാർട്ടി കോൺഗ്രസ് പരാജയപ്പെട്ടു. ഈ പുതിയ സാഹചര്യമാണ് നമ്മുടെ രാജ്യത്തിന് സാമ്രാജ്യത്വ പദ്ധതികൾക്കെല്ലാമുപരിയായി സ്വന്തം സ്വാതന്ത്ര്യത്തെ ഉറപ്പിക്കുന്നതിന് പ്രാപ്തി നല്കിയത്.

രണ്ടാം കോൺഗ്രസിന്റെ തീരുമാനങ്ങൾ നടപ്പാക്കിയതിന്റെ ഫലം, ധീരോദാത്തമായ നിരവധി സമരങ്ങൾ നടന്നിട്ടും, പാർട്ടിയുടെ ഒറ്റപ്പെടലായിരുന്നു; പല സ്ഥലങ്ങളിലും പാർട്ടി സംഘടനയുടെ തന്നെ ശിഥിലമാകലായിരുന്നു. ഇത് പാർട്ടിക്കുള്ളിൽ പ്രതിസന്ധിക്കിടയാക്കി; അതേത്തുടർന്ന് വലിയൊരു ഉൾപ്പാർട്ടി സംവാദം തുടർന്നു.

മഹത്തായ തെലങ്കാന സായുധ സമരം–I

നമ്മുടെ രാജ്യത്തിന്റെ സ്വാതന്ത്ര്യസമരത്തിലെയും ഒപ്പം കമ്യൂണിസ്റ്റ് പ്രസ്ഥാനത്തിലെയും അത്യുജ്ജ്വലമായ അദ്ധ്യായങ്ങളിലൊന്നാണ് തെലങ്കാനയിലെ ജനകീയ സായുധ സമരം. 1946 ൽ മുൻപത്തെ ഹൈദരാബാദ് സംസ്ഥാനത്ത് നിലനിന്നിരുന്ന നൈസാം ഭരണത്തിന്റെ ഫ്യൂഡൽ ചൂഷണത്തിനെതിരായി ആരംഭിച്ച സമരം 1951 വരെ തുടർന്നു. തെലങ്കാന സമരത്തെ പൊതുവിൽ മൂന്നായി തിരിക്കാനാകും–ആരംഭഘട്ടം, വെറ്റി സമ്പ്രദായത്തിനെതിരായ സമരവും ഭൂമിയിൽനിന്നുള്ള ഒഴിപ്പിക്കലും; രണ്ടാമത്തെ ഘട്ടം, നൈസാമിനെ പുറത്താക്കലും ഗ്രാമ സ്വയംഭരണം സ്ഥാപിക്കലും കൃഷിക്കാർക്ക് ഭൂമി വിതരണംചെയ്യലും; മൂന്നാമത്തേതും അവസാനത്തേതുമായ ഘട്ടം, നേട്ടങ്ങൾ സംരക്ഷിക്കലും സമരം പിൻവലിക്കലും.

മൂന്ന് ഭാഷാപരമായ മേഖലകൾ ഉൾപ്പെടുന്നതാണ് ഹൈദരാബാദ് സംസ്ഥാനം–തെലുങ്ക് സംസാരിക്കുന്ന എട്ട് ജില്ലകൾ ഉൾപ്പെടുന്ന തെലങ്കാന (മേഖലയുടെ 50 ശതമാനം), മറാത്തി സംസാരിക്കുന്ന 5 ജില്ലകൾ ഉൾപ്പെടുന്ന മറാത്തവാഡ പ്രദേശം (28 ശതമാനം), കന്നഡ സംസാരിക്കുന്ന മൂന്ന് ജില്ലകൾ (22 ശതമാനം). സംസ്ഥാനത്ത് താമസിക്കുന്ന മഹാഭൂരിപക്ഷം ജനങ്ങളുടെയും ഭാഷയെയും സംസ്കാരത്തെയും ഭരണാധികാരികൾ അടിച്ചമർത്തിയിരുന്നു. വിദ്യാഭ്യാസത്തിനും സാംസ്കാരിക വികാസത്തിനുമായുള്ള അവരുടെ ആഗ്രഹാഭിലാഷങ്ങളുമായും അവരുടെ മാതൃഭാഷയുടെ സംരക്ഷണവും വികാസവുമായും അനിവാര്യമായും ബന്ധപ്പെട്ടതായിരുന്നു നൈസാം വാഴ്ചയ്ക്കെതിരായ സമരം.

ജനങ്ങളുടെ, പ്രത്യേകിച്ച് തെലങ്കാനയിലെ ജനങ്ങളുടെ, സാമൂഹിക–സാമ്പത്തിക ജീവിതത്തിൽ ആധിപത്യം വഹിച്ചിരുന്ന അടിസ്ഥാന ഘടകം അനിയന്ത്രിതമായ ഫ്യൂഡൽ ചൂഷണമായിരുന്നു. സംസ്ഥാന

ത്തെ ഭൂമിയുടെ 60 ശതമാനത്തോളവും സർക്കാർ ഭൂമിയായിരുന്നു; 10 ശതമാനത്തോളം നൈസാമിന്റെ സ്വന്തം എസ്റ്റേറ്റുമായിരുന്നു. മൊത്തം സംസ്ഥാനത്തിന്റെ 30 ശതമാനം ഉൾപ്പെട്ടിരുന്നത് ജാഗിർ മേഖലയിലായിരുന്നു; ജാഗിർദാർമാർ ഫ്യൂഡൽ മർദ്ദകരായിരുന്നു. ഇവിടെ ജലസേചനമുള്ള ഭൂമിക്കുള്ള ഭൂനികുതി സർക്കാർ ഭൂമിയിൽനിന്നും ഈടാക്കിയിരുന്നതിന്റെ 10 ഇരട്ടിയിലും അധികമായിരുന്നു. പലവിധത്തിലുള്ള നിയമവിരുദ്ധ നിർബ്ബന്ധ പിരിവുകളും നിർബ്ബന്ധിതമായുള്ള ജോലിയെടുപ്പിക്കലും സർവ്വസാധാരണമായിരുന്നു. ഈ ജാഗിർദാർമാരിൽ ചിലർക്ക് സ്വന്തമായി പ്രത്യേക പൊലീസ്, റവന്യൂ, സിവിൽ, ക്രിമിനൽ സമ്പ്രദായങ്ങളുമുണ്ടായിരുന്നു.

ജാഗിർദാർമാർക്കുപുറമെ, ദേശ്മുഖ്മാരും ദേശ്പാണ്ഡെകളുമുണ്ടായിരുന്നു; ആദ്യകാലത്ത് അവരായിരുന്നു ഗവൺമെന്റിനുവേണ്ടി നികുതി പിരിച്ചിരുന്നത്. പിന്നീട് അവർ കള്ളക്കളികളിലൂടെ ഏറ്റവും ഫലഭൂയിഷ്ഠമായ ആയിരക്കണക്കിന് ഏക്കർ കൃഷിഭൂമി തട്ടിയെടുത്ത് ഭൂപ്രഭുക്കളായി മാറി. ഈ ഭൂമിയിൽ കൃഷിചെയ്തിരുന്ന കർഷകർ കുടിയാന്മാരുടെ നിലയിലേക്ക് തരംതാഴ്ത്തപ്പെട്ടു. കർഷകരുടെ കൈവശമുണ്ടായിരുന്ന ഭൂമിപോലും സാമ്പത്തിക പ്രതിസന്ധിയുടെ ഘട്ടത്തിൽ കർഷകർക്ക് നികുതി അടയ്ക്കാൻ കഴിയാതെ വരുമ്പോൾ ഭൂപ്രഭുക്കൾ പിടിച്ചെടുത്തിരുന്നു.

വെറ്റി സമ്പ്രദായം

തെലങ്കാനയിൽ പരക്കെയുണ്ടായിരുന്ന സാമൂഹിക പ്രതിഭാസമായിരുന്നു വെറ്റി സമ്പ്രദായം. ഓരോ ദളിത് കുടുംബവും കുടുംബത്തിൽ നിന്ന് ഒരു ആണിനെ വെറ്റിചെയ്യുന്നതിന് അയക്കണമായിരുന്നു. ഭൂപ്രഭുവിന്റെ വീട്ടിലെ വീട്ടുജോലികൾ ചെയ്യുന്നതും സന്ദേശവാഹകരായി പ്രവർത്തിക്കുന്നതും ഇവരുടെ ജോലിയായിരുന്നു. ചെരുപ്പ് തുന്നുകയോ കാർഷികജോലികൾക്കായുള്ള തുകൽ ഉപകരണങ്ങൾ തയ്യാറാക്കുകയോ ചെയ്തിരുന്ന ദളിതർ ഇവ ഭൂപ്രഭുക്കൾക്ക് വിലവാങ്ങാതെ നല്കാൻ നിർബ്ബന്ധിതരായിരുന്നു.

കള്ള്ചെത്തുകാർ കള്ള് കൊടുക്കണമായിരുന്നു; ആട്ടിടയന്മാർ ആടിനെയും നെയ്ത്തുകാർ തുണിയും മരപ്പണിക്കാരും ഇരുമ്പുപണിക്കാരും എല്ലാ കാർഷികോപകരണങ്ങളും കുംഭാരന്മാർ മൺപാത്രങ്ങളും വിലവാങ്ങാതെ ഭൂപ്രഭുക്കൾക്ക് നല്കണമായിരുന്നു. അലക്കുകാർ ഭൂപ്രഭുക്കളുടെ വസ്ത്രങ്ങളും പാത്രങ്ങളും കഴുകിക്കൊടുക്കാനും ബാർബർമാർ ഭൂപ്രഭുക്കളുടെ നിത്യജോലികൾ ചെയ്യാനും രാത്രികാലങ്ങളിൽ ഭൂപ്രഭുവിന്റെ കാല് തിരുമ്മാനും ശരീരം മസാജ്ചെയ്യാനുമെല്ലാം നിർബ്ബന്ധിതരായിരുന്നു. ചില മറ്റു പിന്നോക്ക ജാതിക്കാർ ഭൂപ്രഭുക്കളുടെ കുടുംബങ്ങളിലെ സ്ത്രീ പുരുഷന്മാരെ ഒരു ഗ്രാമത്തിൽനിന്ന് മറ്റൊന്നിലേക്ക് കൊണ്ടുപോകാൻ പല്ലക്ക് ചുമക്കണമായിരുന്നു.

കർഷകരെയും വെറ്റിയിൽനിന്നും ഒഴിവാക്കിയിരുന്നില്ല. തങ്ങളുടെ സ്വന്തം ഭൂമിയിൽ ജോലിചെയ്യുന്നതിനു മുമ്പുതന്നെ അവർ ഭൂപ്രഭുക്കളുടെ ഭൂമി ഉഴുതുകൊടുക്കണമായിരുന്നു. ഭൂപ്രഭുക്കളുടെ പാടത്ത് വെള്ളം നനച്ചുകഴിയുന്നതുവരെ കർഷകർക്ക് സ്വന്തം പാടം നനയ്ക്കാൻ പറ്റുമായിരുന്നില്ല. കർഷകത്തൊഴിലാളികൾ കൂലിയൊന്നും കൂടാതെ ഭൂപ്രഭുക്കളുടെ പാടത്ത് പണിയെടുക്കണമായിരുന്നു; എന്നിട്ടുമാത്രമേ അവർക്ക് ഉപജീവനത്തിനായി മറ്റു കൃഷിക്കാരുടെ ജോലിചെയ്യാൻ കഴിയൂ. വിവിധ രൂപങ്ങളിലുള്ള ഈ നിർബ്ബന്ധിത വേലകളും നിർബ്ബന്ധപിരിവുകളും ഭൂപ്രഭുക്കൾ മാത്രമല്ല അവരുടെ ചെറുതും വലുതുമായ സിൽബന്ധികളും ബലം പ്രയോഗിച്ച് നടപ്പാക്കിയിരുന്നു.

ഈ ഫ്യൂഡൽ തട്ടിയെടുക്കലുകളിൽ ഏറ്റവും വഷളായത് പെൺകുട്ടികളെ 'അടിമ'കളാക്കി വയ്ക്കലാണ്. ഭൂപ്രഭുക്കൾ തങ്ങളുടെ പെൺമക്കളെ വിവാഹംകഴിച്ചു കൊടുക്കുമ്പോൾ അവർ ഈ അടിമ പെൺകുട്ടികളെ സമ്മാനമായി നല്കുന്നു; വിവാഹിതരാകുന്ന പെൺമക്കൾക്കൊപ്പം അവരുടെ പുതിയവീട്ടിൽ വേലക്കാരാക്കുന്നതിന് ഈ പെൺകുട്ടികളെയും അയക്കുന്നു. ഭൂപ്രഭുക്കൾ ഈ പെൺകുട്ടികളെ തങ്ങളുടെ വെപ്പാട്ടികളായും ഉപയോഗിക്കുന്നു. വെറ്റി സമ്പ്രദായം തെലങ്കാനയിലെ ജനജീവിതത്തെ അങ്ങേയറ്റം അധഃപതിപ്പിക്കുകയും അവരുടെ ആത്മാഭിമാനം ഇല്ലാതാക്കുകയും ചെയ്തു. ഈ പ്രശ്നമുന്നയിച്ചാണ് 1940 കളുടെ തുടക്കത്തിൽ കർഷക ജനത ഭൂപ്രഭുക്കളുമായി ഏറ്റുമുട്ടിയത്. ആ കാലമായപ്പോൾ കമ്യൂണിസ്റ്റുപാർട്ടി സംഘടിത ശക്തിയായി കഴിഞ്ഞിരുന്നു; ഈ പോരാട്ടങ്ങളിൽ മർദ്ദിതരായ കുടിയാന്മാർക്കും ഗ്രാമീണ ദരിദ്രർക്കുമൊപ്പം അണിചേരാനുള്ള ശക്തി പാർട്ടി കൈവരിക്കുകയും ചെയ്തിരുന്നു.

നൈസാമിന്റെ ഭരണം സ്വേച്ഛാധിപത്യ ഭരണമായിരുന്നു; ഒരു തലത്തിലും തിരഞ്ഞെടുക്കപ്പെട്ട വേദികൾ ഉണ്ടായിരുന്നില്ല; യാതൊരുവിധ പൗരാവകാശവും സ്വാതന്ത്ര്യവും നിലവിലുണ്ടായിരുന്നില്ല. ഇത്തരത്തിലുള്ള ഒരു ഭരണ സംവിധാനത്തിനെതിരെ ഇന്ത്യയിലെ ദേശീയ പ്രസ്ഥാനത്തിന്റെ വികാസത്താൽ സ്വാധീനിക്കപ്പെട്ട് അസംഖ്യം ലിബറൽ ചിന്താഗതിക്കാർ ആന്ധ്രാ മഹാസഭ എന്നപേരിൽ സംഘടിതരായി; തെലങ്കാന മേഖലയിലെ വിശാലമായ ഒരു രാഷ്ട്രീയ–സാംസ്കാരിക സംഘടനയായിരുന്നു അത്; മഹാരാഷ്ട്ര പരിഷത്തും കന്നഡ പരിഷത്തും ആയി മറ്റു രണ്ടു മേഖലകളിലെ ലിബറലുകളും സംഘടിച്ചു. അവർക്കിടയിലെ നിരവധി ഉശിരന്മാരും പുരോഗമനവാദികളുമായ കാഡർമാരുമായി കമ്യൂണിസ്റ്റുപാർട്ടിയുടെ ആന്ധ്ര ഘടകം ബന്ധം സ്ഥാപിച്ചു; തെലങ്കാനയിൽ സുശക്തമായ ഗ്രൂപ്പുകൾ കെട്ടിപ്പടുക്കാനും കഴിഞ്ഞിരുന്നു.

തുടക്കത്തിൽ ആന്ധ്ര മഹാസഭയുടെ പ്രവർത്തനം ഭരണ സംവിധാനത്തിൽ പരിഷ്കരണം, പൗര സ്വാതന്ത്ര്യങ്ങൾ, കൂടുതൽ സ്കൂളുകൾ, ഭൂസ്വത്തുള്ള പ്രമാണി വർഗ്ഗത്തിനുള്ള സൗജന്യങ്ങൾ തുടങ്ങി

യവ ആവശ്യപ്പെടുന്ന പ്രമേയങ്ങൾ പാസാക്കുന്നതിൽ പരിമിതപ്പെട്ടിരുന്നു; എന്നാൽ ജനങ്ങളെ അണിനിരത്തുകയും മർദ്ദകർക്കെതിരെയോ നൈസാമിനെതിരെയോ സമരം ആരംഭിക്കുകയും ചെയ്തില്ല. ആന്ധ്രാ മഹാസഭയെ ജനങ്ങളിലേക്കെത്തിക്കാൻ കമ്യൂണിസ്റ്റുപാർട്ടി വിസ്മയകരവും ബൃഹത്തുമായ പ്രവർത്തനമാണ് നടത്തിയത്. ആന്ധ്രാ മഹാസഭയിലെ മിതവാദികൾ ഇതിനെതിരായിരുന്നു. കമ്യൂണിസ്റ്റുകാരുടെ നേതൃത്വത്തിൽ ഇടതുപക്ഷം വെറ്റി സമ്പ്രദായം നിർത്തലാക്കൽ, കൊള്ളപ്പാട്ടം ചുമത്തൽ, കുടിയാന്മാരെ ഒഴിപ്പിക്കൽ എന്നിവ നിരോധിക്കലും അവ കൃഷിചെയ്യുന്ന ഭൂമിയിൽ അവർക്ക് ഉടമസ്ഥാവകാശം നല്കലും, നികുതിയും പാട്ടവും കുത്തനെ വെട്ടിക്കുറയ്ക്കൽ, സർവെയും സെറ്റിൽമെന്റും നിർബ്ബന്ധമാക്കൽ, കള്ളുചെത്തുന്ന വൃക്ഷങ്ങൾക്ക് നികുതി ഏർപ്പെടുത്തുന്നത് നിർത്തലാക്കൽ, ജാഗിർദാരി അവസാനിപ്പിക്കൽ, പൂർണ്ണമായും ഉത്തരവാദിത്വ ഗവൺമെന്റ് തുടങ്ങിയ ആവശ്യങ്ങൾ ഉന്നയിക്കുകയും ഈ ആവശ്യങ്ങൾക്കുപിന്നിൽ ജനങ്ങളെ അണിനിരത്തുകയും ചെയ്തു.

1944 ന്റെ തുടക്കംമുതൽ കമ്യൂണിസ്റ്റുപാർട്ടിയുടെ നേതൃത്വത്തിൽ ആന്ധ്ര മഹാസഭ സെമിന്ദാർമാർക്കും ദേശ്മുഖ്കൾക്കുമെതിരെ നിരവധി സമരങ്ങൾ നടത്തി. സംഘം (അങ്ങനെയാണ് ആന്ധ്രാ മഹാസഭയെ ജനങ്ങൾ സ്നേഹപൂർവ്വം വിളിച്ചിരുന്നത്) പാടങ്ങളിൽ ചെങ്കൊടി സ്ഥാപിച്ചാണ് ഈ സമരങ്ങൾ നയിച്ചത്. സംഘത്തിന്റെ നേതൃത്വത്തിലുള്ള ആളുകൾ ഗുണ്ടായിസം അനുവദിച്ചിരുന്നില്ല; കൈക്കൂലി കൊടുക്കുന്നതും വൻകിട ഭൂപ്രഭുക്കൾക്കുള്ള നസാറസുകളും വെറ്റി നടപ്പാക്കുന്നതും അവസാനിപ്പിച്ചു.

ഈ പശ്ചാത്തലത്തിൽ, 1946 ൽ ജംഗോൺ താലൂക്കിലെ വെറുക്കപ്പെട്ട ദേശ്മുഖായ വിഷ്ണൂർ രാമചന്ദ്രറെഡ്ഡി സംഘത്തിന്റെ അടിയുറച്ച പിന്തുണക്കാരിയും പ്രവർത്തകയും ആയ അയ്ലമ്മയുടെ കൈവശമുള്ള ഭൂമി ബലം പ്രയോഗിച്ച് കൈക്കലാക്കി. പാടത്തുനിന്ന് നേരിട്ട് വിളവ് പിടിച്ചെടുക്കാൻ അയാൾ പദ്ധതിയിട്ടു. സംഘം വളന്റിയർമാർ ലാത്തിയുമായി ദൃഢനിശ്ചയത്തോടെയും ചങ്കുറപ്പോടെയും മാർച്ച്ചെയ്തു വരുന്നതുകണ്ട ഗുണ്ടകൾ ജീവനും കൊണ്ടോടി. കൊയ്തെടുത്ത വിളവ് ശേഖരിച്ച് അയ്ലമ്മയുടെ വീട്ടിലെത്തിച്ചു. അന്ന് രാത്രിതന്നെ പൊലീസെത്തി; എന്നാൽ അയ്ലമ്മയുടെ വീട്ടിൽ ശേഖരിച്ചുവച്ച കൊയ്തെടുത്ത ധാന്യത്തിൽ തൊടാൻപോലും അവർ ധൈര്യപ്പെട്ടില്ല. ഈ സംഭവം ജനങ്ങളുടെ ആവേശം വർദ്ധിപ്പിച്ചു; ഇതോടെ തെലങ്കാന സമരത്തിന്റെ തീപ്പൊരി കത്തി.

ഈ സംഭവത്തെ തുടർന്ന് 1946 ജൂലൈയിൽ ഒരു പ്രകടനം സംഘടിപ്പിക്കുകയുണ്ടായി; ഇതിനുനേരെ ഭൂപ്രഭുക്കളുടെ പാവകൾ നിരവധി തവണ വെടിവെച്ചു; ഇത് ദൊഡ്ഡി കൊമരയ്യ എന്ന ഗ്രാമീണ സംഘം നേതാവിന്റെ മരണത്തിനിടയാക്കി. കൊമരയ്യയുടെ രക്തസാക്ഷി

ത്വം തെലങ്കാന കർഷകജനതയുടെ അണകെട്ടിനിന്നിരുന്ന രോഷം കത്തിജ്ജ്വലിപ്പിച്ചു. നൽഗോണ്ടയിലെ എല്ലാ താലൂക്കുകളിലുമുള്ള ജനങ്ങൾ കൂട്ടത്തോടെ ഉണർന്നെണീറ്റു. ഒരു ഗ്രാമത്തിലെ ആളുകൾ ലാത്തികളും കവണകളുമെല്ലാമായി അയൽ ഗ്രാമങ്ങളിലേക്ക് മാർച്ചുചെയ്ത് അവരെയും അണിനിരത്തി. ഈ പ്രകടനങ്ങളിലെ ഒരു സവിശേഷ ഘടകം പുരുഷന്മാർക്കൊപ്പം സ്ത്രീകളും സ്വന്തം ഗ്രാമത്തിനുപുറത്തേക്ക് മറ്റു ഗ്രാമങ്ങളിലേക്ക് പോകാൻ തയ്യാറായി എന്നതാണ്. അയൽ ഗ്രാമങ്ങളിൽനിന്നുവന്ന ആളുകൾ ജാതിയുടെയോ മതത്തിന്റെയോ വേർതിരിവില്ലാതെ ഒന്നിച്ചുകൂടി. അവർ ഗഡിയുടെമുന്നിൽ (ഭൂപ്രഭുവിന്റെ അഥവാ ദേശ്മുഖിന്റെ വീട്) ഒന്നിച്ചുനിന്ന് യോഗം ചേരുകയും ചെങ്കൊടി ഉയർത്തുകയും ഇങ്ങനെ പ്രഖ്യാപനം നടത്തുകയും ചെയ്തു:'' ഇവിടെ സംഘം സംഘടിച്ചിരിക്കുന്നു. ഇനി ഇവിടെ വെറ്റി നടപ്പില്ല; നിയമവിരുദ്ധമായ ഒഴിപ്പിക്കലുകളും പിരിവുമൊന്നും ഇനിയും ഇവിടെ നടപ്പില്ല.'' ഭൂപ്രഭുവോ ദേശ്മുഖോ സംഘത്തിന്റെ ഈ ഉത്തരവുകൾ നടപ്പാക്കുന്നില്ലെന്നുണ്ടെങ്കിൽ അവരെ സാമൂഹ്യമായി ബഹിഷ്കരിക്കുമായിരുന്നു. സംഘത്തിന്റെ ഈ ഉത്തരവുകൾ നടപ്പാക്കപ്പെട്ടിരുന്നു; ഒരാളും ഭൂപ്രഭുവിനുവേണ്ടി പണിയെടുത്തില്ല. ഏതാനും ആഴ്ചകൾക്കുള്ളിൽ, നൽഗോണ്ടയിലെയും അയൽ ജില്ലകളിലെയും ഏകദേശം 300–400 ഗ്രാമങ്ങളിൽ പ്രസ്ഥാനം വ്യാപിച്ചു.

ഇതാദ്യമായി ഭൂമിയുടെയും ഒഴിപ്പിക്കലിന്റെയും വെറ്റിയുടെയും നിർബ്ബന്ധിത ധാന്യ ലെവികളുടെയും പ്രശ്നം സെമിന്ദാരി സമ്പ്രദായം ഇല്ലാതാക്കുക എന്ന മുദ്രാവാക്യവുമായി ബന്ധപ്പെടുത്തപ്പെട്ടു; ഈ കാലഘട്ടത്തിന്റെ മുഖ്യ സവിശേഷത അതായിരുന്നു. ജനകീയ പ്രക്ഷോഭത്തിന്റെ ഈ മലവെള്ളപ്പാച്ചിലിൽ ഗവൺമെന്റിന് ധാന്യ ലെവി ശേഖരിക്കാൻ കഴിഞ്ഞില്ല. അത് ശേഖരിക്കാൻ നിയോഗിക്കപ്പെട്ടിരുന്ന ഉദ്യോഗസ്ഥരെയും ആളുകളെയുമൊന്നും ഗ്രാമത്തിലേക്ക് കാലുകുത്താൻപോലും അനുവദിച്ചിരുന്നില്ല. വെറ്റി സ്വമേധയാതന്നെ അവസാനിക്കുകയുണ്ടായി.

മിക്ക ഭൂപ്രഭുക്കളും ഗ്രാമങ്ങളിൽനിന്ന് ഓടിപ്പോവുകയും നൈസാമിന്റെ ഇടപെടലിന് ശ്രമിക്കുകയുമുണ്ടായി. ഇത് പല ഗ്രാമങ്ങളിലും സൈനിക ക്യാമ്പുകൾ സ്ഥാപിക്കുന്നതിന് വഴിയൊരുക്കി. ആഴ്ചകളും മാസങ്ങളും നീണ്ടുനിന്ന സൈനിക റെയ്ഡുകളുണ്ടായി. അല്പംപോലും ധൈര്യം കൈവിടാതെ ഈ ബുദ്ധിമുട്ടുകളിലെല്ലാം ജനങ്ങൾ ഉറച്ചുനിന്നു. ഗ്രാമം വിട്ടുപോയ ഭൂപ്രഭുക്കൾ ഈ റെയ്ഡുകളുടെ പിൻബലത്തിൽ മടങ്ങിവന്നു. ജനകീയ പ്രക്ഷോഭത്തിൽ ഒരുതരം മരവിപ്പ് പരന്നു.

കമ്മ്യൂണിസ്റ്റുപാർട്ടി ജനകീയ വളന്റിയർ സേനയ്ക്കുള്ള പരിശീലനം ആരംഭിച്ചു; പ്രത്യേകിച്ചും ഭൂപ്രഭുക്കളുടെ സായുധരായ ശിങ്കിടികളിൽനിന്ന് അവർ കടുത്ത ആക്രമണങ്ങൾ നേരിടുന്ന പ്രദേശങ്ങളിൽ. പരി

ശീലനം ലഭിച്ച ഈ വളന്റിയർമാരാണ് 1945 ലും 1946 ലും ഭൂപ്രഭുക്കളുടെ ഗുണ്ടാ ആക്രമണങ്ങളിൽനിന്ന് കർഷകരെ സംരക്ഷിച്ചത്. ഓരോ വീട്ടിലേയും സ്ത്രീ പുരുഷന്മാരാകെ പോരാട്ടത്തിൽ പങ്കെടുക്കാൻ സ്വയം പ്രതിജ്ഞയെടുത്തു. ഗ്രാമത്തിന്റെ നടുക്കായി വലിയൊരു ഡ്രം സ്ഥാപിച്ചു; അതിൽനിന്ന് ശബ്ദം മുഴങ്ങുമ്പോൾ എല്ലാവരും, അവർ എവിടെയായിരുന്നാലും, തിരക്കിട്ട് എത്തും; തങ്ങളുടെ ആയുധങ്ങളുമായി പോർനിലത്ത് അണിചേരുകയും ചെയ്യും. ലാത്തികളും കവണകളുമായി നൂറുകണക്കിനും ആയിരക്കണക്കിനും കർഷക യുവാക്കളും മുളകുപൊടിയും കല്ലും തിളച്ചവെള്ളവുമെല്ലാമായി സ്ത്രീകളും തങ്ങളുടെ കുടുംബത്തെയും വസ്തുവകകളെയും സംരക്ഷിച്ചു. അതായിരുന്നു ജനങ്ങളുടെ മനോഭാവവും ആവേശവും അച്ചടക്കവും ആത്മവിശ്വാസവും.

തെലങ്കാനയിലെ ജനങ്ങളുടെ അസംതൃപ്തിയും മുന്നേറ്റവും അത്യഗാധമായിരുന്നു; മഹത്തരമായിരുന്നു; അതുകൊണ്ടുതന്നെയാണ് അവർ വെറ്റിക്ക് അറുതിവരുത്തിയത്; നിയമവിരുദ്ധ പിരിവുകളും നിർബ്ബന്ധിത ധാന്യ ലെവികളും അവസാനിപ്പിച്ചതും മുമ്പ് ഭൂപ്രഭുക്കൾ പിടിച്ചെടുത്ത ഭൂമി തിരിച്ചുപിടിക്കാൻ ആരംഭിച്ചതും. ജനങ്ങൾ ഭൂപ്രഭുക്കളുടെ സായുധ ആക്രമണങ്ങളെ ചെറുക്കാൻ തുടങ്ങി; സായുധ പൊലീസിനെയും നൈസാമിന്റെ സൈന്യത്തെപോലും നേരിടാൻ ജനങ്ങൾ സജ്ജരായി; സാദ്ധ്യമായ സർവ്വവിധത്തിലും സ്ത്രീകളും ഈ ചെറുത്തുനില്പിൽ അണിനിരന്നു. ഉശിരൻ ഗാനങ്ങളുടെയും നാടൻ കലകളുടെയുമായ ഒരു ജനകീയ സാംസ്കാരിക മുന്നേറ്റംതന്നെയുണ്ടായി. ചെറുത്തുനില്പ് പ്രസ്ഥാനത്തിന്റെ ഭാഗമായി കോടതിയുടെ സമൻസുകളെയും അറസ്റ്റ് വാറന്റുകളെയും ധിക്കരിക്കാൻ പാർട്ടി ആഹ്വാനംചെയ്തു; പൊലീസിന്റെ പിടിയിൽപെടാതിരിക്കണമെന്നും സ്വത്ത് പിടിച്ചെടുക്കുന്നതിനെയും ലേലംചെയ്യുന്നതിനെയും ചെറുക്കണമെന്നും ആഹ്വാനംചെയ്തു. ബഹുജനങ്ങൾ ഈ ആഹ്വാനങ്ങളോട് ആവേശകരമായാണ് പ്രതികരിച്ചത്; ഈ നിർദ്ദേശങ്ങൾ അക്ഷരരാർത്ഥത്തിൽ നടപ്പാക്കുകയുണ്ടായി; ചെറുത്തുനില്പിന്റെ പുതുരൂപങ്ങൾ വികസിപ്പിക്കുകയുണ്ടായി. ജനങ്ങൾ പാർട്ടി നേതാക്കളെ തങ്ങളുടെ കണ്ണിലെ കൃഷ്ണമണിപോലെ കാത്തുരക്ഷിച്ചു. ഈ സമരങ്ങളിൽ, 1946 അവസാനമൊഴികെ കർഷക സ്ക്വാഡുകൾക്ക് വെടിവയ്ക്കാൻ പരിശീലനം നല്കിയില്ല. ആയുധങ്ങളെ ആശ്രയിക്കരുത് എന്ന് വളന്റിയർ സ്ക്വാഡുകൾക്ക് പാർട്ടി നിർദ്ദേശം നല്കി; കാരണം, അത് സമരത്തെ പൂർണ്ണമായും പുതിയൊരു ഘട്ടത്തിലേക്ക് മാറ്റുമെന്നും അതിന് അഖിലേന്ത്യാടിസ്ഥാനത്തിൽ പ്രത്യാഘാതമുണ്ടാകുമെന്നും പാർട്ടി വ്യക്തമാക്കിയിരുന്നു. സായുധ പൊലീസിന്റെ നിരന്തരമുള്ള ആക്രമണത്തിനുശേഷം മാത്രമാണ്, കർഷക ജനതയുടെ ആദ്യത്തെ മുന്നേറ്റം അടിച്ചമർത്തപ്പെട്ടശേഷമാണ്, ആയുധമെടുക്കാനും സായുധ ചെറുത്തുനില്പിലേക്ക് പോകാനും പാർട്ടി കേഡർമാരെ അനുവദിച്ചത്.

മഹത്തായ തെലങ്കാന സായുധ സമരം – II

തെലങ്കാനയിലെ കർഷകരുടെ മുന്നേറ്റം നൈസാം ഭരണത്തിന്റെ അടിത്തറയെത്തന്നെ പിടിച്ചുലച്ചു. തനിക്ക് ആധിപത്യമുള്ള മേഖലയെ സ്വന്തം നിയന്ത്രണത്തിലാക്കുന്നതിന് നൈസാം വലിയതോതിൽ ഭീകരത അടിച്ചേല്പിക്കുന്നതിനാണ് ശ്രമിച്ചത്. പുതുതായി സ്വതന്ത്രമായ ഇന്ത്യാ ഗവണ്മെന്റും നൈസാമുമായുള്ള കരാർ സ്തംഭനാവസ്ഥയിൽ സമാപിച്ചു; അതോടൊപ്പം ഇന്ത്യാ ഗവൺമെന്റ് നൈസാം ഗവൺമെന്റിന് ആയുധങ്ങളും പടക്കോപ്പുകളും നല്കുകയും ചെയ്തു. നൈസാം 'റസാക്കർമാർ' എന്നറിയപ്പെടുന്ന സായുധ കൊലയാളിസംഘത്തെ സംഘടിപ്പിച്ചു; ഇവർ സർക്കാരിന്റെ പിന്തുണയോടെ ഗ്രാമീണർക്കുമേൽ ആക്രമണമഴിച്ചുവിട്ടു. കൊള്ളയും കൊള്ളിവെപ്പും പീഡനവും കൊലപാതകവും ബലാത്സംഗവുമെല്ലാം വ്യാപകമായി ഈ നിഷ്ഠുരമായ മർദ്ദനനടപടികളെ ജനങ്ങൾ ചെറുത്തു; അവരുടെ കൈയിൽ കിട്ടിയ എന്തായുധമെടുത്തും അവർ തിരിച്ചടിച്ചു. ജനങ്ങളെ സംരക്ഷിക്കുന്നതിനായി കമ്യൂണിസ്റ്റ് പാർട്ടി സായുധ ഗറില്ലാ സ്ക്വാഡുകൾ സംഘടിപ്പിക്കുകയും അവർക്ക് സ്ഥിരമായി പരിശീലനം നല്കുകയുമുണ്ടായി.

1947 ലെ ആദ്യത്തെ നാല് മാസക്കാലവും ചിതറിപ്പോയ കമ്യൂണിസ്റ്റുകാരെ പുനഃസംഘടിപ്പിക്കുന്നതിൽ കേന്ദ്രീകരിച്ചു. ഈ പശ്ചാത്തലത്തിൽ സ്വതന്ത്ര ഇന്ത്യയിൽ ചേരുന്നതിലുള്ള നൈസാമിന്റെ വിസ്സമ്മതം ജനരോഷം കൂടുതൽ രൂക്ഷമാക്കി; "വിശാലാന്ധ്രയിൽ ജനകീയ ഭരണം" എന്ന പാർട്ടിയുടെ മുദ്രാവാക്യത്തിന് ജനങ്ങൾക്കിടയിൽ വ്യാപകമായ പിന്തുണ ലഭിച്ചു. ആന്ധ്രയുടെ തീരദേശ ജില്ലകൾ തെലങ്കാന പ്രക്ഷോഭത്തിന്റെ പിന്നണിയായി മാറി; നൈസാമിന്റെ ആക്രമണം നേരിടുന്ന കാഡർമാർക്കും ജനങ്ങൾക്കും ആന്ധ്രാഘടകം പാർപ്പിടവും സ

ഹായവുമൊരുക്കി. ആന്ധ്രാ മേഖലയിലെ കോൺഗ്രസ് ഗവൺമെന്റ് ആ പ്രദേശത്തെയും തെലങ്കാനയിലെയും കർഷകസമരങ്ങളെ പിന്തുണയ്ക്കുന്നതുമൂലം 1947 ന്റെ ആദ്യപകുതിയിൽ കമ്യൂണിസ്റ്റു പാർട്ടിയെ ആക്രമിച്ചു. സ്വാതന്ത്ര്യത്തെതുടർന്നുള്ള ചെറിയൊരു നിയമവിധേയ കാലഘട്ടത്തിനുശേഷം പാർട്ടി വീണ്ടും നിരോധിക്കപ്പെട്ടു.

തെലങ്കാന മേഖലയിൽ നൈസാം വിരുദ്ധസമരം വിപുലമായ ഒരു ജനകീയ പ്രക്ഷോഭമായി മാറി; ഫ്യൂഡൽ വിരുദ്ധ കാർഷിക കലാപമായി അത് വളർന്നു. കൃഷിഭൂമിയിൽനിന്നും കൃഷിക്കാരെ ഒഴിപ്പിക്കരുത് എന്ന ആവശ്യമുയർത്തി ആരംഭിച്ച പ്രക്ഷോഭം 'കൃഷിഭൂമി കർഷകന്' എന്ന ആവശ്യം മുന്നോട്ടുവച്ചു മുന്നേറി. രാജ്യത്തെ കർഷക പ്രസ്ഥാനത്തിന്റെ ചരിത്രത്തിൽ ആദ്യമായി "കൃഷിഭൂമി കർഷകന്" എന്ന മുദ്രാവാക്യം ഉയർത്തപ്പെട്ടു. ഈ ആവശ്യം കാട്ടുതീ പോലെ പടർന്നു പിടിച്ചു – അങ്ങനെ പ്രക്ഷോഭത്തിന്റെ വ്യാപ്തി വർദ്ധിച്ചു.

ഈ സമരത്തെ മുന്നോട്ടുകൊണ്ടുപോകുന്നതിനായി പാർട്ടി പതിനായിരത്തോളം അംഗങ്ങളുള്ള വില്ലേജ് സ്ക്വാഡുകൾ രൂപീകരിച്ചു; അതിനൊപ്പം രണ്ടായിരത്തിലധികം അംഗങ്ങളുള്ള സ്ഥിരം ഗറില്ലാ സ്ക്വാഡുകളും രൂപീകരിച്ചു. തുടക്കത്തിൽ ജില്ലാ ഗറില്ലാ സ്ക്വാഡുകളും പിന്നീട് സോണൽ (താലൂക്ക്) സ്ക്വാഡുകളും വില്ലേജ് സ്ക്വാഡുകളും രൂപീകരിച്ചു. ജില്ലാ സ്ക്വാഡുകളും വിവിധ താലൂക്ക് സ്ക്വാഡുകളും തമ്മിലുള്ള ഏകോപനവും പരസ്പര സഹായവും സംഘടിപ്പിക്കപ്പെട്ടു. എല്ലാ ഗറില്ലാ ശക്തികളുടെയും ഘടന – വില്ലേജ് സ്ക്വാഡ്, വില്ലേജ് ഡിസ്ട്രക്ഷൻ സ്ക്വാഡ്, സ്ഥിരം ഗറില്ലാ സ്ക്വാഡ് എന്നിങ്ങനെ ആയിരുന്നു.

ഗറില്ലാ സ്ക്വാഡുകളുടെ രൂപീകരണത്തിനുശേഷം പാർട്ടി പ്രവർത്തനം രണ്ടു വിഭാഗങ്ങളായി വിഭജിക്കപ്പെട്ടു – രാഷ്ട്രീയവും സൈനികവും; ഇവ രണ്ടും തമ്മിലുള്ള ഏകോപനവും സ്ഥിരമായി നടത്തിയിരുന്നു. സ്ഥിരം ഗറില്ലാ സ്ക്വാഡുകളുടെ രൂപീകരണത്തെതുടർന്ന്, സായുധ ചെറുത്തുനില്പ് പ്രസ്ഥാനത്തിൽ ഒരു മാറ്റം വന്നു. ഗറില്ലകൾ പതിവായി ശത്രുസേനകളോട് മുഖാമുഖം ഏറ്റുമുട്ടാനും അവയെ ആക്രമിക്കാനും തുടങ്ങി; ശത്രുക്കളുടെ ക്യാമ്പുകൾ ആക്രമിച്ച് നശിപ്പിക്കുന്നതും പതിവായി. ഈ ചെറുത്തുനില്പ് ആക്രമണങ്ങളിൽ ഗറില്ലാ സ്ക്വാഡുകൾ വിദഗ്ദ്ധരായി. ആദ്യഘട്ടത്തിലെ ചെറുത്തുനില്പിലും റസാക്കർമാരുടെ ആക്രമണത്തെ ചെറുത്തു പിന്തിരിപ്പിക്കുന്നതിലും സജീവമായ പങ്ക് വഹിച്ചിരുന്ന പരിശീലനം ലഭിച്ചിട്ടില്ലാത്ത ചെറുപ്പക്കാർക്കിടയിൽ നിന്ന് ശേഷിയുള്ള ചെറുപ്പക്കാരെ സ്ഥിരം ഗറില്ലാ സ്ക്വാഡുകളിലേക്ക് റിക്രൂട്ട് ചെയ്തു. നാടൻ ആയുധങ്ങളോടുകൂടിയ ഈ സ്ക്വാഡുകൾ, വില്ലേജുകൾ തോറും നിലനിന്നിരുന്ന ഗവൺമെന്റ് സംവിധാനത്തെ തകർക്കുന്നതിന് ജനങ്ങളെ പ്രാപ്തരാക്കിയ ജനകീയ സായുധസേനയുടെ കേന്ദ്ര ബിന്ദുക്കളായി മാറി.

ഈ ഘട്ടത്തിൽ, റസാക്കർമാരെയും ഭൂപ്രഭുക്കളെയും അവരുടെ സായുധ ഗുണ്ടാ സംഘങ്ങളെയും ഗ്രാമങ്ങളിൽനിന്ന് തുരത്തുന്നതിനുള്ള സമരത്തിൽ രണ്ടായിരത്തോളം പോരാളികളും നേതാക്കളും ജീവൻ ബലിയർപ്പിച്ചു. വെറ്റി, നിയമവിരുദ്ധമായ പിടിച്ചുപറിക്കലുകൾ, ഭൂമിയിൽ നിന്ന് ഒഴിപ്പിക്കൽ, കൊള്ളപ്പലിശയ്ക്കുള്ള വായ്പകൾ, അഴിമതിക്കാരായ ഉദ്യോഗസ്ഥരുടെ പീഡനങ്ങൾ, ഗ്രാമങ്ങളിലെ മർദ്ദനങ്ങൾ എന്നിവയ്ക്കെല്ലാം അറുതിവരുത്തി; കർഷകത്തൊഴിലാളികൾക്ക് ന്യായമായ കൂലി ഉറപ്പാക്കി; ധാന്യം വിതരണം ചെയ്യപ്പെട്ടു. തങ്ങൾ കൃഷിചെയ്തിരുന്ന ഭൂമിയിൽ കുടിയാന്മാർക്ക് പൂർണ്ണ അവകാശം നല്കപ്പെട്ടു. തങ്ങളുടെ ജീവിതകാലത്ത് ഇതാദ്യമായാണ് ദിവസം രണ്ടുനേരം നേരെ ഭക്ഷണം കഴിക്കുന്നതെന്ന് ആളുകൾ പറയാൻ തുടങ്ങി. 3000 ഗ്രാമങ്ങളിൽ ഗ്രാമസ്വയംഭരണം സ്ഥാപിതമായി. വിദ്യാഭ്യാസത്തിനും ആരോഗ്യത്തിനും മറ്റെല്ലാ ഗ്രാമീണ സേവനങ്ങൾക്കുമായി ജനകീയ കമ്മിറ്റികൾ സംഘടിപ്പിക്കപ്പെട്ടു.

മിച്ച ഭൂമി നിയമവിരുദ്ധമായി കൈയടക്കി വെച്ചിരുന്ന ഭൂമി, പാട്ടഭൂമി, തരിശുഭൂമി, വനഭൂമി, മേച്ചിൽപ്പുറങ്ങൾ എന്നിങ്ങനെയുള്ള 10 ലക്ഷം ഏക്കർ ഭൂമി സമ്പൂർണ്ണ ഉടമാവകാശത്തോടുകൂടി ഭൂരഹിതരും ദരിദ്രരും ഇടത്തരക്കാരുമായ കർഷകർക്ക് വിതരണം ചെയ്യപ്പെട്ടു. ഭൂമിക്കൊപ്പം ഭൂപ്രഭുക്കളുടെ കൈവശമുണ്ടായിരുന്ന കാർഷികോപകരണങ്ങളും പതിനായിരക്കണക്കിന് അധികം കന്നുകാലികളും ആടുകളും ചെമ്മരിയാടുകളുമെല്ലാം സൗജന്യമായി വിതരണം ചെയ്യപ്പെട്ടു. ഭൂപ്രഭുക്കളും ദേശ്മുഖ്കളും കൊള്ളപ്പലിശക്കാരും നല്കിയിരുന്ന വായ്പകൾ റദ്ദാക്കപ്പെട്ടു.

തെലങ്കാനയിലെ പ്രക്ഷോഭം വ്യാപിക്കുകയും ഭൂമിക്കായുള്ള ആവശ്യം അധികമധികം നിർബ്ബന്ധമുള്ളതാവുകയും ചെയ്തതോടെ പാർട്ടി നിശ്ചയിച്ച ഭൂപരിധി ആദ്യഘട്ടത്തിലെ 500 ഏക്കറിൽ നിന്ന് 200 ഏക്കറായും ഒടുവിൽ 1948 മദ്ധ്യത്തോടുകൂടി നൂറ് ഏക്കർ കരഭൂമിയും പത്ത് ഏക്കർ നിലവും എന്നായി കുറച്ചു. ഭൂമി ആദ്യം കർഷകത്തൊഴിലാളികൾക്കും പിന്നീട് ദരിദ്രകർഷകർക്കും ഇടത്തരം കർഷകർക്കുമായാണ് വിതരണം ചെയ്യപ്പെട്ടത്.

ഭൂവിതരണവും കൂലിയിൽ വർദ്ധനവും നടന്നതോടെ കർഷകത്തൊഴിലാളികളുടെ രാഷ്ട്രീയ ബോധത്തിലും ജീവിതരീതിയിലും ശ്രദ്ധേയമായ മാറ്റമുണ്ടായി.

ഭൂവിതരണത്തിന്റെയും അതിൽനിന്നും ഉയർന്നുവരുന്ന പ്രശ്നങ്ങൾക്ക് പരിഹാരം കാണുന്നതിന്റെയും കടമകൾ കൈകാര്യം ചെയ്തത് ഗ്രാമ സ്വയംഭരണ സമിതികളായിരുന്നു. സമരത്തിന്റെയും അധികാരത്തിന്റെയും ഉപകരണങ്ങളായിരുന്നു ഈ സമിതികൾ. വില്ലേജിലെ പ്രായപൂർത്തിയായ എല്ലാപേരും ചേർന്ന് തിരഞ്ഞെടുക്കുന്ന ഈ സമിതികളാണ് വില്ലേജ് ഭരണം നിർവ്വഹിച്ചത്. ഇവ 'ഗ്രാമരാജ്യം' സമിതികൾ എന്നാണ് അറിയപ്പെട്ടത്.

സ്ത്രീകളും പുരുഷന്മാരും വില്ലേജ് സ്ക്വാഡുകളുടെ നേതാക്കളുമാണ് ഈ സമിതികളിലേക്ക് തിരഞ്ഞെടുക്കപ്പെടുന്നത്. അഞ്ചോ ഏഴോ അംഗങ്ങൾ ഉൾപ്പെടുന്നതാണ് ഈ സമിതികൾ. അഴിമതിയും കൈക്കൂലിയും മറ്റു ദുർനടപടികളും ഉൾപ്പെടെ മുൻപ് നിലനിന്നിരുന്ന തിന്മകളൊന്നുമില്ലാതെ ഈ സമിതിയിലെ അംഗങ്ങൾ ജനകീയ പ്രശ്നങ്ങൾക്ക് പരിഹാരമുണ്ടാക്കിയിരുന്നു. ഈ പ്രവർത്തനത്തിൽ കമ്മിറ്റി അംഗങ്ങൾക്കൊപ്പം നിരവധി സാധാരണക്കാരും പങ്കെടുക്കാറുണ്ടായിരുന്നു. എല്ലാ പ്രശ്നങ്ങളും ജനാധിപത്യപരമായ രീതിയിലായിരുന്നു പരിഹരിച്ചിരുന്നത്. ഗ്രാമരാജ്യം സമിതികൾ പിന്തിരിപ്പന്മാർക്ക് അവരുടെ കുറ്റകൃത്യങ്ങളുടെ സ്വഭാവമനുസരിച്ച് താക്കീത് ചെയ്യുക, സാമൂഹികമായി ബഹിഷ്കരിക്കുക, പിഴ ചുമത്തുക, അവരുടെ സ്വത്ത് കണ്ടുകെട്ടുക തുടങ്ങിയ ശിക്ഷകൾ നല്കിയിരുന്നു. പൊലീസിനൊപ്പം നീങ്ങുകയും ജനങ്ങളെ ആക്രമിക്കുകയും ചെയ്യുന്നവരെ ശിക്ഷിച്ചിരുന്നു.

ഈ ഗ്രാമരാജ്യത്തിൻകീഴിൽ ജനങ്ങൾക്ക് ഒട്ടേറെ ആനുകൂല്യങ്ങൾ ലഭിച്ചിരുന്നു:

- നികുതി പിരിക്കാൻ സർക്കാർ ഏജന്റുമാരൊന്നും ഉണ്ടായിരുന്നില്ല; ആ പണം ആളുകളുടെ കൈയിൽ തന്നെ ഇരുന്നു.
- കള്ള് ചെത്തിയിരുന്ന പനയും ഈന്തപ്പനയും മുറിക്കുന്ന പരിപാടിക്കിടയിൽ കള്ളുചെത്തുകാർക്ക് അതിനോടുള്ള എതിർപ്പും അവരുടെ അതൃപ്തിയും പാർട്ടി മനസ്സിലാക്കി. ആയതിനാൽ ഈ പരിപാടി ഉപേക്ഷിച്ചു. ഇതിനൊടുവിൽ അവരോട് കള്ള് ചെത്താനും നല്ല കള്ള് കുറഞ്ഞ വിലയ്ക്ക് ആളുകൾക്ക് വില്ക്കാനും നിർദ്ദേശിച്ചു; സർക്കാരിന് നികുതി കൊടുക്കരുതെന്നും പറഞ്ഞു.
- കൃഷി അഭിവൃദ്ധിപ്പെടുത്തുന്നതിന് ജലസേചന കനാലുകൾ കുഴിക്കുന്നതിനും ചെറിയ കുളങ്ങൾ കുഴിക്കുന്നതിനുമുള്ള ഒരു പരിപാടിയും നടപ്പിലാക്കി.
- ചികിത്സാ സൗകര്യങ്ങൾ, ആരോഗ്യപരിചരണം, ചുരുങ്ങിയ ശുചിത്വശീലങ്ങളെങ്കിലും പാലിക്കാൻ ആളുകളെ പരിശീലിപ്പിക്കൽ എന്നിവയെല്ലാം വ്യാപകമായി ഏറ്റെടുത്തു. ആളുകൾക്ക് കൃത്യമായ സഹായവും രോഗപ്രതിരോധ കുത്തിവെപ്പുകളും മറ്റും നല്കുകയും സംരക്ഷണം ഉറപ്പാക്കുകയും ചെയ്തു – പ്രത്യേകിച്ചും കോളറ മഹാമാരി പടർന്നുപിടിച്ച ഗ്രാമങ്ങളിൽ. രോഗങ്ങൾ തടയുന്നതിനായി പല ഗ്രാമങ്ങളിലും വ്യാപകമായി മരുന്നുകൾ വിതരണം ചെയ്തു.
- സമരത്തിനിടയിൽ വീടുകൾ കത്തിനശിച്ച കർഷകർക്ക് അവരുടെ വീടുകൾ പുനർ നിർമ്മിക്കാൻ ഭൂപ്രഭുക്കന്മാരുടെ തോട്ടങ്ങളിൽ നിന്നും സർക്കാർ വനങ്ങളിൽനിന്നും എടുത്ത തടിയും പനയോലയും പുല്ലും മറ്റും വിതരണം ചെയ്തു.

തെലങ്കാന സമരത്തിൽ പുരുഷന്മാർക്കൊപ്പം സ്ത്രീകളും തുല്യനിലയിൽ പങ്കെടുത്തു; ആയതിനാൽ ഗ്രാമരാജ്യം സമിതികൾക്കും പാർട്ടിക്കും “സ്ത്രീകൾ പുരുഷന്മാർക്ക് കീഴ്പ്പെട്ട് നില്ക്കേണ്ടവരാണ്”

എന്നതുപോലെയുള്ള, സമൂഹത്തിൽ നിലനിന്നിരുന്ന പഴഞ്ചൻ ആശയങ്ങൾക്കെതിരെയുള്ള പ്രചരണം എളുപ്പമായി. സ്ത്രീകൾക്കും പുരുഷന്മാർക്കും തുല്യ അവകാശമാണുള്ളത് എന്ന് പ്രഖ്യാപിക്കപ്പെടുകയും പ്രചരിപ്പിക്കപ്പെടുകയും ചെയ്തു. ഈ തത്ത്വങ്ങൾക്കനുസൃതമായി സ്വന്തം ജീവിത പങ്കാളിയെ തെരഞ്ഞെടുക്കാനും പൊരുത്തപ്പെട്ട് പോകാനുള്ള ശ്രമങ്ങളൊന്നും വിജയിക്കാതെ വരുകയാണെങ്കിൽ വിവാഹമോചനത്തിനും പുനർവിവാഹത്തിനുമുള്ള അവകാശത്തിന് പാർട്ടി പിന്തുണ നല്കി. അതേസമയം തന്നെ പാപബോധത്തിൽനിന്നോ സന്ന്യാസ മനോഭാവത്തിൽനിന്നോ നോക്കുന്ന വീഴ്ചകളായോ പിശകുകളായോ ലൈംഗികബന്ധങ്ങളെ കാണാതിരിക്കുമ്പോൾപോലും അരാജകത്വപരമായ ലൈംഗികബന്ധങ്ങളെ പാർട്ടി പ്രോത്സാഹിപ്പിച്ചതുമില്ല. എന്നാൽ ഒരു തീരുമാനത്തിലെത്തുന്നതിനും അത് നടപ്പാക്കപ്പെടുന്നതിനും മുൻപ് ബന്ധപ്പെട്ട വ്യക്തികൾക്കൊപ്പം പൊതുസമൂഹത്തോടും പരിശുദ്ധവും കളങ്കമറ്റതുമായ ജീവിതത്തിനു സഹായകമായ തീരുമാനം എങ്ങനെയെന്ന് വിശദീകരിക്കുമായിരുന്നു. ജനകീയ പ്രസ്ഥാനത്തിന്റെയും സാമൂഹിക ബന്ധങ്ങളുടെയും മികച്ച വികാസത്തിന് അത് സഹായകമായി.

വിവാഹത്തിന്റെയും വിവാഹമോചനത്തിന്റെയും പുനർവിവാഹത്തിന്റെയും പ്രശ്നം പ്രസ്ഥാനത്തിന്റെ വികാസത്തിന്റെ ഗതിക്രമത്തിനിടയിൽ പൊതുസമൂഹത്തോട് അവതരിപ്പിച്ചിരുന്നു; സാമ്പത്തികവും സാമൂഹികവുമായ ബന്ധങ്ങളിലെ മാറിവരുന്ന രീതികളെക്കുറിച്ചും വിശദീകരിച്ചിരുന്നു. സമരത്തിൽ സ്വന്തം ഭർത്താക്കന്മാരുടെ ജീവൻ നഷ്ടപ്പെട്ട നിരവധി യുവതികളുടെ രൂക്ഷവും അടിയന്തരവുമായ പ്രശ്നമായി ഇത് മാറിയിരുന്നു. ഒരു പുതിയ സദാചാരസംഹിതയുടെ ആവശ്യമുണ്ടെന്ന് പാർട്ടി തറപ്പിച്ചുപറഞ്ഞു; പാപത്തിന്റെയോ അവിശ്വസ്തതയുടെയോ പ്രശ്നമല്ല ഇതെന്നും മറിച്ച് സാധാരണ ജീവിതം നയിക്കുന്നതിനും ജനകീയ പ്രസ്ഥാനത്തിന് സംഭാവന നല്കുന്നതിനും പെൺകുട്ടികളെ പുനർവിവാഹത്തിന് അനുവദിക്കുന്നത് നല്ല കാര്യമാണെന്നും പാർട്ടി വ്യക്തമാക്കുകയുണ്ടായി.

ഗ്രാമങ്ങളിൽ ജാതി വിവേചനം ആഴത്തിൽ വേരുറപ്പിച്ചിരുന്നു. സമരത്തിനിടയിൽ എല്ലാ ജനങ്ങളും ജാതിയുടെയും വംശത്തിന്റെയുമൊന്നും ഒരു വേർതിരിവുമില്ലാതെ കൂട്ടായി പ്രവർത്തിക്കാനും പൊരുതാനും നിർബ്ബന്ധിതരായി; ഇത് അയിത്തമെന്ന തിന്മക്കെതിരെയുള്ള പോരാട്ടം അനായാസമാക്കി. ഗറില്ലാ സ്ക്വാഡുകളിൽ തുല്യതയും പരസ്പരബഹുമാനവും കർശനമായി പാലിച്ചിരുന്നു; ഇത് ജനങ്ങളുടെ കാഴ്ചപ്പാടിൽ മാറ്റം വരുത്തി. ദൈവം, പിശാച് എന്നിവയിലുള്ള വിശ്വാസം വലിയൊരളവിൽ കുറഞ്ഞു – പ്രത്യേകിച്ചും ചെറുപ്പക്കാർക്കിടയിൽ.

രാഷ്ട്രീയ പ്രചരണം വ്യാപകമായി നടപ്പാക്കപ്പെട്ടു. ഗ്രാമരാജ്യം സമിതികളിൽനിന്നു തുടങ്ങി വില്ലേജ് സ്ക്വാഡുകളിലും സംഘാടകരിലും സ്ഥിരം ഗറില്ലാ സ്ക്വാഡുകളിലുമുള്ളവർ വരെ ഓരോരുത്തരും യോഗ

ങ്ങളിൽ ഓരോ പ്രശ്നവും വിശദീകരിക്കുക പതിവായിരുന്നു. ഇതിനൊപ്പം ജനകീയ സാംസ്കാരിക ഉപകരണങ്ങളും നല്ല പ്രയോജനം ചെയ്തു. ലോക്കൽ സ്ക്വാഡുകൾ നിത്യേന സൈനിക പരിശീലനം നടത്തുമ്പോൾ ഗറില്ലാ സ്ക്വാഡുകൾ ജനങ്ങൾക്കുമുന്നിൽ തങ്ങളുടെ സൈനികമായ വിജ്ഞാനം പ്രദർശിപ്പിച്ചിരുന്നു. ജനങ്ങൾ ഈ പരിപാടികളെയെല്ലാം വലിയ താല്പര്യത്തോടും ആവേശത്തോടുമാണ് വീക്ഷിച്ചത്. ചിലപ്പോൾ അവരുടെ ആവേശം ഈ പരിപാടികളിൽ അവരും അണിനിരക്കുന്നതിനിടയാക്കി.

ശത്രുവിന്റെ ആക്രമണങ്ങൾ ഏറ്റവും രൂക്ഷമായിരുന്നപ്പോൾ പോലും പ്രായപൂർത്തിയായവർക്കുള്ള സാക്ഷരതാ പരിപാടി തുടർന്നു. ഗ്രാമ സമിതികളും വില്ലേജ് സ്ക്വാഡുകളും പഠിക്കുക മാത്രമല്ല മറിച്ച് മറ്റുള്ളവരെ പഠിപ്പിക്കുകയും ചെയ്തിരുന്നു. ഏതാനും മാസങ്ങൾക്കുള്ളിൽ നിരവധി നിരക്ഷരരായ ആളുകൾക്ക് പത്രങ്ങളും പുസ്തകങ്ങളും വായിക്കാൻ കഴിഞ്ഞു.

ഉന്നത സമിതികൾ മുന്നോട്ടുവെച്ച തത്ത്വങ്ങൾക്കും നിർദ്ദേശങ്ങൾക്കും അനുസൃതമായി വില്ലേജ് കമ്മിറ്റികളാണ് ഈ കടമകൾ നിറവേറ്റിയത്.

ഏറ്റവും ആവേശകരമായ വശം വില്ലേജ് സ്ക്വാഡുകളുടെ അച്ചടക്കവും സമർപ്പണ മനോഭാവവുമായിരുന്നു; സ്ഥിരം സ്ക്വാഡുകളിൽ ഈ ഗുണങ്ങൾ ഇതിലും കൂടുതൽ ഉയർന്ന തോതിൽ കാണാമായിരുന്നു. എന്നാൽ ഈ ഗുണങ്ങളെ സംബന്ധിച്ചിടത്തോളം നൈസാം വിരുദ്ധ വിമോചന ഘട്ടത്തിൽ പ്രസ്ഥാനത്തിന് ഇത്രയേറെ വ്യാപ്തി കൈവരിക്കാൻ കഴിയുകയോ ഭയങ്കരമായ നഷ്ടങ്ങൾക്ക് ആശ്വാസമേകാൻ കഴിയുകയോ ചെയ്തിരുന്നില്ല. അച്ചടക്കവും കൂറും സാദ്ധ്യമായത് അവർ ജനകീയ പ്രക്ഷോഭവുമായി അടുത്ത ബന്ധം സ്ഥാപിച്ചിരുന്നതിനാലാണ്.

1946–47 ലെ ഈ ഘട്ടത്തിൽ നൈസാമും ഒപ്പമുള്ള ഫ്യൂഡൽ ഭരണാധികാരികളും തങ്ങൾക്ക് പിന്തുണയാവാൻ ഹിന്ദുക്കൾക്കെതിരായി മുസ്ലീം ജനതയെ അണിനിരത്താൻ ശ്രമിച്ചു; എന്നാൽ കമ്യൂണിസ്റ്റ് പാർട്ടിയുടെ പരിശ്രമംമൂലം വലിയൊരു വിഭാഗം മുസ്ലീം കർഷകരെയും ഗ്രാമീണ കൈത്തൊഴിലുകാരെയും ഗ്രാമീണ ദരിദ്രരെയും തെലങ്കാനയിലെ പൊരുതുന്ന കർഷക ജനതയ്ക്കു പിന്നിൽ അണിനിരത്താൻ കഴിഞ്ഞു.

തെലങ്കാന സമരം കൂടുതൽ കൂടുതൽ പ്രദേശങ്ങളിലേക്ക് പടർന്നുകൊണ്ടിരിക്കുകയാണെന്ന് ഇന്ത്യാ ഗവണ്മെന്റിന് ബോദ്ധ്യമായപ്പോൾ, അതിൽ ഇടപെടാൻ തീരുമാനിച്ചു. റസാക്കർമാരുടെ അക്രമം തടയുന്നതിനും ഇന്ത്യൻ യൂണിയനിലേക്ക് നൈസാമിനെ കൂട്ടിച്ചേർക്കുന്നത് ഉറപ്പാക്കുന്നതിനുമെന്ന പേരിൽ ഇന്ത്യാ ഗവണ്മെന്റ് സൈന്യത്തെ അയച്ചു. എന്നാൽ ഗവൺമെന്റിന്റെ പ്രഖ്യാപിതമായ മുഖ്യലക്ഷ്യം 'കമ്യൂണിസ്റ്റ് അക്രമ'ത്തെ അടിച്ചൊതുക്കാൻ ശ്രമിക്കുകയായിരുന്നു.

മഹത്തായ തെലങ്കാന സായുധ സമരം – III

പൊലീസ് നടപടിയും പിന്മാറ്റവും

ഹൈദരാബാദ് സ്റ്റേറ്റിൽ 1948 സെപ്തംബർ 13 ന് കേന്ദ്ര ഗവൺമെന്റ് "പൊലീസ് നടപടി" ആരംഭിച്ചു; ഇന്ത്യൻ യൂണിയനിൽ ലയിക്കാൻ നൈസാമിനെ നിർബ്ബന്ധിതനാക്കാനും വ്യാപിച്ചുകൊണ്ടിരുന്ന തെലങ്കാന കർഷക പ്രക്ഷോഭത്തെ അടിച്ചമർത്താനുമായിരുന്നു "പൊലീസ് നടപടി." ചുരുക്കം ചില കേന്ദ്രങ്ങളിലൊഴികെ ഒരിടത്തും കേന്ദ്രസേനയെ നൈസാമിന്റെ പട്ടാളം ചെറുത്തുനിന്നില്ല; അവർ കീഴടങ്ങുകയായിരുന്നു. അഞ്ചുദിവസത്തിനുള്ളിൽ നൈസാം തന്നെ കീഴടങ്ങി – 1948 സെപ്റ്റംബർ 18 ന്.

"പൊലീസ് നടപടി" നല്കിയ അവസരം ജനങ്ങളും സായുധ സ്ക്വാഡുകളും പ്രയോജനപ്പെടുത്തി. നിരവധി റസാക്കർമാരെയും പൊലീസ് ക്യാമ്പുകളെയും അവർ ആക്രമിച്ചു; ക്യാമ്പുകൾ തകർക്കുകയും ആയുധങ്ങളും മറ്റു സാധനങ്ങളും പിടിച്ചെടുക്കുകയും ചെയ്തു. ഓടി രക്ഷപ്പെടാൻ ശ്രമിച്ച പട്ടാളക്കാരെ ജനങ്ങൾ വഴിവക്കിലും പാടങ്ങളിലും വച്ചു പിടികൂടി, നല്ല പാഠം പഠിപ്പിച്ചു വിട്ടു. ജനശത്രുക്കളുടെ കെട്ടിടങ്ങളും മറ്റു വസ്തുവകകളും കൃത്യമായി തകർക്കുന്നത് ഈ കാമ്പയിന്റെ പ്രത്യേകതയായിരുന്നു. എവിടെയായാലും ഏത് ഗ്രാമത്തിലായാലും എവിടെയെങ്കിലും ഒരു ഗഡി (ഭൂപ്രഭുവിന്റെ ഭവനം) ഉണ്ടെങ്കിൽ ആയിരക്കണക്കിനാളുകൾ ഒത്തുകൂടി തങ്ങളുടെ ആജന്മ ശത്രുക്കളായ ഇവരുടെ ഈ കോട്ടകൊത്തളത്തിനുനേരെ മാർച്ച് ചെയ്യുമായിരുന്നു.

"പൊലീസ് നടപടി" ഉണ്ടാകുന്നതിന് തൊട്ടുമുൻപ് ഇന്ത്യൻ സൈന്യം റസാക്കർമാരെയും നൈസാമിന്റെ സായുധസേനയെയും ആക്രമിച്ചുകൊണ്ടിരിക്കുന്നിടത്തോളം ഒരു കാരണവശാലും സൈന്യവുമായി

ഏറ്റുമുട്ടരുതെന്ന് ഏരിയ സ്ക്വാഡുകളോടും ഗറില്ലാ സ്ക്വാഡുകളോടും കമ്യൂണിസ്റ്റ് പാർട്ടി കർശനമായി നിർദ്ദേശിച്ചിരുന്നു. റസാക്കർമാർക്കും നൈസാമിന്റെ പൊലീസ് ക്യാമ്പുകൾക്കും എതിരെ തനതായ ആക്രമണം അഴിച്ചുവിടാനും അവരെ തകർക്കാനും അവരുടെ ആയുധങ്ങൾ പിടിച്ചെടുക്കാനും ആധുനിക ആയുധങ്ങൾകൊണ്ട് സ്ക്വാഡുകളെ പുനഃസജ്ജീകരിക്കാനും ഏരിയ–ഗറില്ലാ സ്ക്വാഡുകൾക്ക് നിർദ്ദേശം നല്കുകയുണ്ടായി; ഏതാനും ആഴ്ചകൾ കൂടി കാത്തിരിക്കാനും നിർദ്ദേശിക്കപ്പെട്ടു; ആ സമയമാകുമ്പോൾ ഇന്ത്യൻ സൈന്യവും ഭൂപ്രഭു – ദേശ്മുഖ് സംഘവും കൂടി തെലങ്കാനയിലെ കർഷക ജനതയ്ക്കുമേൽ ആക്രമണമഴിച്ചുവിടുന്നതോടെ ബഹുജനങ്ങൾക്കിടയിൽ ഉയർന്നിട്ടുള്ള വ്യാമോഹങ്ങളും പ്രതീക്ഷകളും അസ്തമിക്കുമെന്നും പാർട്ടി സ്ക്വാഡുകൾക്കു നല്കിയ നിർദ്ദേശത്തിൽ വ്യക്തമാക്കുകയുണ്ടായി.

ഇന്ത്യൻ സൈന്യം തെലങ്കാനയിലേക്ക് കടന്ന് ഒരാഴ്ചയ്ക്കുള്ളിൽ ആക്രമണം ആരംഭിച്ചു. എല്ലാ ഗറില്ലാ സ്ക്വാഡുകളെയും പാർട്ടിയെയും നശിപ്പിക്കാൻ തീരുമാനിച്ചുറച്ച ആക്രമണമാണുണ്ടായത്. പാർട്ടി നേതൃത്വം ആവർത്തിച്ച് നിർദ്ദേശങ്ങൾ അയയ്ക്കുകയും സായുധ ഗറില്ലാ സ്ക്വാഡുകൾ പിരിച്ചുവിടുകയും ആയുധങ്ങൾ ഉപേക്ഷിക്കുകയും ചെയ്യുന്ന നയം എത്രത്തോളം അപകടകരമാണെന്നും സായുധ ഗറില്ലാ സ്ക്വാഡുകളെ കേന്ദ്രസേനയുടെയും പൊലീസിന്റെയും പ്രാദേശിക ദേശ്മുഖ്മാരുടെയും ഭൂപ്രഭുക്കളുടെയും ആക്രമണത്തിന്റെ ലക്ഷ്യമായി അതെങ്ങനെ അനായാസം മാറുമെന്നും വിശദീകരിക്കുകയും ചെയ്തു. അവർക്കെതിരെ ഇന്ത്യൻ സൈന്യം ആക്രമണമഴിച്ചുവിടുമ്പോൾ സ്വയരക്ഷയ്ക്കും ജനങ്ങളുടെ രക്ഷയ്ക്കും സജ്ജരായിരിക്കണമെന്ന് പാർട്ടി അവരെ ഉപദേശിക്കുകയും ചെയ്തിരുന്നു. ദൗർഭാഗ്യവാശാൽ മിക്കവാറും സ്ക്വാഡും പാർട്ടിയുടെ രാഷ്ട്രീയ സംഘാടകരും ആക്രമണം നേരിടാനുള്ള മാനസികാവസ്ഥയിലായിരുന്നില്ല; ഇന്ത്യാ ഗവൺമെന്റിന്റെ ഇടപെടലിന്റെ സ്വഭാവത്തെ സംബന്ധിച്ച് വ്യാമോഹങ്ങൾ വളർന്നിരുന്നു.

ഇന്ത്യൻ ആർമി തെലങ്കാനയിൽ കടന്ന് രണ്ടാഴ്ചയ്ക്കുള്ളിൽ, നഗരങ്ങളിലേക്കും ഇന്ത്യൻ യൂണിയൻ പ്രദേശങ്ങളിലേക്കും ഓടിപ്പോയിരുന്ന ദേശ്മുഖ്മാരും ഭൂപ്രഭുക്കളും തങ്ങളുടെ ഗ്രാമങ്ങളിലേക്ക് മടങ്ങിവരികയും തങ്ങളുടെ ഭൂമിയും ധാന്യങ്ങളും തിരിച്ചുപിടിക്കാൻ അധികൃതരുമായി കൈകോർക്കുകയും ചെയ്തു. ആയിരക്കണക്കിന് പ്രാദേശിക കാഡർമാരിൽ മഹാഭൂരിപക്ഷം മേഖലാ പ്രാദേശിക നേതാക്കളെയും അറസ്റ്റ് ചെയ്യുകയുണ്ടായി. അവശേഷിച്ച സ്ക്വാഡുകളെയും അവയുടെ നേതാക്കളെയും നിർഭയം വേട്ടയാടുകയുണ്ടായി; പിടിക്കപ്പെട്ടവരെയെല്ലാം നിഷ്ഠുരമായി പീഡിപ്പിക്കുകയും വെടിവെച്ചു കൊല്ലുകയുമുണ്ടായി. നൂറുകണക്കിനു ഗ്രാമങ്ങളിൽ കൂട്ട അറസ്റ്റുകളും പീഡനങ്ങളും നിത്യവും നടക്കുന്ന പൊതു സവിശേഷതയായി.

നൈസാമിന്റെ അതിക്രമങ്ങൾക്കെതിരെ ഉറച്ചുനിന്ന സാധാരണ മുസ്ലീങ്ങൾ ആക്രമിക്കപ്പെടുകയും പറഞ്ഞറിയിക്കാനാവാത്തത്ര കടുത്ത ദുരിതങ്ങൾ അവർക്ക് അനുഭവിക്കേണ്ടതായി വരുകയുമുണ്ടായി. ആ ഗ്രാമങ്ങളിലെ ഹിന്ദുക്കൾ ഇത്തരം മുസ്ലീങ്ങളെ രക്ഷിക്കുകയും തങ്ങളുടെ വീടുകളിൽ ഇവർക്ക് അഭയം നല്കുകയുമുണ്ടായി. തെലങ്കാന പ്രസ്ഥാനം ഈ പ്രധാന നേട്ടത്തിൽ അഭിമാനം കൊള്ളുകയാണ് – ഗ്രാമങ്ങളിൽ ഹിന്ദു മുസ്ലിം ഐക്യം സുരക്ഷിതമായിരുന്നു. ഹൈദരാബാദ് സ്റ്റേറ്റിന്റെ മറ്റ് ഭാഗങ്ങളിൽ ജനാധിപത്യ പ്രസ്ഥാനം ദുർബ്ബലമായിരുന്ന സ്ഥലങ്ങളിൽ മുസ്ലീങ്ങൾക്കെതിരായ വിദ്വേഷവും അവരെ ആക്രമിക്കുന്നതും വ്യാപകമായിരുന്നു.

നാട്ടുരാജ്യങ്ങളെ പൂർണ്ണമായും നിർമ്മാർജ്ജനം ചെയ്യുന്നതിലും അവയെ ഒരേ ഭാഷ സംസാരിക്കുന്ന അയൽപ്രദേശങ്ങളുമായി ലയിപ്പിക്കുന്നതിലും വ്യത്യസ്ത ദേശീയതകൾ ഉൾക്കൊള്ളാൻ ശരിക്കും ജനാധിപത്യപരമായ ഒരു ഫെഡറൽ സംവിധാനം കെട്ടിപ്പടുക്കുന്നതിലും കോൺഗ്രസ് ഗവൺമെന്റിന് യാതൊരു താല്പര്യവുമുണ്ടായിരുന്നില്ല. 1950 ജനുവരി 26 ന് ഇന്ത്യൻ ഭരണഘടന നിലവിൽ വന്നപ്പോൾ ഔപചാരികമായി രാജപ്രമുഖൻ എന്ന നിലയിൽ നൈസാമിനെയാണ് പ്രഖ്യാപിച്ചത്. പ്രായോഗികതലത്തിൽ നൈസാമിന്റെ പഴയ ഉദ്യോഗസ്ഥരിൽ ഒരാളെ പോലും അവർ നടത്തിയ കുറ്റകൃത്യങ്ങളുടെ പേരിൽ ശിക്ഷിക്കുകയും ചെയ്തില്ല.

നേരെമറിച്ച്, തെലങ്കാന സമരത്തിലെ പോരാളികളെ വ്യാജ വിചാരണകൾക്ക് വിധേയരാക്കുകയും അവരിൽ ചിലർക്ക് വധശിക്ഷ വിധിക്കുകയും ചെയ്തു. പല സഖാക്കളെയും ജയിലിൽനിന്ന് പുറത്തേക്ക് കൊണ്ടുപോയി കാടുകളിലും കുന്നിൻ പുറങ്ങളിലും വെച്ച് വെടിവെച്ചു കൊല്ലുകയുമുണ്ടായി. പുതിയ ഇന്ത്യൻ ഭരണഘടന പ്രാബല്യത്തിൽ വരുന്നതിനു മുൻപുതന്നെ തെലങ്കാന പോരാളികളുടെ വധശിക്ഷ രഹസ്യമായി തിരക്കിട്ട് നടപ്പാക്കാനുള്ള വല്ലാത്ത വ്യഗ്രതയിലായിരുന്നു ഇന്ത്യാ ഗവണ്മെന്റ്. 12 തെലങ്കാന വീരന്മാർക്ക് അവർ വധശിക്ഷ വിധിച്ചിരുന്നു. പോൾ റോബ്സണെ പോലെയുള്ള നിരവധി ലോകപ്രശസ്ത വ്യക്തിത്വങ്ങളും ലോകവ്യാപകമായി ജനാധിപത്യ സംഘടനകളും വധശിക്ഷകളെ അപലപിച്ചു. തെലങ്കാന വീരന്മാർക്കായുള്ള ഡിഫൻസ് കമ്മിറ്റി രൂപീകരിക്കപ്പെട്ടു. പ്രതിഷേധങ്ങളുടെയും അപലപിക്കലുകളുടെയും ഈ വേലിയേറ്റം വധശിക്ഷയെ ജീവപര്യന്തം തടവാക്കി മാറ്റാൻ ഗവൺമെന്റിനെ നിർബ്ബന്ധിതമാക്കി.

ഈ ഘട്ടത്തിൽ പാർട്ടിക്ക് അഭിമുഖീകരിക്കേണ്ടതായിവന്ന ചില പ്രശ്നങ്ങൾ ഇവയാണ്: ഇന്ത്യൻ യൂണിയനിലെ സൈന്യത്തിന്റെ ആക്രമണങ്ങൾക്കെതിരെ സായുധ ഗറില്ലാ ചെറുത്തുനില്പ് തുടരേണ്ടതുണ്ടോ; കൃഷിക്കാർ നേടിയെടുത്ത ഭൂമിയും മറ്റു ജനാധിപത്യ നേട്ടങ്ങളും സംരക്ഷിക്കണമോ കോൺഗ്രസ് ഗവൺമെന്റിന്റെ സൈന്യത്തിനു

മുന്നിൽ ആയുധങ്ങൾ വച്ച് കീഴടങ്ങുകയും തെലങ്കാനയിലെ പൊരുതുന്ന ജനങ്ങൾ പാർട്ടിയിൽ അർപ്പിച്ച വിശ്വാസത്തെ വഞ്ചിക്കുകയും വേണമോ? സായുധ ചെറുത്തുനില്പ് ഉപേക്ഷിക്കുകയും കോൺഗ്രസ് ഗവൺമെന്റിന്റെ സൈനിക ഭരണം അനുവദിച്ച നിയമവിധേയ സമരരൂപങ്ങളിലേക്ക് മാറുകയും ചെയ്യണമോ? സൈന്യത്തിന്റെ സായുധ ഇടപെടലിനെ തുടർന്ന് നിരുപാധികമായും പെട്ടെന്നും സമരം പിൻവലിക്കുകയാണെങ്കിൽ ഇന്ത്യാ ഗവൺമെന്റ് ആയിരക്കണക്കിന് ഗറില്ലാ സ്ക്വാഡുകൾക്കും കാഡർമാർക്കും പാർട്ടി അംഗങ്ങൾക്കും പൊതുമാപ്പ് നല്കുമോ?

ഈ ചോദ്യങ്ങൾ സംബന്ധിച്ച് പരസ്പരമെതിരായ രണ്ട് വ്യത്യസ്ത കാഴ്ചപ്പാടുകൾ ഉയർന്നുവന്നു. ഒരു വിഭാഗം സഖാക്കൾ ഇന്ത്യൻ സൈന്യത്തിന്റെ സായുധ ആക്രമണങ്ങൾക്കെതിരായ സായുധ ചെറുത്തുനില്പ് ഉപേക്ഷിക്കണമെന്നും പരസ്യമായതും നിയമവിധേയമായതുമായ സമര രൂപങ്ങൾ സ്വീകരിക്കണമെന്നും വാദിക്കുകയുണ്ടായി. വിശാലാന്ധ്രാ പാർട്ടി കമ്മിറ്റി ഈ കാഴ്ചപ്പാടിനെ എതിർക്കുകയും തെലങ്കാന കർഷകജനതയുടെ നേട്ടങ്ങൾ സംരക്ഷിക്കുന്നതിന് കേന്ദ്രസേനയുടെ ആക്രമണങ്ങൾക്കെതിരെ സായുധ ചെറുത്തുനില്പിന്റേതായ മുദ്രാവാക്യത്തിനായി വാദിക്കുകയും ചെയ്തു. സമരം പിൻവലിക്കുന്നതിന്റെ അർത്ഥം കർഷക ജനസാമാന്യത്തെ വഞ്ചിക്കലും തെലങ്കാന ജനകീയ പ്രക്ഷോഭത്തിന്റെ ലക്ഷ്യങ്ങൾക്ക് അപരിഹാര്യമായ നഷ്ടം വരുത്തലുമായിരിക്കുമെന്നും അവർ കരുതി.

വെറുക്കപ്പെട്ട ദേശ്മുഖ്മാരുടെയും ഭൂപ്രഭുക്കളുടെയും മടങ്ങിവരവും കൃഷിക്കാരുടെ ഭൂമി തിരിച്ചു പിടിക്കാനുള്ള അവരുടെ ഭ്രാന്തമായ നീക്കങ്ങളും അവർ അതിനായി അഴിച്ചുവിട്ട ഭീകരതയും പാർട്ടി കാഡർമാരുടെ രോഷം വർദ്ധിപ്പിച്ചു. ഒടുവിൽ സായുധ ഗറില്ലാ ചെറുത്തുനില്പ് തുടരണമെന്ന ലൈൻ പ്രബലമായി. കേന്ദ്രസേനയുടെയും പൊലീസിന്റെയും സായുധ ആക്രമണങ്ങളെ ചെറുക്കുന്നതിന് പാർട്ടി കാഡർമാർ സ്ക്വാഡുകളായി പുനഃസംഘടിക്കാൻ തുടങ്ങി.

പാർട്ടിയോടൊപ്പം നില്ക്കുന്ന സായുധരായ ആളുകൾ കേന്ദ്ര ഗവൺമെന്റിന്റെ വളരെയേറെ ഉയർന്ന തലത്തിലുള്ള സായുധസേനയുമായുള്ള അസമമായ ഈ പോരാട്ടത്തിൽ വളരെയേറെ രക്തം ചൊരിഞ്ഞു. കോൺഗ്രസ് ഗവൺമെന്റ് 50,000 സായുധസൈനികരെ അണിനിരത്തുകയും ശരാശരി പ്രതിവർഷം 10 കോടി മുതൽ 15 കോടി വരെ ചെലവഴിക്കുകയും ചെയ്തിട്ടും പാർട്ടി കാഡർമാരുടെ മരണഭയമില്ലാത്ത ധീരതമൂലം അവരുടെ ചെറുത്തുനില്പിനെ തുടച്ചുനീക്കാനായില്ല.

ഒരുവശത്ത് പൊരുതുന്ന അണികളുടെ സമ്മർദ്ദവും മറുവശത്ത് സമീപത്തുള്ള ആന്ധ്ര ജില്ലകളിൽ സൈന്യം അഴിച്ചുവിട്ട നിഷ്ഠുരമായ അടിച്ചമർത്തലിൽ പ്രകോപിതരാവുകയും ചെയ്തതുമൂലം തെലങ്കാന സായുധസമര നേതൃത്വം സായുധ ഗറില്ലാ ചെറുത്തുനില്പ് കൂടു

തൽ പ്രദേശങ്ങളിലേക്ക് വ്യാപിപ്പിക്കാൻ നീക്കം നടത്തി. എന്നാൽ, അത് വിജയിച്ചില്ല; സായുധ പൊലീസും ഭൂപ്രഭുക്കളുടെ ഗുണ്ടകളും കമ്യൂണിസ്റ്റ് കാഡർമാരെ അതിക്രൂരമായി കൊന്നുകൊണ്ടിരുന്നു. ഉശിരന്മാരായ നിരവധി പാർട്ടി പ്രവർത്തകർ വനപ്രദേശങ്ങളിലേക്കോ മറ്റു സംസ്ഥാനങ്ങളിലെ അകലെയുള്ള സ്ഥലങ്ങളിലേക്കോ മാറുകയുണ്ടായി. തൽഫലമായി പാർട്ടി സംഘടനയാകെ താറുമാറായി; ''അടുത്തത് എന്ത്?'' എന്ന പ്രശ്നത്തെ നേരിടാൻ നേതൃത്വം നിർബ്ബന്ധിതമായി.

1948 ൽ രണ്ടാം പാർട്ടി കോൺഗ്രസിൽ "തെലങ്കാന മാർഗ്ഗം നമ്മുടെ മാർഗ്ഗം" എന്ന മുദ്രാവാക്യം കമ്യൂണിസ്റ്റ് പാർട്ടി മുന്നോട്ടുവെച്ചു. തെലങ്കാന സായുധ സമരത്തിനു പാർട്ടി കോൺഗ്രസ് സർവ്വവിധ പിന്തുണയും പ്രഖ്യാപിച്ചു; രാജ്യത്തിന്റെ നാനാഭാഗങ്ങളിൽ സമാനമായ സമരങ്ങൾ വികസിപ്പിക്കാനും തെലങ്കാന സമരത്തിന് പിന്തുണയ്ക്കായി തൊഴിലാളിവർഗ്ഗ പ്രസ്ഥാനം വികസിപ്പിക്കാനും ആഹ്വാനം ചെയ്തു – ആത്യന്തികമായി ഇതെല്ലാം സായുധ വിപ്ലവത്തിലേക്ക് നയിക്കുന്നതാണ്.

നൈസാമിനെതിരായ വിമോചന സമരം എന്ന നിലയിൽ ആരംഭിച്ചതും വികസിച്ചുവന്നതുമായ തെലങ്കാന സായുധസമരം, ഇന്ത്യൻ സേന ഇടപെടുകയും ഹൈദരാബാദ് സംസ്ഥാനം ഇന്ത്യൻ യൂണിയൻെറ ഭാഗമായി മാറുകയും ചെയ്തതോടെ തെലങ്കാന സായുധസമരം കർഷകരുടെ കൈകളിലായിരുന്ന ഭൂമിയുടെ കൈവശാവകാശം സംരക്ഷിക്കുന്നതിനുള്ള കാർഷിക സായുധ സമരമായി മാറി – അതായത്, ഭാഗികമായി ഒരു പാർട്ടിസാൻ സമരം. ഭൂമിക്കായുള്ള ഒരു ഭാഗിക സമരമെന്ന നിലയിൽ പൊരുതുന്നതിനുപകരം കോൺഗ്രസ് വാഴ്ചയ്ക്കെതിരായ വിമോചന യുദ്ധമെന്ന നിലയിൽ അത് തെറ്റായി തിരിച്ചുവിടപ്പെട്ടു.

എന്നാൽ, പുതിയ കോൺഗ്രസ് ഗവൺമെന്റ് രാജ്യമാസകലമുള്ള ജനങ്ങളിൽനിന്ന് ഒറ്റപ്പെട്ടിട്ടുണ്ടായിരുന്നില്ല. 1948 സെപ്തംബറിൽ സൈന്യം ഇടപെടുന്നതിനു മുൻപോ 1951 ഒക്ടോബർ വരെയുള്ള ദീർഘമായ 3 വർഷക്കാലയളവിലെ തെലങ്കാന സായുധ ചെറുത്തുനില്പിനിടയിലോ തെലങ്കാന സമരത്തിന് പിന്തുണയുമായി തൊഴിലാളി വർഗ്ഗത്തിന്റെ ഐക്യദാർഢ്യ സമരങ്ങളോ പണിമുടക്കുകളോ ഉണ്ടായതുമില്ല.

നിലവിലുള്ള സാഹചര്യത്തിൽ തെലങ്കാന സായുധ ചെറുത്തുനില്പ് തുടരാൻ കഴിയില്ലെന്നും സമരം പിൻവലിക്കാനുള്ള സമയമായിക്കഴിഞ്ഞെന്നും തീരുമാനിക്കപ്പെട്ടു. ഈ നിഗമനത്തിലേക്ക് നയിച്ച ഘടകങ്ങൾ ഇവയാണ്: – പ്രഥമവും പ്രധാനവുമായി, തെലങ്കാന പ്രസ്ഥാനത്തിന്റെ നെടുംകോട്ടകളിൽ തന്നെ, പൊരുതുന്ന ഗറില്ലകളോട് ജനങ്ങൾക്ക് അനുഭാവം ഉണ്ടായിരുന്നെങ്കിലും ബഹുജന പിന്തുണ കുറയുകയാണുണ്ടായത്.

രണ്ടാമതായി, സൈനികത്താവളങ്ങളുടെയും പൊലീസ് ക്യാമ്പുകളുടെയും ശൃംഖല വർദ്ധിച്ചു വരുകയും ബഹുജന പങ്കാളിത്തം കുറ

യുകയും ചെയ്യുന്നതിനെ അഭിമുഖീകരിക്കേണ്ടിവന്ന ഗറില്ലാ സ്ക്വാഡുകൾക്ക് ശത്രുനിരയിലെ സായുധരായ ആളുകൾക്കുനേരെ തങ്ങൾ നടത്തിയ ആക്ഷനുകളിലെ ഫലപ്രാപ്തി കുറഞ്ഞു കുറഞ്ഞു വരാൻ തുടങ്ങി. എല്ലാ പ്രദേശങ്ങളിലും സായുധസേനയ്ക്കെതിരായ ആക്ഷനുകൾ കുറഞ്ഞു കുറഞ്ഞു വന്നു. സ്ക്വാഡുകളുടെ നടപടികൾ വ്യക്തികളായ ശത്രു ഏജന്റുമാർക്കും ഭൂപ്രഭുക്കൾക്കും എതിരായി തിരിച്ചു വിടപ്പെടുന്നത് അധികമായി. സായുധ സമരം തുടരുകയാണെങ്കിൽ, അത് വ്യക്തിഗത ഭീകരപ്രവർത്തനമായി അധഃപതിക്കുകയെന്ന വിപത്ത് വ്യക്തമായി വന്നു.

മൂന്നാമതായി, കൃഷിയിറക്കിയ തരിശുഭൂമിയുടെ മഹാഭൂരിപക്ഷം ഭാഗവും കർഷകരുടെ കൈവശാവകാശത്തിലായിരുന്നെങ്കിലും പിടിച്ചെടുക്കപ്പെട്ട മിച്ചഭൂമിയിൽ ഏറെയും അവരുടെ കൈയിൽ നിന്നും നഷ്ടമായി. അവരുടെ കൈവശമുണ്ടായിരുന്ന ഭൂമിക്കുപോലും പാട്ടം കൊടുക്കാൻ അവർ നിർബ്ബന്ധിതരായി; പല കേസുകളിലും വളരെ കുറവും പേരിനു മാത്രമുള്ളതുമായിരുന്നു. സായുധ ചെറുത്തുനില്പിലൂടെ ഇതൊന്നും സംരക്ഷിക്കാനോ തിരിച്ചുപിടിക്കാനോ കഴിയില്ല.

നാലാമതായി, രാജ്യത്താകെ ഭരണവർഗ്ഗങ്ങൾ അവരുടെ നില ശക്തിപ്പെടുത്തി; അതുപോലെതന്നെ രാജ്യത്തിന്റെ മറ്റുഭാഗങ്ങളിൽ തെലങ്കാന സമരത്തെ സംരക്ഷിക്കുന്നതിനായി പ്രധാനപ്പെട്ട ഐക്യദാർഢ്യ പ്രക്ഷോഭവും ക്യാമ്പയിനുമൊന്നും ഉണ്ടായതുമില്ല.

അഞ്ചാമതായി, ഭാവിയിൽ പ്രസ്ഥാനത്തെ എങ്ങനെ മുന്നോട്ടു കൊണ്ടുപോകാം എന്ന പ്രശ്നം വീണ്ടും ഒരിക്കൽക്കൂടി ഉയർന്നുവന്നതോടെ നേതൃത്വത്തിൽ രൂക്ഷമായ അഭിപ്രായഭിന്നതകൾ ഉണ്ടായി.

ആറാമതായി, പോരാട്ടമേഖലകളിൽ ഗറില്ല നേതാക്കൾക്കിടയിൽ തന്നെ സ്ക്വാഡുകൾക്കും കേന്ദ്ര സംഘാടകർക്കുമിടയിൽപോലും ഭിന്നതകൾ വർദ്ധിച്ചുവരാനും വിട്ടുപോകാനും തുടങ്ങി. അത് ഗുരുതരമായ ഒരു മുന്നറിയിപ്പ് സൂചനയാണ്.

അവസാനമായി, ഭാഗികമായ പാർട്ടിസാൻ സമരങ്ങളും വിമോചനപ്പോരാട്ടത്തിന്റെ ഭാഗമായുള്ള പാർട്ടിസാൻ യുദ്ധമുറയും തമ്മിലുള്ള വേർതിരിവിന്റെ ആവശ്യകതയെക്കുറിച്ച് വ്യക്തത ലഭിച്ചത് അടവിന്റെ ഭാവിഗതി നിർണ്ണയിക്കുന്നത് അനായാസമായി.

തെലങ്കാന പ്രസ്ഥാനത്തെ നയിച്ചിരുന്ന നേതാക്കൾ പുതിയ ധാരണകൾ വിശദീകരിക്കുന്നതിനും സ്ക്വാഡുകളുടെ അഭിപ്രായങ്ങൾ അറിയുന്നതിനുമായി വനപ്രദേശങ്ങളിൽ ദീർഘദൂരം കാൽനടയായി സഞ്ചരിച്ചു; തെലങ്കാന പോരാളികളുടെ സുരക്ഷയ്ക്കായും കർഷകരുടെ കൈവശം ഇപ്പോഴുമുള്ള ഭൂമിക്കായും വേണ്ട ഉറപ്പ് ഗവൺമെന്റിൽനിന്നും നേടിയെടുക്കുന്നതുവരെ സമരം തുടരാൻ സ്ക്വാഡുകൾക്ക് കഴിയുമോയെന്ന അന്വേഷണമാണ് നടത്തിയത്.

അമരാവതി മേഖലയിലെ കമ്യൂണിസ്റ്റുകാരുടെയും ഗറില്ലകളുടെ

യും സമ്മേളനം അംഗീകരിച്ച പ്രമേയം പിൻവാങ്ങലിന്റെ അടവ് വിശദീകരിച്ചിരുന്നു; പൈതൃകം തുടർന്നുപോകുമെന്ന് പ്രതിജ്ഞയെടുക്കുകയും ചെയ്തിരുന്നു. ''പ്രസ്ഥാനം മുന്നോട്ടു കുതിച്ചുകൊണ്ടിരുന്നപ്പോൾ അതിനെ നയിച്ചിരുന്നതെങ്ങനെയാണോ അതേ രീതിയിലും അതേ വൈദഗ്ദ്ധ്യത്തോടെയുമാണ് അനുകൂലമല്ലാത്ത സാഹചര്യങ്ങൾ പിൻവാങ്ങാൻ നിർബ്ബന്ധിക്കുമ്പോൾ, ധീരമായി പിൻവാങ്ങുന്നതിനുവേണ്ട മുൻകൈയെടുക്കുകയും അവശ്യംവേണ്ട നടപടികൾ സ്വീകരിക്കുകയും ചെയ്യുന്നത്. ഈ പിൻവാങ്ങൽമൂലം നാം നിരാശപ്പെടേണ്ടതില്ല. പ്രസ്ഥാനവുമായി ബന്ധപ്പെട്ട നമ്മുടെ അനുഭവത്തിന്റെ അടിസ്ഥാനത്തിൽ, ജനങ്ങൾക്കിടയിലുള്ള ആഴമേറിയ വേരോട്ടത്തിന്റെ അടിസ്ഥാനത്തിൽ പുതിയ പരിപാടിയുടെയും പുതിയ അടവ് നയത്തിന്റെയും അടിസ്ഥാനത്തിൽ, തെലങ്കാന പ്രസ്ഥാനത്തിലെ ദൗർബല്യങ്ങളെയാകെ നമ്മൾ അതിജീവിക്കുമെന്നും ദേശീയ ഐക്യവും സ്വാതന്ത്ര്യവും നേടിയെടുത്ത് നിരവധി മടങ്ങ് കൂടുതൽ കരുത്തോടെ തെലങ്കാന ജനകീയ പ്രസ്ഥാനത്തെ വികസിപ്പിക്കുമെന്നും നമുക്ക് ആത്മവിശ്വാസമുണ്ട്. ഇന്ത്യയിലെ ജനകീയ ജനാധിപത്യ പ്രസ്ഥാനത്തിൽ നമ്മുടെ ഭാഗം നാം മുന്നോട്ട് കൊണ്ടുപോകുമെന്ന് പ്രതിജ്ഞയെടുക്കുന്നു.''

തെലങ്കാന സായുധസമരം പിൻവലിക്കാനുള്ള തീരുമാനം 1951 ഒക്ടോബർ 21ന് പ്രഖ്യാപിക്കപ്പെട്ടു.

മഹത്തായ തെലങ്കാന സായുധ സമരത്തിൽനിന്നുള്ള പാഠങ്ങൾ

''**ഹൈ**ദരാബാദ് സ്റ്റേറ്റിലുടനീളമുള്ള കമ്യൂണിസ്റ്റുകാരെയാകെ ആറ് ആഴ്ചയ്ക്കുള്ളിൽ തുടച്ചുനീക്കും'' എന്നാണ് ഇന്ത്യൻ ആർമിയിലെ ജനറൽ ജെ എൻ ചൗധരി വീരവാദം മുഴക്കിയത്. അതനുസരിച്ച് ചില അനൗപചാരിക കേന്ദ്രങ്ങൾ സൂചിപ്പിക്കുന്നത് 1947–48 കാലത്ത് കാശ്മീർ പ്രശ്നത്തിന്മേൽ പാകിസ്ഥാനുമായി നടത്തിയ യുദ്ധത്തിനായി ചെലവഴിച്ച അത്ര തന്നെ പണവും വിഭവങ്ങളും ഇന്ത്യാ ഗവൺമെന്റ് അന്ന് ഹൈദരാബാദിൽ ചെലവഴിച്ചതായാണ്. എന്നിട്ടുപോലും തെലങ്കാന മേഖലയിലെ 'കമ്യൂണിസ്റ്റുകാരെ ഉന്മൂലനം' ചെയ്യാൻ ഇന്ത്യൻ സൈന്യത്തിനു കഴിഞ്ഞില്ല. ''തെലങ്കാന ജനകീയ സായുധ സമരത്തിന്റെ ചരിത്രവും പാഠങ്ങളും'' എന്ന തന്റെ ബൃഹദ്ഗ്രന്ഥത്തിൽ സമരത്തിന്റെ പ്രാധാന്യത്തെക്കുറിച്ച് തെലങ്കാന ജനകീയ സായുധസമരത്തിന് നേതൃത്വം നല്കിയ പി സുന്ദരയ്യ എഴുതിയിട്ടുണ്ട്. അതിലെ പ്രസക്ത ഭാഗങ്ങൾ ചുവടെ ചേർക്കുന്നു.

''തെലങ്കാനയിലെ കർഷകകലാപം ഇന്ത്യയിലെ കമ്യൂണിസ്റ്റ് പ്രസ്ഥാനത്തിനു നല്കിയ ഏറ്റവും വലിയ സംഭാവന അതിഗംഭീരമായ പ്രാധാന്യമുള്ള ഒന്നാണ്– ഇന്ത്യയിലെ ജനകീയ ജനാധിപത്യ വിപ്ലവത്തിന്റെ തന്ത്രവും അടവുകളും സംബന്ധിച്ച അടിസ്ഥാനപരമായ സൈദ്ധാന്തികവും പ്രത്യയശാസ്ത്രപരവുമായ മിക്കവാറും എല്ലാ പ്രശ്നങ്ങളും, ശരിയും ശാസ്ത്രീയവുമായ ഉത്തരങ്ങൾക്കും യാഥാർത്ഥ്യപൂർണ്ണവും പ്രായോഗികവുമായ പരിഹാരങ്ങൾക്കുമായി ഈ സമരം ഇന്ത്യൻ കമ്യൂണിസ്റ്റു പ്രസ്ഥാനത്തിന്റെ മുന്നിലേക്ക് കൊണ്ടുവന്നു. ജനകീയ ജനാധിപത്യ വിപ്ലവത്തിൽ കർഷക ജനതയുടെ പങ്ക്, പാർട്ടിസാൻ ചെറുത്തുനില്പിന്റെയും ഗ്രാമീണ വിപ്ലവത്താവളങ്ങളുടെയും സ്ഥാ

നവും പ്രാധാന്യവും, കർഷകജനവിഭാഗങ്ങൾക്കിടയിൽ മൂർത്തമായ വിശകലനം നടത്തി വർഗ്ഗീകരിക്കുന്നതിന്റെ പ്രശ്നം, കർഷക ജനസാമാന്യത്തിലെ വിവിധ വിഭാഗങ്ങൾ വിപ്ലവത്തിൽ വഹിക്കുന്ന പങ്ക്, ഇന്ത്യൻ വിപ്ലവത്തിന്റെ കാഴ്ചപ്പാട്, നമ്മുടെ വിപ്ലവത്തിൽ തൊഴിലാളി വർഗ്ഗത്തിന്റെയും നഗരകേന്ദ്രങ്ങളുടെയും സവിശേഷസ്ഥാനവും പങ്കും, തൊഴിലാളിവർഗ്ഗത്തിന്റെ മേധാവിത്തം എന്ന സങ്കല്പനത്തിന്റെ കൃത്യമായ അർത്ഥവും വിവക്ഷയും, ആധുനികതൊഴിലാളി വർഗ്ഗം, ജനസംഖ്യയുടെ ഒരു ശതമാനത്തിൽ അധികമില്ലാത്ത നമ്മുടേതുപോലുള്ള അവികസിത–പിന്നോക്കരാജ്യത്ത് തൊഴിലാളിവർഗ്ഗത്തിന്റെ മേധാവിത്തം യാഥാർത്ഥ്യമാക്കുന്നതിൽ കമ്യൂണിസ്റ്റു പാർട്ടിയുടെ പങ്ക് എന്നിത്യാദി കാര്യങ്ങളെല്ലാം ഗൗരവപൂർവ്വമായ ഉൾപ്പാർട്ടി സമരത്തിന്റെ വിഷയമായി; ഇത് ശരിയായ രാഷ്ട്രീയലൈനിൽ എത്തിച്ചേരാൻ പാർട്ടിയെ പ്രാപ്തമാക്കി; ഉയർന്നുവന്ന മിക്കവാറും എല്ലാ പ്രശ്നങ്ങൾക്കും തൃപ്തികരമായ ഉത്തരം കണ്ടെത്തുകയും ചെയ്തു.

''സമരം നടന്നുകൊണ്ടിരിക്കെ, പ്രത്യേകിച്ചും അതിന്റെ അവസാനത്തെ രണ്ട് വർഷത്തെ ഘട്ടത്തിൽ, കമ്യൂണിസ്റ്റു പാർട്ടി മുകളറ്റം മുതൽ അടിയറ്റം വരെ രണ്ട് ശത്രുചേരികളായി കൃത്യമായും വിഭജിക്കപ്പെട്ട സ്ഥിതിയിലായിരുന്നു; സമരത്തെയും അതിന്റെ നേട്ടങ്ങളെയും പ്രതിരോധിക്കുന്നതാണ് ഒരു പക്ഷം; മറുപക്ഷമാകട്ടെ സമരത്തെ ഭീകരപ്രവർത്തനമെന്നും മറ്റും മുദ്രകുത്തുകയും അപലപിക്കുകയും ചെയ്തു. സമരത്തെ എതിർത്തിരുന്ന വിഭാഗം പരസ്യമായി പത്രങ്ങളോട് സംസാരിക്കുകപോലുമുണ്ടായി; സമരത്തെയും അതിനു നേതൃത്വം നല്കിയ കമ്യൂണിസ്റ്റു പാർട്ടിയെയും അപകീർത്തിപ്പെടുത്താൻ ശത്രുക്കൾക്ക് വഴിമരുന്നിട്ടുകൊടുക്കുകയായിരുന്നു അവർ. രാജ്യത്തെ പാർട്ടിയിലാകെ മറയ്ക്കപ്പെട്ടിട്ടാണെങ്കിലും രൂക്ഷമായിവന്ന രാഷ്ട്രീയ–പ്രത്യയശാസ്ത്ര ഭിന്നത, ഈ ധീരമായ കർഷകവിപ്ലവത്തിൽ നേരിട്ടും പെട്ടെന്നും ഇടപെട്ടിരുന്ന പാർട്ടിയുടെ വിശാലാന്ധ്രാ ഘടകത്തിൽ പ്രത്യേകിച്ചും രൂക്ഷവും തീവ്രവുമായിരുന്നു. ക്രമേണ, 1951 ഒക്ടോബറിൽ തെലങ്കാന സായുധ ചെറുത്തുനില്പ് പിൻവലിക്കപ്പെട്ടതിനെതുടർന്ന് കൈവരിച്ച ഉൾപ്പാർടി ഐക്യം വെറും ഔപചാരികവും ഉപരിപ്ലവവും താല്ക്കാലികവും മാത്രമായിരുന്നുവെന്നും ഭിന്നത യഥാർത്ഥത്തിൽ ശത്രുതാപരമായ രണ്ടു വ്യത്യസ്ത രാഷ്ട്രീയ പ്രവണതകളായി രൂപം പ്രാപിച്ചുവെന്നും ചരിത്രം വ്യക്തമാക്കുന്നു. ഇത് വെറും യാദൃച്ഛികമായിരുന്നില്ല; 1962–63 കാലത്ത് പാർട്ടിയിലുണ്ടായ ഭിന്നിപ്പിൽ വിശാലാന്ധ്രയിലെ സംസ്ഥാന പാർട്ടി ഘടകത്തിലെ അതേ ഭിന്നത ഏറക്കുറെ അതേ സ്വഭാവത്തിലും 1950–51 കാലത്തെ ഉൾപ്പാർട്ടി പോരാട്ടത്തിൽ സാക്ഷ്യം വഹിച്ച അതേ ഘടനയോടും കൂടിയാണ് സംഭവിച്ചത് എന്ന കാര്യം ശ്രദ്ധിക്കുന്നത് താല്പര്യജനകമായിരിക്കും. തങ്ങളുടെ വിശ്വാസത്തിലും രാഷ്ട്രീയ ബോദ്ധ്യങ്ങളിലും മാറ്റം വന്ന കമ്യൂണിസ്റ്റ് നേതാക്കളിലും കാഡർമാരി

ലുംപെട്ട ഒരു പിടി വ്യക്തികളൊഴികെ തെലങ്കാന സമരത്തോട് എതിർപ്പുണ്ടായിരുന്നവരിൽ ഭൂരിപക്ഷവും വലതുപക്ഷ പരിഷ്കരണവാദികളും റിവിഷനിസ്റ്റുകളുമായ വലതു കമ്യൂണിസ്റ്റു പാർട്ടിയുടെ പക്ഷത്തായിരുന്നു നിന്നത്; അതേ സമയം അവസാനനിമിഷം വരെ സമരത്തെ പ്രതിരോധിച്ചുനിന്ന മഹാഭൂരിപക്ഷം പേരും കമ്യൂണിസ്റ്റ് പാർട്ടി ഓഫ് ഇന്ത്യ (മാർക്സിസ്റ്റ്)നുപിന്നിൽ ദൃഢതയോടെ അണിനിരന്നു. ഇന്ത്യൻ കമ്യൂണിസ്റ്റ് പ്രസ്ഥാനത്തെ ഗൗരവപൂർവ്വം കാണുന്ന ഒരു വിദ്യാർത്ഥിക്കും തെലങ്കാന സമരത്തെയും ഈ ഉശിരൻ കർഷക ചെറുത്തുനിൽപ്പ് പ്രക്ഷോഭം നടത്തുന്നതുമായി ബന്ധപ്പെട്ട ഓരോ വിഷയത്തിന്മേലും പൊട്ടിപ്പുറപ്പെട്ട വിവിധ ഉൾപ്പാർട്ടി വിവാദങ്ങളെയും അവഗണിച്ചുകൊണ്ട് 1962–63ലെ ഭിന്നിപ്പിലേക്ക് അനിവാര്യമായും വഴി തെളിച്ച പ്രശ്നങ്ങളെയും മൂലകാരണങ്ങളെയും കണ്ടെത്തുന്നതിൽ വിജയിക്കാനാവില്ല.

‘‘ചുരുക്കത്തിൽ, ഇപ്പോൾ ഈ ധീരോദാത്തമായ കർഷകസമരത്തിന്റെ മൊത്തത്തിലുള്ള ബാലൻസ് ഷീറ്റ് ഇങ്ങനെയാണ്: ഈ ജനകീയ കർഷകസമരത്തെ നയിക്കാൻ വിധിക്കപ്പെട്ട തെലങ്കാനയിലെയും വിശാലാന്ധ്രയിലെയും കമ്യൂണിസ്റ്റ്പാർട്ടിയുടെ ഘടകത്തിലെ കർഷകപോരാളികളിൽനിന്നും അളവറ്റ ത്യാഗങ്ങളാണ് അത് ഈടാക്കിയത്. 4000ത്തോളം കമ്യൂണിസ്റ്റുകാരും കർഷകപോരാളികളുമാണ് കൊല്ലപ്പെട്ടത്; പതിനായിരത്തിലധികം കമ്യൂണിസ്റ്റ് കാഡർമാരും ജനകീയപോരാളികളും തടങ്കൽപാളയങ്ങളിലും ജയിലുകളിലുമായി മൂന്ന്–നാല് വർഷക്കാലം അടയ്ക്കപ്പെട്ടു; ഏറ്റവും ചുരുങ്ങിയത് 50,000 പേരെയെങ്കിലും പൊലീസിന്റെയും പട്ടാളത്തിന്റെയും ക്യാമ്പുകളിലേക്ക് പിടിച്ചുകൊണ്ടുപോയി ആഴ്ചകളോളവും മാസങ്ങളോളവും തല്ലിച്ചതച്ച് ജീവച്ഛവങ്ങളാക്കുകയും ഭീകരാന്തരീക്ഷം സൃഷ്ടിക്കുകയും ചെയ്തു; ആയിരക്കണക്കിനു ഗ്രാമങ്ങളിലെ ലക്ഷക്കണക്കിനാളുകൾ പൊലീസിന്റെയും പട്ടാളത്തിന്റെയും റെയ്ഡുകൾക്ക് വിധേയരാവുകയും ക്രൂരമായ ലാത്തിച്ചാർജുകൾ അനുഭവിക്കുകയും ചെയ്തു. പട്ടാളത്തിന്റെയും പൊലീസിന്റെയും ഈ റെയ്ഡുകൾക്കിടയിൽ ജനങ്ങൾക്ക് ദശലക്ഷക്കണക്കിന് രൂപ വിലയുള്ള സ്വത്തുക്കൾ നഷ്ടപ്പെട്ടു; ഇവ കൊള്ളയടിക്കപ്പെടുകയോ തകർക്കപ്പെടുകയോ ആയിരുന്നു; ആയിരക്കണക്കിനു സ്ത്രീകളാണ് ബലാത്സംഗം ചെയ്യപ്പെട്ടത്; അവർക്ക് എല്ലാത്തരത്തിലുമുള്ള അപമാനങ്ങളും മാനഭംഗപ്പെടുത്തലുകളും അനുഭവിക്കേണ്ടതായി വന്നു; ചുരുക്കത്തിൽ ആ പ്രദേശത്താകെ അഞ്ച് വർഷക്കാലം പൊലീസിന്റെയും പട്ടാളത്തിന്റെയും ഭീകരവാഴ്ച നടമാടുകയായിരുന്നു; ആദ്യം നൈസാമിന്റെയും അയാളുടെ റസാക്കർമാരുടെയും സായുധ ആക്രമണങ്ങളായിരുന്നു നടന്നത്. പിന്നീട് കേന്ദ്ര ഗവൺമെന്റിന്റെയും ഹൈദരാബാദ് സംസ്ഥാന ഗവൺമെന്റിന്റെയും സായുധസേനാവിഭാഗങ്ങളുടെ കൂട്ടായ ആക്രമണങ്ങളാണ് നടന്നത്. പൊലീസ് നടപടിയെത്തുടർന്ന്,

50,000 അംഗങ്ങൾ വരുന്ന വിവിധ വിഭാഗങ്ങളിൽപെട്ട ഭീമമായ പൊലീസ് സേനയെയാണ് അക്രാമകമായവിധം പ്രക്ഷോഭത്തെ അടിച്ചമർത്താനും തകർന്നുപോയ ഭൂപ്രഭുവാഴ്ച പുനഃസ്ഥാപിക്കാനുമായി വിന്യസിച്ചത്.

''നിശ്ചയമായും ഇതിന്റെ മറുപുറം കൂടി പറയാതെ ചിത്രം പൂർത്തിയാവില്ല; കർഷകസമരത്തിന്റെ പ്രശസ്തിയിലേക്ക് നേട്ടങ്ങളുടെയും ലാഭത്തിന്റെയും ആകർഷകമായ റെക്കോർഡിന്റെ ചിത്രം കൂടിയുണ്ട്. പോരാട്ടത്തിന്റെ നാളുകളിൽ 16,000ത്തോളം ചതുരശ്ര മൈൽ വിസ്തീർണമുള്ള 30 ലക്ഷം ആളുകൾ അധിവസിക്കുന്ന മൂവായിരത്തോളം ഗ്രാമങ്ങളിലെ കർഷകജനത ഒരു ഗ്രാമരാജ്യം സ്ഥാപിക്കുന്നതിൽ വിജയം വരിച്ചു. ഗ്രാമപഞ്ചായത്തുകളിൽ നടത്തിയ പോരാട്ടത്തിന്റെ അടിസ്ഥാനത്തിലാണിത്. ഈ ഗ്രാമങ്ങളിൽ, വെറുക്കപ്പെട്ട ഭൂപ്രഭുക്കൾ (ഗ്രാമീണമേഖലയിലെ നൈസാം സ്വേച്ഛാധിപത്യത്തിന്റെ നെടും തൂണുകളായിരുന്നു ഇവർ) അവരുടെ കോട്ടകളെപ്പോലുള്ള വീടുകളിൽനിന്ന് – ഗഡികളിൽനിന്ന്–ആട്ടിയോടിക്കപ്പെട്ടു; കർഷകജനത അവരുടെ ഭൂമി പിടിച്ചെടുത്തു. ജനകീയ കമ്മിറ്റികളുടെ മാർഗ്ഗനിർദ്ദേശത്തിൻകീഴിൽ 10 ലക്ഷം ഏക്കർഭൂമി കർഷകർക്ക് പുനർവിതരണം ചെയ്തു. ഒഴിപ്പിക്കലുകളെല്ലാം നിർത്തലാക്കപ്പെട്ടു; നിർബ്ബന്ധിതമായി കൂലിയില്ലാതെ ജോലി ചെയ്യിക്കുന്ന ഏർപ്പാട് അവസാനിപ്പിച്ചു. പിടിച്ചുപറി സ്വഭാവത്തിലുള്ളതും ക്രമാതീതവുമായ പലിശനിരക്ക് വെട്ടിക്കുറയ്ക്കപ്പെടുകയോ അപ്പാടെ നിരോധിക്കുകയോ ചെയ്തു. കർഷകത്തൊഴിലാളികളുടെ ദിവസക്കൂലി വർദ്ധിപ്പിക്കുകയും മിനിമംകൂലി പ്രാബല്യത്തിലാക്കുകയും ചെയ്തു. മർദ്ദകരായ വനംവകുപ്പ് ഉദ്യോഗസ്ഥരാകെ ആ വനം മേഖലയിൽ നിന്ന് പുറത്തുപോകാൻ നിർബ്ബന്ധിതരായി; ആദിവാസികൾക്കും വനങ്ങൾക്കു സമീപമുള്ള പ്രദേശങ്ങളിൽ താമസിച്ചിരുന്നവർക്കും തങ്ങളുടെ അദ്ധ്വാനത്തിന്റെ ഫലം അനുഭവിക്കാൻ കഴിഞ്ഞു. 12–18 മാസത്തോളം കാലം ഈ പ്രദേശങ്ങളിലെ ഭരണമാകെ നടത്തിയത് വില്ലേജ് കർഷക കമ്മിറ്റികളാണ്. നൈസാമിന്റെ സ്വേച്ഛാധിപത്യവാഴ്ചയ്ക്കെതിരായ പോരാട്ടത്തിന്റെ കാലത്ത് ജനങ്ങൾക്ക് സംഘടിക്കാനും റസാക്കർമാരുടെയും നൈസാമിന്റെ പൊലീസിന്റെയും സായുധ ആക്രമണങ്ങൾക്കെതിരെ കർഷകജനതയെ രക്ഷിക്കുന്നതിന് 10,000 വില്ലേജ് സ്ക്വാഡ് അംഗങ്ങളും രണ്ടായിരത്തോളം സ്ഥിരം ഗറില്ലാ സ്ക്വാഡുകളും ഉൾക്കൊള്ളുന്ന കരുത്തുറ്റ മിലിഷ്യ കെട്ടിപ്പടുക്കാനും കഴിഞ്ഞു. ചുരുക്കിപ്പറഞ്ഞാൽ, ഈ ഐതിഹാസിക കർഷകകലാപം അസഫ്ജാഹി രാജവംശത്തിന്റെ മദ്ധ്യകാല സ്വേച്ഛാധിപത്യവാഴ്ചയുടെ അടിത്തറയെതന്നെ പിടിച്ചുകുലുക്കി; കനത്ത ആഘാതമാണ് അതിന് നല്കിയത്.

''ഈ ധീരോദാത്തമായ കർഷകചെറുത്തുനില്പ് പ്രസ്ഥാനത്തിനാണ് കാർഷികവിപ്ലവത്തിന്റെ പ്രശ്നത്തെ മുൻനിരയിലേക്ക് കൊണ്ടുവന്നതിന്റെ ക്രെഡിറ്റ് നൽകേണ്ടത്; അറച്ചറച്ചാണെങ്കിലും അർദ്ധമന

സ്സോടെയാണെങ്കിലും ശോചനീയമായ നിലയിലാണെങ്കിലും പല വിധ കാർഷികപരിഷ്കരണങ്ങളിലേക്കും കടക്കാൻ, വിസമ്മതിച്ചുനിന്ന കോൺഗ്രസ് നേതാക്കളെ നിർബ്ബന്ധിതരാക്കിയത് ഈ പ്രസ്ഥാനമാണ്. ഈ പോരാട്ടത്തിനിടയിലാണ് സർവ്വോദയ നേതാവായ വിനോബ ഭാവെയുടെ 'ഭൂദാൻ' എന്ന സാങ്കല്പിക പരിപാടി അവതരിപ്പിക്കപ്പെട്ടത്; സമാധാനം സ്ഥാപിക്കാനുള്ള ക്യാപെയ്ൻ എന്ന പേരിൽ കർഷകർക്കിടയിൽ കമ്യൂണിസ്റ്റ് വിരുദ്ധപ്രചരണം നടത്താൻ കോൺഗ്രസ് നേതാക്കളാണ് വിനോബഭാവെയെ അവിടേക്കയച്ചത്. അതികഠിനവും നീണ്ടുനിന്നതുമായ ഈ സമരത്തിന്റെ വേളയിലാണ് ഭൂപ്രശ്നം പരിഹരിക്കുന്നതിന് ബൂർഷ്വാ-ഭൂപ്രഭു ഭരണാധികാരികളുടെ പഞ്ചാരവാക്കുകൾക്കും പൊള്ളയായ വാഗ്ദാനങ്ങൾക്കും കഴിയില്ലെന്നും മറിച്ച് ശക്തവും സംഘടിതവുമായ ഉശിരൻ സമരങ്ങളിലൂടെ മാത്രമേ അതിനു കഴിയൂവെന്നുമുള്ള സത്യം ജനങ്ങൾ ശരിക്കും മനസ്സിലാക്കിയത്.

ഭാഷാടിസ്ഥാനത്തിൽ സംസ്ഥാനങ്ങളുടെ പുനഃസംഘടനയ്ക്കായി ചുവടുവയ്ക്കാൻ നിർബ്ബന്ധിതമാക്കിയതിനുള്ള ക്രെഡിറ്റിന്റെ ചെറിയൊരംശം പോലും തെലങ്കാന സമരത്തിന് നൽകപ്പെട്ടിട്ടില്ലെന്നതും നാം ഓർക്കേണ്ടതുണ്ട്; പരസ്പരം യോജിപ്പില്ലാതെ ഛിന്നഭിന്നമായി കിടന്നിരുന്ന നിരവധി ദേശീയ വിഭാഗങ്ങളെ പ്രത്യേക സംസ്ഥാന പദവിക്കായുള്ള ദീർഘകാലമായി നിന്നിരുന്ന ജനാധിപത്യപരമായ ആവശ്യത്തെ സാക്ഷാൽക്കരിക്കാൻ പ്രാപ്തമാക്കിയതും ഐതിഹാസികമായ ഈ പോരാട്ടമാണ്. ഹൈദരാബാദിലെ ഏറ്റവും വലിയ നാട്ടുരാജ്യത്തിന് ഈ പോരാട്ടം നല്കിയ കനത്ത ആഘാതം ആന്ധ്രാ സംസ്ഥാന രൂപീകരണത്തിനടയാക്കിയ സമരത്തിന് ആശ്വാസം പകർന്നിരുന്നു; 1956 ൽ ഇന്ത്യയിലുടനീളം ഭാഷാ സംസ്ഥാന രൂപീകരണത്തിന് വഴിയൊരുക്കിയതും ഇതായിരുന്നു. മുൻ ബ്രിട്ടീഷ് ഭരണാധികാരികൾ രാജ്യത്തെ ഏകപക്ഷീയമായും തത്ത്വാധിഷ്ഠിതമായല്ലാതെയും തിരിച്ചിരുന്ന നടപടിയെ മാറ്റി മറിക്കാൻ ഭരണകക്ഷിയായ കോൺഗ്രസ് നേതൃത്വത്തിനെ പ്രേരിപ്പിച്ചതും ഈ പോരാട്ടം തന്നെ. ഇന്ത്യയുടെ രാഷ്ട്രീയ ഭൂപടത്തെ ദേശീയവും ജനാധിപത്യപരവും ബലിഷ്ഠവുമായ ഭാഷാടിസ്ഥാനത്തിൽ മാറ്റിവരയ്ക്കുന്നതിന് ധീരോദാത്തമായ തെലങ്കാന കർഷകസമരമാണ് അനുപമമായ സംഭാവന നല്കിയത്.

ത്രിപുര: ജനാധിപത്യത്തിനും ആദിവാസി കളുടെ അവകാശങ്ങൾക്കുമുള്ള സമരം

ആയിരത്തി തൊള്ളായിരത്തി നാല്പതുകളുടെ തുടക്കത്തിൽ ത്രിപുരയിൽ കമ്മ്യൂണിസ്റ്റ് പാർട്ടിയുടെ സാന്നിദ്ധ്യം പ്രധാനമായും ഉണ്ടായിരുന്നത് ചുരുക്കം ചില ആദിവാസി ഇതരരായ നഗരവാസികൾക്കിടയിലായിരുന്നു. ഈ കാലഘട്ടത്തിൽ രണ്ടാം ലോക യുദ്ധം അവസാനിച്ച ശേഷം വിദ്യാസമ്പന്നരായ 12 ആദിവാസി യുവാക്കൾ 1945 ഡിസംബർ 27 ന് ജനശിക്ഷാ സമിതി (ജെ എസ് എസ് ബഹുജന സാക്ഷരത സമിതി) രൂപീകരിക്കാനായി ഒത്തുകൂടി. ജെ എസ് എസിന്റെ ലക്ഷ്യം സാക്ഷരതാ പ്രചരണം മാത്രമായിരുന്നില്ല. മറിച്ച് ചൂഷണത്തിനെതിരെയും ആദിവാസി സമൂഹത്തിൽ നിലനിന്നിരുന്ന വിവിധ സാമൂഹ്യ തിന്മകൾക്കും അന്ധവിശ്വാസങ്ങൾക്കുമെതിരെയുമുള്ള പോരാട്ടവും കൂടി ആയിരുന്നു. യുദ്ധകാലത്ത് സാർവ്വത്രികമായിരുന്ന കരിഞ്ചന്തയുടെയും പൂഴ്ത്തിവെപ്പിന്റെയും വിഷയവും അത് ഏറ്റെടുത്തു. നൂറുകണക്കിന് പ്രൈമറി സ്കൂളുകളാണ് ജെ എസ് എസ് സ്ഥാപിച്ചത് (ലഭ്യമായ ഒരു കണക്കുപ്രകാരം 488 എണ്ണം വരെ സ്ഥാപിച്ചു) ദരിദ്രരായിരുന്ന അസംഖ്യം ആദിവാസി ഗ്രാമീണർ ഈ സ്കൂളുകൾ നിർമ്മിക്കുന്നതിനും പ്രവർത്തിപ്പിക്കുന്നതിനും സന്നദ്ധ സേവനം നല്കി. വിശാലമായ കാഴ്ചപ്പാടാണ് ജെഎസ്എസിനുണ്ടായിരുന്നത്. സങ്കുചിത വിഭാഗീയ വാദത്തിന് ഒരിക്കലും അടിപ്പെട്ടിരുന്നില്ല. തൽഫലമായി ഗണ്യമായ വിഭാഗം ആദിവാസി ഇതര ബുദ്ധിജീവികളും ഈ പ്രസ്ഥാനത്തിൽ അണിനിരന്നു. ജനശിക്ഷാപ്രസ്ഥാനത്തിൽ കമ്മ്യൂണിസ്റ്റ് പാർട്ടി സജീവമായി ഇടപെട്ടിരുന്നു.

സാക്ഷരതയ്ക്കായുള്ള പ്രസ്ഥാനം പിന്നീട് ഫ്യൂഡലിസത്തിനും രാജവാഴ്ചയ്ക്കും ദിവാൻ ഭരണത്തിനുമെതിരായും ജനാധിപത്യപരമായി തിരഞ്ഞെടുക്കപ്പെട്ട ഗവൺമെന്റിനുവേണ്ടിയുള്ളതുമായ പ്രസ്ഥാന

മായി വികസിച്ചു. ഈ പ്രക്രിയയിൽ ദശരഥ് ദേബിനെപ്പോലെയുള്ള ജെ എസ്എസിന്റെ നേതാക്കൾ കമ്യൂണിസ്റ്റ് പാർട്ടിയുമായി ബന്ധം സ്ഥാപിച്ചു. ജനകീയ വിദ്യാഭ്യാസ പ്രസ്ഥാനം ഉയർത്തിയ ഭീഷണി കൃത്യമായി വിലയിരുത്തിയ രാജാവ് ജെ എസ് എസിനെ ശ്വാസം മുട്ടിക്കാനും മുളയിലേ നുള്ളിക്കളയാനും ശ്രമിച്ചു. എന്നിരുന്നാലും പ്രസ്ഥാനം തഴച്ചുവളർന്നു; ത്രിപുരയിലെ സമൂഹത്തിൽ ആഴത്തിൽ വേരുറപ്പിച്ചു; അഭൂതപൂർവ്വമായ ബഹുജന സമരങ്ങൾക്ക് അടിത്തറ പാകി.

ജെ എസ് എസിന്റെ പ്രവർത്തനങ്ങൾ തടയുന്നതിനുള്ള എല്ലാവിധ നീക്കങ്ങളും ഗവൺമെന്റ് നടത്തി; കരുതൽ തടങ്കൽ നിയമമനുസരിച്ച് അതിന്റെ നേതാക്കളെ അറസ്റ്റ് ചെയ്തു. ഈ നിർണ്ണായകമായ ഘട്ടത്തിൽ ജെ എസ് എസിന്റെ നേതാക്കൾ ഒരു രഹസ്യ യോഗം ചേരുകയും ആദിവാസികളുടെ രാഷ്ട്രീയ വേദിയെന്ന നിലയിൽ 1948 ൽ ഗണമുക്തി പരിഷത്ത് (ജി എം പി ജനകീയ വിമോചന സംഘടന) രൂപീകരിക്കാൻ തീരുമാനിക്കുകയും ചെയ്തു. അടിമവേലയ്ക്കും ഹുണ്ടികക്കാരുടെയും ബിസിനസുകാരുടെയും ചൂഷണത്തിനും ഭൂമി അന്യാധീനപ്പെടുന്നതിനും പുല്ലുനികുതിക്കുമെല്ലാം വഞ്ചനാപരമായ കുടുംബ നികുതിക്കും എതിരെ എന്നപോലെ ഭരണകൂടത്തിന്റെ ഭീകരവാഴ്ചയ്ക്കെതിരെ ആദിവാസി ജനതയ്ക്കു സംരക്ഷണം നൽകാനായാണ് മുഖ്യമായും ജിഎംപി പ്രവർത്തിച്ചത്. ജിഎംപിയുടെ രൂപീകരണത്തിന് കമ്യൂണിസ്റ്റ് പാർട്ടി സഹായിച്ചു.

പൊലീസിന്റെയും സൈന്യത്തിന്റെയും അതിക്രമങ്ങളെ ചെറുക്കുന്നതിന് എല്ലാ ആദിവാസി ഗ്രാമങ്ങളിലും ജി എം പി യൂണിറ്റുകൾ രൂപീകരിക്കുകയുണ്ടായി. 1948 ആഗസ്ത് 15 ന് ആദിവാസി സമൂഹങ്ങളിൽ നിന്നുള്ള ആയിരക്കണക്കിന് ജനങ്ങളെ അണിനിരത്തി ജി എം പി വമ്പിച്ച ഒരു റാലി നടത്തി; അഗർത്തലയിലേക്ക് മാർച്ച് ചെയ്യുന്നതിനു മുൻപ് അവർ അതിനടുത്ത് ഒരു ആദിവാസി ഗ്രാമത്തിൽ ഒത്തുചേർന്നു. അഗർത്തല പട്ടണമാകെ അവരെക്കൊണ്ട് നിറഞ്ഞു; ജനകീയ വോട്ടെടുപ്പിലൂടെയുള്ള ഗവൺമെന്റ്; ദിവാൻ ഭരണം അവസാനിപ്പിക്കൽ; രാഷ്ട്രീയ തടവുകാരെ നിരുപാധികം മോചിപ്പിക്കൽ; അറസ്റ്റു വാറന്റുകൾ റദ്ദ് ചെയ്യൽ, പൊലീസിന്റെ മർദ്ദനവാഴ്ച അവസാനിപ്പിക്കൽ, വിചാരണ കൂടാതെ ഒരാളെയും തടവിലാക്കരുത്; ഇങ്ക്വിലാബ് സിന്ദാബാദ് എന്നീ മുദ്രാവാക്യങ്ങൾ മുഴക്കിയ അവർ നഗരഹൃദയത്തിൽ റാലി നടത്തി. ഉശിരൻ റാലി ആയിരുന്നു അത്. അത് ജനങ്ങളുടെ ആത്മവിശ്വാസം വർദ്ധിപ്പിക്കുകയും അവരെയാകെ സമരത്തിനു സജ്ജരാക്കുകയും ചെയ്തു. ഗ്രാമങ്ങളിൽ പൊലീസും പട്ടാളവും നടത്തിയ ഇടവിടാതുള്ള റെയ്ഡുകളെ തുടർന്ന് ജി എം പി ദുർബ്ബലമായി എന്നാണ് ഗവൺമെന്റ് കരുതിയത്. എന്നാൽ അത് തെറ്റായിരുന്നുവെന്ന് ഈ റാലി തെളിയിച്ചു. ഈ റാലിയെ തുടർന്ന് സാധാരണ ജനങ്ങൾക്കിടയിൽ ജി എം പിക്ക് അളവറ്റ സ്വീകാര്യത ലഭിച്ചു.

1948 ൽ ത്രിപുരയിൽ രൂക്ഷമായ ഭക്ഷ്യ പ്രതിസന്ധി ഉണ്ടായി; ആ കാലത്ത് ഏറക്കുറെ ആദിവാസി മേഖലയുടെ സമ്പദ്ഘടനയെ ആകെ നിയന്ത്രിച്ചിരുന്നത് ചൂഷകരായ ഹുണ്ടികകളായിരുന്നു. ജി എം പിയുടെ നേതൃത്വത്തിൽ ആദിവാസി കൃഷിക്കാർ ഹുണ്ടികക്കാരുടെ ചൂഷണത്തിനെതിരെ വിട്ടുവീഴ്ചയില്ലാതെ നിരന്തരം പൊരുതി. പൊലീസിനെ കയറൂരി വിട്ട് ആദിവാസി പ്രതിഷേധങ്ങളെ അടിച്ചമർത്താനാണ് ദിവാൻ ഭരണം ശ്രമിച്ചത്. ഗോഹട്ടിയിൽ നടന്ന പൊലീസ് വെടിവെപ്പിൽ 7 ആളുകൾ കൊല്ലപ്പെട്ടു. നിരവധിപേർക്ക് പരിക്കേറ്റു. പൂഴ്ത്തിവെപ്പുകാരും ഹുണ്ടികക്കാരും ഭൂമി തട്ടിപ്പുകാരും പൊലീസുദ്യോഗസ്ഥരും സ്വതന്ത്ര ഇന്ത്യയിലെ ഭരണാധികാരികളും തമ്മിലുള്ള അവിശുദ്ധ സഖ്യത്തിലേക്ക് ആ സംഭവം ജനങ്ങളുടെ കണ്ണുതുറപ്പിച്ചു.

1949 മാർച്ച് 9 ന് കമ്യൂണിസ്റ്റുകാരെ അടിച്ചമർത്താനായി ഗവൺമെന്റ് പട്ടാള ഭരണം നടപ്പാക്കി. അറസ്റ്റിൽനിന്ന് രക്ഷപ്പെടാൻ ജി എം പി നേതാക്കൾ ഒളിവിൽ പോയി. 1949 മാർച്ച് 28 ന് ടൈറ്റൺ സമ്പ്രദായം നടപ്പാക്കാൻ (ഉദ്യോഗസ്ഥരുടെ ലഗേജുകൾ കൂലിയില്ലാതെ നിർബ്ബന്ധമായി ചുമന്നുകൊണ്ടു പോകണമെന്ന വ്യവസ്ഥ) വിസമ്മതിച്ചതിന്റെ പേരിൽ പട്ടാളം മൂന്ന് ആദിവാസി പെൺകുട്ടികളെ പോയിന്റ് ബ്ലാങ്കിൽ വെടിവച്ചുകൊന്നു. ത്രിപുരയിലെ ബഹുജനപ്രക്ഷോഭത്തിലെ ആദ്യ രക്തസാക്ഷികളായിരുന്നു അവർ. അവരെ കൊലപ്പെടുത്തിയത് ജനരോഷം വർദ്ധിക്കുന്നതിനിടയാക്കി.

സാഹചര്യം വിലയിരുത്തിയ ജെ എസ് എസ് നേതാക്കൾ എത്തിച്ചേർന്ന നിഗമനം ചെറുത്തുനില്പ് സമരം സംഘടിപ്പിക്കുകയല്ലാതെ മറ്റു പോംവഴിയൊന്നുമില്ലെന്നാണ്. തെലങ്കാനയിലെ ജനങ്ങളുടെ സായുധസമരത്തിന്റെയും കാക്കദ്വീപിലെ കൃഷിക്കാരുടെ സമരത്തിന്റെയും വാർത്തകൾ ജി എം പിയെയും ആവേശംകൊള്ളിച്ചു. ഒരു ഗറില്ലാ സേന രൂപീകരിക്കാൻ തീരുമാനിക്കപ്പെട്ടു; അതിനായി ആദിവാസികളുടെ കൈവശമുള്ള ആയുധങ്ങൾ ശേഖരിക്കപ്പെട്ടു; സായുധ സമരത്തിനൊപ്പം രാജവാഴ്ചയ്ക്കും ഫ്യൂഡലിസത്തിനുമെതിരെ പ്രത്യയശാസ്ത്രസമരം നടത്താനും തീരുമാനമെടുത്തു. എല്ലാ ഗ്രാമങ്ങളിലും മാർക്സിസം-ലെനിനിസം സംബന്ധിച്ച പുസ്തകങ്ങളും ലഘുലേഖകളും പഠിക്കുന്നതിന് പ്രോത്സാഹനവും നല്കി. ഈ ലക്ഷ്യം സാക്ഷാൽക്കരിക്കുന്നതിന് പ്രവർത്തകർക്കായി മാർക്സിസത്തെ സംബന്ധിച്ച ക്ലാസുകൾ നടത്തുകയുണ്ടായി. ആദിവാസികൾ വർഗ്ഗീയതയ്ക്ക് വിധേയരാകാതിരിക്കാനും ബംഗാളിവിരുദ്ധമോ ആദിവാസി ഇതരർക്കെതിരോ ആയ വികാരങ്ങൾ വളരാതിരിക്കാനും ഉറപ്പാക്കാനുള്ള വ്യാപകമായ പ്രചരണ പരിപാടികളും നടത്തുകയുണ്ടായി. എല്ലാ പ്രവർത്തകർക്കും മിനിമം സാക്ഷരത വേണമെന്നത് നിർബ്ബന്ധമാക്കി.

ത്രിപുരയിലെ സായുധ സമരം നടന്നത് 1948 മുതൽ 1950 വരെ ആയിരുന്നു. സായുധ സമരം അതിൻെറ മൂർദ്ധന്യാവസ്ഥയിൽ ആയി

രുന്നപ്പോൾ ത്രിപുര റൈഫിൾസിലെ ആദിവാസികളായ ചില പട്ടാളക്കാർ തങ്ങളുടെ ആയുധങ്ങളുമായി സൈന്യം വിടുകയും ഗറില്ലാ സേനയിൽ ചേരുകയുമുണ്ടായി. പട്ടാളത്തിൽനിന്നുള്ള ഇത്തരം കൂറുമാറ്റങ്ങൾ ജനങ്ങളിൽ വലിയ ആവേശം സൃഷ്ടിച്ചു; അവരുടെ ആത്മവിശ്വാസം വർദ്ധിപ്പിച്ചു. 1949 നും 1950 നും ഇടയ്ക്ക് ത്രിപുരയിലെ ആദിവാസി സമൂഹത്തിലെ മിക്കവാറും എല്ലാ വിഭാഗങ്ങളിലും ജി എം പി വളർന്നു. ഓരോ വിഭാഗത്തിലും ഒരു സെക്രട്ടറിയും ജോയിന്റ് സെക്രട്ടറിയും ട്രഷററും ഉൾപ്പെടെ ഒമ്പത് അംഗങ്ങളുള്ള ഒരു വില്ലേജ് കമ്മിറ്റി രൂപീകരിക്കുകയുണ്ടായി. ഈ ഘടന അസംഖ്യം പ്രവർത്തകരെ വളർത്തിക്കൊണ്ടുവരുന്നതിന് സഹായകമായി.

ജി എം പിക്ക് രണ്ട് വിഭാഗങ്ങളുണ്ടായിരുന്നു – രാഷ്ട്രീയവും സൈനികവും. സൈനിക വിഭാഗത്തിന്റെ സുപ്രീം കമാൻഡറായിരുന്നു ദശരഥ് ദേബ്; രാഷ്ട്രീയ വിഭാഗത്തിന്റെ നേതാവും അദ്ദേഹമായിരുന്നു; ഗറില്ലാ സേനയ്ക്കായി പാർട്ടി രൂപം നല്കിയ അച്ചടക്കത്തിനും ശരിയായ രാഷ്ട്രീയ പരിശീലനത്തിനും ഊന്നൽ നല്കിയ പെരുമാറ്റചട്ടങ്ങളിൽ ചിലവ; ഒന്ന്, സായുധ വിഭാഗത്തിനുമേൽ രാഷ്ട്രീയ വിഭാഗത്തിന്റെ മേധാവിത്തവും എല്ലാ പ്രവർത്തനങ്ങളിലും രാഷ്ട്രീയ വിഭാഗത്തിന്റെ തീരുമാനങ്ങൾ കർശനമായി പാലിക്കലും; രണ്ട്, ജനങ്ങളോട് പ്രത്യേകിച്ച് സ്ത്രീകളോട് ആദരവോടും വിനയത്തോടും പെരുമാറൽ; മൂന്ന്, കർഷകരുടെ സ്വത്തുവകകൾ പിടിച്ചെടുക്കുന്നതും നശിപ്പിക്കുന്നതും നിരോധിക്കലും കർഷകരോട് മാന്യമായി പെരുമാറലും; നാല്, തടവുകാരോട് മോശമായി പെരുമാറരുത്. ഈ പെരുമാറ്റസംഹിതയെക്കുറിച്ച് ഗറില്ലകൾക്കായി ക്ലാസുകൾ സംഘടിപ്പിച്ചിരുന്നു. ആഴ്ചയിൽ ഒരു മണിക്കൂറെങ്കിലും രാഷ്ട്രീയ ക്ലാസുകളിൽ പങ്കെടുക്കേണ്ടത് എല്ലാ ഗറില്ലകളെ സംബന്ധിച്ചും നിർബ്ബന്ധമായിരുന്നു. ലെനിന്റെ ''നാട്ടിൻപുറത്തെ പട്ടിണിപ്പാവങ്ങളോട്'' പോലെയുള്ള നിരവധി കൃതികൾ നിർബ്ബന്ധമായും വായിക്കേണ്ടവയുടെ പട്ടികയിലുണ്ടായിരുന്നു. ഇങ്ങനെയാണ് ഗറില്ലകളെ രാഷ്ട്രീയമായി ബോധവല്ക്കരിച്ചത്.

ഗറില്ലാ സേന ഈ അനുശാസനങ്ങൾ അതീവ ജാഗ്രതയോടെ നടപ്പാക്കി; തൽഫലമായി ആദിവാസി ജനവിഭാഗങ്ങൾക്കിടയിൽ ജി എം പി അസാധാരണമായ വിധം സ്വീകാര്യത നേടി. ബംഗാളി മുസ്ലീങ്ങളിൽ പ്രമുഖമായ ഒരു വിഭാഗവും ജി എം പിയെ പിന്തുണച്ചു. രാജ്യത്തിന്റെ വിഭജനംപോലും ബംഗാളി മുസ്ലീങ്ങളും ആദിവാസി ജനതയും തമ്മിൽ ദീർഘകാലമായി നിലനിന്നിരുന്ന ബന്ധങ്ങളിൽ ഇളക്കമുണ്ടാക്കിയില്ല.

പല ഗ്രാമങ്ങളിലും ജി എം പി ജനകീയ ഗവൺമെന്റുകൾ രൂപീകരിച്ചു. തർക്കങ്ങൾ പരിഹരിക്കുന്നതിനും നീതി നിർവ്വഹണത്തിനും ആർബിട്രേഷൻ കമ്മിറ്റികൾ രൂപീകരിക്കപ്പെട്ടു. അടിമവേല സമ്പ്രദായം നിർത്തലാക്കപ്പെട്ടു; കൈവശം വയ്ക്കാവുന്ന ഭൂമിയുടെ വ്യാപ്തി, ഭൂമിയു

ടെ പാട്ടത്തുകയും മറുപാട്ടത്തുകയും, പലിശനിരക്കുകൾ എന്നിവ നിശ്ചയിക്കപ്പെട്ടു. ജാതി വിവേചനം നിരോധിക്കപ്പെട്ടു. ബഹുഭാര്യാത്വവും ശൈശവ വിവാഹവും സ്ത്രീകളെ അടിച്ചമർത്തുന്നതും നിരോധിക്കുന്നതും അമിത ചാരായ ഉപഭോഗം തടയുന്നതും അന്ധവിശ്വാസങ്ങൾക്കും സ്ത്രീകളെ ദുർമ്മന്ത്രവാദിനികളായി ചിത്രീകരിക്കുന്നതിനും എതിരെയുമെല്ലാമുള്ള വിപുലമായ ചട്ടങ്ങൾ രൂപീകരിക്കപ്പെട്ടു; ഫ്യൂഡൽ രാജവാഴ്ചയുടേതിൽനിന്നും മൗലികമായും വ്യത്യസ്തമായ ഒന്നായിരുന്നു ഇത്.

ഈ ബഹുജന സമരങ്ങളുടെ സമ്മർദ്ദത്തിൽ 1949 ഒക്ടോബറിൽ ത്രിപുര ഔപചാരികമായി ഇന്ത്യൻ യൂണിയനിൽ ലയിച്ചു. എന്നാൽ പഴയ ഫ്യൂഡൽ ശക്തികൾ പുതുതായി ഉയർന്നുവന്ന മുതലാളി വർഗ്ഗവുമായി സഖ്യത്തിലേർപ്പെടുകയും ഭരണാധികാരത്തിലുള്ള തങ്ങളുടെ പിടി നിലനിർത്തുകയും ചെയ്തു. ഫ്യൂഡൽ ശക്തികൾക്കും മുതലാളിത്ത ശക്തികൾക്കുമെതിരായി ഒരേസമയം സമാന്തരമായി സമരം ചെയ്യാതെ ആദിവാസി സമൂഹങ്ങൾക്കും തൊഴിലാളിവർഗ്ഗത്തിനും മോചനം അസാദ്ധ്യമാണെന്ന് ജെ എസ് എസിന്റെയും ജി എം പിയുടെയും നേതാക്കൾക്ക് ബോദ്ധ്യമായി.

ഇന്ത്യൻ യൂണിയനുമായുള്ള ത്രിപുരയുടെ ലയനത്തിനുശേഷം ജി എം പിക്കും കമ്യൂണിസ്റ്റുകാർക്കുമെതിരായ ആക്രമണങ്ങൾ പിന്നെയും വർദ്ധിച്ചു. ദിവസങ്ങൾക്കുള്ളിൽ കമ്യൂണിസ്റ്റുകാരെ തകർക്കുന്നതിന് പ്രതിജ്ഞാബദ്ധമായിരുന്ന ഗവൺമെന്റ് ഉൾപ്രദേശങ്ങളിലെ കുന്നിൻപുറങ്ങളിൽപോലും പട്ടാള ക്യാമ്പുകൾ സ്ഥാപിച്ചു; ഒട്ടേറെ ഗ്രാമങ്ങൾ സമ്പൂർണ്ണമായും ചുട്ടെരിക്കപ്പെട്ടു. പട്ടാള ഭീകരത നിലനിന്നിട്ടും യുവജനങ്ങൾ ജി എം പിയെ പിന്തുണയ്ക്കുകയും അതിന്റെ കണ്ണും കാതുമായും പ്രവർത്തിക്കുകയും ചെയ്തു. അവർ ഗവൺമെന്റിനെതിരായി ജനങ്ങളുടെ ചെറുത്തുനില്പ് നയിച്ചു. ഏതാനും മാസങ്ങൾക്കുള്ളിൽ ഒളിവിലായിരുന്ന നേതാക്കൾക്കും പ്രവർത്തകർക്കും പകൽവെളിച്ചത്തിൽ ആദിവാസി ഗ്രാമങ്ങളിൽ റോന്തു ചുറ്റാൻ കഴിയത്തക്കവിധം ജി എം പി വളർന്നു. പൊലീസിനു വിവരം നല്കുന്ന ആരും ഇല്ലെന്നായി എന്നുതന്നെ പറയാം. ഓരോ ഗ്രാമത്തിലും ഒരു ഒളിസങ്കേതമുണ്ടായിരുന്നു. അവിടെ ആയിരുന്നു പതിവായി രാഷ്ട്രീയ ക്ലാസുകൾ നടന്നിരുന്നത്. ഈ ദിവസങ്ങളുടെ സവിശേഷത യോഗങ്ങളും രാഷ്ട്രീയ ക്ലാസുകളും സ്ഥിരമായി നടന്നിരുന്നുവെന്നതാണ്; അത് ജനങ്ങളുടെ ജനാധിപത്യപരവും രാഷ്ട്രീയവുമായ ബോധത്തെ ശക്തിപ്പെടുത്തി; അതനുസരിച്ച് പ്രസ്ഥാനത്തോടുള്ള ജനങ്ങളുടെ പ്രതിബദ്ധതയും ശക്തിപ്പെട്ടു.

സ്ത്രീകൾ ഒരു വനിതാ സമിതിയിലും ഗറില്ലാ സേനയിലുമായി സംഘടിപ്പിക്കപ്പെട്ടു; സന്ദേശവാഹകരെന്ന നിലയിൽ ആദിവാസി സ്ത്രീകൾ ധീരോദാത്തമായ പങ്കാണു വഹിച്ചത്; നേതാക്കൾ ഒളിവിലായിരുന്നപ്പോൾ അവരെ സംരക്ഷിക്കുകയും അറസ്റ്റിൽ നിന്ന് രക്ഷിക്കു

കയും ചെയ്തത് ഈ സ്ത്രീകളായിരുന്നു. നാരി സമിതി (സ്ത്രീ സംഘടന) രൂപീകരിക്കാൻ ആദിവാസി സ്ത്രീകളെ പല സംഘങ്ങളായി തിരിച്ചിരുന്നു. അവർ പല പ്രദേശങ്ങളിലേക്കു പോവുകയും സ്ത്രീകളുടെ ഗറില്ലാ സേനയിൽ അണിനിരക്കാൻ സ്ത്രീകളെ ആവേശം കൊള്ളിക്കുകയും ചെയ്തു.

ചെറുത്തുനില്പ് സമരം സംഘടിപ്പിക്കവെതന്നെ ജി എം പി സാംസ്കാരിക പ്രസ്ഥാനത്തിലും ശ്രദ്ധ കേന്ദ്രീകരിച്ചിരുന്നു. ആദിവാസികളുടെ ഭാഷയായ കോക്ബൊറോക്കിൽ നിരവധി ഗാനങ്ങൾ ചിട്ടപ്പെടുത്തി. പാട്ടിനും നൃത്തത്തിനുമൊപ്പം ആദിവാസി ചെറുപ്പക്കാർ ഈ മുദ്രാവാക്യമുയർത്തി തങ്ങളുടെ സംസ്കാരത്തിൻെറ വികാസം പ്രോത്സാഹിപ്പിക്കുകയായിരുന്നു – ''ബാംന്ദൂക് ഒ സാംസ്കൃതി ഏക് സാത് ചലോ'' (സായുധസമരവും സാംസ്കാരിക സമരവും ഒരുമിച്ചു മുന്നോട്ടു പോകും).

1950 മദ്ധ്യത്തിൽ ഔപചാരികമായി കമ്യൂണിസ്റ്റ് പാർട്ടിയിൽ ചേരാൻ ജി എം പിയുടെ നേതൃത്വം ഒന്നാകെ തീരുമാനിച്ചു. തുടക്കത്തിൽ ജനങ്ങൾക്കിടയിൽ ആശയക്കുഴപ്പമുണ്ടായെങ്കിലും ജി എം പിയുടെ നേതൃത്വം തങ്ങൾ ഈ തീരുമാനത്തിലെത്തിയതിന്റെ കാരണങ്ങൾ വിജയകരമായി ജനങ്ങളോട് വിശദീകരിക്കുകയും അവരെ ബോദ്ധ്യപ്പെടുത്തുകയും ചെയ്തു. അപ്പോൾ മുതൽ ത്രിപുരയിലെ ജനങ്ങൾ ചെങ്കൊടി നെഞ്ചേറ്റി തുടങ്ങി.

സായുധ ചെറുത്തുനില്പിന്റെ പരിമിതികൾ പാർട്ടിക്ക് ബോദ്ധ്യപ്പെട്ടതോടെ ആദിവാസികൾക്കിടയിൽ സമരത്തിൻെറ തീവ്രത കുറയുകയും നിർവ്വികാരതാ ബോധം പടരുന്നത് കാണുകയും ചെയ്തതോടെ 1951 ൽ സായുധ ചെറുത്തുനില്പ് പിൻവലിക്കാൻ പാർട്ടി തീരുമാനിച്ചു. രാഷ്ട്രീയ തടവുകാരുടെ മോചനം നേടിയെടുക്കാനും അറസ്റ്റ് വാറന്റുകൾ പിൻവലിപ്പിക്കാനും കർക്കശമായ മർദ്ദന നടപടികൾ അവസാനിപ്പിക്കുമെന്ന് ഉറപ്പാക്കാനും പാർട്ടിക്ക് കഴിഞ്ഞു.

ഈ പശ്ചാത്തലത്തിലാണ് 1952 ലെ തിരഞ്ഞെടുപ്പിൽ പാർട്ടി മത്സരിച്ചത്; മൊത്തമുള്ള രണ്ട് ലോക്സഭാ സീറ്റിലും 30 ൽ 21 ഇലക്ടറൽ കോളേജ് സീറ്റിലും പാർട്ടി വിജയം വരിച്ചു – പാർട്ടിയുടെ ജനപിന്തുണയുടെ പ്രതിഫലനമായിരുന്നു ഇത്.

ഇന്ത്യൻ വിപ്ലവത്തിന്റെ പാതയ്ക്കായി ഒരന്വേഷണം

കമ്യൂണിസ്റ്റുകാരുടെ നേതൃത്വത്തിൽ നടന്ന നിരവധി കർഷകസമരങ്ങൾ, പ്രത്യേകിച്ചും തെലങ്കാന ജനകീയ സായുധ സമരം, ഇന്ത്യൻ വിപ്ലവഘട്ടത്തെയും അതിന് സ്വീകരിക്കേണ്ടതായിട്ടുള്ള തന്ത്രത്തെയും പിന്തുടരേണ്ട അടവുകളെയും സംബന്ധിച്ച പ്രശ്നങ്ങളെയെല്ലാം മുൻനിരയിലേക്ക് കൊണ്ടുവന്നു. ഈ പ്രശ്നങ്ങൾ പാർട്ടിക്കുള്ളിൽ നാനാവിധ ചർച്ചകൾക്കും വാദപ്രതിവാദങ്ങൾക്കും ഇടയാക്കി.

രണ്ടാം പാർട്ടി കോൺഗ്രസ് അംഗീകരിച്ച രാഷ്ട്രീയ അടവ് നയത്തെ ഇന്ത്യൻ കമ്യൂണിസ്റ്റുകാർ അഭിമുഖീകരിച്ച ഈ ചോദ്യങ്ങൾക്കുള്ള ഉത്തരത്തിനായി സൂക്ഷ്മമായ വിശകലനത്തിനു വിധേയമാക്കുകയുണ്ടായി. തെലങ്കാന സായുധസമരത്തിനു നേതൃത്വം നല്കിയ പാർട്ടിയുടെ ആന്ധ്രാകമ്മിറ്റി വിശദമായ ഈ പരിശോധനയ്ക്കും തുടർന്നുള്ള വാദപ്രതിവാദങ്ങൾക്കും നേതൃത്വം നല്കി. രാഷ്ട്രീയ അടവുനയത്തിലും പാർട്ടിയുടെ അന്നത്തെ നേതൃത്വം അത് നടപ്പാക്കിയ രീതിയിലും തങ്ങൾ കണ്ടെത്തിയ പോരായ്മകൾ വിശദീകരിച്ചുകൊണ്ട് ആന്ധ്രാകമ്മിറ്റി വളരെ വിശദമായ ഒരു കുറിപ്പ് സമർപ്പിക്കുകയുണ്ടായി. രണ്ടാം പാർട്ടി കോൺഗ്രസ് തിരഞ്ഞെടുത്ത പൊളിറ്റ് ബ്യൂറോ ആന്ധ്രാസെക്രട്ടേറിയറ്റിന്റെ തിസീസിനെ മാർക്സിസം – ലെനിനിസത്തിൽനിന്നുള്ള വ്യതിയാനമായി ചിത്രീകരിക്കുകയും തനി പരിഷ്കരണവാദമെന്ന നിലയിൽ അതിനെ അപ്പാടെ തിരസ്കരിക്കുകയും ചെയ്തു.

1948 അവസാനം പി ബി മൂന്ന് രേഖകൾ അവതരിപ്പിച്ചു– 'ജനകീയ ജനാധിപത്യം', 'കാർഷിക പ്രശ്നം', 'അടവ് നയം.'. പ്രായോഗിക പ്രവർത്തനത്തിനിടയിൽ ഉയർന്നുവന്നതും പാർട്ടി അഭിമുഖീകരിച്ചിരുന്നതുമായ നിരവധി സൈദ്ധാന്തിക പ്രശ്നങ്ങൾ സംബന്ധിച്ച് ഇടതുപക്ഷ അതിസാഹസിക നിലപാടുകളാണ് ഈ രേഖകൾ വികസിപ്പിച്ചത്.

ഇങ്ങനെ വികസിച്ചുവന്ന ലൈനിനെ പിൻപറ്റി 1949 മാർച്ച് 9 ന് അഖിലേന്ത്യാ റെയിൽവേ പണിമുടക്ക് നടത്തുന്നതിനുള്ള ആഹ്വാനം നല്കപ്പെട്ടു. പാർട്ടിയുടെയും ട്രേഡ് യൂണിയന്റെയും നേതാക്കൾക്കു മേൽ ഇന്ത്യാ ഗവൺമെന്റ് കടുത്ത നടപടികൾ അഴിച്ചുവിട്ടു. വിവിധ സംസ്ഥാനങ്ങളിൽ ആയിരക്കണക്കിനു സഖാക്കൾ അറസ്റ്റ് ചെയ്യപ്പെടുകയും ജയിലിലിലടയ്ക്കപ്പെടുകയും ചെയ്തു. ജയിലുകളെ ''വർഗ്ഗസമരത്തിന്റെ കോട്ട''കളാക്കി മാറ്റാൻ പാർട്ടി കേന്ദ്ര നേതൃത്വം ആഹ്വാനം ചെയ്തു. പാർട്ടിയോടും വിപ്ലവലക്ഷ്യത്തോടുമുള്ള തങ്ങളുടെ കൂറുമൂലം നിരവധി സഖാക്കൾ തങ്ങളുടെ ജീവൻ ബലിയർപ്പിച്ചു.

വസ്തുനിഷ്ഠ യാഥാർത്ഥ്യങ്ങളും തൊഴിലാളികളുടെ സന്നദ്ധതയും കണക്കിലെടുക്കാതെ നല്കപ്പെട്ട ഈ ആഹ്വാനങ്ങൾ, പണിമുടക്കുന്നതിനും ''ജയിൽ സമരങ്ങൾ''ക്കുമുള്ള ഈ ആഹ്വാനങ്ങൾ, അന്നത്തെ പൊളിറ്റ് ബ്യൂറോ പിന്തുടർന്ന ഇടതുപക്ഷ അതിസാഹസികനയത്തിന്റെ നിദർശനമാണ്. പണിമുടക്ക് ആഹ്വാനത്തോടുള്ള തണുത്ത പ്രതികരണത്തിനിടയാക്കിയ ഘടകങ്ങളെക്കുറിച്ച് സ്വയം വിമർശനപരമായി വിശകലനം ചെയ്യുകയും അംഗീകരിക്കുകയും ചെയ്യുന്നതിനുപകരം നേതൃത്വം തങ്ങളെ ചോദ്യം ചെയ്ത എല്ലാവരെയും ഭീരുക്കളെന്നും വഞ്ചകരെന്നും പരിഷ്കരണവാദികളെന്നും മുദ്രകുത്തുകയാണുണ്ടായത്. ഈ അടിസ്ഥാനത്തിൽ നിരവധി സഖാക്കൾ ഒഴിവാക്കപ്പെടുകയും സംസ്ഥാന കമ്മിറ്റികൾ പുനഃസംഘടിപ്പിക്കപ്പെടുകയും ചെയ്തു. പി ബിയുമായി യോജിപ്പില്ലാതിരുന്ന പാർട്ടിയിലെ നേതൃനിരയിലെ സഖാക്കളോട് തങ്ങളുടെ 'സ്വയം വിമർശനം' എഴുതി നല്കാൻ നിർദ്ദേശിക്കപ്പെടുകയും അവരിൽ മിക്കവരും ഈ നിർദേശങ്ങൾക്ക് കീഴടങ്ങുകയും ചെയ്തു. നേതൃത്വം പിന്തുടർന്ന ഈ നയങ്ങളുടെ ഫലമായി പാർട്ടിയുടെ മെമ്പർഷിപ്പ് 80,000ത്തിൽനിന്ന് 20,000ത്തിലേക്ക് താണു. പാർട്ടിയിലെ മൊത്തത്തിലുള്ള അന്തരീക്ഷം ദുഷിപ്പിക്കപ്പെട്ടു; നിരാശയുടെയും വിഷാദത്തിന്റേയുമായ ബോധം രൂപപ്പെട്ടു; പാർട്ടി നയിച്ച കാർഷിക സമരങ്ങൾ മാത്രമായിരുന്നു അതിൽനിന്ന് രക്ഷപ്പെടുത്തിയ ഏക ഘടകം.

ഈ പശ്ചാത്തലത്തിലാണ്, കോമിൻഫോമിന്റെ (കമ്യൂണിസ്റ്റ് ഇൻഫർമേഷൻ ബ്യൂറോ–കോമിന്റേൺ പിരിച്ചുവിടപ്പെട്ട ശേഷം കമ്യൂണിസ്റ്റു പാർട്ടികൾ തമ്മിലുള്ള ആശയവിനിമയത്തിനു രൂപീകരിച്ച വേദി) മുഖപത്രമായ, 'ഫോർ എ ലാസ്റ്റിങ് പീസ്, ഫോർ എ പീപ്പിൾസ് ഡെമോക്രസി'യിൽ ഒരു മുഖപ്രസംഗം പ്രത്യക്ഷപ്പെട്ടത്. ഇന്ത്യൻ കമ്യൂണിസ്റ്റ് പാർട്ടിയുടെ ഉന്നത നേതൃത്വം പിന്തുടർന്നുകൊണ്ടിരുന്ന രാഷ്ട്രീയനയത്തെ ഈ മുഖപ്രസംഗം അതിരൂക്ഷമായി വിമർശിച്ചു; ഇത് പാർട്ടിക്കുള്ളിൽ വലിയൊരു വാദപ്രതിവാദത്തിനു തിരികൊളുത്തി. പാർട്ടിയുടെ ആന്ധ്രാകമ്മിറ്റി ഈ മുഖപ്രസംഗം പ്രസിദ്ധീകരിച്ചതിനെ പി ബിയുടെ ഇടതുപക്ഷ അതിസാഹസിക നിലപാടുകൾക്കെതിരെ തങ്ങൾ

ആരംഭിച്ചിരുന്ന ഉൾപ്പാർട്ടി സമരം കൂടുതൽ തീവ്രമാക്കുന്നതിനുള്ള അവസരമായി കണക്കാക്കി.

കേന്ദ്ര കമ്മിറ്റിക്ക് മുകളിലുള്ള വേദിയെന്ന നിലയിൽ പൊളിറ്റ് ബ്യൂറോയുടെ പ്രവർത്തനവും രൂക്ഷമായി വിമർശിക്കപ്പെട്ടു. സെക്ടേറിയൻ, രാഷ്ട്രീയ ലൈൻ തുടങ്ങിവെച്ചതിലും പ്രോത്സാഹിപ്പിച്ചതിലും തെറ്റായ സംഘടനാതത്ത്വങ്ങൾ പിന്തുടരുന്നതിലും ഏതുഭാഗത്തുനിന്ന് ഉയർന്നുവരുന്ന വിമർശനത്തെയും ഉൾക്കൊള്ളാതിരിക്കുന്നതിലും സ്വയം വിമർശനം ഇല്ലാതിരിക്കുന്നതിലും കൂട്ടായ പ്രവർത്തനം ഉറപ്പുവരുത്തുന്നതിലെയും കേന്ദ്ര കമ്മിറ്റി യോഗങ്ങൾ വിളിച്ചുചേർക്കുന്നതിലെയും വീഴ്ചയിലും പാർട്ടിയുടെ ജനറൽ സെക്രട്ടറിയുടെ പങ്കും അതിസാഹസിക നയത്തിനുള്ള മറ്റു ചില പ്രധാനപ്പെട്ട കാരണങ്ങൾക്കൊപ്പം കണ്ടെത്തപ്പെടുകയുണ്ടായി; ഈ അതിസാഹസിക ലൈനാണ് പാർട്ടിയെ തകർച്ചയുടെ വക്കിലെത്തിച്ചത്.

കോമിൻ ഫോം മുഖപ്രസംഗത്തിന്റെ പശ്ചാത്തലത്തിൽ 1950ന്റെ മദ്ധ്യത്തിൽ കേന്ദ്ര കമ്മിറ്റി യോഗം ചേർന്നു; ഗൗരവപൂർണ്ണമായ രാഷ്ട്രീയ ചർച്ചകൾക്കും വിമർശനം– സ്വയം വിമർശനങ്ങൾക്കും ശേഷം രാഷ്ട്രീയവും സംഘടനാപരവുമായ ചില തീരുമാനങ്ങളിൽ എത്തിച്ചേർന്നു.

രണ്ടാം പാർട്ടി കോൺഗ്രസ് തിരഞ്ഞെടുത്ത ജനറൽ സെക്രട്ടറി ബി ടി രണദിവെയെ മാറ്റി പകരം സി രാജേശ്വര റാവുവിനെ ജനറൽ സെക്രട്ടറിയായി തിരഞ്ഞെടുത്തു. പുതിയ മൂന്നംഗ പൊളിറ്റ് ബ്യൂറോയും 11 അംഗ കേന്ദ്രകമ്മിറ്റിയും തിരഞ്ഞെടുക്കപ്പെട്ടു. പ്രവിശ്യാ കമ്മിറ്റികളുടെ പ്രതിനിധികളെക്കൂടി ഉൾപ്പെടുത്തി രാഷ്ട്രീയവും സംഘടനാപരവുമായ തീരുമാനങ്ങൾക്ക് അന്തിമരൂപം നല്കുന്നതിന് ആറുമാസത്തിനുള്ളിൽ പുതിയ കേന്ദ്ര കമ്മിറ്റിയുടെ പ്ലീനം നടത്തുന്നതിനു തീരുമാനിക്കുകയുണ്ടായി.

രാഷ്ട്രീയ മുന്നണിയിൽ, ''കമ്യൂണിസ്റ്റ് പാർട്ടി ഓഫ് ഇന്ത്യക്കുള്ളിൽ ഇടതുപക്ഷ വ്യതിയാനം'' സംബന്ധിച്ച് ആന്ധ്രാകമ്മിറ്റി അവതരിപ്പിച്ച കുറിപ്പ് കേന്ദ്ര കമ്മിറ്റി ഭേദഗതികളോടെ അംഗീകരിച്ചു. പി ബി സർക്കുലേറ്റ് ചെയ്ത മൂന്ന് രേഖകളും (ജനകീയ ജനാധിപത്യം, കാർഷിക പ്രശ്നം, അടവ് നയം) കേന്ദ്ര കമ്മിറ്റി പിൻവലിച്ചു; മറ്റു രേഖകൾ പുനഃപരിശോധിക്കാനും തീരുമാനിച്ചു. മറ്റ് നാല് രേഖകൾ അംഗീകരിക്കുകയുമുണ്ടായി –മുൻപ് സർക്കുലേറ്റ് ചെയ്ത മൂന്ന് പൊളിറ്റ് ബ്യൂറോ രേഖകൾ സംബന്ധിച്ച വിമർശനം, രാഷ്ട്രീയ പ്രമേയം, മാവോയെ സംബന്ധിച്ച പ്രമേയം, പൊളിറ്റ് ബ്യൂറോയുടെ ഇടതുപക്ഷ സെക്ടേറിയൻ പ്രവർത്തനങ്ങൾ സംബന്ധിച്ച സംഘടനാ റിപ്പോർട്ട്, ഉൾപ്പാർടി ചർച്ചകൾക്കുശേഷം നിശ്ചിതപ്ലീനത്തിൽ അംഗീകരിക്കുന്നതിനായാണ് ഈ രേഖകൾ തയ്യാറാക്കപ്പെട്ടത്.

ഇന്ത്യൻ വിപ്ലവത്തിന്റെ പാത തീരുമാനിക്കുന്നതിലായിരുന്നു പ്രധാനമാറ്റം വന്നത്. രാഷ്ട്രീയ പൊതുപണിമുടക്കിന്റെയും നഗരങ്ങളിലെ

സായുധ തൊഴിലാളി കലാപത്തിന്റെയും പാതയായിരിക്കും അധികാരം പിടിച്ചെടുക്കുന്നതിനുള്ള ഇന്ത്യൻ പാത എന്നാണ് രണ്ടാം പാർട്ടി കോൺഗ്രസ് തെരഞ്ഞെടുത്ത പി ബി വാദിച്ചത്. പുതുതായി തെരഞ്ഞെടുക്കപ്പെട്ട പാർട്ടി നേതൃത്വം ആന്ധ്രാകമ്മിറ്റി നിർദ്ദേശിച്ച പാത സ്വീകരിച്ചു–അതായത്, വിമോചിതമേഖലകൾ സ്ഥാപിക്കുന്നതിലേക്കും ആത്യന്തികമായി നഗരങ്ങളുടെ മോചനത്തിലേക്കും നയിക്കുന്ന പാർട്ടിസാൻ യുദ്ധത്തിന്റെ പാത. ഒരു ഘട്ടമായുള്ള വിപ്ലവം എന്ന തീസിസിനെ–അതായത്, ഇന്ത്യൻ വിപ്ലവത്തിൽ ജനാധിപത്യഘട്ടവും സോഷ്യലിസ്റ്റ് ഘട്ടവും ഒന്നിച്ചുചേർന്നായിരിക്കുമെന്ന സിദ്ധാന്തം – തിരസ്കരിക്കപ്പെട്ടു. അതുപ്രകാരം വിപ്ലവസമരത്തിന്റെ ഗതിക്രമത്തിനിടയിലെ വർഗ്ഗസഖ്യങ്ങൾ സംബന്ധിച്ച തന്ത്രവും പുനർനിർണ്ണയിക്കപ്പെട്ടു. ധനിക കർഷകരുൾപ്പെടെയുള്ള ബൂർഷ്വാസിയെയാകെ ജനകീയ ജനാധിപത്യവിപ്ലവത്തിന്റെ ശത്രുക്കളെന്ന നിലയിൽ ചിത്രീകരിക്കാനാവില്ലെന്നും അവരിൽ ചില വിഭാഗങ്ങളെകൂടെ നിർത്താൻ ശ്രമിക്കണമെന്നും അംഗീകരിക്കപ്പെട്ടു.

ഇന്ത്യൻ വിപ്ലവത്തെ സംബന്ധിച്ചും അതിനാൽത്തന്നെ തുടർന്നു പിന്തുടരേണ്ടതായിട്ടുള്ള വിപ്ലവ തന്ത്രത്തിന്റെ കാര്യത്തിലുമുള്ള വിശകലനത്തിന്റെ കാര്യത്തിൽ പുതുതായി അംഗീകരിക്കപ്പെട്ട രാഷ്ട്രീയ ലൈനും പിശകായിരുന്നു. ഇന്ത്യൻ സ്വാതന്ത്ര്യത്തെയും സാമ്രാജ്യത്വത്തിന്റെ പങ്കിനെയും ഇന്ത്യൻ ഭരണവർഗ്ഗങ്ങൾക്കുമേൽ സ്വാമ്രാജ്യത്വത്തിനുള്ള സ്വാധീനത്തെയും സംബന്ധിച്ച സ്വഭാവ നിർണ്ണയത്തിൽ ഈ തെറ്റായ വിലയിരുത്തൽ പ്രതിഫലിച്ചു. തൽഫലമായി, നടപ്പിലാക്കേണ്ടതായിട്ടുള്ള വിപ്ലവത്തിന്റെ തന്ത്രവും പാതയും ചില പിശകുകൾ ഉള്ളതായി. തെലങ്കാനയിലും രാജ്യത്തിന്റെ മറ്റുപ്രദേശങ്ങളിലും തുടർന്നുണ്ടായ സംഭവ വികാസങ്ങൾ ഈ പരിമിതികളെ മുൻനിരയിലേക്ക് കൊണ്ടുവന്നു. ഒരിക്കൽക്കൂടി രൂക്ഷമായ ഉൾപ്പാർട്ടി ചർച്ചകൾ ആരംഭിക്കുകയുണ്ടായി.

രണ്ടാം പാർട്ടി കോൺഗ്രസിനു മുൻപ് പാർട്ടിയിലെ പ്രമുഖ പ്രവണതയായിരുന്ന വലതുപക്ഷ പരിഷ്കരണവാദം അതിന്റെ തലപൊക്കാൻ ഈ അവസരം ഉപയോഗപ്പെടുത്തി. എസ് എ ഡാങ്കെയും അജയ്കുമാർ ഘോഷും എസ് വി ഘാട്ടെയും ചുമതല വഹിച്ചിരുന്ന ബോംബെയിലെ പാർട്ടി ഹെഡ് ക്വാർട്ടേഴ്സ് ഈ പുതിയ എതിർപ്പിന്റെ കേന്ദ്രമായി മാറി. പാർട്ടി അണികൾക്കിടയിൽ ആശയക്കുഴപ്പം പരത്താൻ തങ്ങൾ അനുഭവിച്ചിരുന്ന നിയമപരമായ സ്വാതന്ത്ര്യത്തെ അവർ ഉപയോഗിച്ചു. കേന്ദ്ര നേതൃത്വം, തെലങ്കാന സായുധ സമരത്തിന്റെയും മറ്റു കർഷകപ്രക്ഷോഭങ്ങളുടെയും നേതാക്കൾ, ഒളിവിലായിരുന്നതുമൂലം പ്രതിബന്ധം നേരിട്ടിരുന്നു. അങ്ങനെ വീണ്ടും ഉൾപ്പാർട്ടി സ്ഥിതിഗതികൾ തകരാറിലാവുകയും പാർട്ടി അക്ഷരാർത്ഥത്തിൽ വിവിധ പ്രവണതകളായും ചേരികളായും ഭിന്നിക്കുകയും ചെയ്തു.

ഈ അനുഭവങ്ങളുടെയെല്ലാം കഠിനമായ വഴികളിലൂടെ പാർട്ടി കണ്ടെത്തിയത് വലതുപക്ഷ പരിഷ്കരണവാദത്തെ, ഇടതുപക്ഷ അ

തിസാഹസികതയുടെ വാളുകൊണ്ട് പൊരുതുന്നതും മറിച്ച് ഇടതുപക്ഷ അതിസാഹസികതയെ വലതുപക്ഷ പരിഷ്കരണവാദത്തിന്റെ വാളുകൊണ്ട് പൊരുതുന്നതും ഒരേപോലെ പാർട്ടിയിലെ ഈ രണ്ട് തെറ്റായ പ്രവണതകളെയും പാടെ ഇല്ലാതാക്കാൻ സഹായിക്കില്ലെന്നാണ്.

പാർട്ടിക്കുള്ളിലെ ഗുരുതരമായ ഈ രാഷ്ട്രീയ–പ്രത്യയശാസ്ത്ര ശൈഥില്യം കണക്കിലെടുത്ത് സോവിയറ്റ് കമ്യൂണിസ്റ്റ് പാർട്ടിയുടെയും (സി പി എസ് യു) സഖാവ് സ്റ്റാലിന്റെയും സൗഹൃദപരമായ സഹായം തേടണമെന്ന് തീരുമാനിക്കപ്പെട്ടു. സി രാജേശ്വര റാവു, എം ബസവ പുന്നയ്യ, അജയ്കുമാർ ഘോഷ്, എസ് എ ഡാങ്കെ എന്നിവർ ഉൾപ്പെടുന്ന ഒരു പ്രതിനിധി സംഘത്തെ, സി പി എസ് യു നേതാക്കളുമായും സ്റ്റാലിനുമായും ചർച്ച ചെയ്യുന്നതിനും കമ്യൂണിസ്റ്റ് പാർട്ടിക്കുള്ളിൽ ചർച്ച ചെയ്യപ്പെട്ട എല്ലാ വിവാദ വിഷയങ്ങളിലും വ്യക്തത തേടുന്നതിനും ചുമതലപ്പെടുത്തുകയുണ്ടായി. സി പി എസ് യുവിന്റെ കേന്ദ്ര കമ്മിറ്റി ഈ വിഷയങ്ങൾക്കായി സ്റ്റാലിൻ, മൊളട്ടോവ്, മലങ്കോവ്, സുസ്ലോവ് എന്നിവരുൾപ്പെടുന്നതും സ്റ്റാലിന്റെ നേതൃത്വത്തിലുള്ളതുമായ ഒരു കമ്മീഷന് രൂപം നല്കി.

ചുരുക്കത്തിൽ ചർച്ചയ്ക്കായി പരിഗണിക്കപ്പെട്ട മുഖ്യവിഷയങ്ങൾ പാർട്ടിയുടെ പരിപാടിയുമായും സിദ്ധാന്തവുമായും മൂർത്തമായ സാഹചര്യത്തിൽ അവയുടെ മൂർത്തമായ പ്രയോഗവുമായും ബന്ധപ്പെട്ട അടവുപരമായ പ്രശ്നങ്ങളുമായും സമാനമായ മറ്റു പ്രശ്നങ്ങളുമായും ബന്ധപ്പെട്ടവയായിരുന്നു. സ്റ്റാലിനും സി പി എസ് യുവും സംശയരഹിതമായി വ്യക്തമാക്കിയത് ഇന്ത്യയിലെ മൂർത്തമായ സാഹചര്യങ്ങളെ വിശകലനം ചെയ്യേണ്ടതും അതനുസരിച്ച് മാർക്സിസം–ലെനിനിസം പ്രയോഗിക്കേണ്ടതും ഇന്ത്യയിലെ കമ്യൂണിസ്റ്റുകാരാണെന്നും ചില വ്യക്തതകളിൽ എത്തിച്ചേരുന്നതിന് ഇന്ത്യൻ കമ്യൂണിസ്റ്റുകാരെ സഹായിക്കുന്നതിൽ മാത്രം ഒതുങ്ങുന്നതാണ് തങ്ങളുടെ പങ്ക് എന്നുമാണ്.

1951 മെയ് മാസത്തിൽ പാർട്ടിയുടെ കേന്ദ്ര കമ്മിറ്റി യോഗം ചേരുകയും ഈ ചർച്ചകളെക്കുറിച്ച് വിലയിരുത്തുകയുമുണ്ടായി. ഈ ചർച്ചകളെ അടിസ്ഥാനമാക്കി കേന്ദ്ര കമ്മിറ്റി ചില നിഗമനങ്ങളിൽ എത്തിച്ചേരുകയും 1951 ഏപ്രിലിൽ ആദ്യമായി പ്രസിദ്ധീകരിച്ച കമ്യൂണിസ്റ്റു പാർട്ടിയുടെ കരട് പരിപാടിയിൽ അവ ഉൾപ്പെടുത്തുകയും ചെയ്തു. തുടർന്നു 1951 ഒക്ടോബറിൽ ചേർന്ന അഖിലേന്ത്യാ പാർട്ടി സമ്മേളനം അത് ഭേദഗതികളോടെ അംഗീകരിക്കുകയുമുണ്ടായി; പിന്നീട് 1953 ലെ മൂന്നാം പാർട്ടി കോൺഗ്രസും (മധുര) ഇതംഗീകരിച്ചു. ഇന്ത്യൻ വിപ്ലവത്തിന്റെ പാതയും അതിനു പിന്തുടരേണ്ട അടവിന്റെ സിദ്ധാന്തവും തത്വങ്ങളും വിശദമാക്കുന്ന 'നയപ്രസ്താവന''യും 1951 ലെ അഖിലേന്ത്യാ സമ്മേളനം അംഗീകരിക്കുകയുണ്ടായി. വിപ്ലവത്തിനായുള്ള ഇന്ത്യയുടെ പാത റഷ്യൻ പാതയോ ചൈനീസ് പാതയോ ആയിരിക്കാനാവില്ലെന്നും മറിച്ച് ഇന്ത്യൻ സാഹചര്യങ്ങൾക്കനുസരിച്ച് ലെനിനിസം പ്രയോഗിക്കുന്നതിന്റെ പാതയായിരിക്കുമെന്നും ഈ രേഖകൾ വ്യക്തമായി പ്രസ്താവിച്ചു.

മൂന്നാം പാർട്ടി കോൺഗ്രസ്
തെറ്റുതിരുത്താനുള്ള നീക്കം

പ്രായപൂർത്തി വോട്ടവകാശത്തിന്റെ അടിസ്ഥാനത്തിലുള്ള ആദ്യത്തെ പൊതുതിരഞ്ഞെടുപ്പ് 1952 ൽ നടന്നു. അഖിലേന്ത്യാ സമ്മേളനം സമാപിച്ച ഉടൻതന്നെ, കടുത്ത പരിമിതികൾമൂലമുള്ള പ്രതിബന്ധങ്ങളുണ്ടായിരുന്നിട്ടും ഈ തിരഞ്ഞെടുപ്പിനായുള്ള തയ്യാറെടുപ്പിനായി കമ്യൂണിസ്റ്റ് പാർട്ടി നീങ്ങി. കമ്യൂണിസ്റ്റ് പാർട്ടിയുടെ ശക്തികേന്ദ്രങ്ങളിൽ പട്ടാളത്തിന്റെയും പൊലീസിന്റെയും ഭീകരതാണ്ഡവം വ്യാപകമായി നിലനിന്നിരുന്നതിനാൽ പാർട്ടി കേന്ദ്ര കമ്മിറ്റി അംഗങ്ങളിൽ ഏറെപ്പേർക്കും ഈ തിരഞ്ഞെടുപ്പ് പ്രചാരണങ്ങളിൽ പങ്കെടുക്കാൻ കഴിഞ്ഞിരുന്നില്ല. ആയിരക്കണക്കിനു പാർട്ടി നേതാക്കളും അംഗങ്ങളും ജയിലിലായിരുന്നു; അവരെ മോചിപ്പിക്കാൻ കോൺഗ്രസ് ഗവൺമെന്റ് തയ്യാറായില്ല. ഭരണകൂടത്തിന്റെ ആദ്യത്തെ മൂന്നു വർഷത്തിനുള്ളിൽ അമ്പതിനായിരത്തോളം രാഷ്ട്രീയ പ്രതിയോഗികളെ ജയിലറകൾക്കുള്ളിലാക്കിയിട്ടുണ്ടെന്നും ഏകദേശം 13,000 പേരെ വെടിവെച്ചു കൊല്ലുകയോ പരിക്കേൽപ്പിക്കുകയോ ചെയ്തിട്ടുണ്ടെന്നും ഗവൺമെന്റ് തന്നെ സമ്മതിച്ചിട്ടുണ്ട്. ഇങ്ങനെ തടവിലാക്കപ്പെടുകയോ കൊല്ലപ്പെടുകയോ ചെയ്തവരിൽ അധികപേരും കമ്യൂണിസ്റ്റ് പാർട്ടിയിൽപെട്ടവരാണ്. ഈ പശ്ചാത്തലത്തിലാണ് പാർട്ടി 1952 ലെ തിരഞ്ഞെടുപ്പിൽ മത്സരിച്ചത്.

കോൺഗ്രസിനെ പരാജയപ്പെടുത്താനും ജനകീയ സ്ഥാനാർത്ഥികളെ തിരഞ്ഞെടുക്കാനും ജനകീയ ഗവൺമെന്റ് സ്ഥാപിക്കാനും കമ്യൂണിസ്റ്റ് പാർട്ടി പ്രസിദ്ധീകരിച്ച തിരഞ്ഞെടുപ്പ് മാനിഫെസ്റ്റോ ആഹ്വാനം ചെയ്തു. രാഷ്ട്രത്തെ വഞ്ചിച്ച ഭൂപ്രഭുക്കളുടെയും കുത്തകകളുടെയും ഗവൺമെന്റ് എന്നാണ് കോൺഗ്രസ് ഗവൺമെന്റിനെ *മാനിഫെസ്റ്റോ* വിശേഷിപ്പിച്ചത്. ഹിന്ദുമഹാസഭയെപ്പോലെയുള്ള പാർട്ടികളുടെയും പിന്തി

രിപ്പൻ നിക്ഷിപ്ത താല്പര്യക്കാരുടെയും മുദ്രാവാക്യങ്ങളിൽ വഞ്ചിതരാകരുതെന്നും മാനിഫെസ്റ്റോ ജനങ്ങളെ ജാഗ്രതപ്പെടുത്തി.

ജനകീയ ജനാധിപത്യ ഗവൺമെന്റ് എന്നാൽ ബ്രിട്ടീഷ് സാമ്രാജ്യത്വവുമായി സമ്പൂർണ്ണമായും വേറിട്ടതായിരിക്കുമെന്ന് ഉറപ്പാക്കിയതും ബ്രിട്ടീഷ് മൂലധനത്തെയാകെ പിടിച്ചെടുക്കുന്നതും ദേശസാൽക്കരിക്കുന്നതും സാമ്രാജ്യത്വത്തിന്റെയും ഫ്യൂഡൽ ശക്തികളുടെയും സമ്മർദ്ദങ്ങളെ തകർക്കുന്നതുമായ ജനങ്ങളുടെ ഗവൺമെന്റായിരിക്കുമെന്നും തിരഞ്ഞെടുപ്പ് മാനിഫെസ്റ്റോ പ്രസ്താവിച്ചു. ഭൂപ്രഭുക്കളുടെയും നാട്ടുരാജാക്കന്മാരുടെയും ഭൂമിയും ഉപകരണങ്ങളുമാകെ മണ്ണിൽ പണിയെടുക്കുന്ന കൃഷിക്കാർക്ക് കൈമാറുകയും കർഷകജനതയുടെ കടങ്ങളാകെ റദ്ദു ചെയ്യുകയും ചെയ്യുമെന്നും അതിൽ പറയുന്നു. അതിലെ മറ്റു വാഗ്ദാനങ്ങൾ ഇങ്ങനെയാണ്: കർഷകത്തൊഴിലാളികൾക്ക് മതിയായ കൂലിയും പുറമെ അവർക്ക് ഭൂമിയും നല്കും; ദേശസാൽകൃത മൂലധനം കൊണ്ടാണ് വ്യവസായങ്ങൾ വികസിപ്പിക്കേണ്ടത്; തൊഴിലാളികൾക്ക് ജീവിക്കാൻ വേണ്ട കൂലി, സംഘടിക്കാനും കൂട്ടായി വിലപേശാനും പണിമുടക്കാനുമുള്ള തൊഴിലാളികളുടെ അവകാശം അംഗീകരിക്കൽ.

അതിനും പുറമെ, ജനകീയ ജനാധിപത്യ ഗവൺമെന്റ് ജാതീയമായ അടിച്ചമർത്തൽ അവസാനിപ്പിക്കുകയും അയിത്തത്തെയും ജാതിവിവേചനത്തെ അടിസ്ഥാനമാക്കിയുള്ള എല്ലാ അനുഷ്ഠാനങ്ങളെയും കുറ്റകരമാക്കുകയും ചെയ്യും. വർഗ്ഗീയമായ വിവേചനവും വിദ്വേഷവും പ്രോത്സാഹിപ്പിക്കുന്ന നടപടികളെ കുറ്റകരമാക്കുകയും എല്ലാ ന്യൂനപക്ഷ വിഭാഗങ്ങളുടെയും അവകാശങ്ങളും താല്പര്യങ്ങളും സംരക്ഷിക്കുകയും ചെയ്യും. സ്ത്രീകൾ നേരിടുന്ന സാമൂഹികവും സാമ്പത്തികവുമായ വിവേചനം ഇല്ലാതാക്കുകയും അവരുടെ സമ്പൂർണ്ണ സ്വാതന്ത്ര്യവും സമത്വവും ഉറപ്പാക്കുകയും ചെയ്യും. സ്ത്രീകൾക്ക് തുല്യ ജോലിക്ക് തുല്യ കൂലി നല്കും. ജനകീയ ജനാധിപത്യ ഗവൺമെന്റിന്റെ നേതൃത്വത്തിലുള്ള ഭരണകൂടത്തിലെ ഏറ്റവും താഴെ തട്ടു മുതൽ മുകളറ്റം വരെ എല്ലാ ഭരണസംവിധാനങ്ങളിലെയും പ്രതിനിധികൾ ജനങ്ങളാൽ തിരഞ്ഞെടുക്കപ്പെടുന്നവരായിരിക്കും; ഈ ജനപ്രതിനിധികളെ തിരിച്ചുവിളിക്കാൻ ജനങ്ങൾക്ക് അവകാശവുമുണ്ടായിരിക്കും.

തിരഞ്ഞെടുപ്പിനുശേഷം കമ്യൂണിസ്റ്റ് പാർട്ടി ഒരു പ്രമുഖ ശക്തിയായി ഉയർന്നു വന്നു. 16 സീറ്റ് നേടി ലോക്സഭയിലെ ഏറ്റവും വലിയ പ്രതിപക്ഷ ഗ്രൂപ്പായി ഉയർന്നു. ആന്ധ്രയിൽ അത് ഒന്നാമതെത്തി; കേരളത്തിൽ ഏറ്റവും കരുത്തുള്ള ശക്തിയായി; ത്രിപുരയിൽ മഹാഭൂരിപക്ഷത്തിന്റെ പിന്തുണയുള്ള പാർട്ടിയായി; ബംഗാളിൽ മുഖ്യപ്രതിപക്ഷമായി; ഒറീസയിലും പഞ്ചാബിലും അതിവേഗം വളർന്നുകൊണ്ടിരിക്കുന്ന പാർട്ടിയായി. പാർട്ടിയുടെ വളർച്ചയും അതിനു ലഭിച്ച സ്വീകാര്യതയും സാമ്രാജ്യത്വശക്തികളെ ഭയപ്പെടുത്തി. ''കമ്യൂണിസത്തിൽനിന്നു സ്വയം രക്ഷപ്പെടാൻ ഇന്ത്യ കടുത്ത പോരാട്ടത്തിലേർപ്പെട്ടിരിക്കുകയാണ്''

എന്നും "കമ്യൂണിസത്തിന്റെ ഈ വളർച്ച തടയാൻ അടിയന്തരവും ഫലപ്രദവുമായ നടപടിയാണ്" ഇന്ത്യയ്ക്ക് ആവശ്യം എന്നുമാണ് അമേരിക്കൻ ഭരണകൂടം പ്രതികരിച്ചത്.

പാർട്ടി തിരഞ്ഞെടുപ്പ് അവലോകനം നടത്തുകയും ഭീകരതയെയും അടിച്ചമർത്തലിനെയും ധൈര്യപൂർവ്വം നേരിട്ടുകൊണ്ട് ബഹുജന സമരങ്ങൾക്ക് ധൈര്യപൂർവ്വം നേതൃത്വം നല്കിയ സ്ഥലങ്ങളിലെല്ലാം പാർട്ടിക്ക് മികച്ച പ്രകടനം കാഴ്ചവെയ്ക്കാൻ കഴിഞ്ഞുവെന്ന നിഗമനത്തിലെത്തുകയും ചെയ്തു. തിരഞ്ഞെടുപ്പ് പ്രകടനത്തിലെ അസമമായ അവസ്ഥ ശ്രദ്ധിക്കുകയും ചെയ്തു. കോൺഗ്രസ് പാർട്ടിയുടെ വർഗ്ഗവാഴ്ചയെ പരാജയപ്പെടുത്താൻ കമ്യൂണിസ്റ്റ് പാർട്ടിക്കൊപ്പം വിശാലമായ ഐക്യമുന്നണി കെട്ടിപ്പടുക്കേണ്ടതിന്റെ ആവശ്യകത ജനവിധി വ്യക്തമാക്കി. അദ്ധ്വാനിക്കുന്ന വർഗ്ഗങ്ങൾക്കു ചുറ്റും വർഗ്ഗപരമായ ഐക്യം കെട്ടിപ്പടുക്കേണ്ടതാണെന്നും അത് തറപ്പിച്ചുപറഞ്ഞു. തങ്ങൾക്ക് ചില തെറ്റുകളും അബദ്ധങ്ങളും സംഭവിച്ചിട്ടുണ്ടെന്ന് പാർട്ടി പരസ്യമായി സമ്മതിക്കുകയും ഇപ്പോൾ തെറ്റുതിരുത്തൽ പ്രക്രിയയിലാണെന്ന് വ്യക്തമാക്കുകയും ചെയ്തു. ഈ പിശകുകളെല്ലാം സംഭവിച്ചിട്ടുണ്ടെങ്കിലും പാർട്ടി ഒരിക്കലും അദ്ധ്വാനിക്കുന്ന വർഗ്ഗങ്ങളുടെ താല്പര്യങ്ങളെ വഞ്ചിക്കുകയോ ചൂഷകരുടെ ദയാദാക്ഷിണ്യങ്ങൾക്ക് അവരെ വിട്ടുകൊടുക്കുകയോ ചെയ്തിട്ടില്ലെന്നും വ്യക്തമാക്കി. ഈ കാരണങ്ങളാലാണ് മുഖ്യപ്രതിപക്ഷ ശക്തിയെന്ന നിലയിൽ പാർട്ടിക്ക് ജനങ്ങൾ വോട്ട് ചെയ്തത്.

തിരഞ്ഞെടുപ്പ് കഴിഞ്ഞയുടൻ തന്നെ മൂന്നാം പാർട്ടി കോൺഗ്രസ് നടത്തുന്നതിനുള്ള തയ്യാറെടുപ്പുകൾ ആരംഭിച്ചു. കേന്ദ്രകമ്മിറ്റിയുടെ തുടരെത്തുടരെയുള്ള കുറെ യോഗങ്ങളിൽ മറ്റു പാർട്ടികളുമായി ബന്ധപ്പെടാനുള്ള രീതികളെയും പാർലമെന്ററിയും പാർലമെന്റിതര പ്രവർത്തനങ്ങൾ നടത്തുന്നതുമായും ബന്ധപ്പെട്ട വിഷയങ്ങളെക്കുറിച്ചും ചർച്ച ചെയ്യുകയുണ്ടായി. കേന്ദ്രകമ്മിറ്റിയുടെ ഒരു വിപുലീകൃത യോഗം (പ്ലീനം) 1952 ഡിസംബർ 30 മുതൽ 1953 ജനുവരി 10 വരെ ചേരുകയുണ്ടായി; അതിൽ എല്ലാ കേന്ദ്ര കമ്മിറ്റി അംഗങ്ങളും കൺട്രോൾ കമ്മിഷൻ അംഗങ്ങളും പ്രവിശ്യകളിൽനിന്നുള്ള 61 പ്രതിനിധികളും പങ്കെടുത്തു. രാഷ്ട്രീയവും സംഘടനാപരവുമായ ചില പ്രശ്നങ്ങളെക്കുറിച്ച് പ്ലീനം ചർച്ച ചെയ്തു. പ്ലീനം ചർച്ചകളുടെ അടിസ്ഥാനത്തിൽ വരാൻപോകുന്ന പാർട്ടി കോൺഗ്രസിനായി രാഷ്ട്രീയ പ്രമേയവും സംഘടനയെ സംബന്ധിച്ച ഒരു രേഖയും തയ്യാറാക്കുന്നതിനുള്ള ഉത്തരവാദിത്വം കേന്ദ്ര കമ്മിറ്റിയെ ഏല്പിച്ചു.

1953 ഡിസംബർ 27 മുതൽ 1954 ജനുവരി 4 വരെ മധുരയിൽ മൂന്നാം പാർട്ടി കോൺഗ്രസ് ചേർന്നു. രാഷ്ട്രീയ പ്രമേയവും സംഘടനയെ സംബന്ധിച്ച പ്രമേയവും അംഗീകരിച്ചതിനുപുറമെ പാർട്ടി പരിപാടിക്കും നയ പ്രസ്താവനയ്ക്കും കോൺഗ്രസ് ഔപചാരികമായ അംഗീകാരം നല്കുകയും ചെയ്തു.

കോൺഗ്രസ് പാർട്ടിയുടെ ബഹുജനാടിത്തറ ദുർബ്ബലമായിക്കൊണ്ടിരിക്കുകയാണെങ്കിലും ശക്തമായ രാഷ്ട്രീയ സംഘടനയായി അത് നിലനില്ക്കുകയാണെന്ന് കോൺഗ്രസ് അംഗീകരിച്ച രാഷ്ട്രീയ പ്രമേയം പ്രസ്താവിച്ചു. കമ്യൂണിസ്റ്റ് പാർട്ടിയും മറ്റു ജനാധിപത്യശക്തികളും ദുർബ്ബലമായ പ്രദേശങ്ങളിൽ വർഗ്ഗീയശക്തികൾ ഇടം പിടിക്കുകയാണ്. തങ്ങളുടെ പ്രതിസന്ധിയുടെ ഭാരമാകെ ബഹുജനങ്ങൾക്കുമേൽ അടിച്ചേല്പിക്കാൻ ഭരണവർഗ്ഗങ്ങൾ ശ്രമിക്കുകയാണെന്നും ജനാധിപത്യ അവകാശങ്ങൾക്കും പൗരാവകാശങ്ങൾക്കും മേൽ അതുമായി ബന്ധപ്പെട്ട് ആക്രമണം വരുകയാണെന്നും പ്രമേയം വ്യക്തമാക്കി. ഈ ആക്രമണങ്ങളെ ചെറുക്കുന്നതിന് വിവിധ വർഗ്ഗബഹുജന സംഘടനകളിലെ ജനങ്ങളെ അണിനിരത്തുന്നതിനു പാർട്ടി കോൺഗ്രസ് തീരുമാനിച്ചു. ഇവിടെ സംഘടിത തൊഴിലാളി വർഗ്ഗത്തിന്റെ പങ്ക് ഊന്നിപ്പറയുകയുണ്ടായി. ജാതി വിവേചനത്തെയും അയിത്തത്തെയും പോലെയുള്ള സാമൂഹ്യപ്രശ്നങ്ങൾ പാർട്ടി ഏറ്റെടുക്കുകയും അവയ്ക്കെതിരെ സമരം നടത്തുകയും വേണം. സാക്ഷരതാ പ്രചരണം, സാംസ്കാരികവും കായിക വിനോദങ്ങളുമായും ബന്ധപ്പെട്ട പ്രവർത്തനങ്ങൾ, രോഗവ്യാപനങ്ങളുണ്ടാകുമ്പോഴുള്ള ദുരിതാശ്വാസ പ്രവർത്തനങ്ങൾ, ഇത്തരം മറ്റു സാമൂഹിക സേവന പ്രവർത്തനങ്ങൾ എന്നിങ്ങനെ ജനങ്ങളെ ആകർഷിക്കുന്ന പ്രവർത്തനങ്ങൾ ഏറ്റെടുക്കേണ്ടതുണ്ടെന്നും പ്രമേയം ചൂണ്ടിക്കാണിച്ചു.

ഫലപ്രദമായും വ്യാപകമായും പ്രസിദ്ധീകരണങ്ങൾ പുറത്തിറക്കുന്നതിലൂടെ ബഹുജനങ്ങളെയും പാർട്ടി അണികളെയും വിദ്യാഭ്യാസം ചെയ്യിക്കേണ്ടതിന്റെ ആവശ്യകതയിലേക്കും രാഷ്ട്രീയപ്രമേയം വിരൽ ചൂണ്ടി. രാഷ്ട്രീയ ക്യാമ്പയിൻ എന്ന നിലയിൽ പാർട്ടി സാഹിത്യത്തിന്റെ വില്പന ഏറ്റെടുക്കേണ്ടതിന്റെ ആവശ്യകതയെക്കുറിച്ചും പ്രമേയം ഊന്നിപ്പറഞ്ഞു.

സംഘടനയുടെ വളർച്ചയ്ക്ക് സമാനമായ വിധം പാർട്ടിയുടെ വളർച്ചയെ അനുരൂപമാക്കേണ്ടതിന്റെ ആവശ്യകതയിലേക്ക് സംഘടന സംബന്ധിച്ച പ്രമേയം വിരൽചൂണ്ടി. ശരിയായ തരത്തിലുള്ള സംഘടനയെ സംബന്ധിച്ച പ്രശ്നം (i) ബൂർഷ്വാ – പെറ്റിബൂർഷ്വാ – ഫ്യൂഡൽ പ്രത്യയശാസ്ത്രങ്ങൾക്കെതിരായ സമരം (ii) പാർട്ടിയുടെ മുഖ്യ അടിത്തറയ്ക്ക് രൂപം നല്കുന്ന വർഗ്ഗങ്ങൾ (iii) വിമർശനം – സ്വയം വിമർശനം, പ്രത്യേകിച്ച് താഴെത്തട്ടിൽനിന്നുള്ള വിമർശനം നിർണ്ണായക ഭാഗമായിട്ടുള്ള ജനാധിപത്യകേന്ദ്രീകരണത്തിന്റെ തത്ത്വങ്ങൾ എന്നിവ സംബന്ധിച്ച പ്രശ്നങ്ങളുമായി അഭേദ്യമായി ബന്ധപ്പെട്ടിരിക്കുന്നു.

ഇടത്തരം വർഗ്ഗങ്ങളിൽനിന്നു വരുന്ന പാർട്ടി അംഗങ്ങളിൽ മഹാഭൂരിപക്ഷവും പ്രത്യയശാസ്ത്രപരമായി വളർച്ച പ്രഖ്യാപിക്കുകയോ തൊഴിലാളിവർഗ്ഗത്തിനും അദ്ധ്വാനിക്കുന്ന കർഷകജനതയ്ക്കുമിടയിൽ മാർക്സിസം – ലെനിനിസം ബോദ്ധ്യപ്പെടുത്തുന്നതിന് ആസൂത്രിതമായ വിധ

ത്തിൽ പരിശീലനം നേടുകയോ ചെയ്തിട്ടില്ലെന്നും പ്രമേയം വ്യക്തമാക്കി. അവരുടെ മുതലാളിത്ത വിരുദ്ധവും ഫ്യൂഡൽ വിരുദ്ധവും സാമ്രാജ്യത്വ വിരുദ്ധവുമായ പ്രാഥമികമായ ബോധം സോഷ്യലിസ്റ്റ് ബോധമായി വികസിച്ചിട്ടില്ല. മുദ്രാവാക്യങ്ങളും അടവുകളും ഉരുത്തിരിയുന്നതിലും സാക്ഷാൽക്കരിക്കുന്നതിലും പാർട്ടിയുടെ എല്ലാ ഘടകങ്ങളുടെയും പാർട്ടിയുടെയാകെയും സജീവപങ്കാളിത്തം ഉറപ്പാക്കുന്നതിൽ വീഴ്ച വന്നതായും പ്രമേയം വ്യക്തമാക്കി. ''പാർട്ടിക്കുള്ളിൽ 'നേതാവ് – അനുയായി' ശൈലി നിലനില്ക്കുന്നതും വിശാലമായ രാഷ്ട്രീയ പ്രശ്നങ്ങൾ ഉയർന്ന കമ്മറ്റികളിൽ മാത്രം ചർച്ച ചെയ്യപ്പെടുന്ന രീതി നിലനില്ക്കുന്നതും കീഴ്ഘടകങ്ങൾ 'അടിയന്തര പ്രായോഗിക പ്രവർത്തനങ്ങൾ' നടത്താനും മുകളിൽനിന്നുള്ള നിർദ്ദേശങ്ങൾ നടപ്പിലാക്കാനും വേണ്ടിയുള്ളവരാണെന്ന് അവർ സ്വയം കരുതുന്നതും കാഡർമാരുടെ വളർച്ച മുരടിക്കുന്നതിനും അവരുടെ നിർജ്ജീവാവസ്ഥയ്ക്കും ഇടയാക്കി.''

ഈ പശ്ചാത്തലത്തിൽ മുകൾത്തട്ടു മുതൽ താഴെയറ്റംവരെയുള്ള പാർട്ടി കമ്മിറ്റികളുടെ പ്രവർത്തനരീതിയുടെ തിരുത്തലിനായി പ്രമേയം ആവശ്യപ്പെട്ടു. കീഴ്കമ്മിറ്റികൾ അഭിമുഖീകരിക്കുന്ന പ്രശ്നങ്ങൾ പരിഹരിക്കുന്നതിനും സ്വയം വളരുന്നതിനും അവയെ സഹായിച്ചുകൊണ്ട് കീഴ്കമ്മിറ്റികളുടെ മുൻകൈ വികസിപ്പിക്കുകയെന്നതായിരിക്കണം മേൽ കമ്മിറ്റികളുടെ ലക്ഷ്യം. വിമർശനത്തെ നിരുത്സാഹപ്പെടുത്തുന്ന ബ്യൂറോക്രാറ്റിക് ശൈലിയിൽനിന്നും വ്യത്യസ്തമായി താഴെനിന്നുള്ള വിമർശനത്തെ മേൽകമ്മിറ്റികൾ ക്രിയാത്മകമായി പ്രോത്സാഹിപ്പിക്കണം.

കൂട്ടായ പ്രവർത്തനത്തിലൂടെയും ഒരു നിശ്ചിത സാഹചര്യത്തിൽ പാർട്ടിയുടെ പൊതുനയം പാർട്ടി ഘടകങ്ങൾ പ്രയോഗിക്കുകയും അത് കൂടുതൽ മൂർത്തമാക്കുകയും ചെയ്യുന്നതിലൂടെയും മാത്രമേ പാർട്ടിയിൽ രാഷ്ട്രീയമായ ഐക്യം കൈവരിക്കാൻ കഴിയൂവെന്നും പ്രമേയം പ്രസ്താവിച്ചു; നിരന്തരമുള്ള ചർച്ചകളിലൂടെയും വിമർശന – സ്വയം വിമർശനങ്ങളിലൂടെയും പ്രവർത്തനത്തിന്റെ ഗതിക്രമത്തിൽ അത് വികസിപ്പിച്ചുകൊണ്ടും സമരങ്ങളെക്കുറിച്ചുള്ള സ്ഥിരമായ അവലോകനത്തിലൂടെയും പാർട്ടി സംവിധാനത്തിലും കർക്കശമായ അച്ചടക്കത്തിലും ഉറച്ചുനിന്നുകൊണ്ടുമാത്രമേ രാഷ്ട്രീയമായ ഐക്യം കൈവരിക്കാനാകൂവെന്നും പ്രമേയം വ്യക്തമാക്കി.

പാർട്ടി മെമ്പർഷിപ്പ് പുതുക്കുന്നതിന് അവശ്യംവേണ്ട ആറ് കടമകളും നിശ്ചയിക്കപ്പെട്ടു: (i) പാർട്ടിക്ക് നല്കാനുള്ള കുടിശ്ശികകളും ലെവിയും സ്ഥിരമായി നൽകൽ; (ii) യൂണിറ്റ് യോഗങ്ങളിൽ സ്ഥിരമായി പങ്കെടുക്കൽ; (iii) പാർട്ടി അച്ചടക്കം പാലിക്കലും ചുമതലപ്പെടുത്തിയ ജോലികൾ നിർവ്വഹിക്കലും; (iv) പാർട്ടി രഹസ്യങ്ങൾ സൂക്ഷിക്കലും നിയന്ത്രണം പാലിക്കാതെയുള്ള സംസാരം ഒഴിവാക്കലും; (v) ബഹുജന സംഘടനയിൽ പ്രവർത്തിക്കൽ; (vi) പ്രവർത്തനത്തിന്റെ റിപ്പോർട്ട് ഘടക

ത്തിൽ സമർപ്പിക്കൽ. എല്ലാ മുന്നണികളിലും ആസൂത്രിതമായ പ്രവർത്തനം നടപ്പാക്കുകയും കാഡർമാരുടെ വളർച്ചയ്ക്കായി സ്ഥിരമായി വിദ്യാഭ്യാസം നല്കുകയും സ്വയം വിദ്യാഭ്യാസത്തിലേർപ്പെടുകയും ചെയ്യണമെന്ന് പ്രമേയം തറപ്പിച്ചു പറഞ്ഞു.

പാർട്ടി കോൺഗ്രസിന്റെ സമയത്ത് പാർട്ടിയിൽ 50,000 മെമ്പർഷിപ്പും 25,000 കാൻഡിഡേറ്റ് മെമ്പർമാരുമാണുണ്ടായിരുന്നത് എന്ന് പാർട്ടി കോൺഗ്രസിന്റെ അവലോകനത്തിൽ വ്യക്തമാക്കി. കൃത്യമായ പാർട്ടി സെന്റർ ഇല്ലാതിരുന്നതിനാൽ പാർട്ടി കോൺഗ്രസിൽ സമഗ്രമായ ചർച്ച നടത്താൻ കഴിഞ്ഞില്ലെന്നും അംഗീകരിക്കപ്പെട്ടു. കോൺഗ്രസിനുവേണ്ട തയ്യാറെടുപ്പുകളെ ഇത് ബാധിച്ചു; ആഭ്യന്തര അഭിപ്രായഭിന്നതകൾ പരിഹരിക്കുന്നതിലും വിവിധ രാഷ്ട്രീയ പ്രശ്നങ്ങളിൽ ശരിയായ വിലയിരുത്തലിൽ എത്തിച്ചേരുന്നതിലും അന്തിമമായി ശരിയായ രാഷ്ട്രീയ അടവുനയം സ്വീകരിക്കുന്നതിലുമുണ്ടായ ലിബറൽ സമീപനങ്ങളിലും ഇത് പ്രതിഫലിച്ചു.

39 അംഗ കേന്ദ്ര കമ്മിറ്റിയെയും 9 അംഗ പൊളിറ്റ് ബ്യൂറോയെയും പാർട്ടി കോൺഗ്രസ് തിരഞ്ഞെടുത്തു.

നാലാം പാർട്ടി കോൺഗ്രസ്: ഉൾപ്പാർട്ടി സമരത്തിന്റെ തുടക്കം

ഭാഷാ സംസ്ഥാനങ്ങളുടെ രൂപീകരണത്തിനായി മുന്നോട്ടുവച്ച ആവശ്യം കമ്യൂണിസ്റ്റ് പാർട്ടി ഉന്നയിച്ച എക്കാലത്തെയും പ്രധാനപ്പെട്ട ആവശ്യങ്ങളിലൊന്നായിരുന്നു. കമ്യൂണിസ്റ്റു പാർട്ടി നയിച്ച നിരവധി കർഷകസമരങ്ങളിലെ പ്രമുഖ ആവശ്യങ്ങളിൽ ഒന്നുമായിരുന്നു ഇത്. സ്വാതന്ത്ര്യാനന്തരം, രാഷ്ട്രത്തിന്റെ ശൈഥില്യത്തിനിടയാക്കുമെന്ന വാദമുയർത്തി ഈ ആവശ്യം പരിഗണിക്കാൻ കോൺഗ്രസ് ഗവൺമെന്റ് വിസമ്മതിച്ചു. ഈ വാദഗതി നിരാകരിച്ചുകൊണ്ട് കമ്യൂണിസ്റ്റുകാർ ജനങ്ങൾക്കിടയിൽ വ്യാപകമായി പ്രചരണം നടത്തുകയും നിരവധി സമരങ്ങൾ സംഘടിപ്പിക്കുകയുമുണ്ടായി.

പുരോഗതിയുടെയും അഭിവൃദ്ധിയുടെയും പാതയിലേക്ക് രാജ്യത്തെ നയിക്കാനും രാജ്യത്തിന്റെ സാമ്പത്തികവും രാഷ്ട്രീയവുമായ ജീവിതത്തിന്റെ ജനാധിപത്യപരമായ പുനർനിർമ്മാണത്തിൽ ബഹുജനങ്ങളുടെ സമ്പൂർണ്ണ പങ്കാളിത്തം ഉറപ്പാക്കുന്നതിനുമുള്ള മുന്നുപാധിയെന്ന നിലയിലാണ് ഭാഷാ സംസ്ഥാനങ്ങളുടെ രൂപീകരണത്തെ കമ്യൂണിസ്റ്റു പാർട്ടി കണക്കാക്കിയത്. ജനാധിപത്യത്തിന്റെയും ജനങ്ങളുടെയാകെ തുല്യതയുടെയും അടിസ്ഥാനത്തിൽ ഇന്ത്യയുടെ ഐക്യം കെട്ടിപ്പടുക്കുന്നതിനുള്ള സുദൃഢവും സുരക്ഷിതവുമായ അടിത്തറ ഇടുന്നതിനും ഇത് ആവശ്യമായിരുന്നു. ഈ ജനകീയ മുന്നേറ്റത്തിന്റെ ഫലമായി 1953 ൽ ആന്ധ്ര സംസ്ഥാനം രൂപീകരിച്ചതിനെ പാർട്ടി സ്വാഗതം ചെയ്തു.

1954 ഏപ്രിൽ മാസത്തിൽ ചേർന്ന കേന്ദ്ര കമ്മിറ്റി യോഗത്തിൽ, സംസ്ഥാനങ്ങളുടെ പുനഃസംഘടന സംബന്ധിച്ച് കമ്യൂണിസ്റ്റ് പാർട്ടിയുടെ നിലപാട് വിശദീകരിക്കുന്ന ഒരു പ്രമേയം അംഗീകരിക്കുകയുണ്ടായി. സംസ്ഥാന പുനഃസംഘടനാകമ്മീഷൻ രൂപീകരണത്തെ പ്രമേയം സ്വാഗതം ചെയ്തു. കമ്മീഷനു നല്കിയ ടേംസ് ഓഫ് റഫൻസിനെ പ്ര

മേയം വിമർശിച്ചു. ഭാഷയെയും സംസ്കാരത്തെയും സംബന്ധിച്ച സങ്കല്പനത്തിനുപകരം സാമ്പത്തികമായ പ്രവർത്തനക്ഷമതയ്ക്കും ഭരണപരമായ സൗകര്യത്തിനുമാണ് ടേംസ് ഓഫ് റഫറൻസ് ഊന്നൽ നല്കിയത്. ഭാഷാ സംസ്ഥാനങ്ങളുടെ രൂപീകരണം വൈകിക്കരുത് എന്ന് ഗവൺമെന്റിനോട് പ്രമേയം ആവശ്യപ്പെട്ടു; വിവിധ ജനവിഭാഗങ്ങൾ തമ്മിലുള്ള സ്വരച്ചേർച്ചയോടുകൂടിയ ബന്ധത്തിന് ഹാനികരമാകും, ഭാഷാ സംസ്ഥാന രൂപീകരണം വൈകുന്നത്. ഭാഷയുടെ അടിസ്ഥാനത്തിൽ 20 സംസ്ഥാനങ്ങൾ രൂപീകരിക്കുന്നതിനുള്ള മൂർത്തമായ നിർദ്ദേശങ്ങൾ പാർട്ടി നല്കി; 1954 സെപ്തംബറോടുകൂടി ഇടക്കാല റിപ്പോർട്ട് സമർപ്പിക്കണമെന്ന് ആവശ്യപ്പെടുകയും ചെയ്തു.

'രാജപ്രമുഖ്' എന്ന സ്ഥാനം നല്കൽ, മുൻ ഭരണാധികാരികൾക്ക് പ്രിവിപഴ്സും അവർക്കായി അനുവദിച്ച മറ്റെല്ലാ പ്രത്യേക പരിഗണനകളും നിർത്തലാക്കണമെന്നും പാർട്ടി ആവശ്യപ്പെട്ടു. മുൻഭരണാധികാരികളുടെ എല്ലാ വ്യക്തിഗത സ്വത്തും സർക്കാർ പിടിച്ചെടുക്കണമെന്നും രാജ്യത്തിന്റെ പുനർനിർമ്മാണത്തിനും പൊതുനന്മയ്ക്കുമായി അത് ഉപയോഗിക്കണമെന്നും പാർട്ടി ആവശ്യമുന്നയിച്ചു. ഭാഷാടിസ്ഥാനത്തിൽ രൂപീകരിക്കുന്ന സംസ്ഥാനങ്ങളിലെ വിദ്യാഭ്യാസം മാതൃഭാഷയിലായിരിക്കണമെന്നും പാർട്ടി ആവശ്യപ്പെട്ടു.

ആദിവാസി പ്രദേശങ്ങളെ അവരുടെ സാംസ്കാരികവും ഭാഷാപരവുമായ അടുപ്പം പരിഗണിച്ചുള്ള ഭാഷാ സംസ്ഥാനവുമായി കൂട്ടിച്ചേർക്കണമെന്ന ആവശ്യമാണ് പാർട്ടി മുന്നോട്ടുവച്ചത്. ഈ പ്രദേശങ്ങൾക്ക് മേഖലാ സ്വയംഭരണം അനുവദിക്കണമെന്നും പാർട്ടി ആവശ്യപ്പെടുകയുണ്ടായി.

അതിർത്തി സംബന്ധിച്ച് കൊച്ചുകൊച്ചു വിശദാംശങ്ങളിൽ ചുറ്റിത്തിരിഞ്ഞ് തങ്ങളുടെ ഊർജ്ജം പാഴാക്കരുത് എന്നും പാർട്ടി ജനങ്ങളോട് അഭ്യർത്ഥിച്ചു. എന്നാൽ ഗ്രാമത്തെ നിർണ്ണായക ഘടകമായെടുത്ത് സംസ്ഥാന രൂപീകരണത്തിനായി പൊരുതണമെന്നും അഭ്യർത്ഥിച്ചു. ഈ ആവശ്യങ്ങളുന്നയിച്ച് കമ്യൂണിസ്റ്റുപാർട്ടി വിശദമായ ഒരു നിവേദനം കമ്മീഷന് സമർപ്പിച്ചു.

കേരളം, കർണ്ണാടകം, മഹാരാഷ്ട്ര, ഗുജറാത്ത്, തമിഴ്നാട് എന്നിങ്ങനെ സംസ്ഥാനങ്ങൾ രൂപീകരിച്ചതിനെ കമ്യൂണിസ്റ്റ് പാർട്ടി സ്വാഗതം ചെയ്തു. എന്നാൽ ബോംബെയെ മഹാരാഷ്ട്രയിൽനിന്നും മുറിച്ചുമാറ്റി കേന്ദ്രഭരണ പ്രദേശമാക്കണമെന്നുള്ള കമ്മീഷന്റെ ശുപാർശയെ വിമർശിക്കുകയുമുണ്ടായി; അതുപോലെ തന്നെ ബീഹാറിനെയും ബംഗാളിനെയും ലയിപ്പിക്കാനുള്ള ശുപാർശയെയും പാർട്ടി വിമർശിച്ചു. ഈ ആവശ്യങ്ങളുന്നയിച്ച് പാർട്ടി നിരവധി സമരങ്ങൾ നടത്തി; ഒട്ടേറെ പാർട്ടി കാഡർമാർ അറസ്റ്റു ചെയ്യപ്പെടുകയും പൊലീസ് മർദ്ദനം അനുഭവിക്കുകയും ചെയ്തു. ഈ പ്രതിഷേധങ്ങളിൽ പങ്കെടുത്ത ആറ് കേന്ദ്ര കമ്മിറ്റി അംഗങ്ങളും അറസ്റ്റ് ചെയ്യപ്പെട്ടു. ചില സ്ഥലങ്ങളിൽ പൊലീസ് വെടിവയ്ക്കുകയും അസംഖ്യം ആളുകൾ കൊല്ലപ്പെടുകപോലുമുണ്ടായി.

ഈ കാലഘട്ടത്തിൽ നെഹ്റു ഗവൺമെന്റ് സ്വീകരിച്ച നയങ്ങൾ വിശകലനം ചെയ്യുന്നതു സംബന്ധിച്ച പ്രശ്നങ്ങളിന്മേൽ പാർട്ടിക്കുള്ളിൽ ഗൗരവമായ ചർച്ച ആരംഭിച്ചു; ഇന്ത്യാ ഗവൺമെന്റിന്റെ വിദേശനയം, പഞ്ചവത്സര പദ്ധതികൾ എന്നിവ സംബന്ധിച്ച വിശകലനവും കോൺഗ്രസ് പാർട്ടിയുടെ സോഷ്യലിസ്റ്റ് പാറ്റേണിലുള്ള സമൂഹം സ്ഥാപിക്കുകയെന്ന കപടമുദ്രാവാക്യത്തെക്കുറിച്ചുള്ള വിശകലനവും സംബന്ധിച്ചായിരുന്നു ചർച്ച. പാർട്ടി നേതൃത്വത്തിലെ ഒരു വിഭാഗത്തെ ഈ സംഭവവികാസങ്ങൾ ആവേശംകൊള്ളിച്ചു; ദേശീയ ബൂർഷ്വാസി രണ്ടായി പിളർന്നിരിക്കുകയാണെന്ന് അവർ വാദിക്കാനും തുടങ്ങി–അതിൽ ഒരു വിഭാഗം സാമ്രാജ്യത്വവുമായും ഫ്യൂഡലിസവുമായും സന്ധി ചെയ്യുകയും പൂർണ്ണമായും അവയ്ക്ക് കീഴടങ്ങുകയും ചെയ്യുന്ന നിലപാടുകാരായ കുത്തക വിഭാഗമാണ്; അതേ സമയം മറുവശത്ത് സാമ്രാജ്യത്വത്തെയും ഫ്യൂഡലിസത്തെയും എതിർക്കുന്ന മറ്റൊരു വിഭാഗവുമുണ്ട്; നെഹ്റുവും ഇടതുപക്ഷ കോൺഗ്രസുകാരെന്നറിയപ്പെടുന്ന മറ്റുള്ളവരും ഈ വിഭാഗത്തെയാണ് പ്രതിനിധീകരിക്കുന്നത്. ഈ വർഗ്ഗസഹകരണ നയം കേന്ദ്ര കമ്മിറ്റി തള്ളിക്കളഞ്ഞെങ്കിലും പാർട്ടിക്കുള്ളിൽ പിന്നെയും അത് നിലനിന്നു.

1955 മാർച്ചിൽ ആന്ധ്രയിൽ നടന്ന തിരഞ്ഞെടുപ്പിൽ പാർട്ടി പരാജയപ്പെട്ടതിനെത്തുടർന്ന് ഈ അഭിപ്രായ ഭിന്നതകൾ കൂടുതൽ രൂക്ഷമായി. സംസ്ഥാനത്ത് പാർട്ടിക്ക് ഭൂരിപക്ഷം ലഭിക്കുമെന്ന് പ്രതീക്ഷിച്ചിരുന്നതാണ്. ഭരണവർഗ്ഗങ്ങൾ പാർട്ടിക്കെതിരെ നടത്തിയിരുന്ന വിഷലിപ്തമായ തീവ്രപ്രചാരണങ്ങളെ അതിജീവിച്ച് പാർട്ടി ജയിക്കുമെന്നും കോൺഗ്രസ് പാർട്ടിയുടെ നികൃഷ്ടമായ ഗൂഢനീക്കങ്ങളെയും വെല്ലുവിളികളെയുമെല്ലാം പരാജയപ്പെടുത്തുമെന്നുമുള്ള തെറ്റായ പ്രതീക്ഷ നല്കുന്നതായിരുന്നു പാർട്ടി സംഘടിപ്പിച്ച പടുകൂറ്റൻ റാലികളും യോഗങ്ങളും ജനങ്ങളിൽനിന്നു പാർട്ടിക്കു ലഭിച്ച പിന്തുണയും പ്രോത്സാഹനവുമെല്ലാം. കമ്യൂണിസ്റ്റുകാരെ പരാജയപ്പെടുത്തുന്നതിനു ഭരണവർഗ്ഗങ്ങൾ വൻതോതിൽ പണവും മറ്റു വിഭവങ്ങളും ചെലവഴിക്കുകയുണ്ടായി. പക്ഷേ, തിരഞ്ഞെടുപ്പ് ഫലം പാർട്ടിയെ ഞെട്ടിച്ചു. പല പാർട്ടി സ്ഥാനാർത്ഥികളും പരാജയപ്പെട്ടത് വളരെ കുറച്ച് വോട്ടുകളുടെ വ്യത്യാസത്തിലാണ്. പാർട്ടിക്ക് 31 ശതമാനം വോട്ട് ലഭിച്ചപ്പോൾ ഏഴ് ശതമാനം സീറ്റ് മാത്രമേ ലഭിച്ചുള്ളൂ. ഏകദേശം 100 നിയോജകമണ്ഡലങ്ങളിൽ പാർട്ടിക്ക് 47 ശതമാനം വോട്ട് ലഭിക്കുകയുണ്ടായി. അതേസമയം കോൺഗ്രസ് പാർട്ടിയും സഖ്യകക്ഷികളും കൂടി 50 ശതമാനം വോട്ടാണ് നേടിയതെങ്കിലും 74 ശതമാനം സീറ്റ് നേടാൻ അവർക്ക് കഴിഞ്ഞു. പാർട്ടിക്കുള്ളിൽ രൂക്ഷമായിക്കൊണ്ടിരുന്ന അഭിപ്രായഭിന്നതകൾമൂലം ഈ തിരഞ്ഞെടുപ്പ് ഫലത്തെക്കുറിച്ച് ശരിയായ അവലോകനം നടത്താൻ കഴിഞ്ഞില്ല.

ഈ പശ്ചാത്തലത്തിലാണ് 1956 ഏപ്രിൽ 19 മുതൽ 29 വരെ കേരളത്തിലെ പാലക്കാട് വച്ച് പാർട്ടിയുടെ നാലാം കോൺഗ്രസ് നടന്നത്. നാലാം കോൺഗ്രസ് നടന്ന കാലത്ത് പാർട്ടിക്ക് 75,000 മെമ്പർഷിപ്പു

ണ്ടായിരുന്നു; ഇതിനുപുറമെ 30,000 കാൻഡിഡേറ്റ് മെമ്പർമാരും ഉണ്ടായിരുന്നു.

സാർവ്വദേശീയ കമ്യൂണിസ്റ്റ് പ്രസ്ഥാനത്തിൽ, പ്രത്യേകിച്ച് സോവിയറ്റ് കമ്യൂണിസ്റ്റ് പാർട്ടിയിൽ, സംഭവിച്ചു കൊണ്ടിരുന്ന മാറ്റങ്ങളാണ് പാർട്ടി കോൺഗ്രസിൽ സ്വാധീനം ചെലുത്തിയ പ്രധാന സംഭവ വികാസം. 1956 ലാണ് സോവിയറ്റ് കമ്യൂണിസ്റ്റ് പാർട്ടിയുടെ 20–ാം കോൺഗ്രസ് ചേർന്നത്; ആ കോൺഗ്രസ് അംഗീകരിച്ച തെറ്റായ വിലയിരുത്തലുകളോടുകൂടിയ പ്രമേയങ്ങൾ റിവിഷനിസത്തിന്റെ ശക്തികൾക്ക് വീണ്ടും കരുത്തുപകർന്നു.

പാലക്കാട് കോൺഗ്രസിനായി കേന്ദ്ര കമ്മിറ്റി തയ്യാറാക്കിയ കരട് പ്രമേയം പരിഷ്കരണ വാദപരമായ ഒട്ടേറെ ഫോർമുലേഷനുകൾ ഉൾക്കൊള്ളുന്നതായിരുന്നു; പാർട്ടിക്കുള്ളിലെ വർഗ്ഗസഹകരണ പ്രവണതയെ അത് പ്രോത്സാഹിപ്പിക്കുകയാണുണ്ടായത്. ഈ ഫോർമുലേഷനുകളോട് യോജിക്കാത്ത കേന്ദ്ര കമ്മിറ്റിയിലെ ഒരു വിഭാഗം പാർട്ടി കോൺഗ്രസിനുമുൻപ് ഒരു ബദൽ കരടുരേഖ കൊണ്ടുവന്നു. ഈ കരടിലെയും എല്ലാ ഫോർമുലേഷനുകളും തെറ്റുകൾക്കതീതമായിരുന്നില്ല; കാരണം 1951 ൽ അംഗീകരിച്ച പാർട്ടി പരിപാടിയെ അടിസ്ഥാനമാക്കിയുള്ളതായിരുന്നു ഇത്; അതുകൊണ്ടുതന്നെ പരിമിതികളുള്ളതുമായിരുന്നു. പക്ഷേ, ഈ കരട് ഇന്ത്യൻ ഭരണകൂടത്തിന്റെ വർഗ്ഗസ്വഭാവം സംബന്ധിച്ച് വ്യക്തമായ വിശകലനം ഉൾക്കൊള്ളുന്നതായിരുന്നു; വർഗ്ഗസഹകരണപരമായ ഫോർമുലേഷനുകളെ രൂക്ഷമായി വിമർശിക്കുകയും ചെയ്തു. ഈ രണ്ട് രേഖകളെയും അടിസ്ഥാനമാക്കി തീവ്രമായ വാദപ്രതിവാദങ്ങൾ നടന്നു; വർഗ്ഗ സഹകരണവാദികൾക്ക് പാർട്ടിയെയാകെ തങ്ങളുടെ പിന്നിലണിനിരത്താൻ കഴിഞ്ഞില്ല. ഈ വാദപ്രതിവാദവും ചർച്ചയും അടിസ്ഥാനപരമായ ചില പ്രത്യയശാസ്ത്ര നിലപാടുകൾ ഉൾപ്പെടുത്തുവാൻ അവരെ നിർബ്ബന്ധിതരാക്കി; ജനകീയ ജനാധിപത്യവും തൊഴിലാളി വർഗ്ഗത്താൽ നയിക്കപ്പെടുന്ന ജനകീയ ജനാധിപത്യമുന്നണിയും എന്ന തന്ത്രപരമായ ലക്ഷ്യങ്ങൾ ഉൾപ്പെടുത്താനും അവർ നിർബ്ബന്ധിതരായി. ബദൽ കരടുരേഖ കൊണ്ടുവന്നവരെ ഈ തിരുത്തലുകൾ ഏറക്കുറെ തൃപ്തിപ്പെടുത്തിയതിനെ തുടർന്ന് ബദൽ പിൻവലിക്കപ്പെട്ടു.

പുതുക്കിയെഴുതുകയും ഭേദഗതി വരുത്തുകയും ചെയ്ത കരട് രേഖ, കേന്ദ്ര കമ്മിറ്റി അവതരിപ്പിച്ച ആദ്യത്തെ കരട് രേഖയെ പിന്തുണച്ചിരുന്ന വർഗ്ഗ സഹകരണനയത്തിന്റെ വക്താക്കൾക്ക് ഇഷ്ടപ്പെടുന്ന ഒന്നായിരുന്നില്ല. സമൂഹത്തിൽ സംഭവിച്ചുകൊണ്ടിരിക്കുന്ന മാറ്റങ്ങൾ കണക്കിലെടുക്കാതെ അയവില്ലാത്ത സങ്കല്പനങ്ങളിലും അയവില്ലാത്ത അടവുകളിലും കടിച്ചുതൂങ്ങുകയാണ് മറ്റുള്ളവർ എന്നാണവർ ആരോപിച്ചത്; ഈ സമീപനം പാർട്ടിക്ക് അപരിഹാര്യമായ നാശമുണ്ടാക്കുമെന്നും അവർ വാദിച്ചു. അവർ പാർട്ടി കോൺഗ്രസിൽ തങ്ങളുടേതായ ഒരു ബദൽ പ്രമേയം കൊണ്ടുവന്നു; അത് പരാജയപ്പെട്ടെങ്കിലും മൂന്നിലൊന്ന് പ്രതിനിധികൾ അതിനനുകൂലമായി വോട്ടുചെയ്തു.

അച്ചടക്കത്തിൽ അയവ് വരുത്തുന്നതായും തീരുമാനങ്ങൾ നടപ്പാക്കപ്പെടാതിരിക്കുന്നതായും കോൺഗ്രസിൽ അവതരിപ്പിച്ച സംഘടനാറിപ്പോർട്ട് വ്യക്തമാക്കി. ഈ കാലഘട്ടത്തിൽ കേന്ദ്ര പാർട്ടി സ്കൂൾ സംഘടിപ്പിക്കുകയുണ്ടായെങ്കിലും അതിൽ പാർട്ടിയുടെ ഏകീകൃതമായ ധാരണയല്ല വിശദീകരിക്കപ്പെട്ടത്; പാർട്ടിയുടെ കൂട്ടായ പ്രവർത്തനത്തിന് ആഘാതമേല്പിക്കപ്പെടുകയുണ്ടായി; പാർട്ടി സെന്ററിലെ ദൗർബല്യങ്ങൾ നിലനിന്നു. പാർട്ടി ജേണലിന്റെ പ്രസിദ്ധീകരണത്തെയും പാർട്ടി സാഹിത്യത്തിന്റെ വില്പനയെയും പോലും അത് ബാധിക്കുകയുണ്ടായി. വികസ്വരമായി വന്നുകൊണ്ടിരുന്ന വസ്തുനിഷ്ഠ സാഹചര്യങ്ങളെ പാർട്ടിയുടെയും പാർട്ടിയുടെ പ്രത്യയശാസ്ത്രത്തിന്റെയും വളർച്ചയ്ക്കായി ഫലപ്രദമായി ഉപയോഗിക്കുന്നതിൽ നേതൃത്വത്തിനു പരാജയമുണ്ടായിയെന്ന് റിപ്പോർട്ട് സ്വയംവിമർശനപരമായി അംഗീകരിച്ചു.

407 പ്രതിനിധികൾ പാർട്ടി കോൺഗ്രസിൽ പങ്കെടുത്തതായി ക്രെഡൻഷ്യൽ കമ്മിറ്റിയുടെ റിപ്പോർട്ട് വ്യക്തമാക്കുന്നു. എല്ലാ പ്രതിനിധികളുംകൂടി ജയിലിൽ കഴിഞ്ഞത് മൊത്തം വർഷം 1344 ആണ്. അതിനർത്ഥം ഓരോ പ്രതിനിധിയും ശരാശരി മൂന്നുവർഷത്തിലധികം ജയിലിൽ കഴിഞ്ഞുവെന്നാണ്. എല്ലാ പ്രതിനിധികളുംകൂടി ഒളിവിൽ കഴിഞ്ഞത് 1021 വർഷമാണ്; ഇതിന്റെയർത്ഥം ഓരോ പ്രതിനിധിയും ശരാശരി രണ്ടരവർഷം ഒളിവിൽ കഴിഞ്ഞുവെന്നാണ്. പാർട്ടിയുടെ പോരാട്ടഘടനയെയാണ് ഇത് പ്രതിഫലിപ്പിക്കുന്നത്.

ലോകത്തിലെ ശാക്തികബലാബലം നിർണ്ണായകമായവിധം സോഷ്യലിസത്തിനനുകൂലമായി മാറിയിരിക്കുകയാണെന്നും സാമ്രാജ്യത്വത്തിന്റെ സ്വാധീനം ദുർബ്ബലമായി വരികയാണെന്നും പാർട്ടി കോൺഗ്രസ് അംഗീകരിച്ച രാഷ്ട്രീയപ്രമേയത്തിൽ പ്രസ്താവിച്ചു. പാർലമെന്റിൽ ഭൂരിപക്ഷം നേടുന്നത് സാമൂഹിക മാറ്റത്തിനായുള്ള പാത തെളിക്കുമെന്നും സോഷ്യലിസത്തിലേക്കുള്ള സമാധാനപരമായ പരിവർത്തനത്തിനുള്ള സാഹചര്യങ്ങൾ സൃഷ്ടിക്കുകയെന്നതാണ് പാർട്ടിയുടെ മുന്നിലുള്ള പ്രശ്നമെന്നുമുള്ള നിഗമനത്തിൽ ഇത് ചിലരെ കൊണ്ടെത്തിച്ചു. പരിപാടിപരമായ പ്രശ്നങ്ങളിൽ എന്നപോലെ പാർട്ടി പിന്തുടരേണ്ട അടിയന്തര അടവുനയം സംബന്ധിച്ചും പാർട്ടി ഭിന്നിച്ചുനില്ക്കുകയാണെന്ന് ഈ വാദപ്രതിവാദങ്ങളും ചർച്ചകളുമെല്ലാം വെളിപ്പെടുത്തി.

പാർട്ടി കോൺഗ്രസ് ഒരു രാഷ്ട്രീയ പ്രമേയം അംഗീകരിച്ചെങ്കിലും ഇന്ത്യൻ കമ്യൂണിസ്റ്റുപ്രസ്ഥാനം നേരിടുന്ന ചില നിർണ്ണായകപ്രശ്നങ്ങൾ സംബന്ധിച്ച് (ഭരണകൂടത്തിന്റെ വർഗ്ഗസ്വഭാവം, പാർട്ടി പിന്തുടരേണ്ട തന്ത്രവും അടവുകളും) പൊതുവായ ധാരണയൊന്നും ഉണ്ടായിരുന്നില്ല എന്നു വ്യക്തമായിരുന്നു. അങ്ങനെ, പരിപാടിപരവും പ്രത്യയശാസ്ത്രപരവുമായ പ്രശ്നങ്ങൾ സംബന്ധിച്ച് പാർട്ടിക്കുള്ളിൽ ഒരു പതിറ്റാണ്ടുകാലം നിലനിന്ന പോരാട്ടത്തിന്റെ മുന്നോടിയായി പാലക്കാട് കോൺഗ്രസ് മാറി.

ഭാഷാ സംസ്ഥാനങ്ങളുടെ രൂപീകരണം സംബന്ധിച്ച്

ഭാഷാ സംസ്ഥാനങ്ങളുടെ രൂപീകരണത്തിനായുള്ള സമരത്തിൽ കമ്യൂണിസ്റ്റുകാർ മാർഗ്ഗദർശകപരമായ ഒരു പങ്കുവഹിച്ചിട്ടുണ്ട്. വിശാലാന്ധ്രയുടെയും ഐക്യകേരളത്തിന്റെയും രൂപീകരണത്തിനായുള്ള സമരത്തിനു പുറമേ, മഹാരാഷ്ട്രയുടെ രൂപീകരണത്തിനായുള്ള സമരം നയിച്ച സംയുക്ത മഹാരാഷ്ട്ര പ്രസ്ഥാനത്തിൽ (സമിതിയെന്നാണ് ഇത് പൊതുവെ അറിയപ്പെട്ടത്) ഒട്ടേറെ കമ്യൂണിസ്റ്റ് നേതാക്കളും മറ്റ് ഇടതുപക്ഷ നേതാക്കളും സുപ്രധാനമായ പങ്ക് വഹിക്കുകയുണ്ടായി. നേരെമറിച്ച് ആർ എസ് എസും അതിന്റെ തലവനായ ഗോൾവാൾക്കറും ഭാഷാ സംസ്ഥാനങ്ങളുടെ രൂപീകരണത്തെ എതിർത്തു. 1956 ൽ സംസ്ഥാന പുനഃസംഘടനാ കമ്മീഷൻ ഭാഷാ സംസ്ഥാനങ്ങൾ രൂപീകരിക്കണമെന്ന് ശുപാർശ ചെയ്തു; എന്നാൽ മഹാരാഷ്ട്രയ്ക്കും ഗുജറാത്തിനുമായി ദ്വിഭാഷാ സംസ്ഥാനവും ശുപാർശചെയ്തു. ഇന്ത്യാ ഗവൺമെന്റ് ബോംബെയെ കേന്ദ്രഭരണ പ്രദേശമായി പ്രഖ്യാപിച്ചു. ആ മേഖലയെയാകെ പടുകൂറ്റൻ പ്രതിഷേധങ്ങൾ പിടിച്ചുകുലുക്കി; കമ്യൂണിസ്റ്റുകാർ രാജ്യത്തിന്റെ ഇതരഭാഗങ്ങളിലും ഈ പ്രക്ഷോഭത്തോട് ഐക്യദാർഢ്യം പ്രകടിപ്പിക്കുന്ന പ്രസ്ഥാനം കെട്ടിപ്പടുത്തു. ഈ സമരത്തിനിടയിൽ മഹാരാഷ്ട്രയിൽ സുരക്ഷാസേന 106 ആളുകളെ വെടിവെച്ചു കൊന്നു. അവസാനം ഈ ആവശ്യം അംഗീകരിക്കാൻ കേന്ദ്ര ഗവൺമെന്റ് നിർബ്ബന്ധിതമായി; 1960 മെയ് ഒന്നിന് ബോംബെ തലസ്ഥാനമായി മറാത്തി സംസാരിക്കുന്ന മഹാരാഷ്ട്ര സംസ്ഥാനവും ഗുജറാത്തി സംസാരിക്കുന്ന ഗുജറാത്ത് സംസ്ഥാനവും രൂപീകരിക്കപ്പെട്ടു.

ഈ വിഷയത്തെ സംബന്ധിച്ച കമ്യൂണിസ്റ്റ് പാർട്ടിയുടെ ധാരണ 1954 ജൂണിൽ സംസ്ഥാന പുനഃസംഘടനാ കമ്മിഷന് നല്കിയ നിവേദ

നത്തിൽ വിശദീകരിച്ചു. അതിന്റെ പ്രസക്ത ഭാഗങ്ങൾ ചുവടെ ചേർക്കുന്നു.

സംസ്ഥാനങ്ങളുടെ പുനഃസംഘടനയെ സംബന്ധിച്ച് അന്വേഷിക്കുന്നതിനും റിപ്പോർട്ട് നല്കുന്നതിനുമായി ഇന്ത്യാ ഗവണ്മെന്റ് വൈകിയാണെങ്കിലും ഒടുവിൽ ഒരു കമ്മിഷനെ നിയോഗിച്ചതിൽ ഞങ്ങൾ സന്തുഷ്ടരാണ്. ഞങ്ങളുടെ അഭിപ്രായത്തിൽ ഇതിലൂടെ ഭാഷാ സംസ്ഥാനങ്ങളുടെ രൂപീകരണത്തിനായി രാജ്യത്ത് വളർന്നുകൊണ്ടിരിക്കുന്ന പ്രക്ഷോഭത്തെ അവഗണിക്കുന്നത് ഇനിയും അധികകാലം ആശാസ്യമായിരിക്കില്ല എന്ന വസ്തുതയെ ഇന്ത്യാ ഗവണ്മെന്റ് അംഗീകരിച്ചിരിക്കുകയാണ്.

‘‘എന്നാൽ, കമ്മിഷൻ നിയമനം പ്രഖ്യാപിച്ചുകൊണ്ട് പാർലമെന്റിൽ പ്രധാനമന്ത്രി നടത്തിയ പ്രസ്താവന, ഭാഷാ സംസ്ഥാനങ്ങളുടെ രൂപീകരണത്തിനായുള്ള ഡിമാൻഡ് നിഷേധിക്കുന്നതിനുള്ള ചുരുങ്ങിയപക്ഷം ചില കേസുകളിലെങ്കിലും നിഷേധിക്കുന്നതിനുള്ള ഒരു ഉപായം കണ്ടെത്തുകയെന്ന ലക്ഷ്യത്തോടെയാണ് കമ്മിഷൻ രൂപീകരിക്കപ്പെട്ടതെന്ന ആശങ്ക പൊതുജനങ്ങൾക്കിടയിൽ ന്യായമായും ഉയർന്നിട്ടുണ്ട് എന്നാണ്; ആ പ്രസ്താവനയിൽ അദ്ദേഹം പറഞ്ഞത് കമ്മിഷൻ പരിശോധിക്കുന്നത് കേവലം ഭാഷാപരവും സാംസ്കാരികവുമായ ഏകാത്മകത്വത്തെക്കുറിച്ച് മാത്രമായിരിക്കില്ല, മറിച്ച് ധനപരമായ അതിജീവനശേഷി, ഭരണപരമായ സൗകര്യം, ദേശീയ ഐക്യവും സുരക്ഷിതത്വവും എന്നിവയും കണക്കിലെടുക്കുമെന്നാണ്.’’

‘‘ഇന്ത്യയിൽ ഇപ്പോഴുള്ള സംസ്ഥാനങ്ങളുടെ വിഭജനത്തിന് യുക്തിഭദ്രമായ ഒരടിസ്ഥാനവുമില്ലെന്നത് പരക്കെ അറിയപ്പെടുന്ന വസ്തുതയാണ്. പ്രധാനമന്ത്രിതന്നെ പ്രസ്താവിച്ചിട്ടുള്ളതുപോലെ ഇപ്പോഴത്തെ വ്യവസ്ഥ പ്രധാനമായും ചരിത്രപരമായ പ്രക്രിയകളുടെയും ഇന്ത്യയിലെ ഭരണത്തിന്റെ വ്യാപനത്തിന്റെയും സുദൃഢീകരണത്തിന്റെയുമെല്ലാം ഫലമാണ്. ജനാധിപത്യ ജീവിതവും ജനാധിപത്യഭരണവും കെട്ടിപ്പടുക്കുന്നതുമായി അതിനൊരു ബന്ധവുമില്ല. നമ്മുടെ ജനവിഭാഗങ്ങൾ തമ്മിൽ സംഘർഷങ്ങൾ വളർത്തിക്കൊണ്ടുവരാൻ ബ്രിട്ടീഷുകാരെ സഹായിക്കുക മാത്രമേ ഈ വ്യവസ്ഥ ചെയ്തിട്ടുള്ളു; അങ്ങനെ ജനാധിപത്യ പ്രസ്ഥാനത്തിന്റെ ശുദ്ധീകരണത്തിനു സഹായിച്ച വ്യവസ്ഥയാണിത്.”

നമ്മുടെ ജനാധിപത്യ പ്രസ്ഥാനത്തെ വിപുലീകരിക്കാനും, സംഘർഷങ്ങൾ ഊട്ടി വളർത്താനുള്ള ബോധപൂർവ്വമായ നീക്കത്തിനെതിരെയുമായിരുന്നു നമ്മുടെ രാജ്യത്തെ ദേശീയ പ്രസ്ഥാനം ഭാഷാടിസ്ഥാനത്തിലുള്ള പ്രവിശ്യകളുടെ രൂപീകരണത്തിനായുള്ള ആവശ്യമുയർത്തിയത്. ആ ആവശ്യം ഉന്നയിക്കപ്പെട്ടത് ഇന്ത്യയുടെ ഐക്യത്തെ ശിഥിലീകരിക്കുകയെന്ന ലക്ഷ്യത്തോടെ ആയിരുന്നില്ല, മറിച്ച് നമ്മുടെ ജനതയെയാകെ രാജ്യത്തിന്റെ രാഷ്ട്രീയവും സാമ്പത്തികവും സാംസ്കാരികവുമായ എല്ലാ വശങ്ങളിലും പങ്കാളികളാക്കുകയും അങ്ങനെ രാജ്യത്തിന്റെ

ഐക്യത്തെയും ഭദ്രതയെയും ശക്തിപ്പെടുത്തുകയും ചെയ്യുക എന്ന കാഴ്ചപ്പാടോടെ ആയിരുന്നു.

അങ്ങനെ ഭാഷാ സംസ്ഥാനങ്ങൾക്കായുള്ള നമ്മുടെ ജനങ്ങളുടെ പോരാട്ടം സ്വാതന്ത്ര്യത്തിനും ജനാധിപത്യത്തിനും വേണ്ടിയുള്ള നമ്മുടെ പോരാട്ടത്തിന്റെതന്നെ ഭാഗമാണ്. ഭാഷാ സംസ്ഥാനങ്ങളുടെ രൂപീകരണം രാജ്യത്തിന്റെ സമ്പദ്ഘടനയുടെയും ജീവിതത്തിന്റെയും ജനാധിപത്യ പരമായ പുനർനിർമ്മാണത്തിൽ രാജ്യത്തെ ബഹുജനങ്ങളുടെയാകെ പൂർണ്ണമായ പങ്കു ഉറപ്പാക്കാനുള്ള മുന്നുപാധിയാണ്; ഇതുകൂടാതെ രാജ്യത്തിന് പുരോഗതിയുടെയും അഭിവൃദ്ധിയുടെയും വിശാലമായ പാതയിലേക്ക് നീങ്ങാൻ കഴിയില്ല. വിവിധ ഭാഷകൾ സംസാരിക്കുന്ന ജനങ്ങളുടെയാകെ ജനാധിപത്യ സംസ്കാരം സമ്പൂർണ്ണമായും വികസിക്കുന്നതിനും അവരുടെ ഭാഷയുടെയും സാഹിത്യത്തിന്റെയും വികാസത്തിനും ഇത് അനുപേക്ഷണീയമാണ്. ജനാധിപത്യത്തിന്റെ അടിസ്ഥാനത്തിൽ ഇന്ത്യയുടെ ഐക്യം കെട്ടിപ്പടുക്കുന്നതിനും സമ്പൽ സമൃദ്ധവും പുരോഗമനപരവും ജനാധിപത്യപരവുമായ ഇന്ത്യ കെട്ടിപ്പടുക്കുന്നതിനുള്ള പൊതുവായ യത്നത്തിൽ സ്വമേധയാ സഹകരിക്കുന്ന വിവിധ ജനവിഭാഗങ്ങളുടെയാകെ തുല്യതയ്ക്കും വേണ്ടിയുള്ള സുദൃഢവും സുരക്ഷിതവുമായ അടിത്തറയിടുന്നതിനും ഇത് അനിവാര്യമാണ്.

> 1947 ആഗസ്ത് മുതൽ ബ്രിട്ടീഷ് ഭരണം ഇല്ലാതാക്കപ്പെട്ടതോടെ, രാജ്യത്തിന്റെ രാഷ്ട്രീയവും സാമ്പത്തികവും സാംസ്കാരികവുമായ ജീവിതത്തിന്റെ എല്ലാ വശങ്ങളിലും പൂർണ്ണമായും പങ്കെടുക്കാനുള്ള അവകാശവും അവസരവും തങ്ങൾക്കുണ്ടാകണമെന്ന നിർബ്ബന്ധബുദ്ധി ഇന്ത്യയിലെ ജനങ്ങൾക്ക് അനുഭവപ്പെടുക സ്വാഭാവികമാണ്. ഭാഷാ സംസ്ഥാനങ്ങൾ രൂപീകരിക്കണമെന്ന ആവശ്യം വർദ്ധിച്ചു വരുന്നത്, പക്ഷേ, രാജ്യത്തെ ജനാധിപത്യ മുന്നേറ്റത്തിന്റെ ഭാഗമാണ്.
>
> ഇപ്പോഴത്തെ ഹൈദരാബാദ് സംസ്ഥാനത്തെ വിഭജിക്കാതെ യുക്തിസഹമായ വിധത്തിൽ ദക്ഷിണേന്ത്യയിൽ ഭാഷാ സംസ്ഥാനങ്ങളൊന്നും രൂപീകരിക്കാനാവില്ലെന്ന് താങ്കളെ ബോദ്ധ്യപ്പെടുത്താൻ കേന്ദ്രകമ്മിറ്റി ആഗ്രഹിക്കുന്നു.
>
> സംസ്ഥാന പുനഃസംഘടന നടത്തുമ്പോൾ അതിനൊപ്പം സംസ്ഥാനങ്ങളെ എ, ബി, സി എന്നിങ്ങനെയുള്ള ഇപ്പോഴത്തെ വേർതിരിക്കൽ പാടെ ഇല്ലാതാക്കുന്നതിനുള്ള ശുപാർശ നല്കണമെന്ന് കേന്ദ്ര കമ്മിറ്റി കമ്മീഷനോട് ആവശ്യപ്പെടുന്നു. ഇന്ത്യയിലെ ജനങ്ങൾ അനുഭവിക്കുന്ന ജനാധിപത്യാവകാശങ്ങളുടെ അളവിൽ ഒരു തരത്തിലുള്ള വേർതിരിവും ഉണ്ടാക്കാൻ കഴിയില്ല. ഉടൻതന്നെ രാജപ്രമുഖ് എന്ന സ്ഥാനവും അതിനൊപ്പം അവരുടെ വി

ശേഷാധികാരങ്ങളും അവകാശങ്ങളും ഇല്ലാതാക്കണമെന്ന് കമ്മിഷൻ ശുപാർശ ചെയ്യണമെന്നും കേന്ദ്ര കമ്മിറ്റി ആവശ്യപ്പെടുന്നു. അതിനുപുറമേ അവരുടെ പ്രിവിപെഴ്സ് നിർത്തലാക്കണം; മുൻ നാട്ടുരാജാക്കന്മാർ സർക്കാർ വരുമാനം ദുർവ്വിനിയോഗം ചെയ്തു സമ്പാദിച്ച അവരുടെ വ്യക്തിഗത സ്വത്തുക്കൾ എന്നു വിളിക്കപ്പെടുന്നവയും നിർത്തലാക്കണം.

ഭാഷാ സംസ്ഥാനങ്ങൾക്കുവേണ്ടിയുള്ള ആവശ്യത്തെ നിഷേധിക്കുകയെന്ന കാഴ്ചപ്പാടോടെ പൊതുവിൽ ഉയർത്തപ്പെടുന്ന വാദഗതികളെ ഖണ്ഡിക്കേണ്ടത് ആവശ്യമാണെന്നും കമ്യൂണിസ്റ്റ് പാർട്ടി കരുതുന്നു. ഞങ്ങൾ നിർദ്ദേശിക്കുന്ന സംസ്ഥാനങ്ങളുടെ ഈ പുനഃസംഘടനയ്ക്ക് കൂടുതൽ യുക്തിസഹമായ അടിസ്ഥാനമുണ്ട്; അങ്ങനെയായാൽ സംസ്ഥാനത്തെ മഹാഭൂരിപക്ഷം വരുന്ന ജനങ്ങൾ സംസാരിക്കുന്ന ഭാഷയിൽ ഭരണനിർവ്വഹണം നടത്താൻ കഴിയുന്നതാണ്.

ഭാഷാ സംസ്ഥാനങ്ങളുടെ രൂപീകരണത്തിനെതിരായി ഉന്നയിക്കപ്പെടുന്ന മറ്റൊരു വാദഗതി അത് ഇന്ത്യയുടെ ഐക്യത്തെയും സുരക്ഷയെയും അപകടത്തിലാക്കുമെന്ന ആരോപണമാണ്. ഈ വാദഗതി ശുദ്ധ അസംബന്ധവും വ്യാജവുമാണ്. ഭാഷാ സംസ്ഥാനങ്ങൾ സ്വന്തമായ സൈന്യവും പ്രതിരോധ സംവിധാനങ്ങളുമുള്ള പ്രത്യേക ഭരണകൂടങ്ങളല്ല. പ്രതിരോധം കേന്ദ്രത്തിന്റെ വിഷയം തന്നെയായി തുടരും..... ഇപ്പോഴത്തെ സംവിധാനം അതേപടി തുടരുന്നത് നമ്മുടെ ജനങ്ങൾ തമ്മിൽ സംഘർഷത്തിനിടയാക്കുക മാത്രമേ ചെയ്യൂവെന്നാണ് അനുഭവം കാണിക്കുന്നത്; നിശ്ചയമായും അത് ഇന്ത്യയുടെ ഐക്യം വികസിക്കുന്നതിന് അനുയോജ്യമായിരിക്കില്ലെന്നും അനുഭവം വ്യക്തമാക്കുന്നു. നമ്മുടെ ദേശീയ സ്വാതന്ത്ര്യസമരകാലത്തുടനീളം കോൺഗ്രസ് നേതാക്കളോ 'സർവ്വകക്ഷി' സമിതിയിലെ മറ്റ് രാഷ്ട്രീയ പാർട്ടികളുടെ പ്രതിനിധികളോ 1947 വരെ ഭാഷാ സംസ്ഥാനങ്ങളെ സംബന്ധിച്ച പ്രശ്നം ചർച്ച ചെയ്തപ്പോഴൊന്നും ഐക്യത്തിന്റെയും സുരക്ഷയുടെയും ഈ ആപത്തിനെക്കുറിച്ച് ഒരിക്കലും സംസാരിക്കുകയുണ്ടായില്ല എന്ന കാര്യവും ശ്രദ്ധേയമാണ്.

മുന്നോട്ടു വയ്ക്കപ്പെടുന്ന മറ്റൊരു വാദഗതി ധനപരമായ അതിജീവനക്ഷമതയുടേതാണ്..... സംസ്ഥാനങ്ങളുടെ ധനപരമായ അതിജീവനക്ഷമത കേന്ദ്രവും സംസ്ഥാനങ്ങളും തമ്മിലുള്ള വരുമാനത്തിന്റെ വീതംവയ്ക്കലുമായി ബന്ധപ്പെട്ട പ്രശ്നമാണ്. ഇന്ന് ഇന്ത്യയിലെ ഒരു സംസ്ഥാനത്തിനും ധനവിഭവങ്ങളുടെ ഇപ്പോഴത്തെ വീതംവയ്ക്കലിന്റെ അടിസ്ഥാനത്തിൽ മിച്ചമൊന്നും ഉണ്ടാ

വില്ല. സ്വയം പര്യാപ്തം പോലും ആവില്ല. അവയുടെയെല്ലാം ബജറ്റുകൾ കമ്മിയായി തീർന്നിരിക്കുന്നു.

സർവ്വോപരി ഇന്ത്യയിലെ വിവിധ പ്രദേശങ്ങൾ തമ്മിൽ സാമ്പത്തിക വികാസം അസമമായാണ് നടക്കുന്നത് എന്ന വസ്തുതയ്ക്കുനേരെ ആർക്കും കണ്ണടയ്ക്കാനാവില്ല. നിശ്ചയമായും, ചില പ്രദേശങ്ങൾ പിന്നോക്കാവസ്ഥയിലായിരിക്കുന്നതിനിടയാക്കുന്ന ഈ അസമമായ സാമ്പത്തിക വികാസം ഈ പ്രദേശങ്ങളിലെ ആളുകൾക്ക് ഭാഷാ സംസ്ഥാനം നിഷേധിക്കുന്നതിനുള്ള കാരണമാകാൻ പറ്റില്ല; ഭാഷാ സംസ്ഥാന രൂപീകരണത്തിലൂടെ മാത്രമേ രാജ്യത്തിന്റെ ഭരണത്തിൽ അവിടത്തെ ജനങ്ങൾക്ക് പങ്കെടുക്കാൻ കഴിയുകയുള്ളു. ഒരു പ്രദേശത്തിന്റെ പിന്നോക്കാവസ്ഥ ഭാഷാ സംസ്ഥാന രൂപീകരണത്തിനെതിരായ വാദമായി ഉയർത്തുന്നതിന്റെ അർത്ഥം രാജ്യത്തിന്റെ രാഷ്ട്രീയവും സാമ്പത്തികവും ഭരണപരവുമായ ജീവിതത്തിൽ പങ്കാളികളാകാൻ സമ്പൽസമൃദ്ധമായ പ്രദേശങ്ങളിലെ ജനങ്ങൾക്കു മാത്രമേ കഴിയൂവെന്നാണ്.

ഇതുമായി ബന്ധപ്പെട്ട് കൂടുതൽ പിന്നോക്കാവസ്ഥയിലുള്ള സംസ്ഥാനങ്ങൾക്ക് അവയുടെ പിന്നോക്കാവസ്ഥ അതിവേഗം പരിഹരിക്കുന്നതിനും രാജ്യത്തിന്റെ ആകെ വികസനത്തിനുപോലും സഹായിക്കാൻ പ്രാപ്തമാക്കത്തക്കവിധം അവയെ സഹായിക്കുകയെന്നത് കേന്ദ്ര സർക്കാരിന്റെ കർത്തവ്യമാണെന്ന വസ്തുതയ്ക്ക് ഊന്നൽ നല്കാൻ കമ്യൂണിസ്റ്റ് പാർട്ടി ഓഫ് ഇന്ത്യ ആഗ്രഹിക്കുന്നു. വിവിധ ഭാഷകൾ സംസാരിക്കുന്ന ജനങ്ങളുടെ സൗഹാർദ്ദം ഊട്ടിയുറപ്പിക്കുകയും ഇന്ത്യയുടെ ഐക്യം ശക്തിപ്പെടുത്തുകയും ചെയ്യാൻ അതിനു മാത്രമേ കഴിയൂ. എന്നാൽ ഈ അതി പിന്നോക്കാവസ്ഥയെ ഈ പ്രദേശത്തെ ജനങ്ങൾക്ക് ജനാധിപത്യപരമായ വികാസത്തിനുള്ള അവസരം നിഷേധിക്കുന്നതിനുള്ള ഒഴികഴിവാക്കി മാറ്റുന്നത് ശിഥിലീകരണ ശക്തികളെ ശക്തിപ്പെടുത്തുന്നതിനു മാത്രമേ ഇടയാക്കൂ.

ഭാഷാ സംസ്ഥാനങ്ങളുടെ രൂപീകരണത്തിനായി ഉറച്ചുനിന്നുകൊണ്ട്, പുതിയ ഭാഷാ സംസ്ഥാനങ്ങളുടെ അതിർത്തികൾ അടയാളപ്പെടുത്തുമ്പോൾ സ്വീകരിക്കേണ്ട ചുവടെ ചേർക്കുന്ന നടപടിക്രമങ്ങൾ പാലിക്കണമെന്ന് ശുപാർശ ചെയ്യണമെന്നും ഞങ്ങൾ ആവശ്യപ്പെടുന്നു:

വില്ലേജിനെയാണ് ഒരു യൂണിറ്റായി എടുക്കേണ്ടത്. ഒരു വില്ലേജിൽ ഒരു പ്രത്യേക ഭാഷ സംസാരിക്കുന്ന ഭൂരിപക്ഷത്തെ അടി

സ്ഥാനപ്പെടുത്തിയായിരിക്കണം അതിർത്തി രേഖ വരയ്ക്കേണ്ടത്; പ്രത്യേക ഭാഷാ സംസ്ഥാനവുമായുള്ള ആ വില്ലേജിന്റെ സാമീപ്യത്തെയും അടിസ്ഥാനമാക്കണം.

എന്നാൽ എത്രത്തോളം സൂക്ഷ്മമായി ഈ അതിർത്തിരേഖ വരച്ചാലും ഈ അതിർത്തി പ്രദേശങ്ങളിലും ഓരോ സംസ്ഥാനത്തിനുള്ളിലും ഭാഷാന്യൂനപക്ഷങ്ങളുണ്ടാകുമെന്ന് വ്യക്തമാണ്. അവരുടെ വിദ്യാഭ്യാസം പ്രാഥമികതലത്തിലും സെക്കൻഡറിതലത്തിലും അവരുടെ മാതൃഭാഷയിൽത്തന്നെ ആയിരിക്കുമെന്ന് ഉറപ്പുവരുത്തണം. കോളേജ് വിദ്യാഭ്യാസം അവരുടെ മാതൃഭാഷയിൽ നല്കണമോ അങ്ങനെയാണെങ്കിൽ അത് എത്ര പരിധിവരെയെന്നും എന്ത് പ്രയോഗിക വ്യവസ്ഥപ്രകാരമെന്നും തീരുമാനമെടുക്കാനുള്ള അവകാശം ബന്ധപ്പെട്ട സംസ്ഥാനങ്ങൾക്ക് വിട്ടു കൊടുക്കാവുന്നതാണ്. അപ്പോൾ മാത്രമേ ഈ അതിർത്തി പ്രദേശങ്ങൾ കലഹത്തിന്റെയും അനൈക്യത്തിന്റെയും മണ്ഡലങ്ങളാകുന്നതിനു പകരം ഭാഷാ സംസ്ഥാനങ്ങൾ തമ്മിൽ പരസ്പര സ്നേഹബന്ധത്തിന്റെ മണ്ഡലങ്ങളായി മാറൂ.

ഈ സംസ്ഥാനങ്ങളുടെ അതിർത്തികൾ അടയാളപ്പെടുത്തുമ്പോൾ അതിർത്തിക്കുള്ളിൽ ആദിവാസി പ്രദേശങ്ങൾ ഉണ്ടാകാം. ഏതെങ്കിലുമൊരു പ്രത്യേക ആദിവാസി ഗോത്രത്തിലുള്ളവർ താമസിക്കുന്ന പ്രദേശങ്ങൾ, അവരുടെ സാംസ്കാരികവും ഭാഷാപരവുമായുള്ള ചേർച്ച ഏത് സംസ്ഥാനത്തിന്റേതുമായാണോ കൂടുതലുള്ളത് എന്നും അവയുടെ സാമ്പത്തിക വികസനം ഏത് സംസ്ഥാനവുമായാണോ കൂടുതൽ ബന്ധപ്പെട്ടിരിക്കുന്നത് എന്നും കൂടുതൽ സ്വാഭാവികമായ വികാസം ഏത് സംസ്ഥാനവുമായാണോ ബന്ധപ്പെട്ടിരിക്കുന്നത് എന്നും പരിഗണിച്ച് ഏതെങ്കിലുമൊരു ഭാഷാ സംസ്ഥാനത്തിൽ ചേർക്കണം.... ഏതെങ്കിലുമൊരു ഭാഷാ സംസ്ഥാനത്തിൽ ഉൾപ്പെടുത്തപ്പെടുന്ന ഈ ആദിവാസി പ്രദേശങ്ങളെ അതേപോലെതന്നെ താലൂക്കുകളായും ജില്ലകളായും മേഖലകളായും ഭരണപരമായി വിഭജിക്കുന്നത് അവരുടെ പ്രാദേശികമോ മേഖലാതലമോ ആയ സ്വയംഭരണം നിലനിർത്താൻ പറ്റിയവിധമാകണം.

അതിനാൽ കമ്മിഷൻ ജനങ്ങളുടെ ഉൽക്കണ്ഠയ്ക്ക് ഒരുവിധത്തിലും കാരണമാകരുതെന്നും പരമാവധി 1954 സെപ്തംബറിനു മുൻപ് പ്രാഥമികമായും ഭാഷകളെ അടിസ്ഥാനപ്പെടുത്തി സംസ്ഥാനങ്ങൾ രൂപീകരിക്കുന്നതിനു ശുപാർശ ചെയ്തുകൊണ്ടുള്ള ഇടക്കാല റിപ്പോർട്ട് സമർപ്പിക്കണമെന്നും കമ്യൂണിസ്റ്റ് പാർട്ടി ഓഫ് ഇന്ത്യയുടെ കേന്ദ്ര കമ്മിറ്റി ആവശ്യപ്പെടുന്നു.

കേരളം: തിരഞ്ഞെടുക്കപ്പെട്ട ആദ്യ കമ്യൂണിസ്റ്റ് ഗവൺമെന്റ്

ആയിരത്തി തൊള്ളായിരത്തി അൻപത്തിയേഴ് ഏപ്രിൽ 5 ന് നടന്ന കേരളത്തിലെ കമ്യൂണിസ്റ്റ് ഗവൺമെന്റിന്റെ രൂപീകരണത്തെ ഇന്ത്യയിലും ലോകത്തുടനീളവും വാഴ്ത്തിയത് ഒരു പുതിയ അനുഭവമെന്ന നിലയിലാണ്. അതിനുമുമ്പ്, ലോകത്തിലെ ഏതെങ്കിലുമൊരു ഭാഗത്ത് ഒരിക്കലും കമ്യൂണിസ്റ്റുപാർട്ടി തിരഞ്ഞെടുപ്പിൽ വിജയിച്ച് അധികാരത്തിലെത്തിയിരുന്നില്ല. പുതുതായി രൂപീകരിക്കപ്പെട്ട കേരള സംസ്ഥാനത്ത് ആദ്യമായി നടന്ന തിരഞ്ഞെടുപ്പിൽ 127 അംഗങ്ങളുള്ള അന്നത്തെ നിയമസഭയിൽ കമ്യൂണിസ്റ്റ് പാർട്ടി 65 സീറ്റ് നേടുകയും ഏറ്റവും വലിയ ഒറ്റക്കക്ഷിയായി ഉയർന്നുവരികയും ചെയ്തു. 34 നിയോജക മണ്ഡലങ്ങളിൽ പാർട്ടിക്ക് 50 ശതമാനത്തിലധികം വോട്ട് ലഭിച്ചു; 8 മണ്ഡലങ്ങളിൽ 48 ശതമാനത്തിനും 50 ശതമാനത്തിനുമിടയ്ക്ക് വോട്ട് ലഭിച്ചു. പാർട്ടിയോടും പാർട്ടി നയങ്ങളോടും വിശ്വാസമർപ്പിച്ച് കമ്യൂണിസ്റ്റുപാർട്ടിക്കനുകൂലമായി ജനങ്ങൾ നല്കിയ വിധിയെഴുത്തായിരുന്നു അത്.

കമ്യൂണിസ്റ്റ് ഗവൺമെന്റ് അധികാരമേറ്റ് ഒരാഴ്ചയ്ക്കുള്ളിൽ കൃഷിക്കാർക്കനുകൂലമായ ഒരു നിയമമംഗീകരിച്ചു. ഗവൺമെന്റ് സത്യപ്രതിജ്ഞചെയ്ത് അധികാരമേറ്റത് 1957 ഏപ്രിൽ 5 നാണ്; ഏപ്രിൽ 11 ന് എല്ലാ ഒഴിപ്പിക്കലുകളും നിരോധിക്കുന്ന ഓർഡിനൻസ് ഗവൺമെന്റ് പുറപ്പെടുവിച്ചു; ഒരു കുടിയാനെയും പാട്ടക്കുടിയാനെയും കുടികിടപ്പുകാരനെയും പാട്ടം കൃത്യമായി കൊടുക്കുന്നതിൽ വീഴ്ചവരുത്തിയെന്നതുൾപ്പെടെ എന്തു കാരണം പറഞ്ഞായാലും ഒഴിപ്പിക്കാൻ പാടില്ലെന്ന് ഓർഡിനൻസിലൂടെ സർക്കാർ ഉത്തരവിട്ടു. ഇതിനു മുൻപൊരിക്കലും സംസ്ഥാനത്തെ ഗ്രാമീണ ദരിദ്രർക്ക് ഭൂപ്രഭുക്കളുടെ അടിച്ചമർത്തലിൽനിന്നും ഇത്രയേറെ വിപുലമായ ഒരാശ്വാസം ലഭിച്ചിട്ടില്ല.

ഈ അടിയന്തര നിയമനിർമ്മാണം പുതിയ സംസ്ഥാനത്തിന്റെ മൂന്ന് ഭാഗങ്ങളിലും നിലനിന്നിരുന്ന ഭൂ നിയമങ്ങളെ സമന്വയിപ്പിക്കുന്നതിന് തയ്യാറായിക്കൊണ്ടിരുന്ന ശാശ്വതമായ നിയമത്തിന്റെ മുഖവുരയായിരുന്നു; പുതിയ സംസ്ഥാനത്തിന്റെ മലബാർ, കൊച്ചി, തിരുവിതാംകൂർ എന്നീ മൂന്ന് ഭാഗങ്ങളിലും അവരവരുടേതായ ഭൂപ്രഭു–കുടിയാൻ ബന്ധങ്ങളെക്കുറിച്ചുള്ള നിയമങ്ങളുണ്ടായിരുന്നു; സംസ്ഥാനത്തിനാകെ ബാധകമായ ഒരു പൊതു ഭൂനിയമം രൂപപ്പെടുത്തുന്നതിന് അവയെ സമന്വയിപ്പിച്ചപ്പോൾ ഗ്രാമീണ ദരിദ്രരുടെ മർമ്മപ്രധാനമായ ആവശ്യങ്ങൾക്ക് പരിഹാരം കാണാൻ സർവ്വശ്രമവും നടത്തിയിരുന്നു; അതിനായിട്ടാണ് കിസാൻ സഭയും കർഷകത്തൊഴിലാളികളുൾപ്പെടെയുള്ള ഗ്രാമീണ ദരിദ്രരുടെ മറ്റു സംഘടനകളും രണ്ട് പതിറ്റാണ്ടിലേറെയായി പൊരുതിക്കൊണ്ടിരുന്നത്.

പാർട്ടി സംസ്ഥാനകമ്മിറ്റിയും പാർട്ടി നിയമസഭ ഗ്രൂപ്പും സംസ്ഥാനം മുതൽ വില്ലേജുവരെയുള്ള എല്ലാ തലങ്ങളിലെയും കിസാൻസഭ കമ്മിറ്റികളും കൂടിയാലോചനകളുടെയും സംഘർഷത്തിന്റെയും അനുരഞ്ജന നീക്കങ്ങളുടെയും പ്രക്രിയയിൽ ഏർപ്പെടുകയുണ്ടായി. കാർഷിക ബന്ധബിൽ ജാതി, മത, രാഷ്ട്രീയ പരിഗണനകൾക്കപ്പുറം ഗ്രാമീണ ദരിദ്ര ജനവിഭാഗങ്ങൾക്കാകെ സാദ്ധ്യമാകുന്നേടത്തോളം പരമാവധി ആശ്വാസം പ്രദാനംചെയ്തു. ഓർഡിനൻസിലൂടെ കൊണ്ടുവന്ന ഒഴിപ്പിക്കൽ നിരോധനവും പാട്ടം നല്കുന്നതിനുള്ള മൊറട്ടോറിയം പ്രഖ്യാപനവും ലക്ഷക്കണക്കായ കർഷകർക്കും കർഷകത്തൊഴിലാളികൾക്കും മറ്റു ഗ്രാമീണ ദരിദ്ര വിഭാഗങ്ങൾക്കും അളവറ്റ ഉപജീവന പിന്തുണ ലഭ്യമാക്കിയ ഒരു പ്രക്രിയയുടെ തുടക്കമായിരുന്നു. അങ്ങനെ 1957 ഏപ്രിൽ 11 കേരളത്തിലെ ഗ്രാമീണ ദരിദ്ര ജനവിഭാഗങ്ങളെ സംബന്ധിച്ചിടത്തോളം ചുവന്ന അക്ഷരത്തിൽ അടയാളപ്പെടുത്തപ്പെട്ട ദിനമായി. ഓർഡിനൻസും 1959 ജൂൺ ആദ്യം അംഗീകരിച്ച് അന്തിമഘട്ടത്തിലായ ബില്ലും കേരളത്തിലെ ജനങ്ങളുടെ സാമ്പത്തികവും സാമൂഹികവും സാംസ്കാരികവുമായ ജീവിതത്തിൽ ഒരു പുതിയ ഘട്ടം അടയാളപ്പെടുത്തി. ഒരു ചെറു ന്യൂനപക്ഷം വരുന്ന സവർണ്ണജാതിക്കാരായ ഭൂപ്രഭുക്കൾ ഗ്രാമീണ ദരിദ്ര ജനവിഭാഗങ്ങൾക്കുമേൽ സ്ഥാപിച്ചിരുന്ന സാമ്പത്തികമായ അടിച്ചമർത്തലിനും സാമൂഹിക സാംസ്കാരിക ആധിപത്യത്തിനും അത് അറുതിവരുത്തി.

കാർഷിക ബന്ധബില്ല് കഴിഞ്ഞാൽ പ്രധാനപ്പെട്ട കാര്യം പൊലീസും ജനങ്ങളും തമ്മിലുള്ള ബന്ധത്തെക്കുറിച്ചുള്ള ഗവൺമെന്റിന്റെ നയ പ്രസ്താവനയാണ്. കാർഷികബന്ധ ബില്ലിനൊപ്പമാണ് അത് നടന്നത് എന്നതിനാൽ ഗവൺമെന്റിന്റെ പൊലീസ് നയം സാധാരണ ജനങ്ങളെ ആവേശഭരിതരാക്കി; അതേസമയം നിക്ഷിപ്ത താല്പര്യക്കാരെ അത് രൂക്ഷമായി ആക്രമിച്ചു.

ഗവൺമെന്റിന്റെ പൊലീസ് നയം മുമ്പുണ്ടായിരുന്ന നയത്തിൽ

നിന്നും രണ്ട് പ്രധാന വ്യതിയാനങ്ങളുണ്ടാക്കി. ഒന്നാമതായി അത് മൂന്നാംമുറയിലുള്ള ചോദ്യംചെയ്യൽ രീതികളെ കർശനമായി നിരോധിച്ചു; ആളുകളെ കസ്റ്റഡിയിലെടുത്ത് ഭേദ്യംചെയ്യുന്നതിനെ ഔപചാരികമായി നിരോധിക്കുന്ന നാട്ടിൽ നിലവിലുള്ള നിയമാനുസരണമായിരിക്കണം കുറ്റാന്വേഷണം നടത്തേണ്ടത് എന്നും പൊലീസ് നയം വ്യക്തമാക്കി. രണ്ടാമതായി, ബഹുജന സമരങ്ങളെയും അവയ്ക്ക് നേതൃത്വം നല്കുന്ന സംഘടനകളെയും സംബന്ധിച്ചിടത്തോളം, കർഷകരുടെയും മറ്റ് അദ്ധ്വാനിക്കുന്ന ജനങ്ങളുടെയും പണിമുടക്കുകളെയും സമരങ്ങളെയും അടിച്ചമർത്താൻ ഭൂപ്രഭുക്കൾക്കും ബൂർഷ്വാസിക്കും പൊലീസിനെ ഉപയോഗിക്കാൻ പറ്റില്ലെന്ന് പുതിയ നയം പ്രഖ്യാപിച്ചു. തൊഴിൽ വകുപ്പിലൂടെ തൊഴിലുടമകളും ജീവനക്കാരും തമ്മിലുള്ള അനുരഞ്ജനങ്ങളിലൂടെ തൊഴിൽ തർക്കങ്ങൾക്ക് പരിഹാരം കാണാൻ ഗവൺമെന്റ് ശ്രമിക്കും.

ഇന്ത്യയുടെ ഭരണകക്ഷിയായി മാറിയതുമുതൽ കോൺഗ്രസ് ഗവൺമെന്റുകളുടെ ആവനാഴിയിലെ ആയുധമായിരുന്ന 'വിചാരണകൂടാതെ തടവിലിടൽ', ജനകീയ സമരങ്ങളിൽ ഏർപ്പെടുന്ന വ്യക്തികൾക്കും സംഘടനകൾക്കുമെതിരെ ഉപയോഗിക്കുന്നത് കമ്യൂണിസ്റ്റ് ഗവൺമെന്റ് അനുവദിച്ചില്ല. കേന്ദ്ര ഗവൺമെന്റ് നിയമംമൂലം നിർബ്ബന്ധിതമാക്കിയിരുന്ന, നിയമനത്തിന് വേണ്ട യോഗ്യത നേടിയ തൊഴിൽ അപേക്ഷകരുടെ മുൻ ചരിത്രവും സ്വഭാവവും പൊലീസ് പരിശോധിക്കുന്ന രീതി വേണ്ടെന്ന് ഗവൺമെന്റ് പ്രഖ്യാപിച്ചു.

മാറ്റം കൊണ്ടുവരാൻ ഗവൺമെന്റ് ശ്രമിച്ച മറ്റൊരു പ്രധാന മേഖല സംസ്ഥാനതലത്തിൽനിന്നും ഏറ്റവും താഴെ തലത്തിലേക്ക്, പഞ്ചായത്തുകളിലേക്കുള്ള അധികാര വികേന്ദ്രീകരണമായിരുന്നു. ഭരണപരിഷ്കാരവുമായി ബന്ധപ്പെട്ട പ്രശ്നങ്ങളാകെ പരിശോധിക്കുന്നതിന് ഗവൺമെന്റ് ഒരു കമ്മിറ്റിയെ നിയോഗിച്ചു; ജനാധിപത്യപരമായ വികേന്ദ്രീകരണം അതിൽ പ്രധാന ഘടകമായിരുന്നു. ഒരു വർഷത്തിലേറെക്കാലം പ്രവർത്തിച്ച് ആ കമ്മിറ്റി റിപ്പോർട്ട് സമർപ്പിച്ചു. ഈ ശുപാർശകളെ തുടർന്ന് നിയമസഭയിൽ അവതരിപ്പിക്കുന്നതിനായി ഗവൺമെന്റ് പുതുതായി രണ്ട് ബില്ലുകൾ തയ്യാറാക്കി. ആദ്യത്തേത്, വില്ലേജ്തലത്തിൽ റവന്യൂ വകുപ്പിലെയും മറ്റു വകുപ്പുകളിലെയും ഉദ്യോഗസ്ഥർ നിർവ്വഹിച്ചിരുന്ന എല്ലാ ചുമതലകളും തിരഞ്ഞെടുക്കപ്പെട്ട പഞ്ചായത്തുകളിൽ നിക്ഷിപ്തമാക്കി. രണ്ടാമത്തേത്, ജില്ലാതല ഉദ്യോഗസ്ഥർ കൈകാര്യം ചെയ്തിരുന്ന പല ചുമതലകളും തിരഞ്ഞെടുക്കപ്പെട്ട ജില്ലാ കൗൺസിലിലേക്ക് കൈമാറ്റംചെയ്യുന്നതിന് ഉദ്ദേശിച്ചുള്ളതായിരുന്നു; തിരഞ്ഞെടുക്കപ്പെട്ട പ്രസിഡന്റും അദ്ദേഹത്തെ സഹായിക്കുന്നതിന് ഡെപ്യൂട്ടി കളക്ടറുടെ പദവിയിലുള്ള ഒരു സ്ഥിരം ഉദ്യോഗസ്ഥനുംകൂടി ഉള്ളതായിരുന്നു നിർദ്ദിഷ്ട ജില്ലാ കൗൺസിൽ.

5 വർഷത്തെ കാലാവധി പൂർണ്ണമായും തികയുന്നതുവരെ ഗവൺ

മെന്റ് തുടർന്നിരുന്നെങ്കിൽ സംസ്ഥാനത്ത് രണ്ടു തട്ടുകളുള്ള പഞ്ചായത്ത്‌രാജ് സംവിധാനം സുദൃഢമായി സ്ഥാപിക്കപ്പെടുമായിരുന്നു.

കമ്യൂണിസ്റ്റ് പാർട്ടിയുടെ ഗവൺമെന്റിന്റെ അതിരൂക്ഷമായ, വിവാദം സൃഷ്ടിച്ച നടപടിയായിരുന്നു വിദ്യാഭ്യാസബില്ല്. ബൂർഷ്വാ ഭൂപ്രഭു ഭരണവർഗ്ഗങ്ങളെ പൊതുവിൽ രോഷാകുലരാക്കിയ കാർഷികബന്ധ ബില്ലും പൊലീസ് നയവുംപോലെതന്നെ വിദ്യാഭ്യാസബില്ലും ഇതേ വർഗ്ഗങ്ങളെ, പ്രത്യേകിച്ച് ക്രിസ്ത്യൻ സമുദായത്തിൽപ്പെട്ടവരെ രോഷാകുലരാക്കി; കാരണം വിദ്യാഭ്യാസബില്ല് വിദ്യാഭ്യാസ സ്ഥാപനങ്ങളുടെ ഉടമസ്ഥതയുമായും മാനേജ്മെന്റുമായും ബന്ധപ്പെട്ടതാണ്; ഈ സ്ഥാപനങ്ങളിൽ ഏറിയപങ്കും ഒരു സമുദായമെന്ന നിലയിൽ ക്രിസ്ത്യൻ സമുദായത്തിന്റെ ഉടമസ്ഥതയിലുള്ളതാണ്. സമുദായ നേതൃത്വത്തിന് അതിലെ സാധാരണ ജനങ്ങളുടെ മനസ്സിൽ തങ്ങളുടെ മതം ആക്രമിക്കപ്പെടുകയാണെന്ന ഭീതി ജനിപ്പിക്കാൻ കഴിഞ്ഞു.

ബില്ലിന്റെ ലക്ഷ്യം വിദ്യാഭ്യാസ സ്ഥാപനങ്ങളുടെ സ്വകാര്യ മാനേജ്മെന്റ് സമ്പ്രദായം ഇല്ലാതാക്കുകയെന്നതായിരുന്നില്ല; മറിച്ച് വളരെ ലഘുവായിരുന്നു. അതിന്റെ പ്രാഥമിക ലക്ഷ്യം സ്വകാര്യ വിദ്യാഭ്യാസ സ്ഥാപനങ്ങളിലെ അദ്ധ്യാപകർക്ക് അവരുടെ ശമ്പളം സ്വകാര്യ മാനേജ്മെന്റുകളുടെ വെട്ടിക്കുറയ്ക്കൽ കൂടാതെ സർക്കാർ നേരിട്ട് നല്കലായിരുന്നു; അദ്ധ്യാപകരെ ജോലിയിൽനിന്ന് പിരിച്ചുവിടുന്നതിനോ സസ്പെൻഡ് ചെയ്യുന്നതിനോ മാനേജർമാർക്കുള്ള അധികാരത്തിന് കടിഞ്ഞാണിടുകയായിരുന്നു; അദ്ധ്യാപക നിയമനത്തിന് മാനദണ്ഡം നിശ്ചയിക്കുക തുടങ്ങിയവയായിരുന്നു. ബില്ലിന് ആധാരമായ ആശയം സ്വകാര്യ വിദ്യാഭ്യാസ സ്ഥാപനങ്ങളിലെ അദ്ധ്യാപകർക്കും സർക്കാർ സ്ഥാപനങ്ങളിലെ അദ്ധ്യാപകർക്ക് കിട്ടുന്ന അതേ ശമ്പളവും ആനുകൂല്യങ്ങളും ലഭ്യമാക്കുകയെന്നതായിരുന്നു. മറ്റു വാക്കുകളിൽ പറഞ്ഞാൽ സ്വകാര്യ മാനേജ്മെന്റുകൾക്ക് വിദ്യാഭ്യാസ സ്ഥാപനങ്ങളുടെ ഉടമസ്ഥനായിരിക്കാനും മാനേജ് ചെയ്യാനുമുള്ള അവകാശത്തിന് നിയന്ത്രണമേർപ്പെടുത്തുകയാണുണ്ടായത്; ആ അവകാശം നിർമ്മാർജ്ജനംചെയ്യപ്പെടുകയായിരുന്നില്ല.

സ്വകാര്യ വിദ്യാഭ്യാസ സ്ഥാപനങ്ങളുടെ ഉടമസ്ഥർ ആ ബില്ലിനെയാകെ വിദ്യാഭ്യാസ സ്ഥാപനങ്ങളുടെ ഉടമകളും മാനേജൻമാരുമെന്ന നിലയിലുള്ള തങ്ങളുടെ അവകാശങ്ങൾക്കുനേരെയുള്ള ആക്രമണമായാണ് അവതരിപ്പിച്ചത്. സ്വകാര്യ വിദ്യാഭ്യാസ സ്ഥാപനങ്ങളുടെ രണ്ട് പ്രമുഖ കോർപ്പറേറ്റ് മാനേജ്മെന്റുകളായ ക്രിസ്ത്യൻ പള്ളിയുടെയും നായർ സർവ്വീസ് സൊസൈറ്റിയുടെയും (എൻഎസ്എസ്) നേതൃത്വത്തിൽ ബില്ലിനെതിരെ സ്വകാര്യ മാനേജ്മെന്റുകൾ വ്യാപകമായ നുണപ്രചാരണം അഴിച്ചുവിട്ടു; ബില്ല് സ്വത്തവകാശത്തിനുനേരെയുള്ള ആക്രമണവും വിദ്യാഭ്യാസ സ്ഥാപനങ്ങളെ ദേശസാല്ക്കരിക്കുന്നതിനുള്ള നീക്കവുമാണെന്നായിരുന്നു അവരുടെ പ്രചാരണം.

കാർഷിക ബന്ധ ബില്ലിന്റെയും വിദ്യാഭ്യാസബില്ലിന്റെയും എതിരാളികൾ ഒരുമിച്ച് കേന്ദ്ര ഗവൺമെന്റിനുമുന്നിൽ തങ്ങളുടെ പോരാട്ടമെത്തിച്ചു; ഈ ബില്ലുകൾക്ക് അനുമതിനല്കാതെ തടഞ്ഞുവയ്ക്കണമെന്ന് കേന്ദ്രത്തോടഭ്യർത്ഥിച്ചു. കമ്യൂണിസ്റ്റ് വിരുദ്ധ പക്ഷപാതിത്വമുള്ള കോൺഗ്രസ് നേതൃത്വത്തിലുള്ള കേന്ദ്രഗവൺമെന്റ് അതിന് വഴങ്ങുകയും ബില്ലുകൾ നിയമസഭയ്ക്ക് മടക്കി അയക്കുകയും ചെയ്തു.

കോൺഗ്രസിന്റെയും മുസ്ലീംലീഗിന്റെയും പി എസ് പിയുടെയും കത്തോലിക്ക സഭയുടെയും എൻ എസ് എസിന്റെയും പ്രതിനിധികൾ അടങ്ങുന്ന ഒരു കമ്യൂണിസ്റ്റ് വിരുദ്ധ മുന്നണി രൂപീകരിക്കപ്പെട്ടു. അവർ 'വിമോചനസമരം' ആരംഭിച്ചു. അക്രമാസക്തമായ ഒരു പ്രക്ഷോഭമായി ഇത് മാറി; സർക്കാർ ഓഫീസുകളും പൊലീസ് സ്റ്റേഷനുകളും ആക്രമിക്കപ്പെട്ടു. ഗവൺമെന്റിന്റെ പ്രവർത്തനത്തെയാകെ സ്തംഭിപ്പിക്കുകയും കേന്ദ്ര ഇടപെടൽ ആവശ്യപ്പെടാനുള്ള ഒഴികഴിവായി അതിനെ ഉപയോഗിക്കുകയും ചെയ്യുകയെന്നതായിരുന്നു ആകെ ലക്ഷ്യം. അന്നത്തെ കോൺഗ്രസ് പ്രസിഡന്റ് ഇന്ദിരാഗാന്ധിയിൽനിന്നുള്ള സമ്മർദ്ദത്തെ തുടർന്ന് നെഹ്റു ഗവൺമെന്റ് ആ ആവശ്യത്തിന് വഴങ്ങുകയും ഭരണഘടനയുടെ 356–ാം വകുപ്പ് ഉപയോഗിച്ച് സംസ്ഥാന സർക്കാരിനെ പിരിച്ചുവിടുകയും ചെയ്തു. കമ്യൂണിസ്റ്റ് പാർട്ടിയുടെ നേതൃത്വത്തിലുള്ള ഗവൺമെന്റിനെ അട്ടിമറിക്കാനുള്ള പ്രക്ഷോഭത്തിന് ധനസഹായംചെയ്യാൻ കോൺഗ്രസ് നേതൃത്വത്തിന് സി ഐ എ ഫണ്ട് നല്കിയതായി പിന്നീട് വെളിപ്പെടുത്തപ്പെട്ടു; ഇന്ത്യയിലെ അന്നത്തെ അമേരിക്കൻ അംബാസിഡറായിരുന്ന എൽസ്‌വർത്ത് ബങ്കർ സമ്മതിച്ച ഒരു വസ്തുതയാണിത്.

ജാതിയുടെ അടിസ്ഥാനത്തിൽ തലമുറകളോളം അടിച്ചമർത്തപ്പെട്ടിരുന്ന ദളിതരുടെയും മറ്റു പിന്നോക്ക സമുദായങ്ങളുടെയും അവസ്ഥമെച്ചപ്പെടുത്തുന്നതിന് കേരളത്തിലെ കമ്യൂണിസ്റ്റ് ഗവൺമെന്റ് നിരവധി നടപടികൾ കൈക്കൊണ്ടു. വിദ്യാഭ്യാസ സ്ഥാപനങ്ങളിലും സർക്കാർ സർവ്വീസിലും പ്രവേശിക്കുന്നതിനുള്ള സംവരണത്തിന്റെ വ്യാപ്തി ഗവൺമെന്റ് വർദ്ധിപ്പിച്ചു; പിന്നോക്ക സമുദായാംഗങ്ങളെ സഹായിക്കുന്നതിന് മറ്റു മാർഗ്ഗങ്ങൾ ആസൂത്രണംചെയ്യുകയുമുണ്ടായി. ''മുന്നോക്കജാതിക്കാർ'' എന്നു വിളിക്കപ്പെടുന്നവരുടെ ജാതി–സാമുദായിക നേതാക്കൾ സ്വാഭാവികമായും കമ്യൂണിസ്റ്റുപാർട്ടിക്കും അതിന്റെ ഗവൺമെന്റിനും എതിരായി ഈ സമുദായങ്ങളിലെ ബഹുജനങ്ങളെ അണിനിരത്താനുള്ള അവസരമായി ഇതിനെ ഉപയോഗപ്പെടുത്തി.

കമ്യൂണിസ്റ്റ് ഗവൺമെന്റിന്റെ മാർഗ്ഗദർശകപരമായ മറ്റൊരു സംഭാവനയാണ് സംസ്ഥാനത്ത് ശക്തമായ പൊതുവിതരണ സമ്പ്രദായം സ്ഥാപിച്ചത്. സംസ്ഥാനത്തിനുള്ളിൽനിന്ന് ലഭിക്കുന്നതും പുറത്തുനിന്ന് സംഭരിക്കുന്നതുമായ അരി കൃത്യമായി വിതരണം ചെയ്യപ്പെടുന്നുവെന്ന് ഉറപ്പാക്കുന്നതിന് ഗവൺമെന്റ് ഊർജ്ജസ്വലമായ നടപടികൾ കൈ

ക്കൊണ്ടു. സംസ്ഥാനത്തുടനീളം ന്യായവില ഷോപ്പുകളുടെ ശൃംഖല സ്ഥാപിച്ചു; 1000 ത്തിൽ കുറവായിരുന്ന അവയുടെ എണ്ണം 6000 ത്തോളമായി വർദ്ധിപ്പിച്ചു.

ജനങ്ങൾക്ക് അരിയുടെയും മറ്റ് അവശ്യ സാധനങ്ങളുടെയും കൃത്യമായ വിതരണം ഉറപ്പുവരുത്തുന്നതിന് ജനകീയ ഭക്ഷ്യ സമിതികൾ രൂപീകരിക്കുന്നതിന് ഗവൺമെന്റ് മുൻകൈയെടുത്തു. തങ്ങളുടെ പ്രദേശത്ത് ന്യായവില ഷോപ്പുകൾ എത്രയെണ്ണം ആവശ്യമാണെന്നും എവിടെയൊക്കെയാണ് അത് സ്ഥാപിക്കേണ്ടതെന്നും അവ നടത്താൻ പറ്റിയ ആളുകൾ ആരൊക്കെയെന്നും മറ്റും ബന്ധപ്പെട്ട ഉദ്യോഗസ്ഥരെ ഉപദേശിക്കുന്നതിനുള്ള ഈ സമിതികളിൽ എല്ലാ രാഷ്ട്രീയ പാർട്ടികളുടെയും പ്രതിനിധികൾ ഉൾപ്പെട്ടിരുന്നു. ന്യായവിലയ്ക്കുള്ള സാധനങ്ങൾ ലഭ്യമാക്കേണ്ട താഴ്ന്ന വരുമാനക്കാരായ കുടുംബങ്ങളെ കണ്ടെത്തുകയും അവയ്ക്ക് തിരിച്ചറിയൽ കാർഡ് നല്കുകയും അഴിമതി തടയുകയും ചെയ്യുകയെന്ന ദൗത്യവും ഈ സമിതികൾക്ക് നല്കിയിരുന്നു. ഈ സമിതികൾ പഞ്ചായത്ത് തലങ്ങളിലും താലൂക്ക് തലങ്ങളിലും മറ്റു പ്രാദേശിക തലങ്ങളിലുമാണ് രൂപീകരിച്ചിരുന്നത്. സംസ്ഥാനതലത്തിൽ സർവ്വകക്ഷി സംസ്ഥാന ഭക്ഷ്യ ഉപദേശക സമിതി ഉണ്ടായിരുന്നു. ഈ സംവിധാനത്തിന്റെയാകെ നടത്തിപ്പുമായി ബന്ധപ്പെട്ട് ഉയർന്നുവന്ന പ്രശ്നങ്ങൾ കണ്ടെത്തുകയും അവ പരിഹരിക്കുന്നതിനുള്ള മാർഗ്ഗം നിർദ്ദേശിക്കുകയുമായിരുന്നു ഈ സംസ്ഥാനതല സമിതിയുടെ കടമ.

1957 ലെ തിരഞ്ഞെടുപ്പ് വിജയം കേരളത്തിലെ കമ്യൂണിസ്റ്റുകാർക്ക് മുൻ മാതൃകയോ കീഴ്നടപ്പോ ഇല്ലാത്ത ഒരവസരമാണ് നല്കിയത്. ഭരണഘടനയുടെ പരിമിതികൾ സൃഷ്ടിച്ച തടസ്സങ്ങളിൽ നിസ്സഹായത പ്രകടിപ്പിക്കുകയല്ല കമ്യൂണിസ്റ്റുപാർട്ടി ചെയ്തത്; ഇത്തരമൊരു ഭരണഘടനയ്ക്കുള്ളിൽ നിന്നുകൊണ്ട് ഒന്നും ചെയ്യാനാകില്ല എന്നോ ഭരണഘടനാപരമായ മാർഗ്ഗങ്ങളിലൂടെ സർവ്വ പ്രശ്നങ്ങളും പരിഹരിക്കാമെന്നോ അല്ല പാർട്ടി പറഞ്ഞത്. പകരം, സാദ്ധ്യമാകുന്നേടത്തോളം ഭരണഘടനാപരമായ മാർഗ്ഗങ്ങളിലൂടെയും അതിനൊപ്പം ജനകീയ സമരങ്ങളിലൂടെയും ജനങ്ങളുടെ ജീവിതം മെച്ചപ്പെടുത്തുന്നതിനുവേണ്ടി അവർ പ്രവർത്തിച്ചു.

കമ്യൂണിസ്റ്റുകാരുടെ മുന്നോട്ടേക്കുള്ള പ്രയാണത്തെ എതിരിടാൻ ശേഷിയില്ലാതായ കേന്ദ്ര ഗവൺമെന്റ് 1959 ൽ (ജൂലൈ 5) 356–ാം അനുച്ഛേദം പ്രയോഗിച്ച് ജനാധിപത്യപരമായി തിരഞ്ഞെടുക്കപ്പെട്ട ആ ഗവൺമെന്റിനെ പിരിച്ചുവിട്ടു. ഇന്ത്യൻ ജനാധിപത്യത്തെ സംബന്ധിച്ചിടത്തോളം അതൊരു ഇരുളടഞ്ഞ ദിനമായിരുന്നു. കേരള സർക്കാരിനെ പിരിച്ചുവിട്ടതിനെതിരെ പാർട്ടി ആഗസ്ത് മൂന്നിന് രാജ്യത്തുടനീളം പ്രതിഷേധങ്ങൾ സംഘടിപ്പിച്ചു. ആ ദിവസം 30,000ത്തിലധികം ആളുകൾ ഡൽഹിയിൽ പാർലമെന്റിനുമുന്നിലേക്ക് മാർച്ച്ചെയ്തു.

സ്പെഷ്യൽ കോൺഗ്രസ് 1958 തിരഞ്ഞെടുപ്പ് വിജയങ്ങളുടെയും രൂക്ഷമായ വാദപ്രതിവാദങ്ങളുടെയും പശ്ചാത്തലത്തിൽ

ആയിരത്തി തൊള്ളായിരത്തി അൻപത്തിയേഴ് മുതലുള്ള കാലഘട്ടം അടിസ്ഥാനപരമായ പ്രത്യയശാസ്ത്ര പ്രശ്നങ്ങളിന്മേൽ കമ്യൂണിസ്റ്റ് പാർട്ടിക്കുള്ളിൽ വാദപ്രതിവാദം ക്രമേണ രൂക്ഷമായിക്കൊണ്ടിരുന്ന ഒന്നായിരുന്നു. എന്നാൽ, പാർട്ടി എല്ലാ പ്രത്യയശാസ്ത്രപരമായ അഭിപ്രായ വ്യത്യാസങ്ങളും മാറ്റിവെക്കുകയും 1957 ൽ നടന്ന രണ്ടാം പൊതുതിരഞ്ഞെടുപ്പിൽ കോൺഗ്രസ് പാർട്ടിയെ പരാജയപ്പെടുത്താനുള്ള പോരാട്ടത്തിൽ ഒറ്റക്കെട്ടായി അണിനിരക്കുകയും ചെയ്തു. കേന്ദ്രത്തിലും കേരളം ഒഴികെ എല്ലാ സംസ്ഥാനങ്ങളിലും കോൺഗ്രസ് അധികാരം നിലനിർത്തിയെങ്കിലും രാജ്യത്തിന്റെ രാഷ്ട്രീയ ഭൂമികയിൽ വമ്പിച്ചൊരു മാറ്റം സംഭവിച്ചു.

1957 ൽ കമ്യൂണിസ്റ്റ് പാർട്ടി ഒന്നാം പൊതുതിരഞ്ഞെടുപ്പിലേതിനെക്കാൾ (1951–52) അതിന്റെ വോട്ട് ഇരട്ടിയാക്കുകയും വിജയിച്ച സീറ്റുകളുടെയും ലഭിച്ച വോട്ടിന്റെയും അടിസ്ഥാനത്തിൽ ഈ രണ്ടു കാര്യങ്ങളിലും രാജ്യത്തെ ഏറ്റവും വലിയ രണ്ടാമത്തെ പാർട്ടിയായി ഉയർന്നു വരികയും ചെയ്തു. കേരളത്തിൽ പാർട്ടി ഭൂരിപക്ഷം നേടി; ആന്ധ്രയിലും പശ്ചിമബംഗാളിലും മുഖ്യപ്രതിപക്ഷ പാർട്ടിയായും ഉയർന്നുവന്നു. രാജ്യത്തെ എല്ലാ സംസ്ഥാന നിയമസഭകളിലും ബീഹാർ, ഉത്തർപ്രദേശ്, മദ്ധ്യപ്രദേശ്, രാജസ്ഥാൻ എന്നിങ്ങനെ മുൻപ് ഒരു സീറ്റുപോലും ഇല്ലാതിരുന്ന പല സംസ്ഥാനങ്ങളിലും പാർട്ടി സീറ്റുകൾ നേടി. മിക്കവാറും എല്ലാ വ്യാവസായിക കേന്ദ്രങ്ങളിലും തൊഴിലാളിവർഗ്ഗ കേന്ദ്രങ്ങളിലും പാർട്ടി നല്ല പ്രകടനം കാഴ്ച വച്ചു. അവഗണിക്കാവുന്നത്ര ചെറിയ ശക്തിയായിരുന്ന സംസ്ഥാനങ്ങളിൽപോലും പാർട്ടിയുടെ വോട്ട് ഗണ്യമായി വർദ്ധിക്കുകയുണ്ടായി. മൊത്തത്തിൽ വോട്ട് വിഹിതത്തിന്റെ 11 ശതമാനത്തിലധികവും 1.2 കോടി വോട്ടും പാർട്ടി കരസ്ഥമാക്കി. പാർട്ടി

വിജയിച്ച സീറ്റുകളുടെ എണ്ണം, മൊത്തം പോൾ ചെയ്ത വോട്ടിന്റെ അനുപാതത്തിൽ കണക്കാക്കിയിരുന്നെങ്കിൽ യഥാർത്ഥത്തിൽ ലഭിക്കുന്നതിനേക്കാൾ വളരെ അധികമാകുമായിരുന്നു.

ഈ തിരഞ്ഞെടുപ്പ് ഫലം അവലോകനം ചെയ്ത പാർട്ടി ജനങ്ങൾക്ക് പാർട്ടിയിലുള്ള വിശ്വാസത്തിന് നന്ദി പറയുകയും തരണം ചെയ്യേണ്ടതായിട്ടുള്ള ചില ദൗർബല്യങ്ങൾ അടയാളപ്പെടുത്തുകയുമുണ്ടായി. ജനസംഘത്തെ പോലെയുള്ള ഒരു വർഗ്ഗീയ പാർട്ടി, പ്രത്യേകിച്ച് ഫ്യൂഡൽ ശക്തികൾക്ക് മേധാവിത്വമുള്ള മദ്ധ്യപ്രദേശിനെയും രാജസ്ഥാനെയും പോലെയുള്ള സംസ്ഥാനങ്ങളിൽ നേടിയ സീറ്റുകളുടെയും വോട്ടിന്റെയും എണ്ണത്തിലെ വർദ്ധനവ് പാർട്ടി പ്രത്യേകം ചൂണ്ടിക്കാട്ടി. കമ്യൂണിസ്റ്റ് പ്രസ്ഥാനവും മറ്റു പുരോഗമന ജനാധിപത്യവിഭാഗങ്ങളും ദുർബ്ബലമായ ഒറീസയെ പോലെയുള്ള സംസ്ഥാനങ്ങളിൽ അവ ചുവടുറപ്പിക്കുകയുണ്ടായി. പല ഗ്രാമീണ മേഖലകളിലും വിജയിക്കാൻ കഴിഞ്ഞിട്ടില്ലെന്ന കാര്യവും പാർട്ടി ചൂണ്ടിക്കാണിച്ചു; കിസാൻ സഭയെയും കർഷകർക്കിടയിലെ പാർട്ടി പ്രവർത്തനവും കൂടുതൽ ശക്തിപ്പെടുത്തേണ്ടതിന്റെ ആവശ്യകതയിലേക്കും അവലോകനം വിരൽചൂണ്ടി.

പൊതുതിരഞ്ഞെടുപ്പ് കഴിഞ്ഞയുടൻ തന്നെ ഒരു ബഹുജനപാർട്ടി കെട്ടിപ്പടുക്കാനുള്ള നീക്കത്തോടെ പാർട്ടി മെമ്പർഷിപ്പ് ഇരട്ടിയാക്കണമെന്ന ഒരാഹ്വാനം കേന്ദ്രകമ്മിറ്റി നല്കി. വിവിധ രാഷ്ട്രീയ, പ്രത്യയശാസ്ത്ര, സംഘടനാ വിഷയങ്ങൾ പരിഹരിക്കുന്നതിനായി കേന്ദ്രകമ്മിറ്റി നടത്താൻ തീരുമാനിച്ചിരുന്ന പ്ലീനം പൊതുതിരഞ്ഞെടുപ്പുമൂലം നടത്താൻ പാർട്ടിക്ക് കഴിഞ്ഞില്ല. പ്ലീനത്തിനുപകരം തിരഞ്ഞെടുപ്പ് കഴിഞ്ഞയുടൻ തന്നെ പാർട്ടിയുടെ സ്പെഷ്യൽ കോൺഗ്രസ് സംഘടിപ്പിക്കാൻ കേന്ദ്രകമ്മിറ്റി തീരുമാനിച്ചു. അതുപ്രകാരം പാർട്ടിയുടെ അഞ്ചാം കോൺഗ്രസ് ഒരു സ്പെഷ്യൽ കോൺഗ്രസ് എന്ന നിലയിൽ 1958 ഏപ്രിൽ 6 മുതൽ 13 വരെ അമൃത്സറിൽ ചേരുകയുണ്ടായി.

രാഷ്ട്രീയ പ്രമേയവും സംഘടനാ റിപ്പോർട്ടും ചർച്ച ചെയ്ത് അംഗീകരിച്ചതിനു പുറമേ സ്പെഷ്യൽ പാർട്ടി കോൺഗ്രസ് പാർട്ടി ഭരണഘടന ചർച്ചചെയ്യുകയും അംഗീകരിക്കുകയുമുണ്ടായി. ''തൊഴിലാളിവർഗ്ഗത്തിന്റെയും കർഷകജനതയുടെയും സഖ്യത്തെ അടിസ്ഥാനമാക്കി തൊഴിലാളിവർഗ്ഗത്താൽ നയിക്കപ്പെടുന്ന ജനകീയ ജനാധിപത്യം സ്ഥാപിക്കുകയും, സോഷ്യലിസത്തിന്റെയും കമ്യൂണിസത്തിന്റെയും സാക്ഷാൽക്കരണവും''ആണ് പാർട്ടിയുടെ ലക്ഷ്യമെന്ന് ഭരണഘടനയുടെ ആമുഖത്തിൽ പ്രഖ്യാപിച്ചു. അതിനും പുറമെ, പാർട്ടി ''വർഗ്ഗീയത, ജാതി, അയിത്തം, സ്ത്രീകൾക്ക് തുല്യ അവകാശം നിഷേധിക്കൽ എന്നിങ്ങനെയുള്ള എല്ലാ വിജ്ഞാന വിരുദ്ധ സങ്കല്പനങ്ങൾക്കും പ്രയോഗങ്ങൾക്കും എതിരെ പൊരുതും'' എന്നും അതിൽ പ്രഖ്യാപിച്ചു. ഒരു സോഷ്യലിസ്റ്റ് സമൂഹം സ്ഥാപിക്കുന്നതിനായുള്ള ഈ പോരാട്ടത്തിൽ ''സർവ്വ രൂപഭാവങ്ങളിലുമുള്ള റിവിഷനിസത്തിന്റെയും സെക്ടേറിയനിസത്തിന്റെയും

ഡോഗ്മാറ്റിസത്തിന്റെയും'' പ്രവണതകളെ ചെറുത്തുതോല്പിക്കുമെന്ന് ഭരണഘടന പ്രതിജ്ഞ ചെയ്യുന്നു; പാർട്ടി നയങ്ങൾക്ക് രൂപംനല്കുന്നത് ഇന്ത്യൻ സാഹചര്യങ്ങൾക്കനുസരിച്ച് മാർക്സിസം–ലെനിനിസം പ്രയോഗിച്ചും ''ഇന്ത്യയുടെ ചരിത്രവും അതിന്റെ ദേശീയ സവിശേഷതകളും ഒപ്പം ഇന്ത്യൻ ജനതയുടെ ഉത്തമ പാരമ്പര്യങ്ങളും കണക്കിലെടുത്തുമായിരിക്കുമെന്നും പാർട്ടി ഭരണഘടന വ്യക്തമാക്കുന്നു.

റിവിഷനിസത്തോടും സെക്ടേറിയനിസത്തോടും പൊരുതാനുള്ള പ്രഖ്യാപിതമായ ലക്ഷ്യം ഉണ്ടായിരുന്നിട്ടും പാർട്ടിയിലെ ചില വിഭാഗങ്ങളിൽ കണ്ടിരുന്ന ഇതേ പ്രവണതകളുടെ പ്രതിഫലനവും ഭരണഘടനയിൽ അടങ്ങിയിരുന്നു. അതിൽ പ്രഖ്യാപിച്ചിരിക്കുന്നത് ''പാർലമെന്റിൽ ഭൂരിപക്ഷം നേടിയും ബഹുജന പ്രക്ഷോഭങ്ങൾകൊണ്ട് അതിനെ പിന്തുണച്ചും പിന്തിരിപ്പൻ ശക്തികളുടെ ചെറുത്തുനില്പിനെ അതിജീവിക്കാമെന്നും ജനകീയ ഇച്ഛയുടെ ഉപകരണമായി പാർലമെന്റ് മാറുന്നുവെന്ന് ഉറപ്പുവരുത്താമെന്നുമാണ്; ''സാമ്പത്തികവും സാമൂഹികവുമായ മൗലികവുമായ മാറ്റവും ഭരണകൂട ഘടനയിലെ മൗലികമായ മാറ്റവും'' കൊണ്ടുവരാൻ പാർലമെന്റിൽ ഭൂരിപക്ഷം നേടുന്നതിലൂടെ കഴിയുമെന്നും അതിൽ പറയുന്നു. പാർട്ടിയിൽ കടന്നുകൂടിയ പ്രത്യേകിച്ചും 1957 ലെ തിരഞ്ഞെടുപ്പ് ഫലത്തിനുശേഷം കടന്നുകൂടിയ, പാർലമെന്ററി വ്യാമോഹത്തെയാണ് ഇത് വെളിപ്പെടുത്തുന്നത്.

പാർട്ടി ഭരണഘടനയിൽ അവതരിപ്പിച്ച റിവിഷനിസ്റ്റ് സംഘടനാതത്ത്വങ്ങളുടെ മറ്റൊരു പ്രതിഫലനം, കമ്മിറ്റികൾ രൂപീകരിക്കുന്ന രീതിയിൽ കൊണ്ടുവന്ന മാറ്റങ്ങളായിരുന്നു. മൂന്ന് തട്ടുള്ള ഘടന അവതരിപ്പിക്കപ്പെട്ടു — നാഷണൽ കൗൺസിൽ, സെൻട്രൽ എക്സിക്യൂട്ടീവ് കമ്മിറ്റി, സെക്രട്ടേറിയറ്റ്. യോഗങ്ങൾ കൈക്കൊള്ളുന്ന തീരുമാനങ്ങൾ നടപ്പാക്കുന്നതിനു പകരം വിവിധ തലങ്ങളിലെ വിവിധ യോഗങ്ങളിൽ പങ്കെടുക്കുന്നതിനായി അംഗങ്ങളുടെ സമയം ഏറെയും ചെലവഴിക്കുന്നതിന് ഇത് ഇടയാക്കി. ഉൾപ്പാർട്ടി ജനാധിപത്യത്തിന്റെ പേരിൽ ഈ കമ്മിറ്റികളിലെ അംഗങ്ങളുടെ എണ്ണവും രാഷ്ട്രീയവും പ്രത്യയശാസ്ത്രപരവുമായ മാനദണ്ഡങ്ങളൊന്നും പരിഗണിക്കാതെ വർദ്ധിപ്പിക്കുകയുണ്ടായി. പ്രാദേശിക പ്രാതിനിദ്ധ്യവും മെമ്പർഷിപ്പും മാത്രം പരിഗണിക്കപ്പെട്ടു; വിപ്ലവപ്രസ്ഥാനത്തിന്റെ പ്രകൃതം, സ്വഭാവം, ആഴം എന്നിവയൊന്നും പരിഗണിക്കപ്പെട്ടില്ല. അങ്ങനെ സംഘടനാപരമായ പ്രയോഗങ്ങളിൽ തന്നെ റിവിഷനിസ്റ്റ് ധാരണ പ്രകടമാകാൻ തുടങ്ങി.

പാർട്ടി അംഗങ്ങൾക്ക് ഭരണഘടന 12 ചുമതലകളാണ് നിശ്ചയിച്ചത്– പാർട്ടി പ്രവർത്തനങ്ങളിൽ കൃത്യമായി പങ്കെടുക്കൽ, മാർക്സിസം –ലെനിനിസത്തിന്റെ പഠനം, പാർട്ടി ആനുകാലികങ്ങൾ വായിക്കുകയും അവയെ പിന്തുണയ്ക്കുകയും, പാർട്ടി അച്ചടക്കം പാലിക്കൽ, ബഹുജനസേവനം, സഖാക്കൾ എന്ന നിലയിലുള്ള പരസ്പരബന്ധം, വിമർശനവും സ്വയം വിമർശനവും നടത്തൽ, ഇന്ത്യൻ ജനതയുടെ പാരമ്പര്യ

ത്തെയും അവരുടെ സമ്പന്നമായ സാംസ്കാരിക പൈതൃകത്തെയും സംബന്ധിച്ച് ആഴമേറിയ ധാരണ കൈവരിക്കൽ. ഇതുപോലെതന്നെ ഓരോ പാർട്ടി അംഗത്തിനും ഏഴു അവകാശങ്ങൾ അത് ഉറപ്പുനല്കുന്നു– പാർട്ടി പ്രസിദ്ധീകരണങ്ങളിലേക്കും പാർട്ടി കമ്മിറ്റികളിലേക്കും തിരഞ്ഞെടുക്കപ്പെടൽ, ചർച്ചകളിൽ സ്വതന്ത്രമായി പങ്കെടുക്കലും, പാർട്ടി നയം രൂപീകരിക്കുന്നതിൽ സംഭാവന നല്കലും, പാർട്ടി യോഗങ്ങളിൽ പാർട്ടി കമ്മിറ്റികളെയും ഭാരവാഹികളെയും വിമർശിക്കൽ, ഉയർന്ന കമ്മിറ്റികളെ സ്വന്തം അഭിപ്രായം അറിയിക്കൽ. അതിൽ ജനാധിപത്യകേന്ദ്രീകരണത്തിന്റെ തത്ത്വങ്ങൾ വിശദമാക്കുകയും പാർട്ടിയിൽ അവ പ്രായോഗികമാക്കേണ്ടതെങ്ങനെയെന്ന് വ്യക്തമാക്കുകയും ചെയ്തു.

പാർട്ടിയുടെ അടിസ്ഥാനഘടകങ്ങളായ ബ്രാഞ്ചുകൾ ഒരു നല്ല ജീവിതത്തിനായുള്ള സമരങ്ങളിൽ ജനങ്ങളുടെ നേതാക്കളായി മാറണമെന്നത് ഉറപ്പാക്കിക്കൊണ്ട് ബഹുജന പ്രവർത്തനങ്ങളിലും ബഹുജന പ്രവർത്തന ശൈലിയിലും മൗലികമായ ചില മാറ്റങ്ങൾ കൊണ്ടുവരാനും സ്പെഷ്യൽ കോൺഗ്രസ് തീരുമാനിച്ചു. ''എല്ലാ ജോലികളിലും സഖാക്കളുണ്ടാകണം, എല്ലാ സഖാക്കൾക്കും ഒരു ജോലിയുണ്ടാകണം'' എന്ന വിധത്തിൽ സർവ്വമണ്ഡലങ്ങളിലും സുസ്ഥിരമായ പ്രവർത്തനം നടത്തണമെന്നും പാർട്ടി തീരുമാനിച്ചു. പൂർണ്ണ സമയ പ്രവർത്തകരുടെ എണ്ണം വർദ്ധിപ്പിക്കുന്നതിനും അവരുടെ പ്രവർത്തനം സ്ഥിരമായി അവലോകനം ചെയ്യുന്നതിനും മതിയായ വേതനം നല്കിക്കൊണ്ടും ചികിത്സാച്ചെലവുകൾ നല്കിക്കൊണ്ടും അവരുടെ മിനിമം ആവശ്യങ്ങൾ നിറവേറുന്നുണ്ട് എന്ന് ഉറപ്പുവരുത്തുന്നതിന് കോൺഗ്രസ് തീരുമാനിച്ചു. മുഴുവൻ സമയപ്രവർത്തകർക്കൊപ്പം, മഹാഭൂരിപക്ഷം വരുന്ന പാർട്ടി അംഗങ്ങൾ നിഷ്ക്രിയരായി നില്ക്കുന്നില്ലെന്ന് ഉറപ്പുവരുത്തണമെന്നും (ആ കാലഘട്ടത്തിലെ സവിശേഷതയായിരുന്നു ഈ നിഷ്ക്രിയത്വം) തീരുമാനിക്കപ്പെട്ടു. പാർട്ടി വിദ്യാഭ്യാസം മെച്ചപ്പെടുത്തൽ, ജനപ്രിയ സാഹിത്യത്തിന്റെ നിർമ്മിതി, കാഡർമാരുടെ അഖിലേന്ത്യാബോധം ശക്തിപ്പെടുത്തുന്നതിനായി രാഷ്ട്രീയ സ്കൂളുകൾ നടത്തൽ എന്നിവയും ആസൂത്രണം ചെയ്യപ്പെട്ടു. പാർട്ടി പ്രക്ഷോഭങ്ങൾ നടത്തുന്ന രീതിയും മെച്ചപ്പെടുത്തേണ്ടതുണ്ടെന്ന് തീരുമാനിക്കുകയുണ്ടായി: പാർട്ടിയുടെ മിക്ക പ്രസിദ്ധീകരണങ്ങളിലെയും ലേഖനങ്ങൾ ജീവനില്ലാത്തവയാണെന്നും അർത്ഥശൂന്യമായ വാക്കുകളുടെ പ്രയോഗങ്ങളാണെന്നും കോൺഗ്രസ് വിമർശിച്ചു. പാർട്ടി അംഗീകരിക്കുന്ന പ്രമേയങ്ങൾ പോലും ദൈർഘ്യമേറിയവയാണെന്നും കൃത്യതയുള്ളതല്ലെന്നും വിമർശിച്ചു. ''ഒരു ബഹുജന പാർട്ടിയായി വളരുന്നതിന്റെ ബോദ്ധ്യത്തോടെയാണ് നാം സംസാരിക്കുകയും എഴുതുകയും ചെയ്യേണ്ടത്; മാർഗ്ഗ ദർശനത്തിനായി ദശലക്ഷക്കണക്കിനാളുകൾ ആശ്രയിക്കുന്ന പാർട്ടിയാണിതെന്ന ബോദ്ധ്യം എഴുതുമ്പോഴും സംസാരിക്കുമ്പോഴും ഉണ്ടാകണം.''

എല്ലാ തലങ്ങളിലെയും നേതൃത്വത്തിന്റെ പ്രവർത്തനത്തെയും

കോൺഗ്രസ് സ്വയം വിമർശനപരമായി വിലയിരുത്തി. നേതൃത്വം പ്രസ്ഥാനത്തിന്റെ ആവശ്യങ്ങൾ നിറവേറ്റുന്നതിനുള്ള പക്വതയും ശേഷിയും ആർജ്ജിച്ച് വളരണമെന്നും എല്ലാ തലങ്ങളിലെയും കമ്മിറ്റികളുടെ ശരിയായ പ്രവർത്തനം ഉറപ്പാക്കണമെന്നും സംഘടനാ പ്രമേയം വ്യക്തമാക്കി. വിനയം, സഹിഷ്ണുത, സൗഹാർദ്ദതയോടെയുള്ള പെരുമാറ്റം, വിമർശനത്തിന് ചെവികൊടുക്കൽ, തീരുമാനങ്ങളും അവ നടപ്പാക്കുന്നതും തമ്മിലുള്ള വ്യത്യാസത്തെയും വാക്കും പ്രവൃത്തിയും തമ്മിലുള്ള വ്യത്യാസത്തെയും അതിജീവിക്കൽ, വ്യക്തിയധിഷ്ഠിത വാദത്തെ (ഇൻഡിവിഡ്വലിസം) ചെറുത്തുതോല്പിക്കൽ, അച്ചടക്കം ശക്തിപ്പെടുത്തൽ എന്നിവ പാർട്ടിക്കുമുന്നിലുള്ള മുൻഗണന നല്കി നടപ്പാക്കേണ്ട കടമകളായി കണ്ടെത്തുകയുമുണ്ടായി. ഫ്രണ്ടിസം (മുന്നണിവാദം), ഫെഡറലിസം, ലോക്കലിസം (പ്രാദേശിക വാദം) എന്നിവ പോലുള്ള ശിഥിലീകരണ പ്രവണതകൾക്കൊപ്പം പാർട്ടിയിൽ വിമർശനത്തോടും താഴെ തലങ്ങളിൽ നിന്നുള്ള നിർദ്ദേശങ്ങളോടുമുള്ള ബ്യൂറോക്രാറ്റിക് അലംഭാവവും സവിശേഷ സ്വഭാവമായി മാറിയിരിക്കുന്നുവെന്നും കോൺഗ്രസ് വ്യക്തമാക്കി. ഈ പ്രവണതകളെയെല്ലാം ചെറുത്തുതോല്പിക്കണമെന്നും കോൺഗ്രസ് തീരുമാനിച്ചു. ജനാധിപത്യകേന്ദ്രീകരണ തത്ത്വങ്ങളെയും തൊഴിലാളിവർഗ്ഗ സർവ്വാധിപത്യത്തെയും ചോദ്യം ചെയ്യുന്നത് എന്നിവയെല്ലാം ചെറുത്തുതോല്പിക്കപ്പെടേണ്ട റിവിഷനിസത്തിന്റെ പ്രകടരൂപങ്ങളാണെന്ന് പ്രസ്താവിച്ചുകൊണ്ട് കോൺഗ്രസ് വിമർശിച്ചു.

എന്നാൽ, നിർദ്ദേശിക്കപ്പെട്ടവയിൽ ഏറെക്കാര്യങ്ങളും നടപ്പാക്കപ്പെടുകയുണ്ടായില്ല. ബഹുജന പാർട്ടി കെട്ടിപ്പടുക്കുന്നതിന്റെയും പാർട്ടിക്കു ലഭിച്ച വോട്ടിന് ആനുപാതികമായി മെമ്പർമാരെ റിക്രൂട്ട് ചെയ്യുന്നതിന്റെയും പേരിൽ മെമ്പർമാരെ റിക്രൂട്ട് ചെയ്യുന്നതിനുള്ള മാനദണ്ഡങ്ങളിൽ വെള്ളം ചേർക്കലുണ്ടായി. പാർട്ടിക്കുള്ളിൽ റിവിഷനിസ്റ്റ് പ്രവണതകൾ ക്രമേണ ശക്തിപ്പെടുന്നതിന് ഇത് ഇടയാക്കി.

ഈ കാലഘട്ടത്തിൽ വളർന്നുകൊണ്ടിരുന്ന തൊഴിലാളിവർഗ്ഗ സമരങ്ങളെക്കുറിച്ച്, പ്രത്യേകിച്ചും രണ്ടാം ശമ്പള കമ്മീഷൻ എന്ന ആവശ്യം നേടുന്നതിൽ വിജയിച്ച കമ്പിത്തപാൽ ജീവനക്കാരുടെ സമരത്തെക്കുറിച്ച്, പ്രമേയം വ്യക്തമാക്കി. സംയുക്ത ട്രേഡ് യൂണിയൻ സമരങ്ങൾ ഊട്ടിയുറപ്പിക്കുന്നതിൽ എ ഐ ടി യു സിയിൽ പ്രവർത്തിച്ചിരുന്ന പാർട്ടി അംഗങ്ങൾ പ്രധാന പങ്ക് വഹിക്കുകയുണ്ടായി. ആസാമിൽ എണ്ണ ശുദ്ധീകരണശാലയ്ക്കായി നടത്തിയ സമരത്തെക്കുറിച്ചും പ്രമേയം വ്യക്തമാക്കി; ആ സമരത്തിൽ പാർട്ടി പ്രമുഖമായ പങ്ക് വഹിച്ചു.

ഇന്ത്യാ ഗവൺമെന്റ് പിന്തുടർന്നിരുന്ന വിദേശനയത്തിൽ വന്ന മാറ്റത്തെയും രാജ്യത്തിന്റെ ദ്രുതഗതിയിലുള്ള വ്യവസായവല്ക്കരണത്തെക്കുറിച്ച് പറഞ്ഞ രണ്ടാംപഞ്ചവത്സര പദ്ധതിയിലെ ചില ''പുരോഗമനപരമായ ഉള്ളടക്ക''ത്തെയും രാഷ്ട്രീയ പ്രമേയം പിന്തുണച്ചു.

ഈ കാലയളവിൽ മറ്റൊരു ബൂർഷ്വാ ഭൂപ്രഭു പാർട്ടി കൂടി–സ്വതന്ത്ര പാർട്ടി – രൂപീകരിക്കപ്പെട്ടു; അന്ന് തീരെ ശ്രദ്ധയർഹിക്കാത്ത ശക്തിയായിരുന്നു അത്. ഈ സംഭവവികാസത്തെ പാർട്ടിയിലെ പരിഷ്കരണവാദി വിഭാഗങ്ങൾ, സ്വതന്ത്രാ പാർട്ടിയുടെ വരവ് ഏറ്റവും വലിയ വിപത്തായി പരിഗണിച്ച് കോൺഗ്രസുമായി കൈകോർക്കണമെന്ന വാദമുയർത്തി, ഉപയോഗപ്പെടുത്താൻ ശ്രമിച്ചു. കോൺഗ്രസ് ഗവൺമെന്റിന്റെ പിന്തിരിപ്പനും ജനവിരുദ്ധവുമായ നയങ്ങളാണ് ദേശവിരുദ്ധരായ തീവ്ര വലതുപക്ഷ ശക്തികൾക്ക് സാമ്പത്തിക–രാഷ്ട്രീയ ജീവിതത്തിൽ ഉയർന്നുവരുന്നതിന് ഇടയാക്കിയതെന്നും അവയെ പരാജയപ്പെടുത്തുന്നതിന് സമാന്തരമായി ഗവൺമെന്റിന്റെ ജനവിരുദ്ധ നയങ്ങൾക്കെതിരെ ദൃഢനിശ്ചയത്തോടെയും ഉശിരോടെയും പൊരുതേണ്ടതാണെന്നും വിശദീകരിച്ചുകൊണ്ട് അമൃത്സർ കോൺഗ്രസ് ഈ നയത്തെ തള്ളിക്കളഞ്ഞു.

അമൃത്സർ കോൺഗ്രസിൽ രാഷ്ട്രീയ പ്രമേയം അംഗീകരിച്ച ശേഷവും അഭിപ്രായഭിന്നതകൾ നിലനിന്നു. കോൺഗ്രസിനോടുള്ള സമീപനം മയപ്പെടുത്തണമെന്ന് വാദിച്ച പാർട്ടിയിലെ പരിഷ്കരണവാദികളായ വിഭാഗത്തെ കേരളത്തിലെ കമ്യൂണിസ്റ്റ് ഗവൺമെന്റിനെ കേന്ദ്ര ഗവൺമെന്റ് പിരിച്ചുവിട്ട നടപടി വല്ലാതെ ഞെട്ടിച്ചു. എന്നിരുന്നാലും അവരുടെ ഞെട്ടൽ അല്പായുസായിരുന്നു; അവർ പിന്നെയും പരിഷ്കരണവാദ പാത തന്നെ പിന്തുടർന്നു.

ഐതിഹാസികമായ ബംഗാൾ ഭക്ഷ്യപ്രക്ഷോഭം – 1959

പശ്ചിമബംഗാൾ ജനത നടത്തിയ ഭക്ഷണത്തിനായുള്ള പോരാട്ടം അനശ്വരമായ ഒരു വീരഗാഥ തന്നെയാണ്. ചോരയും ജനങ്ങളുടെ ദുരിതങ്ങളുംകൊണ്ട് എഴുതപ്പെട്ട ആ വീരഗാഥ ജീവിക്കാനുള്ള തങ്ങളുടെ അവകാശസംരക്ഷണത്തിനായി നടത്തിയ പ്രക്ഷോഭത്തിന്റേതാണ്. 1959 ജൂലൈ 13 നാണ് ഭക്ഷണത്തിനായുള്ള പോരാട്ടം ആരംഭിച്ചത്; സെപ്തംബർ വരെ അത് തുടർന്നു; അന്നത്തെ കോൺഗ്രസ് ഗവൺമെന്റിന്റെ കിരാതമായ മർദ്ദന നടപടികൾമൂലം ഡസൻ കണക്കിനാളുകൾ കൊല്ലപ്പെട്ടു; നൂറുകണക്കിനാളുകൾക്ക് പരിക്കേറ്റു; ആയിരക്കണക്കിനാളുകൾ തടവിലാക്കപ്പെട്ടു. ഈ സമരം ബംഗാളിലെ മൊത്തം ജനങ്ങളുടെയും അതിബൃഹത്തായ ഒരു മുന്നേറ്റത്തിന്റെ രൂപം കൈവരിച്ചു. ദശലക്ഷക്കണക്കിനാളുകളാണ് പ്രക്ഷോഭത്തിലണിനിരന്നത്. സമരം കൽക്കത്തയിൽ മാത്രം ഒതുങ്ങിയിരുന്നില്ല; ജില്ലകളിലെ പട്ടണങ്ങളിൽ മാത്രമായും പരിമിതപ്പെട്ടിരുന്നില്ല; മറിച്ച് ഏറ്റവും ഉൾപ്രദേശങ്ങളിലുള്ള ഗ്രാമങ്ങളിൽ വരെ, സംസ്ഥാനത്തിന്റെ മുക്കിലും മൂലയിലും വരെ ആ സമരം പടർന്നുപിടിച്ചു. ലക്ഷക്കണക്കിന് കർഷകരും തൊഴിലാളികളും വിദ്യാർത്ഥികളും ഇടത്തരം വർഗ്ഗത്തിൽപെട്ട ജീവനക്കാരും പ്രൊഫഷണലുകളും മറ്റെല്ലാ വിഭാഗങ്ങളും സമരത്തിലേക്ക് ഒഴുകിയെത്തുകയായിരുന്നു.

പശ്ചിമബംഗാളിലെ ആദ്യത്തെ മുഖ്യമന്ത്രി ഡോ. ബി സി റോയിയുടെ നേതൃത്വത്തിലുള്ള കോൺഗ്രസ് ഗവൺമെന്റിനു കീഴിൽ ഉണ്ടായ ഭക്ഷ്യപ്രതിസന്ധിയും ക്ഷാമസമാനമായ സാഹചര്യവും സംസ്ഥാന സമ്പദ്ഘടനയുടെ ശാശ്വതസ്വഭാവമായി മാറിയപ്പോഴാണ് ഭക്ഷണത്തിനായുള്ള സമരം ആരംഭിച്ചത്. ബംഗാളിലെ ഭക്ഷ്യസാഹചര്യം 1955 മുതൽ ഗുരുതരമായ ഒരു വഴിത്തിരിവിലായിരുന്നു– പ്രത്യേകിച്ചും അത് ഏറ്റവും രൂക്ഷമായ ഏപ്രിൽ മാസത്തിനും സെപ്തംബർ മാസത്തിനുമിടയ്ക്കുള്ള

കാലത്ത്. 1955 ഡിസംബറിൽ ടണ്ണിന് 382 രൂപയായിരുന്ന അരിയുടെ വില സൂചിക 1956 ഡിസംബറിൽ 532 രൂപയായി ഉയർന്നു. 1959 ആരംഭമായപ്പോൾ സ്ഥിതി വഷളായി. കൂട്ടത്തോടെയുള്ള പട്ടിണിയും മരണങ്ങളും ആത്മഹത്യകളും, തുടർന്ന് ഭക്ഷണവും തൊഴിലും തേടി ഗ്രാമപ്രദേശങ്ങളിൽ നിന്ന് നഗരങ്ങളിലേക്കുള്ള പ്രത്യേകിച്ചും കൽക്കത്തയിലേക്കുള്ള, ലക്ഷക്കണക്കിനാളുകളുടെ പരിതാപകരമായ കുടിയേറ്റവും സ്ഥിരം സവിശേഷതയായി മാറി. രാജ്യം സ്വാതന്ത്ര്യം നേടിയതുമുതൽ ഭരണത്തിലുണ്ടായിരുന്ന കോൺഗ്രസ് ഗവൺമെന്റിന്റെ നടപടികൾ ജനങ്ങളുടെ പ്രശ്നങ്ങൾക്ക് പരിഹാരം കാണുന്നതിനുപകരം അസംഖ്യം ജനങ്ങൾക്ക് അവരുടെ ഭൂമിയും തൊഴിലും നഷ്ടപ്പെടുന്നതിനും അവരെയാകെ പാപ്പരാക്കുന്ന സാഹചര്യത്തിലേക്കും നയിച്ചു.

ഈ സമരത്തിലുടനീളം കമ്യൂണിസ്റ്റ് പാർട്ടി മഹനീയമായ ഒരു പങ്ക് വഹിച്ചു. വിലക്കയറ്റത്തെയും ക്ഷാമത്തെയും ചെറുത്തുനില്ക്കാനുള്ള സമിതി (PIFRC- Price Increase and Famine Resistance Committee) എന്ന പേരിൽ വിപുലമായ അടിത്തറയുള്ള ഒരു വേദി രൂപീകരിച്ചുകൊണ്ട് വൻതോതിൽ ബഹുജനങ്ങളെയാകെ അണിനിരത്തുന്നതിന് പാർട്ടി മുൻകൈയടുത്തു. പി ഐ എഫ് ആർ സിയിലൂടെ ഏറ്റവും രൂക്ഷമായ പ്രതിസന്ധിക്കിടയിൽ പോലും ഒരിക്കലും സാഹചര്യങ്ങൾ കൈവിട്ടുപോകാതിരിക്കാനും കമ്മിറ്റിയുടെ തീരുമാനങ്ങൾക്ക് രൂപം നല്കാനും അവ നടപ്പിലാക്കുന്നതിനും പാർട്ടി അളവറ്റ സംഭാവനയാണ് നല്കിയത്. പാർട്ടി കേഡർമാർ എപ്പോഴും എവിടെയും ജനങ്ങൾക്കൊപ്പമുണ്ടായിരുന്നു– ലാത്തിച്ചാർജ്ജുകളുടെയും വെടിവയ്പുകളുടെയും നടുവിൽ, ഗുണ്ടകൾക്കും ശത്രുചാരന്മാർക്കുമെതിരായ പോരാട്ടത്തിൽ, കലിയിളകിയ ജനങ്ങൾ അവരുടെ വെറുപ്പും വിദ്വേഷവും അനഭിലഷണീയമായ മാർഗ്ഗങ്ങളിലേക്ക് വഴിതിരിയുന്നത് അനുവദിക്കാതെ അവരിൽ പ്രേരണ ചെലുത്താനുള്ള പരിശ്രമങ്ങളിലെല്ലാം പാർട്ടി കാഡർമാർ ജനങ്ങൾക്കിടയിൽത്തന്നെ നിറഞ്ഞുനിന്നു.

ഫെബ്രുവരിയിൽ ബജറ്റ് സമ്മേളനകാലത്ത് സംസ്ഥാനത്തെ ഭക്ഷ്യപ്രതിസന്ധി പരിഹരിക്കുന്നതിനു പി ഐ എഫ് ആർ സി നിർദ്ദേശിച്ച കാര്യങ്ങൾ നിയമസഭാവേദിയിൽ നിയമസഭാംഗങ്ങളായിരുന്ന കമ്യൂണിസ്റ്റ് പാർട്ടി നേതാക്കൾ ഉന്നയിച്ചു. പക്ഷേ, അതനുസരിച്ച് പ്രവർത്തിക്കാൻ ഗവൺമെന്റ് വിസമ്മതിച്ചു; അതിനുപകരം കച്ചവടക്കാർക്ക് കൊള്ളലാഭമുണ്ടാക്കാനുള്ള സൗകര്യങ്ങൾ ഒരുക്കിക്കൊടുക്കുകയാണുണ്ടായത്. പഞ്ഞമാസങ്ങൾ അടുത്തതോടെ ഗവൺമെന്റ് വില നിയന്ത്രണ ഉത്തരവ് സസ്പെൻഡ് ചെയ്തു; അങ്ങനെ കൊള്ളലാഭമടിക്കലിനും കരിഞ്ചന്തയ്ക്കും നിയമസാധുത നല്കി. കർഷകരിൽനിന്ന് നേരിട്ട് ആവശ്യമായത്ര അളവിൽ നെല്ലും അരിയും സംഭരിക്കാൻ സർക്കാർ തയ്യാറായതുമില്ല; റൈസ് മില്ലുകളുടെ ഉല്പാദനത്തിന്മേലുള്ള ലെവി വർദ്ധിപ്പിക്കണമെന്നുള്ള ആവശ്യവും നിരാകരിക്കപ്പെട്ടു. നിയമസഭയിൽ

കമ്യൂണിസ്റ്റു പാർട്ടി അവതരിപ്പിച്ച അവിശ്വാസപ്രമേയം, തീർത്തും ജനവിരുദ്ധവും പൂഴ്ത്തിവയ്പുകാർക്കനുകൂലവുമായ ഗവൺമെന്റിന്റെ ഭക്ഷ്യനയത്തെ തുറന്നുകാട്ടി.

പി ഐ എഫ് ആർ സിയിലൂടെ കമ്യൂണിസ്റ്റു പാർട്ടി ഗവൺമെന്റിനു മുന്നിൽ പരിഗണനയ്ക്കായി സമഗ്രമായ ഒരു ബദൽനയം അവതരിപ്പിച്ചു. സംസ്ഥാനത്ത് ഭക്ഷ്യഉല്പാദനം വർദ്ധിപ്പിക്കുന്നതിനു സ്വീകരിക്കേണ്ടതും കർഷകരിൽനിന്ന് നേരിട്ട് വാങ്ങുന്ന ധാന്യങ്ങളുടെ ശരിയായ വിതരണം ഉറപ്പുവരുത്തുന്നതിനുമുള്ള നടപടികളെയും വൃദ്ധർക്കും അശരണർക്കും തൊഴിൽരഹിതർക്കും നല്കേണ്ട ചില ആശ്വാസനടപടികളെയും കുറിച്ചെല്ലാമുള്ള നടപടികളാണ് കമ്യൂണിസ്റ്റു പാർട്ടി മുന്നോട്ടുവച്ച ബദൽ നയങ്ങൾ. ആ കാലത്ത് കേരളത്തിൽ കമ്യൂണിസ്റ്റ് പാർട്ടിയുടെ നേതൃത്വത്തിലുള്ള ഗവൺമെന്റ് ചെയ്തതുപോലെ എല്ലാതലങ്ങളിലും ഭക്ഷ്യഉപദേശകസമിതികൾ രൂപീകരിക്കണമെന്ന നിർദ്ദേശവും പാർട്ടി മുന്നോട്ടുവച്ചു. ഭൂരഹിതരായ കർഷകത്തൊഴിലാളികൾക്കും ദരിദ്ര കർഷകർക്കും മിച്ചഭൂമി വിതരണം ചെയ്യണമെന്നും ആവശ്യക്കാരായ മുഴുവൻ ആളുകൾക്കും ബാധകമാകത്തക്കവിധം റേഷൻ പദ്ധതി പരിഷ്കരിച്ച് വിപുലപ്പെടുത്തണമെന്നും ആവശ്യമായത്ര ഭക്ഷ്യശേഖരമുണ്ടാക്കണമെന്നും വിലകൾ കുറയ്ക്കണമെന്നും പൂഴ്ത്തിവെയ്പും ഊഹക്കച്ചവടവും തടയണമെന്നും കമ്യൂണിസ്റ്റ് പാർട്ടി നിർദ്ദേശിക്കുകയുണ്ടായി.

ഈ ആവശ്യങ്ങൾ അംഗീകരിക്കുന്നതിനു പകരം സംസ്ഥാനത്തെ കോൺഗ്രസ് ഗവൺമെന്റ് കമ്യൂണിസ്റ്റുപാർട്ടിയും പി ഐ എഫ് ആർ സിയും നല്കിയ ആവശ്യങ്ങളെല്ലാം ധിക്കാരപൂർവ്വം തള്ളിക്കളയുകയായിരുന്നു. ഭക്ഷ്യസ്ഥിതി വഷളായതിനെത്തുടർന്ന് കമ്യൂണിസ്റ്റു പാർട്ടി പിഐ എഫ് ആർ സിയിലൂടെ പ്രക്ഷോഭത്തിലണിനിരക്കാൻ ജനങ്ങളോട് ആഹ്വാനം ചെയ്തു. സംസ്ഥാനത്തുടനീളം റാലികളും പ്രകടനങ്ങളും നടന്നു; ചുരുങ്ങിയ സമയത്തിനുള്ളിൽ പ്രക്ഷോഭം സംസ്ഥാനവ്യാപകമായി പടർന്നുപിടിച്ചു. ഇതിനെ തുടർന്ന് പൊതുപണിമുടക്കിന് ആഹ്വാനം നല്കപ്പെട്ടു; തൊഴിലാളിവർഗ്ഗത്തിൽനിന്ന് അഭൂതപൂർവ്വമായ പിന്തുണയാണ് അതിനു ലഭിച്ചത്. ഈ പ്രക്ഷോഭങ്ങൾ കൊണ്ടൊന്നും കോൺഗ്രസ് ഗവൺമെന്റിന്റെ മർക്കടമുഷ്ടിയിൽ മാറ്റം വരുത്താനായില്ല.

മറ്റൊരു മാർഗ്ഗവുമില്ലാതെ ഒടുവിൽ പി ഐ എഫ് ആർ സി പ്രത്യക്ഷസമരത്തിന് ആഹ്വാനം ചെയ്യുകയുണ്ടായി. സമരം ആദ്യം ആരംഭിച്ചത് ജൂലൈ 13 ന് മിഡ്നാപ്പൂർ ജില്ലയിലായിരുന്നു; പത്ത് ദിവസത്തിനുള്ളിൽ മറ്റെല്ലാ ജില്ലകളിലേക്കും അത് പടർന്നുപിടിച്ചു. ആഗസ്ത് 8 ന് സംസ്ഥാന ഭക്ഷ്യ കൺവെൻഷൻ സംഘടിപ്പിക്കപ്പെട്ടു; ആഗസ്ത് 20 മുതൽ സംസ്ഥാനത്തുടനീളം പ്രത്യക്ഷസമരം ആരംഭിക്കാൻ കൺവെൻഷൻ ആഹ്വാനം ചെയ്തു. ആ ദിവസം മുതൽ പ്രക്ഷോഭത്തിന്റെ ശ

ക്തിവർദ്ധിച്ചു; പിന്നീട് സംഗതികൾ ത്വരിതഗതിയിലാണ് മുന്നേറിയത്.

ബി സി റോയി ഗവൺമെന്റ് പ്രക്ഷോഭത്തിനെതിരെ നടപടിയെടുക്കാനാരംഭിച്ചു; ആദ്യം ഇടതുപക്ഷ പാർട്ടികളുടെയും ട്രേഡ് യൂണിയനുകളുടെയും കിസാൻ സഭയുടെയും മറ്റു ബഹുജന സംഘടനകളുടെയും 100 ൽ അധികം നേതാക്കളെ അറസ്റ്റ് ചെയ്തു. പ്രക്ഷോഭത്തെ ദുർബ്ബലമാക്കാനുള്ള മിന്നലാക്രമണമായി ഇത് ഉയർത്തിക്കാണിക്കപ്പെട്ടു; എന്നാൽ ലക്ഷ്യം കൈവരിക്കുന്നതിൽ അത് പരാജയപ്പെട്ടു. പ്രത്യക്ഷ സമരപരിപാടികൾ ആരംഭിക്കാൻ നിശ്ചയിച്ചിരുന്ന ആഗസ്ത് 20 ന് ആയിരക്കണക്കിനാളുകൾ തെരുവിലിറങ്ങി; ഇത് പ്രക്ഷോഭത്തിന് അഭൂതപൂർവ്വമായ ബഹുജന സ്വഭാവം നല്കി. കൽക്കത്തയിൽ 30,000ത്തിലേറെ ആളുകൾ അണിനിരന്നു; ഭക്ഷ്യമന്ത്രിയുടെ വീടിനുമുന്നിൽ പ്രകടനം നടത്താൻ അവർ മുന്നോട്ടുനീങ്ങി. ആഗസ്ത് 31 ന് കൽക്കത്തയിൽ പടുകൂറ്റൻറാലി സംഘടിപ്പിക്കുന്നതിനും സെപ്തംബർ 3 ന് സംസ്ഥാന വ്യാപകമായി പൊതുപണിമുടക്കും ഹർത്താലും നടത്തുന്നതിനും പി ഐ എഫ് ആർ സി ആഹ്വാനം ചെയ്തു. പി ഐ എഫ് ആർ സിയുടെ ഈ തീരുമാനങ്ങളും ബംഗാളിലെ ജനങ്ങളിൽനിന്നും അതിനു ലഭിച്ച അനുകൂല പ്രതികരണങ്ങളും ഗവൺമെന്റിനെ പരിഭ്രാന്തമാക്കി. ആഗസ്ത് 25 മുതൽ ഗവൺമെന്റ് സംസ്ഥാനത്തുടനീളം കിരാതമായ അടിച്ചമർത്തൽ ആരംഭിച്ചു. സെപ്തംബർ ഒന്നിന് വിദ്യാർത്ഥികളും പ്രതിഷേധസമരത്തിൽ അണിചേർന്നു; കൽക്കത്തയിലെ കോളേജ് സ്ട്രീറ്റ് രൂക്ഷമായ ഏറ്റുമുട്ടലിന്റെ വേദിയായി മാറി. ആഗസ്ത് 31 നും സെപ്തംബർ 4 നും ഇടയിൽ 80 ൽ അധികം ആളുകൾ പൊലീസ് വെടിവയ്പിലും ലാത്തിച്ചാർജ്ജിലും കൊല്ലപ്പെട്ടു. മൂവായിരത്തിലേറെ ആളുകൾക്ക് പരിക്കേറ്റു; കുറഞ്ഞത് 200 പേരെയെങ്കിലും കാണാതായി; ആയിരക്കണക്കിനാളുകൾ അറസ്റ്റ് ചെയ്യപ്പെട്ടു.

ഐക്യനിര തകർക്കുന്നതിനായി പൊലീസ് തൊഴിലാളിവർഗ്ഗത്തിന്റെ പാർപ്പിടപ്രദേശങ്ങൾ (ബസ്തികൾ), റെയ്ഡ് ചെയ്യുകയും അന്തേവാസികളെ ക്രൂരമായി തല്ലിച്ചതയ്ക്കുകയും ചെയ്തു. അതുകൊണ്ടും കലിയടങ്ങാത്ത പൊലീസ് ഈ ബസ്തികൾക്കുനേരെ ടിയർ ഗ്യാസ് പ്രയോഗിച്ചു. ഇതുകൊണ്ടൊന്നും ഭയപ്പെടാതെ തൊഴിലാളിവർഗ്ഗം ഒന്നടങ്കം വിജയകരമായ പൊതുപണിമുടക്കിൽ പങ്കെടുത്തു. വ്യാവസായിക മേഖലയാകെ വലിയൊരു തൊഴിലാളിവർഗ്ഗ മുന്നേറ്റത്തിന് സാക്ഷ്യം വഹിച്ചു. തൊഴിലാളിവർഗ്ഗത്തിന്റെ അണികളിലെ ഐക്യം തകർക്കുന്നതിന് ഗവൺമെന്റ് ബംഗാളി–ബിഹാറി സ്വത്വത്തിന്റെ പേരിൽ തൊഴിലാളികൾക്കിടയിൽ ഭിന്നത വളർത്താനും ശ്രമിച്ചു. എന്നാൽ ഗവൺമെന്റ് കൈക്കൊണ്ട ഈ നടപടികൾക്കൊന്നിനും തൊഴിലാളിവർഗ്ഗവും കർഷകജനതയും തമ്മിലുള്ള ഐക്യം തകർക്കാൻ കഴിഞ്ഞില്ല.

അറസ്റ്റുചെയ്യപ്പെട്ട ആളുകളെ സംബന്ധിച്ചുള്ള ഒരു പഠനം വെളിപ്പെടുത്തുന്നത് അവരിൽ 75 ശതമാനത്തിലേറെ പേരും കർഷകരാണെ

ന്നാണ്; അവശേഷിക്കുന്നവർ തൊഴിലാളികളും വിദ്യാർത്ഥികളും ഇടത്തരം ജീവനക്കാരുമായിരുന്നു. ഈ വിഭാഗങ്ങളിലെല്ലാംപെട്ട ആയിരക്കണക്കിന് സ്ത്രീകളും അറസ്റ്റ് വരിച്ചു.

മുഖ്യമന്ത്രി ബി സി റോയി നേരിട്ട് നിയന്ത്രിച്ച പൈശാചികമായ പൊലീസ് അക്രമം മുൻപൊരുകാലത്തും കണ്ടിട്ടില്ലാത്തത്ര ഭീകരമായിരുന്നു. ജനങ്ങൾക്ക് പിന്തിരിഞ്ഞു പോകാനുള്ള എല്ലാ വഴികളും പൊലീസ് അടയ്ക്കുകയും പ്രകടനം നടത്തിയിരുന്ന ജനങ്ങൾക്കു ചുറ്റും വമ്പിച്ച പൊലീസ് വലയം തീർക്കുകയും ജനങ്ങളെ അതിഭീകരമായി തല്ലിച്ചതയ്ക്കുകയും ചെയ്ത നിരവധി ദൃഷ്ടാന്തങ്ങളുണ്ട്. ആളുകൾക്കുണ്ടായ പരിക്കുകളിൽ നിന്ന് വ്യക്തമാകുന്നത് പ്രതിഷേധക്കാർക്ക് ഗുരുതരമായ പരിക്കേല്പിക്കാനും അവരെ കൊല്ലുക എന്ന ഉദ്ദേശ്യത്തോടെയും തന്നെയാണ് പൊലീസ് വെടിവച്ചതെന്നാണ്. അറസ്റ്റ് ചെയ്യപ്പെട്ടവരെപോലും പൊലീസ് ലോക്കപ്പുകളിൽ മനുഷ്യത്വരഹിതമായ മർദ്ദനമുറകൾക്ക് വിധേയരാക്കി. അവർ നടത്തിയ കൂട്ടക്കശാപ്പിന്റെ തെളിവുകൾ നശിപ്പിക്കുന്നതിനായി പൊലീസ് അർദ്ധരാത്രി നേരത്ത് രക്തസാക്ഷികളുടെ അനവധി ശവശരീരങ്ങൾ കത്തിച്ചുകളഞ്ഞുവെന്നതാണ് ഏറ്റവും ഭീകരമായ സംഗതി. കൽക്കത്തയിലെയും ഹൗറയിലെയും എല്ലാ പ്രദേശങ്ങളും പൊലീസിന്റെ ഇത്തരം ഭീകരമായ നരനായാട്ടിന്റെ രംഗങ്ങളായിരുന്നു.

ഈ പ്രതിഷേധങ്ങളിലുടനീളം കമ്യൂണിസ്റ്റു പാർട്ടി ധീരോദാത്തമായ പങ്ക് വഹിച്ചു. പ്രത്യേകിച്ചും പാർട്ടി ദിനപ്പത്രമായ *സ്വാധീനത* വഹിച്ച പങ്ക് ശ്രദ്ധേയമായിരുന്നു. പത്രത്തിലും അതച്ചടിച്ചിരുന്ന പ്രസ്സിലും പണിയെടുത്തിരുന്ന സഖാക്കൾ പത്രത്തെ ശരിക്കുമൊരു ജനകീയ മുഖ പത്രമായി പരിവർത്തനപ്പെടുത്തി; പോരാട്ടത്തിന്റെ തികച്ചും കരുത്തുറ്റ ഒരായുധമായിരുന്നു ആ പത്രം. ഭീകരമായ അപകടങ്ങൾ ധീരമായി നേരിട്ടുകൊണ്ട്, അവർ ഞെട്ടിപ്പിക്കുന്ന വിവരങ്ങളും പൊലീസ് ഭീകരതയുടെ ഫോട്ടോകളും ശേഖരിക്കുകയും അതെല്ലാം പത്രത്തിൽ അച്ചടിക്കുകയും ചെയ്തത് ജനങ്ങളെ സമരോത്സുകരാക്കി.

കമ്യൂണിസ്റ്റ് പാർട്ടിയുടെ കേന്ദ്ര കമ്മിറ്റി ബംഗാൾ ജനതയുടെ ഈ പോരാട്ടത്തെ അഭിനന്ദിക്കുകയും രാജ്യത്തുടനീളം ഐക്യദാർഢ്യ പ്രക്ഷോഭത്തിന് ആഹ്വാനം ചെയ്യുകയുമുണ്ടായി. കോൺഗ്രസ് ഗവൺമെന്റിന്റെ നടപടികളെ രാജ്യമാസകലമുള്ള ജനങ്ങൾ അപലപിച്ചു. ഇതേ കാലത്ത് 'ജനാധിപത്യ സംരക്ഷണ'ത്തിന്റെ പേരിൽ കേരളത്തിലെ കമ്യൂണിസ്റ്റ് ഗവൺമെന്റിനെ പിരിച്ചുവിട്ട നടപടി കോൺഗ്രസിന്റെ വർഗ്ഗ സ്വഭാവം കൂടുതൽ തുറന്നുകാണിക്കുന്നതിനിടയാക്കി. അതേസമയം ബംഗാളിൽ ഇതേ കോൺഗ്രസ് ഗവൺമെന്റ് തന്നെയാണ് ജനങ്ങളുടെ അവകാശങ്ങൾ കവർന്നെടുത്തുകൊണ്ട് ശിക്ഷാഭയമില്ലാതെ ജനാധിപത്യ തത്ത്വങ്ങളെ ലംഘിച്ചത്.

കോൺഗ്രസിന്റെ ഇരട്ടത്താപ്പ് തുറന്നുകാട്ടപ്പെട്ടു എന്നതിനു പുറമേ

കോൺഗ്രസും കമ്യൂണിസ്റ്റു പാർട്ടിയും തമ്മിലുള്ള വ്യത്യാസം ഇതിനെക്കാൾ വ്യക്തതയോടെ മുൻപൊരിക്കലും ജനങ്ങൾക്ക് ബോദ്ധ്യമായിരുന്നില്ല. 1959 ലെ ഭക്ഷ്യപ്രക്ഷോഭവും സി പി ഐയ്ക്കുള്ളിൽ നിലനിന്നിരുന്ന ഉൾപ്പാർട്ടി ചർച്ചകളിൽ സ്വാധീനം ചെലുത്തുകയുണ്ടായി–പ്രത്യേകിച്ചും കോൺഗ്രസ് പാർട്ടിയോടുള്ള സമീപനത്തെ സംബന്ധിച്ച്.

ചിരസ്മാരകമായ ഒരു രക്തസാക്ഷിമണ്ഡപത്തിന് തറക്കല്ലിട്ട ദിവസം തന്നെ, 1959 സെപ്തംബർ 26 ന് ഭക്ഷ്യപ്രക്ഷോഭം പിൻവലിക്കുന്നതായി പിഐഎഫ്ആർസി ഔപചാരികമായി പ്രഖ്യാപിച്ചു. കൽക്കത്തയിൽ നടത്തിയ അവിസ്മരണീയമായ നിശ്ശബ്ദറാലി പൊലീസ് നിഷ്ഠുരതകളെക്കുറിച്ച് പൊതു അന്വേഷണം വേണമെന്നും രക്തസാക്ഷിത്വം വരിച്ചവരുടെ കുടുംബങ്ങൾക്ക് കൃത്യമായ നഷ്ടപരിഹാരം നല്കണമെന്നും സംസ്ഥാന ഭക്ഷ്യമന്ത്രി ഉടൻ രാജിവയ്ക്കണമെന്നും ആവശ്യപ്പെടുകയുണ്ടായി.

ഭക്ഷ്യപ്രക്ഷോഭത്തിന്റെ ആവേശവും അതിന്റെ അലയൊലികളും തുടർന്നും മാറ്റൊലിക്കൊണ്ടിരുന്നു.

പഞ്ചാബിലെ ബെറ്റർമെന്റ് ലെവിക്കെതിരായ സമരം

ആയിരത്തി തൊള്ളായിരത്തി അൻപത്തി ഒൻപതിൽ ബെറ്റർമെന്റ് ലെവിക്കെതിരായി പഞ്ചാബിലെ കർഷകർ നടത്തിയ ധീരോദാത്തമായ പോരാട്ടം ഇന്ത്യൻ കർഷക പ്രസ്ഥാനത്തിന്റെ ചരിത്രത്തിലെ മഹനീയമായ അദ്ധ്യായങ്ങളിലൊന്നാണ്. ഐതിഹാസികമായ തെലങ്കാന സമരത്തിനുശേഷം സ്വാതന്ത്ര്യാനന്തര കാലഘട്ടത്തിൽ നടന്ന ഏറ്റവും വലിയ സമരമാണിത്; ഇതിൽ കർഷകരുടെ സാദ്ധ്യമായേടത്തോളം വിപുലമായ ഐക്യം ഊട്ടിയുറപ്പിക്കപ്പെട്ടു; കർഷകത്തൊഴിലാളികളുടെയും മറ്റു ജനവിഭാഗങ്ങളുടെയും പിന്തുണ അവരുടെ രാഷ്ട്രീയ ബന്ധങ്ങൾക്കുപരിയായി നേടിയെടുക്കാനും കർഷകർക്ക് കഴിഞ്ഞു.

പഞ്ചാബിലെ കർഷകജനതയുടെ സമാധാനപരമായ പ്രക്ഷോഭം കർഷകരുടെയും കർഷകത്തൊഴിലാളികളുടെയും അമർത്തിവയ്ക്കപ്പെട്ട അസംതൃപ്തിയുടെ ബഹിർസ്ഫുരണമായിരുന്നു. ആഴമേറിക്കൊണ്ടിരുന്ന കാർഷിക പ്രതിസന്ധിക്കെതിരായ കർഷകജനതയുടെ അമർഷത്തിന്റെ ബഹിർസ്ഫുരണവുമായിരുന്നു അത്; പ്രതിസന്ധിയുടെ ഭാരമാകെ കർഷകജനതയുടെ ചുമലിൽ ഇടുകയെന്ന ലക്ഷ്യത്തോടെയുള്ള ഗവൺമെന്റിന്റെ ജനവിരുദ്ധനയങ്ങളുടെ ഫലമായിരുന്നു ഇത്. കർഷകജനതയുടെ അസംതൃപ്തി ബെറ്റർമെന്റ് ലെവിക്കെതിരായ സമരത്തിലാണ് പ്രകടിപ്പിക്കപ്പെട്ടതെങ്കിലും സ്വാതന്ത്ര്യം ലഭിച്ച കാലംമുതൽ ഗവൺമെന്റ് പിന്തുടർന്നിരുന്ന ജനവിരുദ്ധ നയങ്ങളുടെ സഞ്ചിതഫലം മൂലം ഉയർന്നുവന്നതാണ് അത്.

സ്വാതന്ത്ര്യാനന്തരം പഞ്ചാബിലെ ജനങ്ങൾക്കുമേലുള്ള നികുതി ബാദ്ധ്യത ആളൊന്നിന് 14 രൂപ ആയിരുന്നത് 25 രൂപയായി വർദ്ധിപ്പിക്കപ്പെട്ടു. കടബാദ്ധ്യതയും ദ്രുതഗതിയിൽ വർദ്ധിച്ചു. ഇതിനെല്ലാം പുറമേ

ഭൂമിയിൽനിന്ന് ലക്ഷക്കണക്കിന് കുടിയാന്മാർ ഒഴിപ്പിക്കപ്പെടുകയും അവർ കർഷകത്തൊഴിലാളികളുടെ നിരയിലേക്ക് എത്തിച്ചേരാൻ നിർബ്ബന്ധിതരാവുകയും ചെയ്തപ്പോൾ തൊഴിലില്ലായ്മയും വർദ്ധിച്ചു. പഞ്ചാബിലെ കർഷകരെ കമ്പോളശക്തികളും കൊള്ളയടിക്കുകയുണ്ടായി.

1952 ൽ ഭക്ര കനാൽ സംവിധാനം പൂർത്തിയാകുന്നതിനുമുൻപ് പഞ്ചാബ് ഗവൺമെന്റ് ബെറ്റർമെന്റ് ലെവി അടിച്ചേല്പിക്കുന്നതിനുള്ള ഒരു നിയമം കൊണ്ടുവന്നു; ഈ നികുതിയിലൂടെ കനാൽ സംവിധാനത്തിനുവേണ്ട ചെലവുകളാകെ നിറവേറ്റുക എന്ന ലക്ഷ്യത്തോടെയായിരുന്നു നിയമം കൊണ്ടുവന്നത്. തുടക്കം മുതൽ തന്നെ കമ്യൂണിസ്റ്റ് പാർട്ടിയും കിസാൻസഭയും ഈ നിയമനിർമ്മാണത്തെ എതിർത്തു. നികുതി അടിച്ചേല്പിക്കുന്നതോടെ കൃഷിയിൽ നിക്ഷേപിക്കാൻ കർഷകജനതയുടെ കൈവശം ബാക്കിയൊന്നും അവശേഷിക്കില്ലെന്നും ദരിദ്രവിഭാഗങ്ങളെ സംബന്ധിച്ചിടത്തോളം തങ്ങളുടെ ഭൂമി വില്ക്കാൻതന്നെ അവർ നിർബ്ബന്ധിതരാകുമെന്നുമാണ് കമ്യൂണിസ്റ്റ് പാർട്ടിയും കിസാൻസഭയും വാദിച്ചത്. എന്നാൽ കോൺഗ്രസ് ഗവൺമെന്റ് ഇതിനൊന്നും ചെവികൊടുക്കാൻ തയ്യാറായില്ല; പകരം 1959 ജനുവരിയിൽ നികുതി പിരിവ് മുൻകൂറായി നടത്തി, ബെറ്റർമെന്റ് ലെവി യാഥാർത്ഥ്യമാക്കുന്നതിന് ഗവൺമെന്റ് ഓർഡിനൻസ് പുറത്തിറക്കി. ഗവൺമെന്റിന്റെ പ്രകോപനപരമായ നടപടി എരിതീയിൽ എണ്ണയൊഴിക്കുന്നതിനു തുല്യമായി.

1957 അവസാനവും 1958 ആദ്യവും അസെസ്മെന്റ് നോട്ടീസുകൾ നല്കപ്പെട്ടപ്പോൾ സംസ്ഥാനമാകെയുള്ള കർഷകജനത രോഷാകുലരായി. കൂട്ടനിവേദനങ്ങളിലൂടെയും ഒപ്പുശേഖരണങ്ങളിലൂടെയും കൺവെൻഷനുകളിലൂടെയും സമ്മേളനങ്ങളിലൂടെയും പ്രകടനങ്ങളിലൂടെയുമാണ് അവർ തങ്ങളുടെ രോഷം പ്രകടിപ്പിച്ചത്. അസെസ്മെന്റ് നോട്ടീസുകൾക്കെതിരെ 11,000ത്തിലധികം കർഷകരാണ് ഒറ്റയ്ക്കൊറ്റയ്ക്ക് നിയമപരമായ തടസ്സവാദങ്ങൾ ഫയൽ ചെയ്തത്. 1958 ഫെബ്രുവരിയിൽ കമ്യൂണിസ്റ്റ് പാർട്ടിയും കിസാൻസഭയും ഗവൺമെന്റിന് നിവേദനം നല്കി. ചണ്ഡീഗഡിൽ ഒരു സർവ്വകക്ഷി കൺവെൻഷൻ ചേരുകയും സംയുക്ത സമിതിക്ക് രൂപം നല്കുകയുമുണ്ടായി; ഈ സംയുക്ത സമിതി സംസ്ഥാന ഗവൺമെന്റിന് ഒരു നിവേദനം നല്കി. 1958 സെപ്തംബറിൽ സംസ്ഥാനത്തുടനീളം കർഷകരുടെ വമ്പിച്ച പ്രകടനങ്ങൾ നടത്തുകയുണ്ടായി; അതിൽ ഒരുലക്ഷത്തിലധികം കർഷകർ പങ്കെടുത്തു. ഗവൺമെന്റിന്റെ ഒരു വാദത്തെയും കിസാൻസഭ ചോദ്യം ചെയ്യാതിരുന്നില്ല. കിസാൻസഭയുടെ വാദഗതികളിലൂടെ സംസ്ഥാനത്തെ ജനാധിപത്യ ചിന്താഗതിക്കാരായ ആളുകളുടെയാകെ പിന്തുണയാർജ്ജിക്കാൻ കഴിഞ്ഞു.

കിസാൻസഭ വിവിധ തലങ്ങളിൽ സമരസമിതികൾക്ക് രൂപം നല്കി; സത്യാഗ്രഹത്തിന് സന്നദ്ധ ഭടന്മാരുടെ പട്ടിക തയ്യാറാക്കി. അളവറ്റ വിധമായിരുന്നു പ്രതികരണം. ജനുവരി മൂന്നാം വാരത്തോടെ ലക്ഷ്യം നേ

ടുന്നതിനായി എന്തു ത്യാഗത്തിനും തയ്യാറുള്ള പതിനായിരത്തിലധികം സന്നദ്ധ ഭടന്മാരുടെ പേര് ചേർക്കപ്പെട്ടു. സംസ്ഥാനതലത്തിലുള്ള ഒരു സമരസമിതിയും രൂപീകരിക്കപ്പെട്ടു; അത് ഒളിവിലാണ് പ്രവർത്തിച്ചത്.

1959 ജനുവരിയിൽ പഞ്ചാബിലെ ഭക്ഷ്യ സ്ഥിതി വഷളായി. 1958 ൽ കർഷകർ ക്വിന്റലിന് 34 രൂപ നിരക്കിൽ ഗോതമ്പ് വില്ക്കാൻ നിർബ്ബന്ധിതരായി; എന്നാൽ ആറോ ഏഴോ മാസത്തിനുശേഷം മാത്രമേ കർഷകത്തൊഴിലാളികൾക്കും ദരിദ്ര കർഷകർക്കും അത് വാങ്ങാനാകുമായിരുന്നുള്ളൂ; അതിനുതന്നെ ഇരട്ടിവിലയും കൊടുക്കണമായിരുന്നു. ഗവൺമെന്റ് ഭക്ഷ്യധാന്യങ്ങൾ ശേഖരിക്കുകയോ കൃത്യമായ ഒരു വിതരണ സംവിധാനം സംഘടിപ്പിക്കുകയോ ചെയ്തില്ല. ഭക്ഷ്യധാന്യങ്ങൾക്ക് പ്രഖ്യാപിക്കപ്പെട്ട വിലകളാകട്ടെ കേവലം കടലാസിലുമായിരുന്നു. പ്രക്ഷോഭം ആരംഭിക്കുന്നതിനായി ജനത ഭക്ഷ്യകമ്മിറ്റികൾ രൂപീകരിക്കുന്നതിന് കമ്യൂണിസ്റ്റ് പാർട്ടിയും കിസാൻസഭയും മുൻകൈയെടുത്തു. ആയിരക്കണക്കിന് കർഷകത്തൊഴിലാളികളും തൊഴിലാളികളും പട്ടണങ്ങളിലെ ദരിദ്രവിഭാഗങ്ങളും ഇടത്തരക്കാരും ഈ പ്രക്ഷോഭത്തിൽ അണിനിരക്കുകയുണ്ടായി. ഗവൺമെന്റിന്റെ ജനവിരുദ്ധ ഭക്ഷ്യനയം കർഷകത്തൊഴിലാളികളുടെയും നഗരങ്ങളിലെ ജനങ്ങളുടെയും അനുഭാവം ബെറ്റർമെന്റ് ലെവിക്കെതിരായ സമരത്തിൽ ഏർപ്പെട്ടിരുന്ന കർഷകരോടാകുന്നതിനിടയാക്കി.

1959 ജനുവരി 21 ന് കൃഷിക്കാർക്ക് നോട്ടീസ് നല്കപ്പെട്ടപ്പോഴാണ്, നാല് ജില്ലകളിൽ ബെറ്റർമെന്റ് ലെവിക്കെതിരായ സമരം ആരംഭിച്ചത്. രണ്ടാഴ്ച പിന്നിട്ടപ്പോൾ മറ്റു നാല് ജില്ലകളിലേക്ക് കൂടി അത് വ്യാപിച്ചു; പിന്നീട് ഇത് ബാധകമായ 9 ജില്ലകളിലും വ്യാപിച്ചു; ചുരുങ്ങിയ കാലാവധിക്കുള്ളിൽ സംസ്ഥാനത്തിന്റെയാകെ ശ്രദ്ധ ഈ സമരത്തിലേക്ക് പതിഞ്ഞു. സത്യഗ്രഹികളെ സ്വാഗതം ചെയ്യാൻ ഗ്രാമങ്ങൾ ഒന്നാകെ ഒത്തുകൂടി; സത്യഗ്രഹികൾ ജാഥയായി ഗ്രാമങ്ങളിൽ ചുറ്റിയപ്പോൾ ആയിരങ്ങളാണ് അവരെ അനുഗമിച്ചത്. കർഷകജനതയുടെ കഷ്ടപ്പാടുകളെക്കുറിച്ചും സമരകാലത്ത് അവർ പ്രകടിപ്പിച്ച ധീരോദാത്തതയെക്കുറിച്ചും ആൺകുട്ടികളും പെൺകുട്ടികളും ഗാനങ്ങൾ രചിച്ച് ചിട്ടപ്പെടുത്തി; പുതിയൊരു സാംസ്കാരിക ഉണർവ്വ് ഇതോടെ സംജാതമായി.

ആരംഭം മുതൽ പ്രക്ഷോഭത്തിൽ ദരിദ്രരും ഇടത്തരക്കാരുമായ കർഷകർ പങ്കെടുത്തു; അതേസമയം ധനികകർഷകർ അടുത്തഘട്ടത്തിലാണ് പ്രക്ഷോഭത്തിൽ ചേർന്നത്. ബെറ്റർമെന്റ് ലെവി കർഷകത്തൊഴിലാളികളെ നേരിട്ട് ബാധിച്ചിരുന്നില്ലെങ്കിൽപ്പോലും ഐക്യദാർഢ്യം പ്രകടിപ്പിച്ചുകൊണ്ട് അവരും അറസ്റ്റു വരിച്ചു. ഭക്ഷ്യ പ്രക്ഷോഭത്തിന് കിസാൻ സഭ നല്കിയ പിന്തുണയും കൂലിവർദ്ധനയും ഭൂമിവിതരണവും അവർ ആവശ്യപ്പെട്ടതും ഇതിലേക്ക് കർഷകത്തൊഴിലാളികളെ ആകൃഷ്ടരാക്കി. ബെറ്റർമെന്റ് ലെവി പിരിക്കുന്നതിനുള്ള സ്ലിപ്പുകൾ പല നമ്പർദാർമാരും പിച്ചിച്ചീന്തിയെറിഞ്ഞു. ഈ പ്രക്ഷോഭ കാലത്ത് രണ്ടുമാ

സത്തോളം യോഗം ചേരാനോ ഏതെങ്കിലും ഗ്രാമത്തിൽ കടക്കുന്നതിനോപോലും മന്ത്രിമാർക്കും കോൺഗ്രസ് നേതാക്കൾക്കും കഴിഞ്ഞില്ല. കിസാൻസഭയുടെ നേതൃത്വത്തിൽ നടന്ന പ്രക്ഷോഭത്തിന് ഗ്രാമങ്ങളിലെ എല്ലാ കക്ഷികളും പിന്തുണ നല്കി. ഫെബ്രുവരി അവസാനത്തോടെ സംസ്ഥാനത്തിന്റെയാകെ അന്തരീക്ഷം വൈദ്യുതിപ്രവാഹമെന്നപോലെ ഉണർന്നു; ബെറ്റർമെന്റ് ലെവിക്കെതിരായ സമരം സംസ്ഥാനമാകെയുള്ള ജനങ്ങളുടെ ശ്രദ്ധയാകർഷിച്ചു.

വ്യത്യസ്ത രൂപങ്ങളിൽ ഈ പ്രക്ഷോഭത്തിൽ ലക്ഷക്കണക്കിനു കർഷകർ പങ്കെടുത്തു. പ്രകടനങ്ങളിൽ, ഗ്രാമങ്ങളിൽ പ്രഭാതങ്ങളിലെ ഘോഷയാത്രകളിൽ (പ്രഭാതഭേരികൾ), സത്യഗ്രഹികൾക്കുള്ള സ്വീകരണങ്ങളിൽ, സത്യഗ്രഹികൾക്കുമേൽ ചുമത്തപ്പെട്ട പിഴത്തുക ഈടാക്കുന്നതിനെതിരായ പോരാട്ടത്തിൽ, വീടുവീടാന്തരം സമരസന്ദേശം എത്തിക്കുന്നതിൽ എല്ലാം അവർ പങ്കെടുത്തു; സർക്കാരിന്റെ എല്ലാ മർദ്ദന നടപടികൾക്കെതിരെയും അവർ പൊരുതി. ഗവൺമെന്റ് പൂർണ്ണമായും പ്രതിരോധത്തിലാക്കപ്പെട്ടു. കർഷകർക്കിടയിൽ ഭിന്നിപ്പ് സൃഷ്ടിക്കാൻ ഗവൺമെന്റ് ശ്രമിച്ചു.

ആനുകൂല്യങ്ങളുടെയും വാഗ്ദാനങ്ങളുടെയും അടിസ്ഥാനത്തിൽ സമരത്തെ ദുർബ്ബലപ്പെടുത്താനുള്ള കോൺഗ്രസ് പ്രചാരണം പരാജയപ്പെട്ടതോടെ ഗവൺമെന്റ് കടുത്ത മർദ്ദനനടപടികൾ അവലംബിച്ചു. കിസാൻ സഭയുടെയും കമ്യൂണിസ്റ്റ് പാർട്ടിയുടെയും പ്രവർത്തകർക്കെല്ലാമെതിരെ അറസ്റ്റ് വാറന്റുകൾ പുറപ്പെടുവിച്ചു; പക്ഷേ, ഗവൺമെന്റിന് അവരെ അറസ്റ്റു ചെയ്യാൻ കഴിഞ്ഞില്ല; ഈ പരാജയത്തിൽ കലിപൂണ്ട സായുധ പൊലീസ് ഗ്രാമീണർക്കെതിരെ യന്ത്രത്തോക്കുകൾ ചൂണ്ടിക്കൊണ്ട് പല ഗ്രാമങ്ങൾക്കുചുറ്റും ഉപരോധം ഏർപ്പെടുത്തി; ജനങ്ങളുടെ സഞ്ചാര സ്വാതന്ത്ര്യം തടയാനും ഗ്രാമങ്ങളൊന്നടങ്കം കൊള്ളയടിക്കാനുമായിരുന്നു ഇത്; സത്യഗ്രഹികൾക്കുമേൽ ചുമത്തപ്പെട്ട പിഴ ഈടാക്കുന്നതിന്റെ പേരിൽ ഗ്രാമീണരുടെ വസ്തുവകകൾ ലേലം ചെയ്യാൻ പോലും പൊലീസ് മടിച്ചില്ല. കർഷകരെയും സത്യഗ്രഹികളെയും പൊലീസ് സ്റ്റേഷനുകളിലേക്ക് വലിച്ചിഴച്ച് കൊണ്ടുപോയിരുന്നു; നിർദ്ദയമായി അവരെ തല്ലിച്ചതച്ചു; സർക്കാർ ഉദ്യോഗസ്ഥർ നിയമം കൈയിലെടുത്തു; ജുഡീഷ്യറിയും എക്സിക്യൂട്ടീവും ഭരണകക്ഷിയുടെ കൈയിലെ ഉപകരണങ്ങളായി മാറി. എന്തെങ്കിലും നടപടിയെടുക്കുന്നതിനു രേഖാമൂലമുള്ള ഉത്തരവുകളൊന്നും ഉണ്ടായിരുന്നില്ല; ഉദ്യോഗസ്ഥർ അവർക്ക് തോന്നിയതെല്ലാം ചെയ്യുകയായിരുന്നു. ലാത്തിച്ചാർജും ടിയർ ഗ്യാസും വെടിവയ്പും കൊള്ളയടിക്കലും സാധാരണ നടപടികളായി മാറി. പൊലീസുമായി ഏറ്റുമുട്ടിയെന്ന കള്ളക്കേസുണ്ടാക്കി നൂറുകണക്കിനു സ്ത്രീപുരുഷന്മാരെ അറസ്റ്റ് ചെയ്തു. ജലന്ധർ ജില്ലയിലാണ് പൊലീസിന്റെ മർദ്ദന നടപടികൾ ഏറ്റവുമധികം കരാള രൂപം പ്രാപിച്ചത്. പൊലീസ് തങ്ങളുടെ ഗ്രാമങ്ങൾ വളഞ്ഞപ്പോൾ സ്ത്രീകൾ ആ

വെല്ലുവിളി ഏറ്റെടുക്കുകയും തിരിച്ചടിക്കുകയുമുണ്ടായി. പൊലീസ് അടിച്ചമർത്തലിനെ നേരിടുന്നതിൽ അവർ സമാനതകളില്ലാത്ത ധീരതയാണ് പ്രകടിപ്പിച്ചത്.

നിരവധി കമ്യൂണിസ്റ്റുകാരും കിസാൻസഭ പ്രവർത്തകരും പിടികിട്ടാപ്പുള്ളികളായി പ്രഖ്യാപിക്കപ്പെട്ടു; അവരുടെ സ്വത്ത് കണ്ടുകെട്ടുകയുമുണ്ടായി.

കിസാൻസഭയുടെ ഓഫീസ് പ്രവർത്തനം അസാദ്ധ്യമാക്കിത്തീർത്തു. കമ്യൂണിസ്റ്റ് പാർട്ടിയുടെ ഔദ്യോഗിക ദിനപത്രമായ *നവാൻ സാമ്ത്*യിലെ സ്റ്റാഫിനെ ഒന്നടങ്കം അറസ്റ്റ് ചെയ്ത് ജയിലിലടച്ചതുമൂലം അതിന്റെ പ്രസിദ്ധീകരണം നിർത്തി വയ്ക്കാൻ പാർട്ടി നിർബ്ബന്ധിതമായി. പത്രത്തിന്റെ സ്റ്റാഫ് അറസ്റ്റ് ചെയ്യപ്പെട്ടപ്പോൾ രണ്ടു ദിവസത്തിനുള്ളിൽ നിരവധിയാളുകൾ ആ ജോലി ഏറ്റെടുക്കാൻ മുന്നോട്ടുവരികയും പത്രം വീണ്ടും പ്രസിദ്ധീകരണം ആരംഭിക്കുകയും ചെയ്തതിൽനിന്നു തന്നെ ജനവികാരം എന്തായിരുന്നുവെന്ന് മനസ്സിലാക്കാവുന്നതാണ്.

ഗവൺമെന്റിന്റെ അടിച്ചമർത്തൽ സമീപനം സംസ്ഥാനത്തെ മുഴുവൻ ആളുകളെയും രോഷാകുലരാക്കി; പ്രക്ഷോഭത്തിനെതിരായ അടിച്ചമർത്തൽ തുടരാൻ ഗവൺമെന്റിനു സാധിക്കാത്ത സ്ഥിതിയിലായി. ഭരണരംഗമാകെ സ്തംഭിച്ചു. പ്രക്ഷോഭത്തിനുമുന്നിൽ കീഴടങ്ങുകയല്ലാതെ ഗവൺമെന്റിനു മറ്റൊരു പോംവഴിയുമില്ലെന്ന് വന്നു. ഒടുവിൽ ബെറ്റർമെന്റ് ലെവി കുറയ്ക്കണമെന്ന ആവശ്യവും കിസാൻസഭ ഉന്നയിച്ച മറ്റാവശ്യങ്ങളും മുഖ്യമന്ത്രി അംഗീകരിച്ചു. 1959 മാർച്ച് 22 ന് സമരം പിൻവലിച്ചു.

ഈ സമരത്തിലുടനീളം ജില്ലാ കോടതികളുടെ പ്രവർത്തനം തടഞ്ഞുകൊണ്ട് സത്യഗ്രഹം നടത്താൻ സന്നദ്ധരായി 19,000 വളണ്ടിയർമാർ മുന്നോട്ടുവന്നു; 10,000 ജയിലിലടയ്ക്കപ്പെട്ടു. 3000 വാളണ്ടിയർമാർക്ക് കടുത്ത പൊലീസ് മർദ്ദനം ഏല്ക്കേണ്ടതായി വന്നു; മറ്റു നൂറുകണക്കിനാളുകൾ പൊലീസ് സ്റ്റേഷനുകളിൽ പീഡിപ്പിക്കപ്പെട്ടു. മൂന്ന് സ്ത്രീകളുൾപ്പെടെ എട്ട് സഖാക്കൾ പൊലീസ് വെടിവെയ്പിൽ രക്തസാക്ഷികളായി; ഒരാൾ പൊലീസ് കസ്റ്റഡിയിൽവച്ചുള്ള മർദ്ദനത്തിൽ കൊല്ലപ്പെട്ടു; മറ്റു രണ്ടുപേർക്ക് ജയിലിൽ കഴിയവേ ജീവൻ നഷ്ടപ്പെട്ടു. പ്രക്ഷോഭം പിൻവലിച്ച ദിവസംപോലും സതഗ്രഹത്തിനു സന്നദ്ധരായി 250 സത്യഗ്രഹികൾ ചണ്ഡീഗഡിൽ എത്തിയിരുന്നു; മൂവായിരത്തിലധികം ആളുകൾ സംസ്ഥാനത്തെ വിവിധ ജില്ലകളിൽ ജില്ലാ കോടതികൾക്ക് മുന്നിലെത്തുകയും ധർണ ഇരിക്കുകയും ചെയ്തു.

ഈ പ്രക്ഷോഭം രാജസ്ഥാനെയും ബിഹാറിനെയും പോലെയുള്ള മറ്റു സംസ്ഥാനങ്ങളിലും ഗണ്യമായ അനന്തരഫലങ്ങൾക്കിടയാക്കി. വിദൂര പ്രദേശങ്ങളിലെ ചില ഒറ്റപ്പെട്ട ഗ്രാമങ്ങളിലൊഴികെ ഒരിടത്തുനിന്നും ബെറ്റർമെന്റ് ലെവി ശേഖരിക്കാൻ സർക്കാരിനു കഴിഞ്ഞില്ല. കർഷകരും കർഷകത്തൊഴിലാളികളും തമ്മിലുള്ള ഐക്യവും കർഷകർ

ക്കിടയിലെ ഐക്യവും ശക്തിപ്പെടുത്തുന്നതിനൊപ്പം ഈ എല്ലാ വിഭാഗങ്ങളിലെയും ഹിന്ദുക്കളുടെയും സിഖുക്കാരുടെയും ഐക്യവും ഊട്ടിയുറപ്പിച്ചുകൊണ്ട് ഈ പ്രക്ഷോഭം വർഗ്ഗീയശക്തികൾക്ക് കനത്ത ആഘാതമേല്പിച്ചു. ഗ്രാമീണ ജനതയ്ക്കും നഗരങ്ങളിലെ ജനങ്ങൾക്കുമിടയിൽ ആപ്പടിക്കാൻ ശ്രമിച്ചിരുന്നവർക്കും ഈ പ്രക്ഷോഭം തിരിച്ചടിയേല്പിച്ചു; അതാണ് കർഷകജനതയുടെ ആവശ്യങ്ങൾക്ക് നഗരവാസികൾ പിന്തുണ നല്കിയതിൽ കണ്ടത്. പഞ്ചാബിലെ ജനങ്ങളും ഇപ്പോഴത്തെ ഹരിയാന സംസ്ഥാനത്തെ ജനങ്ങളും തമ്മിലുള്ള ഐക്യവും ഈ സമരം ശക്തിപ്പെടുത്തി. കമ്യൂണിസ്റ്റ് പാർട്ടിയും കിസാൻസഭയും പുതിയ പ്രദേശങ്ങളിലേക്ക് വ്യാപിച്ചു; കോൺഗ്രസ് പാർട്ടിക്കും അതിന്റെ നയങ്ങൾക്കുമെതിരായ കരുത്തുറ്റ പ്രതിപക്ഷ ശക്തി എന്ന നിലയിൽ അതുയർന്നുവന്നു.

ട്രേഡ് യൂണിയനുകളിലെ പാർട്ടി പ്രവർത്തനം–1952

രൂപീകരണത്തിനുശേഷം ആദ്യമായി കമ്യൂണിസ്റ്റുപാർട്ടി നിയമവിധേയമായി പ്രവർത്തിക്കാൻ അനുവദിക്കപ്പെട്ടതിനെത്തുടർന്ന് ട്രേഡ് യൂണിയൻ മുന്നണിയിൽ (പ്രധാനമായും എ ഐ ടി യു സി, മറ്റു ട്രേഡ് യൂണിയനുകളിലും ചിലർ പ്രവർത്തിച്ചിരുന്നു) പ്രവർത്തിക്കുന്ന പാർട്ടി കാഡർമാരുടെ കൺവെൻഷൻ സംഘടിപ്പിച്ചു. 1952 ൽ കൽക്കത്തയിൽ ചേർന്ന ഈ ദ്വിദിന കൺവെൻഷനിൽ മുന്നൂറോളം സഖാക്കൾ പങ്കെടുത്തു; തൊഴിലാളികളുടെ പ്രശ്നങ്ങളോടുള്ള പാർട്ടിയുടെ സമീപനവും ട്രേഡ്യൂണിയൻ മുന്നണിയിൽ പ്രവർത്തിക്കുമ്പോൾ സ്വീകരിക്കേണ്ട രീതികളും അവിടെ ചർച്ച ചെയ്യപ്പെട്ടു; തീരുമാനങ്ങളുമെടുത്തു; ചില നിർദ്ദേശങ്ങൾ നല്കുകയുമുണ്ടായി. കൺവെൻഷൻ അംഗീകരിച്ച രേഖയിൽനിന്നുള്ള പ്രസക്ത ഭാഗങ്ങൾ ചുവടെ ചേർക്കുന്നു.

‘‘നമ്മുടെ സമരങ്ങളുടെയും നേട്ടങ്ങളുടെയും ചെറിയൊരു രൂപരേഖയെക്കുറിച്ചെങ്കിലും നമ്മുടെ ട്രേഡ് യൂണിയൻ പ്രവർത്തകർ അറിഞ്ഞിരിക്കണം; അങ്ങനെ ആയാൽ മാത്രമെ ഈ പ്രവർത്തകർക്ക് തൊഴിലാളികളോട് വിജയത്തെക്കുറിച്ചും വർഗ്ഗബോധത്തെക്കുറിച്ചും ആത്മവിശ്വാസത്തെക്കുറിച്ചുമെല്ലാമുള്ള കാഴ്ചപ്പാട് വിശദീകരിക്കാൻ കഴിയൂ; ഇപ്പോഴത്തെ സമരങ്ങളിൽ സഹായിക്കാനും കഴിഞ്ഞകാല അനുഭവങ്ങളിലേക്ക് അവരുടെ ശ്രദ്ധക്ഷണിക്കാനും അങ്ങനെയെങ്കിലേ കഴിയൂ... നമ്മുടെ ശത്രുക്കൾ നമ്മുടെ ചരിത്രത്തെത്തന്നെ വളച്ചൊടിക്കുകയാണ്; തൊഴിലാളികളെ തെറ്റിദ്ധരിപ്പിക്കുകയാണ്. ഈ വളച്ചൊടിക്കലുകളെ ചെറുത്തു തോല്പിക്കാൻ നമുക്ക് പ്രാപ്തിയുണ്ടാകണം.

‘‘നമ്മുടെ തൊഴിലാളികൾ ഉല്പാദിപ്പിക്കുന്ന ഉല്പന്നങ്ങൾക്കായുള്ള വിപണികളെക്കുറിച്ചും അവിടങ്ങളിലെ വിലകളെക്കുറിച്ചും അവയുടെ

ഉയർച്ച–താഴ്ചകളുടെ കാരണങ്ങളെക്കുറിച്ചും നമ്മുടെ ട്രേഡ്‌യൂണിയൻ പ്രവർത്തകർ അറിഞ്ഞിരിക്കണം. ഗവൺമെന്റും ബൂർഷ്വാസിയും ഉയർന്ന വിലയുണ്ടാകുന്നതിന്റെ കാരണം തൊഴിലാളികൾക്ക് കൂടുതൽ കൂലി കൊടുക്കേണ്ടതായി വരുന്നതാണെന്ന് ആരോപിച്ചുകൊണ്ട് തൊഴിലാളികൾക്കെതിരെ ഉപഭോക്താക്കളായ പൊതുജനങ്ങളെ തിരിച്ചുവിടാനും പട്ടണങ്ങളിലെ തൊഴിലാളിവർഗ്ഗവും നാട്ടിൻപുറങ്ങളിലെ കർഷകജനസാമാന്യവും തമ്മിൽ ശത്രുത സൃഷ്ടിക്കാനും ശ്രമിക്കുകയാണ്.

''നമ്മുടെ ട്രേഡ്‌യൂണിയൻ പ്രവർത്തകർ തങ്ങൾ പ്രവർത്തിക്കുന്ന യൂണിയനുകളിലെ തൊഴിലിന്റെ സാങ്കേതികവിദ്യ സംബന്ധിച്ച അടിസ്ഥാന പാഠങ്ങളെങ്കിലും അറിഞ്ഞിരിക്കണം; അങ്ങനെയായാൽ അവർക്ക് തൊഴിലാളികളുടെ കൂലിയുടെയും ജോലിഭാരത്തിന്റെയും ജോലി ത്വരിതപ്പെടുത്തലിന്റെയും പീസ്‌റേറ്റിന്റെയും മറ്റും പ്രശ്നങ്ങളെക്കുറിച്ച് നന്നായി മനസ്സിലാക്കാനും കൃത്യതയോടെ ആ തൊഴിലാളികളെ പ്രതിനിധാനംചെയ്യാനും കഴിയും. ആ തൊഴിലിൽത്തന്നെയുള്ള തൊഴിലാളിയാണ് ഇക്കാര്യത്തിലെ മികച്ച അദ്ധ്യാപകൻ. തൊഴിലാളികളിൽ നിന്ന് പഠിക്കുന്ന കാര്യത്തിൽ നാം അവഗണന പുലർത്താൻ പാടില്ല.

''നമ്മുടെ ട്രേഡ്‌യൂണിയൻ പ്രവർത്തകർ വ്യാവസായിക കാര്യങ്ങളെക്കുറിച്ചുള്ള നിയമങ്ങൾ പ്രയോഗിക്കുന്നതു സംബന്ധിച്ച് ഗൗരവപൂർവ്വം ശ്രദ്ധചെലുത്തണം. എല്ലാ നിയമങ്ങളെയും തൊഴിലാളിവർഗ്ഗത്തിനുനേരെയുള്ള ആക്രമണങ്ങളായി കണക്കാക്കുന്ന ഒരു പ്രവണതയുണ്ട്; അങ്ങനെ കണക്കാക്കുന്നതിനാൽ പൊതുവായ രൂപത്തിൽ അവയെ ചെറുക്കുകയെന്നല്ലാതെ മറ്റൊരു ശ്രദ്ധയും ചെലുത്തേണ്ടതില്ലെന്ന പ്രവണതയുമുണ്ട്. എന്നാൽ രണ്ടുകൂട്ടം നിയമങ്ങളുണ്ടെന്ന കാര്യം വിസ്മരിക്കപ്പെടുകയാണ്. അതിലൊന്ന് നമ്മുടേതായ ഒരു നേട്ടമാണ്; അവ യാഥാർത്ഥ്യമാക്കണമെന്നും പ്രയോഗത്തിലാക്കണമെന്നും ആവശ്യപ്പെടുകയും അതിന് മേൽനോട്ടം വഹിക്കുകയും ചെയ്യേണ്ടത് ട്രേഡ് യൂണിയനുകളുടെ കടമയാണ്. തൊഴിലാളികളുടെ താല്പര്യങ്ങൾക്കെതിരായ നിയമങ്ങൾക്കെതിരെ സമരം സംഘടിപ്പിച്ചുകൊണ്ടായിരിക്കണം നാം ട്രേഡ് യൂണിയൻ പ്രസ്ഥാനം കെട്ടിപ്പടുക്കേണ്ടത്.

''നമ്മുടെ ട്രേഡ് യൂണിയൻ പ്രവർത്തകർ സാമൂഹിക സേവന സംഘടനകളെയും സഹകരണ സംഘങ്ങളെയും ക്ഷേമ പ്രവർത്തനങ്ങളെയും തൊഴിലാളിവർഗ്ഗത്തിന്റെ സാംസ്കാരികാവശ്യങ്ങളെയും അവഗണിക്കാൻ പാടില്ല. ഇത്തരം എല്ലാ പ്രവർത്തനങ്ങളെയും പരിഷ്കരണവാദപരമെന്ന് മുദ്രകുത്താനുള്ള ഒരു പ്രവണതയുണ്ട്. അതിപ്പോഴും നിലനില്ക്കുന്നുമുണ്ട്. നല്ല വിനോദ പരിപാടികൾ സംഘടിപ്പിക്കേണ്ടതും തൊഴിലാളികൾക്ക് മികച്ച സാംസ്കാരിക വിദ്യാഭ്യാസം നല്കേണ്ടതും ട്രേഡ് യൂണിയനുകളുടെ കടമയാണ്. നമ്മുടെ ട്രേഡ് യൂണിയൻ പ്രവർത്തകർ തന്റെ യൂണിയനിലെയും തൊഴിലിലെയും തൊഴിലാളികളുടെ ജാതിയും ദേശീയഘടനയും അവരുടെ ആചാരാനുഷ്ഠാന

ങ്ങളും ജീവിതത്തോടുള്ള അവരുടെ സമീപനവുമെല്ലാം അറിഞ്ഞിരിക്കണം; ജാതിയുടെയും സമുദായത്തിന്റെയും ഗോത്രത്തിന്റെയും ഭാഷാ ദേശീയതയുടെയും സങ്കല്പനങ്ങൾ സംബന്ധിച്ച് ബൂർഷ്വാസി ഉയർത്തിവിടുന്ന ശത്രുതയെക്കുറിച്ചും അറിഞ്ഞിരിക്കേണ്ടതാണ്.

''മുതലാളിത്തത്തിന്റെ പൽച്ചക്രത്തിനുകീഴിൽ വ്യവസായത്തിലേക്ക് കടന്നുവരുന്ന തൊഴിലാളി അവനോടൊപ്പം തന്റെ ഗോത്രം, ജാതി, ഗ്രാമം, മതം തുടങ്ങിയ പ്രത്യയശാസ്ത്രങ്ങളും പാരമ്പര്യങ്ങളും വിശ്വാസങ്ങളുമെല്ലാം കൊണ്ടുവരുന്നുണ്ട്. വർഗ്ഗപരമായ പുതിയ സൗഹൃദവും ഐക്യദാർഢ്യവും അവനെ പക്വതയുള്ളവനാക്കാൻ കുറെയേറെ സമയമെടുക്കും. വാസ്തവത്തിൽ പലപ്പോഴും ജാതീയമോ ഗ്രാമവുമായി ബന്ധപ്പെട്ടതോ ദേശീയമോ ആയ കെട്ടുപാടുകൾ രോഗം, കുടുംബപരമായ ബുദ്ധിമുട്ടുകൾ, അത്തരം മറ്റാവശ്യങ്ങൾ എന്നിവയ്ക്കെല്ലാമുള്ള സംരക്ഷണമെന്ന നിലയിൽ അവനിൽ നിലനില്ക്കും. തന്റെ പ്രശ്നങ്ങൾക്ക് പരിഹാരം കാണാൻ യൂണിയനെ സമീപിക്കണം എന്ന് അവന് പഠിക്കാൻ കഴിയുന്നതിനുമുമ്പ് അവൻ തന്റെ ജമാഅത്തിലേക്കായിരിക്കും ആദ്യം തിരിയുന്നത്. അവന്റെ ഈ ബന്ധങ്ങളെ വിലയിരുത്താൻ നാം പഠിക്കണം. തന്റെ വർഗ്ഗപരമായ പുതിയ ആവശ്യങ്ങൾക്കും വിശ്വാസങ്ങൾക്കും ഉപരിയായി അവർ പോകുന്നത് എങ്ങനെ തടയാമെന്നും നാം പഠിക്കണം. ചൂഷകൻ ജാതിക്കും ഗോത്രത്തിനും ദേശത്തിനും മതത്തിനുമെല്ലാം അതീതനായി നില്ക്കുമ്പോൾ ചൂഷിതൻ എന്ന നിലയിൽ തൊഴിലാളിയുടെ വർഗ്ഗപരമായ കാഴ്ചപ്പാടും സൗഹൃദവും ഐക്യദാർഢ്യവും ട്രേഡ്‌യൂണിയൻ ഐക്യവും കെട്ടിപ്പടുക്കുന്നതിനായി തൊഴിലാളിയിലെ ജാതി – ദേശീയത – ഗോത്ര – വികാരങ്ങളെയെല്ലാം കടിഞ്ഞാണിടണം.

''സ്ത്രീകൾക്കുമേൽ തൊഴിലാളികൾ എന്ന നിലയ്ക്കുമാത്രമല്ല, നമ്മുടെ സമ്പദ്ഘടനയുടെ അവസ്ഥയിൽ സ്ത്രീകൾ എന്ന നിലയിൽ കൂടി അടിച്ചേല്പിക്കപ്പെട്ടിട്ടുള്ള പ്രത്യേക പ്രയാസങ്ങൾ പരിഗണിച്ച് നമ്മുടെ ട്രേഡ്‌യൂണിയൻ പ്രവർത്തകർ സ്ത്രീകളുടെ പ്രശ്നങ്ങളിൽ പ്രത്യേക ശ്രദ്ധ ചെലുത്തേണ്ടതാണ്; തുല്യജോലിക്ക് തുല്യകൂലി, തൊഴിലെടുക്കുന്ന സ്ത്രീകൾക്ക് പ്രസവകാല ആനുകൂല്യങ്ങൾ, അവരുടെ കുട്ടികളുടെ പരിചരണം തുടങ്ങിയ കാര്യങ്ങളിലെല്ലാമാണത് വേണ്ടത്. ചെറുപ്പക്കാരായ തൊഴിലാളികളെ സംബന്ധിച്ചിടത്തോളം അപ്രന്റീസ്ഷിപ്പ് നിയമങ്ങളെ സംബന്ധിച്ചും തൊഴിൽ സമയത്തിനുശേഷം വിദ്യാഭ്യാസം, സ്പോർട്സ് എന്നിത്യാദി പ്രശ്നങ്ങളെക്കുറിച്ചും ട്രേഡ്‌യൂണിയൻ പ്രവർത്തകർ പ്രത്യേക ശ്രദ്ധ ചെലുത്തണം.

''സ്വന്തം ലക്ഷ്യം നേടാനായി ഒരാൾക്കെതിരെ മറ്റൊരാളെ ഉപയോഗിക്കുന്ന പൊതുവായ ചൂഷകർക്കെതിരെ തൊഴിലുള്ളവരുടെയും തൊഴിലില്ലാത്തവരുടെയും ഐക്യം വികസിപ്പിക്കാനും നാം പഠിക്കണം.

''തൊഴിലാളികളുടെ സമരങ്ങളുടെ നേതൃത്വം ഏറ്റെടുക്കാൻ നിർ

ഭയരും ഉശിരുള്ളവരും ശ്രദ്ധാലുക്കളും അറിവും വിവേകവുമുള്ളവരുമായ പുതിയ കാഡർമാരെ ഫാക്ടറികൾക്കുള്ളിൽ വളർത്തിക്കൊണ്ടുവരുന്നതെങ്ങനെയെന്നും നാം പഠിച്ചിരിക്കണം.

''ബഹുജനങ്ങൾക്കു മുന്നിൽക്കയറി ഓടാതിരിക്കാനോ അവർക്കു പിന്നിലായി പോകാതിരിക്കാനോ എങ്ങനെ കഴിയുമെന്നും നമ്മുടെ ട്രേഡ് യൂണിയൻ പ്രവർത്തകർ അറിഞ്ഞിരിക്കണം. അനുഭവത്തിൽനിന്നും പഠനത്തിൽനിന്നും മാത്രമേ ഇതവർക്ക് അറിയാൻ കഴിയൂ. അനുഭവ സമ്പന്നരല്ലാത്ത ബഹുജനങ്ങളെ ചിലപ്പോൾ അവർക്ക് നിയന്ത്രിക്കേണ്ടതായി വരും; അതേസമയംതന്നെ അവരെ ശരിയായ പ്രക്ഷോഭ പാതയിലേക്ക് കൈപിടിച്ചുയർത്തേണ്ടതായും വരും.

''നമ്മുടെ ട്രേഡ്‌യൂണിയൻ പ്രവർത്തകർ കഴിഞ്ഞകാല അനുഭവങ്ങളിൽനിന്നും ബഹുജന സമരങ്ങൾ സംബന്ധിച്ചുള്ള വിവിധ അടവുകളെക്കുറിച്ച് മനസ്സിലാക്കിയിരിക്കണം. സമരങ്ങളുടെ പ്രാദേശിക പാരമ്പര്യങ്ങളെക്കുറിച്ചും സമരശക്തികളെക്കുറിച്ചും അവർ അറിഞ്ഞിരിക്കണം; തൊഴിലാളികളിൽനിന്നും അവർ പഠിക്കണം. പൊതു സമീപനത്തിന്റെ കാര്യത്തിലൊഴികെ സമരങ്ങളെക്കുറിച്ചുള്ള മുൻകൂട്ടി തയ്യാറാക്കപ്പെട്ടിട്ടുള്ള ചട്ടങ്ങൾ ആവശ്യങ്ങൾക്ക് ഉതകുന്നതായിരിക്കില്ല.

''ഫാക്ടറി നാട്ടിൻപുറത്താണെങ്കിൽ അതിനു ചുറ്റുമുള്ള കർഷകരെക്കുറിച്ച് നമ്മുടെ ട്രേഡ്‌യൂണിയൻ പ്രവർത്തകർ അറിഞ്ഞിരിക്കണം. ഇത്തരം പ്രദേശങ്ങളിൽ തൊഴിലാളി ഗ്രാമത്തിൽ ജീവിക്കുകയും ഫാക്ടറിയിൽ പണിയെടുക്കുകയും ചെയ്യുന്നു. ഇത്തരം സാഹചര്യങ്ങളിൽ പണിമുടക്ക് സമരങ്ങളെ ചുറ്റുമുള്ള കർഷകജനസാമാന്യവുമായി നേരിട്ട് ബന്ധിപ്പിക്കേണ്ടതാണ്... കർഷകരുടെ സഹായം എങ്ങനെ ലഭ്യമാക്കാമെന്നും നമ്മെ സഹായിക്കുന്നവരാക്കി അവരെ എങ്ങനെ മാറ്റാമെന്നും നാം അറിഞ്ഞിരിക്കണം. കരിമ്പുതോട്ടങ്ങളിലും തേയിലത്തോട്ടങ്ങളിലും ഖനികളിലും കുറഞ്ഞ വിലയ്ക്ക് ഭൂമിയും കുറഞ്ഞ കൂലിക്ക് തൊഴിലാളിയെയും കിട്ടുന്നതിനായി ഉൾപ്രദേശങ്ങളിലേക്ക് കൊണ്ടുവരുന്ന പുതിയ ഫാക്ടറികളിലും ട്രേഡ്‌യൂണിയൻ സമരങ്ങളുടെ വിജയത്തിൽ കർഷകരുടെ അനുഭാവവും അവരുമായുള്ള ബന്ധവും വലിയൊരു ഘടകമാണ്.

''നമ്മുടെ ട്രേഡ്‌യൂണിയൻ പ്രവർത്തകർക്ക് മാർക്സിസത്തിന്റെ മൊത്തത്തിലുള്ള ലോക വീക്ഷണം ഉണ്ടായിരിക്കണം.

''നമ്മുടെ ട്രേഡ്‌യൂണിയൻ പ്രവർത്തകർ സ്വയം ഒരു സംസ്കാരം വികസിപ്പിക്കണം; വിനയാന്വിതനായിരിക്കണം; ബഹുജനങ്ങളോട് ക്ഷമയോടെ പെരുമാറണം. അനുരഞ്ജന യോഗങ്ങളിലും കൂടിയാലോചനകളിലും ശത്രുക്കളോട് ഇടപെടുമ്പോഴും ചർച്ച നടത്തുമ്പോഴുംപോലും അവരുടെ സമീപനം ദൃഢവും മൂർച്ചയുള്ളതുമായിരിക്കവെതന്നെ മാന്യവും വിനീതവുമായിരിക്കണം. വർഗ്ഗസമരത്തിന്റെ പ്രതീകമായിരിക്കരുത് ധാർഷ്ട്യം.

''ഇത്തരം പ്രവർത്തകരെ സൃഷ്ടിക്കുന്നതിൽ നാം വിജയിക്കുകയും വ്യാജവും വിഭാഗീയവുമായ എടുത്തുചാട്ടം കൂടാതെയോ പരിഷ്കരണ വാദപരമായ ആത്മവിശ്വാസരാഹിത്യം കൂടാതെയോ തൊഴിലാളികളുടെ ലക്ഷ്യസാക്ഷാൽക്കാരത്തിനായി ധീരമായി വാദിക്കുകയും പൊരുതുകയുമാണെങ്കിൽ നമുക്ക് എല്ലാ വിഷയങ്ങളിലുമുള്ള ജനകീയ സമരങ്ങൾക്ക് നേതൃത്വം നല്കാനാകും; തൊഴിലാളികളുടെയും ജനങ്ങളുടെയും ആവശ്യങ്ങൾ നേടുന്നതിനുള്ള പാതയിലേക്ക് മുന്നേറാവുന്നതുമാണ്.

''നമ്മുടെ കടമ നിറവേറ്റുന്നതിലെ കാതലായ കാര്യം തൊഴിലാളി വർഗ്ഗത്തിന്റെയും ട്രേഡ്‌യൂണിയനുകളുടെയും ഐക്യം കെട്ടിപ്പടുക്കുക എന്നതാണ്; നമ്മുടെ കടമകൾ നിറവേറ്റുന്നതിന് ഭരണവർഗ്ഗങ്ങളുടെ നീക്കങ്ങൾ അറിയുന്നതിനുപുറമെ മേൽ പ്രസ്താവിച്ചിട്ടുള്ളതുപോലെ തൊഴിലാളിവർഗ്ഗത്തിന്റെ സമരങ്ങളെയും അവയിൽനിന്നുള്ള പാഠങ്ങളെയും കുറിച്ചും അറിഞ്ഞിരിക്കണം; പാർട്ടിയും ട്രേഡ്‌യൂണിയനുകളും എങ്ങനെയാണ് നയിച്ചതെന്നും പാർട്ടി ഉപദേശ നിർദ്ദേശങ്ങൾ നല്കുന്ന സംഘടന പ്രവർത്തിക്കുന്നതെങ്ങനെയെന്നും അറിഞ്ഞിരിക്കേണ്ടതാണ്; അവ എവിടെ, എങ്ങനെ ശരിയായി പെരുമാറിയെന്നും എവിടെയാണ് അവയ്ക്ക് പിശകുപറ്റിയതെന്നും നാം അറിഞ്ഞിരിക്കണം.

''ട്രേഡ്‌യൂണിയൻ ഐക്യം കെട്ടിപ്പടുക്കുന്നതിന് നാം സംഘടനാപരമായ ഐക്യമുണ്ടാക്കാൻ ശ്രമിക്കുന്ന സംഘടനകളുടെയും അവയുടെ നേതൃത്വത്തിന്റെയും സ്വഭാവത്തെക്കുറിച്ച് മനസ്സിലാക്കേണ്ടത് ആവശ്യമാണ്. മുകളിൽനിന്നെന്നപോലെ താഴെനിന്നും ഐക്യം കൈവരിക്കുന്നതിന് ചെയ്യേണ്ടതും ചെയ്യരുതാത്തതുമായ കാര്യങ്ങളെക്കുറിച്ച് ധാരണയുണ്ടാകേണ്ടതും ആവശ്യമാണ്.

''ഇപ്പോൾ നാം ചെയ്യാനിടയുള്ള പിശകുകൾ എന്തെല്ലാമാണ്? സജീവമായ ബഹുജന ബന്ധം ഇല്ലാതിരിക്കലും ഫാക്ടറികൾക്കുള്ളിൽത്തന്നെ പ്രവർത്തിക്കുന്ന കാഡർമാരെ വലിയതോതിൽ സംഘടിപ്പിക്കാതിരിക്കലും തൊഴിലാളികളുടെ വികാരം മനസ്സിലാക്കാൻ നമുക്ക് കഴിയാതിരിക്കലും അവരുടെ സങ്കടങ്ങളും പരാതികളും മൂർത്തമായി നാം അറിയാതിരിക്കലുമാണവ. ആയതിനാൽ ബഹുജനങ്ങൾ സമരത്തിലേക്ക് നീങ്ങാൻ ആഗ്രഹിക്കുമ്പോൾ നാം എടുത്തടിച്ചപോലെ പ്രതികരിക്കരുത്. ഫാക്ടറികൾക്കുള്ളിൽ നമുക്ക് കടക്കാൻ കഴിയാത്തിടത്ത് പാർപ്പിട പ്രദേശങ്ങളിൽ ബഹുജനാടിസ്ഥാനത്തിൽ യഥാർത്ഥ ട്രേഡ്‌യൂണിയൻ പ്രവർത്തനം നടത്തിക്കൊണ്ടു മാത്രമേ ഇത് തിരുത്താൻ കഴിയൂ. നമുക്ക് പ്രവേശനം ലഭിക്കുന്ന ഫാക്ടറികളിൽ അംഗീകാരത്തിലൂടെയല്ലെങ്കിലും നമ്മുടെ ട്രേഡ്‌യൂണിയൻ മെമ്പർഷിപ്പിലൂടെ ഈ പ്രവർത്തനം നടത്താവുന്നതാണ്.

''എല്ലാ ട്രേഡ് യൂണിയൻ കാഡർമാരും തൊഴിലുള്ളവരും തൊഴിൽരഹിതരുമായ തൊഴിലാളികളുമായി മൊഹല്ലാബസ്തി ബന്ധങ്ങളിലൂടെയോ ഫാക്ടറികളിലൂടെയോ ഉറ്റ ബന്ധം പുലർത്തണം.

''തൊഴിലാളികളുടെ ജീവിതവുമായി ബന്ധപ്പെട്ട എല്ലാ വശങ്ങളിലുമുൾപ്പെടെ ട്രേഡ്‌യൂണിയൻ മുന്നണിയിൽ കാഡർമാർ നിത്യേന ചെയ്യേണ്ട മിനിമം കടമകൾ എന്തെന്ന് വ്യക്തമാക്കണം; ഭക്ഷ്യ സ്ഥിതിയോടും തൊഴിലാളികളുടെ ദൈനംദിനാവശ്യങ്ങളോടുമുള്ള പ്രതികരണത്തിൽ ജനങ്ങളുടെ മനോഭാവം കണക്കിലെടുക്കണം.

''ഓരോ തൊഴിലിലെയും വ്യവസായത്തിലെയും ഡിമാൻഡുകൾക്ക് രൂപം നല്കുന്നത് സൂക്ഷ്മതയോടെയായിരിക്കണം. അതിരുകവിഞ്ഞ ഡിമാൻഡുകൾക്ക് രൂപം നല്കുന്നത് ഒഴിവാക്കേണ്ടതാണ്.

''സമരം ആരംഭിക്കുന്നതിനു മുമ്പും ശേഷവും അതിന് പിന്തുണ നേടാൻ തൊഴിലാളി വർഗ്ഗേതര അഭിപ്രായങ്ങൾ സൃഷ്ടിക്കണം. മുനിസിപ്പൽ സർവ്വീസ്, ട്രാൻസ്‌പോർട്ട്, വീടുകളിൽ വെളിച്ചം നല്കൽ എന്നിത്യാദി ട്രേഡുകളിൽ ഇക്കാര്യം ശ്രദ്ധാപൂർവ്വം ചെയ്യണം. തൊഴിലാളികളുടെ സന്നദ്ധതയും നേതൃത്വത്തിന്റെ ഐക്യവും ആശ്രയിച്ചായിരിക്കണം പണിമുടക്ക് അരദിവസമോ ഒരുദിവസമോ ദീർഘകാലത്തേക്കുള്ളതോ എന്ന് തീരുമാനിക്കേണ്ടത്... പൊലീസ് ഭീകരതയ്ക്കും തൊഴിലുടമകളുടെ ഗുണ്ടകളുടെ അക്രമങ്ങൾക്കുമെതിരായ ചെറുത്തുനില്പ് ഉൾപ്പെടെ തൊഴിലാളികളുടെ താല്പര്യങ്ങൾ സംരക്ഷിക്കൽ; അതെങ്ങനെ ചെയ്യാമെന്നത് സവിശേഷ സാഹചര്യത്തെയും ജനങ്ങൾ എത്രത്തോളം സഹിക്കാനും പ്രവർത്തിക്കാനും തയ്യാറാകുന്നുവെന്നതിനെയും ആശ്രയിച്ചാണിരിക്കുന്നത്.

''തൊഴിലാളികളുടെ ട്രേഡ്‌യൂണിയൻ സമരങ്ങളെ കർഷകരുടെ സമരങ്ങളുമായി എങ്ങനെ ബന്ധപ്പെടുത്താമെന്ന പ്രശ്നം, പ്രാദേശികാവസ്ഥയെയും വ്യവസായത്തെയും ബന്ധപ്പെട്ട തൊഴിലാളികളുടെയും കർഷകരുടെയും സംഘടനാപരമായ സ്ഥിതിയെയും പ്രത്യയശാസ്ത്രപരമായ സന്നദ്ധതയെയും ആശ്രയിച്ചാണിരിക്കുന്നത്.

''ബഹുജനങ്ങളുടെ അനുഭവത്തിന്റെയും ട്രേഡ്‌യൂണിയൻ കെട്ടിപ്പടുക്കുന്നതിലും തൊഴിലാളിവർഗ്ഗത്തിന്റെ ഡിമാൻഡുകൾ സംരക്ഷിക്കുന്നതിലും അതുപയോഗിക്കാനുള്ള ശേഷിയുടെയും വൈദഗ്ദ്ധ്യത്തിന്റെയും സ്ഥാനത്ത് എത്ര വിശദമായ നിർദ്ദേശത്തെയും പകരംവയ്ക്കാനാവില്ല എന്ന് നാം ഓർത്തിരിക്കണം.

കർഷകർക്കിടയിലെ പാർട്ടിയുടെ കടമകൾ

ആയിരത്തിത്തൊള്ളായിരത്തി അൻപത്തിനാല് ഏപ്രിൽ മാസത്തിൽ ചേർന്ന യോഗത്തിൽ കമ്യൂണിസ്റ്റ് പാർട്ടിയുടെ കേന്ദ്രകമ്മിറ്റി ''കർഷകർക്കിടയിലെ കടമകൾ'' സംബന്ധിച്ച ഒരു പ്രമേയം അംഗീകരിച്ചു. ഭൂ പരിധി, ഭൂമി തിരിച്ചുപിടിക്കാനുള്ള അവകാശം, പാട്ടം കുറയ്ക്കൽ, നികുതിഭാരം, കർഷകരുടെ ഉല്പന്നങ്ങൾക്ക് ആദായവില, കടബാദ്ധ്യത, വസ്തുക്കളുടെ ഏകീകരണവും ശിഥിലീകരണം തടയലും, സഹകരണ സംഘങ്ങൾ, പഞ്ചായത്തുകൾ, ജലസേചന സൗകര്യങ്ങൾ, കർഷകത്തൊഴിലാളികളുടെ ആവശ്യങ്ങൾ, കർഷക സംഘടനകൾ കെട്ടിപ്പടുക്കുന്നതിന്റെയും പ്രവർത്തിപ്പിക്കുന്നതിന്റെയും പ്രശ്നങ്ങൾ എന്നിവയുമായെല്ലാം ബന്ധപ്പെട്ട വിഷയങ്ങൾ ഈ പ്രമേയത്തിൽ കൈകാര്യംചെയ്തു. കർഷക പ്രസ്ഥാനത്തിലെ പാർട്ടിയുടെ പ്രവർത്തനത്തിന് വഴികാട്ടുന്നതിന് ഈ വിഷയങ്ങളെക്കുറിച്ചെല്ലാമുള്ള മൂർത്തമായ തത്വങ്ങൾ ഈ പ്രമേയം മുന്നോട്ടുവെച്ചു. പ്രമേയത്തിൽനിന്നുള്ള പ്രസക്തഭാഗങ്ങൾ ചുവടെ ചേർക്കുന്നു:

''ഇന്ന് ഉല്പാദനത്തിന്മേലുള്ള മുഖ്യ പ്രതിബന്ധം കാലഹരണപ്പെട്ട ഭൂവ്യവസ്ഥതന്നെയാണ്. ഭൂപ്രഭുക്കൾക്കെതിരായി കർഷക ജനസാമാന്യത്തിന്റെ കൂട്ടായ സമരത്തിലൂടെയല്ലാതെ ഇതിൽ ഒരു മാറ്റവും വരുത്താനാവില്ല. അതിനാൽ ഈ സമരത്തിന്റെ ആവശ്യവുമായി ബന്ധപ്പെട്ടാണ് മുദ്രാവാക്യങ്ങളും അടവുകളും നിർണ്ണയിക്കേണ്ടത്. കർഷക ജനസാമാന്യത്തെയും ഗ്രാമ പ്രദേശങ്ങളിലെ അദ്ധ്വാനിക്കുന്ന ജനങ്ങളെയാകെയും സമരത്തിലേക്ക് കൊണ്ടുവന്നാൽ മാത്രമേ അത് സാദ്ധ്യമാകൂ; കർഷക ജനസാമാന്യത്തിന് ഭൂമി നല്കുന്നതിന് ഈ സമരം ഇടയാക്കും; അത് ആത്യന്തികമായി കാർഷികോല്പാദനത്തിൽപോലും ശ്രദ്ധേയമായ അഭിവൃദ്ധി സാദ്ധ്യമാക്കിത്തീർക്കുകയും ചെയ്യും; ആ അ

ഭിവൃദ്ധിയാകട്ടെ ഭൂപ്രഭുക്കളുടെ ഉടമസ്ഥതയിൽ അങ്ങിങ്ങായുള്ള ആധുനിക വൻകിട കൃഷിത്തോട്ടങ്ങളുടെ വളർച്ചയിലൂടെയല്ല.

ഭൂമി കൈവശംവയ്ക്കുന്നതിനുള്ള പരിധി നിശ്ചയിക്കണമെന്നും ആ പരിധിക്കപ്പുറമുള്ള ഭൂമി ഏറ്റെടുക്കുകയും കർഷകത്തൊഴിലാളികൾക്കും കൃഷിക്കാർക്കും സൗജന്യമായി വിതരണംചെയ്യണമെന്നും നാം ആവശ്യപ്പെടുകയും അക്കാര്യം വ്യാപകമായി പ്രചരിപ്പിക്കുകയും വേണം.

''ഒരു വ്യക്തിക്കും അയാളുടെ കുടുംബത്തിനും ചുരുങ്ങിയപക്ഷം ഒരു ധനിക കർഷകന്റേതിനു സമാനമായ വരുമാനമുണ്ടാക്കാൻവേണ്ടത്ര ഭൂമി മാത്രം കൈവശംവയ്ക്കാൻ അനുവദിക്കുന്ന വിധത്തിലാകണം പരിധി നിശ്ചയിക്കേണ്ടത്; എന്നാൽ കർഷകത്തൊഴിലാളികൾക്കും കർഷക ജനസാമാന്യത്തിനും വിതരണംചെയ്യാൻ വേണ്ടത്ര ഭൂമി ഇല്ലാതാകുംവിധം ഉയർന്നതായിരിക്കരുത് ആ ഭൂ പരിധി.

''മേൽ സൂചിപ്പിച്ച തത്ത്വത്തെ അടിസ്ഥാനമാക്കി ഓരോ പ്രദേശത്തിനും ബാധകമായ ഇത്തരത്തിലുള്ള പരിധി എന്തായിരിക്കണമെന്ന് കിസാൻ സഭയുമായി അടുത്ത് സഹകരിച്ചുകൊണ്ട് പാർട്ടി എല്ലാ വസ്തുതകളും സമഗ്രമായി പഠിക്കുകയും അതത് പ്രദേശത്തെ കർഷക ജനതയുമായി സമഗ്രവും ഗൗരവവുമായ ചർച്ച നടത്തുകയും ചെയ്ത ശേഷം ഒരു രൂപരേഖയുണ്ടാക്കണം.

''തങ്ങളുടെ ഭൂമി പാട്ടത്തിനു കൊടുത്തിട്ടുള്ള ഭൂപ്രഭുക്കൾക്ക് അവരുടെ കൈവശം ഈ പരിധിയിലും കുറഞ്ഞ അളവിലേ ഭൂമിയുള്ളുവെങ്കിലും, ഭൂമി തിരിച്ചുപിടിക്കാൻ ഒരവകാശവുമുണ്ടായിരിക്കില്ല; സ്വന്തമായി കൃഷിചെയ്യാനാണെന്ന വാദമുയർത്തിയാണെങ്കിൽപോലും ഇതനുവദിക്കില്ല; കാരണം അങ്ങനെയാകുമ്പോൾ ഇപ്പോൾ കൃഷിചെയ്യുന്നവരെ ഒഴിപ്പിക്കുന്ന സ്ഥിതിയുണ്ടാകും. ഇത്തരത്തിൽ പരിധിയിലധികം ഭൂമി സ്വന്തമായില്ലാതിരിക്കുകയും എന്നാൽ ഭൂമി പാട്ടത്തിനു നല്കുകയും ചെയ്തിട്ടുള്ള ഭൂപ്രഭുക്കൾക്ക് പുനരധിവാസ ഗ്രാന്റായി ഒരു തുക നല്കാവുന്നതാണ്. അല്ലെങ്കിൽ അവർ ജനങ്ങളുമായി സൗഹാർദ്ദപരമായി സഹകരിച്ച് ജീവിക്കാനും സ്വന്തമായി നിലമുഴുത് കൃഷിയിറക്കാനും തയ്യാറാണെങ്കിൽ മിച്ചഭൂമിയിൽനിന്ന് അവർക്ക് ഭൂമി അനുവദിക്കാവുന്നതാണ്. തലമുറകളായി സ്വന്തമായി കൃഷിചെയ്തിട്ടില്ലാത്ത ഇനാംദാർമാരെപ്പോലെയുള്ള ചട്ടപ്രകാരം ഭൂപ്രഭുക്കളായിട്ടുള്ളവരുടെ കാര്യത്തിൽ പ്രത്യേകിച്ചും ഇങ്ങനെ ചെയ്യാവുന്നതാണ്.

''ഒരു കുടുംബത്തിന് കൈവശംവയ്ക്കാവുന്നതിലും കുറച്ച് ഭൂമി കൈവശമുള്ള ചെറുകിട ഭൂ ഉടമസ്ഥരുണ്ട് (ഒരു ജോഡി കാള സ്വന്തമായുള്ള പ്രായപൂർത്തിയായ ഒരു പുരുഷ തൊഴിലാളിയും അയാളുടെ ഭാര്യയും അടങ്ങിയ ഒരു കുടുംബത്തിന് തൊഴിൽ നല്കുന്നത്ര ഭൂമിയുള്ള കുടുംബ കൈവശക്കാരുടെ ചില കേസുകളിൽ സീസണുകളിൽ കൂലിവേലയ്ക്ക് ആളെ നിയമിക്കാറുണ്ട്. ചില പ്രദേശങ്ങളിൽ അത്രയും കൈവശഭൂമികൊണ്ടുമാത്രം ന്യായമായ ജീവിത നിലവാരം ഉറപ്പാ

ക്കാനുമാവുന്നുണ്ട്). അവർ സ്വയം കൃഷിചെയ്യുന്നത് ആദായകരമല്ലെന്ന കാരണത്താൽ ആ കൈവശഭൂമി പാട്ടത്തിനു കൊടുക്കാറുണ്ട്; അഥവാ അവർ മറ്റു തൊഴിലുകൾ ചെയ്യാനോ പട്ടണങ്ങളിലോ ഗ്രാമങ്ങളിലോ കച്ചവടത്തിൽ ഏർപ്പെടാനോ നിർബ്ബന്ധിതരാകാറുണ്ട്. പൊതുവിൽ അത്തരം ചെറുകിട ഭൂഉടമകൾ ഫാക്ടറി ജീവനക്കാരോ ചെറുകിട കച്ചവടക്കാരോ കുറഞ്ഞ വേതനമുള്ള പ്രൊഫഷണലുകളോ മറ്റോ ആകാം. അവരെയൊന്നും ഭൂപ്രഭുക്കളായി തെറ്റിദ്ധരിക്കുകയോ ആശയക്കുഴപ്പത്തിലാകുകയോ ചെയ്യരുത്; അവരുടെ കാര്യം തികച്ചും വ്യത്യസ്തമാണ്.

‘‘ഇത്തരം ചെറുകിട ഭൂ ഉടമകൾക്ക് ഒന്നുകിൽ തിരിച്ചെത്തി തങ്ങളുടെ ഭൂമിയിൽ സ്വന്തമായി ചെയ്യാവുന്നതാണ്; അങ്ങനെ കൃഷി സ്വന്തം മുഖ്യ തൊഴിലായി സ്വീകരിക്കുകയോ നിലവിലെ കുടിയായ്മ നിയമമനുസരിച്ച് പാട്ടത്തുക കുറയ്ക്കുകയും പാട്ട കാലാവധി കുറയ്ക്കുകയും ചെയ്ത് ഭൂമി പാട്ടത്തിന് നല്കുകയോ ഭൂമി വില്ക്കുകയോ കുടിയായ്മ കർഷകർക്ക് ഭൂമി വിട്ടുകൊടുക്കുകയോ വിപണി വിലയ്ക്ക് ഗവൺമെന്റിൽനിന്ന് പൂർണ്ണ നഷ്ടപരിഹാരം നേടിയെടുക്കുകയോ ചെയ്യാവുന്നതാണ്. ഒരേപോലെ ദരിദ്രരായ ഈ ചെറുകിട ഭൂഉടമകളും കുടിയാന്മാരും തമ്മിൽ താല്പര്യ സംഘട്ടനം ഉയർന്നുവരികയാണെങ്കിൽ കർഷകപ്രസ്ഥാനം കർഷക ജനതതിയുടെ ഐക്യം സംരക്ഷിക്കുന്നതിന് ചില ഒത്തുതീർപ്പുകളിൽ എത്തിക്കുന്നതിന് ശ്രമിക്കണം. എന്നാൽ ന്യായമായ ജീവിത നിലവാരം നിലനിർത്താൻ വേണ്ടത്ര വരുമാനമുള്ള തൊഴിലുള്ളവരുടെ കാര്യത്തിൽ അവർക്ക് നഷ്ടപരിഹാരം നല്കുകയോ കുറഞ്ഞ പാട്ടം വാങ്ങാൻ അനുവദിക്കുകയോ ചെയ്യണം; എന്നാൽ അവർക്ക് ഭൂമി തിരിച്ചെടുക്കാൻ അവകാശമുണ്ടാകില്ല.

‘‘..... പാർട്ടിയുടെ അടിയന്തരവും അതിപ്രധാനവുമായ കടമ ഒഴിപ്പിക്കലിനെതിരായും പാട്ടം കുറയ്ക്കുന്നതിനുവേണ്ടിയുമുള്ള സമരം ഏറ്റെടുക്കുകയെന്നതാണ്. ഒഴിപ്പിക്കലിനെതിരായും പാട്ടം കുറയ്ക്കുന്നതിനും വേണ്ടിയുള്ള പ്രക്ഷോഭവും സമരങ്ങളും നടത്തുന്നതിന് പാർട്ടിയും കർഷക പ്രസ്ഥാനവും നിലവിലുള്ള കാർഷിക നിയമങ്ങൾ എത്രമാത്രം ദുർബ്ബലവും പരിമിതികളുള്ളതുമാണെങ്കിലും അതു നല്കുന്ന ആനുകൂല്യങ്ങളും സൗകര്യങ്ങളും സാദ്ധ്യമായേടത്തോളം പൂർണ്ണമായി ഉപയോഗിക്കണം.

‘‘പാട്ടത്തുകയും പാട്ടക്കാലാവധിയും കുറയ്ക്കണമെന്ന് നാം ആവശ്യപ്പെടുമ്പോൾ, നാം അർത്ഥമാക്കുന്നത് കർഷകർ ഭൂപ്രഭുക്കൾക്ക് നല്കുന്ന പാട്ടത്തുകയെന്നാണ്; ഭൂപ്രഭുക്കളുടെ ഭൂമിയിന്മേലുള്ള കർഷകരുടെ പാട്ടക്കാലാവധിയെന്നുമാണ്. കരിമ്പും പുകയിലയും പോലെയുള്ള വാണിജ്യ വിളകൾ വ്യാപകമായി വളരുന്ന പ്രദേശങ്ങളുടെ കാര്യത്തിൽ ഇതു ബാധകമല്ല; ചെറുകിട കൈവശക്കാരിൽനിന്നും ഭൂപ്രഭുക്കൾ ഭൂമി പാട്ടത്തിനെടുക്കുകയും കുറഞ്ഞ നിരക്കിൽ പാട്ടം നല്കുകയും ചെയ്യുന്നത് പൊതു സവിശേഷത ആയിരിക്കുന്നിടത്തും ഇതു ബാ

ധകമല്ല. ഇവിടെ, കർഷകർക്ക് ഭൂപ്രഭുക്കൾ നല്കുന്ന നിരക്കിൽ വർദ്ധന വേണമെന്ന് നാം ആവശ്യപ്പെടണം.

''കർഷകത്തൊഴിലാളികളാണ് കർഷക ജനതയിലെ ഏറ്റവും ഉശിരൻ വിഭാഗം. കർഷകപ്രസ്ഥാനം ഒന്നടങ്കം ആധാരമാക്കിയിരിക്കുന്നത് 70 ശതമാനം വരുന്ന കർഷകത്തൊഴിലാളികളും ദരിദ്ര കർഷകരും ഉൾപ്പെടുന്ന ഗ്രാമീണ ജനതയെയാണ്; ഇവരുടെ ഒപ്പം ഇടത്തരം കർഷകരെക്കൂടി ഉറച്ച സഖ്യത്തിൽ കൊണ്ടുവരികയും ഭൂപ്രഭുക്കൾക്കെതിരായി ധനിക കർഷകരെക്കൂടി ഈ ചേരിയിൽ കൊണ്ടുവരികയും വേണം; ഇതിനൊപ്പം തൊഴിലാളി വർഗ്ഗവുമായും പട്ടണങ്ങളിലെ ജനാധിപത്യ പ്രസ്ഥാനവുമായും ഉറച്ച സഖ്യത്തിലേർപ്പെടുകയും വേണം.

കർഷകത്തൊഴിലാളികളെ അതിലേക്കാകർഷിക്കാതെയും അവരുടെ സജീവ പിന്തുണ കൂടാതെയും ഭൂമിക്കുവേണ്ടിയും പാട്ടക്കാലാവധി കുറയ്ക്കുന്നതിനുവേണ്ടിയും പാട്ടത്തുക കുറയ്ക്കുന്നതിനുവേണ്ടി പോലും ഭൂപ്രഭുക്കൾക്കെതിരെ ദരിദ്രരും ഇടത്തരക്കാരും ധനികരുമായ കർഷകർ നടത്തുന്ന സമരം വിജയകരമായി നടത്താനാവില്ല.

''പാർട്ടിയും കർഷകപ്രസ്ഥാനവും കർഷകത്തൊഴിലാളികളുടെ അടിയന്തരാവശ്യങ്ങൾക്കൊപ്പം ഭൂമിക്കുവേണ്ടിയുള്ള അവരുടെ അടിസ്ഥാന ആവശ്യവും ഊർജ്ജസ്വലമായി ഏറ്റെടുക്കുകയും അതിന്റെ വക്താവാകുകയും ചെയ്യണം. കർഷകത്തൊഴിലാളികളുടെ ഈ ആവശ്യങ്ങൾ ഏറ്റെടുത്തുകൊണ്ടുമാത്രമേ ഭൂപ്രഭുത്വത്തിനെതിരായും ഭരണവർഗ്ഗത്തിനെതിരായും ഭൂമിക്കും സ്വാതന്ത്ര്യത്തിനും ജനാധിപത്യത്തിനും സമാധാനത്തിനും വേണ്ടിയുമുള്ള പ്രസ്ഥാനത്തിലേക്ക് അവരെ ആകർഷിക്കാൻ നമുക്ക് കഴിയൂ. ഇതു ചെയ്യുന്നതിൽ നമുക്കു വീഴ്ചയുണ്ടായാൽ ഈ വിഭാഗങ്ങൾ വർഗ്ഗീയ–ശിഥിലീകരണ–പിന്തിരിപ്പൻ സംഘടനകളിലേക്ക് ആകർഷിക്കപ്പെടുന്നതിനിടയാക്കും. അവർ ജാതി വേർതിരിവിന്റെയും അവശതകളുടെയും അടിച്ചമർത്തലിന്റെയും അടിസ്ഥാനത്തിൽ ഗ്രാമങ്ങളിലെ മറ്റു കർഷക ജനവിഭാഗങ്ങൾക്കെതിരെ തിരിയാൻപോലുമിടയുണ്ട്.

''അവരുടെ അടിയന്തരാവശ്യങ്ങളിൽ ചിലവ ചുവടെ ചേർക്കുന്നു:

(a) ചുരുങ്ങിയത് ആദ്യത്തെ അഞ്ചുവർഷംവരെയെങ്കിലും ഒരു തുകയും ഈടാക്കാതെ കർഷകത്തൊഴിലാളികൾക്കും ദരിദ്ര കർഷകർക്കും കൃഷിയോഗ്യമായ തരിശുഭൂമി പതിച്ചുനല്കണം. കന്നുകാലികളും ഉപകരണങ്ങളും മറ്റും വാങ്ങുന്നതിന് സഹായധനവും ദീർഘകാല വായ്പയും അനുവദിക്കണം.

(b) വീടുവയ്ക്കാൻ സൗജന്യമായി സ്ഥലവും പൊതുഭൂമിയും പൊതുസ്ഥലങ്ങളും മറ്റുള്ളവർക്കൊപ്പം ഉപയോഗിക്കാൻ തുല്യ അവകാശം. ഇപ്പോൾ കൈവശമുള്ള വീടുകളിൽനിന്നോ വീടുവയ്ക്കാനുള്ള സ്ഥലത്തുനിന്നോ ഒഴിപ്പിക്കൽ പാടില്ല.

(c) ഭൂപ്രഭുക്കൾക്കും ഹുണ്ടികക്കാർക്കുമുള്ള കടബാദ്ധ്യതകൾ റദ്ദാ

ക്കലും കുറഞ്ഞ പലിശയ്ക്കുള്ള വായ്പാ സൗകര്യവും.

(d) ജാതിയെയും അയിത്തത്തെയും അടിസ്ഥാനമാക്കിയുള്ള സാമൂഹിക വൈകല്യങ്ങൾ (അവശതകൾ) ഇല്ലാതാക്കൽ.

(e) നിർബ്ബന്ധിത വേലയെടുപ്പിക്കൽ കുറ്റകരമാക്കലും അത് നിർമ്മാർജ്ജനംചെയ്യലും.

(f) സൗജന്യമായി വിദ്യാഭ്യാസ–ചികിത്സാ സൗകര്യങ്ങൾ ഗവൺമെന്റ് നല്കൽ.

(g) ഗവൺമെന്റ് തൊഴിലവസരങ്ങൾ നല്കാനുള്ള വ്യവസ്ഥ; വിവിധ ജലസേചന പദ്ധതികളും വികസന പദ്ധതികളും ആരംഭിക്കൽ.

(h) ദിവസക്കൂലിക്ക് ജോലി ചെയ്യുന്നവർക്ക് മിനിമം കൂലിയും ഫാമുകളിലെ ജീവനക്കാർക്ക് മിനിമം ശമ്പളവും ഉറപ്പാക്കൽ.

(i) കൃഷിക്കളങ്ങളിലെ ജീവനക്കാരെ ഇപ്പോൾ കൂടുതൽ സമയം ജോലിചെയ്യിക്കുന്നത് കുറയ്ക്കലും ഒരു വർഷം നല്കേണ്ട മിനിമം അവധികളുടെ എണ്ണം നിശ്ചയിക്കലും.

''ഒരു കർഷകത്തൊഴിലാളിയുടെ പ്രതിദിന മിനിമം കൂലി അവർ ജോലിചെയ്യുന്ന ദിവസത്തെ അവരുടെയും ആശ്രയിച്ചുകഴിയുന്നവരുടെയും ഏറ്റവും ചുരുങ്ങിയ ജീവിതാവശ്യങ്ങൾ നിറവേറ്റാൻ അവരെ പ്രാപ്തരാക്കുന്നത്രയാകണം. മിനിമം കൂലി സാധാരണ നിലയിലുള്ള ജോലിക്കായിരിക്കണം. എന്നാൽ കഠിനാദ്ധ്വാനം വേണ്ട ജോലികൾക്കോ കൂടുതൽ സമയം ജോലിചെയ്യേണ്ടതായി വരുന്ന തിരക്കുള്ള സീസണിലെ ജോലികൾക്കോ ഈ മിനിമം കൂലിയെക്കാൾ കൂടുതൽ കൂലി നല്കണം. കൃഷിക്കളങ്ങളിലെ ജീവനക്കാർക്ക് ചുരുങ്ങിയ വാർഷിക ശമ്പളമെന്ന നിലയിൽ പ്രതിദിന മിനിമം കൂലിയുടെ 365 ഇരട്ടിയെങ്കിലും ലഭിക്കണം.

''കർഷകത്തൊഴിലാളികളുടെ മറ്റെല്ലാ പ്രശ്നങ്ങളെയും പിന്നിലാക്കുന്നതാണ് അവർ നേരിടുന്ന ഏറ്റവും രൂക്ഷമായ തൊഴിലില്ലായ്മ പ്രശ്നം... ''തൊഴിൽ അല്ലെങ്കിൽ തൊഴിലില്ലായ്മ ആശ്വാസം'' എന്ന അവരുടെ ആവശ്യം പാർട്ടി ഏറ്റെടുക്കണം.

''കർഷക സംഘടനകളിൽനിന്ന് വേറിട്ട് സ്വതന്ത്ര വർഗ്ഗ സംഘടനകളിൽ പ്രത്യേകമായി കർഷകത്തൊഴിലാളികളെ സംഘടിപ്പിക്കണം; കാരണം, ഒന്നാമത് അവർക്ക് കൂലി, ജോലിസമയം, ഒഴിവുദിനങ്ങൾ എന്നിങ്ങനെ അവരുടേതായ പ്രത്യേക ആവശ്യങ്ങളുണ്ട്; രണ്ടാമത്, കർഷകത്തൊഴിലാളികളിൽ ഏറെപ്പേരും സാമൂഹികമായി പിന്നോക്ക ജാതികളിൽനിന്നുള്ളവരോ 'അയിത്ത' ജാതികൾ എന്നു വിളിക്കപ്പെടുന്നവയിൽനിന്നുള്ളവർപോലുമോ ആണ്, അതുകൊണ്ട് മറ്റു ജാതിക്കാരായ കർഷകർക്കൊപ്പം അവരെ നേരിട്ട് കിസാൻ സഭയിലേക്ക് കൊണ്ടുവരാനും പ്രവർത്തകരാക്കാനും കൂടുതൽ ബുദ്ധിമുട്ടാണ്, ഇനി അഥവാ അവരെ കിസാൻ സഭയിൽ കൊണ്ടുവരാൻ നമുക്ക് കഴിഞ്ഞാൽപ്പോലും അത് മറ്റ് കർഷകർ കിസാൻ സഭയിൽ ചേരുന്നതിൽനിന്ന് വലിയ

തോതിൽ ഒഴിഞ്ഞുനില്ക്കാനും ഇടയുണ്ട്; മൂന്നാമത്, കർഷകത്തൊഴിലാളികളെ പ്രത്യേകമായി സംഘടിപ്പിക്കുകയും അതേസമയം കിസാൻ സഭയുമായി ബന്ധപ്പെടുത്തുകയുമാണെങ്കിൽ അവർ ഒരു പ്രമുഖ ശക്തിയായി മാറും.

''മരപ്പണിക്കാർ, ഇരുമ്പുപണിക്കാർ, അലക്കുകാർ, മൺവേലക്കാർ, മറ്റുപലവക കായികാദ്ധ്വാനംചെയ്യുന്നവർ എന്നിങ്ങനെ ഗ്രാമപ്രദേശങ്ങളിൽ കൂലിവേല ചെയ്യുന്ന മറ്റെല്ലാ വിഭാഗങ്ങളെയും കർഷകത്തൊഴിലാളി സംഘടനയിൽ കൊണ്ടുവരാൻ നാം ശ്രമിക്കണം.

''ഭൂപ്രഭുക്കൾക്കെതിരായ കർഷക ജനതയുടെയാകെ പൊതു ആവശ്യമായ ഭൂമിക്കുവേണ്ടിയുള്ള ആവശ്യമാണ് കർഷകത്തൊഴിലാളികളുടെയും പൊതു ആവശ്യം എന്നതിനൊപ്പം അവരുടെ സാമ്പത്തികമായ കെട്ടുപാട് കർഷക ജനതയുമായിട്ടാണെന്നതിനാലും എല്ലാ തലങ്ങളിലും കർഷകത്തൊഴിലാളികളുടെ സംഘടനകളെയും കിസാൻസഭയെയും ഏകീകരിക്കുന്നതിനുള്ള ഒരു സംവിധാനത്തിന് രൂപം നല്കാനുള്ള നടപടികൾ ഉടൻതന്നെ കൈക്കൊള്ളണം; കർഷക സംഘടനകളെയും കർഷകത്തൊഴിലാളി സംഘടനകളെയും കൂടുതൽ അടുത്ത് ബന്ധപ്പെടുത്തി പ്രവർത്തിപ്പിക്കുന്നത് കർഷകത്തൊഴിലാളികളും ദരിദ്ര കർഷകരും നേതൃത്വപരമായ പങ്കുവഹിക്കുന്നതിനിടയാക്കും.

കർഷകർക്കിടയിലെ കടമകൾ

ആയിരത്തി തൊള്ളായിരത്തി അൻപത്തിനാല് ഏപ്രിൽ മാസത്തിൽ ചേർന്ന കമ്യൂണിസ്റ്റ് പാർട്ടിയുടെ കേന്ദ്ര കമ്മിറ്റി യോഗം അംഗീകരിച്ച ''കർഷകർക്കിടയിലെ കടമകൾ'' എന്ന പ്രമേയത്തിൽനിന്നുള്ള പ്രസക്ത ഭാഗങ്ങൾ – രണ്ടാം ഭാഗം.

> കർഷകപ്രസ്ഥാനത്തിന്റെ പ്രധാന കടമകളിലൊന്ന് വിദേശിയും സ്വദേശിയുമായ കുത്തകകളുടെ ഗൂഢനീക്കങ്ങളിൽ നിന്ന് കർഷകരെ മോചിപ്പിക്കാനുള്ള നടപടികൾ കൈക്കൊള്ളണമെന്നും കർഷകരായ ഉല്പാദകർക്ക് തങ്ങളുടെ ഉല്പന്നങ്ങൾക്ക് ആദായ വില ഉറപ്പാക്കിക്കൊണ്ട് സംരക്ഷണം നല്കണമെന്നും ഗവൺമെന്റിനോട് ആവശ്യപ്പെടുകയെന്നതാണ്.
>
> കർഷകരുടെ ഉല്പന്നങ്ങൾക്ക് ഗവൺമെന്റ് ആദായവില ഉറപ്പുവരുത്തണമെന്നും കമ്പോളവില താങ്ങുവിലയേക്കാൾ കുറവാണെങ്കിൽ ഗവൺമെന്റ് ഇടപെടുകയും കർഷകരിൽനിന്നു താങ്ങുവിലയ്ക്ക് ഉല്പന്നങ്ങൾ വാങ്ങുകയും ചെയ്യണമെന്നും ഗവൺമെന്റിനോട് നാം ആവശ്യപ്പെടണം.
>
> അതേസമയംതന്നെ നാം മറ്റുള്ളവരുമായി സഹകരിച്ച് ക്ഷാമ ദുരിതാശ്വാസ സമിതികൾ സംഘടിപ്പിക്കുകയും ദുരിതാശ്വാസ പ്രവർത്തനങ്ങൾ സംഘടിപ്പിക്കുകയും വേണം. കിസാൻസഭയും കർഷകത്തൊഴിലാളി സംഘടനയുടെ യൂണിറ്റുകളും ദുരിതാശ്വാസ കേന്ദ്രങ്ങളിൽ പ്രവർത്തിക്കണം. ടെസ്റ്റ് വർക്കുകളിലും കുറഞ്ഞ വിലയ്ക്ക് ധാന്യങ്ങൾ വിതരണം ചെയ്യുന്ന ഷോപ്പുകളിലുമെല്ലാം

അഴിമതി തടയുന്നതിനും അവയെ കൃത്യമായി പ്രവർത്തിപ്പിക്കുന്നതിനുമാണിത്.

അടിയന്തരമായി മൊറട്ടോറിയം ഏർപ്പെടുത്തുന്നതിനും, മുൻ കടങ്ങൾ കുറച്ചുകൊണ്ടുവരുന്നതിനും എഴുതിത്തള്ളുന്നതിനുമുള്ള നിയമനിർമ്മാണത്തിനു വേണ്ടി ഊർജ്ജിതമായി കാംപെയ്ൻ നടത്തണം.

പൊതുവിൽ സഹകരണ സംഘങ്ങൾ ഭൂപ്രഭുക്കളുടെയും ധനിക കർഷകരുടെയും കൈകളിലാണ്... പ്രത്യേകിച്ചും കർഷകപ്രസ്ഥാനം ദുർബ്ബലമായിരിക്കുന്നിടങ്ങളിലാണ് ഇത്. എന്നാൽ സഹകരണ സംഘങ്ങൾക്ക് സർക്കാർ നല്കുന്ന ചില സൗകര്യങ്ങൾക്ക് നേരെ നാം കണ്ണടയ്ക്കുന്നതിന് ഈ അവസ്ഥ കാരണമായിക്കൂട. ഗവൺമെന്റ് ഈ സൗകര്യങ്ങൾ തുടരുകയും ഈ രൂപത്തിൽ ശരിക്കും ഒരു സഹകരണ കോമൺവെൽത്ത് കെട്ടിപ്പടുക്കാൻ കഴിയുമെന്ന വ്യാമോഹം സൃഷ്ടിക്കുന്നതിന് കൂടുതൽ വ്യാപകമായി സഹകരണസംഘങ്ങൾ വികസിപ്പിക്കാൻ ആഗ്രഹിക്കുകയും ചെയ്യുന്നു. നാം ഈ സഹകരണ സംഘങ്ങളിൽ സജീവമായി പങ്കെടുക്കുകയും കർഷകത്തൊഴിലാളികളുടെയും ദരിദ്ര കർഷകരുടെയും ഇടത്തരം കർഷകരുടെയും ആവശ്യങ്ങൾ സാധിക്കുന്നതിന് അവയെ പ്രയോജനപ്പെടുത്തുകയും വേണം. സഹകരണ സ്ഥാപനങ്ങളിലെ അഴിമതിക്കെതിരെ നാം പൊരുതണം; കൂടുതൽ ജനാധിപത്യാവകാശങ്ങൾ നാം ആവശ്യപ്പെടുകയും വേണം.

ഗോത്രവർഗ്ഗമേഖലകളിൽ ഗ്രാമങ്ങളിൽനിന്ന് ഒരു മൈൽ അകലെയായാണ് റിസർവ്വ് ലൈൻ നിർത്തേണ്ടത്. റിസർവ്വുകൾ എന്ന് രേഖപ്പെടുത്തപ്പെടുകയും എന്നാൽ വനങ്ങൾ അല്ലാതിരിക്കുകയും ചെയ്യുന്ന പ്രദേശങ്ങൾ കൃഷിക്കായി നല്കണം. കൃഷിയിൽ മാറ്റം വരുത്തുന്നതുമായി ബന്ധപ്പെട്ട ചട്ടങ്ങളുടെ ഉദാരവല്ക്കരണം. വനം പഞ്ചായത്തുകൾ രൂപീകരിക്കണം. വനോല്പന്നങ്ങൾ ഗോത്രവർഗ്ഗക്കാർക്ക് സ്വന്തം ആവശ്യത്തിനെന്നപോലെ വില്പനയ്ക്ക് ഉപയോഗപ്പെടണം. ഗോത്ര വർഗ്ഗക്കാർക്കുവേണ്ടി സഹകരണ സംഘങ്ങൾ; അവയിൽ അവർക്ക് വൃക്ഷങ്ങൾ വില്ക്കാൻ കഴിയും.

ഗോത്രവർഗ്ഗ പ്രദേശങ്ങളിൽ എല്ലാവിധ ഭൂപ്രഭുത്വവും നിർമ്മാർജ്ജനം ചെയ്യപ്പെടണം; പഴയ കടങ്ങൾ ലിക്വിഡേറ്റ് ചെയ്യപ്പെടണം.

കോൺട്രാക്ടർമാരുടെ എല്ലാവിധ ചൂഷണങ്ങളും നിയന്ത്രിക്കപ്പെടണം; ഗോത്ര വർഗ്ഗക്കാർ വനത്തിൽനിന്നു ശേഖരിക്കുന്ന ഉല്പ

ന്നങ്ങൾക്ക് ന്യായവില നല്കണം; അവർ ചെയ്യുന്ന ജോലിക്ക് കൃത്യമായ കൂലി നല്കണം.

ഡിസ്പെൻസറികളിലൂടെയും സഞ്ചരിക്കുന്ന ഹെൽത്ത് ഓഫീസർമാരിലൂടെയും ഗോത്രവർഗ്ഗ പ്രദേശങ്ങളിൽ നിലനില്ക്കുന്ന പ്രത്യേക രോഗങ്ങൾക്ക് പ്രത്യേക നടപടികളിലൂടെയും കുടിവെള്ളക്കിണറുകളും കുളങ്ങളും അണുവിമുക്തമാക്കുന്നതിലൂടെ മലമ്പനിക്ക് പ്രതിവിധിയായി പ്രത്യേക നടപടികളിലൂടെയും ആരോഗ്യപരിചരണം.

കന്നുകാലികൾക്കുള്ള പകർച്ചവ്യാധികൾ തടയുന്നതിന് മൃഗാശുപത്രികളും സഞ്ചരിക്കുന്ന വെറ്റിനറി ഓഫീസർമാരും.

ഗോത്രവർഗ്ഗപ്രദേശങ്ങളിൽ പ്രത്യേക വിദ്യാഭ്യാസ സൗകര്യങ്ങൾ, അവരുടെ സ്വന്തം ഭാഷയിലൂടെയുള്ള വിദ്യാഭ്യാസം; സ്കൂളിലേക്കു വേണ്ട സാധനങ്ങൾ സൗജന്യമായി നല്കൽ; പ്രായപൂർത്തിയായവർക്ക് നിശാപാഠശാല; സെക്കൻഡറി വിദ്യാഭ്യാസത്തിനും സർവ്വകലാശാല കോഴ്സുകൾക്കും സൗജന്യ സ്കോളർഷിപ്പുകൾ; ഗോത്രവർഗ്ഗക്കാരിൽനിന്നുള്ള അദ്ധ്യാപകർക്ക് പരിശീലനം നല്കൽ.

പാർട്ടിയും കർഷകപ്രസ്ഥാനവും മുന്നോട്ടുവന്നത് ഗവൺമെന്റിന്റെ നയങ്ങളുടെയും നടപടികളുടെയും വിമർശകർ എന്ന നിലയിൽ മാത്രമല്ല, മറിച്ച് പ്രോജക്ടുകൾ കെട്ടിഉയർത്തുന്നവർ എന്നും ക്ഷാമകാലത്തും പ്രളയകാലത്തും ദുരിതാശ്വാസപ്രവർത്തനങ്ങളുടെ സംഘാടകർ എന്നുപോലുമുള്ള നിലയിൽക്കൂടിയാണ്; സഹകരണസംഘങ്ങൾ, ഗ്രാമീണ ബാങ്കുകൾ, മാർക്കറ്റിങ് ബോർഡുകൾ, പഞ്ചായത്തുകൾ, സ്കൂളുകൾ എന്നിങ്ങനെ വിവിധ സ്ഥാപനങ്ങൾക്കൊപ്പം സാംസ്കാരിക പ്രവർത്തനങ്ങളുടെയും കാർഷിക ഗവേഷണ കേന്ദ്രങ്ങളുടെയും മറ്റുമെല്ലാം നടത്തിപ്പിന് ശേഷിയുള്ള ശക്തിയെന്ന നിലയിൽക്കൂടിയാണ്.

സൃഷ്ടിപരമായ പരിപാടികളെ കർഷകരുടെയും ജനങ്ങളുടെയും കാഴ്ചപ്പാടിൽ നിന്നു സസൂക്ഷ്മം പഠിക്കാതെ അവജ്ഞയോടെ അവഗണിക്കുന്ന സ്വഭാവം, 'പരിഷ്കരണത്തിനായി പ്രവർത്തിക്കുന്നുവെന്ന് പരിഹസിക്കുന്ന ശീലം കൈവെടിയുകതന്നെ വേണം. ഇത്തരം പ്രവർത്തനങ്ങൾ നമ്മെ 'പരിഷ്കരണവാദ'ത്തിലെത്തിക്കുമെന്നും കർഷകജനസാമാന്യത്തിനിടയിൽ വ്യാമോഹം സൃഷ്ടിക്കലായിരിക്കും അത് എന്നുമുള്ള ഭയം കൈവെടിയേണ്ടതാണ്. ഭൂപ്രഭുക്കൾക്കും അവരുടെ ഗവൺമെന്റിനുമെതിരായി ഇവ നേ

ടിയെടുക്കാൻ കർഷകജനസാമാന്യത്തെ വിജയകരമായി നയിച്ചുകൊണ്ടാണ് നമുക്ക് കർഷകജനതയെ തങ്ങളുടെ ഡിമാൻഡുകൾ സാക്ഷാൽക്കരിക്കാനായി പ്രക്ഷോഭത്തിൽ അണിനിരത്തുന്നതിന് ആവേശംകൊള്ളിക്കാൻ കഴിയുന്നത്.

പ്രത്യയശാസ്ത്രപരമായ സമരവും ഐക്യമുന്നണി പ്രക്ഷോഭങ്ങളും, ദശലക്ഷക്കണക്കായ കർഷകരെയും കർഷകത്തൊഴിലാളികളെയും കാർഷികവിപ്ലവത്തിനായുള്ള പ്രസ്ഥാനത്തിലേക്ക് കൊണ്ടുവരുന്നതിനായുള്ള ചിട്ടയായ സംഘടനാ പ്രവർത്തനത്തിലൂടെ ശക്തിപ്പെടുത്തേണ്ടതാണ്.

സവിശേഷമായ പ്രശ്നങ്ങളുയർത്തി കർഷകസമരങ്ങൾ നടത്തുന്നതിന് നിലവിലുള്ള എല്ലാ കർഷക സംഘടനകളുടെയും നിയുക്ത സമിതികൾ രൂപീകരിക്കുന്നതിനുള്ള ബോധപൂർവ്വമായ നീക്കം നടത്തുന്നതിന് എല്ലാ കീഴ്ഘടകങ്ങളോടുമുള്ള കിസാൻ സഭയുടെ അഭ്യർത്ഥന നടപ്പിലാക്കപ്പെടേണ്ടതാണ്. അങ്ങനെയാകുമ്പോൾ മാത്രമേ ഒരു സംയുക്ത സംഘടനയ്ക്കു പിന്നിൽ കർഷകജനതയെ ഒന്നടങ്കം അണിനിരത്താൻ കഴിയൂ.

ഭൂപ്രഭു–സാമ്രാജ്യത്വ ചൂഷണത്തിനെതിരെ കർഷകജനസാമാന്യത്തിന്റെയാകെ ഐക്യം കെട്ടിപ്പടുക്കുന്നത് വിപുലമായ സംയുക്ത കർഷകപ്രസ്ഥാനം വികസിപ്പിക്കുന്നതിനുവേണ്ടിയുള്ള പരമപ്രധാന കടമയായി മാറിയിരിക്കുന്നു.

കർഷക ജനസാമാന്യത്തിന്റെ ഐക്യത്തിന്റെ പ്രശ്നമാണ് സാമ്രാജ്യത്വത്തിന്റെയും ഫ്യൂഡൽ ഭൂപ്രഭുക്കളുടെയും ഇന്ത്യൻ കുത്തകകളുടെയും ചൂഷണത്തിനെതിരെ കർഷകത്തൊഴിലാളികളെയും ധനിക കർഷകർ ഉൾപ്പെടെയുള്ള കർഷകജനതയെയും യോജിപ്പിക്കുന്നതിലെ മുഖ്യപ്രശ്നം. ഇക്കാര്യത്തിലെ യാദൃച്ഛികതയുടെയും നിഷ്ക്രിയത്വത്തിന്റെയും സമീപനമോ പ്രശ്നത്തെ അതിലെ ബന്ധങ്ങളുടെ സമഗ്രതയിൽ പഠിക്കുന്നതിലെ വീഴ്ചയോ നമ്മെ കൊണ്ടെത്തിക്കുന്നത് ഒന്നുകിൽ കർഷകത്തൊഴിലാളികളെയും അവരുടെ ആവശ്യങ്ങളെയും സമരങ്ങളെയും പാടെ അവഗണിക്കുന്നതിലേക്കോ ഫ്യൂഡൽ ചൂഷണത്തിനെതിരെ കർഷകരുടെയും കർഷകത്തൊഴിലാളികളുടെയും പൊതുവായ സംഘർഷത്തിൽനിന്നും വേറിട്ട് കർഷകജനതയുമായുള്ള കർഷകത്തൊഴിലാളികളുടെ സംഘർഷത്തിന് ഊന്നൽ നല്കുന്നതിലേക്കോ ആയിരിക്കും. ആദ്യം പറഞ്ഞ അവഗണനയിൽനിന്നാണ് മുഖ്യമായും ഇന്നും കർഷകപ്രസ്ഥാനം ദുരിതമനുഭവിക്കുന്നത്.

ശക്തമായ ഒരു കർഷകപ്രസ്ഥാനം വികസിപ്പിക്കുന്നതിന് കിസാൻ സഭകളും കർഷകത്തൊഴിലാളി സംഘടനകളും കർഷകരുടെയും കർഷകത്തൊഴിലാളികളുടെയും സാമൂഹിക–സാമ്പത്തിക–സാംസ്കാരികനില ഉയർത്തുന്നതിനായുള്ള കടമകൾ ഏറ്റെടുക്കേണ്ടതും ആവശ്യമാണ്; സാക്ഷരതാ ക്ലാസുകളും സ്പോർട്സും സാംസ്കാരികപ്രവർത്തനങ്ങളുമെല്ലാം സംഘടിപ്പിക്കുന്നത്, ദുരിതാശ്വാസ പ്രവർത്തനങ്ങളും സ്വയം സഹായപ്രസ്ഥാനവും സാമൂഹ്യ അവശതകൾക്കെതിരായ സമരവും മെഡിക്കൽ ക്യാമ്പുകളും സംഘടിപ്പിക്കുന്നത്, പൊതുജനാരോഗ്യപരിപാടികൾ, ധാർമ്മികോന്നമനത്തിനായുള്ള മറ്റു വിവിധ രൂപങ്ങളിലുള്ള പരിപാടികൾ എന്നിവയെല്ലാം ഇത്തരത്തിൽപെടുന്നു.

കിസാൻ സഭകളുടെയും കർഷകത്തൊഴിലാളി സംഘടനകളുടെയും ഓഫീസുകൾ നിത്യവും തുറന്ന് പ്രവർത്തിക്കണം; ഭൂപ്രഭുക്കളുമായും ഗവൺമെന്റ് ഓഫീസർമാരുമായും മറ്റു പൊതുസ്ഥാപനങ്ങളുമായും ബന്ധപ്പെട്ട് കർഷകജനസാമാന്യം നേരിടുന്ന വിവിധ ബുദ്ധിമുട്ടുകൾ മനസ്സിലാക്കുകയും പരിഹാരം കാണുകയും വേണം; അവർക്ക് നിയമപരമായി സഹായങ്ങൾ നല്കണം; കൃഷി അഭിവൃദ്ധിപ്പെടുത്താനുള്ള ഏറ്റവും പുതിയ രീതികൾ അവരുടെ ശ്രദ്ധയിൽ കൊണ്ടുവന്ന് കാർഷികോല്പാദനം മെച്ചപ്പെടുത്താൻ അവരെ സഹായിക്കണം; അവരുടെ വിളകളെയും കന്നുകാലികളെയും ബാധിക്കുന്ന കീടങ്ങളെ ചെറുക്കാൻ അവരെ സഹായിക്കണം; നല്ലയിനം വിത്തുകളും കാർഷികോപകരണങ്ങളും വളങ്ങളും ലഭ്യമാക്കാനും പാടങ്ങളിൽ യഥാസമയം വെള്ളം എത്തിക്കാനും അവരെ സഹായിക്കണം; കർഷകരുടെ ജീവിതവുമായും ദൈനംദിന തൊഴിലുമായുമാകെ ബന്ധപ്പെട്ട സമാനമായ മറ്റനേകം പ്രവർത്തനങ്ങളും ഏറ്റെടുക്കണം.

മറ്റു വാക്കുകളിൽ പറഞ്ഞാൽ കിസാൻ സഭയും കർഷകത്തൊഴിലാളി സംഘടനയും കർഷകരുടെ ജീവിതത്തിന്റെ അവിഭാജ്യ ഭാഗമായി മാറണം; അവർക്ക് വേണ്ട ഉപദേശങ്ങളും സഹായവും സ്ഥിരമായി ലഭിക്കുന്ന ഇടമായി മാറണം.

നമ്മുടെ കർഷകസമരങ്ങളിൽ വിജയം കൈവരിക്കുന്നതിന്, തൊഴിലാളിവർഗ്ഗത്തിന്റെ സജീവപിന്തുണ നേടിയെടുക്കാൻ നമുക്ക് കഴിയണം. എന്നാൽ ഇവിടെയാണ് പാർട്ടി പരാജയപ്പെട്ടുകൊണ്ടിരിക്കുന്നത്. തൊഴിലാളിവർഗ്ഗത്തിനിടയിൽ കർഷകജനതയുടെ ആവശ്യങ്ങൾ പ്രചരിപ്പിക്കുന്നതിനു നമുക്ക് കഴിയുന്നില്ല. കർഷകരുടെ ആവശ്യങ്ങൾക്ക് പിന്തുണ നല്കി പൊതുപണിമുടക്കുമായി മുന്നോട്ടുവരുന്നതുപോകട്ടെ യോഗങ്ങളും പ്രക

ടനങ്ങളും നടത്താൻ തൊഴിലാളിവർഗ്ഗത്തെ കൊണ്ടുവരുന്നതിനുപോലും നമുക്ക് കഴിയുന്നില്ല.

ഇതുപോലെ തന്നെ തൊഴിലാളിവർഗ്ഗത്തിന്റെ ആവശ്യങ്ങളെയും സമരങ്ങളെയുംക്കുറിച്ച് പാർട്ടി കർഷകർക്കിടയിലും പ്രചരണം നടത്തണം; തൊഴിലാളിവർഗ്ഗത്തിന്റെ ആവശ്യങ്ങൾക്കും സമരങ്ങൾക്കും പിന്തുണ നല്കാൻ കർഷകജനതയെയും അണിനിരത്തണം. അങ്ങനെ മാത്രമേ നമ്മുടെ ആത്യന്തിക വിജയം ഉറപ്പാക്കുന്നതിനു തൊഴിലാളിവർഗ്ഗവും കർഷകജനസാമാന്യവും തമ്മിലുള്ള ഐക്യം ഊട്ടിയുറപ്പിക്കാൻ നമുക്ക് കഴിയൂ.

വ്യാവസായിക കേന്ദ്രങ്ങളിൽനിന്നും സമീപപ്രദേശങ്ങളിലുള്ള കാർഷികമേഖലയിൽ കർഷകപ്രസ്ഥാനം വളർത്തിക്കൊണ്ടുവരാൻ തൊഴിലാളിവർഗ്ഗത്തിൽപെട്ട പാർട്ടി കേഡർമാരെ അയക്കുന്നതിന് പാർട്ടി നിശ്ചയദാർഢ്യത്തോടെയുള്ള നീക്കം നടത്തണം.

പാർട്ടിയും കർഷകപ്രസ്ഥാനവും കർഷകജനസാമാന്യത്തെ മൂന്നാം ലോകയുദ്ധം അഴിച്ചുവിടാനുള്ള അമേരിക്കൻ സാമ്രാജ്യത്വവാദികളും അവരുടെ ജൂനിയർ പങ്കാളി ബ്രിട്ടീഷ് സാമ്രാജ്യത്വവാദികളും നയിക്കുന്ന യുദ്ധക്കൊതിയന്മാരുടെ നിഗൂഢനീക്കങ്ങൾക്കെതിരെ അണിനിരത്തണം.

കമ്യൂണിസ്റ്റ് പാർട്ടിയുടെ പരിപാടിയും നയവും ജനസേവനത്തിലുള്ള, പ്രത്യേകിച്ച് കർഷക ജനസാമാന്യത്തിന്റെ സേവനത്തിലുള്ള, പാർട്ടിയുടെ അചഞ്ചലമായ നിലപാടും പ്രചരിപ്പിക്കേണ്ടതും ആവശ്യമാണ്. കർഷകരും കർഷകത്തൊഴിലാളികളുമായ ഉശിരന്മാരെ പാർട്ടിയിലേക്ക് റിക്രൂട്ടു ചെയ്യുന്നതിനും അവർക്ക് പാർട്ടി വിദ്യാഭ്യാസം നല്കുന്നതിനും വേണ്ട ചിട്ടയായ കാംപെയ്‌ൻ ഒരുവശത്ത് നടത്തുന്നതിനൊപ്പം മറുവശത്ത് ഇടത്തരക്കാരിൽനിന്നും ബുദ്ധിജീവി വിഭാഗങ്ങളിൽനിന്നും വരുന്ന പാർട്ടി കാഡർമാരെ കർഷകജനതയ്ക്കിടയിൽ പ്രവർത്തിക്കുന്നതിനു അയക്കാൻ വേണ്ട ചിട്ടയായ പ്രവർത്തനവും പാർട്ടി ഏറ്റെടുക്കണം. അങ്ങനെ ആയാൽ മാത്രമേ നമ്മുടെ അടിയന്തരവും അത്യന്താപേക്ഷിതവുമായ കടമകളിലൊന്നായ ദശലക്ഷക്കണക്കിനുവരുന്ന കർഷകരുമായും കർഷകത്തൊഴിലാളികളുമായുമുള്ള പാർട്ടിയുടെ പ്രത്യയശാസ്ത്രപരവും രാഷ്ട്രീയവും സംഘടനാപരവുമായ ബന്ധങ്ങൾ ശക്തിപ്പെടുത്താൻ കഴിയൂ.

കിസാൻ സഭയിൽ ചേരുന്നതിനും അതിന്റെ നാനാവിധ പ്രവർ

ത്തനങ്ങളിൽ പങ്കെടുക്കുന്നതിനും കർഷകസ്ത്രീകളെ അണിനിരത്താൻ പാർട്ടിയും കർഷകപ്രസ്ഥാനവും പ്രത്യേക പരിശ്രമം നടത്തണം. സ്ത്രീകളുടെ ആവശ്യങ്ങൾക്ക്, പ്രത്യേകിച്ചും കർഷക സ്ത്രീകളെ ബാധിക്കുന്നവയ്ക്ക്, രൂപം നല്കാൻ പ്രത്യേക നീക്കം നടത്തണം; അവ നേടിയെടുക്കുന്നതിനുവേണ്ടി പൊരുതുന്നതിന് അവശ്യം വേണ്ട നടപടികളും ഉണ്ടാവണം. കർഷക വനിതാ കാഡർമാരെ വിദ്യാഭ്യാസം ചെയ്യിക്കുന്നതിനും പ്രത്യേക പരിശ്രമം നടത്തണം.

നിരവധി പ്രശ്നങ്ങളിൽ നാം പ്രസ്ഥാനത്തിനു പിന്നിലായയാണ് നീങ്ങുന്നത്. സങ്കല്പനങ്ങളിലുള്ള വ്യക്തതയില്ലായ്മയും ആശയക്കുഴപ്പവുമാണ് ഇതിന്റെ കാരണങ്ങളിലൊന്ന്. കർഷകജനതയുടെ വർഗ്ഗീകരണം, ഇന്ത്യൻ കാർഷിക സമ്പദ്ഘടനയുടെ കൊളോണിയൽ ഘടന, കാർഷിക വികാസത്തിലെ സമീപകാല പ്രവണതകൾ, കോൺഗ്രസിന്റെ കാർഷികനിയമ നിർമ്മാണങ്ങളുടെ ദിശ എന്നിവയെക്കുറിച്ച് പാർട്ടി വിശകലനം നടത്തണം; കേന്ദ്ര കമ്മിറ്റി എഐകെഎസിന്റെ നേതൃനിരയിലെ സഖാക്കളുമായി ആശയവിനിമയം നടത്തി ഇക്കാര്യം നിർവ്വഹിക്കണം.

ദൈനംദിന പ്രവർത്തനങ്ങൾ നടത്തുന്ന വില്ലേജ്, യൂണിറ്റ് അഥവാ അടിസ്ഥാന യൂണിറ്റ് കിസാൻ സഭകൾ സജീവവും പ്രവർത്തനക്ഷമവുമായിരിക്കണം. ഇതേവരെ ഈ യൂണിറ്റുകൾ കടലാസിൽ മാത്രമാണുള്ളത്. അവ കെട്ടിപ്പടുക്കുകയും അവയെ പ്രവർത്തനക്ഷമമാക്കുകയുമെന്നത് സുപ്രധാന കടമകളിലൊന്നാണ്.

ആറാം പാർട്ടി കോൺഗ്രസ്: അവസാനത്തെ അവിഭക്ത കോൺഗ്രസ്

അഞ്ചാം കോൺഗ്രസിനും ആറാം കോൺഗ്രസിനും ഇടയ്ക്കുള്ള കാലഘട്ടം രാജ്യത്തിന്റെ രാഷ്ട്രീയ ജീവിതത്തിലും കമ്യൂണിസ്റ്റ് പാർട്ടിക്കുള്ളിലും നിരവധി ചരിത്ര പ്രധാനമായ സംഭവവികാസങ്ങൾക്ക് സാക്ഷ്യംവഹിച്ചു. അമൃത്സർ കോൺഗ്രസിനുശേഷം ഇന്ത്യൻ രാഷ്ട്രീയ രംഗത്ത് ഏറെ ശ്രദ്ധ നേടിയ ഏറ്റവും വലിയ രണ്ട് സംഭവങ്ങൾ കേരളത്തിലെ സംഭവവികാസങ്ങളും ഇന്ത്യ - ചൈന ബന്ധങ്ങളിലെ തകർച്ചയുമായിരുന്നു. കേരളത്തിലെ കമ്യൂണിസ്റ്റ് ഗവൺമെന്റിനെ പിരിച്ചുവിടുന്നതിനെതിരായി രാജ്യത്തുടനീളം പാർട്ടി ഒറ്റക്കെട്ടായി പ്രതിഷേധങ്ങൾ അഴിച്ചുവിടവെതന്നെ, ഇന്ത്യ - ചൈന ബന്ധങ്ങൾ വഷളായതു സംബന്ധിച്ച് പാർട്ടിക്കുള്ളിൽ ഗുരുതരമായ അഭിപ്രായ വ്യത്യാസങ്ങൾ ഉയർന്നുവന്നിരുന്നു.

കേരളത്തിലെ കമ്യൂണിസ്റ്റ് ഗവൺമെന്റിനെ പിരിച്ചുവിട്ടതിനെതിരായ കാംപെയ്ൻ പാർട്ടി നടത്തിയ എക്കാലത്തെയും ഏറ്റവും വലിയ കാംപെയ്നായിരുന്നു. ഈ സാഹചര്യത്തിലാണ് കമ്യൂണിസ്റ്റ് പാർട്ടിയെ ആക്രമിക്കുന്നതിന് കോൺഗ്രസ് പാർട്ടിയും മറ്റു പിന്തിരിപ്പൻ ശക്തികളും ഇന്ത്യ - ചൈന അതിർത്തി തർക്കത്തെ ഉപയോഗിച്ചത്.

പിന്തിരിപ്പൻ ശക്തികളും കോൺഗ്രസ് പാർട്ടിയും കമ്യൂണിസ്റ്റുകാർക്കെതിരായി വിഷലിപ്തമായ പ്രചരണം അഴിച്ചുവിട്ടിട്ടും എല്ലാ സംസ്ഥാനങ്ങളിലും സഖാവ് ഇ എം എസ് നമ്പൂതിരിപ്പാടിനെ അഭിവാദ്യം ചെയ്യാൻ വമ്പിച്ച ജനക്കൂട്ടമാണ് എത്തിയത്; പാർട്ടി പ്രതീക്ഷിച്ചതിനെക്കാൾ വളരെയേറെ തുക കേരളത്തിലെ തിരഞ്ഞെടുപ്പ് പ്രചരണ ഫണ്ടിനായി പിരിച്ചെടുക്കാനും കഴിഞ്ഞു. സംസ്ഥാന നിയമസഭാ തിരഞ്ഞെടുപ്പിൽ (1960) കമ്യൂണിസ്റ്റ് പാർട്ടി പരാജയപ്പെട്ടെങ്കിലും വോട്ടിങ്ങിൽ ഏകദേശം മൂന്ന് ശതമാനത്തിലധികം വർദ്ധന നേടാൻ പാർട്ടിക്ക് കഴിഞ്ഞു.

പാർട്ടി പ്രധാന പങ്കുവഹിച്ച പഞ്ചാബിലെ ബെറ്റർമെന്റ് ലെവി സമരത്തിനു പുറമെ തമിഴ്നാട്, ബിഹാർ, പശ്ചിമബംഗാൾ തുടങ്ങിയ സംസ്ഥാനങ്ങളിൽ ഭൂപരിഷ്കരണ നിയമഭേദഗതി, ഭൂപരിധി നിർണ്ണയിക്കൽ എന്നിവ പോലെയുള്ള കർഷകരുടെ മൂർത്തമായ ആവശ്യങ്ങളുന്നയിച്ച് സജീവമായി കർഷകരെ അണിനിരത്തുകയുണ്ടായി. പല സംസ്ഥാനങ്ങളിലും പദയാത്രകൾ സംഘടിപ്പിക്കപ്പെട്ടു. പശ്ചിമബംഗാളിൽ ഈ പ്രക്ഷോഭം ലക്ഷക്കണക്കിന് ഏക്കർ ഭൂമി യഥാർത്ഥ കൃഷിക്കാർക്ക് സൗജന്യമായി വിതരണം ചെയ്യാൻ സർക്കാരിനെ നിർബ്ബന്ധിതമാക്കി.

നിരവധി വർഷങ്ങൾക്കുശേഷം നടന്ന ഏറ്റവും വലിയ തൊഴിലാളിവർഗ്ഗ പ്രക്ഷോഭമായ 1960 ജൂലൈയിലെ കേന്ദ്ര ഗവൺമെന്റ് ജീവനക്കാരുടെ പണിമുടക്കിലും പാർട്ടി ഇടപെട്ടു. ക്ഷാമബത്ത വർദ്ധനവും ജീവിക്കാൻ വേണ്ട മിനിമം വേതനവും ആവശ്യപ്പെട്ട് ആദ്യമായാണ് എല്ലാ ഗവൺമെന്റ് സർവ്വീസിലുമുള്ള തൊഴിലാളികളാകെ പണിമുടക്കിലേക്ക് നീങ്ങിയത്. ഡിഫെൻസ് സ്ഥാപനങ്ങളിലെ ജീവനക്കാരും പണിമുടക്കിൽ പങ്കെടുത്തു; റെയിൽവെ സർവ്വീസിനെ പോലും പണിമുടക്ക് ബാധിച്ചു. കോൺഗ്രസ് ഗവൺമെന്റ് സമരത്തിനെതിരെ കടുത്ത മർദ്ദന നടപടികൾ അഴിച്ചുവിട്ടു. 21,000ത്തിലധികം തൊഴിലാളികൾ അറസ്റ്റു ചെയ്യപ്പെട്ടു; ഏഴ് തൊഴിലാളികൾ കൊല്ലപ്പെട്ടു. വേണ്ടത്ര പ്രത്യയശാസ്ത്രപരവും സംഘടനാപരവുമായ തയ്യാറെടുപ്പുകൾ നടത്തുന്നതിൽ പാർട്ടി സെന്റർ വീഴ്ച വരുത്തിയതുകൊണ്ട് തൊഴിലാളികൾക്ക് പിന്തുണ നല്കുന്നതിനായി പൊതുജനാഭിപ്രായം സംഘടിപ്പിക്കാൻ കഴിഞ്ഞില്ലെന്ന് പാർട്ടി സ്വയം വിമർശനപരമായി അവലോകനം ചെയ്തു. ഈ മൂന്നുവർഷത്തിനിടയിൽ മറ്റനവധി തൊഴിലാളിവർഗ്ഗ പ്രക്ഷോഭങ്ങൾക്കും രാജ്യം സാക്ഷ്യംവഹിച്ചു; അവയിൽ വിവിധ ട്രേഡ് യൂണിയനുകൾ സംയുക്ത പ്രക്ഷോഭത്തിനായി ഒന്നിച്ചുവന്നു.

ഈ സമരങ്ങളുടെ ഫലമായി, വിവിധ ഉപതിരഞ്ഞെടുപ്പുകളിലെ ഫലം പാർട്ടിക്കനുകൂലമായി. ഇവയിൽ ഏറ്റവും ശ്രദ്ധേയമായത് ഭോപ്പാൽ മുനിസിപ്പാലിറ്റിയിലെ വിജയമായിരുന്നു. സഖ്യകക്ഷികൾക്കൊപ്പം ഭോപ്പാൽ മുനിസിപ്പൽ കൗൺസിലിൽ പാർട്ടി ഭൂരിപക്ഷം നേടി. അതേപോലെ തന്നെ സംയുക്ത മഹാരാഷ്ട്ര ഫോറത്തിന്റെ ഭാഗമായി പാർട്ടി തിരഞ്ഞെടുപ്പിൽ മത്സരിച്ച ബോംബെ കോർപ്പറേഷനിലും വിജയം വരിച്ചു; പാർട്ടിക്ക് അവിടെ 18 സീറ്റ് ലഭിച്ചു. ബോംബെയിലെ വിജയം ഭാഷാ സംസ്ഥാനങ്ങളുടെ രൂപീകരണത്തിൽ – ഗുജറാത്തും മഹാരാഷ്ട്രയും – പാർട്ടി വഹിച്ച സജീവ പങ്കിന്റെ പ്രതിഫലനമായിരുന്നു.

1959 മാർച്ചിനും 1961 ഫെബ്രുവരിക്കുമിടയിൽ ഇന്ത്യ – ചൈന അതിർത്തി തർക്കം സംബന്ധിച്ചുള്ള നിലപാട് വിശദീകരിച്ചുകൊണ്ട് പാർട്ടി 10 പ്രസ്താവനകൾ പുറപ്പെടുവിച്ചു. ചിയാങ് കൈഷെക്കിന്റെയും അമേരിക്കൻ സാമ്രാജ്യത്വത്തിന്റെയും ദുഷ്പ്രേരണയും സഹായവുംകൊണ്ട് ദലായ് ലാമയുടെ നേതൃത്വത്തിലുള്ള ശക്തികൾ നടത്തിയ പരാജ

യപ്പെട്ട കലാപം ഇന്ത്യയും ചൈനയും തമ്മിലുള്ള സുഹൃദ്ബന്ധത്തെ അസ്വസ്ഥമാക്കുകയും തകർക്കുകയും ചെയ്തുവെന്ന് ഈ പ്രസ്താവനകൾ വ്യക്തമാക്കി. ഹിന്ദുമഹാസഭ, ജനസംഘം, സ്വതന്ത്ര പാർട്ടി എന്നിവ പ്രതിനിധാനം ചെയ്തിരുന്ന ഇന്ത്യയിലെ പിന്തിരിപ്പൻ ശക്തികളും കോൺഗ്രസിലെ വലതുപക്ഷവും തിബത്തിലെ സംഭവവികാസങ്ങളെ വക്രീകരിക്കുകയും അവരുടേതായ പിന്തിരിപ്പൻ അജൻഡയുമായി മുന്നോട്ടുപോകുന്നതിന് ഈ സാഹചര്യത്തെ ചൂഷണം ചെയ്യാൻ ഉപയോഗിക്കുകയുമുണ്ടായി. ചൈനയ്ക്കെതിരായി തങ്ങളുടെ രാഷ്ട്രീയ നീക്കങ്ങൾ തുടരുന്നതിന് കലാപകാരികൾക്ക് പൂർണ്ണ സ്വാതന്ത്ര്യം നല്കണമെന്ന് അവർ ആവശ്യപ്പെട്ടു. ഇന്ത്യയെ താവളമാക്കി ഒരു തിബത്തൻ ഗവൺമെന്റ് രൂപീകരിക്കാൻ കലാപകാരികൾക്ക് അനുമതി നല്കണമെന്നും ഇന്ത്യയിലെ ഈ പിന്തിരിപ്പൻ ശക്തികൾ ആവശ്യപ്പെട്ടു. ഈ ശക്തികൾ ഇന്ത്യാ ഗവൺമെന്റിന്റെ വിദേശനയത്തെയും ഇന്ത്യയും ചൈനയും തമ്മിലുള്ള പഞ്ചശീൽ കരാറിനെയും ആക്രമിച്ചു. ഈ പശ്ചാത്തലത്തിൽ ഇരുരാജ്യങ്ങളും തമ്മിലുള്ള സംഘർഷം ആളിക്കത്തുകയും അതിർത്തി വ്യക്തമായി രേഖപ്പെടുത്തപ്പെട്ടിട്ടില്ലാത്ത ഹിമാലയൻ പ്രദേശത്തുണ്ടായ ദൗർഭാഗ്യകരമായ സംഭവവികാസങ്ങൾ സംബന്ധിച്ച് പാർട്ടി വ്യക്തമാക്കുകയും ചെയ്തു.

അതിർത്തി പ്രശ്നവുമായി ബന്ധപ്പെട്ട എല്ലാ വിവാദങ്ങളും പരസ്പര ചർച്ചകളിലൂടെ പരിഹരിക്കപ്പെടുമെന്ന പ്രതീക്ഷയാണ് പാർട്ടി പ്രകടിപ്പിച്ചത്. ഇന്ത്യയുടെ സ്വതന്ത്ര വിദേശനയം കൈവെടിയുന്നതിനും അതിനൊപ്പം ആഫ്രോ – ഏഷ്യൻ ഐക്യദാർഢ്യത്തെ ദുർബ്ബലപ്പെടുത്തുന്നതിനും നമ്മുടെ രാജ്യത്തിനുമേൽ സമ്മർദ്ദം ചെലുത്തുന്നതിന് ഇന്ത്യയും ചൈനയും തമ്മിലുള്ള തർക്കത്തെ ഉപയോഗിക്കാനാണ് സാമ്രാജ്യത്വശക്തികൾ ശ്രമിക്കുന്നതെന്ന് പാർട്ടി താക്കീത് ചെയ്തു. ഈ സംഭവവികാസങ്ങളെ ജനങ്ങളുടെ ജീവിതത്തിന്റെയും ഉപജീവനത്തിന്റെയും പ്രശ്നങ്ങളിൽനിന്ന് ശ്രദ്ധതിരിപ്പിക്കുന്നതിനും രാജ്യത്തെ ജനാധിപത്യ പ്രസ്ഥാനത്തെ ശിഥിലീകരിക്കുന്നതിനും അടിച്ചമർത്തുന്നതിനുമായി ചൂഷണം ചെയ്യപ്പെടുകയാണെന്നും പാർട്ടി വ്യക്തമാക്കി. ജനസംഘവും മറ്റു പിന്തിരിപ്പൻ ശക്തികളും ഒരു പുതിയ വിദേശനയത്തിനും പുതിയ പ്രതിരോധമന്ത്രിക്കും പുതിയ പ്രധാനമന്ത്രിക്കുംവേണ്ടി മുറവിളി കൂട്ടിയപ്പോൾ പാർട്ടി ഈ മുറവിളിയെ എതിർക്കുകയും സംഘർഷങ്ങൾക്ക് പരിഹാരം കാണുന്നതിന് ഉന്നത രാഷ്ട്രീയതലത്തിൽ ചർച്ചകൾക്കായി വാദിക്കുകയുമാണുണ്ടായത്. നെഹ്രുവും ചൗ എൻലായിയും തമ്മിലുള്ള സംഭാഷണത്തെ പാർട്ടി സ്വാഗതം ചെയ്തു; അത് സംഘർഷം ലഘൂകരിക്കുകയുണ്ടായി.

1960 നവംബറിൽ മോസ്കോയിൽ ചേർന്ന 81 കമ്യൂണിസ്റ്റ് പാർട്ടികളുടെ സമ്മേളനത്തിൽ കമ്യൂണിസ്റ്റ് പാർട്ടി ഓഫ് ഇന്ത്യ പങ്കെടുത്തു; സുദീർഘമായ ചർച്ചകൾക്കുശേഷം സമ്മേളനം ഒരു പ്രസ്താവന അംഗീ

കരിച്ചു. ആ പ്രസ്താവന തയ്യാറാക്കുന്നതിലും സമ്മേളനത്തിൽ തന്നെയും പാർട്ടിയുടെ പ്രതിനിധികൾ സജീവമായ പങ്കുവഹിച്ചു. ഇത്തരമൊരു പശ്ചാത്തലത്തിലാണ് പാർട്ടിയുടെ ആറാം കോൺഗ്രസ് 1961 ഏപ്രിൽ 7 മുതൽ 16 വരെ വിജയവാഡയിൽ ചേർന്നത്. 1,77,501 അംഗങ്ങളെ പ്രതിനിധീകരിച്ച് 439 പ്രതിനിധികളും വോട്ടില്ലാത്ത 17 പ്രതിനിധികളും ഈ കോൺഗ്രസിൽ പങ്കെടുത്തു. മൊത്തം പ്രതിനിധികൾ ജയിലിൽ കഴിഞ്ഞിരുന്നത് കൂട്ടിയാൽ 1494 വർഷവും 10 മാസവും 28 ദിവസവും വരും; ഇതിനൊപ്പം ഒളിവിൽ കഴിഞ്ഞിരുന്ന 998 വർഷവും 9 മാസവും കൂടി കൂട്ടിച്ചേർക്കാവുന്നതാണ്. പാർട്ടിയുടെയും പാർട്ടി നേതൃത്വത്തിന്റെയും പോരാട്ടവീര്യത്തെയാണ് ഇത് പ്രതിഫലിപ്പിക്കുന്നത്.

പരിപാടിപരമായ വിഷയങ്ങളിലും സമകാലിക നയങ്ങൾ സംബന്ധിച്ച വിഷയങ്ങളിലുമെന്നപോലെ ലോക കമ്യൂണിസ്റ്റ് പ്രസ്ഥാനം അഭിമുഖീകരിച്ചിരുന്ന പ്രത്യയശാസ്ത്രപരമായ വിഷയങ്ങളിലും പാർട്ടിക്കുള്ളിൽ ഗുരുതരമായ അഭിപ്രായഭിന്നതകൾ വളർന്നിരുന്നു. ആറാം കോൺഗ്രസിൽ അവതരിപ്പിക്കുന്നതിനായി പാർട്ടി പരിപാടിയുടെയും രാഷ്ട്രീയ പ്രമേയത്തിന്റെയും കരട് തയ്യാറാക്കുന്നതിന് നാഷണൽ കൗൺസിൽ രണ്ട് കമ്മിഷനുകളെ നിയോഗിച്ചു. ഈ രണ്ട് കമ്മിഷനുകൾക്കും ഏതെങ്കിലും വിധത്തിലുള്ള പൊതുധാരണയിൽ എത്തിച്ചേരാൻ കഴിഞ്ഞില്ല. അതുകൊണ്ട്, പാർട്ടി കോൺഗ്രസിനുമുന്നിൽ രണ്ട് കരട് പരിപാടികളും രണ്ട് കരട് രാഷ്ട്രീയ പ്രമേയങ്ങളും അവതരിപ്പിക്കപ്പെട്ടു.

ആറാം കോൺഗ്രസിനുള്ള റിപ്പോർട്ടിൽ പാർട്ടി ജനറൽ സെക്രട്ടറി അജയ്ഘോഷ് പാർട്ടിയിൽ നിലനിന്നിരുന്ന രൂക്ഷമായ അഭിപ്രായഭിന്നതകളെക്കുറിച്ച് ഇങ്ങനെ രേഖപ്പെടുത്തി: ചുവടെ പറയുന്ന വിഷയങ്ങളിൽ നമുക്കിടയിൽ അഭിപ്രായഭിന്നതകളുണ്ടെന്ന് വ്യക്തമാണ്: (i) പുതുതായി സ്വാതന്ത്ര്യം പ്രാപിച്ച രാജ്യങ്ങളുമായി ബന്ധപ്പെട്ട് മോസ്കോ പ്രസ്താവനയിലെ സങ്കല്പനങ്ങളുടെ യഥാർത്ഥ വിവക്ഷകൾ; (ii) നമ്മുടെ രാജ്യത്തെ തന്നെ രാഷ്ട്രീയ – സാമ്പത്തിക സാഹചര്യം;(iii) പാർട്ടിക്കുമുന്നിലുള്ള അടിയന്തര കടമകൾ. ഈ അഭിപ്രായഭിന്നതകൾ നിലനില്ക്കവെ പൊതുവായ ഒരു രാഷ്ട്രീയ പ്രമേയത്തിനു രൂപം നല്കാൻ നമ്മെ സംബന്ധിച്ചിടത്തോളം അസാദ്ധ്യമായിരിക്കുന്നു''.

പാർട്ടി കോൺഗ്രസിനുമുന്നിൽ നാഷണൽ കൗൺസിലിലെ ഭൂരിപക്ഷ വിഭാഗം അവതരിപ്പിച്ച രാഷ്ട്രീയ പ്രമേയം വർഗ്ഗസഹകരണ ധാരണ പ്രതിഫലിപ്പിച്ചു. അങ്ങനെ ആറാം കോൺഗ്രസിൽ പാർട്ടി അതിരൂക്ഷമായ പ്രതിസന്ധി നേരിട്ടു. രാഷ്ട്രീയപ്രമേയം ഭേദഗതി ചെയ്യുന്നതിനു ജനറൽ സെക്രട്ടറിയുടെ പ്രസംഗത്തെയും രാഷ്ട്രീയ റിപ്പോർട്ടിനെയും അടിസ്ഥാനമാക്കുകയെന്ന ധാരണയിൽ പിളർപ്പ് ഒഴിവാക്കപ്പെട്ടു. പരിപാടിയുടെ കരടുകൾ അവതരിപ്പിച്ചശേഷം അവ തല്ക്കാലത്തേക്ക് മാറ്റിവെക്കുകയും നാഷണൽ കൗൺസിലിന്റെ പരിഗണനയ്ക്കായി വിടുകയും ചെയ്തു.

അമൃത്സർ കോൺഗ്രസിന്റെ തീരുമാനങ്ങളും കടമകളും നടപ്പാക്കുന്നതിൽ വന്ന വീഴ്ച കോൺഗ്രസിൽ അവതരിപ്പിച്ച സംഘടനാ റിപ്പോർട്ട് വ്യക്തമാക്കി. പാർട്ടി അച്ചടക്കം പാലിക്കുന്നതിൽ പൊതുവെ വന്ന ഉദാസീനതയെക്കുറിച്ചും റിപ്പോർട്ട് ചൂണ്ടിക്കാട്ടി; അതിനുകാരണം ''പാർലമെന്ററി ഭരണഘടനാപരമായ അന്തരീക്ഷത്തിന്റെ വളർച്ചയും ഭാഗികമായി ഒരു തലത്തിലുമുള്ള ഒരു പാർട്ടി ഘടകവും സ്വമേധയാ ഈ അന്യപ്രവണതകളെ ചെറുക്കുകയെന്ന ജോലി ഏറ്റെടുക്കുന്നില്ല എന്ന വസ്തുതയുമാണ്.'' അച്ചടക്കം പുനഃസ്ഥാപിക്കുന്നതിനും വാക്കും പ്രവൃത്തിയും തമ്മിലുള്ള അന്തരം ഇല്ലാതാക്കുന്നതിനും സഖാക്കൾ തമ്മിലുള്ള ബന്ധങ്ങൾ ശക്തിപ്പെടുത്തുന്നതിനും ഒരു ''തെറ്റുതിരുത്തൽ കാംപെയ്ൻ'' ആവശ്യമാണെന്നും റിപ്പോർട്ട് ചൂണ്ടിക്കാട്ടി. പാർട്ടി സംഘടന സംബന്ധിച്ച മൗലികതത്ത്വങ്ങളെ തുടർച്ചയായി അവഗണിക്കുന്നതിനെ റിപ്പോർട്ട് അപലപിച്ചു.

തിരുത്തൽവാദപരമായ (റിവിഷനിസ്റ്റ്) പ്രവണതകൾ വ്യാപകമായി നിലനിൽക്കുന്ന കാര്യം വ്യക്തമാക്കിക്കൊണ്ട് റിപ്പോർട്ട് ഇങ്ങനെ പ്രസ്താവിച്ചു: ''പാർട്ടിയുടെ നേതൃതല കമ്മിറ്റികളുടെയും കാഡർമാരുടെയും ശീലം ജനങ്ങളുടെ വിശ്വാസം നേടിയെടുക്കുന്നതിനുള്ള ഒരേയൊരു മാർഗ്ഗം ബൂർഷ്വാ പാർലമെന്റിന്റെയും ഭരണഘടനാപരമായ രൂപത്തിലുള്ള സമരത്തിന്റെയും ഫലപ്രാപ്തിയിലുള്ള വിശ്വാസത്തിന്റേതാണ്. ജനങ്ങൾക്കിടയിൽ സോഷ്യലിസ്റ്റ് ആശയങ്ങളുടെ, മന്ദഗതിയിലുള്ളതാണെങ്കിലും അസന്ദിഗ്ദ്ധമായ വളർച്ച എന്ന അഭിപ്രായവും അതുകൊണ്ടുതന്നെ മെല്ലെയാണെങ്കിലും നിശ്ചയമായും കോൺഗ്രസ് ഗവൺമെന്റിനുപകരം രാജ്യത്തെ ഇടതുപക്ഷ പാർട്ടികളുടെയും വിഭാഗങ്ങളുടെയും ഒരു കൂട്ടുകെട്ടിന് വരാനാകും എന്ന സാദ്ധ്യത കമ്യൂണിസ്റ്റ് പാർട്ടിക്കുമുന്നിലുണ്ട് എന്ന വിശ്വാസം പാർട്ടിയുടെ ചിന്താഗതിയിലും പ്രവർത്തനങ്ങളിലും ആധിപത്യം സ്ഥാപിച്ചു. ഇത് പാർട്ടിയുടെ പ്രവർത്തനം ബഹുജനങ്ങൾക്കിടയിൽ എന്നതിനുപകരം പാർലമെന്ററി പ്രവർത്തനം എന്നതിലേക്ക് ക്രമേണ മാറുന്നതിനിടയാക്കി. ഇത് പാർട്ടി നേതാക്കളുടെയും കാഡർമാരുടെയും കാഴ്ചപ്പാടിലും മെല്ലെ മാറ്റം വരുന്നതിനിടയാക്കി; അവരുടെ ജീവിതത്തിലും പ്രവർത്തനത്തിലും മാറ്റം വരുന്നതിനും ഇതിടയാക്കി.''

1957 ലെ 12 പാർട്ടികളുടെ പ്രഖ്യാപനം നല്കിയ താക്കീത് കണക്കിലെടുക്കുന്നതിലും പാർട്ടി പരാജയപ്പെട്ടുവെന്നും റിപ്പോർട്ട് സ്വയം വിമർശനപരമായി ചൂണ്ടിക്കാട്ടി: ''റിവിഷനിസ്റ്റുകൾ മാർക്സിസത്തിന്റെ വിപ്ലവപരമായ സത്തയെ നശിപ്പിക്കാനാണ് ശ്രമിക്കുന്നത്; തൊഴിലാളി വർഗ്ഗത്തിനിടയിലും പൊതുവിൽ അദ്ധ്വാനിക്കുന്ന ജനങ്ങൾക്കിടയിലും സോഷ്യലിസത്തിലുള്ള വിശ്വാസത്തെ തകർക്കുന്നതിനാണ് ശ്രമിക്കുന്നത്. തൊഴിലാളിവർഗ്ഗ വിപ്ലവത്തിന്റെയും മുതലാളിത്തത്തിൽനിന്ന് സോഷ്യലിസത്തിലേക്കുള്ള പരിവർത്തനത്തിന്റെ കാലഘട്ടത്തിൽ തൊഴിലാ

ളിവർഗ്ഗ സർവ്വാധിപത്യത്തിന്റെയും ചരിത്രപരമായ ആവശ്യകത അവർ നിഷേധിക്കുന്നു. അവർ മാർക്സിസ്റ്റ് – ലെനിനിസ്റ്റ് പാർട്ടിയുടെ നേതൃത്വപരമായ പങ്കിനെ നിഷേധിക്കുന്നു; തൊഴിലാളിവർഗ്ഗ സാർവ്വദേശീയതയുടെ തത്ത്വങ്ങളെ അവർ തിരസ്കരിക്കുന്നു; പാർട്ടി സംഘടനയുടെ ലെനിനിസ്റ്റ് തത്ത്വങ്ങളെയും സർവ്വോപരി ജനാധിപത്യ കേന്ദ്രീകരണത്തെയും തള്ളിക്കളയാൻ അവർ ആഹ്വാനം ചെയ്യുന്നു. കമ്യൂണിസ്റ്റ് പാർട്ടിയെ ഉശിരൻ വിപ്ലവ സംഘടന എന്നതിൽനിന്നും ഒരുതരം ഡിബേറ്റിങ് സൊസൈറ്റിയായി പരിവർത്തനപ്പെടുത്താനാണ് അവർ ശ്രമിക്കുന്നത്.'' പാർട്ടി സംഘടനയുടെ മണ്ഡലത്തിൽ റിവിഷനിസത്തെ ചെറുക്കുന്നതിന് 'ആവേശകരമായ ആഹ്വാനം' നല്കുന്നതിന് കോൺഗ്രസിന് ഇത് പ്രചോദനമായി.

മൂന്നു തലങ്ങളുള്ള കമ്മിറ്റി സംവിധാനവും ലഭിച്ച വോട്ടിന് ആനുപാതികമായി പാർട്ടി മെമ്പർഷിപ്പ് വികസിപ്പിക്കണമെന്നതിനും സംഘടനാ റിപ്പോർട്ട് ആഹ്വാനം ചെയ്തു. ഈ നിർദ്ദേശങ്ങളാകട്ടെ റിവിഷനിസ്റ്റ് സ്വാധീനത്തിന്റെ പ്രതിഫലനവുമാണ് – ഉന്മൂലനം ചെയ്യാൻ ശ്രമിക്കേണ്ട അതേ പ്രവണത തന്നെ!

അങ്ങനെ ആറാം പാർട്ടി കോൺഗ്രസ് ഒത്തുതീർപ്പുകളുടേതായ ഒരു കോൺഗ്രസായിരുന്നു; പാർട്ടിയിൽ ഭിന്നിപ്പുണ്ടായ പ്രത്യയശാസ്ത്രപരവും രാഷ്ട്രീയവുമായ എല്ലാ അഭിപ്രായ വ്യത്യാസങ്ങളും പരിഹരിക്കപ്പെടാതെ തുടർന്നു. 1962 ൽ നടക്കാനിരുന്ന പൊതുതിരഞ്ഞെടുപ്പിൽ പിന്തുടരേണ്ട വിശാലമായ അടവുകൾ സംബന്ധിച്ചു മാത്രമാണ് കൈവരിക്കാൻ കഴിഞ്ഞ ഒരേയൊരു ധാരണ.

പാർട്ടിക്കുനേരെ
കടന്നാക്രമണം: 1962–63

ആയിരത്തി തൊള്ളായിരത്തി അറുപത്തി രണ്ടിലെ മൂന്നാം പൊതുതിരഞ്ഞെടുപ്പിലെ പോരാട്ടത്തിനായി ഉൾപ്പാർട്ടി അഭിപ്രായവ്യത്യാസങ്ങൾ പിന്നണിയിലേക്ക് മാറ്റിവയ്ക്കപ്പെട്ടു. തീരുമാനിക്കപ്പെട്ട തിരഞ്ഞെടുപ്പ് അടവിന്റെ അന്തസ്സത്ത കോൺഗ്രസിന്റെ അധികാരക്കുത്തക തകർക്കുകയെന്നതായിരുന്നു; കാരണം, ജനാധിപത്യത്തിന്റെ വികാസത്തിനും ജനകീയ ആവശ്യങ്ങൾ നേടുന്നതിനും കോൺഗ്രസ് പ്രതിബന്ധമാണെന്ന് തെളിയിക്കപ്പെട്ടിരുന്നു. പാർലമെന്റിലും വിവിധ നിയമസഭകളിലുമുള്ള കമ്യൂണിസ്റ്റ് പ്രാതിനിദ്ധ്യം വർദ്ധിപ്പിക്കുന്നതിനുള്ള ആഹ്വാനം നല്കപ്പെട്ടു.

തൊഴിലില്ലായ്മ പെരുകി വരുന്നതിന്റെയും, ഇന്ത്യൻ സമ്പദ്ഘടന വാഗ്ദത്തം ചെയ്യപ്പെട്ട വളർച്ച രേഖപ്പെടുത്താതിരിക്കുകയും ചെയ്ത പശ്ചാത്തലത്തിലാണ് ഈ തിരഞ്ഞെടുപ്പുകൾ നടന്നത്. 15 വർഷത്തെ ഇന്ത്യൻ സ്വാതന്ത്ര്യം വെളിപ്പെടുത്തിയത് നവജാത ഇന്ത്യൻ വൻകിട ബൂർഷ്വാസിയാണ് പുതിയ സാമ്പത്തിക പരിപ്രേക്ഷ്യത്തിന്റെ മുഖ്യഗുണഭോക്താക്കൾ എന്നാണ്; അവരുടെ സ്വത്ത് ക്രമാനുഗതമായി വർദ്ധിച്ചുവരുന്നതിൽ ഇത് കാണാവുന്നതാണ്. നേരെ മറിച്ച്, തൊഴിലാളിവർഗ്ഗത്തിനു വേണ്ടത്ര കൂലി പോലും നിഷേധിക്കുകയാണ്; അവശ്യസാധനങ്ങളുടെ വില നിരന്തരം കുതിച്ചുയരുന്നതുമൂലം ജീവിത ചെലവിലുണ്ടാകുന്ന വർദ്ധനവിനു പരിഹാരം പോലും നല്കുന്നില്ല. സർവ്വോപരി, രാജ്യത്തിന്റെ മിക്ക ഭാഗങ്ങളിലും ഭക്ഷണസാധനങ്ങളുടെ ദൗർലഭ്യവും ജനങ്ങളുടെ ദുരിതത്തിന് ആക്കം കൂട്ടി. തൽഫലമായി രാജ്യത്തുടനീളം ജനകീയ അസംതൃപ്തി വർദ്ധിച്ചുവരികയായിരുന്നു. പല സംസ്ഥാനങ്ങളിലും വമ്പിച്ച സമരങ്ങൾക്ക് സാക്ഷ്യം വഹിച്ചു. ഈ പ്രതിഷേധ

ങ്ങൾക്കുനേരെ ഗവൺമെന്റ് നിഷ്ഠുരമായ ആക്രമണം അഴിച്ചുവിട്ടു. ജനാധിപത്യാവകാശങ്ങൾ വർദ്ധിച്ച തോതിൽ വെല്ലുവിളി നേരിട്ടു.

കോൺഗ്രസ് പാർട്ടി പിന്തുടരുന്ന നയങ്ങൾ രാജ്യത്ത് വിവിധ വിഭാഗീയപ്രവണതകൾ വളർന്നു വരുന്നതിനിടയാക്കിയിരിക്കുന്നുവെന്ന് പാർട്ടിയുടെ തിരഞ്ഞെടുപ്പ് മാനിഫെസ്റ്റോ വ്യക്തമാക്കി. വർദ്ധിച്ചുവരുന്ന അസംതൃപ്തി മുതലെടുത്താണ് ഹിന്ദു മഹാസഭയെയും ജനസംഘത്തെയും സ്വതന്ത്രാപാർട്ടിയെയും പോലെയുള്ള വർഗ്ഗീയ പിന്തിരിപ്പൻ പാർട്ടികൾ വളർന്നുവരുന്നത്. ന്യൂനപക്ഷ സമുദായങ്ങൾക്ക് നേരെയുള്ള ആക്രമണങ്ങൾ ഒരു ''പൊതുപ്രതിഭാസ''മായി മാറുകയാണെന്നും അതിൽ വ്യക്തമാക്കിയിരുന്നു. മാനിഫെസ്റ്റോ ഇങ്ങനെ പ്രസ്താവിച്ചു:

> കോൺഗ്രസിന്റെതന്നെ ഗുരുതരമായ പരാജയങ്ങളും അതിന്റെ നയങ്ങൾമൂലം വളർന്നുവന്ന അസംതൃപ്തിയും അപചയങ്ങളുമാണ് ഈ പ്രവണതകൾക്കും പാർട്ടികൾക്കും ഇപ്പോഴത്തെ അവയുടെ കരുത്ത് കൈവരിക്കാൻ കഴിഞ്ഞതെന്ന് നമുക്ക് പറയാതിരിക്കാനാവില്ല....എങ്ങനെയും ഏത് മാർഗ്ഗത്തിലൂടെയും തങ്ങൾക്ക് അധികാരമുറപ്പിക്കണമെന്ന ലക്ഷ്യത്തോടെ പല കോൺഗ്രസ് നേതാക്കളും വർഗ്ഗീയതയെയും ജാതീയതയെയും പ്രാദേശികവാദത്തെയും പ്രവിശ്യാവാദത്തെയും മറ്റുമെല്ലാം അടിസ്ഥാനമാക്കിയ അഭ്യർത്ഥനകളെ ആശ്രയിക്കുകയുമുണ്ടായി.

തീവ്രവലതുപക്ഷ പാർട്ടികളെ പിന്തിരിപ്പനും അന്ധവിശ്വാസത്തെ അടിസ്ഥാനമാക്കിയവയുമെന്ന നിലയിലാണ് പരിഗണിക്കുന്നതെന്ന് പാർട്ടി സംശയാതീതമായി പ്രസ്താവിച്ചു; ഇവയുടെ വളർച്ചയും വിജയവും ദേശീയസ്വാതന്ത്ര്യത്തിന്റെയും ദേശീയ പുരോഗതിയുടെയും ജനാധിപത്യത്തിന്റെയും ലക്ഷ്യങ്ങളെ അപകടപ്പെടുത്തുമെന്നും പാർട്ടി വ്യക്തമാക്കി. ''രാജ്യസ്നേഹികളും ജനാധിപത്യവാദികളുമായ എല്ലാ ശക്തികളുടെയും വിശാലമായ ദേശീയ ജനാധിപത്യമുന്നണി'' കെട്ടിപ്പടുക്കണമെന്ന് പാർട്ടി ആഹ്വാനം ചെയ്തു; അതിന് ജനകീയ പിന്തുണ തേടുകയുമുണ്ടായി. കോൺഗ്രസിനും പിന്തിരിപ്പൻ പാർട്ടികൾക്കും ഒരേ രക്ഷാധികാരികൾ തന്നെയാണെന്നും അവർ മുഖ്യപ്രതിപക്ഷ പാർട്ടി എന്ന നിലയിലുള്ള കമ്യൂണിസ്റ്റു പാർട്ടിയുടെ സ്ഥാനം ഇല്ലാതാക്കാൻ ആഗ്രഹിക്കുന്നവരാണെന്നും ഗവൺമെന്റിന്റെ നയങ്ങളെ പിന്നെയും വലത്തോട്ട് നീക്കുകയെന്ന ലക്ഷ്യമാണവയ്ക്കുള്ളതെന്നും പാർട്ടി വ്യക്തമാക്കി.

അങ്ങനെ പൊതുതിരഞ്ഞെടുപ്പിലെ പാർട്ടിയുടെ അടവുകൾ പ്രതിഫലിപ്പിക്കുന്ന മൂന്ന് മുഖ്യമുദ്രാവാക്യങ്ങൾ ഇവയായി. (i) കോൺഗ്രസിന്റെ അധികാരകുത്തക ദുർബ്ബലമാക്കുക (ii) വലതുപക്ഷ പിന്തിരിപ്പൻ പാർട്ടികളെ പാടെ പരാജയപ്പെടുത്തുക; (iii) കമ്യൂണിസ്റ്റു പാർട്ടി

യുടെയും യഥാർത്ഥ ജനാധിപത്യശക്തികളുടെയും നില ശക്തിപ്പെടുത്തുക.

കമ്യൂണിസ്റ്റു പാർട്ടി 10 ശതമാനം വോട്ടും പാർലമെന്റിൽ 29 സീറ്റും നേടി; വോട്ട് വിഹിതത്തിൽ ഒരു ശതമാനം വർദ്ധന നേടാനും കഴിഞ്ഞു. കോൺഗ്രസിന്റെ വോട്ടു വിഹിതത്തിൽ മൂന്നു ശതമാനം കുറവുണ്ടായി.കോൺഗ്രസിന്റെ സ്ഥിതി ദുർബ്ബലപ്പെടുത്തുന്ന പ്രക്രിയ തുടരുകയാണെന്ന പൊതുനിഗമനത്തിലാണ് പാർട്ടിയുടെ സെൻട്രൽ സെക്രട്ടറിയറ്റ് തിരഞ്ഞെടുപ്പ് ഫലങ്ങൾ വിശകലനം ചെയ്ത് എത്തിച്ചേർന്നത്. തിരഞ്ഞെടുപ്പ് ഫലത്തിലെ ഏറ്റവും അസ്വസ്ഥത സൃഷ്ടിക്കുന്ന ഘടകം വർഗ്ഗീയ–വലതുപക്ഷ പിന്തിരിപ്പൻ ശക്തികളുടെ നില ശക്തിപ്പെട്ടതാണെന്നും പാർട്ടി വ്യക്തമാക്കി. പാർട്ടിക്കുള്ളിലെ രൂക്ഷമായ അഭിപ്രായഭിന്നത പ്രതിഫലിപ്പിച്ചുകൊണ്ട്, തിരഞ്ഞെടുപ്പ് അവലോകനത്തിന് നാഷണൽ കൗൺസിലിൽ രണ്ട് കരടുകൾ അവതരിപ്പിക്കപ്പെട്ടു. തങ്ങളുടെ ലൈൻ പരാജയമടയുമെന്ന് മനസ്സിലാക്കിയ പരിഷ്കരണവാദികൾ ''തിരഞ്ഞെടുപ്പിനെക്കുറിച്ച് പോസ്റ്റുമോർട്ടത്തിന്റെയൊന്നും ആവശ്യമേയില്ല'' എന്ന് പ്രസ്താവിച്ചു.

തിരഞ്ഞെടുപ്പ് കഴിഞ്ഞയുടൻ പാർട്ടി ജനറൽ സെക്രട്ടറി അജയ് ഘോഷ് അന്തരിച്ചു. അജയ്ഘോഷിന്റെ സ്മരണയ്ക്കായി കേന്ദ്ര പാർട്ടി ഓഫീസ് നിർമ്മിക്കുന്നതിന് ഫണ്ട് സമാഹരിക്കുന്നതിന് പാർട്ടി ആഹ്വാനം ചെയ്തു. പുതിയ ജനറൽ സെക്രട്ടറിയെ തിരഞ്ഞെടുക്കുന്ന വിഷയം പാർട്ടി അഭിമുഖീകരിച്ചു; നാഷണൽ കൗൺസിൽ അത് ചർച്ച ചെയ്തു. കൗൺസിലിലെ ചില അംഗങ്ങളുടെ ചാഞ്ചാട്ടം പാർട്ടിയിലെ റിവിഷനിസ്റ്റ് വിഭാഗത്തിന് നേട്ടമുണ്ടാക്കി; പാർട്ടിയിൽ ചെയർമാൻ എന്ന പുതിയ പദവി സൃഷ്ടിച്ചു – അത്തരത്തിലൊരു സ്ഥാനത്തിന് പാർട്ടി ഭരണഘടനയിൽ വ്യവസ്ഥ ഉണ്ടായിരുന്നില്ല. എസ് എ ഡാങ്കെ ചെയർമാനായി തിരഞ്ഞെടുക്കപ്പെട്ടു; ഇ എം എസ് നമ്പൂതിരിപ്പാട് ജനറൽ സെക്രട്ടറിയും. സെൻട്രൽ എക്സിക്യൂട്ടീവ് കമ്മിറ്റിയിലേക്ക് പുതുതായി 6 അംഗങ്ങളെകൂട്ടിച്ചേർത്തു– പി സുന്ദരയ്യ, ജി അധികാരി, ജ്യോതിബസു, ഹർകിഷൻസിങ് സുർജിത്, എച്ച് കെ വ്യാസ്, അവതാർസിങ് മൽഹോത്ര. പുതിയ അംഗങ്ങളെ ഉൾപ്പെടുത്തി സെക്രട്ടറിയേറ്റും നവീകരിച്ചു–ഡാങ്കെയ്ക്കും ഇ എം എസിനും പുറമെ ഭൂപേഷ് ഗുപ്ത, ഇ സ ഡ് എ അഹമ്മദ്, എം എൻ ഗോവിന്ദൻനായർ, പി സുന്ദരയ്യ, ജ്യോതിബസു, ഹർകിഷൻസിങ് സുർജിത്, യോഗീന്ദ്രശർമ എന്നിവരും ഉൾപ്പെട്ടിരുന്നു.

നാല് രേഖകൾ തയ്യാറാക്കുകയെന്ന കടമ സെക്രട്ടറിയേറ്റിനെ ഏല്പിച്ചു– (i) കമ്യൂണിസ്റ്റ് പ്രസ്ഥാനം നേരിടുന്ന പ്രത്യയശാസ്ത്രപരവും സംഘടനാപരവുമായ പ്രശ്നങ്ങൾ സംബന്ധിച്ച് (ii) സി പി എസ് യുവിന്റെ 22–ാം കോൺഗ്രസ് തീരുമാനങ്ങളുടെ പ്രാധാന്യം, (iii) രാജ്യത്ത് തിരഞ്ഞെടുപ്പിനുശേഷമുള്ള രാഷ്ട്രീയ സാഹചര്യം (iv) സംഘട

നാപരമായ പ്രശ്നങ്ങൾ. പിന്നീടു ചേർന്ന ഒരു നാഷണൽ കൗൺസിൽ യോഗത്തിൽ സി പി എസ് യുവിന്റെ 22–ാം കോൺഗ്രസിനെ സംബന്ധിച്ച് ഒരു പ്രമേയം അംഗീകരിച്ചു; അതിൽ സി പി എസ് യു രേഖകളിൽ ഉൾപ്പെട്ടിരുന്ന തെറ്റായ നിരവധി നിഗമനങ്ങളെ വിമർശനരഹിതമായി അംഗീകരിക്കുകയും വാഴ്ത്തുകയും ചെയ്തു. അവയിൽ മുഖ്യമായത്, സോവിയറ്റ്യൂണിയൻ കമ്യൂണിസ്റ്റു സമൂഹത്തിന്റെ നിർമ്മിതിയിലേക്കുള്ള പാതയിലാണെന്നതും ഇപ്പോഴത്തെ തലമുറയ്ക്കുതന്നെ സാക്ഷ്യം വഹിക്കാൻ കഴിയത്തക്കവിധം അത് ഉടൻ പൂർത്തീകരിക്കപ്പെടുമെന്നതുമാണ്. സാമ്രാജ്യത്വ ശക്തികളുടെ കരുത്തിനെക്കുറിച്ച് ശ്രദ്ധേയമായ വിധം വിലകുറിച്ച് കാണുകയായിരുന്നു അവിടെ. രാഷ്ട്രങ്ങളുടെ സമാധാനപരമായ സഹവർത്തിത്വത്തെക്കുറിച്ചും സോഷ്യലിസത്തിലേക്കുള്ള സമാധാനപരമായ പരിവർത്തനത്തെക്കുറിച്ചുമുള്ള സിദ്ധാന്തത്തെ ബലപ്പെടുത്തുന്നതിനാണ് ഈ നിഗമനങ്ങൾ ഉപയോഗിക്കപ്പെട്ടത്. സാർവ്വദേശീയ–ദേശീയ രാഷ്ട്രീയ സാഹചര്യങ്ങളെയും കമ്യൂണിസ്റ്റു പാർട്ടികളുടെ പങ്കിനെയും ഇടപെടലിനെയും സംബന്ധിച്ചുള്ള വിലയിരുത്തലുമായി ബന്ധപ്പെട്ട രൂക്ഷമായ ഉൾപ്പാർട്ടി അഭിപ്രായഭിന്നതകൾ കൂടുതൽ തീവ്രമാക്കുന്നതിനും ഈ നിഗമനങ്ങൾ ഇടയാക്കി.

സാർവ്വദേശീയ കമ്യൂണിസ്റ്റ് പ്രസ്ഥാനത്തിൽ, പ്രത്യേകിച്ച് സി പി എസ് യുവും അൽബേനിയൻ പാർട്ടി ഓഫ് ലേബറും തമ്മിലും സി പി എസ് യു വും സി പി സിയും തമ്മിലും ഈ വിഷയങ്ങൾ സംബന്ധിച്ച് ഉയർന്നുവന്ന അഭിപ്രായവ്യത്യാസങ്ങളും ഉൾപ്പാർട്ടി ചർച്ചകളിൽ സ്വാധീനം ചെലുത്തി. 1960 ൽ മോസ്കോവിൽ ചേർന്ന 81 പാർട്ടികളുടെ യോഗത്തിന് സമാനമായി ലോകത്തിലെ എല്ലാ കമ്യൂണിസ്റ്റ് – തൊഴിലാളി പാർട്ടികളുടെയും ഒരു യോഗം വിളിച്ചുചേർക്കുന്നതിനു മുൻകൈയെടുക്കാൻ സി പി എസ് യുവിനോട് ആവശ്യപ്പെടുന്ന ഒരു പ്രമേയം പാർട്ടി പാസാക്കി.

ഈ പശ്ചാത്തലത്തിലാണ് നീറിപ്പുകഞ്ഞുകൊണ്ടിരുന്ന ഇന്ത്യ–ചൈന അതിർത്തിതർക്കം 1962 ഒക്ടോബറിൽ പെട്ടെന്ന് ആളിക്കത്തിയത്. ഡിഫെൻസ് ഓഫ് ഇന്ത്യ റൂൾസ് (ഡി ഐ ആർ) പ്രകാരം ഇന്ത്യ ഗവൺമെന്റ് അടിയന്തരാവസ്ഥ പ്രഖ്യാപിച്ചു; ആളുകളെ വിചാരണ കൂടാതെ തടവിലാക്കാൻ തുടങ്ങി. ഈ അസാധാരണ നടപടികൾ പാർട്ടി നേതൃത്വത്തിലെ ഒരു വിഭാഗത്തെ അറസ്റ്റ് ചെയ്യാൻ ഉപയോഗിക്കപ്പെട്ടു –പാർട്ടിക്കുള്ളിൽ വർഗ്ഗ സഹകരണ നയത്തെ എതിർക്കുന്നവരെയും രണ്ട് അയൽരാജ്യങ്ങളും തമ്മിലുള്ള തർക്കം തീർക്കാൻ സമാധാനപരമായ കൂടിയാലോചനകൾക്കും സമാധാനപരമായ പരിഹാരത്തിനുമായി വാദിച്ചിരുന്നവരെയുമാണ് ഇങ്ങനെ അറസ്റ്റ് ചെയ്തത്. മുസഫർ അഹമ്മദ്, എ കെ ഗോപാലൻ, ബി ടി രണദിവെ, പി സുന്ദരയ്യ, ജ്യോതിബസു, പ്രമോദ് ദാസ് ഗുപ്ത, ഹർകിഷൻസിങ് സുർജിത്, എം ബസവ പുന്നയ്യ, ഹരേകൃഷ്ണ കോനാർ തുടങ്ങിയവരെപ്പോലുള്ള നിരവധി പ്രമുഖ

കമ്യൂണിസ്റ്റു നേതാക്കൾ അറസ്റ്റ് ചെയ്യപ്പെട്ടു; ഇവരെ ദീർഘകാലം തടങ്കലിലാക്കി. പാർട്ടിയുടെ ദേശീയ കൗൺസിലിലെ 50 ഓളം അംഗങ്ങളും 10 പാർലമെന്റ് അംഗങ്ങളും നാല്പതോളം വിവിധ നിയമസഭാംഗങ്ങളും ട്രേഡ് യൂണിയൻ പ്രവർത്തകരും മറ്റു ജനാധിപത്യപ്രസ്ഥാനങ്ങളിലെ നേതാക്കളും ഉൾപ്പെടെ 800 ൽ അധികം കമ്യൂണിസ്റ്റ് നേതാക്കൾ ഈ കിരാതനിയമപ്രകാരം തടവിലാക്കപ്പെട്ടു.

ട്രേഡ് യൂണിയനുകളുടെയും കിസാൻ സഭയുടെയും പ്രവർത്തനത്തെ സ്തംഭിപ്പിക്കുന്നതിനും തൊഴിലാളികളെയും ജീവനക്കാരെയും വിരട്ടുന്നതിനും അവരെ പ്രതികാരനടപടികൾക്ക് വിധേയരാക്കുന്നതിനും കടുത്ത ശിക്ഷാനടപടികൾക്ക് വിധേയരാക്കുന്നതിനുമാണ് ഗവൺമെന്റ് ഈ അസാധാരണ അധികാരങ്ങളെ ഉപയോഗിച്ചത്. പല സ്ഥലങ്ങളിലും കോൺഗ്രസ് പാർട്ടിയുടെ അനുയായികൾ കമ്യൂണിസ്റ്റ് പാർട്ടി ഓഫീസുകൾ ആക്രമിക്കുകയും രേഖകളും ഫർണിച്ചറും തീവച്ച് നശിപ്പിക്കുകയും പാർട്ടി നേതാക്കളുടെ വീടുകൾ ആക്രമിക്കുകയും അവരെ ഭീഷണിപ്പെടുത്തുകയും ചെയ്തു.

ഡാങ്കെ നയിച്ചിരുന്ന റിവിഷനിസ്റ്റ് നേതൃത്വം പാർട്ടി നേതൃത്വത്തിലെ വിപ്ലവകാരികളായ വിഭാഗത്തിനുനേരെയുള്ള ഈ ആക്രമണങ്ങളെ തങ്ങളുടെ വർഗ്ഗസഹകരണ നയവുമായി പിന്നെയും മുന്നോട്ടുപോകാനുള്ള അവസരമായാണ് കണ്ടത്. അവർ ആസൂത്രിതവും അപകീർത്തികരവുമായ പ്രചരണമഴിച്ചുവിട്ടു; എല്ലാ നിറങ്ങളിലും ഭാവങ്ങളിലുമുള്ള പിന്തിരിപ്പന്മാരുടെയും സഹായത്തോടെയും പ്രേരണയിലും അവർ സങ്കുചിത ദേശസ്നേഹത്തിന്റെ ഭൂതത്തെ തുറന്നുവിട്ടു. 'ദേശവിരുദ്ധരെ' ന്നും 'ചൈനാപക്ഷപാതി'കളെന്നും മുദ്രകുത്തി പാർട്ടി നേതാക്കളെയും ട്രേഡ് യൂണിയൻ പ്രവർത്തകരെയും അറസ്റ്റു ചെയ്യുന്നതിനെ അപലപിക്കാൻ അവർ തയ്യാറായില്ല. ഈ അറസ്റ്റുകളെ അപലപിക്കുന്ന ഒരു പ്രമേയം പാസാക്കുന്നതിൽനിന്ന് എ ഐ ടി യു സിയെ തടയാൻ ഡാങ്കെ സർവ്വ കഴിവും പ്രയോഗിച്ചു. വലതുപക്ഷ പിന്തിരിപ്പൻ പാർട്ടികളിൽനിന്നു മാത്രമല്ല കമ്യൂണിസ്റ്റു പാർട്ടിയിലെ ഡാങ്കെയെപ്പോലെയുള്ള ആളുകളിൽനിന്നു കൂടി തങ്ങൾക്ക് പിന്തുണ ലഭിക്കുന്നുവെന്ന ബോദ്ധ്യം ഗവൺമെന്റിന് കൂടുതൽ ബലം നല്കി. കോൺഗ്രസ് ഗവൺമെന്റിന്റെ മർദ്ദന നടപടികൾക്കെതിരായ പ്രതിഷേധം സഹോദര കമ്യൂണിസ്റ്റ് തൊഴിലാളിപാർട്ടികളിൽനിന്നും ഉയർന്നുവന്നു; എന്നിട്ടും ഡാങ്കെ ഗ്രൂപ്പിൽ നിന്നും അതുണ്ടായില്ല.

ഡാങ്കെയുടെ നേതൃത്വത്തിലുള്ള റിവിഷനിസ്റ്റ് ഗ്രൂപ്പ് ഈ സമയം വിവിധ സംസ്ഥാനങ്ങളിലെ പാർട്ടിയെ കൈപിടിയിലൊതുക്കാൻ ഉപയോഗിച്ചു. അവർ പശ്ചിമബംഗാൾ സംസ്ഥാന കൗൺസിൽ പിരിച്ചുവിടുകയും പ്രൊവിൻഷ്യൽ ഓർഗനൈസിങ് കമ്മിറ്റി രൂപീകരിക്കുകയും ചെയ്തു. പഞ്ചാബിൽ അവർ ഒരു പ്രത്യേക സമ്മേളനം വിളിച്ചുകൂട്ടി; ഒരു പുതിയ കമ്മിറ്റിയെ തിരഞ്ഞെടുത്തു. ഈ വിധത്തിൽ, പാർട്ടിയുടെ

നേതൃപദവികളിൽനിന്ന് വർഗ്ഗസഹകരണത്തിനെതിരെയുള്ള പോരാട്ടം നയിച്ച സഖാക്കളെയെല്ലാം പുറത്താക്കാനാണ് അവർ ആഗ്രഹിച്ചത്.

അതിർത്തി സംഘട്ടനങ്ങൾ അവസാനിച്ചതിനുശേഷംപോലും റിവിഷനിസ്റ്റുകൾ നേതൃത്വം നല്കിയ കമ്യൂണിസ്റ്റു പാർട്ടി അടിയന്തരാവസ്ഥ പിൻവലിക്കണമെന്ന ആവശ്യം മുന്നോട്ടുവയ്ക്കുന്നതിൽ വീഴ്ച വരുത്തി. നേരെ മറിച്ച്, അടിയന്തരാവസ്ഥ തുടരണമെന്ന് ഡാങ്കെ ആവശ്യപ്പെടുക പോലുമുണ്ടായി! ''പ്രതിപക്ഷ പാർട്ടികളുമായി കൂടിയാലോചിച്ച് അടിയന്തരാവസ്ഥ തുടരേണ്ടതിന്റെ ആവശ്യകതയെക്കുറിച്ചും ഈ പ്രശ്നം അവലോകനം ചെയ്യേണ്ടതിനെക്കുറിച്ചും'' ഗവൺമെന്റിനോട് ആവശ്യപ്പെടാൻ മാത്രമേ അവർ തയ്യാറായുള്ളൂ.

അങ്ങനെ, 1962–1963 കാലഘട്ടം പാർട്ടിക്കുനേരെയുള്ള ആക്രമണത്തിന്റെ കാലമെന്ന് അടയാളപ്പെടുത്തപ്പെട്ടു – പ്രത്യേകിച്ചും വർഗ്ഗസമര നയത്തിൽ ഉറച്ചുനിന്നവർക്കെതിരായ ആക്രമണം. 1954 മുതൽ പാർട്ടിക്കുള്ളിൽ നിലനിന്നിരുന്ന അഭിപ്രായ ഭിന്നതകൾ പിന്നെയും വർദ്ധിച്ച് ഒരു തിരിച്ചുപോക്കിന് സാദ്ധ്യതയില്ലാത്തിടത്തെത്തി. പാർട്ടിയുടെ ഉന്നത നേതൃത്വത്തിൽ മാത്രം മുൻപ് ഒതുങ്ങിനിന്നിരുന്ന ഈ അഭിപ്രായവ്യത്യാസങ്ങൾ ഈ ഘട്ടത്തിൽ പാർട്ടിയുടെ താഴെ തലങ്ങളിലേക്കും ക്രമേണ വ്യാപിച്ചു.

തെന്നാലി കൺവെൻഷൻ വിപ്ലവ പാർട്ടി രൂപീകരണത്തിനായുള്ള മുന്നൊരുക്കം

ഒരു ദശകത്തിലേറെക്കാലം നീണ്ടുനിന്ന റിവിഷനിസത്തിനെതിരായ പോരാട്ടം 1964 ഓടുകൂടി ഒരു വഴിത്തിരിവിലെത്തി. 1964 ഏപ്രിൽ 11ന് നേതൃത്വത്തിന്റെ സമീപനത്തിനെതിരായ പ്രതിഷേധം പ്രകടിപ്പിച്ച് 32 നാഷണൽ കൗൺസിൽ അംഗങ്ങൾ കൗൺസിൽ യോഗത്തിൽനിന്നും ഇറങ്ങിപ്പോയി. അംഗീകൃതമായ എല്ലാ തീരുമാനങ്ങളും ലംഘിച്ചുകൊണ്ട് നേതൃത്വം എല്ലാ കമ്യൂണിസ്റ്റു മാനദണ്ഡങ്ങളും ശീലങ്ങളും മറികടന്ന്, പാർട്ടിയെ റിവിഷനിസ്റ്റ് ലൈനിലേക്ക് കൊണ്ടുപോകുന്നതിനെതിരെയായിരുന്നു ഈ പ്രതിഷേധം. ഈ 32 അംഗങ്ങൾ എല്ലാ പാർട്ടി അംഗങ്ങളെയും അഭിസംബോധന ചെയ്തുകൊണ്ട് 1964 ഏപ്രിൽ 14ന് ഒരു സംയുക്ത അഭ്യർത്ഥന പുറപ്പെടുവിച്ചു. ഈ പ്രസ്താവന ശക്തമായ ഒരു കമ്യൂണിസ്റ്റ് പാർട്ടി ഉയർന്നുവരുന്നതിനായുള്ള വഴിയൊരുക്കി.

സംയുക്ത അഭ്യർത്ഥനയിൽ ഒപ്പുവച്ചവർ: (1) പി സുന്ദരയ്യ, (2) എം ബസവ പുന്നയ്യ, (3) ടി നാഗിറെഡ്ഡി, (4) എം ഹനുമന്തറാവു, (5) ഡി വെങ്കിടേശ്വരറാവു, (6) എൻ പ്രസാദറാവു, (7) ജി ബാപ്പനയ്യ, (8) ഇ എം എസ് നമ്പൂതിരിപ്പാട്, (9) എ കെ ഗോപാലൻ, (10) എ വി കുഞ്ഞമ്പു, (11) സി എച്ച് കണാരൻ, (12) ഇ കെ നായനാർ, (13) വി എസ് അച്യുതാനന്ദൻ, (14) ഇ കെ ഇമ്പിച്ചിബാവ, (15) പ്രമോദ് ദാസ് ഗുപ്ത, (16) മുസഫർ അഹമ്മദ്, (17) ജ്യോതിബസു, (18) അബ്ദുൾ ഹലിം, (19) ഹരേ കൃഷ്ണ കോനാർ, (20) സരോജ് മുഖർജി, (21) പി രാമമൂർത്തി, (22) എം ആർ വെങ്കടരാമൻ, (23) എൻ ശങ്കരയ്യ, (24) കെ രമണി, (25) ഹർകിഷൻ സിങ് സുർജിത്, (26) ജഗ്ജിത് സിങ് ല്യാൽപുരി, (27) ഡി എസ് ടപ്പിയാല, (28) ഡോ. ഭാഗ്സിങ് (29) ഷിയോകുമാർ മിശ്ര (30) ആർ എൻ ഉപാധ്യായ, (31) മോഹൻ പുനാമിയ, (32) ആർ പി ശറഫ്.

എസ് എ ഡാങ്കെയുടെ നേതൃത്വത്തിലുള്ള സെക്രട്ടറിയേറ്റ് നടത്തിക്കൊണ്ടിരുന്ന പാർട്ടി വിരുദ്ധ വിഭാഗീയ പ്രവർത്തനങ്ങൾക്കെതിരായ സമരം മുന്നോട്ടുകൊണ്ടു പോകേണ്ടതെങ്ങനെയെന്നത് സംബന്ധിച്ച കാഴ്ചപ്പാടുകൾ കൈമാറുകയാണ് തങ്ങൾ എന്ന് ആ അഭ്യർത്ഥനയിൽ പ്രസ്താവിച്ച അവർ അത് പരിഷ്കരണവാദപരമായ രാഷ്ട്രീയനയത്തിനെതിരായ പോരാട്ടവുമായി സഹജമായിത്തന്നെ ബന്ധപ്പെട്ടിരിക്കുകയാണെന്ന നിഗമനത്തിലെത്തിയിരിക്കുന്നുവെന്നും വ്യക്തമാക്കി. കോൺഗ്രസുമായി പൊതുവായ ഐക്യമുന്നണിയെന്ന പരിഷ്കരണവാദ രാഷ്ട്രീയനയത്തെ തള്ളിക്കളയണമെന്ന് ഭൂരിപക്ഷം വരുന്ന പാർട്ടി അംഗങ്ങളോടും ഘടകങ്ങളോടും അവർ ആഹ്വാനം ചെയ്തു. 1961 ൽ നടന്ന 6–ാം കോൺഗ്രസിൽ തന്നെ ഈ പരിഷ്കരണവാദികൾ ഇത്തരമൊരു നയം മുന്നോട്ടുവച്ചിരുന്നതായി അവർ പ്രസ്താവിച്ചു; എന്നാൽ ആ നയത്തെ ''പ്രതിനിധികൾ ശക്തമായി എതിർക്കുകയും പാർട്ടി കോൺഗ്രസ് അംഗീകരിച്ച പ്രമേയത്തെ നിരാകരിക്കുകയും ചെയ്തു. നഗ്നമായ പരിഷ്കരണവാദ രാഷ്ട്രീയനയത്തിന്റെ വക്താക്കളായിരുന്ന സഖാക്കൾക്ക് ഒടുവിൽ കോൺഗ്രസിൽ പരാജയം സമ്മതിക്കേണ്ടതായിവന്നു. എന്നാൽ, പാർട്ടി കോൺഗ്രസിനു ശേഷവും അവർ പ്രായോഗികപ്രവർത്തനങ്ങളിൽ തങ്ങളുടെ പരിഷ്കരണവാദപരമായ നയം നടപ്പാക്കാനാണ് ശ്രമിച്ചത്.''

രാജ്യത്തെ സാമ്പത്തിക–രാഷ്ട്രീയസാഹചര്യം വിലയിരുത്തുന്നതു സംബന്ധിച്ചെന്നപോലെ ഡാങ്കെയുടെ നേതൃത്വത്തിലുള്ള സെക്രട്ടറിയറ്റിന്റെ പരിഷ്കരണവാദ രാഷ്ട്രീയത്തെയും വിഭാഗീയമായ സംഘടനാ രീതികളെയും ചെറുത്തുതോല്പിക്കുന്നതെങ്ങനെയെന്ന പ്രശ്നത്തോടുള്ള സമീപനത്തിന്റെ കാര്യത്തിലും തങ്ങൾക്കിടയിൽ തന്നെ അഭിപ്രായവ്യത്യാസങ്ങളുണ്ടെന്ന വസ്തുത ഈ അഭ്യർത്ഥന പരസ്യമായി സമ്മതിച്ചു. എന്നാൽ, ''ഈ പശ്ചാത്തലത്തിൽ ഉയർന്നുവരുന്ന ഉൾപ്പാർട്ടി പ്രശ്നങ്ങൾക്ക് പരിഹാരം കാണാൻ പാർട്ടി മെമ്പർഷിപ്പിനോടാകെയുള്ള അഭ്യർത്ഥന നടത്തുകയും അതേ തുടർന്ന് ഒരു പാർട്ടി കോൺഗ്രസ് വിളിച്ചുചേർക്കുകയും ചെയ്യുന്നതിലൂടെ മാത്രമേ കഴിയൂ എന്ന ധാരണ''യിൽ അവർ ഒന്നിച്ചുനില്ക്കുകയായിരുന്നു.

പ്രത്യയശാസ്ത്ര പ്രശ്നങ്ങളിൽ തങ്ങൾക്കിടയിൽത്തന്നെ ഭിന്നാഭിപ്രായങ്ങളുണ്ടെന്നും എന്നാൽ 'കരട് പരിപാടിയുടെ കാര്യത്തിൽ' അവർ തമ്മിൽ യോജിപ്പാണെന്നും അത് തങ്ങൾ താല്ക്കാലികമായി അംഗീകരിച്ചതാണെന്നും വ്യക്തമാക്കി. ''എന്നാൽ ഈ ഭിന്നാഭിപ്രായങ്ങളെല്ലാം ഉണ്ടെങ്കിൽത്തന്നെയും, പരിഷ്കരണവാദ രാഷ്ട്രീയനയത്തെയും വിഭാഗീയമായ ഉൾപ്പാർട്ടി സംഘടനാരീതികളെയും ബ്രിട്ടീഷുകാർക്ക് തന്റെ സേവനം വാഗ്ദാനം ചെയ്തതായി ഡാങ്കെയുടെ പേരിൽ ആരോപിക്കപ്പെടുന്ന നടപടിയെ വെള്ളപൂശുന്നതിനുള്ള നാണം കെട്ട നീക്കത്തെയും ചെറുക്കേണ്ടതാവശ്യമാണെന്ന കാര്യത്തിൽ ഞങ്ങൾക്കെല്ലാം യോജിപ്പാണുള്ളത്.''

തങ്ങൾക്കിടയിൽ അഭിപ്രായഭിന്നതയുള്ള പ്രത്യയശാസ്ത്രപരവും രാഷ്ട്രീയവുമായ പ്രശ്നങ്ങൾ സംബന്ധിച്ച് കൂടുതൽ ആശയവിനിമയം നടത്തേണ്ടതുണ്ടെന്നും ആ ചർച്ചകളിൽ പാർട്ടി മെമ്പർഷിപ്പിനെയാകെ ബന്ധപ്പെടുത്തേണ്ടതുണ്ടെന്നും അവർ നിർദ്ദേശിച്ചു.

ഈ ചർച്ചകൾക്ക് സഹായകമായി പാർട്ടി അംഗങ്ങൾക്കും അനുഭാവികൾക്കുമിടയിൽ അവർ ചുവടെ ചേർക്കുന്ന രേഖകൾ പ്രചരിപ്പിച്ചു. (i) അവർ താല്ക്കാലികമായി അംഗീകരിച്ച കരട് പരിപാടി (ii) പാർട്ടി പരിപാടി സംബന്ധിച്ച സഖാവ് ഇ എം എസിന്റെ കരട്, (iii) സഖാവ് എം ബസവ പുന്നയ്യയും മറ്റുള്ളവരും തയ്യാറാക്കിയ പ്രത്യയശാസ്ത്ര പ്രശ്നങ്ങൾ സംബന്ധിച്ച കരട് (iv) മേൽപ്പറഞ്ഞ വിഷയം സംബന്ധിച്ച് സഖാവ് ജ്യോതിബസുവും, മറ്റുള്ളവരും തയ്യാറാക്കിയ മറ്റൊരു കരട്. 'കരട് പരിപാടി'യെ സംബന്ധിച്ച സഖാവ് ഇ എം എസിന്റെ വിമർശനവും അതിനൊപ്പം സഖാവ് ഇ എം എസിന്റെ കരടിനെ സംബന്ധിച്ച മറ്റു സഖാക്കളുടെ വിമർശനവും തുടർന്ന് പ്രചരിപ്പിക്കുമെന്നും അവർ പ്രസ്താവിച്ചു. ഇത്തരത്തിലുള്ള ''ചർച്ചകളിലൂടെയും സജീവമായ രാഷ്ട്രീയ–ബഹുജന പ്രവർത്തനത്തിലൂടെയും" ''ഡാങ്കെയുടെയും കൂട്ടരുടെയും നയങ്ങളോടും നടപടികളോടും ഫലപ്രദമായ ചെറുത്തുനില്പ് സംഘടിപ്പിക്കുന്നതിനുമാത്രമല്ല, മറിച്ച് പാർട്ടിയുടെ ഏഴാം കോൺഗ്രസ് വിളിച്ചുചേർക്കുന്നതിനു ആവശ്യമായ രാഷ്ട്രീയവും സംഘടനാപരവുമായ തയ്യാറെടുപ്പുകൾ നടത്തുന്നതിനും'' വലിയൊരുവിഭാഗം പാർട്ടി അംഗങ്ങളെയും അനുഭാവികളെയും അണിനിരത്തുന്നതിന് കഴിയുമെന്ന ആത്മവിശ്വാസവും അവർ പ്രകടിപ്പിച്ചു.

''സെക്രട്ടറിയേറ്റിനെയും അതിനെ പിന്തുണയ്ക്കുന്നവരെയും അവരുടെ ഇപ്പോഴത്തെ നയങ്ങളിൽനിന്നും നടപടികളിൽനിന്നും പിന്തിരിയുന്നതിന് സമ്മർദ്ദം ചെലുത്താൻ'' പാർട്ടി ഐക്യത്തിന്റെ ആത്മാർത്ഥതയുള്ള എല്ലാ വക്താക്കളോടും ആഹ്വാനം ചെയ്തുകൊണ്ടാണ് അവരുടെ അഭ്യർത്ഥന അവസാനിപ്പിച്ചത്. സെക്രട്ടറിയേറ്റ് തങ്ങളുടെ സമീപനത്തിൽ ശഠിച്ചുനില്ക്കുകയാണെങ്കിൽ പാർട്ടിയുടെ ഏഴാം കോൺഗ്രസ് വിളിച്ചുചേർക്കുന്നതിന് അണിനിരക്കണമെന്ന് മൊത്തം മെമ്പർഷിപ്പിനോടും അവർ അഭ്യർത്ഥിച്ചു.

''എസ് എ ഡാങ്കെയുടെയും ഗ്രൂപ്പിന്റെയും സവിശേഷതകളായ പരിഷ്കരണവാദത്തിനും വിഭാഗീയതയ്ക്കും വിപ്ലവപാരമ്പര്യം ഉപേക്ഷിക്കലിനുമെതിരായ പോരാട്ടത്തിന്റെ കോൺഗ്രസ്'' ആയിരിക്കും ഏഴാം കോൺഗ്രസ്. തങ്ങളുടെ പ്രവർത്തനങ്ങൾ അവലോകനം ചെയ്യുന്നതിനും ഭാവി പരിപാടികൾ ആവിഷ്കരിക്കുന്നതിനും രണ്ടുമാസത്തിനുള്ളിൽ പാർട്ടി അംഗങ്ങളുടെ പ്രതിനിധികളുടെ ഒരു യോഗം വിളിച്ചുചേർക്കാൻ തീരുമാനിച്ചിട്ടുണ്ടെന്നും അവർ പ്രസ്താവിച്ചു.

ഈ അഭ്യർത്ഥനയുടെ അടിസ്ഥാനത്തിൽ തീവ്രമായ ഉൾപ്പാർട്ടി ചർച്ച സംഘടിപ്പിക്കപ്പെട്ടു; അതിന് രാജ്യത്തുടനീളമുള്ള പാർട്ടി കമ്മി

റ്റികളെയും അംഗങ്ങളെയും സമീപിക്കുകയുണ്ടായി. പാർട്ടി അണികൾക്കിടയിൽ ഐക്യത്തിനുവേണ്ടിയുള്ള അഭിവാഞ്ഛ ഉണ്ടായിരുന്നെങ്കിലും മഹാഭൂരിപക്ഷം പേരും ഡാങ്കെയും കൂട്ടരും പിന്തുടർന്നിരുന്ന റിവിഷനിസ്റ്റ് നയത്തിന്റെയും അവരുടെ പിളർപ്പൻ ശൈലിയുടെയും വിമർശകരായിരുന്നു. പാർട്ടി സംവിധാനമാകെ റിവിഷനിസ്റ്റുകളുടെ കൈപ്പിടിയിൽപെട്ടിരുന്നുവെന്ന വസ്തുത ഉയർത്തിയ പരിമിതികളുണ്ടായിരുന്നെങ്കിലും പാർട്ടി അംഗങ്ങളിൽ ഭൂരിപക്ഷവും 32 പേരുടെ അഭ്യർത്ഥനയ്ക്കു പിന്നിൽ അണിനിരന്നു.

''ഐക്യത്തിനും ചർച്ചയ്ക്കുമായുള്ള വ്യഗ്രത'' എന്ന നാട്യത്തിൽ പാർട്ടി അംഗങ്ങൾക്കിടയിൽ ആശയക്കുഴപ്പം സൃഷ്ടിക്കുന്നതിന് റിവിഷനിസ്റ്റ് നേതൃത്വം ശ്രമിച്ചു. എന്നാൽ അവരുമായി നടത്തിയ ചർച്ചകൾ വ്യക്തമാക്കിയത് പാർട്ടിയുടെയാകെ ജനാധിപത്യപരമായ പൊതുഅഭിപ്രായ സമന്വയമുണ്ടാക്കുന്നതിന് 32 പേർ മുന്നോട്ടുവച്ച ആവശ്യങ്ങളിൽ ഒന്നുപോലും അംഗീകരിക്കാൻ അവർ തയ്യാറായിരുന്നില്ല എന്നാണ്. വാസ്തവത്തിൽ, അവർ പാർട്ടിയെ പിളർക്കുന്നതിന്റെ തിരക്കിലായിരുന്നു. ലോക്സഭയിലെയും ചില നിയമസഭകളിലെയും കമ്യൂണിസ്റ്റ് ഗ്രൂപ്പിനെ അവർ പിളർന്നു. തങ്ങളുടെ കീഴടങ്ങൽവാദപരമായ രാഷ്ട്രീയനയം പിന്തുടരുന്നതിന് അവർ പ്രതിജ്ഞാബദ്ധരാണെന്ന് തുടർന്നു നടന്ന ഡാങ്കെയിസ്റ്റുകളുടെ നാഷണൽ കൗൺസിൽ യോഗത്തിൽ ചർച്ച ചെയ്യപ്പെട്ട രാഷ്ട്രീയപ്രമേയങ്ങൾ വ്യക്തമാക്കി. ഇതാണ് 1964 ജൂലൈ 7 മുതൽ 11 വരെ തെന്നാലിയിൽ ചേർന്ന കൺവെൻഷന്റെ പശ്ചാത്തലം.

ഒരുലക്ഷം പാർട്ടി അംഗങ്ങളെ പ്രതിനിധാനം ചെയ്ത് 146 പ്രതിനിധികൾ ഗുരുതരമായ ഉൾപ്പാർട്ടി സ്ഥിതിഗതികൾ ചർച്ച ചെയ്യുന്നതിനും നാഷണൽ കൗൺസിലിൽനിന്നും 32 അംഗങ്ങൾ ഇറങ്ങിപ്പോന്നതിനുശേഷമുള്ള സ്ഥിതിഗതികളും അവരുടെ അഭ്യർത്ഥനയോടുള്ള പ്രതികരണവും വിലയിരുത്തുന്നതിനും ഭാവിപ്രവർത്തന പരിപാടികൾ തീരുമാനിക്കുന്നതിനുമാണ് തെന്നാലിയിൽ യോഗം ചേർന്നത്.

സഖാവ് മുസഫർ അഹമ്മദ് പാർട്ടി പതാക ഉയർത്തി; ''യഥാർത്ഥ കമ്യൂണിസ്റ്റു പാർട്ടി കെട്ടിപ്പടുക്കാൻ പ്രതിജ്ഞയെടുക്കണെ''മെന്ന് പ്രതിനിധികളോട് അദ്ദേഹം ആഹ്വാനം ചെയ്തു. സഖാക്കൾ എ കെ ഗോപാലനും ജ്യോതിബസുവും ശിവശർമ്മയും അടങ്ങുന്ന പ്രസീഡിയം കൺവെൻഷൻ നടപടികൾ നിയന്ത്രിച്ചു. സ്വാഗത സംഘത്തിനുവേണ്ടി സഖാവ് പി സുന്ദരയ്യ പ്രതിനിധികളെ സ്വാഗതം ചെയ്തു.

കൺവെൻഷന്റെ തുടക്കത്തിൽ തന്നെ 32 പേരുടെ പ്രതിനിധികളും ഡാങ്കെയുടെ നേതൃത്വത്തിലുള്ള നാഷണൽ കൗൺസിൽ പ്രതിനിധികളും തമ്മിൽ നടന്ന ''ഐക്യചർച്ച''യെ സംബന്ധിച്ച ഒരു റിപ്പോർട്ട് കൺവെൻഷനുമുമ്പിൽ അവതരിപ്പിച്ചു. ഇതിനെ തുടർന്ന് വിവിധ സംസ്ഥാനങ്ങളിൽനിന്നുള്ള റിപ്പോർട്ടുകൾ അവതരിപ്പിക്കപ്പെട്ടു; അതത് സംസ്ഥാനങ്ങളിലെ ഉൾപ്പാർട്ടി സ്ഥിതിഗതികളെ എന്ന പോലെ റിവിഷനിസ്റ്റ്

രാഷ്ട്രീയനയത്തെയും ഔദ്യോഗിക ഗ്രൂപ്പ് നടത്തിക്കൊണ്ടിരിക്കുന്ന പിളർപ്പൻ പ്രവർത്തനങ്ങളെയും സംബന്ധിച്ച് സമഗ്രമായ ഒരു ചിത്രം അത് നല്കി. മിക്കവാറും സംസ്ഥാനങ്ങളിലെ പാർട്ടി അംഗങ്ങളിൽ മഹാഭൂരിപക്ഷം പേരും ഡാങ്കെ നേതൃത്വത്തെ തള്ളിപ്പറയുകയും 32 പേരുടെ അഭ്യർത്ഥനയ്ക്കൊപ്പം അണിനിരക്കുകയും ചെയ്തിരിക്കുന്നതായി ഈ റിപ്പോർട്ടുകൾ സൂചിപ്പിച്ചു.

‘‘പ്രത്യയശാസ്ത്ര സംവാദത്തിനൊരു സംഭാവന’’ എന്ന പ്രത്യയശാസ്ത്ര പ്രശ്നങ്ങൾ സംബന്ധിച്ച ഒരു രേഖയാണ് തുടർന്ന് ചർച്ചയ്ക്കായി എടുത്തത്. സാർവ്വദേശീയ കമ്യൂണിസ്റ്റ് പ്രസ്ഥാനത്തിലെ പ്രത്യയശാസ്ത്ര ഭിന്നതകൾ സംബന്ധിച്ച് ഒരു നിർദ്ദേശം അവതരിപ്പിച്ചു: “സാർവ്വദേശീയ കമ്യൂണിസ്റ്റ് പ്രസ്ഥാനത്തിലെ സ്വതന്ത്ര പരമാധികാര ഘടകമെന്ന നിലയിൽ നമ്മുടെ പാർട്ടി പൂർണ്ണമായും ജനാധിപത്യപരമായും പാർട്ടിയിലുടനീളം ചർച്ച ചെയ്ത ശേഷം സ്വന്തം നിലയിൽ തീരുമാനങ്ങളിൽ എത്തിച്ചേരണം.’’

രാഷ്ട്രീയവും പ്രത്യയശാസ്ത്രപരവുമായ പ്രവർത്തനത്തിൽ അടിയന്തര പ്രാധാന്യമുള്ള പരിവർത്തനത്തിന്റെ രൂപങ്ങളും സമാധാനപരമായ സഹവർത്തിത്വവുംപോലെയുള്ള വിഷയങ്ങളും കരട് പരിപാടിക്കൊപ്പം ചർച്ച ചെയ്യുകയും അന്തിമതീരുമാനത്തിലെത്തുകയും ചെയ്യണമെന്ന നിർദ്ദേശം കൺവെൻഷൻ അംഗീകരിച്ചു.

കരട് പരിപാടിയും അതിനൊപ്പം സഖാവ് ഇ എം എസിന്റെ കുറിപ്പും കൺവെൻഷൻ ചർച്ച ചെയ്തു. ഡാങ്കെയും ഭൂപേശ് ഗുപ്തയും പി സി ജോഷിയും തയ്യാറാക്കി നാഷണൽ കൗൺസിലിൽ വിതരണം ചെയ്ത മൂന്ന് കരടുകൾപോലും ചർച്ചയ്ക്കായി പ്രതിനിധികൾക്കിടയിൽ വിതരണം ചെയ്യപ്പെട്ടു. രണ്ട് ദിവസത്തെ ചർച്ചകൾക്കുശേഷം സഖാവ് ഇ എം എസിന്റെ വിമർശനക്കുറിപ്പിനൊപ്പം കരട് പരിപാടി ഏഴാം കോൺഗ്രസിൽ അന്തിമതീരുമാനമെടുക്കാൻ ചർച്ചകൾക്കായി പാർട്ടിയിലുടനീളം വിതരണം ചെയ്യണമെന്ന് തീരുമാനിച്ചു.

പ്രത്യയശാസ്ത്രപരവും രാഷ്ട്രീയവുമായ പ്രശ്നങ്ങളിന്മേൽ തീരുമാനമെടുത്തശേഷം കൺവെൻഷൻ പാർട്ടിയുടെ ഏഴാം കോൺഗ്രസ് സംബന്ധിച്ച പ്രമേയം ചർച്ച ചെയ്തംഗീകരിച്ചു; ഒരഭ്യർത്ഥനയോടെയാണ് പ്രമേയം അവസാനിപ്പിച്ചത്: ‘‘ഈ ചുവടുവയ്പു മൂലം വരാനിടയുള്ള അനന്തരഫലങ്ങളെക്കുറിച്ച് ഉൽക്കണ്ഠാകുലരായ സഖാക്കൾക്കും സുഹൃത്തുക്കൾക്കും ഞങ്ങൾ ഉറപ്പുനല്കാൻ ആഗ്രഹിക്കുന്നത് അല്പവും സന്തോഷത്തോടെയല്ല ഈ നടപടിയിലേക്ക് ഞങ്ങൾ നീങ്ങുന്നതെന്നും ഈ നിലപാടെടുക്കാൻ ഞങ്ങൾ നിർബ്ബന്ധിതരാകുകയായിരുന്നുവെന്നുമാണ്. ഇത് ഒഴിവാക്കുന്നതിന് ഞങ്ങൾ അതിയായി ആഗ്രഹിച്ചതാണ്. അതുകൊണ്ടാണ് സാദ്ധ്യമായപ്പോഴെല്ലാം ഞങ്ങൾ ഐക്യത്തിനായി സമീപിച്ചത്. എന്നാൽ, എന്തു വില കൊടുത്തും അധികാരം തങ്ങളുടെ കൈവശം തന്നെ നിലനിർത്താൻ ശ്രമിക്കുന്നവരിൽനിന്ന് ഞ

ങ്ങളുടെ എല്ലാ നീക്കങ്ങൾക്കും കടുത്ത എതിർപ്പാണ് നേരിട്ടത്.'' പാർട്ടി കോൺഗ്രസിനുവേണ്ടിയുള്ള അജൻഡയും ഈ പ്രമേയത്തിൽ അംഗീകരിക്കുകയുണ്ടായി.

കൺവെൻഷനുകൾ 41 അംഗങ്ങളുള്ള സെൻട്രൽ ഓർഗനൈസിങ് കമ്മിറ്റിക്കൊപ്പം പാർട്ടി കോൺഗ്രസിനായുള്ള തയ്യാറെടുപ്പുകളിൽ സഹായിക്കാനും സംസ്ഥാന സമ്മേളനങ്ങൾ സംഘടിപ്പിക്കാൻ സംസ്ഥാനങ്ങളെ സഹായിക്കാനും ട്രേഡ് യൂണിയൻ, കിസാൻ, പാർലമെന്ററി പ്രവർത്തനങ്ങൾക്കും മറ്റു ബഹുജന മുന്നണികൾക്കും മാർഗ്ഗദർശനം നല്കാനുമായി എക്സിക്യൂട്ടീവ് കമ്മിറ്റിയെയും സെക്രട്ടറിയേറ്റിനെയും തിരഞ്ഞെടുത്തു. സെക്രട്ടറിയേറ്റിന്റെ കൺവീനറായി സഖാവ് എം ബസവ പുന്നയ്യ തിരഞ്ഞെടുക്കപ്പെട്ടു.

സി പി ഐ (എം) ന്റെ രൂപീകരണം

ആയിരത്തി തൊള്ളായിരത്തി അറുപത്തി നാല് ഒക്ടോബർ 31 മുതൽ നവംബർ ഏഴുവരെ കമ്യൂണിസ്റ്റ് പാർട്ടിയുടെ ഏഴാം കോൺഗ്രസ് കൽക്കട്ടയിൽ ചേർന്നു. അഭിഭക്ത പാർട്ടിക്കുള്ളിൽ റിവിഷനിസത്തിനെതിരെ നടന്ന പോരാട്ടത്തിന്റെ പരിസമാപ്തി കുറിക്കുന്നതായി ഈ കോൺഗ്രസ്. റിവിഷനിസവുമായുള്ള പരിപാടിപരവും സംഘടനാപരവും പ്രത്യയശാസ്ത്രപരവുമായ വേർപെടലിനെ ഈ കോൺഗ്രസ് അടയാളപ്പെടുത്തി. പാർട്ടി പിന്തുടർന്നിരുന്ന അടവ് സംബന്ധിച്ച് പൂർണ്ണമായ ഒരു അതിർവരമ്പിടൽ കൂടിയായിരുന്നു അത്. രാജ്യത്തെ കമ്യൂണിസ്റ്റ് പ്രസ്ഥാനത്തിന്റെ ചരിത്രത്തിലെ വഴിത്തിരിവായിരുന്നു ഏഴാം കോൺഗ്രസ്. അത് പുതിയ ഒരു പാർട്ടി പരിപാടിയും നയപ്രസ്താവനയും കടമകൾ സംബന്ധിച്ച ഒരു പ്രമേയവും അംഗീകരിച്ചു; അതിൽ ഇന്ത്യൻ വിപ്ലവത്തിന്റെ തന്ത്രവും അടവുകളും വ്യക്തമായി അവതരിപ്പിച്ചു. 1961 ൽ നടന്ന ആറാം പാർട്ടി കോൺഗ്രസിന്റെ കാലത്ത് നിലവിലുണ്ടായിരുന്ന പാർട്ടി അംഗങ്ങളുടെ 60 ശതമാനത്തെ പ്രതിനിധാനം ചെയ്ത് 422 പ്രതിനിധികൾ പാർട്ടിയിലെ വിപ്ലവകാരികളായ വിഭാഗത്തിനൊപ്പം നില്ക്കുകയും ഏഴാം കോൺഗ്രസിൽ പങ്കെടുക്കുകയും ചെയ്തു.

കോൺഗ്രസ് അംഗീകരിച്ച പരിപാടി ഇന്ത്യൻ സാഹചര്യവുമായി ബന്ധപ്പെട്ട എല്ലാ റിവിഷനിസ്റ്റ് രൂപവല്ക്കരണങ്ങളെയും (Formulations) തള്ളിക്കളഞ്ഞു; ഭരണകൂടത്തിന്റെ സ്വഭാവത്തെ ശരിയായി ഇങ്ങനെ വിശദീകരിച്ചു: ''ഇപ്പോഴത്തെ ഇന്ത്യൻ ഭരണകൂടം മുതലാളിത്ത വികസനപാത പിന്തുടരുന്നതിന് വിദേശ ധനമൂലധനവുമായി വർദ്ധിതമായ വിധം കൂട്ടുകെട്ടിലേർപ്പെട്ടിട്ടുള്ള വൻകിട ബൂർഷ്വാസിയാൽ നയിക്കപ്പെടുന്ന ബൂർഷ്വ – ഭൂപ്രഭു വർഗ്ഗ വാഴ്ചയുടെ ഉപകരണമാണ്.'' ഇന്ത്യാ ഗവൺമെന്റ് നാം പിന്തുണ നല്കേണ്ട ദേശീയ ബൂർഷ്വാസിയെ പ്രതിനിധാനം ചെയ്യുന്നുവെന്ന സോവിയറ്റ് കമ്യൂണിസ്റ്റ് പാർട്ടിയുടെ നിലപാടി

നെ പാർട്ടി പരിപാടി നിരാകരിച്ചു. അതേസമയംതന്നെ ഇന്ത്യാ ഗവൺമെന്റ് കോമ്പ്രദോർ ബൂർഷ്വാസിയെ പ്രതിനിധീകരിക്കുന്നുവെന്ന ചൈനീസ് കമ്യൂണിസ്റ്റ് പാർട്ടി കൈക്കൊണ്ട നിലപാടും പാർട്ടി കോൺഗ്രസ് അംഗീകരിച്ചില്ല.

നമ്മുടെ വിപ്ലവത്തിന്റെ ആദ്യഘട്ടം സാമ്രാജ്യത്വവിരുദ്ധവും ഫ്യൂഡൽ വിരുദ്ധവും കുത്തക മൂലധനവിരുദ്ധവും ജനാധിപത്യപരവുമായിരിക്കുമെന്ന് പാർട്ടി കോൺഗ്രസ് അംഗീകരിച്ച പരിപാടി വ്യക്തമാക്കുകയുണ്ടായി. ഈ ഘട്ടം പൂർത്തിയാക്കിയതിനുശേഷം മാത്രമേ അത് സോഷ്യലിസ്റ്റ് വിപ്ലവത്തിലേക്ക് നീങ്ങുകയുള്ളൂ. പരിപാടി ഇങ്ങനെ പ്രസ്താവിക്കുന്നു: ''ഇപ്പോഴത്തെ ഘട്ടത്തിൽ ഇന്ത്യൻ വിപ്ലവത്തിന്റെ അടിസ്ഥാനപരമായ കടമകൾ സമ്പൂർണ്ണമായും സമഗ്രമായും പൂർത്തീകരിക്കുന്നതിന്, വൻകിട ബൂർഷ്വാസിയാൽ നയിക്കപ്പെടുന്ന ഇപ്പോഴത്തെ ബൂർഷ്വാ – ഭൂപ്രഭു ഭരണകൂടത്തിന്റെ സ്ഥാനത്ത് തൊഴിലാളി വർഗ്ഗത്താൽ നയിക്കപ്പെടുന്ന ജനകീയ ജനാധിപത്യ ഭരണകൂടത്തെ സ്ഥാപിക്കേണ്ടത് തികച്ചും അനുപേക്ഷണീയമാണെന്നത് വ്യക്തമാണ്''.

ഈ സുപ്രധാന ഘട്ടത്തിന്റെ, ജനാധിപത്യ വിപ്ലവത്തിന്റെ പൂർത്തീകരണത്തിന്റെ മുഖ്യലക്ഷ്യം ഇപ്പോഴത്തെ ബൂർഷ്വാ – ഭൂപ്രഭു ഗവൺമെന്റിന്റെ സ്ഥാനത്ത് പകരം തൊഴിലാളികർഷക സഖ്യത്തെ അടിസ്ഥാനപ്പെടുത്തിയതും തൊഴിലാളിവർഗ്ഗ നേതൃത്വത്തിലുള്ളതുമായ ജനകീയ ജനാധിപത്യ ഗവൺമെന്റ് സ്ഥാപിക്കലാണ്. ''ഭൂപ്രഭുത്വവുമായി സന്ധി ചെയ്തിട്ടുള്ള ഇപ്പോഴത്തെ വൻകിട ബൂർഷ്വാ നേതൃത്വത്തെ ഭരണകൂടാധികാരത്തിന്റെ നേതൃ പദവിയിൽനിന്നും പുറത്താക്കാതെയും തൽസ്ഥാനത്ത് ഭരണകൂടത്തിനുമേൽ തൊഴിലാളിവർഗ്ഗത്തിന്റെ അധീശാധിപത്യം സ്ഥാപിക്കാതെയും കർഷക ജനസാമാന്യത്തിന്റെ യഥാർത്ഥ താല്പര്യാനുസരണം പുരോഗമനപരമായ കാർഷിക പരിഷ്കരണങ്ങളൊന്നും തന്നെ നടപ്പാക്കാനാവില്ലെന്ന് വ്യക്തമാണ്.'' അതിനുംപുറമേ, വിദേശ കുത്തക മൂലധനത്തെയും അതിന്റെ പിടിച്ചുപറി സ്വഭാവത്തിലുള്ള ചൂഷണത്തെയും ഇപ്പോഴത്തെ ഗവൺമെന്റ് വിദേശ സാമ്രാജ്യത്വ മൂലധനവുമായി സഹകരിക്കുകയും സന്ധി ചെയ്യുകയും ചെയ്യുന്ന നയവുമായി ഭരണത്തിൽ തുടരുന്നിടത്തോളം നമ്മുടെ സമ്പദ്ഘടനയ്ക്ക് ഇല്ലാതാക്കാനാവില്ലെന്നതും വ്യക്തമാണ്. രാജ്യത്തുനിന്ന് വിദേശ കുത്തക മൂലധനത്തെ ഉന്മൂലനം ചെയ്യുന്നതും കൈയോടെ പുറത്താക്കുന്നതും സുദൃഢവും സുരക്ഷിതവുമായ അടിത്തറയിൽ നമ്മുടെ സ്വാതന്ത്ര്യം സ്ഥാപിക്കുന്നതും ഉറപ്പാക്കാൻ തൊഴിലാളിവർഗ്ഗത്താൽ നയിക്കപ്പെടുന്ന ജനകീയ ജനാധിപത്യ മുന്നണിയുടെ ഒരു ഗവൺമെന്റിനെ സുദൃഢമായി സ്ഥാപിച്ചുകൊണ്ടല്ലാതെ കഴിയില്ല..... ഇപ്പോഴത്തെ ഗവൺമെന്റിനെയും അതിന്റെ ജനവിരുദ്ധനയങ്ങളെയും തിരസ്കരിക്കുകയും നിർണ്ണായകമായി പരാജയപ്പെടുത്തുകയും അതിന്റെ സ്ഥാനത്ത് ജനാധിപത്യപരമായ ബദൽ നയങ്ങളോടുകൂടിയ ഒരു ബദൽ ഗവൺമെന്റ് സ്ഥാപിക്കുകയും ചെയ്തുകൊണ്ടല്ലാതെ, ചരിത്രപരമായി കാലഹരണപ്പെട്ടു കഴിഞ്ഞ മുതലാളിത്ത വികസനത്തിന്റെ വഞ്ചനാപരമായ

പാതയിൽനിന്ന് നമ്മുടെ ജനങ്ങൾക്ക് രക്ഷനേടുന്നതിനോ ഇത്തരത്തിലുള്ള ഒരു വികസന പാതയിൽനിന്നും അനിവാര്യമായും ഉയർന്നുവരുന്ന ഒരു പ്രതിഭാസമായ വളർന്നുവരുന്ന കുത്തക മുതലാളിത്തത്തിന്റെ പിടിയിൽനിന്നും നമ്മുടെ ജനങ്ങളെ മോചിപ്പിക്കുന്നതിനോ കഴിയുകയില്ല.''

വൻകിട ബൂർഷ്വാസിയാൽ നയിക്കപ്പെടുന്ന ബൂർഷ്വാ – ഭൂപ്രഭു ഗവൺമെന്റിനെ പുറത്താക്കുന്നതിനായി ജനകീയ ജനാധിപത്യ മുന്നണി കെട്ടിപ്പടുക്കുകയെന്നതാണ് വിപ്ലവ പ്രസ്ഥാനത്തിന്റെ കേന്ദ്ര കടമ. തൊഴിലാളിവർഗ്ഗത്തിന്റെയും അതിന്റെ രാഷ്ട്രീയ പാർട്ടിയായ കമ്യൂണിസ്റ്റ് പാർട്ടിയുടെയും നേതൃത്വത്തിൽ മാത്രമേ അത്തരത്തിലൊരു ജനകീയ ജനാധിപത്യം വിജയകരമായി കെട്ടിപ്പടുക്കാനും വിപ്ലവത്തെ വിജയത്തിലേക്ക് നയിക്കാനും കഴിയൂവെന്നും പരിപാടി പ്രസ്താവിക്കുന്നു. ഈ മുന്നണിക്കുള്ളിൽ തൊഴിലാളി വർഗ്ഗത്തിന്റെയും കർഷക ജനതയുടെയും സഖ്യത്തിനാണ് പരമപ്രാധാന്യം നല്കിയിട്ടുള്ളത്. ''ജനകീയ ജനാധിപത്യമുന്നണിയുടെ അകക്കാമ്പും അടിത്തറയും, തൊഴിലാളിവർഗ്ഗത്തിന്റെയും കർഷക ജനതയുടെയും സുദൃഢമായ സഖ്യമാണ്. ദേശീയ സ്വാതന്ത്ര്യം സംരക്ഷിക്കുന്നതിനും ആഴത്തിലുള്ള ജനാധിപത്യ പരിവർത്തനം കൈവരിക്കുന്നതിനും സർവ്വതോന്മുഖമായ സാമൂഹിക പുരോഗതി ഉറപ്പാക്കുന്നതിനുമുള്ള ഏറ്റവും പ്രധാനപ്പെട്ട ശക്തി ഈ സഖ്യമാണ്.''

തൊഴിലാളി – കർഷക സഖ്യം എന്ന ഈ അകക്കാമ്പിനു ചുറ്റുമായി അതിന്റെ മുഖ്യ സഖ്യകക്ഷികളായ കർഷകത്തൊഴിലാളികളും ദരിദ്രകർഷകരും അണിനിരത്തപ്പെടുന്നു. ഇടത്തരം കർഷകർ ഉറച്ച സഖ്യകക്ഷിയായിരിക്കുമ്പോൾ ധനിക കർഷകരെയും ഈ മുന്നണിയിലേക്ക് കൊണ്ടുവരാനും ഉറപ്പിച്ചു നിർത്താനും സാദ്ധ്യവുമാണ്. നഗരങ്ങളിലും മറ്റു വിഭാഗങ്ങളിലുമുള്ള പെറ്റി ബൂർഷ്വാസിയും വിപ്ലവ സമരത്തിൽ തൊഴിലാളിവർഗ്ഗത്തിന്റെ സഖ്യകക്ഷിയാണ്. തൊഴിലാളി – കർഷക സഖ്യത്തിന്റെ കരുത്താണ് ചാഞ്ചാടി നില്ക്കുന്ന മറ്റെല്ലാ വർഗ്ഗങ്ങളെയും മുന്നണിയിലേക്ക് കൊണ്ടുവരുന്നതും അതിനുള്ളിൽ ഉറപ്പിച്ചു നിർത്തുന്നതും. ''........ ഫ്യൂഡൽ വിരുദ്ധ, സാമ്രാജ്യത്വവിരുദ്ധ കടമകൾ നിർവ്വഹിക്കുന്നതിന് ദേശീയ ബൂർഷ്വാസിയുടെ വിവിധ വിഭാഗങ്ങൾ ഏത് പരിധിവരെ പങ്കെടുക്കുന്നുവെന്നതും തൊഴിലാളികളുടെയും കർഷകരുടെയും സഖ്യത്തിന്റെ ശക്തിയെയും സ്ഥിരതയെയും ആശ്രയിച്ചാണിരിക്കുന്നത് എന്നത് ചെറിയതോതിലൊന്നുമല്ല എന്നും ശ്രദ്ധിക്കപ്പെടേണ്ട തുണ്ട്. ചുരുക്കത്തിൽ, വിപ്ലവത്തെ വിജയത്തിലേക്ക് നയിക്കാൻ വിശാലമായ ജനകീയ ജനാധിപത്യ മുന്നണി കെട്ടിപ്പടുക്കുന്നതോ വിപ്ലവത്തിന്റെ വിജയമോ ആശ്രയിച്ചിരിക്കുന്നത് ഇളക്കാനാവാത്ത തൊഴിലാളി–കർഷക സഖ്യം ഊട്ടിയുറപ്പിക്കുന്നതിലാണ്.''

ജനകീയ ജനാധിപത്യ മുന്നണിയിലൂടെയാണ് ജനാധിപത്യവിപ്ലവത്തിന്റെ എല്ലാ വിപ്ലവ ശക്തികളെയും എല്ലാ സാമ്രാജ്യത്വവിരുദ്ധ

ഫ്യൂഡൽ വിരുദ്ധ ശക്തികളെയും ഒന്നിച്ചു കൂട്ടിയിണക്കാനും അണിനിരത്താനും പാർട്ടി ലക്ഷ്യമിടുന്നത്. ഈ മുന്നണി സൃഷ്ടിക്കപ്പെടുന്നതും കെട്ടിപ്പടുക്കപ്പെടുന്നതും ജനകീയ സമരങ്ങൾക്കുമേലാണ്. മുന്നണിയുടെ പരിപാടിക്കു ചുറ്റും നടത്തുന്ന കരുത്തുറ്റ ബഹുജന പ്രക്ഷോഭങ്ങളിലൂടെയാണ് ഈ മുന്നണി നിലവിൽ വരുന്നതെന്ന് പരിപാടി പ്രഖ്യാപിക്കുന്നു.

ഈ കോൺഗ്രസിൽ അംഗീകരിച്ച പരിപാടി സി പി ഐയുടെ കോൺഗ്രസിൽ അംഗീകരിച്ച പരിപാടിയിൽനിന്നും പൂർണ്ണമായും വ്യത്യസ്തമാണ്. ഭരണകൂടത്തെ സംബന്ധിച്ച വിവരണത്തിലും ജനാധിപത്യ വിപ്ലവത്തിനായുള്ള വർഗ്ഗസഖ്യത്തിന്റെ നേതൃത്വത്തിന്റെ കാര്യത്തിലുമാണ് അടിസ്ഥാനപരമായ അഭിപ്രായഭിന്നത ഉണ്ടായിരുന്നത്.

സി പി ഐയുടെ പരിപാടി ഇന്ത്യൻ ഭരണകൂടത്തെ ചിത്രീകരിച്ചത് വ്യത്യസ്തമായിട്ടായിരുന്നു. അതുപ്രകാരം ഭരണകൂടാധികാരം കൈയാളുന്ന സഖ്യത്തിൽ ഭൂപ്രഭുക്കളില്ല; എന്നാൽ ഭരണകൂടാധികാരത്തിലുള്ള ബൂർഷ്വാസിക്ക് ഭൂപ്രഭുക്കളുമായി ശക്തമായ ബന്ധങ്ങളുണ്ടെന്ന് പ്രസ്താവിക്കുക മാത്രമേ ചെയ്തിട്ടുള്ളൂ. ബൂർഷ്വാ – ഭൂപ്രഭു സഖ്യത്തെ വൻകിട ബൂർഷ്വാസി നയിക്കുകയാണെന്ന് അവർ അംഗീകരിക്കുന്നില്ല; വൻകിട ബൂർഷ്വാസിക്ക് ഭരണകൂടാധികാരത്തിനുമേൽ ശക്തമായ സ്വാധീനമുണ്ടെന്ന് മാത്രമേ അവർ അംഗീകരിക്കുന്നുള്ളൂ. ഭരണവർഗ്ഗസഖ്യത്തിന് വിദേശധന മൂലധനവുമായി ബന്ധമുണ്ടെന്ന കാര്യവും അവർ നിഷേധിക്കുന്നു. ഈ വിശകലനത്തെ പിന്തുടർന്നാണ് വൻകിട ബൂർഷ്വാസിയെയും ഭൂപ്രഭുക്കളെയും ഒറ്റപ്പെടുത്താൻ ഭരണകൂടാധികാരവുമായി സഹകരിക്കുകയെന്ന തന്ത്രപരമായ സമീപനം. അതായത് അവരുടെ ''ദേശീയ ജനാധിപത്യ മുന്നണി''യുടെ നേതൃത്വം തൊഴിലാളിവർഗ്ഗത്തിനല്ല; മറിച്ച്, ദേശീയ ബൂർഷ്വാസിയുടെയും തൊഴിലാളിവർഗ്ഗത്തിന്റെയും സംയുക്ത നേതൃത്വത്തിനാണ്. വർഗ്ഗ സഹകരണത്തിനായുള്ള വഴിതുറന്നത് പരിപാടിപരമായ ഈ ധാരണയാണ്.

രണ്ടു പരിപാടികളും തമ്മിലുള്ള ഒരു താരതമ്യ വിശകലനം സി പി ഐയുടെ റിവിഷനിസ്റ്റ് സമീപനം തുറന്നുകാട്ടി. റിവിഷനിസ്റ്റ് വിഭാഗത്തിന്റെ സന്ധിചെയ്യൽ നയങ്ങൾ ഭൂരിപക്ഷം പാർട്ടി അംഗങ്ങൾക്കും മനസ്സിലായി; പാർട്ടിയുടെ ഏഴാം കോൺഗ്രസിനു പിന്നിൽ അണിനിരന്ന രീതി ഇത് പ്രതിഫലിപ്പിച്ചു.

പാർട്ടിയുടെ കടമകൾ സംബന്ധിച്ച പ്രമേയം (വാസ്തവത്തിൽ, ഏഴാം കോൺഗ്രസ് അംഗീകരിച്ച രാഷ്ട്രീയപ്രമേയമായിരുന്നു ഇത്), കമ്യൂണിസ്റ്റ് പ്രസ്ഥാനത്തെ വികസിപ്പിക്കാനുള്ള മൂർത്തമായ മാർഗ്ഗനിർദ്ദേശം നല്കി. ട്രേഡ് യൂണിയൻ പ്രസ്ഥാനത്തിലും കർഷക പ്രസ്ഥാനത്തിലും പാർട്ടി സംഘടനയിലും നിലനിന്നിരുന്ന ദൗർബല്യങ്ങൾ അതിവേഗം തരണം ചെയ്യുന്നതിനും സാദ്ധ്യമായ സർവ്വവിധത്തിലും രാഷ്ട്രീയ ബോധം മെച്ചപ്പെടുത്തുന്നതിനും പ്രമേയം പാർട്ടിയോട് നിർദ്ദേശിച്ചു. ഒ

രു യഥാർത്ഥ വിപ്ലവപാർട്ടി കെട്ടിപ്പടുക്കുന്നതിനായി പ്രമേയം ഇങ്ങനെ മുന്നറിയിപ്പുനല്കി: ''ബഹുജന പ്രക്ഷോഭങ്ങളുടെയും സമരങ്ങളുടെയും പ്രാരംഭകനും നേതാവും സംഘാടകനും എന്ന നിലയിൽ മാർക്സിസം– ലെനിനിസത്തിന്റെ ഉറച്ച അടിത്തറ മേൽ പാർട്ടി കെട്ടിപ്പടുക്കാതെ ഈ കടമകൾ പൂർത്തീകരിക്കാനാവില്ല. അടിസ്ഥാനവർഗ്ഗങ്ങളുടെ പ്രശ്നങ്ങൾ ഏറ്റെടുക്കുന്നതിനായിരിക്കണം നമ്മുടെ പ്രവർത്തി ചിട്ടപ്പെടുത്തേണ്ടത്; അതിനുമാത്രമേ പാർട്ടിക്ക് ആകെ പുതുജീവൻ നല്കാൻ കഴിയുന്ന കണ്ണി ഉറപ്പിക്കാൻ കഴിയൂ.

പാർട്ടിക്കുള്ളിലെ റിവിഷനിസത്തിന്റെയും സെക്ടേറിയനിസത്തിന്റെയും സാക്ഷാൽക്കാരങ്ങളെക്കുറിച്ചും അവയുടെ രാഷ്ട്രീയവും പ്രത്യയശാസ്ത്രപരവുമായ അടിവേരുകളെക്കുറിച്ചും വിശദീകരിക്കുന്നതിനും ഇത്തരം വ്യതിയാനങ്ങളെ ചെറുക്കുന്നതിന് പാർട്ടിയെ ആകെ വിദ്യാഭ്യാസം ചെയ്യിക്കുന്നതിനുമായി വിശദമായ ഒരു രേഖ തയ്യാറാക്കാൻ പുതുതായി രൂപീകരിക്കപ്പെട്ട കേന്ദ്രകമ്മിറ്റിയോട് പ്രമേയം നിർദ്ദേശിച്ചു.

മുൻപ്, 1951 ലെ പാർട്ടി കോൺഗ്രസ് അംഗീകരിച്ച നയപ്രസ്താവന ചില ഭേദഗതികളോടെ ഏഴാം പാർട്ടി കോൺഗ്രസ് വീണ്ടും അംഗീകരിച്ചു. റിവിഷനിസത്തിനെതിരെ പൊരുതുക എന്ന ശീർഷകത്തിൽ ഒരു പ്രമേയവും പാർട്ടി കോൺഗ്രസ് അംഗീകരിച്ചു; പാർട്ടി കോൺഗ്രസിനു മുൻപാകെ അവതരിപ്പിക്കപ്പെട്ട രാഷ്ട്രീയ – സംഘടനാ റിപ്പോർട്ടായിരുന്നു അത്.

പ്രത്യയശാസ്ത്രപരമായ പ്രശ്നങ്ങളിന്മേൽ 'ശാന്തമായ വിധത്തിൽ' ഉൾപ്പാർട്ടി ചർച്ചകൾ സംഘടിപ്പിക്കുന്നതിന് കേന്ദ്രകമ്മിറ്റിയോട് നിർദ്ദേശിക്കുന്ന ഒരു പ്രമേയം കോൺഗ്രസ് അംഗീകരിച്ചു. ''ഡാങ്കെ ഗ്രൂപ്പ് അംഗീകരിച്ച ബൂർഷ്വാ – പരിഷ്കരണവാദനയങ്ങൾക്കും സംഘടനാപരമായ പിളർപ്പൻ നടപടികൾക്കും എതിരായ സമരത്തിന്റെ ആദ്യഘട്ടത്തിന്റെ അവസാനമാണിത് എന്ന് കോൺഗ്രസ് പ്രഖ്യാപിച്ചു. ''അടുത്ത ചില മാസങ്ങൾക്കുള്ളിൽ കഴിയുന്ന'' അടുത്തഘട്ടത്തിൽ ''ഇന്ന് ഔപചാരികമായി ഡാങ്കെ ഗ്രൂപ്പിനൊപ്പം നില്ക്കുകയോ ഒരു ഭാഗത്തും ചേരാതെ നില്ക്കുകയോ ചെയ്യുന്നവരിൽ മഹാഭൂരിപക്ഷം പേരും നമുക്കൊപ്പം ചേരും; അങ്ങനെ ഡാങ്കെ ഗ്രൂപ്പ് പിന്തുടർന്ന പരിഷ്കരണവാദപരവും വിഭാഗീയവുമായ നയങ്ങൾമൂലമുണ്ടായ പിളർപ്പിനെ ഒടുവിൽ അതിജീവിക്കുകയാണെന്ന വസ്തുത രേഖപ്പെടുത്തപ്പെടു''മെന്ന പ്രതീക്ഷ അത് പ്രകടിപ്പിച്ചു.

പാർട്ടിയുടെ ഏഴാം കോൺഗ്രസ് കേന്ദ്ര കമ്മിറ്റിയെയും സഖാക്കൾ പി സുന്ദരയ്യ, ഇ എം എസ് നമ്പൂതിരിപ്പാട്, ബി ടി രണദിവെ, പ്രമോദ് ദാസ് ഗുപ്ത, എം ബസവപുന്നയ്യ, എ കെ ഗോപാലൻ, ജ്യോതിബസു, പി രാമമൂർത്തി, ഹർകിഷൻ സിങ് സുർജിത് എന്നീ സഖാക്കൾ ഉൾപ്പെടുന്ന 9 അംഗ പൊളിറ്റ് ബ്യൂറോയെയും തിരഞ്ഞെടുത്തു. സഖാവ് പി സുന്ദരയ്യ ജനറൽ സെക്രട്ടറിയായും തിരഞ്ഞെടുക്കപ്പെട്ടു.

രാജ്യത്തെ കമ്യൂണിസ്റ്റ് പ്രസ്ഥാനത്തിൽ ഒരു പുതിയ ഘട്ടത്തിനായുള്ള വഴി തുറന്നു അങ്ങനെ ഏഴാം കോൺഗ്രസ്.

www.ingramcontent.com/pod-product-compliance
Lightning Source LLC
LaVergne TN
LVHW060209051026
849517LV00005B/1342